I0763248

संत
सुभाषित कोश

संत
सुभाषित कोश

(संत ज्ञानदेव, नामदेव, एकनाथ, रामदास, तुकाराम)

संपादक
रा. शं. नगरकर

डायमंड पब्लिकेशन्स

संत सुभाषित कोश

संपादक : रा. शं. नगरकर
७७ शनिवार पेठ, पुणे ४११ ०३०.
☎ ०२० – २४४९००७७

प्रथम आवृत्ती : ऑगस्ट २०११

ISBN 978-81-8483-399-7

मुखपृष्ठ
शाम भालेकर

मुद्रक
Repro India Limited, Mumbai.

प्रकाशक
डायमंड पब्लिकेशन्स
१२५५ सदाशिव पेठ
लेले संकुल, पहिला मजला
निंबाळकर तालमीसमोर
पुणे ४११ ०३०. ☎ ०२०–२४४५२३८७
diamondpublications@vsnl.net
www.diamondbookspune.com

प्रमुख वितरक
डायमंड बुक डेपो
६६१ नारायण पेठ, अप्पा बळवंत चौक
पुणे ४११ ०३०. ☎ ०२०–२४४८०६७७

इतिहास घडविण्याचे सामर्थ्य अंगी असणारे, भारतीय संस्कृतीचे समर्थ भाष्यकार

प. पू. स्वामी गोविंददेव गिरि

(आचार्य – किशोरजी व्यास)

आणि

माझ्या सर्व लेखनकार्यात सहभागी असणारी माझी पत्नी

सौ. कुसुम रामचंद्र नगरकर

यांना आनंदपूर्वक अर्पण

मनोगत

मराठी संतसाहित्य वाचत असताना मला वारंवार जाणवत होते की, या साहित्यात विपुल सुभाषिते आहेत. पण या प्राथमिक अवस्थेत त्याचा आवाका ध्यानात येत नव्हता. अशा या संभ्रमावस्थेत बराच काळ गेला. पण मनातून हा विचार गेला नाही. सर्व संतांची सर्व सुभाषिते एकत्रित करणे हे काम फार अवघड वाटत होते. त्यात किती काळ जाईल, ग्रंथ केवढा होईल याचा अंदाज बांधता येत नव्हता. ग्रंथ झाला तरी प्रकाशनाची मोठी समस्या वाटत होती. शेवटी सर्व संतांची सर्व सुभाषिते एकत्रित करणे, या विचारांना मुरड घालून केवळ पाच संतकवींच्या काव्याचा विचार करण्याचे निश्चित केले आणि चैत्र शुद्ध प्रतिपदा, शके १९१२ मंगळवार २७ मार्च इ.स. १९९० या दिवशी, पाडव्याला या कामास प्रारंभ केला. प्रथम संत नामदेवांची सुभाषिते वेगळी केली, शेवटी समर्थ रामदासांच्या सुभाषितांचे काम पुरे केले. हे केवळ प्राथमिक अवस्थेतील काम होते. त्यांचे वर्गीकरण केल्याशिवाय या कामाला नेटके रूप येणार नाही हे जाणून त्याचे वर्गीकरण केले. प्रस्तावनेशिवाय ग्रंथाला पूर्णता नाही हे जाणून प्रस्तावना लिहिली आणि ज्या दिवशी प्रस्तावना लिहून पुरी केली, तो दिवसही चैत्र शु. प्रतिपदा, शके १९३२ मंगळवार १६ मार्च इ. स. २०१० हाच होता. या वीस वर्षांच्या कालावधीनंतर हाती घेतलेले काम पुरे झाल्याचा आनंद मिळाला.

पहिल्या टप्प्यावरचे सुभाषितांचे काम झाल्यावर माझ्या अनेक मित्रांनी याचे पाच ग्रंथ करण्याचे मला सुचविले. पाच ग्रंथ करणे हा व्यवहारी मार्ग असला तरी तो शास्त्रपूत मार्ग आहे की नाही, याची निश्चिती होईना. सुभाषितांमधला एखादा विचार यादवकाळापासून म्हणजे १३ व्या शतकापासून १७ व्या शतकापर्यंत म्हणजेच श्री ज्ञानदेवांपासून समर्थ रामदासांपर्यंत एका वेळेला पाहण्याची सोय यात होत नव्हती. त्यामुळे हा मार्ग सोडला आणि एखादा विषय श्री ज्ञानदेवांपासून संत रामदासापर्यंत कसा सांगितला गेला, हे स्पष्ट करणारे वर्गीकरण स्वीकारले. हे वर्गीकरण करण्यासाठी माझी सुविद्य कन्या चि. सौ. विद्या गारखेडकर हिचे जे साहाय्य झाले ते शब्दांनी सांगणे शक्य नाही. मराठवाडा विद्यापीठाचे भूतपूर्व कुलगुरू आणि माझे ज्येष्ठ स्नेही डॉ. नागनाथ कोत्तापल्ले यांनीही हे वर्गीकरण बारकाईने पाहिले आणि त्यास मान्यता दिली. त्यामुळे माझ्या मनाला सुपाएवढा आनंद झाला. ग्रंथाची प्रस्तावना वाचण्याचे काम माझे मित्र डॉ. कल्याण काळे, स.प. महाविद्यालयाच्या तत्त्वज्ञान विभागाच्या प्रमुख डॉ. वैजयंती बेलसरे आणि त्याच महाविद्यालयात तत्त्वज्ञान विभागात काम करणारी माझी कन्या चि. सौ. विद्या गारखेडकर यांनी केले. या सर्वांनी केलेल्या सूचना मीही कार्यवाहीत आणल्या. यावरून त्यांच्या सूचना किती मोलाच्या होत्या, हे सहज समजून येईल. माझ्या सर्व मित्रांचे म्हणजे डॉ. मु. श्री. कानडे, डॉ. कल्याण काळे, डॉ. सु.रा. पुतेकर, डॉ. म.रा. जोशी, डॉ. प्रकाश सोमण यांचे मला कृतज्ञ राहायला हवे, कारण हे मित्रच माझ्या सर्व कामांचे खरे बळ आहे.

या कोशात पाच हजारांहून अधिक सुभाषिते आहेत. या सार्थ सुभाषितांची सुंदर अक्षरात मुद्रणप्रत

तयार करण्यापासून मुद्रितशोधनापर्यंतचे अवघड काम श्रीमती वैशाली पुरंदरे यांनी मनापासून केले. त्या मराठी व तत्त्वज्ञान या विषयांच्या एम.ए.आहेत. हे तुळसीचे रोपटे माझ्या घरात रुजले आणि घरासी एकरूप झाले. त्यांच्या आईसाहेब या मराठी संत रमावल्लभदासाच्या वंशातील आहेत. एवढे सांगितले म्हणजे अधिक विस्ताराची गरज नाही.

माझा हा ग्रंथ लवकर प्रकाशित व्हावा यासाठी सदैव माझी पाठराखण करणारे ज्येष्ठ समीक्षक, प्रा. रा.ग. जाधव, प्राचार्य रामदास डांगे आणि माझे अकारण मित्र दै. लोकमतचे एक संपादक श्री. प्रदीप निफाडकर यांनी असाच लोभ ठेवावा, ही विनंती. माझ्या सर्व लेखन कार्यात सहभाग घेणारी माझी पत्नी आणि मला सदैव कोणत्याही कामापासून मुक्त ठेवणारा माझा मुलगा चि. विवेक व सून चि. सौ. सुप्रिया, कनिष्ठ कन्या चि. सौ. वैशाली देशपांडे यांचाही मी मनापासून आभारी आहे.

हे काम प्रकाशित करण्याची जबाबदारी घेणारे डायमंड प्रकाशनाचे मालक श्री. दत्तात्रेय पाष्टे आणि त्यांचे सर्व सहकारी यांचा मी कृतज्ञ आहे. प्रा. सु. ह. जोशी यांच्यामुळे श्री. पाष्टे यांचा माझा अगदी अलीकडेच परिचय झाला आणि त्याचे दीर्घकालीन परिचयासारखे रूपांतर झाले. तसेच चि. मानसी जोशी (एम.ए. तत्त्वज्ञान) हिचीदेखील माझ्यासंबंधीची आस्था तिचे आभार मानण्यास कारणीभूत आहे. प्राचीन मराठी संतसाहित्याचे डी.टी.पी.करण्याचे खरोखरीच अवघड काम अगदी सहजतेने करणाऱ्या सौ. राजेश्री जाधव यांचीही आठवण ठेवणे योग्य होईल. येवढे सांगून हे मनोगत थांबवितो.

रा. शं. नगरकर

प्रस्तावना अनुक्रमणिका

प्रस्तावना

मराठी संत सुभाषित कोश, ही कल्पना मराठी सारस्वताच्या अभ्यासकांना नवी वाटेल, अशी उमेद आहे. मराठी भाषेत निर्माण झालेल्या कोशांमधील विषयविस्ताराच्या क्षेत्रातील हा एक नवा टप्पा ठरावा. संतांच्या ग्रंथांतील वेचे काढून ते प्रकाशित झालेले दिसून येतात. या विचारांचा प्रथम उद्‌गाता म्हणून संत महिपतीचे नाव पुढे येते. महिपतीने (इ.स. १७१५ ते १७९०) ज्ञानेश्वरीतील वेचे काढले आणि ते चित्रशाळेने प्रकाशित केले. स्वत:ला आवडणारे वेचे असे त्यांचे स्वरूप होते. त्यांत कोणतेही सूत्र होते असे दिसत नाही. महिपतीनंतर नवनीतकारांचे परशुरामपंत बल्लाळ तथा परशुरामतात्या गोडबोले (इ.स. १७९९-१८७४) यांचे नाव घ्यावे लागते. लोकांमध्ये संतसाहित्याची आवड या ग्रंथाने निर्माण केली, असे सांगताना कोणताही संकोच वाटत नाही. ह.भ.प.ल.रा.पांगारकर (१८७२-१९४१), श्री. गोविंद गोपाळ टिपणीस (इ.स. १८६७-१९२५), श्री. ह. श्री. शेणोलीकर (१९२०-२००३) यांनी काढलेल्या वेच्यांमध्ये एक विशिष्ट पद्धत आहे, सूत्र आहे. महाविद्यालयातील विद्यार्थ्यांना त्या त्या ग्रंथकारांच्या साहित्याचा, त्यांच्या तत्त्वज्ञानाचा, शैलीचा परिचय प्रा.गं.बा.सरदार (इ.स. १९०८-१९८८) यांनी काढलेल्या वेच्यांच्या ग्रंथांतून दिसून येतो. या सर्वांमध्ये प्रा. डॉ. रामचंद्र दत्तात्रय तथा गुरुदेव रानडे (१८८६-१९५७) यांचे काम फार पद्धतशीर आहे. त्यांनी अध्यात्मग्रंथमालेतून काही ग्रंथ प्रकाशित केले. पहिल्या ग्रंथात ज्ञानेश्वरीतील उतारे आहेत. या संदर्भात गुरुदेव रानडे म्हणतात, ''पहिल्या पुस्तकांत ज्ञानेश्वरीतील उताऱ्यांची विषयवार रचना करून ज्ञानेश्वरांची सर्वांगीण पारमार्थिक शिकवण कशी होती हे संपूर्ण रीतीने त्यांच्याच शब्दांत सांगण्याचा प्रयत्न केला आहे.''[१] अशाच स्वरूपाचे विवेचन व मांडणी त्यांच्या संत नामदेव, एकनाथ, तुकाराम व रामदास यांच्या ग्रंथांत दिसून येते. गुरुदेव म्हणतात, ''ही चार पुस्तके म्हणजे महाराष्ट्रधर्माचा मूलरूपाने संपूर्ण इतिहासच आहे.''[२] वेच्यांच्या टप्प्यातून ही अभ्यासकमंडळी फारशी बाहेर पडलेली दिसत नाहीत. पण तरीही त्यांनी मोठे काम केले आहे, हे नाकारता येत नाही.

वेच्यांच्या माध्यमातून मोठी कामे झाली असली तरी संतसाहित्यातील सुभाषितांकडे मात्र कोणाचे लक्ष गेलेले दिसत नाही. पण शंभर टक्के हे मत मान्य केले पाहिजे असे मात्र कोणी समजू नये. आजपासून बरोबर ११२ वर्षांपूर्वी म्हणजे इ.स. १९०० साली श्री. कृष्णाजी नारायण आठल्ये 'केरळ कोकिळकार'[३] (१८५३-१९२६) यांनी सार्थ व सटीप ज्ञानेश्वरी प्रकाशित केली आहे. या ग्रंथाच्या प्रस्तावनेनंतर ज्ञानेश्वरीतील उपयुक्त माहितीचे त्रोटक टिपण या शीर्षकाखाली त्यांनी जी ३३६ वचने दिली आहेत ती जवळ जवळ सुभाषितेच आहेत. या सुभाषितांचे त्यांनी वर्गीकरणही केले आहे. यानंतर लक्षात येणारा भाग म्हणजे समर्थ रामदासांच्या सुभाषितांचा असावा. श्री. सदाशिव खंडो अळतेकर[४] (१८७२-१९३८) यांनी बालबोध समर्थ वाङ्‌मयमाला

प्रकाशित केले. या मालेतील दुसरे पुष्प 'समर्थ सुभाषित' असे आहे. (इ. स. १९२६). यात मनाच्या श्लोकांतील सुभाषितवजा ४० श्लोक घेतले आहेत. नंतर राममंत्राच्या ४९ श्लोकांतील सुभाषितवजा ११ श्लोक घेतले आहेत. मग स्फुट अभंग, विविध श्लोक, विविध स्फुट, स्फुट ओव्या, राजनीती, राजकारण, अशी वर्गीकरणे दिली आहेत. अखेरीस दासबोधांतर्गत सुभाषिते आहेत. मनाच्या श्लोकांतील सुभाषिते वगळता अन्य भागांतील सुभाषिते ही सुभाषिते नसून त्या त्या विषयाचे वेचे आहेत, अशी माझी समजूत आहे. नंतर अनेक स्फुट प्रयत्न झालेले दिसतात आणि ते प्रयत्न त्या त्या कवींपुरते मर्यादित आहेत. उदा. 'श्रीधर : चरित्र आणि काव्यविवेचन' या ग्रंथात ग्रंथकाराने म्हणजे प्रा. चिंतामण नीलकंठ तथा चिं. नी. जोशी[५] (१८८०-१९४८) यांनी श्रीधराच्या प्रत्येक ग्रंथातील नमुन्याची सुभाषिते दिलेली आहेत. (इ.स.१९५१)

महानुभावीय वाङ्मयाच्या संदर्भातही याहून काही निराळे दिसत नाही. डॉ. शं. गो. तुळपुळे[६] (१९१४-१९९४) यांनी पाच भागांत लीळाचरित्राचे संपादन केले आहे. प्रत्येक भागाला स्वतंत्र प्रस्तावना आहे. तीमध्ये प्रत्येक भागाचे भाषाविशेष दिले असून त्यांत सुभाषितेही दिली आहेत. हाच प्रयत्न स्मृतिस्थळ[७], गोविंदप्रभू चरित्र[८] इ. ग्रंथांतून विविध संपादकांनी केलेला आहे. पण ही नमुन्याची उदाहरणे सर्वच ग्रंथांच्या संदर्भात दिसून येत नाहीत. संत नामदेवांच्या गाथा, नाथांचे सर्व वाङ्मय यांतून नमुन्यासाठी म्हणूनसुद्धा अभ्यासकांनी सुभाषिते दिलेली नाहीत. नाही म्हणायला नाथभागवतातून[९] काही व्याख्या मात्र दाखविल्या गेल्या आहेत. माझ्या या सर्व विवेचनाचा सारांश इतकाच आहे की, स्फुट स्वरूपात ही सुभाषिते काढली गेली असली तरी त्याला आजतागायत ग्रंथाचे रूप दिले गेलेले नाही आणि माझी सारी धडपड याच विषयासाठी चालली आहे, हे अभ्यासकांच्या सहज लक्षात येईल.

सुभाषितकोश म्हटले की, आपली दृष्टी साहजिकच संस्कृत भाषेकडे वळते. कारण जगातील ही सर्वश्रेष्ठ, वैभवशाली, समृद्ध भाषा आहे. जगात संस्कृतीचा उगम होण्यापूर्वी आमचे ऋषिमुनी सरस्वतीच्या तीरावर वेदांच्या ऋचा गात होते. आत्मा-परमात्मा, लौकिक-पारलौकिक यांची चर्चा उपनिषदांतून याच भाषेतून होत होती. भारतीय तत्त्वज्ञानाची चर्चा याच ग्रंथांतून झाली आहे. हाच वारसा सांगणारी सुभाषिते या भाषेतून निर्माण झाली तर आश्चर्य वाटण्याचे कारण नाही. त्यांची संकलनेही प्राचीन कालापासून झालेली आहेत. सुभाषितांचा विचार करताना या संकलनांचाही थोडा परिचय करून घेणे आवश्यक आहे.

सुभाषितकोश

१) संस्कृत भाषेला प्रदीर्घ, उज्ज्वल, इतिहास असला तरी त्यातील सुभाषितांचा संग्रह होण्याचा पहिला मान प्राकृत भाषेला मिळाला आहे. **गाथासत्तसई (गाथासप्तशती)**[१०] असे त्या संग्रहाचे नाव आहे. यातील सुभाषितेही गाथा वृत्तात आहेत म्हणून याला हे नाव मिळाले. हाल नामक राजाने याचे संकलन केले. म्हणून या ग्रंथाला हाल सत्तसई असेही म्हणतात. सातवाहन कुळातला हा राजा इ.स.च्या १ल्या, २ऱ्या शतकात होऊन गेला. हा सुभाषितसंग्रह म्हणजे महाराष्ट्रीय ग्रामीण जीवनाचा उत्तम आरसा आहे. हाल राजाने तत्कालीन कवींच्या आलंकारिक कोटी रचना संग्रहित केल्या, त्या निवडल्या आणि त्यांतल्या सातशे रचनांचा संग्रह केला:

सत्त सताइं कइवच्छलेण कोडीअ मज्झआरम्भि
हालेण विरइआइं सालङ्काराणँ गाहाणम् ।

सप्त शतानि कविवत्सलेन कोटेर्मध्ये ।
हालेन विरचितानि सालंकाराणां गाथानाम् ।। (३)

एक कोटी गाथांमधून अलंकारांनी सजलेल्या अशा सातशे गाथा निवडून कविप्रेमी राजाने हा संग्रह केला. सातशे गाथांचा संग्रह म्हणून याला सप्तशती असे म्हणतात.

यातील गाथा बहुतेक करून शृंगारपर आहेत. प्राचीन काळापासून हा ग्रंथ फार लोकप्रिय आहे. अलंकारशास्त्रज्ञांनी अलंकारांची उदाहरणे सांगण्यासाठी या ग्रंथाचा सर्वाधिक उपयोग केला आहे. महाकवी बाणभट्टाने (इ.स. ७वे शतक) हर्षचरिताच्या प्रारंभी याचा गौरवपूर्ण उल्लेख केला आहे. हा कोश साध्या-सोप्या-भाषेत असूनही यावर चौदा टीका झालेल्या आहेत (पाहा - हाल सातवाहनाची गाथासप्तशती. संपा. श्री. स. आ. जोगळेकर, प्रस्ता. पृ. ३०). ख्यातनाम पंडित डॉ. वासुदेवशरण अग्रवाल[११] यांनीही गाथासप्तशतीला सुभाषितांचा संग्रह असे प्रशस्तिपत्र दिले आहे. (हर्षचरित, एक सांस्कृतिक अध्ययन पृ. ६). प्रसिद्ध विदुषी कै. दुर्गा भागवत[१२] यांनी म्हटले आहे, ''गाथासप्तशतीच्या गाथा खरोखरीच काव्यात्म आहेत.'' (राजारामशास्त्री भागवत यांचे निवडक साहित्य खंड ५ वा. प्रस्ता पृ. ६).

२) **सुभाषितरत्नकोष**[१३] हा संस्कृत साहित्यातील सर्वांत प्राचीन सुभाषितकोश आहे. कवींद्र वचन- समुच्चय या अन्य नावानेही हा कोश कोलकात्यामधून इ. स. १९१२ मध्ये प्रकाशित झाला आहे. त्यावेळी त्याचे संपादक डॉ. टॉमस होते. परंतु हा ग्रंथ प्रकाशित झाला तेव्हा तो अपुरा होता. नंतर त्याचे नवीन हस्तलिखित उपलब्ध झाले आणि हा ग्रंथ समग्ररूपात प्रकाशित झाला.

विद्याकर पंडित हा त्याचा संकलक होता. इ.स.च्या ११ व्या शतकात हे काम पाल नरेशांच्या कृपाछत्राखाली झाले. हा ग्रंथ ५० वर्गीकरणांत विभागला आहे. निरनिराळ्या छंदांचे वापर त्यात दिसून येतात. १७३९ श्लोक या संग्रहात आहेत. अनेक ज्ञात-अज्ञात कवींच्या रचनाही त्यात पाहायला मिळतात. इंग्रजी अनुवादासह हा कोश हार्वर्ड प्राच्य ग्रंथमालेतून इ.स. १९६५ मध्ये प्रकाशित झाला आहे.

३) **सदुक्तिकर्णामृत** हा अत्यंत लोकप्रसिद्ध ग्रंथ आहे. बंगालचा प्रसिद्ध राजा लक्ष्मणसेन (इ.स. ११७८ ते १२०५) याच्या दरबारात बटुदास नामक कर्तबगार व्यक्ती होती. त्याचा पुत्र श्रीधरदास होय. या श्रीधरदासाने इ.स. १२०५ च्या सुमारास या ग्रंथाचे संकलन केले. बंगाल आदी पूर्वेकडील त्या काळातील प्रसिद्ध आणि आज अज्ञातात दडलेल्या अनेक कवींच्या काव्यांचा हा संग्रह आहे, हीच याची विशेषता. प्रस्तुतच्या ग्रंथात ५ वर्गीकरणे असून त्यांतील श्लोकसंख्या २३८० इतकी आहे.

सदुक्तिकर्णामृतात ४८५ कवींच्या नामांचा उल्लेख येतो. त्यांतील सुमारे ५० कवींचा परिचय संस्कृत साहित्याच्या इतिहासाला आहे. उरलेल्या ४०० हून अधिक कवींच्या उदाहरणांवरून असे दिसते की, त्या काळात संस्कृत भाषेत अधिक साहित्यनिर्मिती होत असावी. या अज्ञात कवींच्या काव्याची दखल श्रीधराने घेतली नसती तर अनेक कवींची नावे संस्कृत साहित्याच्या इतिहासातून वगळली गेली असती आणि इतिहास अपुरा राहिला असता. म्हणून राजा लक्ष्मणसेन व संकलक श्रीधरदास यांचे आपण ऋणी राहिले पाहिजे. हा ग्रंथ पंजाब ओरिएंटल मालेतून म. म. रामावतार शर्मांनी संपादून प्रकाशित केला आहे.

४) **सूक्तिमुक्तावली** या सूक्तिसंग्रहाचा रचनाकार जल्हण होता. इ.स.च्या १३ व्या शतकात दक्षिण

देवगिरीवर यादववंशी कृष्णराजा (इ.स. १२४७-१२६१) राज्य करीत होता. त्याच्या हस्तिदलाचा प्रमुख जल्हण होय. जल्हणाला हे पद वंशपरंपरेने मिळाले होते. यादववंशीय राजा मल्लुगी (इ.स. ११०० नंतर) म्हणून होता. त्याच्या हस्तिदलाचा प्रमुख 'दादा' नामक एक पराक्रमी व वत्सवंशीय ब्राह्मण होता. याच दादाच्या ५ व्या पिढीत जल्हणाचा जन्म झाला.

सूक्तिमुक्तावलीतील वर्गीकरणाला 'पद्धति' असे म्हटले गेले आहे. यातील कविपद्धति भागात अनेक अज्ञात व अल्पज्ञात कवींची प्रशंसा आहे. हा ग्रंथ गायकवाड प्राच्य ग्रंथमालेतून इ.स. १९३८ मध्ये प्रकाशित झाला आहे.

५) शार्ङ्गधर पद्धति – चाहमानवंशात हम्मीरसिंह नावाचा एक प्रख्यात राजा होऊन गेला (राज्यकाल इ.स. १२८३ ते १३०१). हा राजा रणथम्भोरगडाचा अधिपती होता. राघवदेव हा याचा सभापंडित होता. राघवदेवाला गोपाल, दामोदर व देवदास असे तीन पुत्र होते. यांच्यापैकी दामोदराला लक्ष्मीधर, कृष्ण आणि शार्ङ्गधर असे तीन पुत्र होते. शार्ङ्गधर हा त्यांतला ज्येष्ठ पुत्र होय. त्याने या संग्रहाचे संकलन केले, म्हणून त्याच्याच नावाने हा ग्रंथ ओळखला जातो.

या ग्रंथाचे १६३ परिच्छेद आहेत. त्यात ६३०० पद्यांचा विशाल संग्रह आहे. पण आज प्रसिद्ध असलेल्या या ग्रंथात ४६१६ (४६८९ दुसरे मत) इतकीच पदे आहेत. अभ्यासकांच्या मते उर्वरित पदे काळाच्या भक्षस्थानी पडली असावीत. या ग्रंथात विपुल पदे आहेत म्हणून हा ग्रंथ प्रसिद्ध नाही तर त्यातील विषयवैपुल्यामुळे या ग्रंथाला महत्त्व प्राप्त झाले आहे. नीती, वैद्यक आदी अनेक विषय यात पाहायला मिळतात. ग्रंथाच्या अखेरीस योग व शांतरस या संबंधी विस्ताराने विवेचन दिले आहे. या अखेरच्या भागाचा स्वतंत्र ग्रंथ प्रकाशित झाला आहे. डॉ. पीटर्सने तो इ.स. १८८० मध्ये प्रकाशित केला असून तो आता अत्यंत दुर्मीळ झाला आहे.

६) सुभाषितावली हा सुभाषितसंग्रह वल्लभदेवाच्या नावावर आहे. परंतु याच्यासंबंधी फारशी माहिती उपलब्ध नाही. याचा देश कोणता, हा कोणत्या काळात होऊन गेला याचीही खात्रीशीर माहिती सांगता येत नाही. वल्लभदेवाने सुभाषितावलीमध्ये जोनराज तथा भागवतामृत यांची पदे समाविष्ट केली आहेत. जोनराज मयंक हा श्रीकण्ठचरित या महाकाव्याचा टीकाकार असून त्याचा काळ इ.स. १४५० च्या सुमाराचा आहे. यावरून वल्लभदेवाचा काळ इ.स.चे १५ वे शतक असे मानले जाते.

सुभाषितावलीमध्ये वल्लभदेवाच्या नावाने जी पदे समाविष्ट आहेत, ती याच कवीची असावीत असे संस्कृत साहित्याचे इतिहासकार मानतात किंवा त्या नावाचा अन्य कोणी प्राचीन कवी असावा, असे म्हटले जाते.

या ग्रंथात १०१ पद्धती नामक प्रकरणे आहेत. त्यात ३५२८ पदांचा समावेश आहे.

७) प्रसन्न-साहित्य रत्नाकर या कोशाचा लेखक आहे, नन्दन पंडित. हा कोश अद्याप अप्रकाशित आहे. हरप्रसाद शास्त्रींनी केलेल्या नेपालग्रंथ सूचीनुसार नेपाळच्या वीर पुस्तकालयात याची एक हस्तलिखित प्रत उपलब्ध आहे. नन्दन पंडिताने सुभाषित रत्नकोशातून सुमारे ४८० श्लोक त्याच क्रमाने यात समाविष्ट केले आहेत. या कोशात १४२८ पदे आहेत. या संग्रहात उडिसातले कपिलेश्वर गजपती (मृत्यू १४७०), त्रिविक्रम गजपती व पुरुषोत्तम गजपती (१४७१-९७) यांच्या रचना आढळतात. यावरून नन्दन कवी उडिसाच्या

राजवंशाशी परिचित असावा. इ.स.च्या १५व्या शतकाचा उत्तरार्ध असा याचा काळ मानला जातो.

१५ व्या शतकानंतरही अशाप्रकारच्या अनेक रचना होताना दिसतात. बंगालचे रूप गोस्वामी (इ.स. १४९२-१५९१) यांनी कृष्णविषयक केलेल्या पद्यांचा संग्रह 'पद्यावली' नावाने प्रसिद्ध आहे. सुभाषितरत्नभांडागारम्[१४] नावाचा एक मोठा संग्रह मुंबईच्या निर्णयसागर प्रकाशनाने प्रसिद्ध केला आहे. या संग्रहात ११००० श्लोक आहेत. या श्लोकांचे वर्गीकरण करून त्यांचे मूळ पत्ते देण्याचा प्रयत्न केला असून हा प्रयत्न चांगल्यापैकी यशस्वी झालेला आहे.

अशाप्रकारे सर्व संग्रहांचा परिचय करून घेणे हा आपला उद्देश नाही. मराठी संत सुभाषित कोशाची ऐतिहासिक पार्श्वभूमी समजायला दिला एवढा परिचय पुरेसा आहे. 'प्राचीन प्रमुख साहित्यकारोंके सुभाषित' नामक ग्रंथात ग्रंथकर्ते डॉ. किरण टंडन[१५] यांनी तर ४२ संग्रहांची नावे दिलेली आहेत. अशाच प्रकारची एक मोठी यादी 'अर्वाचीन संस्कृत साहित्य' या ग्रंथात डॉ.श्री. भा. वर्णेकर (१९१८-२०००) [१६] यांनी उद्धृत केली आहे. या संग्रहात तर डॉ. चिंतामणराव देशमुख यांच्या 'गांधीसूक्ति-मुक्तावली' मधील सुभाषितेही दिली आहेत.

मुक्तक-सुभाषित

अलंकारशास्त्राचा अभ्यास करणाऱ्या प्राचीन भारतीयांनी 'मुक्तक काव्यप्रकार' म्हणजे 'सुभाषित' असे म्हटले आहे. डॉ. राधावल्लभ त्रिपाठी यांनी संस्कृत वाङ्मयाचा बृहत् इतिहास चतुर्थ खंड (पृ. ५१०) या ग्रंथातील अवतरण दिले आहे. ते अवतरण असे, ''वस्तुतः मुक्तक और सुभाषित अभिन्न हैं।'' मुक्तक काव्यप्रकाराचे मार्मिक विश्लेषण करताना पं. बलदेव उपाध्याय यांनी सूक्तिमंजरीच्या प्रस्तावनेत म्हटले आहे की, ''मुक्तक काव्य अपने अर्थ तथा रसके लिए स्वतंत्र हुआ करते हैं। उसके समझनेके लिये पूर्वापर कथासंदर्भ जाननेकी कोई जरूरत नही होती । इसप्रकार पूर्वापर संबंधसे मुक्त होने के कारण इसे मुक्तक कहते है।'' याचा अर्थ मुक्तक काव्य म्हणजे स्फुट काव्य होय. प्रबंधकाव्याहून याची प्रकृती भिन्न असते, हे सांगण्याची आवश्यकता नाही. मुक्तक काव्य स्फुट स्वरूपात श्लोकरूपात असते. या श्लोकांचा अर्थ समजण्यासाठी ते आपल्या ठिकाणी परिपूर्ण व स्वतंत्र असते. या श्लोकांचा अर्थ समजण्यासाठी पूर्वसंदर्भाची आवश्यकता नसते. रामायण, महाभारतासारख्या आर्ष महाकाव्यांतील वा कोणत्याही ग्रंथात समाविष्ट असणाऱ्या सुभाषितांचा अर्थ समजण्यासाठी अन्य संदर्भांची आवश्यकता नसते. गाथासप्तशती, भर्तृहरीची शतकत्रयी ही याची उत्तम उदाहरणे आहेत. पूर्वाभ्यासाची आवश्यकता नसली तरी वाचकांचे ज्ञान समृद्ध होते, हे निश्चित!

अलंकारशास्त्रज्ञांनी ज्याप्रमाणे मुक्तकाची चर्चा केली आहे, अशीच चर्चा अग्निपुराणकारानेही केलेली आहे (अ. ३३७). पण आपल्याला इतक्या तपशिलाची आवश्यकता नाही. (सुमारे इ.स. ५वे ६वे शतक).

सुभाषितांचे संग्रह हे वाङ्मयाचे फार मोठे बलस्थान आहे. सुभाषिते ही वाङ्मयाची लेणी म्हटली जात असली तरी त्यांचे वाङ्मयाच्या इतिहासात याहून मोठे स्थान आहे. आंतरराष्ट्रीय कीर्तीचे संस्कृतचे ख्यातनाम अभ्यासक प्रा. डॉ. रा. ना. दांडेकर[१९] या संदर्भात म्हणतात, ''संस्कृत सुभाषितसंग्रह प्राधान्याने दोन दृष्टींनी महत्त्वाचे आहेत. संस्कृत साहित्याच्या इतिहासाच्या दृष्टीने आणि निरनिराळ्या कालखंडांतील भारतीय विचारसरणी व जीवनपद्धती यांवर ते जो प्रकाश पाडतात त्या दृष्टीने.'' (उक्तिविशेष - प्रस्तावना पृ. ६). विविध संग्रहातून अनेक ज्ञात-अज्ञात कवींच्या रचना यांत समाविष्ट असतात. सदुक्तिकर्णामृतात तर ४०० हून अधिक अज्ञात

कवींच्या रचना आढळतात. नेमके याच मर्मस्थानावर अभ्यासकांचे लक्ष वेधून घेणारे पं. बलदेव उपाध्याय[२०] ''संस्कृत साहित्यका इतिहास'' या सर्वांगसुंदर ग्रंथात लिहितात, ''आदि शतश: कवियोंके नाम भी विस्मृति-गर्त में डुबे गये रहतें यदि उनका निर्देश इस संग्रह में नही किया गया रहता.'' यांसारख्या अनेक अभ्यासकांच्या उल्लेखांनी वाङ्मयाचे दालन समृद्ध झाले आहे. त्यांची नावे घेतली गेली नसती तर या वाङ्मयाच्या इतिहासात काही उणेपणा आला असता.

प्राचीन कालापासून म्हणजे सुमारे इ.स.च्या पहिल्या, दुसऱ्या शतकापासून ते थेट २० व्या शतकापर्यंत सुभाषितांचे अनेक संग्रह प्रकाशित झाले आहेत. पण त्यांतून सुभाषितांच्या स्वरूपासंबंधीची चर्चा फार कमी झालेली आढळते. सुभाषित म्हणजे काय, त्याची लक्षणे कोणती, काव्याला 'सुभाषित' ही पदवी का व केव्हा मिळते? गद्याला सुभाषित म्हणायचे की, नाही यांसारख्या प्रश्नांची चर्चा झालेली नाही. चर्चेची ही वाटचाल बिकट आहे. आडवळणांनी भरलेली आहे, शंका-कुशंकाच्या कंटकांनी युक्त आहे. म्हणून निश्चित निर्णयासाठी अवघड आहे. आता आपणास हीच वाटचाल अनेक श्लोकांच्या अर्थाला विचारून करायची आहे.

प्रारंभीच सुभाषित या शब्दाचा कोशगत अर्थ ध्यानात घ्यायला हवा. प्रा. श्री. पी. के. गोडे[२१] व श्री. चिं. ग. कर्वे यांच्या त्रिखंडात्मक संस्कृत इंग्लिश कोशात सुभाषित शब्दाचा Spoken well or eloquent असा अर्थ दिला आहे. हाच अर्थ बहुतेक सर्व संस्कृत इंग्लिश कोशांतून वा मराठी इंग्रजी कोशातून आढळतो. श्री. वा. शि. आपटे[२२], श्री. मोनियर विल्यम[२३], मोल्सवर्थ[२४] यांचे कोश पाहता आपणापुढे हेच चित्र येते. प्रा. डॉ. शं. गो. तुळपुळे[२५] व ॲनफील्ड यांच्या प्राचीन मराठी कोशातही हीच गोष्ट पाहायला मिळते. मराठी भाषेचा कोश या जगन्नाथशास्त्री क्रमवंत आदि[२६] मंडळींच्या कोशात वा माधव चंद्रोबा डुकले[२७] यांच्या शब्दरत्नाकर किंवा संस्कृत व प्राकृत कोशात याहून निराळे चित्र नाही. माधव चंद्रोबांच्या कोशात सुभाषित पाहा सुप्रलाप असा प्रति संदर्भ देऊन सुप्रलाप म्हणजे उत्तम भाषण, सुवचन, वाक्चातुर्य असे अर्थ दिले आहेत. एकूण चांगले भाषण म्हणजे सुभाषित असा अर्थ आपल्यापुढे येतो.

अमरकोशात सुभाषित शब्द आढळत नाही. पण वाग्यर्थात सुप्रलाप-सुवचनम् यावर टीका देताना ''द्वे सुभाषितस्य'' म्हणजे हे दोन शब्द सुभाषिताचे वाचक आहेत, असे टीकाकाराने म्हटले आहे. (अधिक माहितीसाठी पाहा - 'सुभाषित आणि विनोद' ले. न. चिं केळकर[२८] पृ. २४) शब्दकल्पद्रुमात[२९] सुष्ठुभाषितम् म्हणजे चांगले भाषण असे म्हटले आहे. प्राचीन, अर्वाचीन कोशकारांनी दिलेल्या या अर्थाकडे जरा डोळसपणे पाहिले असता तो अर्थ म्हणजे दुसरा प्रतिशब्द दिसतो. कै. न. चिं. केळकरांच्या भाषेत सांगायचे तर, हा अर्थ म्हणजे केवळ तर्जुमा आहे. या अर्थातून कोणताही निश्चित बोध होत नाही. शब्दाची व्याप्ती जितकी जास्त तितका अर्थबोध कमी अशा समीकरणावर येऊन आपल्याला थांबावे लागते. सुभाषित म्हणजे केवळ चांगले भाषण हा अर्थ स्वीकारला तर संपूर्ण रामायण, महाभारत, यांना सुभाषित म्हणावे लागेल. ९००० ओव्यांची ज्ञानेश्वरी वा ४५०० अभंगांची संत तुकारामांची गाथा सुभाषितात समाविष्ट करावी लागेल आणि अतिशयोक्तीचा हा उत्तम नमुना ठरेल.

चांगले भाषण मनाला आनंदित करते, उल्हसित करते. वाङ्मयाच्या संदर्भात उत्तम वर्णने, अलंकारादिकांनी सजलेले काव्य, साधी, प्रासादिक, रसाळभाषा यांनी युक्त असलेल्या काव्याचा समावेश सुभाषितांमध्ये करावा लागेल. लहान बालकाच्या बोबड्या बोलांनी आईचे मन आनंदित होईल. भक्तांच्या

बोबड्या बोलांतील अभंगांनी कदाचित देवाला आनंद होईल, पण ते बोल ते अभंग सुभाषिते ठरतील का, असा प्रश्न आहे. माझ्या समजुतीने अशा प्रकारची काव्ये सुभाषितात समाविष्ट करता येणार नाहीत आणि तसे केले तर ते अडचणीचे ठरेल. यासाठी काही उदाहरणे पाहिली म्हणजे आपली वाटचाल सोईची होईल. उदाहरणांची निवड करतानादेखील, असा प्रयत्न केला आहे की, वाचकांनी, अभ्यासकांनी ती वारंवार वाचलेली आहेत. त्यांच्या पसंतीची पावती त्यातून मिळाली आहे. विद्यार्थ्यांच्या दृष्टीने ही उदाहरणे त्यांच्या पाठ्यपुस्तकातून आलेली असतील. उदाहरण पटकन डोळ्यांसमोर यावे, ते शोधण्यासाठी आटापिटा करावा लागू नये एवढीच दृष्टी ठेवली आहे. संत ज्ञानदेवांच्या काव्यातील काही उदाहरणे पाहू.

१) माझा मराठाचि बोलु कौतुकें । परि अमृतातेंही पैजासीं जिंके ।
ऐसीं अक्षरें रसिकें । मेळवीन ।। (ज्ञाने ६/१४)
तेणें कारणें मी बोलेन । बोलीं अरूपाचें रूप दावीन ।
अतींद्रिय परि भोगवीन । इंद्रियांकरवीं ।। (ज्ञाने. ६/३६)

या ओव्यांतून श्री ज्ञानदेवांचा मराठी भाषेचा अभिमान ओसंडून वाहताना दिसतो. त्यांचे मराठीवरील प्रेम दिसते. त्यांची गुरुभक्ती यातून व्यक्त झाली आहे आणि तरीही या ओव्या सुभाषितात बसविता येत नाहीत. मराठीचे प्रेम म्हणजे सुभाषित नाही, हे विसरता येत नाही.

२) त्यांचे पसायदान म्हणजे विश्वाच्या कल्याणासाठी परमेश्वराला घातलेले साकडे आहे. झोळी पसरून त्यांनी खळांचे खळत्व नष्ट व्हावे अशी इच्छा करून जे ज्याला हवे ते त्याला प्राप्त व्हावे असे मनोवांच्छित व्यक्त केले आहे; पण हे पसायदान रमणीय असले तरी अल्पाक्षरी नाही. ती प्रार्थना आहे.

३) संत नामदेवांचा[३१] प्रेमळ भाषेतला अभंग पुढीलप्रमाणे आहे.

आकल्प आयुष्य व्हावें तयां कुळां ।
माझियां सकळां हरिच्या दासां ।।१।।
कल्पनेची बाधा न हो कोणे काळीं ।
हे संत मंडळी सुखी असो ।।२।।
अहंकाराचा वारा न लागो राजसा ।
माझ्या विष्णुदासां भाविकांसी ।।३।।
नामा म्हणे तया असावें कल्याण ।
ज्या मुखीं निधान पांडुरंग ।।४।।
(संत नामदेवांची सार्थ चिकित्सक गाथा. संपा. डॉ.मु.श्री. कानडे, श्री.रा.शं. नगरकर. स्वी.अ. ७१७)

या अभंगात संत नामदेवांनी विठ्ठलाला केलेली प्रार्थना आहे त्यामुळे प्रार्थना ही सुभाषितांमध्ये घेण्यास मन कचरत आहे.

संत ज्ञानदेव आणि नामदेव हे भक्तीचे कल्पवृक्ष आहेत. त्यामुळे स्वाभाविकच या वृक्षाच्या भुजाही भक्तीच्याच असणार. आनंदाच्या डोहातून आनंदाचे तरंगच निर्माण होतात. अरूपाचे रूप दाखवीन असे ज्ञानदेव म्हणतात तर माझ्या बोलांनी विठ्ठलाला डोलायला लावीन असा आत्मविश्वास नामदेव व्यक्त

करतात. उभय संतांचे हे शब्द भिन्न असले तरी त्या विचारांची जातकुळी एकच आहे, हे नव्याने सांगण्याची आवश्यकता नाही. संत ज्ञानदेव, नामदेव, तुकाराम इ. संतमंडळी एकाच भक्तिवृक्षाची फळे आहेत. त्यामुळे त्यांच्या अभंगांतून एकसारखेच विचार आले तर नवल नाही. पण आपला आताचा विषय भक्तीची थोरवी पाहण्याचा नाही तर सुभाषितांच्या निकषांचा धांडोळा घेण्याचा आहे. संतांच्या प्रसन्न, चांगल्या भाषेला भक्तीची रसमय फळे येत असली तरी ती सदैव सुभाषितरूप असतील असे म्हणता येत नाही. त्याचा नमुना म्हणून संत नामदेवांचा एक अभंग पुढे देत आहे.

बोलूं ऐसें बोल । जेणें बोलें विठ्ठल डोले ।।१।।
प्रेम सर्वांगाचें ठायीं । वाचे विठ्ठल रखुमाई ।।२।।
परेहूनि परतें घर । तेथें राहूं निरंतर ।।३।।
सर्वांचें जें अधिष्ठान । तेंचि माझें रूप पूर्ण ।।४।।
नाचूं कीर्तनाचे रंगीं । ज्ञानदीप लावूं जगी ।।५।।
सर्व सत्ता आली हातां । नामयाचा खेचर दाता ।।६।।

(ना. सा. चि.गा. संपा. का.न. प्रत. अ.क्र. ८११)

विठ्ठलाचे नाम अमृताहून गोड आहे, पण माझे मन ते घेत नाही, अनेक शतकांपूर्वी हे नामदेवांनी सांगितले आहे. त्यांची भाषा अमृतमधुर आहे. त्यांचे हे विचार भक्तिकोशात बसतात पण सुभाषितकोशात बसत नाहीत. यात आणखी एक बाब विचारांना चालना देणारी आहे ती म्हणजे नामदेवांच्या अभंगांतील हा विचार व्यक्तिनिष्ठ, आत्मनिष्ठ पातळीवरच्या अनुभवाचा आहे असे वाटते. म्हणून त्याला सुभाषितांच्या पंगतीत बसवता येत नाही. (ना. सा. चि. गा. का. न. प्रत, अ. क्र. ७८२)

''कैवल्याचा पुतळा'' या अभंगाद्वारे नाथांनी[३२] ज्ञानदेवांचे केलेले सुरेख वर्णन वा स्तुती अन्यत्र क्वचितच सापडेल. नाथांची सारी श्रद्धा, भक्ती इथे शब्दरूपाने अवतरली आहे. वारकरी भक्ताला वा संतसाहित्याच्या कोणाही अभ्यासकाला हा अभंग माहीत नसतो, असे म्हणण्याचे धाडस कोणी करणार नाही. हा अभंग म्हणजे उत्तम वर्णन आहे. केवळ उत्तम वर्णन व त्यांच्या कार्याचे उचित वर्णन हा चरित्राचा निकष असला तरी सुभाषिताला न पुरणारा निकष आहे. मोक्षमार्गाचा सांगाती असणारा हा अभंग सुभाषितांचा सांगाती नाही, असे निरुपायाने म्हणावे लागते. या व्यतिरिक्त हा अभंग दीर्घ आहे, हे आपणास विसरता येणार नाही. एकेक उदाहरणांद्वारे आपण सुभाषितांचे एकेक निकष शोधत आहोत हे अभ्यासकांच्या सहज ध्यानात आले असेल. प्रत्यक्ष संपूर्ण अभंग अवलोकन केल्याविना माझ्या म्हणण्याचा प्रत्यय येणार नाही, म्हणून संपूर्ण अभंग देत आहे.

कैवल्याचा पुतळा । प्रगटला भूतळा ।
चैतन्याचा जिव्हाळा । ज्ञानोबा माझा ।।१।।
ज्ञानियांचा शिरोमणी । वंद्य जो का पूज्यस्थानी ।
सकळांसी शिरोमणी । ज्ञानोबा माझा ।।२।।
चालविली जड भिंती । हारली चांग्याची भ्रांती ।
मोक्षमार्गाचा सांगाती । ज्ञानोबा माझा ।।३।।

रेड्यामुखीं वेद बोलविला । गर्व द्विजांचा हरविला ।
शांतिबिंब प्रगटला । ज्ञानोबा माझा ।।४।।
गुरुसेवेलागी जाण । शरण एका जनार्दन ।
चैतन्याचें जीवन । ज्ञानोबा माझा ।।५।। (स.सं.गा.२. ए. गा. अ. क्र. ३५१६)

वर्णन व्यक्तींचे असो वा निसर्गातील एखाद्या घटनेचे, त्याला सुभाषितांच्या मालिकेत बसविता येईल की, नाही याविषयी साशंकता वाटते. अभ्यासकांना वर्णनाचे विविध प्रकार मी सांगण्याचा प्रयत्न करीत आहे. आता निसर्गाचे वर्णन सांगतो. शिवथर घळीत बसून समर्थ रामदासांनी[३३] कोसळणाऱ्या पावसाचे, पावसामुळे निर्माण झालेल्या धबधब्याचे वर्णन केले आहे. हे वर्णन वाचून चित्रकाराने त्याचे चित्र काढावे इतके यथातथ्य हे वर्णन आहे. वातावरणाला साजेसी शब्दकळा हे त्यातील यशाचे प्रमुख कारण आहे. संत रामदासांनी सांगितलेला हा निसर्गाचा चमत्कार आपल्यापुढे ठेवतो. हे काव्य अकरा कडव्यांचे आहे, अत: हे दीर्घ आहे, म्हणून नमुन्यापुरत्या काही ओव्या देतो.

गिरींचे मस्तकी गंगा । तेथुनि चालिली बळें ।
धबाबां लोटल्या धारा । धबाबा तोय आदळे ।।१।।
गर्जतो मेघ तो सिंधु । ध्वनिकल्लोळ उठीला ।
कड्यासी आदळे धारा । वात आवर्त होतसे ।।२।।
तुशार उठती रेणु । दुसरें रज मातलें ।
वातमिश्रीत ते रेणु । सीतमिश्रीत धुकटें ।।३।।
दराच तुटला मोठा । झाडखंडे परोपरीं ।
निबीड दाटली छाया । त्यामध्यें वोघ वाहाती ।।४।।
गर्जती स्वापदें पक्षी । नाना स्वरें भयंकरें ।
गडद होतसे रात्रीं । ध्वनिकल्लोळ उठती ।।५।। (रामदासांची कविता १ खंड, स्फुट प्रकरणे ३२)

काही काही काव्यपंक्तींच्या वाट्याला मोठे भाग्य आलेले असते. त्यांच्याभोवती श्रद्धेचे, भक्तीचे वलय निर्माण झालेले असते. वामनपंडितांच्या[३४] रामजन्म आख्यानातील श्लोकाच्या वाटेला असेच भाग्य आलेले आहे. या श्लोकाने सारा महाराष्ट्र व्यापला आहे आणि किमान एक शतकाचा कालावधी या श्लोकाच्या मागे उभा आहे. हा श्लोक असा –

टळटळीत दुपारां जन्मला रामराणा ।
म्हणुनि सकळ गाती ठाउकें हें पुराणा ।
दशरथ गृहमाथां सूर्य आला अहो तो ।
कुलटिलक पहाया तोचि मध्यान्ह होतो ।।१३।। (वामनी ग्रंथ, भाग ३ रा काव्यप्रकरणे रामजन्म)

हा गोड श्लोक म्हटल्याविना रामजन्माचे कीर्तन पुरे होत नाही. खूप मोठा कालावधी मागे असला, लोकप्रियता असली तरी या वर्णनात्मक श्लोकाला सुभाषित म्हणता येत नाही. या श्लोकापेक्षाही संत तुकारामांच्या[३५]

हेंचि दान देगा देवा । तुझा विसर न व्हावा ।।१।।
गुण गाईन आवडी । हेचि माझी सर्व जोडी ।।२।।
न लगे मुक्ति आणि संपदा । संतसंग देई सदा ।।३।।
तुका म्हणे गर्भवासीं । सुखें घालावें आम्हांसी ।।४।। (सा. तुकारामगाथा संपा. डॉ. प्र.न. जोशी २३०६)

या अभंगाला अधिक लोकप्रियता आहे. वारकरी संप्रदायाच्या कीर्तनाची सांगता या अभंगाविना होत नाही. जणू या अभंगावाचून कीर्तन पुरे न होणे हा त्यांचा कुळाचार झाला आहे; पण हा अभंग सुभाषित होऊ शकेल की नाही, अशी शंका आहे. व्यक्तिगत प्रसादाची मागणी या अभंगाच्या रूपाने व्यक्त झाली आहे.

'सुश्लोक वामनाचा' असे म्हटले जाते, एवढे वामन पंडित[३६] भाषाप्रभू होते. त्यांची स्फुटरचना रसाळ आहे. भक्तीने माखलेली आहे. रसाळपणाच्या जोडीला अनुप्रास, स्वभावोक्ती इ. अलंकार ही त्यांच्या भाषेची वैशिष्ट्ये आहेत. पण हा रसाळपणा, हे अलंकार भाषेला सुभाषितपणाकडे नेतील अशी खात्री नाही. भर्तृहरीच्या शतकत्रयांची त्यांची भाषांतरे मूळच्या भाषेपेक्षा जास्त लोकप्रिय झाली आहेत. प्रत्यक्षाहून प्रतिमा उत्कट असे त्यांचे स्वरूप आहे. याला कारण त्यांचे भाषाप्रभुत्व हे सांगता येईल. भर्तृहरीची रचना मुळातच सुभाषितमय होती हे विसरून चालणार नाही. अनुप्रासाचे उत्तम उदाहरण म्हणून सांगितला जाणारा श्लोक सुभाषित नाही एवढेच मला सुचवायचे आहे. तो श्लोक असा –

वंशी नादनटीं तिला कटितटीं खोंवूनि पोटीं पटी ।
कक्षे वामपुटीं स्वशृंग निकटीं वेताटिही गोमटी ।
जेवी नीरतटीं तरुतळवटीं श्रीशाम देहीं उटी ।
दाटी व्योमघटी सुरा सुख लुटी घेती जटी धूर्जटी ।। (वामनी ग्रंथ भाग ३ रा वनसुधा ४/२९)

तसेच स्वभावोक्ती अलंकाराची दोन सुंदर उदाहरणे सांगतो. श्रीकृष्णासह क्रीडावनात गोपाळांनी ज्या लीला केल्या त्यांचे शब्दवर्णन भुजंगप्रयात वृत्तात केले आहे.

वनीं खेळती बाळ ते बल्लवांचे ।
तुरे खोवितीं मस्तकीं पल्लवांचे ।
फुलांचे गळां घालिती दिव्यहार ।
स्वनाथासवें ते करीती विहार ।।
स्वकौशल्य ज्या गुंजमाळांत नाना ।
गळां घालिती ते करीती तनाना ।
शिरीं बांधिती मोरपत्रें विचित्रें ।
शरीरावरी रेखिती दिव्यचित्रे ।। (वामनी ग्रंथ भाग ३ रा वनसुधा १/१६-१७)

श्रीकृष्णाने मधुवनात वेणू वाजवीत असता त्यातून अमृतमधुर ध्वनी काढला. तो ऐकून सारे विश्व मोहून गेले. ही कथा वेणुसुधा आख्यानात आहे. त्यातला हा श्लोक –

अंगवक्र अधरीं धरि पावा ।
गोपवेष हरि तोचि जपावा ।

वामबाहुवरि गालहि डावा ।
तो ठसा स्वहृदयात पडावा ।। (वामनी ग्रंथ भाग ३ वेणुसुधा ३)

'सुभाषित' म्हणजे चांगले भाषण हा कोशकारांनी दिलेला अर्थ आहे. हा अर्थ किती अतिव्याप्त आहे हे सांगण्यासाठी यादवकालापासून पेशवाईपर्यंतच्या काव्याचा आणि संतसाहित्यापासून पंडिती काव्यापर्यंतच्या काव्याचा विस्ताराने धांडोळा घेतला आहे. केवळ चांगले भाषण म्हणजे सुभाषित नाही, हे ध्यानात आले तरी आपल्याला खूप पुढे जाता येईल असे वाटते.

या संदर्भात सुमारे १०० वर्षांपूर्वी व्यक्त झालेले दोन अभिप्राय देतो आणि या विषयाची सांगता करतो. इ. स. १९१५ साली चंद्रिका[३७] नावाचे एक मासिक मुंबईतून सुरू झाले. या मासिकात ''महाराष्ट्र सुभाषित रत्नमाला'' नावाचे नवे सदर सुरू केले. हे सदर सुरू करण्यापूर्वी संपादकांनी सुभाषित म्हणजे काय अशी विचारणा करून महाराष्ट्रातील काही विद्वानांचे अभिप्राय जसेच्या तसे दिले आहेत. त्यातील हे अभिप्राय आहेत.

''सुभाषित म्हणजे सुभाषितम् - चांगले भाषण. यातील चांगले हा शब्द फार संदिग्ध आहे. चांगले भाषण म्हणजे काय? चांगले, मधुर, मार्दवगुणविशिष्ट वर्णांनी युक्त असे भाषण का चांगले नीतिप्रचुर उपदेशपर अशा अर्थांनी युक्त असे भाषण, का उत्तम कल्पना, सरस अलंकार यांनी नटविलेले भाषण का अनुप्रास, यमक इ. शब्दचित्रांनी चितारलेले भाषण'' (चंद्रिका वर्ष १ ले अंक १ ला एप्रिल १९१३. श्री. वा. मा. खुपेरकर)

''सुभाषित म्हणजे चांगले बोललेले असा अर्थ होतो; परंतु एवढ्यावरून समाधान होणार नाही. असाच अर्थ घेऊन निर्वाह करू केल्यास कानास किंवा मनास आल्हाद देणारी सर्वच वाक्ये सुभाषित बनतील. एखाद्यास ग्राम्य शब्दांनी युक्त असे एखादे वाक्य गोड वाटेल, तर ते सुभाषित होईल काय? केव्हाही होणार नाही.'' (चंद्रिका वर्ष १ ले, अंक २, इ. स. १९१५. एक साहित्यसेवक)

अविनाशी विचार

चांगले भाषण हा जसा सुभाषिताचा एक निकष म्हणून सांगितला जातो, तसा सुभाषितात अविनाशी विचार असणे हाही एक निकष सांगितला आहे. अविनाशी विचार म्हणजे वैश्विक सत्य होय. या सत्याला स्थल-कालाचे, जाति-धर्माचे बंधन असत नाही. गद्यकाव्याचा प्रणेता म्हणून ज्याचा नावलौकिक सांगितला जातो, त्या इ.स. च्या सातव्या शतकात होऊन गेलेल्या बाणभट्टाने हर्षचरिताच्या प्रारंभी सातवाहनाच्या गाथासप्तशतीचा गौरव करताना हा निकष सांगितला आहे. तो श्लोक असा -

अविनाशनमग्राम्यमकरोत्सातवाहनः ।
विशुद्धजातिभिः कोशं । रत्नैरिव सुभाषितैः।।
(प्रथम उच्छ्वास १३, संपा. काशिनाथ पांडुरंग परब. निर्णयसागर इ. स. १८८२)

अर्थ - सातवाहन राजाने अत्यंत निर्दोष अशा जातिछंदात हिऱ्याप्रमाणे अविनाशी, अश्लीलतारहित अशा सुभाषितांचा कोश केला.

अविनाशी विचारांची काही उदाहरणे सांगितली म्हणजे हा भाग स्पष्ट होईल. रामायण, महाभारतासारख्या आर्ष महाकाव्यकाळापासून, निरनिराळ्या पुराणांतून, मृच्छकटिकासारख्या नाटकातून, ज्ञानेश्वरीपासून ते नाथभागवतापर्यंत धनासंबंधीचे ''सर्वे गुणाः काञ्चनमाश्रयन्ते'' एथपासून अर्थ हे अनर्थाचे अधिष्ठान होय,

एथपर्यंतचे विविध पैलू वाचायला मिळतात. त्यांतील विचारांचे सातत्य हा अविनाशी विचारांचा अतूट धागा असतो. सुमारे ५ हजार वर्षांहून अधिक काळ एखादा विचार समाज मान्य करतो आणि त्या विचारांची प्रात्यक्षिके वर्तमानात पाहतो म्हणूनच त्याला अविनाशी म्हणायला हवे. नमुन्याची उदाहरणे अशी -

ज्ञातिः सुहृत् स्वजनो यथेह
क्षीणे वित्ते त्यजन्ते मानवैर्हि ।
तथा तत्र क्षीणपुण्यं मनुष्यं
त्यजन्ति सद्यः सेश्वरा देवसंघाः ।। (म.भा. आदि. प. अ. ९० श्लो. २)

अर्थ - एखाद्या माणसाचे धन नष्ट झाले असता त्याचे ज्ञातिबांधव, त्याचे मित्र, स्वजन त्याचा त्याग करतात. ज्या प्रकारे परलोकात एखाद्याचे पुण्य संपले असता इंद्रासहित सर्व देव त्याचा त्याग करतात, त्याप्रमाणे. अशाच प्रकारचा विचार महाभारताच्या शांतिपर्वातही[३९] येऊन गेला आहे. (शांति प. १७७ - ३४) भागवत-पुराणातील[४०] एक उदाहरण सांगतो.

स एवं द्रविणे नष्टे धर्मकामविवर्जितः।
उपेक्षितश्च स्वजनैश्चिन्तामाप दुरत्ययाम् ।।
(भा. पु. ११.२३.१२. दामोदर सावळाराम आणि मंडळी १९२९)

अर्थ - धर्मसाधन न करणारा, प्रपंच न मांडणारा जो कृपण असतो त्याचा द्रव्यनाश झाला असता त्याचे आप्त व स्नेही त्याला टाकतात.

ज्ञानदेवांनी याहून निराळा विचार सांगितला नाही. ते म्हणतात,

निकवडया निष्ठुरा । उबगिजे जेवीं सोयरा ।।

अर्थ - दरिद्री व निर्दय पुरुषाला त्याचे नातलग कंटाळतात. (ज्ञाने[४१] १५/२८६)

संत एकनाथ सांगतात -

धनलोभीं सदा विरोधू । धनलोभ तोडी सखे बंधू ।
धनलोभाऐसा नाही बाध । अति अशुद्ध आणिक असेना ।। (एक भाग[४२] २३/१९१)

अर्थ - धनलोभी सर्वांच्या विरोधी असतो. लोभ सख्ख्या भावाभावात ताटातूट करतो. धनलोभासारखे बाधक आणि अपवित्र दुसरे काही नाही.

महाभारतकाळापासून नाथांपर्यंतच्या विचारात एकजिनसीपणा दिसून येतो, हे वाचकांना सहज समजेल.

अग्राम्यता

गाथासप्तशती[४३] हा सुभाषितसंग्रह आहे. यात ग्रामीण जीवनाचे मनोहारी चित्रण असले तरी यातील काही गाथा शृंगारिक आहेत. गाथेतल्या एका उल्लेखावरून त्यांचे स्वरूप ढोबळमानाने समजायला हरकत नाही. गाथेतील एक तरुणी म्हणते-

गामारुह म्हि, गामे बसामि, णअरट्ठिइं आणामि ।
णाअरिआणं पइणो हरेमि, जा होमि सा होमि।। (गा. ७०२)
(ग्रामारूहाऽस्मि ग्रामे वसामि नगरस्थितिं न जानामि । नागरिकाणां पतीन् हरामि या भवामि सा भवामि)

अर्थ – मी खेड्यात जन्मले आहे. आजवर मी माझे आयुष्य खेड्यातच काढले. त्यामुळे मला शहरी वळण माहीत नाही. तरी या शहरी स्त्रियांच्या पतींना मी निश्चित नादी लावीन तरच मी खरी. मग काय व्हायचे ते होवो.

गाथासप्तशतीचा आदर्श समोर ठेवून जयवल्लभाचा वज्जालग्ग हा सुभाषितसंग्रह रचला गेला आहे. याची भाषा प्राकृत आहे. काळ अंदाजे ८–९ शतक आहे. त्यातली खूपशी सुभाषिते शृंगारिक आहेत. आर्यासप्तशतीचा कर्ता गोवर्धनाचार्य तो इ. स. १०७५ ते ११२५ या काळात झाला. आर्यासप्तशतीची भाषा संस्कृत असून या आर्या शृंगारिक आहेत. सतसईचा कर्ता बिहारीलाल होय (इ.स. १६०३ ते १६६३). यात ७०० दोहे असून ते प्राधान्याने शृंगारिक आहेत. आतापर्यंत सांगितलेल्या नमुन्याच्या सुभाषितसंग्रहाच्या उदाहरणांवरून असे दिसते की, ही सुभाषिते शृंगारिक आहेत. प्रश्न एवढाच आहे की, शृंगार हा सुभाषितांचा विषय होऊ शकतो का? गाथासप्तशतीमधील केवळ नमुना म्हणून दोन गाथा अभ्यासकांपुढे ठेवतो आणि त्यांनीच शृंगार हा सुभाषितांचा विषय होतो का, याचा निर्णय घ्यायचा आहे.

जाओ सी वि विलक्खो, मए चि हसिऊण गाढमुवगूढो ।
पढमोसरिअस्स णिअंसणस्स गण्ठिं विमग्गन्तो ।। (३५१)
जात: सोऽपि विलक्षो मयापि हसित्वा गाढमुपगूढ:।
प्रथमापसृतस्य निवसनस्य ग्रंथिं विमार्गयमाण: ।।

अर्थ – तो माझ्या वस्त्राची गाठ शोधीत होता व ती तर आधीच सुटलेली होती. त्याची हालचाल लक्षात आली तेव्हा मी हसून त्याला घट्ट आलिंगन दिले, तेव्हा तोही लाजला.

महुएहि किं व वालय ! हरसि णि अंबाहि जइ वि मे सिअअं ।
साहामि कस्स रण्णे ? दूरे गामो अहमेक्का ।।८७१।।
मधुकै: किं वा पान्थ यदि हरसि निवसनं नितम्बात् ।
शास्मि कस्यारण्ये ग्रामो दूरेऽहमेकाकिनी ।।

अर्थ – वेड्या ! माझ्याजवळची मोहाची फुलेच काय नितंबावरले नेसते वस्त्र जरी ओढलेस तरी मी कोणाला सांगणार ? येथून गाव फार दूर आहे आणि येथे मी अगदी एकटी आहे.

या गाथांची वाङ्मयीन गुणवत्ता, रसिकता ध्यानात घेऊनही ही सुभाषिते कोणी महाविद्यालयीन वर्गातून जाहीरपणे चारचौघात सांगण्याचे धाडस करेल का? गाथासप्तशतीमधील साध्या गाथांमधून शृंगार पाहणाऱ्या आलंकारिकांवर खवळलेले श्री. राजारामशास्त्री भागवत[४४] लिहितात ''शृंगाराची कावीळ झालेल्या संस्कृत आलंकारिकांनी जी भलतीच वाट दाखविली, त्या वाटेने प्राकृत ग्रंथांवर संस्कृत टीका करणारे भट्ट व शास्त्री डोळे मिटून गेले, ही अंधपरंपरा दांडगी नव्हे काय?'' (राजारामशास्त्री भागवत यांचे निवडक साहित्य खंड ५ संपा. दुर्गा भागवत पृ. ६१). पण हेच शास्त्रीबुवा[४५] या शृंगारासंबंधी सांगतात ''या सप्तशतीची भाषा साधी असून गोड आहे. यातील ''फाजील शृंगार गाळून टाकल्यास सुरेख वेचे बरेच निघतील व मार्मिकांस चकवतील.'' (राजारामशास्त्री भागवत यांचे निवडक साहित्य खंड ५ संपा. दुर्गा भागवत, पृ. ७२)

काव्यालोचनकार द. के. केळकर[४६] सांगतात की, ''हालाच्या सप्तशतींतील पाचकळ कवने मोठमोठ्या भट्ट, आचार्य, राजानक, पंडित, दीक्षित वगैरे धेंडांनी उत्कृष्ट काव्याचे मिष्ठास नमुने म्हणून जिभल्या चाटीत

वाचकांस सादर करावीत हे नवलच होय'' (काव्यालोचन आवृत्ती २री, पृ. ६, १०). गाथासप्तशतीचे सुरेख संपादन केलेले आणि म्हणून त्या ग्रंथाच्या प्रेमात पडलेले स. आ. जोगळेकर[४७] बाणभट्टाच्या प्रारंभिक कृतीचा हळुवार अनुवाद करताना लिहिताना ''ग्राम्यतेपासून अलिप्त व निर्दोष अशा अभिजात सुभाषितरत्नांचा अविनाशी कोश सातवाहनाने केला.'' (हाल सातवाहनाची गाथासप्तशती, संपा. स. आ. जोगळेकर, प्रस्ता. पृ. ५०). ग्राम्यतेपासून अलिप्त हेच शब्द इथे ग्यानबाची मेख म्हणून काम करतात. यावरून 'शृंगार' हा सुभाषितांचा विषय होऊ शकत नाही, हेच या अभ्यासकांनी पयार्याने सुचविले आहे.

सदभिरुची

अग्राम्यतेच्या जोडीला सदभिरुची असाही एक विचार सांगता येतो. हा जणू सुभाषितांचा एक निकष म्हणता येईल. शृंगार हा सुभाषिताचा विषय नसला तरी तो लावणी वाङ्मयाचा विषय आहे, हे निश्चित! लावणी- वाङ्मय हे मराठीचे एक समृद्ध दालन आहे. त्यामुळे सुभाषितांचा विचार करताना लावणी वाङ्मयाचा आपल्या विषयापुरता विचार करणे आवश्यक आहे. मराठी वाङ्मयाचा समतोल विचार करणारे प्रा. रा. श्री. जोग[४८] यांचा विचार आपल्याला दृष्टी द्यायला पुरेसा आहे. मराठी वाङ्मयाभिरुचीचे विहंगमावलोकन या ग्रंथात ते म्हणतात, ''शाहिरांनी चित्रित केलेला शृंगारच प्रथमत: विचाराकरिता घेऊ. त्याबाबत अगदी संस्कृतिसंरक्षकाची भूमिका न घेताही हा शृंगार सदभिरुचीला उतरण्यासारखा आहे, असे त्यांचे वर्णन करणे कठीण आहे. त्यांच्याइतका उघडा-नागडा कामाविष्कार पूर्वीच्या आणि नंतरच्या वाङ्मयात सापडणे अशक्य आहे. कामाविष्कारवर्णनात संयम आणि व्यंजना ह्या दोन गोष्टींची अपेक्षा सदभिरुची करते, असे म्हणावयास हरकत नाही. परंतु, त्यांचा अत्यंताभावच नेमका लावणीवाङ्मयात आढळतो.'' (पृ. १६१) सदभिरुची आणि सुभाषित ह्या एकाच नाण्याच्या दोन बाजू आहेत हे लक्षात आले तरी पुष्कळ आहे.

लावण्यांचा विषय शृंगारिक आहे आणि या लावण्या केवळ शाहिरांनीच रचल्या आहेत, असे समजायचे कारण नाही. संत एकनाथांनी[४९] रचलेल्या गवळणी मनाला चटका लावणाऱ्या आहेत आणि लावणी वाङ्मयाची पायाभरणी करणारे मध्वमुनींसारखे[५०] पदकार आणि अमृतरायासारखे[५१] कटावकार आहेत. देवनाथ[५२], दयाळनाथ[५३] यांची नावे विसरता येत नाहीत. ही संतमंडळी असली तरी त्यांच्या पदांना सुभाषितांचा दर्जा देता येणार नाही, असे वाटते. त्यांचा शृंगारविचार कृष्णकथेत घोळलेला असतो, एवढेच खरे!

हितकारक

सुभाषित हितकारक असावे लागते. हितकारक गोष्टी म्हणजे माणसाच्या हिताच्या, कल्याणाच्या गोष्टी होत. त्याला अहितापासून दूर करणे, हा त्याचाच एक भाग आहे. हा हितोपदेश करीत असताना कठोर भाषेचा वापर करायचा नसतो. समजुतीच्या सुरात हळुवारपणे उपदेश करून दु:खनिवृत्ती आणि इष्टप्राप्ती करायची असते. पायात रुतलेला काटा तर काढायचा असतो पण वेदना तर होता कामा नयेत एवढी दक्षता त्याप्रसंगी आवश्यक असते. मम्मटाच्या[५४] (इ.स.११४०चा सुमार) भाषेत सांगायचे तर हा उपदेश 'कान्तासम्मिततयोपदेशयुजे' (का. प्र. उ. १/२) अशा प्रकारचा असायला हवा एकूण हितकारक गोष्ट सांगणे हा सुभाषितांचा एक अपरिहार्य निकष आहे. यासाठी एक-दोन उदाहरणे सांगतो.

न जातु काम: कामानामुपभोगेन शाम्यति ।
हविषा कृष्णवर्त्मेव भूय एवाभिवर्धते ।।

हे फार लोकप्रिय सुभाषित कामवासनेच्या संदर्भात आलेले आहे. भागवत महापुराण (९.१९.१४),

महाभारत (आदि ८५/१२) व मनुस्मृती[५५] (२/९४) इ. मान्य ग्रंथांतून हे सुभाषित आले आहे. भागवत पुराण आणि महाभारत यांच्यामध्ये ययातीच्या मुखातून हे सांगितले गेले आहे. मनुस्मृतीत कामवासनेच्या त्यागार्थ हे सांगितले आहे. यावरून या सुभाषिताची लोकप्रियता, प्राचीनता आणि सार्वत्रिकता दिसून येते.

अर्थ – कामाच्या उपभोगाने कामाची तृप्ती होत नसते. उलट, अग्नी तुपाच्या योगाने न विझता अधिकच पेटतो. तशी विषयवासना विषयाच्या उपभोगाने कमी न होता वाढतच असते. कामाची शांती कामाच्या उपभोगातून होत नसते. तिथे मनानेच थांबावे लागते. हा अखिल मानवजातीला दिलेला हितकारक सल्ला आहे.

अज्ञानरूपी अंधकारात अडकलेल्या माणसाला त्यातून बाहेर काढण्यासाठी तळमळणाऱ्या महाभारतकारांचा हेतू सांगणारे एक सुभाषित पुढे देत आहे.

अज्ञानतिमिरान्धस्य लोकस्य तु विचेष्टतः ।
ज्ञानाञ्जनशलाकाभिर्नेत्रोन्मीलनकारकम् ।। (म. भा. आदि १– ८४)

अर्थ – हे जग अज्ञानरूपी अंधकाराने आंधळे झाले असता ज्ञानरूपी शलाकेने त्याचे मिटलेले डोळे उघडणारे हे 'भारत' नावाचे महाकाव्य आहे.

हे सुभाषित विद्यार्थ्यांच्या पाठ्यपुस्तकातूनही दिसून येते. महाभारतकारांनी हाती घेतलेली ही ज्ञानशलाका हजारो वर्षे आपल्याला मार्ग दाखवीत आहे आणि कंटकाकीर्ण मार्गापासून दूर राखण्यासाठी सावध करीत आहे. हीच हितकारक गोष्ट होय आणि त्यालाच सुभाषित असे नाव आहे; पण दुर्दैवाची गोष्ट अशी की, स्वतः व्यासच दोन्ही हात उभारून असे म्हणतात की, माझे कोणीच ऐकत नाही.

''न च कश्चित् शृणोति माम् ।''

अल्पाक्षररमणीय

सुभाषित अल्पाक्षररमणीय असावे लागते. कमीतकमी शब्दात अधिकाधिक अर्थ सांगण्याचे सामर्थ्य त्या वचनात असले पाहिजे. शब्दांची व्याप्ती अधिक झाली तर अर्थबोधात अडचण येते आणि त्यातले सुभाषितपण उणावते. प्रसंगी त्या वचनांना लोकमान्यता मिळत नाही आणि त्यांची लोकप्रियता घटते; म्हणून अर्थबोध होण्यासाठी भाषा रमणीय, रसमय आणि आकलनाला सोपी असावी लागते. सुभाषित केव्हाही वाचले तरी त्यातला अर्थ शिळा वाटता कामा नये. काही संस्कृत व काही मराठी उदाहरणे आपल्याला सांगितली तर विचार-विस्ताराची आवश्यकता लागणार नाही. उदा. असे –

शैले शैले न माणिक्यं मौक्तिकं न गजे गजे ।[५६]
साधवो न हि सर्वत्र चंदनं न वने वने।। (सुभाषितरत्नभाण्डागारम् सामान्यनीति श्लोक क्र. १८३)

अर्थ : डोंगराच्या प्रत्येक शिखरावर माणके मिळत नाहीत. प्रत्येक हत्तीच्या गंडस्थळात मोती असत नाहीत. साधू सर्वत्र असतात असे नाही आणि प्रत्येक वनात चंदनाची झाडे असतात असे नाही.

या श्लोकाची भाषा सोपी असून अर्थवाही आहे. जगात चांगल्या गोष्टी फार कमी असतात हा बहुमान्य विचार कमीतकमी शब्दांतून सहज व्यक्त झालेला दिसून येतो. शिवाय सुभाषितकाराच्या लोकविलक्षण निरीक्षणाचा प्रत्यय येतो. साध्या साध्या गोष्टी एका सूत्रात गुंफून त्यातून मोठा सिद्धान्त सांगण्याची बौद्धिक क्षमता समोर येते. असेच दुसरे एक सुभाषित सांगतो

क्षमाशस्त्रं करे यस्य दुर्जनः किं करिष्यति?।[५७]
अतृणे पतितो वह्निः स्वयमेवोपशाम्यति ।।
(संस्कृत - मराठी सुभाषितकोश प्रकरण ४९ श्लोक २५)

अर्थ – ज्याच्या हातात क्षमा हे शस्त्र आहे त्याला दुर्जन काही करू शकत नाही. गवत नसलेल्या ठिकाणी अग्नी पडला तर तो आपोआप विझून जातो.

हे सुभाषित वाचताना आपल्यापुढे संत तुकारामांचा[५८]
क्षमाशस्त्र जया नराचिया हाती ।
दुष्ट तयाप्रति काय करी ।।१।।
तृण नाहीं तेथे पडिला दावाग्नि ।
जाय तो विझोनि आपसया ।।२।।
तुका म्हणे क्षमा सर्वांचे स्वहित ।
घरा अखंडित सुखरूप ।।३।। (सा.तु.गा. संपा. डॉ. प्र. न. जोशी अ.क्र. ३९९५)

हा अभंग न आला तरच नवल. संत तुकारामांच्या अभंगाची आठवण होणे हेच सुभाषितकाराच्या विचारांचे यश आहे, असे म्हटले पाहिजे.

अशा प्रकारची सुंदर वचने मराठी काव्यातही आढळतात आणि मराठीतही सुभाषिते असू शकतात. हा विचार ती भाषा मान्य करायला लावते. नमुन्यासाठी तुकारामांचा[५९] एकच अभंग उद्धृत करतो.

ज्यासीं विषयाचें ध्यान । त्यासी कैंचा नारायण ।।१।।
साधु कैंचा पापीयासी । काय चांडाळासी काशी ।।२।।
काय पतितासी पिता । काय अधमासी गीता ।।३।।
तुका म्हणे निरंजनी । शठ कैंचा ब्रह्मज्ञानी ।।४।।

(सा.तु.गा.संपा.डॉ.प्र.न.जोशी अ.क्र.२९६९)

तुकारामांचे या अल्पाक्षररमणीय स्वरूपाचे कितीतरी अभंग दाखविता येतील. केवळ त्यांच्या अभंगांच्या आधारेही मराठी सुभाषितांचा आराखडा काढता येईल. त्यासाठी संस्कृत भाषेने मळलेल्या मार्गाने जाण्याची आवश्यकता राहणार नाही असे वाटते आणि तो मार्ग प्रत्यक्षात आणण्यासाठीच हा अट्टाहास आहे.

आतापर्यंत आपण निरनिराळ्या निकषांच्याद्वारे सुभाषितांचा विचार केला. आता आणखी एका निकषाचा विचार करायचा आहे. एखाद्या व्यक्तीच्या मताला सुभाषित म्हणता येईल का? असा हा विचार आहे; संत ज्ञानदेवांचे पसायदान, संत नामदेवांच्या, तुकारामांच्या ज्या अभंगांना पसायदानाची प्रतिष्ठा लाभली आहे अशा आत्मनिष्ठ पातळीवरील अनुभवांचे कथन म्हणून ते दूर ठेवले. आता आपणापुढे विचारार्थ गीतेतील[६०] एक प्रसिद्ध श्लोक ठेवीत आहे.

यत्र योगेश्वरः कृष्णो यत्र पार्थो धनुर्धरः।
तत्र श्रीर्विजयो भूतिर्ध्रुवा नीतिर्मतिर्मम ।। (भ. गी. १८.७८)

अर्थ – जेथे योगेश्वर कृष्ण आणि महाधनुर्धर अर्जुन आहेत तेथे निश्चितच ऐश्वर्य, विजय, असामान्य सामर्थ्य व नीती आहे, असे माझे मत आहे. या श्लोकातील मतिर्मम या पदाचा अर्थ म्हणजे दिव्यचक्षू

संजयाचे मत आहे. ज्ञानदेवांच्या[६१] या पदावरील ओव्या संदर्भासह देतो. धृतराष्ट्र संजयाला म्हणतात – ''आम्हाला तर असे वाटते, मग, संजया तुझे काय भविष्य असेल, ते आम्हाला समजत नाही. पण ते कसेही असले तरी आम्हास सांगा.

आम्हा तंव गमे ऐसें । मा तुझें जोतीष कैसें ।
ते नेणों संजया असे । तैसे सांग पां ।।
यया बोला संजयो म्हणे । येर येरांचे मी नेणें ।
परी आयुष्य जेथें जिणें । हें फुडें कीं गा ।। (ज्ञा. १८/१६३०-३१)

यावरून हे संजयाचे मत आहे असे दिसून येते आणि त्यामुळेच आपल्या निकषाला बाधा येते. या निकषाचा एवढा ऊहापोह करण्याचे कारण असे की, ''सार्थ सुभाषितानि'' या ग्रंथाचे संपादक श्री. वि. वि. परांजपे यांनी हे सुभाषित म्हणून आपल्या ग्रंथात दिले आहे. (सार्थ सु. पृ. १३५ सु. ल. क्र.६९८). सुभाषितांचा संग्रह करायचा म्हटले की, मतभेद उत्पन्न होणार, हे खरे आहे! पण संग्रह निकषांच्या आधारे केला तर मतभेदाचे प्रसंग कमी येतील येवढेच म्हणायचे आहे.

इ. स. च्या १ल्या शतकापासून २० व्या शतकापर्यंत झालेले सुभाषितांचे संग्रह आपण पाहिले; पण त्यातून सुभाषितांची शास्त्रपूत चर्चा झालेली नाही हेही आपल्या ध्यानी आले. श्री. कृष्णशर्मा[६३] (सुभाषित- प्रशंसा), श्री विष्णुशास्त्री चिपळूणकर[६४] (सुभाषित), श्री.वा.वे. आपटे[६५] (सुभाषितशती) यांसारख्या नामवंत आधुनिक अभ्यासकांनी प्राचीन सुभाषितकारांच्या संग्रहातील सुभाषितांची निवड करून संग्रह सिद्ध केले असले तरी त्यांनीही या संदर्भात फारशी चर्चा केलेली दिसत नाही. नाही म्हणायला साहित्यसम्राट न. चिं. केळकर[६६] यांचा 'सुभाषित आणि विनोद' हा लघुकाय ग्रंथ, चंद्रिका[६७] मासिकातील काही लेख (इ.स. १९१५) आणि श्री. ना. म. भिडे यांचे सुभाषित व त्यांचे विशेष हे विविध ज्ञानविस्तार[६८] मधील दोन लेख (नोव्हेंबर, डिसेंबर १९२८ वर्ष ५९ अंक ११, १२) यांचे अपवाद आहेत; पण तरीही काही पूर्वाभ्यासकांनी पर्यायांनी सुचविलेल्या काही निकषांच्या अनुषंगाने त्यांची साधक-बाधक चर्चापण केली. या चर्चेचे सार सांगायचे तर केवळ चांगले भाषण म्हणजे सुभाषित नव्हे, सुभाषितात अविनाशी विचार असला पाहिजे, त्या विचारात अग्राम्यता असली पाहिजे, सदभिरुची असली पाहिजे, विचारात हितकारकता आणि अल्पाक्षररमणीयता असली पाहिजे, कोणाचेही मत म्हणजे सुभाषित नव्हे; प्रार्थना, स्तोत्रे ही सुभाषिते नव्हेत, पूर्वापर संबंधाशिवाय श्लोकांचा अर्थ समजला पाहिजे हे सार आपल्या हाती आले. हे सार म्हणजे सुभाषितांच्या अपेक्षांचे वर्णन आहे, व्याख्या नाही हे लक्षात आले. हे लक्षात घेऊन व्याख्येसाठी किंवा व्याख्येच्या जवळपास जाण्यासाठी संस्कृत साहित्याचे वाचन करीत असताना अग्निपुराणातील[६९] काव्यशास्त्रीय विचार पुढे आला. त्यातला एक श्लोक सुभाषितांची व्याख्या आहे असे म्हणायला हरकत नाही, असे वाटले म्हणून तो श्लोक अभ्यासकांपुढे उद्धृत करीत आहे-

संक्षेपाद्वाक्यमिष्टार्थव्यच्छिन्ना पदावली ।
काव्यं स्फुरदलंकारं गुणवद्दोषवर्जितम् ।। (अग्निपुराण आनंदाश्रम आवृत्ती अ. ३३७/६-७)

अर्थ – इष्ट अर्थाला संक्षेपात प्रकट करणाऱ्या दोषरहित, गुणयुक्त व अलंकारयुक्त पदावलीस (काव्य) सुभाषित म्हणावे.

सुभाषितांची व्याख्या

पद्यवाङ्मयातील सुभाषिते

उपरोक्त चर्चेच्या अनुरोधानेच आपल्याला मराठी सुभाषितांची पाहणी करायची आहे. पण मराठीत या संदर्भात काही निराळे विचारप्रवाह दिसून येतात त्यांची प्रथम थोडी माहिती करून घेतली पाहिजे. अधिकांश अभ्यासक सुभाषित हे पद्य असले पाहिजे या विचाराचे दिसून येतात. साहित्यसम्राट न. चिं. केळकर[७०] यांना हे मत मान्य नाही असे दिसून येते. 'सुभाषित आणि विनोद' या ग्रंथात ते म्हणतात, ''सुभाषित रत्नभाण्डागारातील संग्रह विपुल आहे. परंतु, तो नुसत्या पद्यांचा आहे. त्यात गद्याचे वेचे मुळीच नाहीत; यावरून सुभाषित हे पद्य असलेच पाहिजे अशी सुभाषितभाण्डागारकार वगैरेंची समजूत होती हे उघड दिसते.'' (पृ. २२). संस्कृत गद्यभाषेतील सुभाषिते मानायला तयार नसणारे अभ्यासक मराठीतील पद्य व गद्य सुभाषितांचा विचार करतील असे वाटत नाही; पण या विचारांना प्रथम केरळकोकिळकार[७१] कृष्णाजी नारायण आठल्ये यांनी गोड धक्का दिला. त्यांनी इ. स. १९०० मध्ये एक सार्थ ज्ञानेश्वरी प्रकाशित केली आणि तिच्या प्रस्तावनेत ज्ञानेश्वरीत सुभाषिते आहेत हे दाखवून दिले; म्हणजे मराठी पद्य वाङ्मयात सुभाषिते असू शकतात हे दाखवून दिले. याचा थोडा इतिहास आपण प्रारंभीच पाहिला आहे; पण या संबंधीच्या काही मतमतांतरांचा धांडोळा आपणास घेणे आवश्यक आहे. मुंबईच्या चंद्रिका नामक मासिकात (१९१५) ही माहिती येऊन गेली आहे, ती अशी –

१) श्री. ग. श्री. खापर्डे म्हणतात, ''तिसरा गुण पद्यात्मक असण्यासंबंधाचा आहे. केवळ गद्य असेल तर ते म्हणीत जाते, म्हणून हा गुण ठेवावा लागतो.'' (चंद्रिका वर्ष १ ले अंक १ला एप्रिल १९१५)

२) ''व्यतिरेक दृष्टीने म्हणी व भाषाप्रचार हे सुभाषितात येत नाहीत. सुभाषितांना पद्यमयत्व व शैलीचे माधुर्य असते, ते म्हणींत किंवा भाषाप्रचारांत नसते.'' (चंद्रिका वर्ष १. अ. म. म. जोशी)

३) ''सुभाषित हे गद्य व पद्य असे दोन्ही प्रकारचे असू शकते. मराठीतील काही म्हणी सुभाषितरूपच आहेत. परंतु सुभाषित पद्यात्मक असेल तरच त्याला सुभाषित म्हणण्याचा परिपाठ आहे; कारण थोड्या शब्दात पुष्कळ अर्थ जसा पद्यात आणता येतो, तसा तो गद्यात आणता येत नाही.'' (चंद्रिका वर्ष १ ले अं. १ ला, भा.वि. फडके)

४) ''सुभाषिते काव्यातच असली पाहिजेत असे शास्त्र नाही. ती गद्यातही असू शकतील. मराठीतील म्हणी सुभाषिते होत.'' (चंद्रिका वर्ष १ ले अंक २ रा. एक साहित्यसेवक)

५) मराठी भाषेच्या क्षमतेसंबंधीच शंका घेणारे विचार वाचायला मिळतात. मराठी प्राचीन पद्यात वा गद्यात सुभाषिते निर्माण करण्याची शक्ती नाही, असे जणू सुचविले गेले आहे. उक्तिविशेष[७२] या सुभाषित-कोशाला लिहिलेल्या प्रस्तावनेत प्रा. डॉ. श्री. भा. वर्णेकर लिहितात, ''हिंदी – मराठीसारख्या इतर प्रादेशिक भाषांतही त्याच संस्कृत सुभाषितांच्या अर्थाच्या म्हणी आहेत; पण त्यांच्या ठिकाणी संस्कृत वचनाची प्रौढता किंवा गंभीरता तर नाहीच उलट काहीशी ग्राम्यतेची झाक त्यात असते.'' (उक्तिविशेष संपा. अ. ल. गाडगीळ प्रस्ता. पृ. १३). मराठीतील गद्य–पद्य वाङ्मयातील सुभाषितांसंबंधी कोणती धारणा होती याचे विहंगमावलोकन आपण केले. डॉ. वर्णेकरांच्या या विचारांची समीक्षा करण्याचे काहीच कारण नाही; कारण संत सुभाषित कोशाची संहिता अवलोकन करताक्षणीच डॉ. वर्णेकरांच्या मतातील वैयर्थ्य कळून येते. पण गद्य सुभाषितांसंबंधीचा प्रश्न सुटत नाही. मराठी गद्यसाहित्यात सुभाषिते नाहीत असे प्रतिपादन करणाऱ्या अभ्यासकांचा काळ प्रथम ध्यानात घ्यायला पाहिजे. उपनिषदांच्या तोडीची भाषा लिहिणारे महानुभावीय गद्य ग्रंथ आहेत. ते यादवकालातील

(इ. स. १३ वे १४ शतक) आहेत पण या ग्रंथांचे प्रकाशन मात्र इ. स.च्या १९३० नंतरचे आहे आणि गद्य सुभाषितासंबंधी शंका घेणाऱ्या अभ्यासकांचे लिखाण त्यापूर्वीचे आहे. त्यामुळे कदाचित त्यांचे हे मत तयार झाले असावे. अभ्यासकांच्या सोईसाठी यादवकालीन महानुभावीय गद्य साहित्यापासून पेशवेकालातील बखर-वाङ्मयापर्यंतची नमुन्याची सुभाषिते दाखवितो म्हणजे गद्य साहित्यात सुभाषिते आहेत की, नाहीत याचा अभ्यासकांना निर्णय घेता येईल.

गद्य वाङ्मयातील सुभाषिते

१) एथ सरण आलेया काइ मरण असे : (एकांक २३)

अर्थ : शरण आलेल्यास मरण नसते.

२) दुष्टवैर चुकवीजे : (ली. च. पू. भा. १ ला. ६)

अर्थ : दुष्टांचे वैर ओढवून घेऊ नये. ते टाळण्यासाठी अन्य मार्गाने जावे.

३) चरणीक तें उदक : प्रसादु तें पथ्य: (ली. च. पू. भा. १-९)

अर्थ : चरणतीर्थ हेच औषध आणि कृपा हे पथ्य.

४) भगतु आणि मागे : (ली. च. पू. भा. १.१३)

अर्थ : भक्त मागत नसतो तो आपले सर्वस्व देवाला देतो.

५) दिवसू वंध्यू जावों नेदीजे : (ली. च. पू. भा. १.७०)

अर्थ : नामस्मरणाशिवाय दिवस वाया घालवू नये.

६) जाणतेया एथचि नरक : (ली.च. प्रू. भा. १. १२६)

अर्थ : जाणत्याला सर्व प्रपंच नरकरूप वाटतो.

७) दात असति तेथ चणे नाही : (ली. च. पू. भा. १. १७०)

अर्थ : दात असतात तिथे खाण्याचे पदार्थ (चणे - भाजलेले हरभरे) नसतात.

८) सतेव वैराग्य तें निकें : (ली. च. पू. भा. १. १७१)

अर्थ : मूळचे वैराग्य हेच मोक्षमार्गाचे खरे साधन.

९) ज्ञानेंवीण वैराग्य : (ली. च. पू. भा. १. १७१)

अर्थ : ज्ञानानेच वैराग्य प्राप्त होते.

१०) वैरीयाचा देवो जाला तरि काइ दगडें फोडावा : (ली. च. पू. भा. १. १८५)

अर्थ : देव शत्रूचा असला तरी तो दगडाने फोडू नये.

११) भावासि काइ रावा राणा असे : (ली. च. पू. भा. १. १८६)

अर्थ : भक्तीला राजा - राणा असा फरक नसतो.

१२) हां गा मुक्तीचीया चाडां आणि खुंटदावें सांभाळणें : (ली. च. पू. भा. १. १८८)

अर्थ : मोक्षाची इच्छा असणाऱ्याने बायका-मुलांचा विचार करायचा नसतो.

१३) श्रमलेयाचें करूं ये : (ली. च. पू. भा. २. २४३)

अर्थ : थकलेल्यांची सेवा करावी.

१४) आप्ताचें वाक्य लागे. (ली. च. पू. भा. २. २५३)

अर्थ : विश्वासू माणसाचे वचन मानावे लागते.

१५) स्वातंत्रीय हे मुक्ति तथा मोक्ष : (ली. च. पू. भा. २. २८२)
अर्थ : आपले सारे स्वतंत्र असावे.
१६) आराधीतां मूक्ति : का वीरोधीतां मूक्ति : (ली. च. पू. भा. २.२९४)
अर्थ : आराधना करून परमेश्वरप्राप्ती होते आणि त्याची निंदा करूनही तो प्राप्त होतो.
१७) कळपीची गाए एरी कळपीं मिळे : (ली. च. पू. भा. २.३५३)
अर्थ : कळपातली गाय कळपातच जाणार.
१८) सुतीए काळीं जें बोलिजे तें देहपर्यंत प्रतिपाळिंजे : (ली.च. उ. भा. १.१)
अर्थ : एकदा दिलेला शब्द आयुष्यभर सांभाळला पाहिजे.
१९) स्वभावासि काइ नाशु असे : (ली. च. उ. भा. १.४९)
अर्थ : स्वभाव बदलत नाही.
२०) भक्त आणि सेजा गावी : (ली. च. उ. भा. १.५५)
अर्थ : भक्त आणि देव एकमेकांपासून दूर असतील तर उत्कट भक्ती अशक्य आहे.
२१) माहात्मेन सत्यार्जवा होआवे : (ली. च. उ. भा. १. २१३)
अर्थ : साधूंनी सत्यव्रती असावे.
२२) लज्यारूप धर्म तो स्त्रीयांसि रक्षण : (ली. च. उ. भा. १. २२६)
अर्थ : लज्जारूपी धर्म स्त्रियांचे रक्षण करतो.
२३) स्नेहाचां ठाइं उचित स्फुरे : (ली. च. उ. भा. २. २५९)
अर्थ : प्रेमाला योग्य गोष्टी सुचतात.
२४) भक्ताची थोरी ते देवोचि जाणेति : (ली. च. उ. भा. २. २६४)
अर्थ : भक्ताचे मोठेपण एक देवच जाणतो.
२५) पुण्य देतां पुण्याचि वाढे : (ली. च. उ. भा. २. २७१)
अर्थ : पुण्याने पुण्य वाढते.
२६) दीवेया पासौनि दीवा लाविजे. तरि दीवा काइ उणा होतु असे : (ली. च. उ. भा. २. २७१)
अर्थ : दिव्यापासून दिवा लावला तरी दिवा कमी होत नाही.
२७) हाती गुढिला नीका दीसे जोगी मुंडिला नीका दीसे : (ली. च. उ. भा. २. २८९)
अर्थ : शृंगारलेला हत्ती आणि मुंडन केलेला योगी चांगले दिसतात.

लीळाचरित्रातील सुभाषितांचे हे शलाका-दर्शन आहे. केवळ याच ग्रंथात ही वचने आहेत अशातला भाग नाही. लीळाचरित्रातून निर्माण झालेला सूत्रपाठ हा ग्रंथ म्हणजे महानुभावीय आचार-विचारांचा, तत्त्वज्ञानाचा सुभाषितसंग्रहच आहे, असे म्हटले तर फार चूक ठरणार नाही. याशिवाय गोविंदप्रभूचरित्र[७५], स्मृतिस्थळ[७६] इ. ग्रंथातून या प्रकारची विपुल वचने वाचायला मिळतात. त्या सर्वांची इथे नोंद घ्यायची तर या प्रस्तावनेचा तोल बिघडण्याची शक्यता आहे. महानुभावीय साहित्यातील सुवचने हा खरा तर एका ग्रंथाचा विषय आहे, एवढेच इथे सुचवितो. (लीळाचरित्रातील सुभाषितांसाठी प्रा. डॉ. शं. गो. तुळपुळे यांची आवृत्ती वापरली आहे.)

आज्ञापत्र आणि राजनीती[७७]

निरनिराळ्या काळाला, परिस्थितीला अनुसरून सुभाषिते कशी निर्माण होतात, याचा वस्तुपाठ आज्ञापत्र या ग्रंथावरून दिसून येतो. शिवकालीन परिस्थितीचा हा आरसाच आहे. या गद्यग्रंथातील नमुन्याची काही वचने अशी :

१) राज्यातील प्रजा म्हणजे तोच राज्याचा जीवनोपाय (प्रक. २ रे)

२) खजीना म्हणजे राज्याचे जीवन (प्रक. ३ रे)

३) साहुकार म्हणजे राज्याची व राजश्रीची शोभा (प्रक.५)

४) आरमार म्हणजे स्वतंत्र एक राज्यांगच आहे. (प्रक.९)

५) ज्याजवळ आरमार त्याचा समुद्र (प्रक. ९)

(आज्ञापत्र आणि राजनीति संपा. शं. ना. जोशी, ल. म. भिंगारे)

बखर वाङ्मय

शिवपूर्वकालीन, शिवकालीन, पेशवेकालीन बखरवाङ्मयात वैपुल्याने सुभाषितांचा वापर झालेला आहे. पण आपल्याला सर्व बखरींतील सर्व सुभाषिते पाहण्याची आवश्यकता नाही. मराठी बखर[७८] या ग्रंथात (आवृत्ती २री) डॉ. र. वि. हेरवाडकर यांनी तर बखरीतील सुभाषिते, वाक्संप्रदाय व म्हणी असे एक स्वतंत्र प्रकरण लिहिले आहे. या वाङ्मयप्रकाराची आणि त्या काळातील गद्याची दखल घेणे एवढेच आपले काम आहे. भाऊसाहेबांची बखर[७९] यासाठी प्रातिनिधिक बखर मानायला हरकत नाही; म्हणून त्या बखरीतील काहीच नमुने पुढे दिले आहेत.

१) यश आपेश शूराचा वाटा (प्रक.२)

२) जोर थोडा गुसा बडा (प्रक. ३)

३) मरणाहून आपेश खोटे (प्रक. ५)

४) गोमीस पाय बहुत त्यात एक पाय मोडला तर उणे पडत नाही (प्रक. १०)

५) ज्याचा सेवक गांजिला त्याचे जालेपणाची निर्फलता (प्रक. १०)

६) पाण्याआधी वळण बांधिता उत्तम (प्रक. १०)

७) मृत्यु स्वदेशी परदेशी सुटत नाही. (प्रक. १०)

(भाऊसाहेबांची बखर - संपा. कै. वि. सी. चितळे, श्री. शं. ना. जोशी)

पेशवे बखर[८०]

१) काल चाकर ठेवलेला आज लढून मरतो असे घडत नाही.

(पेशवे बखर - संपा. प्रा. वि. म. कुलकर्णी, प्रा. अ. रा. कुलकर्णी, प्रा. अ. ना. देशपांडे)

येथवरच्या विवेचनावरून प्राचीन मराठी गद्यसाहित्यात सुभाषिते आहेत आणि त्यांची दखल घेतली पाहिजे याची अल्प जरी कल्पना अभ्यासकांना आली तरी पुष्कळ आहे. मराठी गद्य साहित्यात म्हणी आणि सुभाषिते असा दुसरा एक प्रवाह आहे, त्याचाही थोडा विचार केला पाहिजे.

म्हणी आणि सुभाषिते

म्हणी आणि सुभाषिते ही एकाच वृक्षाची फळे आहेत, पण काही साहित्यमर्मज्ञ म्हणींना सुभाषिते मानायला तयार नसतात. त्यांच्या मते या दोन्ही गोष्टी भिन्न भिन्न आहेत. श्री. ना. म. भिडे[८१] सुभाषित व त्यांचे विशेष या लेखात म्हणतात, ''म्हण व सुभाषित हे एक समजणे म्हणजे त्यांच्यामधील मूल तत्त्वभेदाकडे दुर्लक्ष केल्यासारखे होईल. म्हणीला भाषालंकारापेक्षा व्यवहारज्ञानाचीच जास्त अपेक्षा असते. सुभाषितांत हे ज्ञान प्रदर्शित करताना भाषालंकाराची उपेक्षा करून चालत नाही. अलंकारविहीन वचन व्यवहारदृष्ट्या कितीही अमोलिक असो, त्यास सुभाषितांचा दर्जा प्राप्त होण्यास ते वचन भाषालंकारांनी युक्त असावे लागते.'' (विविध ज्ञान– विस्तार नोव्हेंबर, डिसेंबर १९२८ वर्ष ५९). अशाच प्रकारचे आणखी एक मत कै. अ. म. जोशी[८२] यांनी व्यक्त केले आहे. सुभाषितास पद्यमय रचनेची आवश्यकता आहे, या मुद्द्यावर जोर देताना प्रस्तुतचे लेखक म्हणतात की, ''इतर पदार्थांहून सुभाषितास भिन्नत्व देणारे त्यांचे विशिष्ट गुण पाहिले पाहिजेत. व्यतिरेक दृष्टीने म्हणी व भाषाप्रचार सुभाषितात येत नाहीत. सुभाषितांत पद्यमयत्व व शैलीचे माधुर्य असते, ते म्हणीत किंवा भाषाप्रचारात नसते.'' (चंद्रिका व. १ अं. १)

म्हण म्हणजे सुभाषित नव्हे, हे सांगण्यापूर्वी म्हणीच्या निर्मितीचा थोडा विचार केला पाहिजे, असे वाटते आणि याचा विचार पूर्वी झालेला आहे. 'महाराष्ट्र वाक्संप्रदाय'[८३] कोशाच्या (य. रा. दाते, चिं. ग. कर्वे) दुसऱ्या खंडाला एक प्रदीर्घ आणि सुरेख प्रस्तावना आहे. या प्रस्तावनेत अनेकवार वाक्प्रचार, म्हण, सुभाषित, लोकोक्ती हे शब्द एकार्थी असल्याचे सूचित केले आहे. अभ्यासकांच्या सोयीसाठी काही अवतरणे पुढे देतो.

१) प्रत्येक भाषेमध्ये असे काही शब्दप्रयोग किंवा शब्दसमुच्चय रूढ असतात की, ज्यांचा अर्थ त्यातील शब्दांच्या वाच्यार्थाहून भिन्न किंवा काही विशेष असतो. अशा शब्दसमूहास वाक्संप्रदाय असे म्हणता येईल. याच अर्थी वाक्प्रचार, म्हण, सुभाषित वगैरे शब्द रूढ आहेत. (पृ. ५)

२) आपल्या भरतखंडात वाक्संप्रदाय अथवा म्हणी किंवा सुभाषिते यांची समृद्धी आहे ही गोष्ट आपणा सर्वांस परिचितच आहे. (पृ. ५)

३) थोर लोकांच्या व विद्वान पंडितांच्या किंवा अनुभवी वृद्ध पुरुषांच्या तोंडून प्रसंगोपात्त काही विशेष प्रकारच्या उक्ती बाहेर पडतात त्यासच लौकिकोक्ती अथवा सुभाषित असे आपण म्हणतो. अशी वचने परंपरेने भाषेमध्ये रूढ होऊन परंपरागत चालत येतात व सर्वांच्या तोंडी होतात; म्हणून त्यास आभाणक, आहणा अथवा म्हण असे नाव मिळते. (पृ. ६)

४) संहिता व ब्राह्मणग्रंथ यांमध्ये अनादिकालापासून चालत असलेल्या म्हणींचे अथवा सुभाषितांचे अस्तित्व आपणांस दिसून येते. (पृ. ७)

५) स्मृतिग्रंथांमध्ये अनेक सुभाषिते अथवा लोकोक्ती ठिकठिकाणी ग्रथित केलेल्या आपणास आढळून येतात. (पृ. ८)

६) सदैव लोकांच्या तोंडी आढळणारे काही वाक्प्रचार अथवा सुभाषिते आपणास सहज दिग्दर्शित करता येतात. (पृ. ९)

ही अवतरणे थोडी अधिक आहेत हे मला दिसत असूनही म्हण व सुभाषित यांचे लोकमानसातील अंतर कमी करावे या हेतूने हा वाङ्मयीन व्यापार केला आहे.

नित्याच्या व्यवहारात उपयोगात आणल्या जाणाऱ्या काही म्हणींचे नाते वैदिक वाङ्मयाशी आणि उत्तरकालीन रामायण महाभारतापासून पंचतंत्रासारख्या ग्रंथाशी जोडून दाखविता येते. संस्कृत विचारांचा हा स्वैर मराठी अनुवाद आहे, हे सांगता येते. या ग्रंथांच्या विचारांचा म्हणजे आमच्या सांस्कृतिक संचिताच्या प्रभावाचा हा परिणाम आहे हे मात्र निश्चित. अर्थात हे संभवनीय सत्य आहे, हे मात्र मी नाकारत नाही. तसेच सर्वच्या सर्व उपलब्ध म्हणींसंबंधी हे सरधोपट विधान मी करीत नाही. असे केले तर कविकुळाचे, व्यवहारचतुरांचे, पंडितांचे पंखच कापले असे होऊन त्यांच्यावर अन्याय केला असे होईल. केवळ मार्ग कसा मळला जातो एवढेच मला निदर्शनाला आणून द्यायचे आहे. यासाठी १-२ उदाहरणे देतो. द्रोणाचार्य व अश्वत्थामा यांच्या संदर्भातील हे उदाहरण आहे. द्रोणाचार्यांनी पांडवांच्या सैन्याची केलेली वाताहत पाहून पांडव भयभीत झालेले आहेत. यातून मार्ग काढण्यासाठी भीमाने कृष्णाच्या साहाय्याने द्रोणाचार्यांच्या काळजालाच हात घातला. अश्वत्थामा मारला गेल्यावर द्रोण युद्ध करू शकणार नाहीत हे जाणून भीम म्हणाला, ''अश्वत्थामा मारला गेला'' भीमाच्या बोलण्यावर द्रोणाचार्यांचा विश्वास बसला नाही. त्यांनी धर्मराजाकडे चौकशी केली. धर्मराजाने अश्वत्थामा मारला गेला हे वाक्य मोठ्याने उच्चारले आणि या नावाच्या हत्तीचा वध झाला हे वाक्य हळू उच्चारले.

''अव्यक्तमब्रवीद् राजन् हत: कुञ्जर इत्युत ।।[८४] (महा. द्रोण. अ. १९०/५५)

यातून घडलेला पुढचा प्रसंग अभ्यासकांना ज्ञात आहे; पण या घटनेच्या आधारे ''नरो वा कुंजरो वा'' ही म्हण वा सुभाषित कविमनाच्या माणसाने जन्माला घातले असे वाटते (महा. द्रोण अ. १९०). या म्हणीच्या निर्मितीचे आणखी एखादे निराळे कारण कोणाच्या लक्षात आले तर त्यांनी आवर्जून मला कळवावे. म्हणीच्या निर्मितीचा हा एक आदर्श वस्तुपाठ आहे असे वाटते.

असाच आणखी एक प्रसंग सांगतो. हे सुभाषित पंचतंत्रातील[८५] आहे. ''अरक्षितं तिष्ठति दैवरक्षितम्।'' (१-२४) ज्याचे देव रक्षण करतो त्याला कोणी मारू शकत नाही. माझ्या अल्पसमजुतीनुसार विष्णुशर्म्याच्या या विचारांचे पडसाद संत श्री तुकारामांच्या अभंगावर उमटलेले आहेत. त्या अभंगातील काही चरण असे -

देव राखे तया मारील कोण ।
न मोडे कांटा हिंडतां वना ।। (सा. तु. गा. संपा. डॉ. प्र. न. जोशी अ. क्र. १६१४)

मराठी म्हणींची निर्मिती काही अंशी संस्कृतातून झाली आहे, तिचे भरण-पोषण याच भाषेच्या आधारावर झाले हे सांगण्यासाठी काही उदाहरणे सांगणे आवश्यक आहे. यावरून म्हण, सुभाषित यांच्या धमन्यांतून एकच रक्त वाहत आहे, हे दिसून येईल.

वैदिक सुभाषिते[८६]

१) ऋग्वेदात पुढील वचन आहे
''न वै स्त्रैणानि सख्यानि सन्ति ।''
स्त्रियांची मैत्री ही खरी मैत्री नव्हे.

ऋग्वेदातला हा विचार पुढील वाङ्मयातही दिसून येतो. सौती शौनकादिक मुनींना सांगतो,

अर्था: स्त्रियश्च निपुणैरपि सेव्यमाना
नैवाप्तभावमुपयान्ति न च स्थिरत्वम् ।। (महा. आदि २/३९१)

अर्थ – कनक आणि कांता यांची जाणत्या लोकांनी सेवा केली (अपेक्षा केली) तरी ती उपयोगी येत नाही आणि ती स्थिर असत नाही असे ते मानतात.

भागवत पुराणकार म्हणतात[८७] –

क्वापि सख्यं न वै स्त्रीणां वृकाणां हृदयं यथा । (भाग उ. ९.१४.३६)

अर्थ – ज्याप्रमाणे लांडग्यांना हृदय नसते त्याप्रमाणे स्त्रियांना प्रेम नसते.

स्त्रियांसंबंधींचा हा एक विचार झाला. पण संस्कृत साहित्यात दुसरीही विचारधारा आहे, हे ध्यानात घ्यायला हवे.

''यत्र नार्यस्तु पूज्यन्ते रमन्ते तत्र देवता: ।'' (मनु ३.५६)

अर्थ – जिथे स्त्रीची पूजा होते तिथे देवताही आनंदाने राहतात.

ऋग्वेदात अशा म्हणी खूप आढळतात पण त्या सर्व उद्धृत करण्याचा मोह आवरला पाहिजे.

२) चक्षुर्वै सत्यम् हा वाक्प्रचार आज जणू मराठीतलाच वाटला तरी त्याचे मूळ बृहदारण्यकोपनिषदात आहे हे विसरता कामा नये (४.४.४.)

३) स्मृतिग्रंथ – स्त्रीरत्नं दुष्कुलादपि (मनु. २.२३८)

कुलीन नसली तरी स्त्रीरत्नाचा स्वीकार करावा.

बालादपि सुभाषितम् (मनु २.२३९)

चांगले वचन मग ते लहान मुलानेही उच्चारलेले असले तरी ते घ्यावे.

मन:पूतं समाचरेत् ।

आपल्या मनाला वाटेल तसे वागावे.

ही मराठी वाटणारी सुभाषिते स्मृतिग्रंथातील आहेत. ''यत्र नार्यस्तु पूज्यन्ते'' हे सुभाषित ससंदर्भ वर येऊन गेले.

४) रामायण काळ[८८] – रामाला वनवासात पाठवून भरताला यौवराज्याभिषेक करावा या मागणीसाठी मंथरेने कैकयीला पूर्वी दशरथाने दिलेल्या दोन वरांची मागणी करण्यास ही संधी उत्तम आहे असे सुचविताना तिने पुढील सुभाषित उच्चारले.

१) गतोदके सेतुबन्धो न कल्याणि विधीयते । (वा.रा.अयो. ९.५४)

अर्थ – हे कल्याणि, पाणी वाहून गेल्यावर कोणी बांध घालत नसतात.

या म्हणीचा उच्चार भीष्मपर्वात (महा. भीष्म. ४९/२३) आणि भाऊसाहेबांच्या बखरीतही झालेला आहे. (प्रक. १०) यावरून या म्हणीची सार्वत्रिकता, लोकप्रियता सहज दिसून येते. गेली पाच हजार वर्षे ही म्हण आपल्या मनात घर करून आहे, याचा हा पुरावा आहे.

२) लक्ष्मण कौसल्येला उद्देशून म्हणतो, भरताच्या बाजूचा अथवा त्याचे हित इच्छिणारा जो कोणी असेल, त्या सर्वांचा मी वध करीन, कारण

मृदुर्हि परिभूयते । (वा.रा.अयो २१-११)

मऊ सापडले की, लोक कोपराने खणतात.

३) कैकयीने रामाच्या राज्याभिषेकात अडसर आणला हे पाहून सुमंताने कैकयीची निर्भर्त्सना केली. त्यावेळी तो तिला म्हणाला,

आभिजात्यं हि मन्ये यथा मातुस्तथैव च ।

न हि निम्बात्स्रवेत्क्षौद्रं लोके निगदितं वच : ।। (वा.रा.अयो. ३५.१७)

अर्थ – तुझा कुलीनपणा तुझ्या आईप्रमाणेच मी समजत आहे, कारण निंबाच्या झाडातून कधी मध

स्रवत नाही. ही लोकोक्ती लोकांमध्ये प्रसिद्ध आहे. यातूनच 'खाण तशी माती' ही म्हण निर्माण झाली आणि कडूनिंबाच्या झाडातून मध पाझरत नाही हे सुमंताने कैकयीला ऐकविले आहे. रामायणकाळापासून या म्हणी रूढ असल्याचा हा पुरावा आहे.

४) तसेच 'जखमेवर मीठ चोळणे' ही म्हण रामायणकालाइतकी प्राचीन आहे हे पुढील संदर्भावरून दिसते.

दु:ख मे दु:खमकोद् व्रणे क्षारमिवाददा:। (वा.रा. अयो. ७३.३)

अर्थ – भरत कैकयीला म्हणाले, राजाला मारून आणि रामाला तापसी बनवून माझ्या दु:खावर डागण्या देऊन जखमेवर मीठ चोळले आहेस.

५) 'वैर मरणाने संपते' हे सुभाषित रामाच्याच मुखाने कवीने वदविले आहे. ''मरणान्तानि वैराणि'' (वा. रा. युद्ध १०९.२६)

हे वचन संत रामदासांना[८९] फार महत्त्वाचे वाटले आणि म्हणून त्यांनी

''निमाल्यावरी वैर कां हो करावें'' (राम. क. खंड युद्धकांड १०.९)

असा अनुवाद करून रामायणकालीन नीतिपाठ आमच्यापर्यंत पोहचविला आहे.

महाभारतकाळ

जे महाभारतात नाही ते तिन्ही लोकात नाही असा महाभारताचा लौकिक आहे. त्यामुळे या महाग्रंथात म्हणी–सुभाषिते नाहीत असे म्हणता येणार नाही. उलट हा वचनप्रकार इतका आहे, की सर्वांचे दिग्दर्शन आपल्याला शक्य नाही. म्हणून केवळ नमुन्यासाठीच यांचे दर्शन घ्यायचे आहे; पण हे म्हणत असताना केवळ महाभारतातील सुभाषितांचा[९०] संग्रह झालेला आहे, हे सांगायला हवे. महाभारतातील अवतरणे देत असताना केवळ संस्कृत अवतरण आणि त्याच्या अर्थातून डोकावणारी म्हण येवढेच देणार आहे. त्यावर कोणतेही भाष्य करण्याची आवश्यकता नाही. तरीही त्या म्हणीची प्राचीनता आपल्या नजरेत भरणारी आहे.

१) ऋषीणां च नदीनां च कुलानां च महात्मनाम् । (म.भा.उद्योग ३५/७२)

अर्थ – ऋषींचे कुळ व नदीचे मूळ तसेच महात्म्याचे मूळ पाहू नये.

२) अनिर्वेद: श्रियो मूलम् । (महा. उद्योग. ३९/५७)

अर्थ – सतत उद्योग हे संपत्तीचे मूळ आहे.

३) गतोदके सेतुबन्धो यादृक् तादृङ्मतिस्तव ।
संदीप्ते भवने यद्वत् कूपस्य खननं तथा।। (महा. भीष्म ४९/२३)

अर्थ – या श्लोकातील पूर्वार्ध रामायणातील सुभाषितात येऊन गेला आहे. घराला आग लागली असता विहीर खणायची नसते.

४) भज्येतापि न संनमेत् । (महा. शल्य ५/१४)

अर्थ – मोडेन पण वाकणार नाही.

५) कालो हि दुरतिक्रम:। (महा. स्त्री. २/२४)

अर्थ – काळाचे उल्लंघन करणे कठीण आहे.

६) करोति यादृशं कर्म तादृशं प्रतिपद्यते । (महा. शांति २९०/२४)

अर्थ – जसे कर्म करावे तसे फळ मिळते.

७) यादृशं वपते बीजं ....
तादृशं लाभते फलम् । (महा. अनु. ६/६)
अर्थ – जसे पेरावे तसे फल मिळते.
८) यथा बीजं विना क्षेत्रमुप्तं भवति निष्फलम् । (महा. अनु. ६/७)
अर्थ – ज्याप्रमाणे बीज जमिनीत पेरल्याशिवाय उगवत नाही.
याव्यतिरिक्त महाभारतातील अनेक सुभाषिते जशीच्या तशी मराठीत म्हणीसारखी वापरली जातात.
१) य: क्रियावान् स पंडित: (महा. वन.३१३/११०)
२) अर्थस्य पुरुषो दास: (महा. भीष्म ४३/४१)
हेच सुभाषित याच अध्यायात द्रोणाचार्य, कृपाचार्य व मद्रराज शल्य यांच्या मुखी आले आहे.
३) राजा कालस्य कारणम् । (महा. शांति ६९/७९)
४) आचारप्रभवो धर्म: । (महा. अनु. १०४/१०५)

पुराणकाळ

इथे केवळ भागवत महापुराणातील[११] उदाहरणे घेतली आहेत. याचा अर्थ अन्य पुराणांत सुभाषिते नाहीत असा नाही. प्रातिनिधिक नमुना म्हणून भागवत पुराणातील अवतरणे घेतली आहेत.

१) दैतेयचंदनवने जातोऽयं कण्टकद्रुम:।
यन्मूलोन्मूलपरशोर्विष्णोर्नालायितोऽर्भक: ।। (भाग पु. ७/५/१७)

अर्थ – दैत्यरूप चंदनवृक्षाच्या वनात हा कंटक वृक्षच उपजला असून दैत्यरूप चंदनवृक्षाची मुळे तोडून टाकण्यास तयार असलेल्या विष्णुरूप कुऱ्हाडीचा हा पोरटा म्हणजे दांडाच झाला आहे.

२) संनिकर्षोऽत्र मर्त्यानामनादरणकारणम्। (भाग पु. १०.८४. ३०)
अर्थ : माणसांमध्ये निकट परिचय हा अनादराला कारण होत असतो.
३) जिव्हां क्वचित्संदशति स्वदद्भिस्तद्वेदनायां कतमाय कुप्यते । (भा. पु. ११.२३.५१)

अर्थ –आपल्या देहातील एका अवयवाने दुसऱ्या अवयवास दुखविले तर पुरुष कोणावर रागवेल. (आपल्या दातांनी आपली जीभ चावली तर कोणी कोणावर ओरडायचे?)

पंचतंत्र[१२]

भारतीय प्रादेशिक वाङ्मयावर या ग्रंथाचा अमिट प्रभाव दिसून येतो. प्राचीन मराठी वाङ्मय याला अपवाद नाही. पंचतंत्रातील अनेक कथा या वाङ्मयात आढळतात. म्हणी, सुभाषिते यांचा विपुल प्रभाव मराठी वाङ्मयावर दिसून येतो. याचे शलाकादर्शन घडविण्याचा प्रयत्न करतो.

१) अरक्षितं तिष्ठति दैवरक्षितम् । (पंचतंत्र १.२४)
अर्थ –देव तारी तया कोण मारी
संत तुकारामांनीही या सुभाषिताचा अभंगात उपयोग केला आहे असे वाटते.
पाहा –
देव राखे तया मारील कोण ।
न मोडे कांटा हिंडता वन ।। (सा. तु. मा. संपा. प्र. न. जोशी १६१४)

२) षट्कर्णो भिध्यते मंत्रः । (पंचतंत्र १.११२)

अर्थ --गोष्ट षट्कर्णी होणे. सर्वांना माहीत होणे.

३) यथैकेन न हस्तेन तालिका संप्रपद्य । (पंचतंत्र २/१३८)

अर्थ --एका हाताने टाळी वाजत नाही.

एका हातें टाळी। कोठे वाजते निराळी (सा. तु. गा. संपा. प्र. न. जोशी २७१३)

अभिजात वाङ्मय

पुराणवाङ्मयाचा विचार करताना आपण त्या वाङ्मयाचे प्रतिनिधी म्हणून भागवत पुराणाचा विचार केला तोच प्रकार अभिजात वाङ्मयासाठी करणार आहे कारण हे सर्व वाङ्मय विचारात घ्यायचे तर ग्रंथाचा विस्तार फार होईल असे वाटते. जे बिंदूत तेच सिंधूत असते म्हणून इथे केवळ कालिदासविरचित शाकुंतलाचा[१३] विचार करणार आहे. या नाटकातील अनेक सुभाषिते आज मराठी मनात जशीच्या तशी आहेत. पाहा.

१) अतिस्नेहः पापशंकी (अंक ४ था)

२) तेजसां हि न वयः समीक्ष्यते – (रघु. ११.१.)

३) आज्ञा गुरूणां ते ह्यविचारणीया (रघु. १४.४६) बाण, भारवी, हर्ष इ. च्या वाङ्मयातही विपुल सुभाषिते आहेत; आणि ती लोकांच्या मनी–मुखी वावरताना दिसतात. त्यातून अनेक सुभाषितांनी मराठी म्हणींना जन्म दिला आहे. याचे अल्पदर्शन वर घडविले आहे.

लौकिकन्याय[१४] आणि म्हण

न्याय म्हणजे दृष्टान्त हा अर्थ इथे अभिप्रेत आहे. दृष्टान्त म्हणजे सिद्धांताच्या स्पष्टीकरणासाठी दिले जाणारे उदाहरण, या न्यायात अनेक दृष्टांत, म्हणी दडलेल्या दिसतात. संस्कृत वाङ्मयातील अनेक न्याय मराठीत विपुल प्रमाणात जसेच्या तसे वापरले जातात. उदा. अजागलस्तनन्याय, अतिपरिचयन्याय, अन्धगजन्याय, अन्धदर्पणन्याय, अरण्यरोदनन्याय, अहिनकुलन्याय्, कण्टकन्याय, कूपमंडूकन्याय, देहलीदीपन्याय, पथिकसर्पमारण न्याय, बकवृत्तिन्याय इ.

काही न्याय उच्चारले की, मराठीतील म्हणी आपल्यापुढे दिसू लागतात. त्याची उदाहरणे पुढे देतो.

१) अदग्धन्याय : जळलेल्या गोष्टीला अग्नी जाळू शकत नाही. मेलं मेंढरू आगीला भीत नाही.

२) अश्मलोष्टन्याय : दगडापेक्षा वीट मऊ.

३) अहिनकुलन्याय : साप व मुंगूस यांच्यात कायम वैर असते. विळ्या भोपळ्याचे सख्य.

४) पिपीलिका – पन्नगन्याय : आयत्या बिळावर नागोबा.

५) क्षीरदग्धजिव्हान्याय : दुधाने तोंड पोळले की, ताकही फुंकून पिणे.

६) कण्टकन्याय : काट्याने काटा काढावा.

७) स्थालीकपुलाक न्याय : शितावरून भाताची परीक्षा करणे.

नाहीं घाटावे लागत । एका सिते कळे भात ।। (सा. तु. गा. संपा. डॉ. प्र. न. जोशी २३७१)

८) हंसक्षीरन्याय : दूध व पाणी वेगळे करणे हे हंस जाणतो.

क्षीर निवडते पाणी । चोंची हंसाचिये आणी ।। (सा. तु. गा. संपा. डॉ. प्र. न. जोशी २३७१)

काही न्याय व सुभाषिते ही सारखीच असतात. न्यायावरून सुभाषित की, सुभाषितावरून न्याय हे प्रसंगी सांगणे कठीण जाते. इतके ऐकात्म्य त्यांच्यात दिसून येते. नमुन्यासाठी एक उदाहरण देतो.

'मात्स्यन्याय' हा एक लोकप्रसिद्ध न्याय. मोठा मासा लहान माशाला गिळतो असा साधा अर्थ आहे. किंवा बलदंड माणूस दुर्बलाला त्रास देतो. बलवान मासा दुर्बल माशांना खाऊन टाकतो. हा एका माशानेच सांगितलेला न्याय महाभारतात आला आहे. (महा. वन. १८७/८) हाच न्याय पुढे शांतिपर्वात (६७.१६-१७) आणि थोड्या फरकाने चाणक्यसूत्रात आला आहे. (१-४). हा मात्स्यन्यायच भागवत पुराणाने ''जीवो जीवस्य जीवनम्'' या निराळ्या शब्दात सांगितला आहे (भाग पु. १.१३-४६). भागवतातल्या या चरणासारखाच अर्थ व्यक्त करणारा दुसरा एक संदर्भ या पुराणाने सांगितला आहे. (१.१५.२६). येथवरच्या विवेचनावरून न्याय, सुभाषित व म्हण यांचे नाते समजायला हरकत नाही. 'बळी तो कान पिळी' हे याच न्यायाचे दुसरे नाव असावे.

संस्कृत साहित्याचे मोठे पंडित डॉ. प्रमोद लाळे यांचे मत सांगून हा भाग पुरा करतो.

''शास्त्रांमध्ये 'सूत्रे' जशी अर्थ सामावून घेणारी पण अल्पाक्षर असतात, त्याप्रमाणे न्यायदेखील अल्पाक्षर व बव्हंशी असंदिग्ध असतो. ज्याला 'म्हण' (किंवा वाक्संप्रदाय) म्हणतात तिच्या अंतरंगात कोठली तरी कथा किंवा घटना लपलेली असते, पण म्हणीतील शब्दसमूह वाक्याकडे झुकलेला असतो. थोड्याफार फरकाने म्हणीचे वाक्य बनवता येते, पण न्यायात शब्दसमूहच राहतो किंबहुना 'न्याय' हा उत्तरपदनियत असल्यामुळे तो सामान्यत: शब्दसमूहाशीच जास्त निगडित असतो. न्यायामध्ये अर्थव्यंजनाशक्ती भरपूर असते. म्हणीमध्ये जे थोडेसे स्पष्ट असते, ते न्यायात व्यंजित असते. न्यायात अर्थाला प्राधान्य असते. दैनंदिन जीवनात जे अनुभव लोकांना येतात, त्यांतील सार ग्रहण करून सर्व न्याय भावाभिव्यक्ती करतात. न्यायाला आप्तवाक्य असेही म्हणता येईल.'' (लौकिकन्याय कोश : डॉ. प्रमोद लाळे प्रस्तावना ५.४)

लौकिक न्यायाच्या वापराची परंपरा ही वेदकाळापासूनची आहे, हे वरील अवतरणांवरून लक्षात यायला हरकत नाही. (अधिक माहितीसाठी पाहा - लौकिक न्यायकोश). संतसाहित्यातही मुक्तहस्ताने या न्यायांचा वापर झालेला दिसून येतो. एक ज्ञानेश्वरी ग्रंथ घेतला तरी त्यात कमीत कमी ५० न्याय सहज काढून दाखविता येतील. 'बापरखुमादेवीवरू'[१५] या मासिकाच्या फेब्रुवारी २००९ च्या अंकात मीच 'ज्ञानेश्वरीतील न्यायदर्शन' या नावाचा एक लेख लिहून त्यात ३० न्यायांची नोंद केली आहे. प्रथम संस्कृत न्याय देऊन त्यानंतर ज्ञानेश्वरीतील त्या न्यायदर्शनाच्या ओव्या दिल्या आहेत, असे हे लेखाचे स्वरूप आहे. नमुन्यासाठी एक उदाहरण देतो. दूध आणि पाणी वेगवेगळे करण्याची किमया हंसाच्या अंगी असते. त्यातील दूधच केवळ हंस पितो. म्हणजे लक्षणेने, इतरांचे दोष दूर करून गुणच घ्यावेत असे येथे सुचविले आहे. महाभारतकार सांगतात विद्वान लोक, हंसाप्रमाणे पाणी सोडून केवळ दूधच प्राशन करतात (म. भा. आदि. ७४.९१). ज्ञानदेव म्हणतात.

सलिलीं पय जैसें । एक होऊनि मीनलें असे ।
परी निवडूनि राजहंसें । वेगळें कीजे ।। (ज्ञाने. २.१२७)

संत तुकारामांनीही या प्रकारच्या न्यायाचा उपयोग करून आपले अभंगसाहित्य अधिक समृद्ध केले आहे. हाच न्याय सांगणारे त्यांचे चरण देतो -

निवडी वेगळे क्षीर आणि पाणी ।
राजहंस दोन्ही वेगळाली ।। (सा. तु. गा. संपा. डॉ. प्र. न. जोशी ३९२८)

सर्वच संतांची अवतरणे देणे हा आपला हेतू नाही. न्यायांचा वापर सर्व संत करतात हे नजरेला

आणून देणे येवढेच सूत्र आहे. एखाद्या गोष्टीच्या स्पष्टीकरणासाठी ज्याप्रमाणे आपण म्हण, दृष्टान्त वापरतो, त्याचप्रमाणे लौकिक न्यायाचाही वापर करता येतो. पण याचा अर्थ मात्र असा करू नये की, प्रत्येक न्याय हा सुभाषितच आहे.

आतापर्यंत आपण म्हणींचा इतिहास पाहिला. वैदिक वाङ्मयापासून अभिजात वाङ्मयापर्यंत म्हणींचे अस्तित्व आहे हे आपल्याला दिसून आले. म्हणजेच म्हणींची भारतीय परंपरा किती मोठी व उज्ज्वल आहे हे आम्हाला अभिमानाने सांगता येते.

म्हणींचा इतिहास न्याहाळल्यावर तिच्या अंतरंगाचा आणि बहिरंगाचा थोडा परिचय करून घेतला पाहिजे. म्हणीचा आत्मा पाहणे म्हणजेच तिचा अंतरंगपरिचय करून घेणे होय. म्हण अल्पाक्षरी असावी लागते. तिच्यात बोध देण्याचे सामर्थ्य असावे लागते. ती मनाला भिडली पाहिजे. ती सार्वत्रिक असावी लागते आणि तिला जनमान्यता मिळणे आवश्यक असते. म्हणीच्या बहिरंगाचा विचार म्हणजे तिच्या स्वरूपाचा विचार होय. यमक, अनुप्रास, अतिशयोक्ती इ. वाङ्मयीन गुण तिच्या ठायी आवश्यक असतात. यावरून सुभाषित आणि म्हण यांत कोणता फरक असतो हे अभ्यासकांनीच ठरवायचे आहे. सुभाषितांचे निकष यापूर्वीच विस्ताराने सांगितले आहेत. भाषा भिन्न असल्या म्हणजे त्यांतील प्राणतत्त्व भिन्न असते असे म्हणता येणार नाही.

सुभाषित आणि म्हण हे भिन्न आहेत हे सांगताना अभ्यासक आणखी एक विचार पुढे मांडतात. तो विचार म्हणजे म्हणीला व्यवहारज्ञानाची साथ असते आणि सुभाषितांना भाषालंकारांची जोड असते. या विचारांचा प्रतिवाद करण्यापूर्वी वाचकांपुढे काही म्हणी देतो. पाहा –

१) बळी तो कान पिळी
२) अतिपरिचयात् अवज्ञा
३) बैल गेला आणि झापा केला
४) पाणी वाहून जाण्यापूर्वी वळण घालावे लागते
५) एका हाताने टाळी वाजत नाही.
६) दगडापेक्षा वीट मऊ
७) शितावरून भाताची परीक्षा

इ. म्हणींवरून कोणते व्यवहारज्ञान आपल्याला मिळत नाही? बळी तो कान पिळी हा विचार माणसे करीत नाहीत काय? ज्या मार्गावर अन्यायी माणसे असतात तो मार्ग सूज्ञ लोक टाळत नाहीत काय? एखाद्या घटनेचा विचार करून कोणत्याही निष्कर्षापर्यंत येण्यापूर्वी एका हाताने टाळी वाजत नाही असा विचार आपल्या मनात येत नाही काय? गोठ्यातून बैल निघून गेल्यावर गोठ्याला दार करणे हे शहाणपणाचे नसते हे जाणीव आपल्या मनात नसते काय? किंवा घर पेटल्यावर विहीर खणण्याचा उद्योग करायचा नसतो. इ. व्यवहारज्ञान आपणांस मिळत नाही काय? आश्चर्य म्हणजे या म्हणी पूर्वाश्रमीच्या सुभाषितकुळातल्या आहेत. हे आपण विसरलो आहोत. त्यामुळे असा फरक झाला असावा असे वाटते. भाषालंकारांच्या बाबींचा विचार करताना या म्हणींमध्ये अल्पाक्षरत्व, अनुप्रास, सर्वमान्यता इ. गुण नाहीत काय? एकंदरीत म्हण व सुभाषित यांत फरक करू नये असे वाटते.

सुभाषित-रचना-विशेष

सुभाषितांचा विचार करीत असताना त्यांच्या रचना-विशेषाचा विचार करणे योग्य ठरेल. सुभाषित पूर्ण श्लोकाचे असावे. श्लोकार्ध असू नये अशी एक विचारपरंपरा दिसून येते. पूर्ण सुभाषित नसेल आणि सूत्र सुभाषित म्हणजे एकचरणी सुभाषित असेल तर त्याच्या रसास्वादात फरक पडतो. अशी ही विचारसरणी आहे. श्री. ना. म. भिडे[१६] 'कठिण समय येता कोण कामास येतो' हे उदाहरण सांगून म्हणतात. ''कठीण प्रसंगी कोणी कोणाचा सखा नाहीं'' हे सामान्य नीतितत्त्व यात गोवलेले आहे. व्यवहारोपदेश म्हणून ते बहुमोल तत्त्व ठरते यात शंका नाही. तथापि त्याचा वाचकांच्या मनावर उमटेल इतका ठसठशीतपणा एकेरी वचनात येणे कठीण आहे. एखाद्या तत्त्वाचा उठाव व योग्य परिणाम होण्यास जो अवधी लोटावा लागतो तो सूत्रसुभाषितात सापडत नाही. सुभाषितांच्या अर्थगौरवामुळे चित्ताला जितकी म्हणून प्रसन्नता वाटते तितकी सूत्रसुभाषिताच्या त्रुटित सूचितार्थाने होणे शक्य नाही. (वि. ज्ञानविस्तार वर्ष ५९ नोव्हेंबर १९२८). श्री. ना. म. भिडे यांनी सुभाषितांच्या प्रेमापोटी हे विश्लेषण केले आहे. सुभाषितांच्या आकलनात बाधा येऊ नये हा त्यांचा सद्हेतू आहे. पण ते अस्थानी वर्गीकरणातून निर्माण झाले आहे, असे वाटते. 'मरावे परी कीर्तिरूपे उरावे' या संत रामदासकृत[१७] सूत्रसुभाषिताला संपूर्ण श्लोकाची आवश्यकता आहे असे वाटत नाही. अर्थास्वादात काही उणेपणा येतो असेही वाटत नाही. ''अतिस्नेहात् पापशंकी'' हे सूत्रसुभाषित समजण्याला संपूर्ण श्लोकाची गरज आहे असेही नाही. उदाहरणांची अशी नामावली कितीही लांबविता येणे शक्य आहे, पण त्याची आवश्यकता नाही, हे त्यातले सूत्र आहे. म्हणींच्या संदर्भात तर हा प्रश्नच निर्माण होत नाही.

आतापर्यंत आपण सुभाषितांचा अभ्यास करीत असताना, ज्या निकषांचा विचार केला, ते निकष संत सुभाषितकोशात आढळतात. स्वीकृत मर्यादेत बसणाऱ्या सर्व संतांच्या सर्व निकषांची उदाहरणे देऊन चर्चा करण्याची आवश्यकता नाही. मार्गदर्शक म्हणून काही अभंगांची उदाहरणे दिल्याने निकषच समोर मांडण्यासारखे आहेत. संत नामदेवांनी पुढील अभंगात मानवी स्वभावाचे अचूक ज्ञान, निसर्गनिरीक्षण आणि त्यातून प्रबोधन इ. गोष्टी फार चांगल्या आणि कमी शब्दात मांडल्या आहेत. पण त्या गोष्टी शाश्वत आहेत, सार्वत्रिक आहेत. त्यांच्या शब्दांनी मानवी मनाचा ठाव घेतला नाही तरच नवल ठरेल. तो अभंग असा -

कांडितांची कोंडा न निघे तांदूळ । शेरा कैसें फळ अमृताचें ।।१।।
कण्हेरीच्या मुळा सुगंध तो नाही। कसाबाची गाई जिणें कैचें ।।२।।
रुईदूध जरी येईल भोजना । लोभियाच्या धना वेंच नाहीं।।३।।
निर्फळ हें जिणें भक्तिविण मन । नामा म्हणे जाण नये कामा ।।४।। (ना.सा.चि.गा. अ.क्र. १०७४)

दांभिकपणाने वागणाऱ्या लोकांचा समाचार घेताना संत तुकाराममहाराज म्हणतात -

काय सर्प खातो अन्न । काय ध्यान बकाचें ।।१।।
अंतरींची बुद्धि खोटी । भरलें पोटीं वाईट ।।२।।
काय उंदीर नाही धावा । राख लावी गाढव ।।३।।
तुका म्हणे सुसर जळीं। काउळी का न न्हाती ।।४।। (सा. तु. गा. संपा. डॉ. प्र. न. जोशी. २०३०)

अनुवादित सुभाषिते

अनुवादित सुभाषितांसंबंधी म.म. प्रा. द. वा. पोतदार म्हणतात ''एकवेळ स्वतंत्र रचना करणे साधेल म्हणून सोपे आहे. परंतु दुसऱ्यांच्या भाषेतील सुप्रतिष्ठित रचनेचे मराठीसारख्या भाषेत यथावत भाषांतर

करणे आणि तेहि पद्यात ही फार अवघड गोष्ट आहे'' (सुभाषितकोश संपा. ल. गो. विंझे दुसऱ्या खंडाचा पुरस्कार). हा विचार जाणीवपूर्वक केलेल्या अनुवादासंबंधी आहे; पण संतांनी केलेले अनुवाद हे अबोधपूर्व आहेत. तिथे कलाकुसरीपेक्षा भक्तीचा ओलावा अधिक असतो. म्हणून या अनुवादाची बैठकच निराळी असते असे म्हणावे लागते. संतांच्या सुभाषितांमध्ये अशा रचना काही प्रमाणावर दिसतात. पण त्या सर्वांची दखल घ्यायची नाही. संतसुभाषितांत असाही प्रकार आहे हे समजण्यापुरताच या विचाराचा विस्तार करायचा आहे. मूळ संस्कृत श्लोक आणि त्याचा अनुवाद येवढाच क्रम सांभाळला आहे.

ज्ञानदेव

१) यद्यदाचरति श्रेष्ठस्तत्तदेवेतरो जनः।
स यत्प्रमाणं कुरुतै लोकस्तदनुवर्तते ।। (भ. गीता ३/२१)
एथ वडील जें जें करिती । तया नाम धर्मु ठेविती ।
तेंचि येर अनुष्ठिती । सामान्य सकळ ।। (ज्ञाने ३/१५८)

२) एवं द्रविणे नष्टे...... स्वजनैः उपेक्षितः । (भा. पु. ११/२३/१२)
निकवड्या निष्ठुरा । उबगिजे जेवी सोयरा । (ज्ञाने. १५/२८६)

नामदेव

३) आशा हि परमं दुःखं नैराश्यं परमं सुखम् ।। (भा. पु. ११/८/४४)
आशा नाहीं ज्याला । देव का मारी तयाला ।। (ना. सा. चि. गा ६९२)

एकनाथ

४) आशा हि परमं दुःखं नैराश्यं परमं सुखम् ।। (भा. पु. ११/८/४४)
आशा तेथ नाहीं सुख । आशेपाशीं परम दुःख।
आशा सर्वांसी बाधक । मुख्य दोष ते आशा ।।
(एकनाथी भा. ८/३१३ डॉ.श्री. किसनमहाराज साखरे आवृत्ती)

रामदास

५) मरणान्तानि वैराणि । (वा. रा. युद्ध १०९.९)
निमाल्यावरी वैर कां हो करावें ।। (रा.क. खंड १ युद्ध १०.९)

६) तक्रं शक्रस्य दुर्लभम् ।। (सु. को. संपा. ल. गो. विंझे प्रकरण ४१/३०)
सुवासें रुचीची असंभाव्य तक्रे।
कदाही कधी नेणिजे स्वाद शक्रे ।। (रा. क. खंड १ युद्ध १२.५८)

तुकाराम

७) अष्टादश पुराणेषु व्यासस्य वचनद्वयम् ।
परोपकार: पुण्याय पापाय परपीडनम् ।।
पुण्य परउपकार पाप ते परपीडा ।
आणीक नाहीं जोडा दुजा यासी । (सा. तु. गा. संपा. डॉ. प्र. न. जोशी १०२७)

८) क्षमा शस्त्रं करे यस्य दुर्जन: किं करिष्यति ?
अतृणे पतितो वह्नि: स्वयमेवोपशाम्यति ।। (सु. को संपा. ल. गो. विंझे प्रक. ४९/२५)

क्षमाशस्त्र जया नराचिया हातीं ।
दुष्ट तयाप्रति काय करी ।।१।।
तृण नाहीं तेथें पडिला दावाग्नि ।
जाय तो विझोनि आपसया ।।२।।
तुका म्हणे क्षमा सर्वांचे स्वहित ।
धरा अखंडित सुखरूप ।।३।। (सा. तु. मा. संपा. डॉ. प्र. न. जोशी ३९९५)

अनुवादित सुभाषितांचा विचार करीत असताना भर्तृहरीच्या शतकत्रयाचा हातखंडा अनुवाद करणारे वामन पंडित विसरून चालणार नाहीत. त्यांचे विलक्षण भाषाप्रभुत्व हे उत्तम अनुवादाचे कारण आहे. त्यांचे अनुवाद वाचल्यावर मुळचे श्लोक विसरून जातात. आजही विद्यार्थ्यांच्या क्रमिक पुस्तकांतून वामन पंडितांचे श्लोक दिले जातात. आश्चर्याची गोष्ट अशी आहे की, वामन पंडितांच्या (इ.स. १६०७ ते १६९५) अनुवादाचा इतका मोह पडला आहे की, त्यांच्या अनुवादाला भिन्न मुद्रा लावून काव्याचे कर्तृत्व बदलल्याचे उदाहरण पाहायला मिळते.

मणि पडिला दाढेसी मकरतोंडी ।
सुखें हस्तेंचि काढवेल प्रौढी ।।

या चरणाने प्रारंभ होणारा एक अभंग तुकारामांच्या (इ.स. १६०८ ते १६५०) गाथ्यात आढळतो. ४२८२ असा त्याचा क्रमांक असून ''महापातकी तो तुका मुक्त केला'' या अखेरच्या चरणात त्यांची मुद्रा आहे. वास्तविक पाहता वामन पंडितांच्या

बळानें काढूं ये मणिमकर दाढेंत दडला.

हा भर्तृहरीच्या नीतिशतकातील ''प्रसह्य मणिमुद्धरेन्मकर वक्त्रदंष्ट्राकुरात्ट'' (श्लोक ७-८) या श्लोकाचा अनुवाद आहे आणि या अनुवादाच्या मोहातून तुकारामकृत अभंग निर्माण झाला असावा. मला एवढेच म्हणायचे आहे की, हे वामन पंडितांच्या अनुवादाचे यश असले तरी त्या यशामागे आमचे अज्ञान दडलेले आहे. वामन पंडितांच्या अनुवादाचा एक नमुना सांगतो. ''लभेत सिकतासु'' या श्लोकाचा हा अनुवाद आहे.

प्रयत्नें वाळूचे कण रगडितां तेलहि गळे ।
तृषार्ताची तृष्णा मृगजल पिऊनीहि वितळे ।
सशाचेही लाधे विपिन फिरता शृंगहि जरी ।
परंतु मूर्खाचे ह्रदय धरवेना पळभरी ।।

वामन पंडिताचे हे अनुवाद परवचा म्हणावा तसे म्हटले जातात. प्रत्यक्षातून अनुवादच सरस असल्याची न कळत पावती त्यातून मिळते.

प्रभावित सुभाषिते

आतापर्यंत आपण संस्कृतातून मराठीत अनुवादित झालेल्या सुभाषितांचा अल्पपरिचय करून घेतला. आता पूर्वसूरींच्या अध्ययनाच्या प्रभावातून सहजतया निर्माण झालेली काही सुभाषिते पाहायची आहेत. संत तुकारामांनी ज्ञानेश्वरी, एकनाथी भागवत इ. ग्रंथ प्रयत्नपूर्वक मिळविले आणि त्यांची पारायणे रमणीय भंडारा डोंगरावर जाऊन केली हे आपल्याला ज्ञात आहे. याच अध्ययनातून या कविमनाच्या संतश्रेष्ठाकडून अनेक सुभाषिते निर्माण झाली. म्हणून याला प्रभावित सुभाषिते म्हणायची. तुकारामांप्रमाणे संत नामदेवांनी श्रेष्ठ ग्रंथ ज्ञानदेवीचे अध्ययन केले. नाथांनी नामदेव, ज्ञानदेव यांचे साहित्य मनात रुजविले आणि त्यातून सुभाषिते निर्माण झाली. या सर्व संतांच्या अध्ययनाचा धांडोळा आपणाला घ्यायचा नाही. संत तुकाराम हे त्यांचे प्रतीक समजून त्यांच्या काहीच सुभाषितांची पाहाणी करावयाची आहे. सूत्ररूपानेच ही मांडणी करणार आहे. जेणेकरून विस्तार होणार नाही आणि हा विचार नजरेतून सुटला, असेही वाटणार नाही.

प्रतिभा कमी पडली म्हणून ही उसनवारी केली गेली असे मात्र कोणी समजू नये. या प्रकारच्या स्वीकृतीमागे भक्ती, श्रद्धा काम करीत असतात हे ध्यानी घ्यायला हवे. संत तुकारामांची तर ज्ञानदेव, नामदेव व एकनाथ ही श्रद्धास्थाने आहेत.

परस्त्री म्हणजे माता आणि परद्रव्य म्हणजे पाषाण. हे नीतिनिगडित सुभाषित आहे. हे सुभाषित आपण वाचू लागलो की, आपणास हटकून संत तुकारामांची आठवण येते. पण या विचारांचे जनक संत नामदेव[१०१] आहेत. हे आपणास सांगावे लागते.

पाहा परदारा जननीये समान ।
परद्रव्य पाषाण म्हणोनि मानी ।। (ना. सा. चि. गा. संपा. कानडे-नगरकर १११०)

तुकारामांनी हेच विचार पुढील शब्दांत मांडले आहेत.

पराविया नारी माऊलीसमान ।
मानिलिया धन काय वेचें ।।१।।
न करितां परनिंदा परद्रव्य अभिलाष।
काय तुमचें यास वेचें सांगा ।।२।। (सा. तु. गा. संपा. डॉ. प्र. न.जोशी ६१)

तुकाराम आणखी एका अभंगात सांगतात -

पराविया नारी रखुमाई समान।
हें गेलें नेमून ठायींचेंचि । (सा.तु. गा. संपा. डॉ. प्र. न. जोशी ५२४)

तुकारामांनी यांसारखी वचने वारंवार सांगितली आहेत. त्या सर्वांची नोंद आपण घेणार नाही; पण तुकाराम समाजाला काय सांगू इच्छितात याची मात्र दखल आवर्जून घेतली पाहिजे.

दुसऱ्याचा प्राणघात करणारा माणूस संत नामदेवांच्या विचारात दुर्जनश्रेणीतला आहे. अशा दुर्जनाला दूर धरावा असा समाजहिताचा सल्ला नामदेव देतात. या संदर्भातील त्यांचा सुभाषितरूप अभंग असा -

दुष्ट तो दुर्जन दुरीच धरावा ।
संग न करावा पापियाचा ।।१।।

सर्पाचें पिलें सानें म्हणऊनि पोशीले ।
त्यासी पान दिधलें अमृताचें ।।२।।
नव्हें तें निर्विष न संडी स्वभावगुण ।
घेऊ पाहे प्राण पोसित्याचे ।।३।।
विष्णुदास नामा सांगतसे युक्ती ।
विवेक हा चित्ती दृढ धरा ।।४।। (ना. सा. चि. गा. संपा. कानडे-नगरकर १०९०)

तुकारामांनी हाच विवेक करायला सांगितला आहे. पण त्यांची भाषा थोडी धारधार आहे. असे असले तरी या उभय संतांचे अंतरंग एकच आहे. हे समजायला वेळ लागत नाही.

तुका म्हणे विंचु सर्प नारायण ।
वंदावे दुरोन शिवों नये ।। (सा. तु. गा. संपा. प्र. न. जोशी १०७८)
सकळांचे सार एक ।
कंटक ते त्यजावे ।। (सा. तु. गा. संपा. प्र. न. जोशी २१९८)

तुकारामांच्या काही अभंगांची बीजे नाथमहाराजांच्या अभंगात असावीत असे वाटते. त्यांतून त्यांनी एकनाथी भागवताचा किती मनोभावे अभ्यास केला हे दिसून येते. स्त्रीकामाने वेडे झालेले लोक स्त्रियांची मनोभावे उपासना करतात. भोगविधी ही मनुष्यजन्मातील एक मोठी सिद्धी असे मानतात. अशा विचारांचे हे दांभिकलोक आपल्या वागणुकीचे समर्थन करताना म्हणतात :

काय गृहस्थाश्रमीं देव नसे । मग वना धांवताति पिसें।
साचचि देव वनीं वसे । तरी कां मृग ससे न तरती व्याघ्र।।
घालोनियां आसनें । देवी भेटतां जरी ध्यानें ।
तरी बकाची पाळिंगणे । कां पां तत्क्षणें नुद्धरती ।।
एकान्त रहिवास विवरीं । तेथचि भेटता श्रीहरी ।
तरी न तरोनियां उंदिरी । कां पां घरोघरी चिंवताती ।। (एक. भा.५/११५ - ११७)

नाथांच्या विचारातील हाच आशय तुकारामबुवा उपरोधाच्या सुरात सांगतात, ज्यांची अंतरीची बुद्धी खोटी आहे, तोपर्यंत त्यांचा बाह्यावतार कितीही चांगला असला तरी तो व्यर्थ असतो. साप वायूचे भक्षण करून राहतो. बगळा ध्यानस्थ बसतो. उंदीर बिळात राहतो. गाढव अंगाला राख फासते. सुसर पाण्यात राहते आणि कावळे स्नान करतात, पण त्यांचे अंतरंग खोटे असते, म्हणून ते कामाचे नसते. तुकाराम अल्पाक्षर- रमणीय भाषेत सांगतात -

काय सर्प खाती अन्न । काय बकाचे ध्यान ।।१।।
अंतरीची बुद्धी खोटी । भरले पोटीं वाईट ।।२।।
काय उंदीर नाही धावी । राख लावी गाढव ।।३।।
तुका म्हण सुसर जळी । काऊळी कां न न्हाती ।।४।। (सा. तु. गा. संपा. डॉ. प्र. न. जोशी २०३०)

काही विचारांचा प्रवास नाथांकडून तुकारामांपर्यंत कसा पोहोचतो त्याचे आणखी एक उदाहरण देऊन, ज्ञानदेवांकडे वळतो. एका अभंगात नाथ सांगतात -

महापूर येतां वृक्ष तेथें जाती ।
लव्हाळें राहती नवल कैसें ।। (स. सं. गा. भाग २ एक . अ. प्र. ३२०४)

हेच सुभाषित तुकाराम कसे सांगतात पाहा –

महापुरे झाडे जाती ।

तेथे लव्हाळे राहती ।। (सा.तु. गा. संपा. डॉ. प्र. न. जोशी १२८३)

ज्ञानदेव सांगतात

गाढव तीर्थीं न्हाणिला (ज्ञाने. १३–४६८)

गाढवाला तीर्थात स्नान घातले तरी त्याचा उपयोग नसतो. हाच आशय तुकाराम पुढील ओव्यांतून सांगतात –

१) रासभ धुतला महा तीर्थामाजी । (अ. क्र. ८१५)

२) गाढव गंगेसी न्हाणिले ।

जाऊनि उकरड्यावरी लोळे । (अ. क्र. ३९७०)

प्रभावित सुभाषितांचा हा केवळ मासला आहे. याचे विस्तृत दर्शन मी माझ्या ''संत तुकारामांचा अभ्यास''[१०२] या ग्रंथात घडविले आहे. ज्यांना अधिक जिज्ञासा असेल त्यांनी तो पहावा.

सुभाषितरूप व्याख्या

संतांनी सांगितलेल्या सुभाषितरूप व्याख्या हे त्यांच्या विचारांचे एक खास वैशिष्ट्य आहे. विचारांची बैठक आणि जीवनाचा हेतू हे निश्चित असल्याशिवाय व्याख्यांची निर्मिती होणे कठीण असते. संतांनी सांगितलेल्या व्याख्या आणि शास्त्रीय व्याख्या यांत फरक आहे. संतांच्या व्याख्यांत शास्त्रचर्चा नसते. त्या मार्गदर्शक नीतितत्त्वे असतात. ज्ञानदेवांनी संन्यासी शब्दाची व्याख्या दिली आहे. ती अशी

आणि मी माझें ऐसी आठवण । विसरलें जयाचें अंत:करण ।

पार्था तो संन्यासी जाण । निरंतर ।। (ज्ञाने. ५/२०)

अर्थ : हे अर्जुना! मी व माझे याची आठवण ज्याच्या मनात येत नाही तो खरा संन्यासी होय.

परउपकार म्हणजे पुण्य आणि परपीडा करणे म्हणजे पाप ही संत तुकारामांची पाप–पुण्याची व्याख्या याचे चांगले उदाहरण आहे.

पुण्य परउपकार पाप ते परपीडा ।। (सा. तु. गा. १०२७)

नीतीचा विचार न करणे हेच पापरूप होय, हे याचे सार आहे. हा तुकारामांचा सांगावा आम्हाला पशुत्वापासून दूर नेईल असे वाटते (सा. तु. गा. २६४/३). नाथांच्या साहित्यात या प्रकारच्या व्याख्या भरपूर प्रमाणात आढळतात. एकनाथ दर्शन खंड दोन[१०३] मध्ये तर एक स्वतंत्र प्रकरण आहे. एकूणच या सर्व व्याख्या नीतिनिगडित असल्याने त्यांच्या वर्गीकरणाचा मात्र प्रश्न उभा राहतो.

सुभाषिते – जीवनहेतू

कधी कधी सुभाषितांवरून सुभाषितकारांची जीवनपद्धती, त्यांचा अभ्यास, त्यांची रेखीव व्यक्तिचित्रे उभी करण्याची शक्ती, त्यांचा विचारांचा मार्ग दिसून येतो. सुभाषितांतून केल्या जाणाऱ्या उपदेशातून त्यांना काय सांगायचे आहे, याचा आराखडा दिसून येतो. संत रामदासांच्या वाङ्मयात ''नुरावें परी कीर्तिरूपें उरावे'' (रा. क. १ युद्ध १३/९०) हे सुभाषित आणि शब्द बदलून याच अर्थाची अनेक सुभाषिते येतात. ही त्यांच्या विचारातील द्विरुक्ती नाही, तर त्यांचा कल, ध्यास त्यातून प्रतिबिंबित होतो. आनंदवनभुवन निर्माण करायचे

असेल तर कोणत्या गोष्टींची आवश्यकता आहे, हे दिसून येते. एखादा विचार पुन्हा पुन्हा सांगणे हा त्यांतील एक मार्ग आहे. संत रामदासांनी वर सांगितलेले सुभाषित किती वेळा सांगितले आहे त्याची नोंद घेणे आवश्यक आहे. ती नोंद अशी –

१) जनीं मरोंन उरवावें । कीर्तिरूपें ।। (दा. ३.९.४४)

२) मरोन कीर्तीस उरवावें । येणें प्रकारें ।। (दास. १२.१०.१३)

३) झिजोन कीर्तीस उरवावें । नाना प्रकारें ।। (दास. १२.१०.१८)

४) नुरावें परी कीर्तिरूपें उरावें । (रा. क. १ युद्ध १३.९०)

५) मरोनि कीर्ति उरवावी ।

नुरवावी आपकीर्ति ते ।। (रा. क. १. स्फु प्र. ३.१९)

६) मरावें परी कीर्तिरूपें उरावें ।। (करुणाष्टके, धा. स. ५४/९)

७) देहे त्यागितां कीर्ति मागे उरावी । (म. श्लो. ८)

या सुभाषितांच्या संख्येवरून रामदासांच्या लिखाणातील ही द्विरुक्ती नसून ते त्यांचे स्वप्न होते असे म्हणायला प्रत्यवाय नाही, त्यांनी आळस, नियमितपणा, प्रयत्न, मूर्ख इ. विषयांसंबंधी सांगितलेली सुभाषिते ही त्यांचा एक जीवनहेतू सांगणारी वचने आहेत.

श्री ज्ञानदेवांच्या संदर्भात हा प्रश्न प्रकर्षाने जाणवतो. त्यांनी केलेली द्विरुक्ती ही सिद्धांताच्या स्पष्टीकरणासाठी असते, असे दिसून येते. एखाद्या वेदवेत्त्या पुरुषाला माझ्या शाश्वत स्वरूपाचे ज्ञान झाले नाही तर तो फुकट गेला हे सांगण्यासाठी ज्ञानदेव कोंड्याचा दृष्टांत देतात.

अर्जुना वेदविद जऱ्ही जाहला । तरी मातें नेणतां वायां गेला ।

कणू सांडूनि उपणिला । कोंडा जैसा ।। (ज्ञाने. ९/३३३)

अर्थ – अर्जुना ! धान्याचे कण वेगळे केले म्हणजे उरलेला कोंडा पाखडला तरी तो वायफळ ठरतो. त्याप्रमाणे एखादा पुरुष जरी वेदवेत्ता झाला, तरी जर त्याला माझ्या शाश्वत स्वरूपाचे ज्ञान झाले नसेल तर तो वाया गेला असे समजावे.

ज्ञानदेवांनी केवळ ९ व्या अध्यायात हा दृष्टान्त निरनिराळ्या प्रकारांनी दोन वेळा सांगितला आहे. (पाहा. ९/१३३, १५३). तसेच तेराव्या अध्यायात (१३/५८५) आणि अठराव्या अध्यायातही हा दृष्टान्त आला आहे (१८/६१४). खडकावर पडलेला पाऊस वाया जातो हा विचार ज्ञानदेवांनी दोनदा सांगितला आहे. (१२.१३१, १७/४१७). ज्ञानेदवांच्या साहित्यातील द्विरुक्तीचा प्रश्न केवळ मीच उपस्थित केला आहे, असे समजू नये. वारकरी संप्रदायाचे ख्यातनाम अभ्यासक ह.भ. प. विनायकमहाराज साखरे[१०४] यांनी अमृतानुभवाच्या अज्ञानखंडन या सातव्या प्रकरणात एकशे सहा वर्षांपूर्वी (इ.स. १९०५) हा प्रश्न उपस्थित केला आहे. (पाहा अमृतानुभव संपा. श्री. विनायकबोवा साखरे पृ. २४०). ज्ञानदेवांच्या साहित्यातील द्विरुक्ती हा अभ्यासाचा विषय आहे, एवढेच या निमित्ताने सुचवितो. जे पेरलेले असते तेच वर दिसून येते. हे बीजासंबंधीचे सुभाषित[१०५] निरनिराळ्या शब्दांत संत तुकारामांनी किमान पंधरावेळा सांगितले आहे. त्यातून त्यांची सामाजिक दृष्टी स्पष्ट झाल्याविना राहत नाही.

वर्गीकरणाची समस्या

संत सुभाषित कोशात काही वचने अशी आहेत की, त्यांचे वर्गीकरण कोणत्या शीर्षकाखाली करायचे

असा प्रश्न निर्माण होतो. कधी, कधी एकच वचन एकाधिक शीर्षकाखाली येऊ शकते. उदा. वांझेचिये स्तनी अमृताची धणी (अ.क्र. ५७९) हे नामदेवांचे वचन 'स्त्री' या वर्गीकरणात जसे समाविष्ट करता येईल तसे ते शहाणपण वर्गीकरणातदेखील समाविष्ट करता येईल. पशुपक्षी, वनस्पती यांच्या संदर्भातील सुभाषितांची समस्या अशीच भेडसावत असते. उदा. सर्पासंबंधीची वचने अशीच आहेत. सापांना दूध पाजले तरी ते विषच ओकणार या अर्थाचे वचन सर्वत्र आढळते. हे वचन सर्प म्हणून पशुपक्ष्यांत येईल आणि सर्पाचा स्वभाव म्हणून स्वभाव या वर्गीकरणातही घालता येईल, तसेच शहाणपण या नावाखालीही ती एकत्रित होऊ शकतात. रुईच्या दुधाचा भोजनात उपयोग होत नाही. (अ.क्र. १०७४) किंवा शेराच्या झाडाला गोड फळ लागत नाही (अ.क्र. १०७४) ही नामदेवांची वचने वृक्षवर्गात येतील किंवा त्यापासून घ्यावयाचा धडा म्हणून शहाणपणातही येतील. सुभाषितांची संख्या विपुल असल्यामुळे हे प्रश्न निर्माण होतात. ही अडचण अभ्यासकांनी ध्यानी घ्यावी अशी विनंती आहे. शक्यतोवर हा प्रश्न उपस्थित होऊ नये म्हणून खबरदारी घेण्याचा प्रयत्न केला आहे.

ज्ञानेश्वरीत काही व्यावसायिकांचे उल्लेख आहेत. उदा. कोल्हाटी, गारुडी, बहुरूपी इ. यांच्या संदर्भातील वचने लोकसंस्कृती या नावाने सहज एकत्रित करता आली असती. पण त्यात शहाणपणा, तारतम्य यांचाही भाग दिसून येतो, म्हणून ही वचने शहाणपण या शीर्षकाखाली एकत्रित केली आहेत. पण तिथेही हे सर्व व्यावसायिक एकत्रित येतील अशी दृष्टी ठेवली आहे.

धातूसंबंधीची वचने अशीच संभ्रमात टाकणारी आहेत. यात लोखंड परिसासंबंधीची सुभाषिते संकेत या वर्गीकरणात घ्यायला काहीच हरकत नाही. लोकसंस्कृतीचे एक अंग म्हणून त्याच वर्गीकरणात ही वचने घ्यायला प्रत्यवाय नाही. पण याहीपेक्षा आकलनात सुलभता यावी म्हणून धातू असेच वर्गीकरण केले आहे; पण चिंतामणी, चंद्रकांतमणी, कामधेनू, पायाळू, अंजन इ. संबंधीची वचने संकेत म्हणून घेतली आहेत. शक्यतोवर अभ्यासकांची सोय हा दृष्टिकोन स्वीकारण्याचा प्रयत्न केला आहे.

हा कोश निर्माण करण्यासाठी मूळ आधार असणाऱ्या संतांना नमस्कार करतो, त्यांच्या साहित्याला नमस्कार करतो आणि त्या अमृतमधुर साहित्यात आकंठ विहार करणाऱ्या मनोज्ञ मर्मज्ञांना, साधकांना, भक्तांना नमस्कार करतो. संत तुकारामांच्या शब्दात सांगायचे तर

करविली तैशी केली कटकट ।
वाकडें कीं नीट देव जाणे ।।१।।
कोणाकारणें हें झालेंसे निर्माण ।
देवाचें कारण देव जाणे ।।२।।
तुका म्हणे मी या अभिमानावेगळा ।
घालूनि गोपाळा भार असे ।।३।। (सा. तु. गा. अ. क्र. २३४६)

गेली काही वर्षे चाललेल्या या वाटचालीत ज्यांनी ज्यांनी आम्हाला अनेक प्रकारे साहाय्य केले, बोटाला धरून मार्गावर आणले त्या सर्व सज्जनांसबंधी मनोभावे कृतज्ञता व्यक्त करून ही कृती नम्रपणे त्यांच्या स्वाधीन करतो.

रा. शं. नगरकर

चैत्र शु. प्रतिपदा
पाडवा, शके १९३२
१६ मार्च २०१०, मंगळवार

प्रस्तावनेच्या टिपा

१) रामदासवचनामृत – (प्रारंभीचे निवेदन) पृ. १
२) रामदासवचनामृत – (प्रारंभीचे निवेदन) पृ. २
३) सार्थ व सटीप ज्ञानेश्वरी – प्रस्तावनेनंतर पृ. १–१० इ. स. १९००
४) बालबोध समर्थ वाङ्मयमाला – संपा. स. खं. अळतेकर, इ. स. १९२६
५) श्रीधर: चरित्र आणि काव्यविवेचन – प्रा. चिं. नी. जोशी, इ. स. १९५१
६) लीळाचरित्र – संपा. डॉ. शं. गो. तुळपुळे (पाच भाग) इ. स. १९६४ ते १९६७
७) गोविंदप्रभू चरित्र – संपा. डॉ. वि. भि. कोलते इ. स. १९६०
८) स्मृतिस्थळ – संपा. डॉ. व. वि. पारखे इ.स. १९७०
९) भागवतदर्शन खंड २ संपा – ब. गि. घाटे इ. स. १९६०
१०) गाथासप्तशती संपा – स. आ. जोगळेकर इ. स. १९५६
११) हर्षचरित एक सांस्कृतिक अध्ययन – डॉ. वासुदेवशरण अग्रवाल १९५३
१२) राजारामशास्त्री भागवत यांचे निवडक साहित्य खंड ५ इ. स. १९७९ (संपा. दुर्गा भागवत)
१३) संस्कृत साहित्य का इतिहास – ले. पं. बलदेव उपाध्याय १९७३
१४) सुभाषितरत्नभाण्डारागारम् – संपा – का. पां. परब इ. स. १८८२
१५) प्राचीन प्रमुख साहित्यकारोंके सुभाषित. – ले. डॉ. किरण टंडन २००८
१६) अर्वाचीन संस्कृत साहित्य – डॉ. वर्णेकर श्री. भा. इ. स. १९७६
१७) सूक्ति–मंजरी – पं. बलदेव उपाध्याय इ. स. १९६७.
१८) अग्निपुराण – आनंदाश्रम आवृत्ती इ. स.१९५७
१९) उक्तिविशेष – संपा. अ. ल. गाडगीळ इ. स. १९७६
२०) संस्कृत साहित्य का इतिहास – ले. पं. बलदेव उपाध्याय इ. स. १९७५
२१) संस्कृत इंग्लिश डिक्शनरी – संपा. पी. के. गोडे, चिं. ग. कर्वे इ. स. १९५९
२२) संस्कृत इंग्लिश डिक्शनरी – संपा. वा. शि. आपटे १९६५
२३) संस्कृत इंग्लिश डिक्शनरी – संपा. मोनियर विल्यम १९५६
२४) मराठी इंग्रजी शब्दकोश – संपा. मोल्स्वर्थ १९८०
२५) डिक्शनरी ऑफ ओल्ड मराठी– संपा. डॉ. शं. गो. तुळपुळे, १९९१ व ॲनफील्ड ..
२६) मराठी भाषेचा कोश संपा. जगन्नाथशास्त्री क्रमवंत इ.स. १८२९
२७) शब्दरत्नाकर किंवा संस्कृत प्राकृत शब्दकोश – माधव चंद्रोबा डुकले १८७०
२८) सुभाषित आणि विनोद – ले. न. चिं. केळकर इ. स. १९२२
२९) शब्दकल्पद्रुम – इ. स. १९६७
३०) ज्ञानेश्वरी – संपा. शं. वा. दांडेकर १९५१
३१) संत नामदेवांचा सार्थ चिकित्सक गाथा – संपा. डॉ. मु. श्री. कानडे, श्री. रा. शं. नगरकर, इ. स. २००५
३२) सकल संतगाथा भाग २, १९६७
३३) रामदासांची कविता खंड १, इ. स. १९०८

३४) वामनी ग्रंथ भाग ३, इ. स. १८९१
३५) सार्थ तुकारामगाथा संपा. डॉ. प्र. न. जोशी इ.स. १९६८
३६) पाहा क्र. ३४
३७) चंद्रिका इ. स. १९१५
३८) हर्षचरित – संपा. का. पां. परब इ. स. १८८२
३९) महाभारत – गोरखपूर आवृत्ती
४०) भागवतपुराण – दा. सा. यंदे आवृत्ती इ. स. १९२९
४१) ज्ञानेश्वरी पाहा क्र.३०
४२) एकनाथी भागवत संपा. रा. कृ. कामत १९५३
४३) गाथासप्तशती पाहा क्र. १०
४४) राजारामशास्त्री पाहा क्र. १२
४५) राजारामशास्त्री पाहा क्र. १२
४६) काव्यालोचन, ले. द. के. केळकर, आवृत्ती २री
४७) गाथासप्तशती पाहा क्र. १०
४८) मराठी वाङ्मयाभिरुचीचे विहंगमावलोकन – ले. प्रा. रा. श्री. जोग, इ. स. १९५९
४९) सकल संतगाथा भाग २, इ.स. १९६७
५०) मध्वमुनींची कविता संपा. श्री. प्र. व्यं. गुब्बी
५१) अमृतरायाची पदे
५२) देवनाथांची कविता
५३) दयाळनाथांची कविता इ. स. १९१३
५४) काव्यप्रकाश – संपा. पं. वामनाचार्य रामभट्ट झळकीकर
५५) मनुस्मृति – संपा. स्वामी वरदानंद भारती इ. स. २००१
५६) सुभाषितरत्नभाण्डागारम्
५७) सुभाषित कोश – ल. गो. विंझे इ. स. १९९६
५८) सार्थ तुकारामगाथा – पाहा क्र. ३५
५९) पाहा क्र. ३५
६०) भ. गीता
६१) ज्ञानेश्वरी – संपा. शं. वा. दांडेकर १९५३
६२) सार्थ सुभाषितानि – संपा. वि. वि. परांजपे. इ. स. १९३१
६३) सुभाषितप्रशंसा संपा – कृष्णशर्मा इ. स. १८७१
६४) सुभाषित – कै.विष्णुशास्त्री चिपळूणकर इ. स. १८९५
६५) सुभाषितशती– श्री. वा. वे. आपटे
६६) पाहा क्र. २८
६७) पाहा क्र. ३७
६८) विविधज्ञान विस्तार नोव्हेंबर, डिसेंबर १९२८ वर्ष ५९ अंक ११ व १२
६९) अग्निपुराण – आनंदाश्रम आवृत्ती
७०) पाहा क्र. २८

७१) पाहा क्र. ३
७२) पाहा क्र. ३७
७३) पाहा क्र. १९
७४) पाहा क्र. ६
७५) पाहा क्र. ७
७६) पाहा क्र. ८
७७) आज्ञापत्र आणि राजनीति – संपा. शं. ना. जोशी, ल. म. भिंगारे इ. स. १९६०
७८) मराठी बखर – ले. डॉ. र. वि. हेरवाडकर इ. स. १९७५
७९) भाऊसाहेबांची बखर – संपा. कै. वि. सि. चितळे, शं. ना. जोशी, इ. स. १९५५
८०) पेशवे बखर – संपा. प्रा. वि. म. कुलकर्णी, प्रा. अ. रा. कुलकर्णी, प्रा. अ. ना. देशपांडे इ. स. १९६३
८१) पाहा क्र. ६८
८२) पाहा क्र. ३७
८३) महाराष्ट्र वाक्संप्रदाय कोश – संपा. य. रा. दाते, चिं. ग. कर्वे १९४७
८४) महाभारत गोरखपूर आवृत्ती
८५) पंचतंत्र
८६) पाहा ८३
८७) पाहा. क्र. ४०
८८) वा. रामायण संपा. श्री. दा. सातवळेकर
८९) पाहा क्र. ३३
९०) पाहा क्र. ६२
९१) पाहा क्र. ४०
९२) पाहा ८५
९३) अभिज्ञानशाकुंतल संपा. डॉ. रा. शं. वाळिंबे, रघुवंश संपा. रा. ग. बोरवणकर इ.स. १९३२
९४) लौकिक न्यायकोश – डॉ. प्रमोद लाळे इ. स. २००६
९५) बापरखुमादेविवरू – मासिक संपा – शिरीष शांताराम कवडे फेब्रु. २००९
९६) पाहा क्र. ६८
९७) पाहा याच प्रस्तावनेतील सुभाषिते. जीवनहेतू
९८) पाहा क्र. ३१
९९) पाहा क्र. ५७
१००) पाहा. क्र. ३१
१०१) संत तुकारामांचा अभ्यास – रा. शं. नगरकर इ. स. २००२
१०२) पाहा. क्र. ९
१०३) अमृतानुभव संपा. विनायकबोवा साखरे इ. स. १९०५
१०४) पाहा क्र. १०२

संक्षेप : खुलासा

१) अमृ – अमृतानुभव
२) एक. आठ. ग्रं. – श्रीसंत एकनाथमहाराजकृत आठ ग्रंथ

- च. भा. – चतु:श्लोकी भागवत
- हस्ता – हस्तामलक
- स्वा – स्वात्मसुख
- आ – आनंदलहरी
- शुका – शुकाष्टक
- आनंद – आनंदवनभुवन
- अनुभव – अनुभवामृत
- चि. – चिरंजीवपद

३) एक गा. – श्री एकनाथमहाराजांची गाथा
४) एक. भा. – सार्थ श्री एकनाथी भागवत
५) करुणा धा. स. – करुणाष्टके, धाट्या सवाया
६) चां. पा. – चांगदेव पासष्टी
७) तु. गा. – तुकारामबाबांच्या अभंगांची गाथा
८) दास. – दासबोध
९) ना. गा. – संत नामदेवांचा सार्थ चिकित्सक गाथा
१०) भा. रा. – भावार्थ रामायण

- अयो – अयोध्याकांड
- अरण्य – अरण्यकांड
- उत्तर – उत्तरकांड
- किष्किंधा – किष्किंधाकांड
- बा – बालकांड
- युद्ध – युद्धकांड
- सुंदर – सुंदरकांड

११) म. श्लो. – मनाचे श्लोक
१२) रा. क. १ – श्रीरामदासांची कविता खंड १
१३) रा. क. २ – श्रीरामदासांची कविता खंड २
१४) रु. स्व. – श्री रुक्मिणी स्वयंवर
१५) स. गा. – समर्थांचा गाथा
१६) स. ग्रं. भा. – समग्र ग्रंथ भांडार
१७) स. पद. – समर्थकृत पदपदांतरे
१८) स. ल. का. – समर्थांची लघुकाव्ये (म्हणजेच रा. क. २)
१९) ज्ञा. सा. चि. गा. – श्रीज्ञानदेवांचा सार्थ चिकित्सक गाथा
२०) ज्ञाने. – ज्ञानेश्वरी

अनुक्रम

अतिथी

ज्ञानदेव

१) **जैसा अपमानिला अतिथि ने सुकृताची संपत्ति । (ज्ञाने. १५/३६५)**

अर्थ : अतिथीचा अपमान केला असता तो पुण्यरूप संपत्ती घेऊन जातो.

२) **तोषौनि प्रसादु घेईजे । अतिथीचा ।। (ज्ञाने. १६/१४८)**

अर्थ : अतिथीला संतुष्ट करून मग त्याचा आशीर्वाद घ्यावा.

एकनाथ

१) **अतिथीसवें ये भुक्ति मुक्ति । (एक. भा. ३/८५३)**

अर्थ : अतिथीबरोबर भुक्ती-मुक्ती येते.

२) **एवं अतिथीसी जें अर्पे । ते भगवंतमुखीं समर्पे । (एक. भा. ३/८५५)**

अर्थ : अतिथीला जे अर्पण केले जाते ते भगवंतालाच अर्पण केल्याप्रमाणे असते.

३) **आश्रमा आलिया अतिथी । जे कोणी पूजा न करिती ।**
त्यांची शून्य पुण्य संपत्ति । (एक. भा. ४/१०२)

अर्थ : आश्रमात अतिथी आला असता त्याची पूजा जे करीत नाहीत त्यांचे पुण्य नष्ट होते.

४) **अतिथी रुसलिया पुण्यकोडी । पूर्वापार जे कां जोडी । (एक. भा. ४/१०६)**

अर्थ : अतिथी रुसला तर मिळविलेले पूर्व पुण्य नाहीसे होते.

५) **अतिथि जाता पराङ्‌ग मुख । त्यासवें जाय पुण्य नि:शेष । (एक. भा. ११/१३७८)**

अर्थ : दारी आलेला अतिथी विन्मुख गेला तर त्याच्या बरोबर सर्व पुण्यही जाते.

६) **सकल सुकृतासी नागवण । जैं पराङ्मुखपण अतिथीसी । (एक. भा. २१/१३२)**

अर्थ : अतिथीला दारातून विन्मुख पाठविला तर सर्व पुण्य लयाला जाते.

अधम

ज्ञानदेव

१) **जेथींचिया कृपा लाभिजे वरु । तेथेंचि मनें व्यभिचारु । (ज्ञाने. २/३८)**

अर्थ : ज्यांच्या कृपेने वर मिळवायचा त्यांच्याशीच कृतघ्नपणा कसा करायचा?

२) **कृतघ्ना उपेगु केला । (ज्ञाने. १३/७२८)**

अर्थ : कृतघ्न केलेला उपकार विसरतो.

३) **माथा तुरंबिला बुरू । (ज्ञाने. १७/२८१)**

अर्थ : कृतघ्न माणसाचे मस्तक हुंगून उपयोग नसतो.

४) **केला न शके पाप जावों । कृतघ्नौनि जैसें ।। (ज्ञाने. १८/७५५)**

अर्थ : कृतघ्नापासून पाप दूर जाऊ शकत नाही.

५) **निसगु स्तविला । विसरे जैसा (ज्ञाने. १३/७२८)**

अर्थ : निर्लज्ज माणसांची स्तुती केली असता तो स्तुती लगेच विसरतो.

६) **जगाची सुखपहांट । चोरा मरणाहूनि निकृष्ट । (ज्ञाने. १६/२४०)**

अर्थ : पहाट झाली की, जगाला आनंद होतो पण चोराला मरणापेक्षा अधिक दु:ख होते.

७) **कां येती निंदकापासीं । अशेष पापें ।। (ज्ञाने. १६/२५७)**

अर्थ : निंदकाजवळ सर्व पापे एकत्रिक येतात.

८) **शिणला सुइजे महापुरा । (ज्ञाने. १९/२६०)**

अर्थ : थकलेल्या माणसाला महापुरात लोटणारा अधम होय.

९) **विश्वासला आतुडवीजे चोरा । (ज्ञाने. १६/२६०)**

अर्थ : विश्वास ठेवणाऱ्या माणसाला ज्याच्यावर विश्वास ठेवला त्यानेच चोराकडून पकडवून द्यावे, हे अधमपण होय.

१०) **कालिमा सांडील कोळसा । (ज्ञाने. १६/२८५)**

अर्थ : कदाचित कोळसा काळेपणा सोडील (पण आसुरी माणूस सज्जन होणार नाही).

११) **वरी चोखी होईल वायसा । (ज्ञाने. १६/२८५)**

अर्थ : कदाचित कावळा काळेपणा टाकेल पण (आसुरी माणूस शुद्ध होणार नाही).

१२) **परप्राणघातें । मेळविती वित्तें । मिनलयां चित्तें । तोषणें कैसें । (ज्ञाने. १६/३४७)**

अर्थ : दुसऱ्याचा जीव घेऊन द्रव्य मिळवितात आणि ते मिळाल्यावर मनात आनंद मानतात (हा आसुरी विचार आहे.)

नामदेव

१) **बोलिल्यासारिखे न करी पामर । (ना. गा. १०७७)**

अर्थ : बोलल्याप्रमाणे वागत नाही तो अधम होय.

२) **दुष्ट तो दुर्जन दुरीच धरावा । (ना. गा. १०९०)**

अर्थ : दुष्ट, दुर्जन आपल्यापासून दूर ठेवावा.

एकनाथ

१) **जगीं द्यूत खेळिजे दुष्टें । (एक. भा. १.२०८)**

अर्थ : जगात दुष्ट लोक द्यूत खेळतात.

२) **हरिकीर्तनीं दुर्बुद्धी ।**
तो खळ जाणांवा त्रिशुद्धी ।। (एक. भा. ५.११०)

अर्थ : परमेश्वराच्या कीर्तनासंबंधी वाईट बुद्धी असणारा खरोखरी दुष्ट समजावा.

३) **सर्व काळ द्वेषी नर ।**
दुःख दुस्तर जाणावा ।। (एक. भा. ५/३६३)

अर्थ : द्वेष करणारा माणूस सदैव मोठे दु:ख भोगीत असतो.

४) **निंदा वसे ज्याचे चित्ता । त्यास गति नाहीं सर्वथा ।**
निंदा सकळ पापांचे माथां । दोष ईपरता असेना ।। (एक. भा. ९/५०३)

अर्थ : ज्याच्या मनात सदैव निंदा असते, त्याला कधीच उत्तम गती मिळत नाही. निंदा सर्व पापात मोठे पाप

आहे. निंदेएवढा मोठा दोष नाही.

५) **असत्प्रजांचें कवतिक ।**
दुःखें दुःख अनिवार ।। (एक. भा. ११/५८४)

अर्थ : वाईट लोकांचे कौतुक म्हणजे मोठे दुःख होय.

६) **ज्यांचें धनावरी चित्त ।**
ते केवळ जाणं अभक्त ।। (एक. भा. ११/७५१)

अर्थ : ज्यांचा डोळा धनावर असतो ते केवळ अभक्त होत.

७) **जैसा मदिरापानें उन्मत्तू ।**
विसरूनि आपुला निजस्वार्थू । (एक. भा. १३ / २२७)

अर्थ : मद्यप्राशनाने उन्मत्त झालेला मनुष्य स्वहितही विसरतो.

८) **ज्यासी विवेक नाहीं मानसीं ।**
तो जाण पां कामाची आंदणी दासी ।। (एक. भा. १३/२३७)

अर्थ : ज्याच्या मनात विवेक नसतो, तो कामाची बटीक बनून राहतो.

९) **पराचा देखावा दोषगुण ।**
हाचि दोषांमाजी महादोष जाण ।। (एक. भा. १९/५७६)

अर्थ : दुसऱ्याचे गुणदोष पाहणे हाच सर्वात मोठा दोष होय.

१०) **गुणदोष जो देखणें । तोचि महादोष जाणणें ।। (एक. भा. २०/१६)**

अर्थ : गुणदोष पाहणे हाच मोठा दोष होय.

११) **तिख्याचे अतितिख बाण । जेणें घायें होती विकळ प्राण ।**
त्याहूनि दुर्जनाचें वाग्बाण । अधिक जाण रुपती ।। (एक. भा. २३/५७)

अर्थ : लोखंडाच्या अत्यंत टोकदार बाणाच्या घावाने प्राण व्याकुळ होतात. पण दुर्जनाच्या वाक्‌बाणाने त्याहून खोल जखम होते.

१२) **लोहाचे बाण जेथ लागती । तेचि अंगें व्यथित होती ।**
परी बाग्बाणांची अधिक शक्ती । घाये भेदिती पूर्वज ।। (एक. भा. २३/५८)

अर्थ : लोखंडाचे बाण जिथे लागतात तेवढेच अवयव दुखरे होतात पण वाक्‌बाणांची शक्ती त्याहून अधिक असते. त्यांनी पूर्वजही जखमी होतात.

१३) **लोहबाणाचे लागलिया घाये । ते पानापाल्या व्यथा जाये ।**
परी वाग्बाण रुपल्या पारें । ते शल्य राहे जन्मांत ।। (एक. भा. २३/५९)

अर्थ : लोखंडाच्या बाणांनी झालेली जखम झाडपाल्याने बरी होते पण वाक्‌बाणाचे दुःख आयुष्यभर बोचत राहते.

१४) **जेथें द्वेषें बांधले घर । तो ठायीं क्रोध अनिवार ।। (एक. भा. २५/१८८)**

अर्थ : ज्याच्या ठिकाणी द्वेषाचा निवास असतो तो माणूस मोठा रागीट असतो.

१५) **यालागीं दुर्जनाची संगती ।**
क्षणार्धे पाडी अनर्थी ।। (एक. भा. २६/४३)

अर्थ : दुष्टाची संगत क्षणार्धात संकटात टाकते.

१६) **दुर्जनाचीं संगति तैशी।**
पाडी अपभ्रंशी भाविकां ।। (एक. भा. २६/४४)

अर्थ : दुर्जनाची संगत भाविकांना भ्रमात टाकते.

१७) **कुसंगाचा जो सांगात । तेणें वोढवे नरकपात । (एक. भा. २६/४८)**

अर्थ : दुष्टाच्या सहवासाने नरकवास ओढवतो.

१८) **निंदास्तुति उपजे जेथ ।**
भेद क्षोभला उठे तेथ ।। (एक. भा. २८/६५)

अर्थ : निंदा व स्तुती जिथे निर्माण होतात तिथे भेद खवळून उठतो.

१९) **मित्रापासुनि स्वकार्य घेती । मित्रकार्य स्वयें न करिती ।**
तें वधावें सर्वभूतीं ।। (भा. रा. किष्किं. ८/६५)

अर्थ : मित्रापासून जो आपले काम करून घेतो आणि त्याचे काम आपण करत नाही त्याचा वध करावा.

२०) **साधुवचनीं विकल्प करी ।**
तो नर महादुराचारी ।। (भा. रा. युद्ध. ४५/१४८)

अर्थ : सतांच्या वचनांवर शंका घेणारा दुराचारी समजावा.

२१) **साधूसीं जो करी छळण ।**
तत्काळ पतन तो पावे ।। (भा. रा. युद्ध ४५/१६५)

अर्थ : साधूंचा छळ करणारे तत्काळ नाश पावतात.

२२) **बाह्य शांति अंतरी संतप्त ।**
तो जाणे निश्चित असाधु ।। (भा. रा. उत्तर ३/२६)

अर्थ : वरून शांत आणि मनातून रागीट असणारे लोक अधम समजावे.

२३) **दुर्जनाचें संगे दुर्जन लागत ।। (एक. गा. २७२२)**

अर्थ : दुर्जनांच्या संगतीला दुर्जनच लागतात.

२४) **पराचा देखती जे दोष ।**
तेचि दोषी महादोषी ।। (एक. गा. २६०७)

अर्थ : जे दुसऱ्याचे दोष पाहतात तेच महादोषी असतात.

२५) **दुर्जनांचे संगे दुःख प्राप्त होय । (एक. गा. १५६४)**

अर्थ : दुष्टांच्या संगतीने दुःख होते.

२६) **खळाची संगती उपयोगासी नये । (एक. गा. ११३६)**

अर्थ : दुर्जनांची सोबत उपयोगी पडत नाही.

२७) **क्रोधी अविश्वासी त्यास बोध कैंचा । (एक. गा. ११३६)**

अर्थ : रागीट अविश्वासू माणसाला उपदेश करून उपयोग नसतो.

२८) **निंदकाचा धर्म निंदा ती करावी । (एक. गा. ३०६३)**

अर्थ : लोकांची निंदा करावी, हा निंदकाचा धर्मच आहे.

रामदास

१) **ऐसा सर्वात्मा श्रीराम । सांडून धरती विषयकाम ।**
ते प्राणी दुरात्में अद्धम । केलें पावती ।। (दास ३.१०.५९)

अर्थ : सर्वांच्या अंतर्यामी असणाऱ्या रामाला सोडून जे विषयांची संगत धरतात ते लोक दुष्ट, अधम समजावे. ते आपल्या कर्माची फळे भोगतील.

२) **जैसा हिंसक दुराचारी । परदु:खे शिजेना । (दास. ५.३.९३)**

अर्थ : क्रूर, दूराचारी माणसाला दुसऱ्याच्या दु:खाने दु:ख होत नाही.

३) **दु:ख पराव्याचें नेणती । दुर्जन गांजिले चि गांजिती । (दा. ५.३.९४)**

अर्थ : दुर्जनाला दुसऱ्याचे दु:ख कळत नाही. दु:खी माणसाला तो अधिकच दु:ख देतो.

४) **स्वदु:खें झुरे अंतरी । आणि परदु:खें हास्य करी । (दास. ५.३.९५)**

अर्थ : दुष्ट माणूस स्वत:च्या दु:खाने मनात झुरतो आणि दुसऱ्याच्या दु:खाने सुखावतो.

५) **सन्संगाची नाहीं गोडी । संतनिंदेची आवडी ।**
देहे बुद्धीची घातली बेडी । या नाव बद्ध ।। (दास. ५.७.३८)

अर्थ : ज्यांना संतांच्या संगतीची गोडी नसते, परंतु संतांच्या निंदेची आवड असते आणि जो अहंकाराने बांधलेला असतो तो बद्ध होय.

६) **टवाळा आवडे विनोद । (दास. ७.९.९१)**

अर्थ : टवाळ माणसाला कुचेष्टा आवडते.

७) **ज्याचा अवगुण झडेना । तो पाषाणाहून उणा । (दास. ८.६.१२)**

अर्थ : ज्याचे वाईट गुण सांगूनही सुटत नाहीत तो दगडाहूनही हीन समजावा.

८) **अवगुणास दरिद्रप्राप्ती। (दास. ९.४.४)**

अर्थ : दुर्गुणी माणसांना दारिद्र्य प्राप्त होते.

९) **बोलणें येक चालणें येक । त्याचे नांव हीन विवेक । (दास. १२.७.३)**

अर्थ : ज्याचे बोलणे एक आणि वागणे भलतेच त्याला विचारशून्य म्हणतात.

१०) **जे दुसऱ्यास दु:ख करी । ते अपवित्र वैखरी । (दास. १२.१०.२५)**

अर्थ : जी वाणी दुसऱ्याला दु:ख देते, ती अपवित्र वाणी होय.

११) **पापिष्टां असत्संगती । (दास. १७.७.११)**

अर्थ : पापी माणसाला कुसंगती आवडते.

१२) **आपले अवगुण वाटती गुण । मोठे पाप करंटपण । (दास. १९.८.८)**

अर्थ : आपले अवगुण हे गुण वाटणे हा सर्वात मोठा दोष होय.

१३) **दंभ दांभा बरे वाटे । (रा. क. १ षड्रिपु ३)**

अर्थ : दांभिकाला दंभ बरा वाटतो.

१४) **दंभ तो चोर जाणावा । (रा.क. १ षड्रिपु ५/१०)**

अर्थ : दंभाला चोरासमान समजावे.

१५) **समस्तांसि भांडेल जो तोचि खोटा । (करुणा धा. स. ५४/४)**

अर्थ : जो सर्वांबरोबर भांडतो तो माणूस अधम समजावा.

१६) **दुर्जना दुर्जना होय समाधान । (स. गा. २८१/१)**

अर्थ : दुर्जनाला दुर्जन भेटला की, त्यांचे समाधान होते.

तुकाराम

१) ऐसी अधमाची याती ।
लोपी सोनें खाय माती ।।२।। (तु. गा. २७५)

अर्थ : सोने पुरून ठेवून माती खाणारा पुरुष अधम समजावा.

२) अधमाची यारी । रंग पतंगाचे परी ।।१।। (तु. गा. २७६)

अर्थ : अधमाचे प्रेम पतंगाच्या रंगाप्रमाणे क्षणिक असते.

३) चोरासवे कोण जिवे राखे । (तु. गा. ३१३)

अर्थ : चोराच्या संगतीत जीवाची शाश्वती नसते.

४) चोरासवे वाट । चालोनि केले तळपट । (तु. गा. ११४८)

अर्थ : चोराबरोबर वाटचाल करून आपला नाश करून घेऊ नये.

५) बाइलेचा दास पित्रांस उदास । (तु. गा. ४५३)

अर्थ : बायकोच्या अधीन झालेला पुरुष पूर्वजासंबंधी उदास असतो.

६) पिंड पोसावे हें अधमाचें ज्ञान । (तु. गा. ५४८)

अर्थ : केवळ शरीराचे रक्षण करावे एवढेच अधमाचे ज्ञान असते.

७) तेवीं खळा काय केला उपदेश ।
नव्हे चि मानस शुद्ध त्याचे ।। (तु. गा. ८१५)

अर्थ : दुष्टाला उपदेश करून उपयोग नसतो. कारण त्याचे मन शुद्ध नसते.

८) प्रभातें न घ्यावे नांव माकडाचे ।
तैसें अभक्तांचे सर्व काळ ।।३।। (तु. गा. ८१७)

अर्थ : ज्या प्रमाणे माकडाचे नाव सकाळच्या प्रहरी घेऊ नये त्याच प्रमाणे अभक्ताचे नाव केव्हाही घेऊ नये.

९) नये होऊं कदा निंदकाची भेटी । (तु. गा. १४६९)

अर्थ : निंदा करणाऱ्या माणसाची भेट घेऊ नये.

१०) वचना फिरती अधम जन । (तु. गा. १४७७)

अर्थ : दिलेला शब्द फिरविणारा अधम होय.

११) तुका म्हणे जया संकोच दर्शनें ।
तया ठाया जाणें अनुचित ।।४।। (तु. गा. १५६३)

अर्थ : संतांच्या दर्शनाचा ज्यांना संकोच वाटतो त्यांच्या घरी जाणे उचित नसते.

१२) संतनिंदा ज्याचे घरीं । नव्हे घर तें यमपुरी । (तु. गा. १६२७)

अर्थ : ज्याच्या घरी संतांची निंदा चालते ते घर म्हणजे यमपुरी समजावे.

१३) नको नको देवा खळाची संगति । (तु. गा. १७१५)

अर्थ : केव्हाही दुष्टांची संगत नसावी.

१४) तुका म्हणे भले । ऐसे नष्टांनीं कळले ।।६।। (तु. गा. १७२२)

अर्थ : जगात वाईट लोक आहेत म्हणून भल्या लोकांना किंमत असते.

१५) दुष्ट भूषण सज्जनाचें। (तु. गा. २०३८)

अर्थ : दुष्ट माणूस हा सज्जनाचे भूषणच असतो.

१६) **तुका म्हणे नखें । काढुनि टाकिजे ती सुखें ।। (तु. गा. २१३८)**
अर्थ : तुकाराम महाराज म्हणतात आपण ज्याप्रमाणे नखे काढून टाकतो त्याप्रमाणे दुष्टांना दूर करावे.
१७) **माता निंदी तया कोण तो आधार । (तु. गा. २१८६)**
अर्थ : जो आईची निंदा करतो त्याला कोणाचाही आधार नसतो.
१८) **तुका म्हणे अधम जन ।**
अवगुणचि वाढवी ।। (तु. गा. २१९५)
अर्थ : अधम माणसे अवगुणच वाढवीत असतात.
१९) **दुर्जनांचे अंग अवघेंचि सरळ ।**
नर्काचा कोथळ सांटवण ।। (तु. गा. २१९७)
अर्थ : दुर्जनाचे सर्व शरीर म्हणजे नरक साठविण्याचा कोथळा होय.
२०) **सर्पा मंत्र चाले धरावया हातीं ।**
खळाची ते जाती निखळ चि ।। (तु. गा. २१९७)
अर्थ : मंत्र सामर्थ्याने सर्पाला धरता येते पण दुष्टाची जात याहून वाईट असते.
२१) **सकळांचें सार एक । कंटक ते त्यजावे ।। (तु. गा. २१९८)**
अर्थ : दुष्टाचा त्याग करावा हेच खरे.
२२) **विशेषता कांद्याहूनि ।**
सेवित्या घाणी आगळी ।। (तु. गा. २१९८)
अर्थ : कांद्यापेक्षा कांदा खाणाराची घाण अधिक येते.
२३) **दुर्जनाची जोडी । सज्जनाचे खेंटर तोडी ।। (तु. गा. २२१७)**
अर्थ : सज्जनाची निंदा करून खेटरे खाणे हीच दुर्जनांची मिळकत असते.
२४) **वोंगळ अधमाचे गुण । (तु. गा. २२९३/४०६०)**
अर्थ : अधमाचे गुण अधम असतात.
२५) **तामसाचीं तपें पापाची शिदोरी । (तु. गा. २३३७)**
अर्थ : तामसी माणसाचे तप म्हणजे पापाची शिदोरी होय.
२६) **नये स्तवूं काचे होते क्रियानष्ट । (तु. गा. २६०१)**
अर्थ : अपक्व माणसाची स्तुती केली की, तो क्रियानष्ट होतो.
२७) **खळा सदा क्षुद्रीं दृष्टी । (तु. गा. २६१७)**
अर्थ : खळाची दृष्टी सदैव क्षुद्र गोष्टींकडे असते.
२८) **दुर्जनाची जाती । त्याचे तोंडी पडे माती ।। (तु. गा. २६७९)**
अर्थ : दुर्जन लोकांच्या तोंडात सदैव माती पडते.
२९) **सदा सर्वकाळ अंतरीं कुटिल ।**
तेणें गळा माळ घालूं नये ।। (तु. गा. २७८९)
अर्थ : जो सदैव मनाने कुटिल असतो त्याने गळ्यात माळ घालू नये.
३०) **ज्यासी नाहीं धर्म दया क्षमा शांति ।**
तेणें अंगीं विभूती लावूं नये ।। (तु. गा. २७८९)
अर्थ : ज्याच्या अंत:करणात दया, क्षमा इ. गोष्टी नाहीत त्याने अंगाला विभूती लावू नये.

३१) नको दुर्जनाचा संग । क्षण क्षणा चित्तभंग ।। (तु. गा. २९४०)

अर्थ : दुर्जनाच्या संगतीत क्षणोक्षणी मन:स्वास्थ्य बिघडते.

३२) काय चांडाळासी काशी । (तु. गा. २९६९)

अर्थ : चांडाळाला काशी यात्रा घडत नसते.

३३) तैसी अधमाची जाती च अधम । (तु. गा. ३२७०)

अर्थ : अधमाची जात अधमच असते.

३४) तैसें अधमाचें अमंगळ चित्त । (तु. गा. ३४००)

अर्थ : दुष्ट माणसाचे चित्त अमंगल असते.

३५) धोंड्यासवें आदळितां फुटे डोकें ।
तो तों त्याच्या दु:खे घामेजेना ।। (तु. गा. ३४५३)

अर्थ : दगडावर डोके आपटले तर डोके फुटते पण दगडाला त्याची दया येत नाही.

३६) दुर्जन देशत्यागें दुरी (तु. गा. ३४६४)

अर्थ : दुर्जनांचा त्याग करावा. त्यांना देशोधडी लावावे.

३७) म्हणे देवासी पाषाण । तुका म्हणे भावहीन ।। (तु. गा. ३५८२)

अर्थ : भावहीन माणूस देवाला दगड म्हणतो.

३८) केळी आणि बोरी वसती सेजारी ।
संवाद कोणे परी घडे येथें ।। (तु. गा. ३५८५)

अर्थ : केळी आणि बोरी यांची झाडे जवळ जवळ असतात. पण त्यांच्यात कधी संवाद होत नसतो.

३९) तुका म्हणे खातडवासी ।
अमृतासी नोळखे (तु. गा. ३६७८)

अर्थ : उकिरड्यावर लोळणाऱ्यांना अमृताची चव कळत नसते.

४०) तुका म्हणे दूरी राखावा दुर्जन ।
करावें वचन न घडे तें ।। (तु. गा. ३७३०)

अर्थ : दुर्जनाला दूर ठेवावे, त्याच्याशी बोलण्याचा प्रसंग येऊ देऊ नये.

४१) तुका म्हणे जळो मैंदाची मवाळी ।
दावूनियां नळी कापी सुखे ।। (तु. गा. ३७७२)

अर्थ : कपटी माणूस मऊपणा (शांतवृत्ती) दाखवून बकऱ्याचा गळा कापतो.

४२) तुका म्हणे तैसे अभाविक जन।
त्यांसी वांयां सीण करूं नये ।। (तु. गा. ३८३१)

अर्थ : अभाविक माणसाला उगाच उपदेश करू नये, कारण तो वाचा जातो.

४३) अपवित्र वाचा जातीचा अधम ।
आचरण धर्म नाहीं जया ।। (तु. गा. ३८७०)

अर्थ : ज्याचे आचरण धर्माप्रमाणे नाही, ज्याची वाचा अपवित्र आहे, तो अधम जातीचा समजावा.

४४) तुका म्हणे तैशा खळा ।
उपदेशाचा कंटाळा ।। (तु. गा. ३९५९/४१५०)

अर्थ : दुष्ट माणसाला उपदेशाचा कंटाळा असतो.

४५) **तुका म्हणे विंचवाची नांगी ।**
तैसा दुर्जन सर्वांगी (तु. गा. ३९६०)

अर्थ : दुष्ट माणूस विंचवाच्या नांगीप्रमाणे सर्वांगाने विषारी असतो.

४६) **सांडावी हे भीड अधमाचे चाळे । (तु. गा. ४०४५)**

अर्थ : भीड सोडणे हे दुष्ट माणसाचे खेळ होत.

४७) **दुर्जनाचे संगती । बहुतांचे घात होती ।। (तु. गा. ४०५०)**

अर्थ : दुर्जनांच्या संगतीत अनेकांचा नाश होतो.

४८) **तुका म्हणे येणें कैसा होय संत ।**
विटाळलें चित्त कामक्रोध ।। (तु. गा. ४१०६)

अर्थ : कामक्रोधांनी ज्याचे मन विटाळलेले असते तो संत होऊ शकत नाही.

४९) **अधमाचें चित्त अहंकारी मन । (तु. गा. ४२७९)**

अर्थ : अधम माणूस अहंकारी असतो.

५०) **कसाबाची गाय वांचे कैसी । (तु. गा. ४३५१)**

अर्थ : कसाबा घरची गाय वाचत नसते.

५१) **खाटिकाचे घरीं अजापुत्र पाहें । (तु. गा. ४३५१)**

अर्थ : खाटकाच्या घरात बोकड वाचत नाही.

५२) **अधमाचें चित्त दुश्चित्त ऐकेना । (तु. गा. ४२७९)**

अर्थ : अधमाचे दुष्ट मन कोणाचे ऐकत नाही.

५३) **पाया जाला नारू । तेथें बांधला कापूरु ।**
तेथें बिबव्याचें काम । अधमासि तो अधम ।। (तु. गा. ४३७८)

अर्थ : पायाला नारू झाला तर तिथे कापूर न बांधता बिबा बांधला पाहिजे, कारण अधमाला अधमच उपयोगी पडतो.

५४) **रुसला गुलाम । धणी करीतो सलाम ।**
तेथें चाकराचे काम । अधमासि तो अधम ।। (तु. गा. ४३७८)

अर्थ : गुलाम रुसला तर मालकाने सलाम करायला जायचे नसते. चाकराप्रमाणेच त्याला वागवावे लागते कारण अधमावर अधमच सोडायचा असतो.

५५) **रुसली घरची दासी । धणी समजावी तियेसी ।**
तेथें बटकीचें काम । अधमासि तो अधम ।। (तु. गा. ४३७८)

अर्थ : घरातली दासी रुसली तर धन्याने समजूत काढायला न जाता बटकीलाच पाठवायचे कारण दुष्टाला दुष्टच योग्य असतो.

५६) **देव्हाऱ्यावरि विंचू आला । देवपूजा नावडे त्याला ।**
तेथें पैजारेचें काम । अधमासि तो अधम ।। (तु. गा. ४३७८)

अर्थ : देव्हाऱ्यात विंचू आला तर त्याची पूजा करणे योग्य नाही, त्याला पायताणानेच मारले पाहिजे. कारण अधमाला अधमाप्रमाणेच वागविले पाहिजे.

अन्न

एकनाथ

१) **अन्नाची गोडी आदरता । (भा. रा. बा. ३/१८)**

अर्थ : भोजनप्रसंगीचा आदर ही अन्नाची गोडी होय.

२) **मिष्टान्ना आदरें चवी गाढी । (भा. रा. अयो.४/३२)**

अर्थ : आपुलकीने मिष्टान्नाची चव वाढते.

अभ्यास

रामदास

१) **जयासि स्वहित करणें । तेणें सदा विचरणें ।**
अद्वैतग्रंथी ।। (दास ७.९.२६)

अर्थ : ज्याला आपले हित साधावयाचे असेल त्याने नेहमी अद्वैतग्रंथ वाचले पाहिजेत.

२) **आधीच सिकोन जो सिकवी । तोचि पावे श्रेष्ठ पदवी । (दास. ११.६.१०)**

अर्थ : जो आधी शिकून मग शिकवितो तो मोठ्या पदाला पोहोचतो.

३) **आभ्यासें होत आहे रे । आभ्यास करणें सदा । (राम. क. १. स्फु. प्र. ५४/३)**

अर्थ : अभ्यासाने सर्व काही साध्य होते, परंतु तो करावा लागतो.

४) **अर्थेवीण पाठ कासया करावें । (रा. क. १. स्फु. अे. ३१८/१)**

अर्थ : अर्थ समजल्या शिवाय पाठांतर करू नये.

५) **मुखें न होता उच्चार । तेणें बुडे पाठांतर । (स. गा. २११/५)**

अर्थ : मुखाने वारंवार उच्चार केला नाही तर पाठांतर संपते.

तुकाराम

६) **असाध्य ते साध्य करितां सायास ।**
कारण अभ्यास तुका म्हणे ।। (तु. गा. २९८)

अर्थ : कठिण वाटणारी गोष्ट अभ्यासाने प्राप्त होते.

अमृत

ज्ञानदेव

१) **ना तरी अमृतरसास्वादनीं । रस सकळ ।। (ज्ञाने. १.२६)**

अर्थ : एका अमृताच्या सेवनाने सर्व रस सेवन केल्याप्रमाणे होते.

२) **कीं मृतही जीवित लाहे । अमृतसिद्धि ।। (ज्ञाने. १/७७)**

अर्थ : अमृतानेच मृताला जीवन लाभते.

३) **कीं अमृतासी मरण आहे । (ज्ञाने. २/१४)**

अर्थ : अमृताला मरण नसते.

४) **जैसा अमृताचा निर्झरू । प्रसवे जयाचा जठरू ।**
तया क्षुधेतृषेचा अडदरू । कहींचि नाहीं । (ज्ञाने. २/३३९)

अर्थ : ज्याच्या पोटात अमृताचा झरा उत्पन्न होतो त्याला तहान भुकेचा त्रास कधीच होत नाही.

५) **जो अमृतासी ठी ठेवी । तो जैसा कांजी न सेवी । (ज्ञाने. २/३६४)**

अर्थ : जो अमृतालाही नावे ठेवतो तो कांजी पीत नाही.

६) **जैसी अमृताची चवी निवडिजे ।**
तरी अमृतासि सारिखी म्हणिजे ।। (ज्ञाने. ४/१८३)

अर्थ : अमृताची चव निवडू जाता ती अमृतासारखीच आहे, असे म्हणावे लागते.

७) **जे अमृतही परि नावडे । ऐसें सावियाचि आरोचकु जैं पडें ।**
तैं मरण आलें असे फुडें । जाणों ये कीं ।। (ज्ञाने. ४/१९७)

अर्थ : अमृताची चव आवडत नाही अशी स्वाभाविक स्थिती जेव्हा येते तेव्हा मरणाची वेळ आली, हे निश्चित जाणावे.

८) **अमृत नायके कानीं । म्यृत्युकथा (ज्ञाने. ५/९१)**

अर्थ : अमृताच्या कानावर म्यृत्यूची वार्ता येत नसते.

९) **अमृताचिया ताटीं वोगरू । ऐसी रससोय कैंची ।। (ज्ञाने. ९/९)**

अर्थ : अमृताच्या ताटात वाढायला योग्य पक्वान्न कोणते ?

१०) **हां गा अमृताआंत राहील । तया मरण कैंचे ।। (ज्ञाने. ९/४२५)**

अर्थ : अमृतात राहणाऱ्याला मरण नसते.

११) **अमृतातें केउतें रांधावे । (ज्ञाने. १०/१२)**

अर्थ : अमृताचे पक्वान्न करता येत नाही.

१२) **हां गा समुद्रु अमृताचा भरला । आणि अवसांत वरपडा जाहला ।**
मग कोणीही आथि वोसंडिता । बुडिजेल म्हणोनि ।। (ज्ञाने. ११/६२४)

अर्थ : अमृताने भरलेल्या समुद्राजवळ कोणी अचानक आले तर आपण त्यात बुडून जाऊ म्हणून कोणी त्याचा त्याग करीत नाही.

१३) **सेविली अमृतसरिता । रोग दवडूनि पंडुसुता ।**
अमरपण उचिता । देऊनि घाली ।। (ज्ञाने. १५/५८३)

अर्थ : अमृताच्या नदीचे प्राशन केल्यावर रोग नाहीसा करून ती अमरता देते.

१४) **नातरी अमृत जयापरी । घेतलिया मरण वारी । (ज्ञाने. १७/११५)**

अर्थ : अमृत प्राशन केले असता मरण टळते.

१५) **जोडे अमृताची सुरसरी । तैं प्राणांतें अमर करी ।**
स्नानें पाप ताप वारी । गोडी ही दे ।। (ज्ञाने. १७/२१९)

अर्थ : अमृताची गंगा मिळाली तर अमरता येते. स्नानाने पाप, ताप नाहीसे होतात आणि पिणाऱ्याला गोडीही प्राप्त होते.

१६) आइकतां रुचि न विटे । पीयुषीं जैसी ।। (ज्ञाने. १७/२२०)

अर्थ : अमृताच्या सेवनाचा कधी वीट येत नाही.

१७) अमृतसिंधु खोलु । उथळु कायसा ।। (ज्ञाने. १८/१६७८)

अर्थ : अमृताचा सागर खोल की, उथळ याची चर्चा व्यर्थ होय.

१८) वरी थोडेचि अमृत घेतां । सर्वस्व वेंचों कां पंडुसुता ।
जेणें जोडे जीविता । अक्षयत्व ।। (ज्ञाने. १८/९४६)

अर्थ : जीवाला अमरपणा प्राप्त करून देणारे थोडे अमृत मिळविण्यासाठी सर्वस्व खर्च झाले तरी चालते.

अविश्वास

एकनाथ

१) सकळ दोषांचा राजा ।
अविश्वासाहूनि नाहीं दुजा । (एक. भा. २३/३१४)

अर्थ : अविश्वास हा सर्व दोषांचा राजा आहे.

२) अविश्वासा घरीं । विकल्प नांदे निरंतरी । (एक. गा. ३२१५)

अर्थ : अविश्वासाच्या ठिकाणी निरंतर संशय नांदत असतो.

३) सकळ दोषांचा राजा । अविश्वास तो सहजा । (एक. गा. ३२१५)

अर्थ : अविश्वास ही सहज प्रवृत्ती असून तो सर्व दोषांचा राजा आहे.

४) सदा पोटीं जो अविश्वासासी ।
तोचि देखें गुणदोषांसी । (एक. गा. ३२१७)

अर्थ : ज्याच्या मनांत सदैव अविश्वास असतो तोच दुसऱ्याचे गुणदोष पाहू शकतो.

अहंकार

ज्ञानदेव

१) अहंकारलोपीं अवधारीं । द्वैत जाय ।। (ज्ञाने. ११/६९४)

अर्थ : अहंकाराचा नाश झाल्यावर द्वैत संपून जाते.

२) नवल अहंकाराची गोठी । विशेषें न लगे अज्ञानापाठीं ।
सज्ञानाचे झोंबे कंठीं । नाना संकटीं नाचवी ।। (ज्ञाने. १३/८२)

अर्थ : अहंकाराचे नवल असे आहे की, तो अज्ञानी माणसाच्या मागे लागत नसून ज्ञानी माणसाच्या मानगुटीवर बसतो आणि त्याला अनेक संकटात पाडून नाचवतो.

३) तैसा चित्तीं अहंते ठावो । आणि जिभे सकळ शास्त्रांचा सरावो ।
ऐसेनि कोडी एक जन्म जावो । परी न पविजे मातें ।। (ज्ञाने. १५/३९६)

अर्थ : मनात अहंकाराची वस्ती असेल आणि जिभेवर सर्व शास्त्रे नाचत असतील तरी अनंत काळ जाऊनही परमेश्वराची भेट होत नाही.

४) **तेवीं बुद्धिमंतीं देहीं । अहंता सांडूनि पाही ।**
सांडिजे अशेषही । संसारजात ।। (ज्ञाने. १६.१३४)

अर्थ : विचारी माणसाने देहाच्या ठिकाणी असलेला अहंकार सोडला की, सारा संसार सोडला असे होते.

५) **जो न मोकली मारुनी । जीवों नेदी उपजवोनी ।। (ज्ञाने. १८/१०५१)**

अर्थ : अहंकार माणसाला मारूनही टाकत नाही आणि जगूही देत नाही.

६) **विवेकद्वेषें अहंकारु । पोषूनि तैसा ।। (ज्ञाने. १८/१२७८)**

अर्थ : विवेकाचा त्याग करणारा अहंकार पोसतो.

७) **मी नाही तेथें काय उरला । (ज्ञा. सा. चि. गा. २८८)**

अर्थ : अहंकार संपला की, काहीच उरत नाही.

८) **एकचि मीपणें नागविलें घर । (ज्ञा. सा. चि. गा. २९२)**

अर्थ : एका अहंकारामुळे संसाराचा नाश होतो.

नामदेव

१) **मी म्हणतां अहंता होईल पूर्णता । (ना. गा. ६२७)**

अर्थ : ''मीपणाचा' उच्चार केल्याने फक्त अहंकार वाढतो.

२) **मी म्हणता अहंता वाढे हें सर्वथा । (ना. गा. ६३६)**

अर्थ : मी मी म्हणत असताना केवळ अहंकार वाढतो.

३) **मी तू पण जव दंभ गेला नाहीं । (ना. गा. १०५९)**

अर्थ : मनातून मी तू पणाचा दंभ गेला नाही तोपर्यंत परमेश्वर भेटणार नाही.

४) **अहंभाव देहीं प्रपंचाचे दृष्टी । (ना. गा. १०५९)**

अर्थ : मनात अहंकार असून दृष्टी प्रपंचात आहे तोपर्यंत परमेश्वर भेटत नाही.

एकनाथ

१) **नि:शेष सांडिजे मीपण ।**
याचि नांव हृदयस्था शरण ।। (एक. भा. ३/८६३)

अर्थ : मीपणा सर्वस्वी सोडून देणे म्हणजेच हृदयस्थाला (परमेश्वराला) शरण जाणे.

२) **ज्याच्या अंगी देहाभिमान ।**
त्यासी भक्तपण कदा न घडे ।। (एक. भा. ५/३०)

अर्थ : ज्याच्या अंगी अहंकार असतो तो भक्त होऊ शकत नाही.

३) **गर्वादि ज्वरित मुखें**
गोडपणी कडू ठाके ।। (एक भा. ५/२९१)

अर्थ : गर्वादी ज्वरामुळे गोड पदार्थही मुखाला कडू लागतात.

४) **ज्यांचे पोटीं दृढ अभिमान ।**
ते सदा वांछिती सन्मान ।। (एक. भा. १०/१५७, गा. १५९९/५)

अर्थ : ज्यांच्या पोटात मोठा अभिमान असतो ते सदा इतरांकडून सन्मानाची इच्छा करतात.

५) **जेणें घेतला सन्मान । त्यासी नेघवे अपमान ।। (एक. भा. १०/१५८)**

अर्थ : ज्याने मानसन्मान घेतलेला असतो त्याला अपमान सहन होत नाही.

६) **उद्धवा ज्ञानाभिमान ।**
सर्वां अभिमानांमाजी कठिण ।। (एक. भा. १०/१६५)

अर्थ : उद्धवा ! सर्व अभिमानात ज्ञानाचा गर्व फार मोठा असतो.

७) **मत्सराची जाती कैशी ।**
अवश्य बसे ज्ञात्यापाशीं ।। (एक. भा. १०/१७२)

अर्थ : ज्ञानी लोकांजवळच गर्वाचे ठाणे असते.

८) **एवं अहं आणि ममता ।**
हेचि मोहाची मातापिता ।। (एक. भा. ११/८५)

अर्थ : मीपणा आणि ममता ही मोहाची मातापिता आहेत.

९) **सर्व सांडावा अभिमान ।**
हें मुख्य लक्षण त्यागाचें ।। (एक. भा. १२/२४०)

अर्थ : अभिमानाचा सर्वस्वी त्याग करणे हेच त्यागाचे मुख्य लक्षण आहे.

१०) **अभिमानाची जाती कैशी ।**
अधिक खवळे सज्ञानापाशीं ।। (एक. भा. २८/६३)

अर्थ : अभिमानाची जातच अशी आहे की, तो पंडिताजवळ अधिक खवळतो.

११) **जंव जंव शब्दाचा अभिमान ।**
तंव तंव दूरी ब्रह्मज्ञान ।। (एक. भा. २८/५४०)

अर्थ : जो जे शब्दांचा (ज्ञानाचा) अभिमान वाढतो, तो तो ब्रह्मज्ञान दूर जाते.

१२) **अभिमानाऐसा वैरी ।**
आन नाहीं संसारीं ।। (एक. भा. २९/९२)

अर्थ : जगात अभिमानासारखा दुसरा शत्रू नाही.

१३) **जंव जंव ज्ञाता निरहंकार ।**
तंव तंव ज्ञानासी वीर्य थोर ।। (एक. भा. २९/८३०)

अर्थ : जस जसा ज्ञाता अहंकारविरहित होईल तस तसे त्याच्या ज्ञानाचे तेज वाढेल.

१४) **अहंकारू मुख्य वैरी । (भा. रा. बाल. ९/९०)**

अर्थ : अहंकार हा प्रमुख वैरी आहे.

१५) **ज्ञानार्थ ज्याचां मानसीं ।**
क्रोध त्या पाखीं चाविरा ।। (भा. रा. बाल. १६/९६)

अर्थ : ज्याच्या मनांत ज्ञानाचा गर्व असतो त्याचा क्रोधही चावरा असतो, अनावर असतो.

१६) **जेथें गर्व आणि अभिमान ।**
तेथें अवश्य ये अपमान ।। (भा. रा. बाल. १८/१२०)

अर्थ : जिथे गर्व आणि अभिमान असतो त्याच्याजवळ अपमानही असतो.

१७) **जेथवरी मानाभिमान । ज्यासी ज्ञानगर्व गहन ।**
त्यासीं न भेटें रामचरण । प्रत्यक्ष प्रमाण मज घडलें ।। (भा. रा. अयो. ११/५१)

अर्थ : जोपर्यंत मान, अभिमान, ज्ञानगर्व मनात असतो तोपर्यंत रामचरणांचे दर्शन होत नाही.

१८) **जंव जंव शास्त्राची व्युत्पत्ती ।**
तंव तंव अभिमानाची वस्ती ।। (भा. रा. सुंदर. १/१०७)

अर्थ : जोपर्यंत पांडित्य असते तोपर्यंत अभिमान असतो.

१९) **ध्यानगर्व ज्याचें ठाईं । ज्ञानगर्व जो उताणा पाही ।**
विद्यागर्वे मुसमुस देहीं । तो नर पाही अध:पाती ।। (भा. रा. सुंदर २१/४९)

अर्थ : तपाचा, ज्ञानाचा, विद्येचा ज्याला गर्व असतो तो अध:पाताला जातो.

२०) **अभिमान बैसला ज्याचें माथा ।**
तें तें बुडाले तत्त्वतां ।। (भा. रा. सुंदर ४०/३९)

अर्थ : ज्यांच्या ज्यांच्या डोक्यावर अभिमान बसलेला असतो त्यांचा त्यांचा नाश होतो.

२१) **तोचि विजयी संग्रामांतु ।**
जो करी घातु अहंममतेचा ।। (भा. रा. युद्ध ३१/१२४)

अर्थ : जो अहंकाराच्या प्रेमाचा त्याग करतो तोच रणांगणांत विजयी होतो.

२२) **विवेकाआड गर्वमदू । (रु. स्व. २/४३)**

अर्थ : अहंकार विचारांच्या आड येतो.

२३) **जो जग मानी अज्ञान । तेथें मी एकचि सज्ञान ।**
तो कूटयोगी संपूर्ण । कल्पांतींही जाण नपवे मातें ।। (एक. आठ ग्रं. च. भा. २९८)

अर्थ : साऱ्या जगाला अडाणी समजणारा आणि स्वत:लाच फक्त शहाणा मानणारा तो दंभाचारी होय. त्याला माझे कदापी दर्शन होत नाही.

२४) **जेथ अभिमान समूळ तुटे ।**
तेथ चिन्मात्र पहांट फुटे ।। (एक. आठ ग्रं. स्वा. २/६२)

अर्थ : अहंकाराचा समूळ नाश झाला की, चैतन्याची पहाट होते.

२५) **ज्याचे पोटीं दृढ अभिमान ।**
तो सदा इच्छी सन्मान । (ए. गा. १५९९ ए. भा. १०/१५७)

अर्थ : ज्याच्या मनात दृढ अभिमान असतो तो सदैव मानसन्मानाची इच्छा करीत असतो.

रामदास

१) **अभिमानें उठे मत्सर । मत्सरें ये तिरस्कार । (दास. १.१.२३)**

अर्थ : अभिमानाने मत्सर निर्माण होतो आणि मत्सराने तिरस्कार येतो.

२) **देह मी वाटे ज्या नरा । तो जाणावा आत्महत्यारा । (दास ५.६.५५)**

अर्थ : देह म्हणजे मी असे ज्याला वाटते तो आत्मघातकी होय.

३) **मीपणें भक्ति मावळे । (दास. ७.७.४६)**

अर्थ : अहंकाराने भक्ती नष्ट होते.

४) **मीपणे मीत्री तुटे । (दास. ७.७.४८)**

अर्थ : अहंकाराने मैत्री तुटते.

५) **मीपण गेलियां निर्गुण । आत्मा स्वयें ।। (दास. ६.३.२९)**

अर्थ : मीपण नष्ट झाले म्हणजे स्वत:च निर्गुण आत्मा होतो.

६) मी थोर वाटे मनीं । तो नव्हे ब्रह्मज्ञानीं । (दास ६.७.२५)

अर्थ : आपण श्रेष्ठ आहोत असा विचार ज्याच्या मनात असतो तो ब्रह्मज्ञानी नव्हे.

७) म्हणौनि देहबुद्धि हे झडे । तरीच परमार्थ घडे । (दास ७.२.३९)

अर्थ : देहबुद्धी म्हणजे अहंकार नष्ट झाला तरच परमार्थ घडतो.

८) मी पणापासून सुटला । तोचि येक मुक्त जाला ।। (दास ७.६.५४)

अर्थ : जो मी पणापासून सुटतो तोच मुक्त होतो.

९) म्हणौनि मीपणा सांडून राहे । तो चि समाधानी । (दास. ७.७.५०)

अर्थ : जो अहंकार सोडून वागतो तोच समाधानी होय.

१०) मदें सर्वही नीतिधर्म बुडाला । (रा.क. खं. १ युद्ध १/४४)

अर्थ : अहंकाराच्या धुंदीने नीतीधर्म बुडतो.

११) पदें भोगितां त्या मदें बाधिजेतें । (रा. क. १ युद्ध ११.६७)

अर्थ : विविध प्रकारची अधिकाराची पदे भोगताना येणाऱ्या मदाचा लोकांना त्रास होतो.

१२) अभिमान तुजपासी जागतो । तुझे कोण मानूं पाहातो । (रा.क.२ एकवीससमासी १७/७३)

अर्थ : मनात अहंकार असेल तर आपणाला कोणी मान देत नाही.

१३) जे स्थळीं अभिमान जागे । जन्म म्यृत्य पाठीं लागे । (रा. क. २, एकवीससमासी २०/५२)

अर्थ : ज्या वेळी अहंकार जागा होतो त्या वेळी जन्ममृत्यूचे फेरे मागे लागतात.

१४) अहंभाव ज्या मानसीचा विरेना । तया ज्ञान हें अन्न पोटीं जिरेना । (म. श्लो. १५९)

अर्थ : ज्याच्या मनातला अहंभाव कमी होत नाही त्याला ज्ञानभोजन पचत नाही.

१५) अहंतागुणें सर्वही दु:ख होतें । (म. श्लो. १६१)

अर्थ : अहंकारामुळे सर्व दु:खे येतात.

१६) अहंतागुणे नीति सांडि विवेकी । (म. श्लो. १६२)

अर्थ : अहंकारामुळे माणूस अनीतीने वागतो.

१७) देहेबुद्धिचा निश्चयो ज्या ढळेना । तया ज्ञान कल्पांतकाळी कळेना । (म.श्लो. १९१)

अर्थ : ज्याचा अहंकार कमी होत नाही त्याला कल्पांतीही ज्ञान कळत नाही.

तुकाराम

१) गर्व ताठा हें अज्ञान ।
मरण सवें वाहातसे ।। (तु. गा. १४९२)

अर्थ : अज्ञानी माणूस गर्व आणि ताठा यांच्या रुपाने मरणच जवळ बाळगत असतो.

२) मान दंभ चेष्टा ।
हें तो शूकराची विष्ठा ।। (तु. गा. १४८४)

अर्थ : मान, दंभ, चेष्टा या गोष्टी डुकराच्या विष्ठेप्रमाणे त्याज्य आहेत.

३) तुका म्हणे नाहीं निरसला देहे ।
तों अवघे हे संसारिक ।। (तु. गा. २३०५)

अर्थ : जोपर्यंत अहंकार विसरला जात नाही तोपर्यंत कोणी संत होत नाहीत. अहंकार असेपर्यंत सर्वजण

संसारीच असतात.

४) **अहंकार तो नासा भेद ।**
जगीं निंद्य ओवळा ।। (तु. गा. ३१९३)

अर्थ : जगात अहंकार हा अत्यंत निंद्य व अशुद्ध आहे. त्याच्यामुळे भेद वाढतात आणि सर्व गोष्टींचा नाश होतो.

५) **अभिमानरासि जयाचिये ठायीं ।**
तुका म्हणे तई देव दुरी ।। (तु. गा. ४५६३)

अर्थ : ज्याला अभिमानाने घेरलेले असते त्याच्यापासून परमेश्वर दूर असतो.

६) **देह नव्हे मी हें सरे ।**
उरला उरे विठ्ठल ।। (तु. गा. १२९५)

अर्थ : देह म्हणजे मी आहे हा अहंकार नाहीसा झाला की, जीव विठ्ठल रूपाने उरतो.

अज्ञान

एकनाथ

१) **भयाचें मूळ दृढ अज्ञान । (एक भा. २/४५७)**

अर्थ : अज्ञान हे भयाचे मूळ आहे.

२) **अज्ञानाचें मूळ माया । (एक. भा. २/४५९)**

अर्थ : माया ही अज्ञानाचे मूळ आहे.

३) **ज्ञानाचें जे ज्ञातेपण । तया नावची अज्ञान ।। (एक. भा. १२१२/२)**

अर्थ : एखाद्या गोष्टीचे आपल्याला ज्ञान आहे हे माहीत असणे हेच खरे अज्ञान हो.

रामदास

१) **जयासि नाहीं आत्मज्ञान । हें मुख्य बद्धाचे लक्षण । (दास. ५.७.१८)**

अर्थ : आत्मज्ञान नसणे हे बद्धाचे प्रमुख लक्षण होय.

२) **परमार्थविषई अज्ञान । प्रपंचाचे उदंड ज्ञान ।**
नेणे स्वयं समाधान । या नाव बद्ध ।। (दास. ५.७.३६)

अर्थ : ज्याल परमार्थाबद्दल अज्ञान आणि प्रपंचाचे उदंड ज्ञान असते, ज्याला समाधान ठाऊक नसते तो बद्ध होय.

३) **परमार्थाचा अनादर । प्रपंचाचा अत्यादर ।**
संसारभार जोजार । या नाव बद्ध ।। (दास. ५.७.३७)

अर्थ : परमार्थासंबंधी अनादर व प्रपंचाबद्दल अत्यंत आदर असून ज्याच्या माथ्यावर संसाराचे ओझे असते, तो बद्ध होय.

४) **मी कोण ऐसें नेणिजे । तया नाव अज्ञान बोलिजे । (दास ७.२.२२)**

अर्थ : मी कोण हे न समजणे याला अज्ञान म्हणतात.

५) **दुजेविण अविवेक । येणार नाहीं । (दास ८.९.४५)**

अर्थ : अविचाराने द्वैत दिसू लागले की, दु:ख निर्माण होते.

६) **अज्ञान म्हणिजे नेणणें । (दास २०.१.२३)**

अर्थ : अज्ञान म्हणजे न जाणणें.

७) **म्हणोनि जितुका भोळा भाव । तितुका अज्ञानाचा स्वभाव । (दास. २०९.११)**

अर्थ : जितका भोळा भाव असतो तो सारा अज्ञानाचा भाग होय.

८) **अज्ञानासी ज्ञान न माने । (दास. २०.९.१२)**

अर्थ : अज्ञानी माणसाला ज्ञान रुचत नाही.

तुकाराम

१) **अज्ञानाची भक्ति इच्छिती संपत्ती । (तु. गा. ४१०५)**

अर्थ : संपत्तीची इच्छा करणे हीच अज्ञानी माणसाची भक्ती होय.

२) **अज्ञानाची पूजा कामिक भावना । (तु. गा. ४१०५)**

अर्थ : फळावर डोळा ठेवून अज्ञानी माणसे देवपूजा करतात.

३) **अज्ञानाचें कर्म फळीं ठेवी मन । (तु. गा. ४१०५)**

अर्थ : फळाची इच्छा ठेवून अज्ञानी लोक कर्म करतात.

४) **अज्ञानाचें ज्ञान विषयावरी ध्यान । (तु. गा. ४१०५)**

अर्थ : विषयावर ध्यान असणे हेच अज्ञानीचे ज्ञान होय.

५) **अंधळ्यास काय हिरा ।**
गारांचि तो सारिखा ।। (तु. गा. ८३५)

अर्थ : आंधळ्याला हिरा आणि गार सारखेच वाटते.

६) **तांबियाचें नाणें न चलें खऱ्या मोले ।। (तु. गा. ४१०१)**

अर्थ : तांब्याचे नाणे (सोन्या-चांदीच्या) खऱ्या नाण्याप्रमाणे चालत नाही.

आकाश

ज्ञानदेव

१) **आयका आकाश गिंवसावें । तरी आणीक त्याहूनि थोर होआवें ।। (ज्ञाने. १/६९)**

अर्थ : आकाशाला गवसणी घालायची असेल तर आकाशाहून मोठे व्हायला पाहिजे.

२) **देखें आकाश आणि अवकाशा । भेदु नाहीं जैसा ।। (ज्ञाने. ५/३०)**

अर्थ : आकाश आणि पोकळी यात फरक नसतो.

३) **हां हो गगनासि गंवसणी । घालिजे केवीं ।। (ज्ञाने. ९/२०)**

अर्थ : आकाशाला गवसणी कशी घालायची ?

४) **न ठके गगना खेंव देणें । (ज्ञाने. ११/५९२)**

अर्थ : आकाशाला आलिंगन देणे शक्य नसते.

५) **गगनावरी उभवावें । घडे केवीं ।। (ज्ञाने. १०/१२)**

अर्थ : आकाशावर मांडव घालता येत नाही.

६) **कां गगनामाजीं पाईं । खोलिजतु असे ।। (ज्ञाने. १२/७१)**

अर्थ : आकाशात कोणी पायाने चालत नसते.

७) **तिही ऋतूं समान । जैसे कां गगन । (ज्ञाने. १२/२०२)**

अर्थ : तिन्ही ऋतूंमध्ये आकाश सारखेच असते.

८) **आकाशा न लगे । लेपु जैसा ।। (ज्ञाने. १२/२०७)**

अर्थ : आकाशाला कोणताही लेप लागत नाही.

९) **जगा एकुचि अवकाशु । आकाश जैसें ।। (ज्ञाने. १३/३५५)**

अर्थ : सर्व जगाला आकाश सारखीच जागा देते.

१०) **मेघरंगे न कांटे । व्योम जैसें ।। (ज्ञाने. १३/४७७)**

अर्थ : ढगांच्या रंगांचा आकाशावर परिणाम होत नाही.

११) **जातया अभ्रासवें । जैसें आकाश न धांवे । (ज्ञाने. १३/४८८)**

अर्थ : मेघांबरोबर आकाश धावत नसते.

१२) **कां आकाश न जळे जाळीं । वणवियाचा ।। (ज्ञाने. १३/४९७)**

अर्थ : वणव्याच्या जाळांनी आकाश जळत नाही.

१३) **अभ्र धांवें अंबरी । अंबर उगें ।। (ज्ञाने. १३/१०८०)**

अर्थ : ढग आकाशात धावत असले तरी, आकाश स्वस्थ असते.

१४) **कां वरिष आतप जैसें । जिणोनि शीतचि दिसे ।**
तेव्हा होय हिंव ऐसें । आकाश हें ।। (ज्ञाने. १४/१९७)

अर्थ : उन्हाळा, पावसाळा संपल्यावर थंडी सुरू होते, तेव्हा सर्व आकाशच थंड होते.

१५) **जैशा वातोर्मी गगने । गिळिजती अंती ।। (ज्ञाने. १४/४५)**

अर्थ : वाऱ्याच्या लाटा आकाश गिळून टाकते.

१६) **व्योम वारेनि न वचिजे । (ज्ञाने. १४/३३९)**

अर्थ : आकाश वाऱ्याने हालत नसते.

१७) **काय फुंकिलिया गगनें । जाइजेल गा ।। (ज्ञाने. १५/२२०)**

अर्थ : फुंकण्याने आकाश उडून जात नाही.

१८) **जैसिया सगंधा आकाशीं । वातलहरी ।। (ज्ञाने. १५/४३४)**

अर्थ : सुगंध घेऊन येणारा वारा आकाशात विरतो.

१९) **अभ्रचि जावें गगन तें । सिद्धचि कीं ।। (ज्ञाने. १५/४६५)**

अर्थ : आकाशातील ढग दूर गेले की, आकाश सिद्ध असते.

२०) **जैसी आधवांचि गगनीं । नांदते दिवोरात्री दोन्ही । (ज्ञाने. १५/४७२)**

अर्थ : सर्व आकाशात दिवस व रात्र ही दोनच असतात.

२१) **गगन जैसे आलिंगना । गगनाचिया ।। (ज्ञाने. १५/५६४)**

अर्थ : आकाशच आकाशाच्या आलिंगनास योग्य असते.

२२) **वसंतींही अंबरी । न होती पुष्पें ।। (ज्ञाने. १६/१२६)**

अर्थ : आकाशाला वसंतऋतूतही फुले येत नाहीत.

२३) **साद घातलिया आकाशा । नेदी प्रतिशब्दु जैसा ।। (ज्ञाने. १७/२७९)**

अर्थ : आकाशाकडे तोंड करून हाक मारली असता प्रतिध्वनी येत नाही.

२४) **नातरी चडकणा । गगन हाणितले अर्जुना ।। (ज्ञाने. १७/४१८)**

अर्थ : आकाशाला चापटी मारून उपयोग नसतो.

२५) **रातीं दिवो आकाशीं । जियापरी ।। (ज्ञाने. १८/३०७)**

अर्थ : रात्र आणि दिवस यांचा संबंध नसतानाही ते आकाशात दिसतात.

२६) **तोय तेज धूमु । ययां वायूसीं संगमु ।**
जालिया होय अभ्रागमु । व्योम तें नेणे ।। (ज्ञाने. १८/३०८)

अर्थ : पाणी, उष्णता व वाफ यांचा वाऱ्याबरोबर संयोग झाला की, ढग निर्माण होतात पण ते आकाशाला माहीत नसते.

२७) **कां विंधिलिया आकाश । (ज्ञाने. १८/६१४)**

अर्थ : बाणाने आकाशाला छेदणे व्यर्थ असते.

२८) **का आकाश उंचिया जिंके । आवडे तयातें ।। (ज्ञाने. १८/८६२)**

अर्थ : आकाश उंचीच्या बाबतीत कोणालाही जिंकते.

२९) **आकाशा येणें जाणें । आहे काई ।। (ज्ञाने. १८/९९०)**

अर्थ : आकाशाला येणे जाणे माहीत नसते.

३०) **आकाश आपणपें रिगें । (अमृ. ४/१९)**

अर्थ : आकाश स्वत:त शिरू शकत नाही.

आचार

ज्ञानदेव

१) **बाहेर युक्तीची मुद्रा पडे । तंव आंत सुख वाढे । (ज्ञाने. ६/३५३)**

अर्थ : बाह्येंद्रियांना नियमितपणाचे वळण लागले की, अंत:करणात सुख वाढते.

२) **अनियतासि सर्वथा । योग्यता नाहीं ।। (ज्ञाने. ६/३४४)**

अर्थ : अनियमित वागणाऱ्यास योग्यता मिळत नसते.

३) **नाना आचार गौरव । सुकुलीनाचें ।। (ज्ञाने. १३/१८०)**

अर्थ : आचारावरून कुलवंताचा मोठेपणा समजून येतो.

४) **अथवा संभ्रमाचिया आयती । स्नेहो जैसा ये व्यक्ति । (ज्ञाने. १३/१८१)**

अर्थ : समारंभातील आदरातिथ्यावरून स्नेह व्यक्त होतो.

५) **पूज्यता डोळा न देखावी । (ज्ञाने. १३/१८८)**

अर्थ : आपला श्रेष्ठपणा आपण आपल्या डोळ्यांनी पाहू नये.

६) **स्वकीर्ती कानीं नायकावी । (ज्ञाने. १३/१८८)**

अर्थ : आपली कीर्ती आपण आपल्या कानांनी ऐकू नये.

७) **पडिलाही प्राणसंकटीं । परि सुकृत न प्रकटी ।**
आंगे बोलें ।। (ज्ञाने. १३/२०३)

अर्थ : प्राणावर संकट येऊन पडले तरी आपले सत्कृत्य आपल्या मुखाने सांगू नये अथवा कृतीनेही प्रकट करू नये.

८) **तैसें स्वामीचिया मनोभावा । न चुकिजे हेचि परमसेवा । (ज्ञाने. १८/९१३)**

अर्थ : आपल्या मालकाच्या मनाप्रमाणे वागण्यास न चुकणे हीच परमसेवा होय.

९) **अधिकारिया रिगतां गांवो । होय जैसा उत्साहो । (ज्ञाने. १८/७९५)**

अर्थ : सरकारी अधिकारी गावात आला म्हणजे उत्सव सुरू होतो.

१०) **आणि प्रिय आलिया स्वभावें ।**
सबळ उरे वेचे ठाउवें नव्हे । (ज्ञाने. १८/५९१)

अर्थ : आवडणारे माणूस घरी आले असता त्याच्या आदरानिमित्त किती खर्च झाला आणि किती शिल्लक राहिले याचा विचार नसतो.

११) **तरी घरीं मातापितरां । धड बोली नाही संसारा ।**
येर विश्व भरी आदरा । मूर्खु जैसा ।। (ज्ञाने. १८/५९५)

अर्थ : मूर्ख माणूस घरी असलेल्या आई–वडिलांशी धड वागत नाही आणि जगातल्या माणसांसंबंधी तो आदर दाखवितो.

१२) **कां तुळशीचिया झाडा । दुरूनि न धापे सिंतोडा ।**
द्राक्षीचिया तरी बुडा । दूधचि लाविजे ।। (ज्ञाने. १८/५९६)

अर्थ : तुळशीच्या झाडाला दुरून एखादा शिंतोडाही न घालता द्राक्षाच्या वेलीला मात्र दूध घालणे हे अयोग्य होय.

१३) **आतां देहवाचाचित्तें । यथा संपन्नें वित्तें ।**
वैरी जालियाही आर्तातें । न वंचणें जें कां ।। (ज्ञाने. १६/८५)

अर्थ : संकटाने त्रासलेला आपला शत्रू जरी पुढे आला तरी काया, वाचा, मनाने आणि आपल्या शक्तीप्रमाणे त्याला काही द्यावे पण विन्मुख पाठवू नये.

१४) **नव्हे भणंगु दवडितां । भाणयावरूनी ।। (ज्ञाने. १८/७८५)**

अर्थ : भुकेल्या माणसाला वाढलेल्या पानावरून उठवू नये.

१५) **जो मोलें तीर्था जाये । तया मी यात्रा करितु आहें ।**
ऐसी श्लाघाचि नोहे । तोषु जीवीं ।। (ज्ञाने. १८/१६७)

अर्थ : जो मोलाने तीर्थ यात्रेला जातो त्याला मी तीर्थयात्रा करीत आहे, असे समाधान लाभत नाही.

१६) **पुरोहितु नाविष्कारे । दातेपण ।। (ज्ञाने. १८/१६९)**

अर्थ : यजमानाच्या जीवावर दानधर्म करणाऱ्या पुरोहिताला मी दाता आहे असा गर्व नसतो.

१७) **जो कांसे लागोनि तरे ।**
तया पोहती उर्मी नुरे । (ज्ञाने. १८/१६९)

अर्थ : जो दुसऱ्याच्या कासेला लागून तरतो त्याला मी पोहणारा आहे असा गर्व उरत नाही.

१८) **परी रंके अमृताचा सागरु ।**
देखिलिया पडे उचिताचा विसरु । (ज्ञाने. १६/२२)

अर्थ : गरीब माणसाने अमृताचा सागर पाहिला म्हणजे त्याचे आतिथ्य कसे करावे याचे त्याला भान राहत नाही.

१९) **मग विधीची वाफ चुकवी । आणि अन्यायाचें बीं वाफवी ।**
कुकर्माचा करवी । राबु जरी ।।
तरी तयाचिसारिखें । असंभाड पाप पिके ।
मग जन्मकोटी दुःखें । भोगी जीवु ।। (ज्ञाने. १३/३०-३१)

अर्थ : कर्तव्याची संधी दवडवून, अन्यायाचे बीज पेरून, कुकर्माची मेहनत केली तर जे बीज पेरतो त्याचेच अमाप पीक येते. आणि जीव कोट्यावधी जन्म दुःखे भोगतो. (जे पेरावे तेच उगवते)

२०) **कां सुकुळीनें आपुली । आत्मजा सत्कुळींचि दिधली । (ज्ञाने. १६/८३)**

अर्थ : कुलवंत गृहस्थाने आपली मुलगी चांगल्या कुळात द्यावी.

२१) **कानीं लागतां महूर । अर्थे विभांडी जिव्हार ।**
तें वाचा नव्हे सुंदर । लांवचि पां ।। (ज्ञाने. १६/१२२)

अर्थ : भाषण कानाला गोड वाटले तरी अंतःकरणाला घरे पाडणारे असेल तर ते भाषण सुंदर नसून जणू हडळच असते.

२२) **वांचूनि न विंधिजे वर्मीं । नातुडविजे अकर्मीं ।**
न बोलविजे नामीं । सदोषीं तिहीं ।। (ज्ञाने. १६/१५०)

अर्थ : कोणाच्या वर्मी लागेल असे बोलू नये. त्याच्या कुकर्मांचा पाढा वाचू नये. त्याच्या पापांचा उच्चार करू नये.

२३) **तैसीं बांधली सोडित । बुडालीं काढित ।**
सांकडी फेडित । आर्तांचिया ।। (ज्ञाने. १६/२०१)

अर्थ : अविद्येत बद्ध असलेल्यांना मुक्त करणे, संसारसागरात बुडणाऱ्यांना बाहेर काढणे आणि दुःखांनी घेरलेल्यांची दुःखे नाहीशी करणे हा शुद्धाचार होय.

२४) **म्हणौनि वाचेचा चौबारा । घातलिया धर्माचा पसारा ।**
धर्मुचि तो अधर्मु होय वीरा । तो दंभु जाणे ।। (ज्ञाने. १६/२२३)

अर्थ : आपण केलेल्या धर्मकार्याचा लोकांमध्ये जर सतत उच्चार केला तर तो धर्मच अधर्म होतो.

२५) **अंगहीन पडपे । जियापरी ।। (ज्ञाने. १७/२४६)**

अर्थ : कुरुपता झाकण्यासाठी शरीरशृंगार करतात.

२६) **तरी महंताचिया कोडी । घरा आलियाहीं वोढी ।**
मानू नेणतां अपरवडी । मुद्दल तुटे ।। (ज्ञाने. १७/३४७)

अर्थ : साधुसंत आपण होऊन प्रेमाने घरी आले असता त्यांचा आदर कसा करावा हे न समजल्यामुळे अनादर झाला असता पुण्यक्षय होतो.

२७) **कां सावावो ये भंगलिया । (ज्ञाने. १७/३९३)**

अर्थ : मनोधैर्य खचलेल्या माणसाला मदत केली असता त्याचे मनोधैर्य पुन्हा निर्माण होते.

२८) **तोंडी दंभ माया धंदा । शरण रिघें रे गोविंदा ।। (ज्ञा. सा. चि. गा. २५२)**

अर्थ : तोंडाने दंभाचाराचा उद्योग करणारे विठ्ठलभक्तीचा मार्ग चुकलेले असतात.

२९) **तोंडें जाले संन्यासु । भोगावरी धावे हव्यासु (ज्ञा. सा. चि. गा. २५२)**

अर्थ : मुखानें संन्याशाची भाषा बोलायची आणि भोगाकडे आधाशीपणे धावायचे हा योग्य आचार नव्हे.

३०) **ब्रह्मकर्मातें साधू जाती । वायां चुकली तुझी भक्ती । (ज्ञा. सा. चि. गा. २५२)**

अर्थ : कर्मकांडाच्या मार्गाने तुझी प्राप्ती करणे म्हणजे खऱ्या भक्तीला चुकणे होय.

नामदेव

१) **लोभियांचे घरी लटिकेचि उपवास । (ना. गा. ७६४)**

अर्थ : लोभी माणसाचा उपवास म्हणजे उपवासाचे ढोंग असते.

२) **सोंगाचे वैराग्य हें अनर्थ मूळ । (ना. गा. १०४६)**

अर्थ : खोटे वैराग्य हे अनर्थाचे मूळ आहे.

३) **कांचनिक भक्ति सर्वकाळ करी । बहुतांचे वैरी हित नेणें ।। (ना. गा. १०४९)**

अर्थ : सोन्यावर डोळा ठेवून जी माणसे भक्ती करतात ती अनेकांचे शत्रू होतात. त्यांना आपले हित समजत नाही.

४) **असंतोषी सदा अतितासी जाळी । सुकृताची होळी स्वयें केली ।। (ना. गा. १०४९)**

अर्थ : असंतुष्ट माणसे दारी आलेल्या अतिथीला शिविगाळ करतात आणि आपल्या पुण्याची होळी करतात.

५) **गोसावीपणाचा दाखविती वेष । नाही निजध्यास हरिनामीं ।। (ना. गा. १०५३)**

अर्थ : मनात हरिनामाचे प्रेम नसताना गोसाव्याचा वेष घेणे हा ढोंगीपणाचा आचार होय.

६) **विष्णुकथा ऐकें शिवासी जो निंदी । तयासी गोविंदी ठाव नाहीं ।। (ना. गा. १०५४)**

अर्थ : विष्णूच्या कथा ऐकायच्या आणि शिवाची निंदा करायची असा आचार करणाऱ्याला देवाजवळ स्थान नाही.

७) **डोई बोडून केली खोडी । काया नागविली बापुडी ।। (ना. गा. १०५५)**

अर्थ : डोक्याचे मुंडन करून शरीर विद्रूप केले म्हणजे संन्यास म्हणता येत नाही.

८) **नामा म्हणे वेष पालटे । परि अंतरीचे ओशाळ न तुटे ।। (ना. गा. १०५५)**

अर्थ : वेष बदलून मनाची खंत तुटत नसेल तर तो मिथ्याचार होय.

९) **दावी जडी बुट्टी जारण मारण । नागवे हिंडणे काय काय ।। (ना. गा. १०५८)**

अर्थ : जडी बुट्टी करणे, जादुटोणा करणे, नग्न हिंडणे याने परमेश्वर प्राप्ती होत नाही.

१०) **मुखीं नाम हातीं टाळी । दया नुपजे कोणें काळीं ।। (ना. गा. १०६१)**

अर्थ : मुखात देवाचे नाव आणि हाताने टाळी वाजवून दया निर्माण होत नसेल तर या आचाराचा उपयोग नाही.

११) **हरिदास म्हणोनि हलवि मान । कवडीसाठी घेतो प्राण । (ना. गा. १०६१)**

अर्थ : हरिदास म्हणवून घ्यायचे त्यासाठी मान डोलवायची आणि कवडीसाठी दुसऱ्याचा प्राण घ्यायचा हा दंभाचार होय.

१२) **संन्यासाची सोंगे आणिताती सांग ।**
परि वैराग्याचे अंग आणितां न ये ।। (ना. गा. १०६६)

अर्थ : संन्याशाचे सोंग आणता येईल पण त्यातून मनाचे खरे वैराग्य दाखविता येणार नाही.

१३) **नामा म्हणे कीर्तन करिताती सांग ।**
परि प्रेमाचे ते अंग आणितां न ये ।। (ना. गा. १०६६)

अर्थ : कीर्तन करणारे भेटतील पण त्यात भक्ती असेलच असे नाही.

१४) **बहुरुप्याचा नटा माथा भार जटा ।**
भस्म राख सोटा हाती दंड ।। (ना. गा. १०६८)

अर्थ : बहुरूपी नटाच्या डोक्यावर जटांचा भार असतो. अंगाला भस्म असते. हातात सोटा, दंड असतो पण

हरी सर्वत्र आहे हा विचार त्याच्या मनात नसतो.

१५) **काय करुनियां जप । चित्तिं नाहीं अनुताप ।। (ना. गा. १०६९)**

अर्थ : मनात पश्चात्ताप नसेल तर जप करण्याचा उपयोग नाही.

१६) **सावली पिळुनि कां घालिशी । (ना. गा. १०७८)**

अर्थ : सावळी पिळून नेसणे हे सोवळे होत नाही.

१७) **सुसरी संगे रहिवासु । बहुता जीवातें करी ग्रासू । (ना. गा. १०७८)**

अर्थ : सुसर गंगेत राहते पण तिथे ती अनेक जीवांचा घात करते.

एकनाथ

१) **परी समर्थांची आज्ञा । दासां न करवे अवज्ञा । (एक. भा. १.६६)**

अर्थ : धन्याच्या आज्ञेचे उल्लंघन दासाला करवत नाही.

२) **वनीं कोणी कोणा नागवी । (एक. भा. १/२११)**

अर्थ : वनात कोणीही कोणाला लुटते.

३) **का अशौचे आचरला कर्म । (एक. भा. १६/३०४)**

अर्थ : अमंगलपणे कर्माचरण करू नये.

४) **जेवी आपत्कांळबळें जाण । पडतां लंघनी लंघन ।**
तैं घेऊनि नीचाचे धान्य । वाचवितां प्राण दोष नाहीं ।। (एक. भा. २१/६०)

अर्थ : संकटकाळी उपवासावर उपवास पडू लागले तर नीचाचे धान्य घेऊन प्राणाचे रक्षण केले असता दोष लागत नाही.

५) **तें चि नीचाचें दान । अनापदीं घेतां जाण ।**
जनीं महादोष दारुण । (एक. भा. २१/६१)

अर्थ : आपत्काळ नसताना नीच माणसाचे दान घेतले असता मोठा दोष लागतो.

६) **समर्थासी असाक्षी भोजन । तें जाणावें अशुद्धान्न । (एक. भा. २१/१३१)**

अर्थ : श्रीमंत माणसाने पंक्तीला कोणी घेऊन बसले नाही तर ते अन्न अशुद्ध समजावे.

७) **जैसें बोलें तैसें करी । त्यातें वंदिजे हरहरी ।। (भा. रा. बा. ३/२०)**

अर्थ : जो बोलल्याप्रमाणे करतो त्याचे शिव-विष्णू पाय धरतात.

८) **केवळ रिक्ता हातीं । भेटो नये रायाप्रति ।**
देवालय रिक्त हस्तीं । साधुसंती न वजावें ।। (भा. रा. बा. १०/५६)

अर्थ : राजाच्या भेटीला, देवाच्या नमस्काराला आणि साधुसंतांना भेटायला जाताना रिकाम्या हाताने जाऊ नये.

९) **परवस्तु दान केवी द्यावी । (भा. रा. बा. १६/११८)**

अर्थ : दुसऱ्याची वस्तू दान म्हणून देणे योग्य नाही.

१०) **एक म्हणतांचि अरे । सवेचिं दुसरा म्हणे कां रे । (भा. रा. सुंदर ३२/११४)**

अर्थ : एकाने अरे म्हटले की, दुसरा कारे म्हणतो.

११) **एकाचिया अपकारता । करूं नये सकळांच्या घाता । (भा. रा. युद्ध ६/२)**

अर्थ : एकाच्या अपकारासाठी अनेकांचा घात करू नये.

१२) **धनालागीं नीच सेवन । उपसर्पण हीनाचें ।। (रू. स्व. १३/३१)**

अर्थ : धनाच्या लोभाने नीच माणसाच्या जवळ जाणे योग्य नाही.

१३) **वचना देती प्रतिवचन । तेणेंचि वचनें त्यांसी दूषण । (रु. स्व. १७/४)**

अर्थ : उत्तराला प्रत्यूत्तर देणे हे दूषणास्पद आहे.

१४) **जे पतिपुत्रा । आणि अतीता । भोजनीं न देखें भिन्नता ।। (एक. आठ. ग्रं. च. भा. १९१)**

अर्थ : जी स्त्री पती, पुत्र, अतीत यांच्या भोजनात समानता ठेवते तिला वैकुंठात जागा मिळते.

१५) **जे विषय कल्पूनि चित्तिं । नाना तपें आचरतीं ।**
त्यांसी नव्हे माझी प्राप्ती । जाण निश्चितीं कूटयोगी ते । (एक. आठ. ग्रं. च. भा. २९६)

अर्थ : मनात विषयाचा विचार ठेवून जे विविध तपें करतात त्यांना परमेश्वर प्राप्ती होत नाही. ते दंभाचारी होत.

१६) **ज्या कनककांता आवडे चित्ति। ज्यांसी लोकेषणेची आसक्ती ।**
त्यांसी नव्हे माझी प्राप्ती । ते जाण निश्चिती कूटयोगी ।। (एक आठ. ग्रं. च. भा. ३९६)

अर्थ : ज्यांच्या मनात स्त्रीची, धनाची इच्छा असते, लोकांच्याकडून मोठेपणाची अभिलाषा असते त्यांना माझे दर्शन होत नाही. ते दंभाचारी होत.

१७) **का स्तन्य सेवन अवस्था । सरलिया ते माता ।**
भजावीं कीं सर्वथा । दवडून दीजे ।। (एक आठ. ग्रं. स्वा. १८७)

अर्थ : बाळपणाची अवस्था संपली की, दूध पाजणाऱ्या आईची भक्ती करावी की, तिला हाकलून द्यावे?

१८) **कां बहुरुप्याच्या दिगंबरा । नाहीं थारा वैराग्या ।। (एक. भा. १०/५७०)**

अर्थ : बहुरूप्याच्या संन्यासात वैराग्याला थारा नसतो.

१९) **आतं एक बाह्य एक । या नांव मुख्य दांभिक । (एक. भा. २३/५३९)**

अर्थ : मनात एक आणि बाहेर दुसरे याला दांभिकपणा म्हणतात.

२०) **एका जनार्दनी सोंग । तेथें नाहीं पांडुरंग ।। (एक. गा. २६५६/५)**

अर्थ : जिथे खोटा आचार असतो तिथे पांडुरंगाची वस्ती नसते.

२१) **गोड बोलाची प्रकृती खोटी । (रु. स्व. ४/३६)**

अर्थ : गोड बोलणाऱ्यांचा स्वभाव खोटा असतो.

रामदास

१) **वर्तल्याविण बोलावे । ते शब्द मिथ्या ।। (दास १२.१०.३)**

अर्थ : वागल्याशिवाय बोलणे खोटे असते.

२) **झिजोन कीर्तीस उरवावें । नाना प्रकारे ।। (दास. १२.१०.१८)**

अर्थ : नाना प्रकारांनी लोकांसाठी झिजावे आणि कीर्ती उरवावी.

३) **बोलण्यासारिखें उत्तर येतें । (दास. १२.१०.२६)**

अर्थ : जसे बोलावे तसेच उत्तर येते.

४) **न्याये म्हणिजे तो शाश्वत । अन्याये म्हणिजे तो अशाश्वत । (दास. १५.१.२२)**

अर्थ : शाश्वतला न्याय म्हणतात अन्यायाला अशाश्वत म्हणतात.

५) **आचारविचारेंविण । जें जें करणें तो तो सीण । (दास १५.१.२४)**

अर्थ : आचार व विचार यांच्या शिवाय केलेली कामे त्रासदायक होतात.

६) **आधीं राखावा आचार । मग पाहावा विचार । (दास १७.१०.२५)**

अर्थ : प्रथम आचाराचे रक्षण करावे मग विचार पाहावा.

७) **अंतरी येक बाहेर येक । ऐसा जयाचा विवेक ।**
परलोकाचें सार्थक । कैसे घडे । (दास. १८.३.१०)

अर्थ : आत एक बाहेर एक अशी ज्याच्या विचाराची पद्धत असेल त्याला परलोक प्राप्त होत नाही.

८) **राखावीं बहुतांचीं अंतरें । भाग्य येतें तदनंतरें । (दास १९.३.१८)**

अर्थ : प्रथम खूप लोकांना प्रसन्न केल्यावर मग भाग्य उजळते.

९) **झिजल्यावांचुनी कीर्ति कैंची । (दास. १९.३.२४)**

अर्थ : लोकांसाठी कष्ट केल्याशिवाय कीर्ती मिळत नाही.

१०) **अंतरासी लागेल ढका । ऐसी वर्तणूक करूं नका । (दास १९.४.१९)**

अर्थ : कोणाचे अंत:करण दुखवेल अशी वर्तणूक करू नये.

११) **जेथे बळावला अविवेक । तेथें राहणें खोटें । (दास १९.७.२३)**

अर्थ : जिथे अविचार माजलेला असतो तिथे राहणे योग्य नसते.

१२) **जितुकें कांही आपणास ठावें । तितुकें हळुहळु सिकवावें ।**
शाहाणे करून सोडावे । बहुत जन ।। (दास. १९.१०.१४)

अर्थ : जे आपणाला माहीत आहे ते लोकांनाही हळूहळू सांगून त्यांना शहाणे करावे.

१३) **कीर्ति पाहतां सुख नाहीं । सुख पाहतां कीर्ति नाहीं । (दास. १९.१०.२५)**

अर्थ : कीर्ती मिळवायला गेले तर सुख मिळत नाही आणि सुख सांभाळायला गेले तर कीर्ती लाभत नाही.

१४) **संसार मुळींच नासका । विवेके करावा नेटका ।**
नेटका करितां फिका । होत जातो । (दास. १९.१०.२८)

अर्थ : संसार हा मुळीच नासका आहे. तो विचाराने व्यवस्थित करावा लागतो. तो नीट केला तर अगोड होत जातो.

१५) **तैसे सज्जनाचे संगती । विषई सज्जन म्हणविती । (दास. ५.३.६५)**

अर्थ : सज्जनांच्या संगतीत राहून कामुक माणूस आपणाला सज्जन म्हणविण्याचे ढोंग करतो.

१६) **हाती द्रव्याची जपमाळ । कांताध्यान सर्वकाळ ।**
सत्संगाचा दुष्काळ । या नाव बद्ध ।। (दास. ५.७.३९)

अर्थ : सदासर्वकाळ द्रव्याचा हव्यास, स्त्रीचे ध्यान आणि संतसंगतीचा अभाव ही बद्धाची लक्षणे होत.

१७) **जना नाहीं मान्य तो सर्व अमान्य । (रा.क. १ ओव्या शत ३/८६)**

अर्थ : जो लोकांना मान्य नसतो तो कोणालाच मान्य होत नाही.

१८) **घ्यावें द्यावें चि उसीणें । (रा. क. १. स्फु. प्र. ४०/१९, दा. १२.२.२१)**

अर्थ : गृहस्थाश्रमात उसणे घ्यावे आणि द्यावे लागते.

१९) **आरे कांरे आहो कांहो । (रा. क. १ स्फु. प्र. ४०/२०)**

अर्थ : आपण अरे म्हटले तर लोक कारे म्हणतात. आणि आपणच अहो म्हटले तर लोकही काहो म्हणतात.

२०) **बऱ्यानें बरवें होतें । (रा. क. १ स्फु. प्र. ४०/२१)**

अर्थ : आपण चांगले काम केले तर फलही चांगले मिळते.

२१) **वरी चांगले अंतरीं गोड आहे ।**
तयालागि कोण्ही तरी शोधिताहे । (करुणा धा. स. ५४/७)

अर्थ : अंतर्बाह्य गोड असणाऱ्या माणसाला कोणीतरी शोधीत असते.

२२) **गुण देखोनी अंगीकारावें ।**
अवगुण देखोनी आपुले त्यजावें । (स. ल. का. एकवीससमासी १२/४२)

अर्थ : इतरांचे गुण घ्यावे आणि आपले दोष टाकून द्यावे.

२३) **आपण करूनि दाखवावे । तरीच दुसऱ्यासी सांगावे । (स.ल.का. एकवीससमासी १७/६८)**

अर्थ : कोणतेही काम प्रथम स्वत: करून मग इतरांना सांगावे.

२४) **जैसें मुखें बोलणें तैसी क्रिया करणें ।**
तरी च श्लाघ्यवाणें रामदास्य ।। (स. पद. पू. ३३/४)

अर्थ : जसे बोलू तशी क्रिया केली तर रामभक्ती शोभून दिसते.

२५) **आचरावें तैसेंचि पावावें । (स. पद. उ. १७७/३)**

अर्थ : आपण जसे वागतो तसे फळ मिळते.

२६) **बऱ्यानें बरें चि होतें । (स. पद. उ. २३९/१)**

अर्थ : चांगल्या गोष्टीचा परिणाम चांगला होतो.

२७) **वाइटें वाईट येतें । (स. पद. उ. २३९/१)**

अर्थ : वाईट गोष्टींचा परिणाम वाईट होतो.

२८) **सुशब्दे माणुस जोडे । कुशब्दे अंतर मोडे । (स. पद. उ. २३९/३)**

अर्थ : गोड बोलण्याने माणसे जोडली जातात आणि कठोर शब्दांनी माणसे दूरावतात.

२९) **नाना निर्मळपण । शोभेना स्नानेंवीण । (स. पद. उ. २६५/२)**

अर्थ : स्नानाशिवाय निर्मळपणा शोभून दिसत नाही.

३०) **व्यर्थचि थोरपण वर्तल्यावीण । (स. पद. उ. २६७/१ स. गा. ३९९)**

अर्थ : कृतीशिवाय थोरपण व्यर्थ होय.

३१) **तैसी वृत्ति हें मलिन । होतां बुडे समाधान । (स. गा. २११/२)**

अर्थ : आचरण चांगले नसेल तर समाधान नष्ट होते.

३२) **मनाऐसी मिळणी प्रीति वाढते दुणी । (स. गा. १३५९/१)**

अर्थ : मनासारखी गोष्ट प्राप्त झाली तर प्रेम दुणावते.

३३) **जनीं निंद्य तें सर्व सोडूनि द्यावें (म. श्लो. २)**

अर्थ : लोकांनी जे निंद्य, त्याज्य म्हणून सांगितले आहे त्याचा त्याग करावा.

३४) **जनी वंद्य तें सर्त्त भावें करावें । (म. श्लो. २)**

अर्थ : लोकांनी जे चांगले म्हणून सांगितले आहे त्याचे मनापासून आचरण करावे.

३५) **सदाचार हा थोर सोडूं नये तो । (म. श्लो. ३)**

अर्थ : सदाचार कधीही सोडू नये.

३६) **मना वासना दुष्ट कामा नये रे । (म. श्लो. ४)**

अर्थ : मनात दुष्ट वासना धरू नये.

३७) **मना सर्वथा पापबुद्धी नको रे । (म. श्लो.४)**

अर्थ : मनात पापबुद्धी ठेऊ नये.

३८) **देहे त्यागितां कीर्ति मागें उरावी । (म. श्लो.८)**

अर्थ : आपण मेल्यानंतर लोक आपले गुणगान करतील अशी कामे करावी.

३९) **जनीं बोलण्यासारिखें आचरावें । (म. श्लो. ११५)**

अर्थ : लोकांमध्ये बोलण्याप्रमाणे वागावे.

४०) **वरी चांगले अंतरीं गोड नाही ।**
तया मानवाचे जिणे वेर्थ पांही । (करुणा धा. स. ५४/७)

अर्थ : वर चांगले आणि मनात गोडवा नसलेल्या माणसाचे जगणे खोटे असते.

४१) **माईकाची भक्ती उधारीची मुक्ति । (रा. क. १. स्फु. ओ. ४३.१, स. गा. ७९५)**

अर्थ : ढोंगी माणसाच्या भक्तीला मुक्ती मिळणे अवघड असते.

तुकाराम

१) **विष्णुमय जग वैष्णवांचा धर्म ।**
भेदाभेद भ्रम अमंगळ ।। (तु. गा. ४६)

अर्थ : सर्व जग विष्णुमय आहे, असे मानणे हाच वैष्णवांचा धर्म आहे. तिथे भेदाभेद मानणे अमंगळ होय.

२) **दया तिचें नांव भूतांचें पाळण । आणीक निर्दळण कंटकांचें ।। (तु. गा. २६४)**

अर्थ : प्राणिमात्रांचे पालन पोषण आणि कंटकांचे निर्दाळण हीच दया होय.

३) **अतीतासि गाळी । देवा नैवेद्यासी पोळी । (तु. गा. २७९)**

अर्थ : अतिथीला शिव्या द्यायच्या आणि देवाच्या नैवेद्याला पोळी करायची हा आचारधर्म नव्हे.

४) **संतांचा अतिक्रमण । देवपूजा तो अधर्म ।। (तु. गा. २७९)**

अर्थ : दारी आलेल्या संतांचा अपमान करून देवपूजा करणे हा अधर्म होय.

५) **भिक्षापात्र अवलंबणें । जळो जिणें लाजिरवाणें ।। (तु. गा. १४१०)**

अर्थ : भिक्षा मागत हिंडणे हे लाजिरवाणे जिणे होय.

६) **भुके नाहीं अन्न । मेल्यावरी पिंडदान । (तु. गा. २७१४)**

अर्थ : जिवंतपणी भूक लागली असता अन्न न देता मरण पावल्यावर पिंडदान करण्यात कोणता शहाणपणा?

७) **निर्वैर व्हावें सर्वभूतांसवें । (तु. गा. २३९८)**

अर्थ : कोणाशीही वैर धरू नये.

८) **खाटिक हा स्नेहवादें पशू पाळी ।**
कापावया नळी तया साठीं ।। (तु. गा. ९४)

अर्थ : खाटिक प्रेमाने पशू सांभाळतो पण त्याच्या मनात त्याला मारण्याचा हेतू असतो.

९) **नव्हे ब्रह्मचर्य बाईलेच्या त्यागें । (तु. गा. १३६७)**

अर्थ : बायकोचा त्याग केला म्हणजे ब्रह्मचर्याचे पालन होते असे नाही.

१०) **उपदेश तो जगा । आपण सोवळा इतका मांगा ।। (तु. गा. १४८३)**

अर्थ : आपण मांगा इतके सोवळे असून तो इतरांना उपदेश करतो.

११) **शुद्ध भावाविण । जो जो केला तो तो सीण ।। (तु. गा. १५०७)**

अर्थ : शुद्ध भावनेशिवाय जे जे केले जाते ते ते त्रासदायक होय.

१२) **तुका म्हणे सोंग पोटाचे उपाय । (तु. गा. १७१९)**

अर्थ : बाह्य सोंगे हे पोट भरण्याचे उपाय आहेत.

१३) **गाजराची पुंगी । तैसे नवे जाले जोगी ।। (तु. गा. २८५४)**

अर्थ : गाजरांच्या पुंगीप्रमाणे बाह्यवेषधारी ढोंगी, बैरागी झालले आहेत.

१४) **पत्रीं कुशळता भेटी अनादर (तु. गा. ३७२०)**

अर्थ : पत्रातून क्षेम-कुशल विचारायचे आणि प्रत्यक्ष भेट झाली की, अनादर दाखवायचा हे योग्य नसते.

१५) **भाव नाही काय मुद्रा वाणी । बैसे बगळा निश्चळ ध्यानीं ।। (तु. गा. १७६७)**

अर्थ : ज्याच्या मनात भाव नसतो त्याने ध्यान लावून बसू नये. त्याचे ध्यान बगळ्याप्रमाणे होत असते.

१६) **तुका म्हणे सुसर जळी । (तु. गा. २०३०)**

अर्थ : मनात पावित्र्य नसताना तीर्थात स्नान करून काही उपयोग नसतो. कारण सुसरी तर कायम तीर्थातच राहात असतात.

१७) **राख लावी गाढव । (तु. गा. २०३०)**

अर्थ : केवळ अंगाला राख फासण्यात काय उपयोग. कारण गाढवही अंगाला राख फासत असते.

१८) **काय उंदीर नाहीं धावी । (तु. गा. २०३०)**

अर्थ : नुसते गुहेत राहण्यात काय अर्थ उंदीरही बिळात राहतात.

१९) **अंतरी संसार भक्ति बाह्यात्कार ।**
म्हणोनी अंतर तुझ्या पायीं ।। (तु. गा. १८४४)

अर्थ : अंतरात संसाराची आसक्ती असली आणि भक्तीचा बाह्य आचार असला की, देवभेटीत अंतर पडते.

२०) **तुका म्हणे सोंग । दावी बाहेरील अंग ।। (तु. गा. २८५५)**

अर्थ : सोंगाने बहिरंग समजते. अंतरंगाचे ज्ञान होत नाही.

आरसा

ज्ञानदेव

१) **जैसा दर्पण मळहीनु । कहींच नसे ।। (ज्ञाने. ३/२६१)**

अर्थ : धुळीशिवाय आरसा असत नाही.

२) **कीं एकचि दिसे दुसरें । तें दर्पणाचेनि आधारें । (ज्ञाने. ४/४७)**

अर्थ : आरशाच्या आधाराने एकच वस्तू दोन दिसतात.

३) **कां पाहिजे तेंचि देखिजे । दर्पणाधारें ।। (ज्ञाने. ४/७४)**

अर्थ : आरशात जे पाहावे तेच त्याला दिसते.

४) **रजें आरिसा उजळी । (ज्ञाने. १३/४६५)**

अर्थ : धुळीने आरसा स्वच्छ करता येतो.

५) **परि दर्पणाचेनि आधारें । एकचि करून दूसरें ।**
मुख पाहाती गव्हारें । (ज्ञाने. १५/२६८)

अर्थ : आरशाच्या आधाराने मूर्ख लोक एका मुखाची दोन मुखे पाहतात.

६) **जैसा आरिसा आलिया जवळां । दिसे आपणपें आपला डोळा । (ज्ञाने. १५/४५१)**

अर्थ : आरसा जवळ आणल्यावर आपले स्वरूप आपल्याला दिसते.

७) **हे बहु असो आरिसा । आपणपें देखावया जैसा । (ज्ञाने. १६/१०२)**

अर्थ : आपले मुख आपल्याला दिसावे म्हणून आरसा स्वच्छ करतात.

८) **आरसेनवीण बिंबे । वदन कें पां । (ज्ञाने. १८/२६४)**

अर्थ : आरसा नसेल तर प्रतिबिंब कोठे पडेल ?

९) **आरिसा पुढां मांडलेया । कां लोकांचिया डोळयां ।**
मानु द्यावा पहावया । आपुले निकें ।। (ज्ञापे. १८/२८३)

अर्थ : आरसा पुढे असल्यावर आपले रूप पाहण्यासाठी इतरांच्या डोळ्यांना किंमत देऊ नये.

१०) **नाना आरिसा जंव उटिजे । तव आपणपणा आपण भेटिजे । (ज्ञाने. १८/३९८)**

अर्थ : आरसा जस जसा स्वच्छ करावा तसतसे आपले प्रतिबिंब आपल्याला अधिक स्वच्छ दिसते.

११) **आरिसा पाहो जातां कोडें । जैसें पाहातेंचि कां रिगे पुढें । (ज्ञाने. १८/५३६)**

अर्थ : कौतुकाने आरशात पाहिले असता पाहाणाराच समोर दिसतो.

१२) **पैं दर्पणातें दर्पणें । पाहिलिया होय न पाहणे ।। (ज्ञाने. १८/११७५)**

अर्थ : एका आरशाने दुसऱ्या आरशाला पाहणे म्हणजे कोणीच कोणाला न पाहणे होय.

१३) **आरिसाचिया देखिलया । गोमटें कीजे धनंजया ।**
तें तया नोहे आपणयां । लागीं जैसें ।। (ज्ञाने. १८/१३४७)

अर्थ : आरशात पाहण्यासाठी जे आरसा स्वच्छ करतात तेआरशासाठी नव्हे तर स्वत:साठी असते.

१४) **उटूनि दोन्ही आरसे । बोडविलीया सरिसे ।**
कोण कोणा पाहातसे । कल्पावें पां । (ज्ञाने. १८/१५९६)

अर्थ : दोन आरसे स्वच्छ करून समोरासमोर ठेवले असता कोण कोणाला पाहतो याची कल्पना करता येत नाही.

१५) **दर्पणावीण नयनें । नयनु का दिसे ।। (ज्ञाने. १८/१७०२)**

अर्थ : आरशाशिवाय डोळ्याला डोळा दिसत नाही.

१६) **आरसा दर्पणाचेनि त्यागें । प्रतिबिंब बिंबीं रिगे । (अमृ. १/६१)**

अर्थ : आरशाचा त्याग केला की, प्रतिबिंब मूळ बिंबाशी एकरूप होते.

१७) **आकाशाचा आरिसा । नुठे प्रतिबिंबाचा ठसा ।। (अमृ. २/४६)**

अर्थ : आकाशाच्या आरशात प्रतिबिंबाचा ठसा उठत नाही.

१८) **दर्पणेवीण डोळा । आपुले भेटीचा सोहळा ।। (अमृ. २/६८)**

अर्थ : आरशाशिवाय डोळा स्वत:च्या भेटीच्या आनंदाचा सोहळा घेऊ शकत नाही.

१९) **का दर्पणाचा निघाला । ऐक्यबोधु पहिला ।**
मुख भोगी आपुला । आपणपेंचि ।। (अमृ. ४/२)

अर्थ : आरसा बाजूला केला म्हणजे मुख आपल्या मूळच्या एकपणाची जाणीव आपण होऊन भोगते.

२०) **नाना मुखा मुख दाउनी । आरिसा जाय निगोनी ।। (अमृ. ५/२४)**

अर्थ : मुखाला मुख दाखवून आरसा परत फिरतो.

२१) **आरिसा न पाहतां मुख । स्वयें सन्मुख ना विन्मुख ।। (अमृ. ५/३८)**

अर्थ : आरशात तोंड पाहिले नाही तर तोंड समोर आहे की मागे आहे हे आपल्याला असे सांगता येत नाही.

२२) **आरिसा आपुलिये । आंगी आपण पाहे ।। (अमृ. ६/८९)**

अर्थ : आरसा आपले रूप आपल्या ठिकाणी पाहू शकत नाही.

एकनाथ

१) आरसां काय प्रतिबिंब असे ।
जो पाहे तोचि आभासे ।। (एक. भा. ३/५६)

अर्थ : आरशात प्रतिबिंब नसते, पण जो पाहतो त्याचे प्रतिबिंब आरशात असते.

२) आरशासी सहाणीं तोडिजे ।
तेणें स्वमुखा शुद्धत्व जोडिजे ।। (एक. भा. ३/३८५)

अर्थ : आरसा सहाणेवर घासून स्वच्छ केला म्हणजे आपलेच मुख स्वच्छ दिसते.

३) सुंदर आरिसा सुखरूप ।
सिमुरा दाविता अतिसंताप ।। (भा. रा. अरण्य १८/८३)

अर्थ : आरसा सुंदर असला तरी तो नकट्याला दाखविला तर त्याला राग येतो.

४) जेणें स्वरूपें आपण ।
तद्रूप बिंब दिसे जाण ।। (एक. गा. २४५५)

अर्थ : आपले रूप जसे असेल तसेच प्रतिबिंब दिसेल.

रामदास

१) दर्पणीं प्रतिबिंब दिसे। जैस्यास तैसें भासे । (दास ३.१०.१६)

अर्थ : आरशात प्रतिबिंब दिसते ते जसेच्या तसे असते.

२) पहा दर्पण खतेंलें ।
तेणें मुख आच्छादले ।। (स. गा. २११)

अर्थ : आरसा मळकट असेल तर मुख स्वच्छ दिसत नाही.

तुकाराम

१) दर्पणासी नखटें लाजे ।
शुद्ध खिजे देखोनि ।।१।। (तु. गा. ८३५)

अर्थ : नकटा माणूस आरसा पाहून लाजतो आणि आरसा स्वच्छ असला तरी तो त्याच्यावर चिडतो.

२) जालें दर्पणाचें अंग ।
ज्याचा त्यासी दावी रंग ।। (तु. गा. १३४०)

अर्थ : आरसा ज्याचा जसा भाव असेल तसा त्याला तो दाखवितो.

३) जैसें तैसें दावी आरसा ।
नकट्या कैसा पालटे ।। (तु. गा. २७०४)

अर्थ : जसे रूप असते तसेच प्रतिबिंब आरसा दाखवितो. पाहणाऱ्याचे नाक नकटे असेल तर आरसा त्यात बदल कसा करणार?

४) दर्पणीचें धन हातीं ना पदरीं । (तु. गा. ३७१९/३)

अर्थ : आरशातले धन हातात येत नसते आणि त्याचा काही उपयोगही होत नसतो.

५) दर्पणासी बुजे ।
नखटें तोंड पळवी लाजे ।। (तु. गा. ३८००)

अर्थ : नकटा माणूस आरसा पाहून लाजतो. तो आपले मुख लाजेने बाजूला वळवतो.

६) **दर्पण नावडे तया एका ।**
ठाव नाहीं ज्याच्या नाका ।। (तु. गा. ३९५९)

अर्थ : ज्याचे नाक नकटे असते त्याला आरसा आवडत नाही.

७) **निर्नासिका जैसा नावडे आरिसा । (तु.गा. ४१२५)**

अर्थ : नकट्याला आरसा आवडत नाही.

८) **दर्पण नावडे एका ।**
ठाव नाही ज्याच्या नाका ।। (तु. गा. ४१४५)

अर्थ : ज्याच्या नाकाचा पत्ता नसतो त्याला आरसा आवडत नाही.

आरोग्य

ज्ञानदेव

१) **परि निवटलियाचें जैसें । पोट न दुखे ।। (ज्ञाने. ८/१५२)**

अर्थ : मेलेल्या माणसाचे पोट दुखत नाही.

२) **एऱ्हवी वेधली दिठी कवळे । तें चांदणियातें म्हणे पिंवळें । (ज्ञाने. ९/१४१)**

अर्थ : कावीळ झाली असता चांदणेंही पिवळे वाटते.

३) **कां कवळातें डोळे । प्रकाशूनि पिवळें ।**
देखती तेंही कळे । तयांसीचि ।। (ज्ञाने. १४/१३१)

अर्थ : कावीळ झालेल्या माणसाचे डोळे काविळीने पिवळे होतात आणि मग तो जे जे पाहील ते ते त्याला पिवळे दिसते.

४) **नाना सांडिलेनि कवळे । चंद्रींचें धुपे पिंवळें । (ज्ञाने. १८/१३९३)**

अर्थ : कावीळ नाहिशी झाली की, चंद्राचा भासमान होणारा पिवळेपणा नाहीसा होतो.

५) **जंव कवळ आथि डोळां । तंव चंद्रु देखावा की पिंवळा ।। (ज्ञाने. १८/३८९)**

अर्थ : काविळीचा रोग आहे तो पर्यंत डोळ्यांना चंद्र पिवळा दिसणार.

६) **नातरी ज्वरें विटाळलें मुख । तें दुधातें म्हणे कडू विख । (ज्ञाने. ९/१४२)**

अर्थ : तापाने तोंड दूषित झाले असता ते दुधालाही कडू विष म्हणते.

७) **जैसा ज्वरू धातुगतु । अपथ्याचें मिष पहातु ।**
मग जालिया आंतु । बाहेरी व्यापी ।। (ज्ञाने. १३/८०)

अर्थ : शरीरातील धातूत असलेला ताप कुपथ्याची वाट पाहत असतो आणि कुपथ्य झाल्याबरोबर शरीर आतून बाहेरून व्यापून टाकतो.

८) **ज्वराचेनि आटोपें । रोगी भलतैसें जल्पे । (ज्ञाने. १६/३६४)**

अर्थ : ताप आलेला रोगी वाटेल तसे बरळतो.

९) **जया काळज्वरू आंगीं बाणे । तो शीतोष्णें जैशीं नेणे ।। (ज्ञाने. ४/२००)**

अर्थ : ज्याला काळज्वर झालेला असतो त्याला शीत-उष्ण कळत नाही.

१०) **काय ज्वरू जालिया निववी । पयादिक ।। (ज्ञाने. १७/११४)**

अर्थ : ताप आला असता दुधादि पदार्थाने तो जात नाही.

११) ते न मनी काळज्वरू । औषध जैसें ।। (ज्ञाने. १८/६०४)

अर्थ : काळज्वर औषधाला जुमानीत नाही.

१२) औषधाचेनि नांवे अमृतें । नवज्वरू जैसा आंबुथे । (ज्ञाने. १३/७२२)

अर्थ : नवज्वर झालेल्या माणसाला औषध म्हणून दूध दिले असता ताप वाढतो.

१३) पांडुरोगें आंग सुटलें । तें तयाची नांवे खुंटले । (ज्ञाने. १३/७४६)

अर्थ : पंडुरोगाने शरीराला आलेली सूज म्हणजे आयुष्य संपल्याची खूण होय.

१४) नायटेयां भेण । न मोडिजे नागांची आण । (ज्ञाने. १३/८००)

अर्थ : नायट्याच्या भीतीने नागांची शपथ मोडीत नाहीत.

१५) जें कोढियाचें खेव । (ज्ञाने. ८/१४८)

अर्थ : रक्तपिती माणसाची मिठी योग्य नसते.

१६) कुहिला हातीं खाये । कोढी जैसा ।। (ज्ञाने. १३/७०४)

अर्थ : कुष्टरोगी सडलेल्या हाताने खातो तरी त्याला त्याची किळस येत नाही.

१७) आंगा न रुसे कुष्टिया । मासियां कोपे ।। (ज्ञाने. १८/१३६)

अर्थ : कुष्टरोगी रोगावर न रागावता माशांवर रागावतो.

१८) महारोगी दिव्यौषधी । (ज्ञाने. १८/९५१)

अर्थ : महारोग्याने दिव्य औषधाला विसरू नये.

१९) धातयाही गेलिया शरण । त्रिदोषीं न चुके मरण । (ज्ञाने. १६/२५५)

अर्थ : त्रिदोषांचा (कफ, वात, पित्त) प्रकोप झाला असता ब्रह्मदेवाला शरण गेले तरी मरण चुकत नाही.

२०) त्रिदोषी सांडिले शरीर । (ज्ञाने. १६/४३९)

अर्थ : वात, पित्त व कफ हे त्रिदोष शरीरातून गेले म्हणजे आरोग्य वाढते.

२१) परी पहुरणीं जे दुहिलें । तैं ते गुरूं न दुभेचि व्याले ।। (ज्ञाने. १७/२४८)

अर्थ : गायीला पहुरणी नावाचा रोग झाला तर ती गाय व्याली तरी दूध देत नाही.

२२) तैसेचि नाना रोग । पडिघाती पुढां आंग ।
तंव आरोग्याचे उपेग । करूनि घाली ।। (ज्ञाने. १३/५८७)

अर्थ : अनेक प्रकारचे रोग होण्यापूर्वी आरोग्याचा उपयोग करून घेतला पाहिजे.

२३) ना तरी असाध्य देखोनि व्याधी । अमृतासम दिव्य औषधी ।
वैद्य सूची निरवधि । निदानींची ।। (ज्ञाने. २/८६)

अर्थ : असाध्य रोग आहे असे पाहून वैद्य अमृतासारख्या दिव्य औषधाची लगोलग योजना करतो.

२४) वैद्यु पथ्य वारूनि जाये । मग जरी आपणचि विष सुये ।
तरी रोगिया कैसेनि जिये । सांगे मज ।। (ज्ञाने. ३/८)

अर्थ : वैद्याने रोग्याला प्रथम पथ्य सांगितल्यावर मग त्यानेच जर विष दिले तर रोगी कसा जगणार?

२५) सद्वैद्यें जैसें दोषा । अंग लीना ।। (ज्ञाने. १६/४२)

अर्थ : उत्तम वैद्य अंगातल्या मुरलेल्या दोषांना स्पष्ट जाणतो.

२६) आपपरू न शोधी । सद्वैद्यु जैसा ।। (ज्ञाने. १६/१४१)

अर्थ : रोग दूर करण्यासाठी चांगला वैद्य आपपरभाव करीत नाही.

२७) जें औषध व्याधी अनोळख । तें घेतलिया परतें विख । (ज्ञाने. १८/१३२)

अर्थ : रोगाची परीक्षा न करता घेतलेले औषध औषध न होता विष होते.

२८) येर मुर्च्छनें नांव रोगी । विसांवा जैसा ।। (१८/२३०)

अर्थ : रोग्याला मूर्च्छा आली म्हणजे तो विसावा घेत आहे असे म्हणू नये.

२९) तरी सरोगु काय जाणे । निदान रोगाचें ।। (ज्ञाने. ११/९०)

अर्थ : रोगी माणूस रोगाचे निदान जाणू शकत नाही.

३०) नाना रोगिया जिभेपासी । केळे गोड साखरेसी । (ज्ञाने. १८/७९६)

अर्थ : रोगी माणसाच्या जिभेला प्रथम केळी व साखर गोड लागते.

३१) व्याधित्यागे कडुवाळें– । पण मुखाचें ।। (ज्ञाने. १८/१३९३)

अर्थ : रोग नष्ट झाला की तोंडाचा कडूपणा नाहीसा होतो.

३२) अहो विषमा जैं वोहट पडे । तैं मधुर ते मधुर आवडे ।
पैं रसायनें तैं गोडें । जेव्हा आरोग्य देहीं ।। (ज्ञाने. १०/१७०)

अर्थ : जेव्हा विषमज्वराला उतार पडतो तेव्हाच गोड पदार्थ गोड लागतात आणि ज्या वेळी आरोग्य उत्तम असते तेव्हाच औषध परिणामकारक आहे असे ठरते.

३३) जैसा रोगिया ज्वराहूनि उठिला । (ज्ञाने. ११/४२७)

अर्थ : रोगी आजारातून उठल्यावर त्याला खा खा सुटते.

३४) का जिव्हालंपट रोगिया । अन्ने दूषी धनंजया ।। (ज्ञाने. १८/१३६)

अर्थ : खादाड रोगी अन्नालाच नावे ठेवीत असतो.

३५) हां गा रोगु कायी रोगिया । (ज्ञाने. १८/१२९७)

अर्थ : रोग्याला रोग आवडत नसतो.

३६) व्याधि लागलिया माणुसा । नये भोग दांऊ जैसा । (ज्ञाने. १३/७१८)

अर्थ : रोगाने पछाडलेल्या माणसाला कोणतीही लालूच दाखवू नये.

३७) दिव्य औषधीची वार्ता ऐकोनिया कानीं व्याधी टाकी तनु । (ज्ञा. सा. चि. गा. २८१)

अर्थ : दिव्य औषधीची वार्ता ऐकून रोग बरा होत नाही.

नामदेव

१) रोग व्याधि पीडा जनांसी नसती । तरी कोण पुसती वैद्यालागी ।। (ना. गा. ७७०)

अर्थ : रोग, व्याधी, पीडा जर लोकांना नसत्या तर वैद्यांना कोण विचारणार?

२) रोगांमुळें पाहे वैद्याचें कारण । (ना. गा. १०८१)

अर्थ : निरनिराळे रोग आहेत म्हणून लोक वैद्याला बोलावतात.

३) सीतज्वरामुळें खावी नंदपुडी । (ना. गा. १०८१)

अर्थ : शीतज्वर झाल्यामुळे नंदपुडी (औषध) खावी लागते.

४) त्रिदोषिया मौन । (ना. गा. १०९३)

अर्थ : वात, पित्त व कफ यांनी ग्रासलेल्या रोग्याला मौन सांभाळायला सांगून उपयोग नसतो.

एकनाथ

१) **जेवीं ज्वरिताचें मुख ।**
दूध मानी कडू विख ।। (एक. भा. ५/५८, भा. रा. सुंदर ३७/१० युद्ध ४.१७)

अर्थ : ताप आलेला माणूस दुधाला कडू विषाप्रमाणे मानतो.

२) **तेवीं रोगु लागल्या माणसा ।**
दुःख दुर्दशा भोगित ।। (एक. भा. ८/१७५)

अर्थ : रोग झालेला माणूस दुःख, हाल भोगीत असतो.

३) **अल्पभोजन ।**
तें पथ्य जाण रोगियाचें ।। (एक. भा. ११/९४२)

अर्थ : मित आहार हेच रोग्याचे पथ्य समजावे.

४) **अल्पाहार या नाव पथ्य । (एक. भा. २५/३७१)**

अर्थ : कमी जेवणे यालाच पथ्य म्हणतात.

५) **पाहें पां जैसें दुग्ध चोख । ज्वरितामुखीं कडू विख ।। (एक. भा. २१/४१)**

अर्थ : ताप आलेल्या माणसाला दूध चांगले असले तरी कडू विषाप्रमाणे लागते.

६) **कानींची जेंणें जाय तिडिक । तेचि मुखीं घालितां देख ।**
होय अत्यंत बाधक । प्राणांतिक अतिबाधा ।। (एक. भा. २१.१७४)

अर्थ : कानदुःखी थांबवणारे औषध पोटात घेतले तर अत्यंत बाधक होते. त्याने प्राण जाण्याचाही प्रसंग येतो.

७) **गूळ गोड स्वभावता । परी तो न मने सर्पग्रस्ता । (भा. रा. युद्ध ६२/१३०)**

अर्थ : गूळ जातीनेच गोड असतो पण साप चावलेल्या माणसाला तो गोड लागत नाही.

८) **रोग गेलियाची लक्षणे ।**
रोगीं नेणे, वैद्य जाणें ।। (एक. आठ ग्र. च.भा. ६७४)

अर्थ : रोग नाहीसा झाला की नाही, हे रोग्याला समजत नाही ते वैद्याला समजते.

रामदास

१) **अंतरी रोग । वरी वरी उपचार । काय करी ।। (दास. १०.१०.५९)**

अर्थ : शरीरात रोग झाला असताना वरवरच्या उपायांचा उपयोग नसतो.

तुकाराम

१) **रोग्या विषतुल्य लागे हें मिष्टान्न । (तु. गा. ३०२)**

अर्थ : रोगी माणसाला पक्कान्न विषाप्रमाणे वाटते.

२) **अंगीं ज्वर तया नावडे साकर । (तु. गा. ३०५)**

अर्थ : ज्याच्या अंगात ताप असतो त्याला साखर आवडत नाही.

३) **निंबेविण व्याघ तुटो नये । (तु. गा. ८२०)**

अर्थ : कडूनिंबाचा रस घेतल्याशिवाय रोग दूर होत नाही.

४) **रोग भोगाचें अंतरी । (तु. गा. १२०९)**

अर्थ : भोगांमुळे रोग निर्माण होतात.

५) **पुढिलिया सुखें निंब देता भले । (तु. गा. २१४१)**

अर्थ : मुलांच्या सुखासाठी कडूनिंबाचे औषध देणे हिताचे असते.

६) **व्याधी पिडिला धांवे वैद्याचिया धरा । (तु. गा. २३८०)**

अर्थ : माणूस रोगाने पछाडला की, तो वैद्याकडे धाव घेतो.

७) **निंब घेते रोगीं कवणिया सुखें । हरावया दु:खें व्याधि पीडा ।। (तु. गा. २६८३)**

अर्थ : रोगी माणूस व्याधी-पीडा दूर व्हावी म्हणून निंबाचा रस घेतो.

८) **तुका म्हणे निंब दिलियावांचून ।**
अंतरींचा सीण कैसा जाय ।। (तु. गा. ३३७४)

अर्थ : कडूनिंबाच्या रसाचे औषध दिल्याशिवाय शरीरातला रोग नाहीसा होत नाही.

९) **धन्वंतरी रोगें आणिला उजेडा । (तु. गा. ३३८९)**

अर्थ : रोगांमुळे धन्वंतरी प्रसिद्धीला येतात.

१०) **वैद्यासी ते भीड मरण रोग्या । (तु. गा. ३५६५)**

अर्थ : वैद्याने रोग्याची भीड बाळगली तर रोग्याला मरण प्राप्त होते.

११) **ज्वरिलियापुढें वाढिली मिष्टान्नें । (तु. गा. २१६५)**

अर्थ : ताप आलेल्या माणसाला पक्वान्न वाढायचे नसते.
याच अर्थाची केवळ शब्दभेद असलेली बरीच सुवचने गाथ्यात आढळतात. ती सर्व पुन्हा दिल्याने द्विरुक्तीचा दोष येतो. तो दोष टाळण्यासाठी केवळ अभंगांचे क्रमांक पुढे देतो. अ.क्र. २२८९, ३९५९, ४१२५, ४१४५

आशा पाहा लोभ (पान नं.१९७)

आळस

रामदास

१) **आळसाचें संरक्षण । परमार्थाची बुडवण । (दास. ७.८.४९)**

अर्थ : आळस जोपासला की, परमार्थ बुडतो.

२) **आळसें आळस वाढला । (दास. ८.६.३२)**

अर्थ : आळसाने आळस वाढतो. (रामदासांनी आळसामुळे होणारे अनेक तोटे सुभाषितवजा वाक्यांनी याच समासात सांगितले आहेत. उदा. १) आळसे नव्हे पाठांतर । (८.६.३०) २) आळसे घडेना श्रवण। ३) आळसे नव्हे निरुपण । (८.६.३१)

३) **म्हणौन आळस नसावा । तरीच पाविजे वैभवा । (दास. ११.३.१३)**

अर्थ : आळस नसला तरच वैभव प्राप्त होते.

४) **आळसें कार्यभाग नासतो । (दास. १४.६.२७)**

अर्थ : आळसाने कामाचा नाश होतो.

५) **आळसें काम नासते । (दास १८.७.४)**

अर्थ : आळसाने कार्याचा नाश होतो.

६) **आळसें आळस केला । तरी मग कारबारचि बुडाला । (दास. १९.९.७)**

अर्थ : खूप आळस केला तर सर्व उद्योग नष्ट होतो.

७) **करंट्यास आळस आवडे । (दास. १९/३/४)**

अर्थ : अभागी माणसाला आळस आवडतो.

८) **निकामी (आळशी) तो दु:खप्रवाहीं । वाहात चि गेला । (दास. १९.३.२८)**

अर्थ : निकामी माणूस दु:खाच्या प्रवाहात वाहात जातो.

९) **बहु खेळ खोटा सदालस्य खोटा । (करुणा धा. स. ५४)**

अर्थ : सदैव खेळणे किंवा सदैव आळस हे वाईट होय.

१०) **आळस मोटा तो चि करंटा । (स. पद. पू. १७५)**

अर्थ : जो आळशी असतो तो दुर्भागी ठरतो.

११) **आळसें आळस दुणावला । (स. पद. पू. २३६)**

अर्थ : आळसाने आळस वाढतो.

१२) **आळसें सुखावला । तो तो कष्ट पावला । (स. पद. गि. प. १३१/२)**

अर्थ : आळसाचे ज्याला सुख वाटते, तो दु:खी होतो.

१३) **आळसीं घातघेणा तो । (रा.क. १ स्फु. प्र. १/३)**

अर्थ : आळशी माणूस आत्मघातकी असतो.

१४) **जेणें आळस केला तो आळसें बुडाला । (स. गा. ११८७/धृ)**

अर्थ : जो आळस करतो तो आळसानेच बुडतो.

१५) **आळसें आळस ये सुस्ती । (स. गा. ११८८/३)**

अर्थ : आळसाने आळस वाढतो.

१६) **आळसें विश्वास गेला । तेणे फजित पावला । (स. गा. १५२०/७)**

अर्थ : आळसावर विश्वास ठेवला की, माणसाची फजिती होते.

तुकाराम

१) **तुका म्हणे आळस ।**
तोचि कारणांचा नाश ।। (तु. गा. १६८२)

अर्थ : आळसामुळे कामाचा नाश होतो.

२) **अळसाची धाडी ।**
तुका म्हणे बहु नाडी ।। (तु. गा. ३२२२)

अर्थ : एकदा का आळसाची धाड अंगावर आली की, खूप गोष्टींचा नाश होतो.

इंद्रिये

ज्ञानदेव

१) **या विषयांवाचूनि कांहीं। आणीक सर्वथा रम्य नाहीं ।**
ऐसा स्वभावेचि पाहीं । इंद्रियांचा ।। (ज्ञाने. २/१२०)

अर्थ : विषयावाचून अन्य काही गोड न वाटणे हा इंद्रियांचा स्वभावच आहे.

२) **देखें इंद्रियांआधीन होईजे । तैं शीतोष्णांतें पाविजे ।**
आणि सुख दु:खीं आकळिजे । आपणपें ।। (ज्ञाने. २/११९)

अर्थ : जेव्हा आपण इंद्रियांच्या अधीन होतो तेव्हा शीतोष्णाचा अनुभव घ्यावा लागतो आणि मग आपण सुख-दु:खाच्या तडाख्यात सापडतो.

३) **जैसी कानाचे आधीं दृष्टी । उपेगा जाये ।। (ज्ञाने. ७/२०६)**

अर्थ : कानाच्या आधी दृष्टीला अर्थ दिसतो.

४) **पहा पां मालतीचे कळे । घ्राणासि कीर वाटले परिमळे ।**
परि वरचिली बरवा काइ डोळे । सुखिये नव्हती ।। (ज्ञाने. ७/२०८)

अर्थ : मालतीच्या कळया सुगंधामुळे नाकाला चांगल्या वाटतात परंतु बहिरंगाच्या सौंदर्याने डोळ्यांनाही सुख देतात.

५) **जैसा केरू फिटलिया आभाळीं । दिठी रिगे सूर्यमंडळीं । (ज्ञाने. ११/७४)**

अर्थ : आकाशातले ढग दूर झाल्यावर दृष्टी सूर्यमंडळ पाहू शकते.

६) **परि डोळ्यांवीण पाहलें । वायां जाय ।। (ज्ञाने. ११/९६)**

अर्थ : डोळ्यांशिवाय पाहणे व्यर्थ होय.

७) **शरीर जैसे अवयवां । तैसा नुबगे जीवां ।। (ज्ञाने. १२/१६७)**

अर्थ : शरीर अवयवांना कंटाळत नाही. त्याप्रमाणे आत्मैक्यभावाने तो जीवाचा तिटकारा करीत नाही.

८) **डोळ्यांची शोभा रातीं । पालटे जैसी ।। (ज्ञाने. १८/४९५)**

अर्थ : रात्री डोळ्यांचे तेज कमी होते.

९) **रूपाचा सुजाणु डोळा । वोडवूं ये कायि परिमळा । (ज्ञाने. १८/१४९५)**

अर्थ : रूप हा विषय डोळा चांगल्या प्रकारे जाणतो पण तो सुवास घेण्यास उपयोगी पडत नाही.

१०) **जात्यंधा लागे पिसे । मग तें सैरा धावे जैसें ।। (ज्ञाने. २/९३)**

अर्थ : जन्मांधाला वेड लागले म्हणजे तो सैरावैरा धावतो.

११) **जैसे जात्यंधा पळणी पावे । मग ते काकुळती सैरा धांवे । (ज्ञाने. २/३२६)**

अर्थ : जन्मांध माणूस पळापळीत सापडला की, दीनवाणा होऊन सैरभैर धावू लागतो.

१२) **नातरी जात्यंधा पाहलें । प्रमाण नोहे ।। (ज्ञाने. ३/१९७)**

अर्थ : जन्मांध माणसाला सूर्य उगवला तरी व्यर्थ होय.

१३) **सांगे जात्यंधा रवी । काय आथी ।। (ज्ञाने. ४/२२)**

अर्थ : जन्मांध माणसाला सूर्याचा काय उपयोग ?

१४) **हा रात्रिदिवसु पाहीं । जैसा जात्यंधा ठाऊवा नाहीं ।। (ज्ञाने. ४/२०२)**

अर्थ : जन्मांध माणसाला रात्र दिवस कळत नाही.

१५) **जात्यंधा कैसें पाहेल । (ज्ञाने. ६/७)**

अर्थ : जन्मांधाला कधी उजाडत नाही.

१६) **ग्रासा एका अन्नासाठीं । अंधु धांवता हे किरीटी ।**
आडळला चिंतामणि पायें लोटी । आंधळेपणें ।। (ज्ञाने. ९/३०४)

अर्थ : एका घासभर अन्नासाठी आंधळा रस्त्याने धावत असतो. धावताना तो चिंतामणीला अडखळला तरी तो पायाने लोटून देतो.

१७) आंधळेया गरुडाचे पांख आहाती । ते कवणा उपेगा जाती ।। (ज्ञाने. ९/३०६)

अर्थ : आंधळ्याला गरुडाचे पंख असले तरी ते त्याच्या उपयोगी पडत नाहीत.

१८) हां गा आंधळ्यांचां गांवीं । आपणपें प्रगटले रवी ।
तरि तिहीं वोतपलीचि घ्यावी । वांचूनि प्रकाशु कैंसा ।। (ज्ञाने. १०/१५६)

अर्थ : आंधळ्यांच्या गावात सूर्य उगवला तर त्यांना त्याच्या उष्णतेचाच लाभ घेता येतो. सूर्याच्या प्रकाशाचा अनुभव त्यांना कोठून मिळणार ?

१९) हां हो उटोनियां आरिसा । आंधळिया दाऊं बैसा ।। (ज्ञाने. ११/१५७)

अर्थ : आरसा स्वच्छ करून आंधळ्याला दाखविला तरी त्याचा उपयोग नसतो.

२०) आंधळिया डोळे उघडले । (ज्ञाने. १३/३८१)

अर्थ : आंधळ्याला दृष्टी आली असता खूप आनंद होतो.

२१) आंधळेनि हाती दिवा । घेऊनि काय करावा । (ज्ञाने. १३/६२६)

अर्थ : आंधळ्याच्या हातात दिवा देऊन उपयोग नसतो.

२२) पुढील उरीं आदळे । तंव न देखे जेवी आंधळे । (ज्ञाने. १३/७५८)

अर्थ : पुढची वस्तू छातीवर आदळेपर्यंत आंधळ्याला काही दिसत नाही.

२३) घेई अवंतिले आंधळे । तें दुजेनसीं ये ।। (ज्ञाने. १३/८४८)

अर्थ : आंधळ्याला जेवायचे निमंत्रण दिले की, दोघे येतात.

२४) कां पुढांसूनि पडिकरा । अक्षमु चाले ।। (ज्ञाने. १७/४२)

अर्थ : डोळसमाणसाला पुढे करून आंधळा त्याच्या मागून चालतो.

२५) कां बहिरयांचा आस्थानीं । कवण गीतातें मानीं । (ज्ञाने. ४/२३)

अर्थ : बहिऱ्या लोकांच्या सभेत गायनाला किंमत नसते.

२६) वायां पंचमालापें बधिरा । सुख केउतें देणें ।। (ज्ञाने. ११/९४)

अर्थ : पंचमस्वरात गाणे गाऊन बहिऱ्या माणसाला सुख देता येत नाही.

२७) बहिरीयापुढें हृषीकेशा । गाणीव करा ।। (ज्ञाने. ११/१५७)

अर्थ : बहिऱ्यापुढे गाणे गाऊन काय उपयोग ?

२८) अगा उपायबळे पंगु । पहाड ठाकी ।। (ज्ञाने. ८/८१)

अर्थ : प्रयत्नांच्या बळावर पंगूही पहाड चढून जातो.

२९) जैसें करचरणीं मोडलें । परिवरु न संडी ।। (ज्ञाने. ८/११३)

अर्थ : हातपाय मोडलेला माणूस घर सोडीत नाही.

३०) या लागी पांगूळा हेवा । नव्हे वायूसि पांडवा (ज्ञाने. १२/७३)

अर्थ : पांगळा माणूस वायूचा मत्सर करीत नसेतो.

३१) आणि आंगी वृद्धतेची । संज्ञा ये मरणाची । (ज्ञाने. १३/७६१)

अर्थ : मरणाची खूण म्हणजे म्हातारपण.

जीभ

**३२)	काय जीभ जिभेतें । चाखे न चाखे ।। (अमृ. ६/१५)**

अर्थ : जीभ जिभेला चाखते अथवा जीभ जिभेला चाखत नाही असे म्हणता येत नाही.

डोळा

**३३)	आपुलिया बुबुळा । दृष्टी असोनि आखम डोळा ।। (चा. पा. ३१)**

अर्थ : डोळ्याला सर्व वस्तू दिसतात पण आपलेच बुबुळ पाहण्याला तो समर्थ नसतो.

रामदास

**१)	नेत्रेंविण निधानस्वार्थ । अंधास कळेना ।। (दास ७.१.३१)**

अर्थ : डोळे नसल्यामुळे आंधळ्याला धनाचा साठा दिसत नाही.

**२)	गर्भांधासी कैची परीक्षा । (रा. क. २ जनस्वभाव किंवा बहुधा गोसावी ९)**

अर्थ : जन्मांधाला परीक्षा नसते.

ऋतू

ज्ञानदेव

**१)	ना तरी उद्यानीं माधवी घडे ।**
तेथ वनशोभेची खाणी उघडे ।। (ज्ञाने. १/४३)

अर्थ : उद्यानात वसंत ऋतूने प्रवेश केला की, वृक्षांच्या ठिकाणी सौंदर्याला बहर येतो.

**२)	जैसें ऋतुपतीचें द्वार । वनश्री निरंतर ।**
वोलगे फळभार । लावण्येंसी ।। (ज्ञाने. ३/१००)

अर्थ : ऋतुश्रेष्ठ वसंताच्या दारात वृक्षराजी आपला फळभार व सौंदर्य यांच्यासह वास्तव्य करीत असते.

**३)	जी बनकरू झाडेंसी जीवेंसाटीं । पाडूनि जन्में काढी आटी ।**
परि फळेंसीं तैं चि भेटी । जैं वसंतु पावे ।। (ज्ञाने. १०/१६९)

अर्थ : माळी जीवापाड मेहनत करून बागेची देखभाल करतो पण जेव्हा वसंत ऋतू येतो तेव्हाच झाडांना फळे येतात.

**४)	पैं वसंताचे रिगवणें । झाडांचेनि साजेपणें । (ज्ञाने. १३/१७८)**

अर्थ : वृक्षांच्या टवटवीतपणावरून वसंत ऋतूचा प्रारंभ ध्यानात येतो.

**५)	वनीं का वसंतु जैसा । वनलक्ष्मीविलासा हेतुभूत । (ज्ञाने. १४/२९५)**

अर्थ : वसंत ऋतू वनातल्या शोभेला कारणीभूत असतो.

**६)	कां वसंताचिया वाहाणी । आलिया वनश्रीचिया अक्षौहिणी ।**
ते न करीतुचि घेणी । निगाला तो ।। (ज्ञाने. १६/१६४)

अर्थ : वसंतऋतूच्या आगमनाने वनश्रीची शोभा अनंतपटीने वाढते पण वसंत त्यातले काही न घेता निघून जातो.

७) **नेणों कैसी वसंतसंगें । अवचितिया वृक्षाचीं अंगें । (ज्ञाने १८/१५)**

अर्थ : वसंत ऋतू आला असता झाडांना अचानक पालवी कशी फुटते हे कळत नाही.

८) **वसंतें दुणावे वन । (ज्ञाने. १८/११२)**

अर्थ : वसंत ऋतू आला की, वनाची शोभा वाढते.

९) **लता पिके आघवी । तंव चूत बांधे पालवी ।**
मग हात न लावित माधवीं । सोडूनि घाली ।। (ज्ञाने. १८/१२४)

अर्थ : वसंत ऋतू आला की, वेलींना फळे येतात. आंब्याला पालवी येते. पण हा ऋतू त्याला स्पर्शही न करता निघून जातो.

१०) **तरी अवसांत आली माधवी । ते हेतु होय नवपल्लवी ।। (ज्ञाने. १८/३५४)**

अर्थ : अकस्मात वसंतऋतू आला तर तो वृक्षवेलींना नवे अंकुर फुटण्यास कारण होतो.

११) **वसंत तेथें वनें । वन तेथ सुमनें ।**
सुमनी पालिंगने । सारंगाची ।। (ज्ञाने. १८/१६३५)

अर्थ : जिथे वसंत तिथे वृक्षांना बहर असतो. जिथे वन तिथे फुले आणि फुले तिथे भुंगे असतात.

१२) **पैं ग्रीष्मांतींचा वारा । विसावों नेणे वीरा । (ज्ञाने. १४/१६९)**

अर्थ : ग्रीष्मऋतूच्या शेवटाच्या वाऱ्याला विश्रांती माहीत नसते.

१३) **सूर्यरश्मी आणियाळे । ग्रीष्मीं जैसें ।। (ज्ञाने. १५/३८२)**

अर्थ : ग्रीष्म ऋतूत सूर्याची किरणे अणकुचिदार असतात.

१४) **अथवा घनावळी आकाशा । वार्षियें जेवीं ।। (ज्ञाने. ९/११९)**

अर्थ : आकाशात मेघ दाटून यायला वर्षाकाळ कारण असतो.

१५) **जैसा ग्रीष्मशेषींचा वारा । नेणिजे समोर की पाठीमोरा । (ज्ञाने. १५/२४६)**

अर्थ : पावसाळ्याच्या सुरुवातीचा वारा समोरून येतो की, मागून येतो हे समजत नाही.

१६) **वर्षात्यागें मेघ । (ज्ञाने. १६/१३३)**

अर्थ : वर्षाऋतूचा त्याग केला की, मेघांचा त्याग होतो.

१७) **अनियम आषाढ मेघ । (ज्ञाने. १६/३६६)**

अर्थ : आषाढ महिन्यातले ढग अमर्याद असतात.

१८) **वार्षिया क्षोभे गगन । (ज्ञाने. १८/११२)**

अर्थ : वर्षाऋतू आला की, आकाशात गडगडाट सुरू होतो.

१९) **जैसा शरत्कालु रिगे । आणि सरिता वोहटु लागे । (ज्ञाने. १२/१०७)**

अर्थ : शरदऋतू सुरू होताच नद्यांच्या पाण्याला उतार पडतो.

२०) **शरदागमींचा वारा । जैसा केरू फेडी अंबरा । (ज्ञाने. १५/२६३)**

अर्थ : शरदऋतूतला वारा आकाशातल्या (ढगांचा) कचरा दूर करतो.

औषध

ज्ञानदेव

१) **कीं औषधाचिया कडुवटपणीं । जैसी अमृताची पुरवणी ।। (ज्ञाने. २/८९)**

अर्थ : औषधाच्या कडूपणात अमृताची शक्ती असते.

२) **देखें रोगातें जिणावें । औषध तरी देयावें ।**
परी तें अतिरुच्य व्हावें । मधुर जैसें ।। (ज्ञाने ३/१९)

अर्थ : रोग नाहीसा करण्यासाठी औषध द्यायला हवे पण ते औषध रूचकर व गोड असावे.

३) **रोग जाय दूधें साखरें । तरी निंब कां पियावा ।। (ज्ञाने. ४/२२३)**

अर्थ : दूध–साखरेने रोग नष्ट होत असेल तर कडूनिंबाचा रस कशाला प्यायचा ?

४) **पाहें पां आयुष्याचा अढळ करी । जें सरतें जीवित वारी ।**
तया औषधातें वैरी । काय जिव्हा न म्हणे ।। (ज्ञाने. ६/३६२)

अर्थ : आयुष्य स्थिर करणारे आणि संपलेल्या जीविताला परत आणणारे जे औषध त्याला जीभ शत्रू समजत नाही काय ?

५) **रोगें दाटालिया आणि उदासपण । वोखदेंसी ।। (ज्ञाने ९/४९१)**

अर्थ : रोगाने घेरले असता औषधाविषयी उदास असू नये.

६) **जीव न निगतां औषधा । धांविजे जेवीं ।। (ज्ञाने. १३/५४७)**

अर्थ : जीव जाण्यापूर्वीच औषधाची तरतूद करावी लागते.

७) **जरी परमाणूएवढें । संजीवनी मूळ जोडे ।**
तरी बहु काय गाडे– । भरणें येरें ।। (ज्ञाने. १३/८३६)

अर्थ : परमाणूएवढे प्राण वाचविणारे संजीवनीचे मूळ मिळाल्यावर गाडाभर मुळया घेऊन काय करायच्या ?

८) **शके दावितांचि रोगु फेडूं । आणि जिभे तरी नव्हे कडु।**
ते वोखदु नाहीं मा घडु । (ज्ञाने. १६/११६)

अर्थ : जे दाखविताच रोग नाहीसा होतो आणि जिभेला कडूही लागत नाही असे औषध उत्पन्न झालेले नाही.

९) **मरणाराचें आंग । पडिघाती अवघेचि रोग । (ज्ञाने. १६/२५८)**

अर्थ : मरण्याच्या वेळी सर्व रोग एकत्रित येतात.

१०) **कां वैद्यातें करी सळा । रसु सांडी पायखोळां ।**
तो रोगिया जेवीं विव्हळा । सवता होय ।। (ज्ञाने. १७/१०१)

अर्थ : जो रोगी वैद्याचा द्वेष करतो, औषध लाथाडून देतो तो यातनांपासून मोकळा होत नाही.

११) **दिव्यौषध जैसें रोगिया । (ज्ञाने. १७/३९३)**

अर्थ : रोग्याला दिव्यौषध मिळाले तर तो निरोगी होतो.

१२) **ना तरी तो औषधीं । जिभेचा ठावो ।। (ज्ञाने. १८/७८०)**

अर्थ : औषध परिणामी हितकारक असले तरी जिभेला प्रथम कडू लागते.

१३) **परी वोखद घेतखेवो । काय लाभे आपुला ठावो । (ज्ञाने १८/९९८)**

अर्थ : औषध घेताक्षणीच आपल्याला मुळचे आरोग्य लाभते काय ?

१४) जैसे रसौषध खरें । आपुलें काज करूनि पुरें ।
आपणही नुरे । तैसें होतसे ।। (ज्ञाने. १८/१०७९)

अर्थ : औषधाचे मिश्रण आपले काम पुरे करते आणि आपणही नाहीसे होते.

१५) अगा गोक्षीर जरी जाहलें । तरी पथ्यासि नाहीं म्हणितले ।
ऐसेनिहि विष होय सुदले । नवज्वरीं देतां ।। (ज्ञाने. २/१८४)

अर्थ : गाईचे दूध जरी असले तरी ते पथ्याला चांगले नाही. कारण नवज्वराच्या वेळी ते दिले असता विषाप्रमाणे होते.

१६) हां गा साकर आणि दूध । हें गौल्य कीर प्रसिद्ध ।
परी कृमिदोषीं विरुद्ध । घेपे केवीं ।। (ज्ञाने. ३/२२६)

अर्थ : साखर आणि दूध हे पदार्थ गोड म्हणून प्रसिद्ध आहेत पण ज्याला कृमींचा (जंतांचा) दोष आहे त्याने हे कसे घ्यावेत ? कारण ते कुपथ्य ठरते.

१७) जरी अपथ्यशीळा व्याधी । (ज्ञाने. ७/९३, १८/७५७)

अर्थ : पथ्य न करणाऱ्याला रोग टाळता येत नाहीत.

१८) कां रोगु न गणिजे घरीं । पथ्याचिया ।। (ज्ञाने. १६/६९)

अर्थ : पथ्याच्या घरी रोगाचा शिरकाव नसतो.

१९) अधिके जंव जंव औषधी । सेवेचि मांडी बांधी ।
तंव तंव मुकिजे व्याधी । तयाचिये ।। (ज्ञाने १८/१५५)

अर्थ : रोगी औषधाचा जसा नेम करेल तसतसा तो रोगापासून मुक्त होईल.

२०) नाना पथ्येंसी औषध लाहे । तरी रोगें दाटलाही जिये । (ज्ञाने. १८/७०६)

अर्थ : रोगाने ग्रासलेल्या माणसाने पथ्य सांभाळून औषध घेतले असता तो जगतो.

२१) पथ्यद्वेषिया पोषी ज्वरू । (ज्ञाने. १८/१२७८)

अर्थ : पथ्याचा द्वेष करणारा ज्वराचे पोषण करतो.

रामदास

१) कुपथ्यानें वेथा वाढतसे । (रा. क. १ स्फु. ओ. १००)

अर्थ : कुपथ्याने रोग बळावतो.

२) वैद्य तो वांचवी रोग्या । रोग्या रोगी न वांचवी । (रा. क. १ मानपंचक २/८)

अर्थ : वैद्य रोग्याला वाचवीत असतो. रोगी रोग्याला वाचवू शकत नाही.

३) जाणता वैद्य भेटे । रोगव्याधी सर्व तुटें । (स. पद. उ. २९/१)

अर्थ : जाणकार वैद्य भेटला तर सर्व रोग नाहीसे होतात.

४) रोगिया पक्वान्न आवडेना जैसें । (स., गा. ५५३/१)

अर्थ : आजारी माणसाला पक्वान्न आवडत नाही.

५) देहे दुःखें रोगव्याधी । औषधे परतें करी ।। (रा. क. १ मानपंचक ५/५)

अर्थ : औषध शरीरव्याधी दूर करते.

कर्म

ज्ञानदेव

१) **म्हणऊनि संगु जंव प्रकृतीचा । तंव त्यागु न घडे कर्माचा । (ज्ञाने. ३/६३)**

अर्थ : जोपर्यंत शरीराशी संबंध आहे तोपर्यंत कर्मत्याग घडत नाही.

२) **म्हणोनि कर्मत्यागु नाहीं । प्रकृतिमंतां ।। (ज्ञाने. ३/५८)**

अर्थ : शरीराचा आश्रय करून राहणाऱ्यांना कर्मत्याग नसतो.

३) **जया नैष्कर्म्यपदीं आस्था । तया उचित कर्म सर्वथा ।
ताज्य नोहे ।। (ज्ञाने. ३/५०)**

अर्थ : ज्याला नैष्कर्म्यपदाची इच्छा आहे, त्याने आपली विहित कर्मे टाकणे केव्हाही योग्य नाही.

४) **आणि कुकर्मी संगति न व्हावी । (ज्ञाने. २/२६६)**

अर्थ : निषिद्ध कर्माकडे प्रवृत्ती होऊ देऊ नये.

५) **यालागी बाह्य विभागु । कर्में धुतला चांगु । (ज्ञाने. १३/४७३)**

अर्थ : कर्माने बाह्य शुद्धी उत्तम होते.

एकनाथ

१) **ज्यासी करणे चित्तशुद्धी । कर्मे आचरावी आधीं ।। (एक. गा. २८३१)**

अर्थ : ज्याला चित्तशुद्धी करायची असेल त्याने प्रथम कर्मे केली पाहिजेत.

२) **जैसा केला तैसा होय आपेआप । (एक. गा. १६७)**

अर्थ : जसे करावे तसे होते.

३) **परासि मारिता जाण । मारिल्या मारी मरण । (एक. गा. १२)**

अर्थ : दुसऱ्याला मारले असता मारणारास मरण मारते.

४) **जो कर्मे करील जैसीं । फळें तैसीं तो पावे ।। (रु. स्व. १३/१२)**

अर्थ : जसे कर्म तसे फळ मिळते.

रामदास

१) **जे जे जैसें करिती । ते पावती तैसें चि । (दास २.४.२७, ७.१०.२२)**

अर्थ : जे लोक जसे वागतात त्यांना तसेच फळ मिळते.

२) **सत्कर्में कीर्ति वाढे । (दास १७.१०.२८)**

अर्थ : चांगल्या कामाने कीर्ती वाढते.

३) **कुकर्में होते फजिती । (दास. १७.१०.२८)**

अर्थ : वाईट कर्माने फजिती होते.

४) **करावे तेंचि पावावे । (रा. क. १ स्फु. प्र. ४०/१९)**

अर्थ : जसे कर्म तसे फळ मिळते.

५) **चिंतिलें फळासी आले । (स. पद. पू. १६०/२)**

अर्थ : जसा विचार करावा तसे फळ मिळते.

६) **होणार तें हि न पालटे । कर्मरेखा टळेना । (स. पद.गि. प. २७८/२)**

अर्थ : जे कर्मात असते ते कधीही टळत नाही.

७) **मना तांचि रे पूर्व संचीत केले । तया सारिखें भोगणें प्राप्त जालें । (म. श्लो. ११)**

अर्थ : पूर्व संचीतानुसार जी दु:खे वाट्याला येतात ती भोगावीच लागतात.

८) **धडे भोगणे सर्व ही कर्मयोगें । (म. श्लो. १७)**

अर्थ : जीवाला पूर्वकर्मानुसार सर्व भोगावे लागते.

तुकाराम

१) **जे जैसें करिती ते तैसें पावती ।। (तु. गा. १२३)**

अर्थ : कर्म ज्या प्रकारचे असते त्या प्रकाराचे फळ मिळते.

२) **हीन कमाईचा हीन आन ठाव । उंचा सर्व भाव उंच पद ।। (तु. गा. १०७०)**

अर्थ : ज्याची कर्तबगारी कमी त्याला मान कमी. ज्याचे शौर्य मोठे त्याला मान मोठा.

३) **ऋण वैर हत्या । हें तों न सुटे नेंदितां ।। (तु. गा. १२२८)**

अर्थ : कुणाचे काढलेले ऋण, एखाद्याचे वैर वा कोणाची हत्या याची परत फेड करावी लागते. ती काही केल्या सुटत नाहीत.

४) **पेरी कडू जिरें मागे अमृतफळें । (तु. गा. ४०५५)**

अर्थ : कडू जिरे पेरून त्याला अमृतासारखी मधुर फळे कशी येणार ?

कर्मठ

एकनाथ

१) **जितां ही सुखाची वार्ता । कर्मठां नाहीं सर्वथा ।। (एक. भा. १०/४८५)**

अर्थ : जिवंतपणी कर्मठ लोकांना सुख म्हणजे काय ते माहीत नसते.

काम

ज्ञानदेव

१) **नविन आवडीचेनि भरें । कामुक निजवनिता विसरे ।**
मग पाडेंवीण अनुसरे । भ्रमाला जैसा । (ज्ञाने. १/१८७)

अर्थ : नव्या जारिणीच्या आवडीच्या नादाने कामुक पुरुष आपली पत्नी विसरतो आणि मग वेड्यासारखा जारिणीची लायकी न पाहता तिच्या नादी लागतो.

२) **जेथ कामु उपजला । तेथ क्रोधु आधींचि आला ।**
क्रोधीं असे ठेविला । संमोह जाणें ।। (ज्ञाने. २/३२२)

अर्थ : जिथे काम निर्माण होते, तिथे क्रोधाने आधीच वसती केलेली असते. आणि जिथे क्रोध असतो तिथे अविचार असतो.

३) **जैसी सकामा न जिणवेचि वनिता । (ज्ञाने. ७/९६)**

अर्थ : कामुक पुरुषाला स्त्री जिंकता येत नाही.

४) **तेविं विषयांचे जें सुख । तें केवळ परम दु:ख ।। (ज्ञाने. ९/४९९)**

अर्थ : विषयांपासून मिळणारे सुख हे सुख नसून ते केवळ दु:खच असते.

५) **विषयविषाचा पडिपाडू । गोड परमार्थ लागे कडू ।**
कडू विषय तो गोडू । जीवासी जाहला ।। (ज्ञाने. १०/१५९)

अर्थ : विषयाचा महिमा एवढा मोठा असतो की, त्याने गोड परमार्थ कडू लागतो आणि कडू विषय गोड लागतो.

६) **चित्त आराधी स्त्रियेचें । स्त्रियेचेनि छंदें नाचे ।**
माकड गारुडियाचें । जैसें होय ।। (ज्ञाने. १३/७९२)

अर्थ : गारुड्याचे माकड जसे गारुड्याच्या अधीन असते तसे जो स्त्रीची आराधना करतो तो तिचा छंदाने वागतो.

७) **जैसा भोगीं कामु वाढे । (ज्ञाने. ११/४३२)**

अर्थ : कामाचा भोग घेत राहिले असता काम वाढतच असतो.

८) **आणि विषयांची गोडी । जो जीतु मेला न संडी । (ज्ञाने. १३/७०२)**

अर्थ : (अज्ञानी माणूस) जिवंत अथवा मेला तरी विषयांचे प्रेम सोडत नाही.

९) **पैं तोंड भरो कां विचारा । आणि अंत:करणीं विषयांसी थारा ।**
तरी नातुडें धनुर्धरा । त्रिशुद्धी मी ।। (ज्ञाने. १५/३९३)

अर्थ : विचारांच्या गोष्टी तोंडभर चालल्या आहेत पण मनात विषयांची वस्ती असेल तर परमेश्वराची प्राप्ती होत नाही.

१०) **आणि वाढे जंव जंव मोहो । तंव तंव विषयीं रोहो । (ज्ञाने. १६/३७०)**

अर्थ : जस जसा मोह वाढतो तस तशी विषय वासना वाढत असते.

११) **विषय तेथ ठावो । पातकांसी ।। (ज्ञाने. १६/३७०)**

अर्थ : जिथे विषय तिथे पाप असते.

१२) **परी काम क्रोध लोभ । या तिहींचेचि थोंब ।**
थांबे तेथें अशुभ । पिकलें जाण ।। (ज्ञाने. १६/४२५)

अर्थ : काम, क्रोध, लोभ यांचे प्रस्थ जिथे असते तिथे पाप पिकते.

१३) **कां स्त्री देखोनि कामुकु । प्रवृत्ति धरी ।। (ज्ञाने. १८/४८०)**

अर्थ : स्त्री पाहिली की, कामुकाच्या मनात तिची अभिलाषा निर्माण होते.

१४) **तैसे विषयेंद्रियदोखीं । जें सुख जिवातें पोखी ।**
मग उपडिला खडकीं । हंसु जैसा ।। (ज्ञाने. १८/७९८)

अर्थ : विषय व इंद्रिये यांच्या मीलनाने होणारे सुख प्रथम आनंददायी वाटते. पण नंतर पोसलेला हंस जसा खडकावर आपटतो त्याप्रमाणे प्राणाचा नाश होतो.

१५) **तो विषय विषाचा अथावो । आघविया दोषांचा रावो । (ज्ञाने. १८/१०५४)**

अर्थ : सामर्थ्य, बल हे विषयरूपी विषाचा डोह असून सर्व दोषांचा राजा आहे.

१६) **क्रोधा ऐसा महादोखु । जयाचा देखा परिपाकु ।**

भरिजे तंव अधिकु । रिता होय जो ।। (ज्ञाने. १८/१०५८)

अर्थ : कामापासून क्रोधासारख्या महादोषाची निर्मिती होते. जसजशी कामाची पूर्ती करावी तसतसा तो वाढत जातो.

१७) **कामु नाशलेनि नाशे । तैसा क्रोधु ।। (ज्ञाने. १८/१०६०)**

अर्थ : कामाचा नाश केला की, क्रोधाचा नाश होतो.

१८) **विषयसुख गोड वाटे इंद्रिया ।**
फळपाकीं पापिया दु:ख भोगी ।। (ज्ञा. सा. चि. गा. २५५)

अर्थ : पापी लोकांना विषयसुख प्रारंभी गोड वाटते पण त्याचे फळ म्हणून त्यांना दु:ख भोगावे लागते.

नामदेव

१) **भोगाची नव्हाळी न सुटें कोणें काळीं । (ना. गा. ४६१)**

अर्थ : भोगाची इच्छा कधीच संपत नाही.

२) **नको नको देवा वासनेचा संग । मज आला दुभंग नारायणा ।। (ना. गा. ८६५)**

अर्थ : हे नारायणा विषयाचा संग नको. त्यामुळे मन विचलित होते.

३) **विषयाची तृप्ति काय चाड । (ना. गा. १०८८)**

अर्थ : विषयाच्या उपभोगाने कामाची तृप्ती होत नाही.

४) **नामा म्हणे विषय वासना वोंगळ । तेणें कोण्या काळें सुटिजेना ।। (ना. गा. ४८१)**

अर्थ : नामदेव म्हणतात कामवासना फार वाईट आहे पण ती कधीही सुटत नाही.

एकनाथ

१) **धरितां विषयांची गोडी ।**
भोगाव्या जन्ममरण कोडी ।। (एक. भा. २/२९३)

अर्थ : कामवासनेची गोडी धरली तर जन्ममरणाचे अनेक फेरे भोगावे लागतात.

२) **सेविलाचि विषयो नित्य सेविती ।**
परी कदा नव्हे मानसीं तृप्ती ।। (एक. भा. ३/२६८)

अर्थ : सेवन केलेल्या विषयाचे नित्य सेवन केले तरी मनाची तृप्ती होत नाही.

३) **विषयसुखाचियें आसक्ती ।**
कोणा नाहीं झाली तृप्ती ।। (एक. भा. ७/६४२)

अर्थ : विषयसुखाच्या ओढीने कोणाचे समाधान होत नाही.

४) **सकामाची तृष्णा पूर्ण ।**
कदाकाळीं नव्हे जाण ।। (एक. भा. २१/२७३)

अर्थ : कामुकाची कामवासना कधीही तृप्त होत नाही.

५) **जो केवळ विषयासक्त ।**
तो कदा न मानी शास्त्रार्थ ।। (एक. भा. ३/५११)

अर्थ : कामुक माणूस कधीही शास्त्रार्थ मानत नाही.

६) **जेथ मी कामु स्वयें वसें ।**
तेथ क्रोध वसे सावकाशें ।। (एक. भा. ४/१३५)

अर्थ : जिथे काम वस्ती करतो तिथे क्रोधही हळूहळू येतो.

७) **तैसा कामनाशापुढें ।**
क्रोध वाढे अत्युग्र ।। (एक. भा. ५/९९)

अर्थ : कामनाश झाला की, क्रोध फार वाढतो.

८) **यालागीं कामाचें दर्शन । कां कामाची आठवण ।**
पुरुषासी बाधक जाण । (एक. भा. १७/३५३)

अर्थ : कामदर्शन वा कामस्मरण हे पुरुषांना बाधक असते.

९) **विखाहूनि विषय अधिक ।**
विख एकवेळा मारक ।
विषयो पुनः पुनः घातक ।। (एक. भा. १९/१२३)

अर्थ : विषाहून विषय अधिक घातक असतो. विष एकदाच मारते पण विषय वारंवार मारत असतो.

१०) **विष एकदा आणि मरण ।**
पुनः पुनः मारण विषयांचें ।। (एक. भा. २२/१६२, २२/६५३)

अर्थ : विष एकदाच मारते पण विषयाने पुन्हा पुन्हा मरण येते.

११) **विषयांचें गोडपण । ते विखाहूनि दारुण ।। (एक. भा. २२/१६२)**

अर्थ : विषयाचे गोडपण विषाहून भयानक असते.

१२) **दु:ख निश्चितीं कामापेक्षा । (एक. भा. १९/५१८)**

अर्थ : कामाची इच्छा हेच दु:ख होय.

१३) **विषयासक्तीं स्वभावें । (एक. भा. २१/२४९)**

अर्थ : विषयाची ओढ ही नैसर्गिक असते.

१४) **सकाम तो सदा दीन । (एक. भा. २१/२७८)**

अर्थ : कामुक माणूस नेहमी दीन असतो.

१५) **या विषयांऐसा विश्वासघाती ।**
आन त्रिजगती असेना ।। (एक. भा. २२/१६०)

अर्थ : विषयासारखा विश्वासघातकी त्रिभुवनात कोणी नाही.

१६) **तेवी कांता भोगिता वाडेंकोडें ।**
काम पुढें थोरावे ।। (एक. भा. २६/८८)

अर्थ : आसक्तीने स्त्रीचा जसजसा उपभोग घ्यावा, तसतसा काम वाढत जातो.

१७) **जों जों विषयाची निवृत्ती ।**
तों तों निजसुखाची प्राप्ती ।। (एक. भा. २१/२०४)

अर्थ : जसजशी विषयाची इच्छा कमी होईल तस तशी सुखाची प्राप्ती होत जाईल.

१८) **नित्य विषयो सेविती ।**
कदाकाळें नसे तृप्ती ।। (भा. रा. बाल. ९/५२)

अर्थ : विषयाच्या सेवनाने विषयाची तृप्ती होत नाही.

१९) **जेथे विषयांचा अतिस्वार्थु ।**
तेयें नाठवे कर्तव्यार्थु ।। (भा. रा. बाल १६/१२५)

अर्थ : ज्याच्या मनात मोठी विषयवासना असते त्याला कर्तव्याचे स्मरण नसते.

२०) विष विषय समान स्थिती । यकारे विषया अधिक शक्ति ।
विष भक्षिल्या एकदा मरती । जन्ममरणा पंक्ति विषयार्थी ।।
(भा. रा. अयो. ११.४७), (युद्ध ८५/८९, युद्ध ७५/१५)

अर्थ : विष आणि विषय यांचे कार्य एकच असते, पण एका 'य'कारामुळे विषयाची शक्ती अधिक असते. विषप्राशनाने एकदास मरण येते पण विषय सेवनाने जन्मभर मरावे लागते.

२१) जेथवरी विषयप्रीति ।
त्या रामप्राप्ती कदा न घडे ।। (भा. रा. अयो. ११.५०)

अर्थ : जोपर्यंत मनात कामवासना असते तोपर्यंत रामाचे दर्शन होत नाही.

२२) जें रतले विषयस्वार्थी
तें नव्हती गा परमार्थी ।। (भा. रा. किष्किं. ८/१२, ८/६३)

अर्थ : जे विषयात रमतात ते परमार्थी होत नाहीत.

२३) कामक्रोध लोभ भान ।
हेंचि नरकाचें निजस्थान ।। (भा. रा. सुंदर ८/१३८)

अर्थ : क्राम, क्रोध, लोभ हे शत्रू म्हणजे नरकाचे स्थान होत.

२४) विषयरस भोगापुढे ।
परमार्थ समूळ उडे ।। (भा. रा. सुंदर २५/७)

अर्थ : विषयरसापुढे परमार्थ तुच्छ वाटतो.

२५) स्त्रीकाम ज्यांच्या चित्ती ।
माय बहिण ते नोळखती ।। (भा. रा. युद्ध ४५/१०९)

अर्थ : ज्याच्या मनात स्त्रीची अभिलाषा असते तो आई–बहीण ओळखत नाही.

२६) जो स्त्रीसेवनीं रत जाला ।
त्याचा गेला विवेक ।। (भा. रा. युद्ध ४६/१०७)

अर्थ : जो स्त्रीयांचा उपभोग घेण्यात मग्न असतो त्याचा विवेक नष्ट होतो.

२७) विषयमद्याची नवाई ।
कल्पांतीही उतरेना ।। (भा. रा. युद्ध ७६/१५६)

अर्थ : कामाचे आकर्षण कल्पांतीही कमी होत नाही.

२८) तें विषयासक्तीं ज्याची उडे ।
या नाव चित्तशुद्धि जोडे ।। (एक. आठ ग्रं. च. भा. ८२)

अर्थ : कामवासना संपल्याशिवाय मनशुद्धी होत नाही.

२९) नवल विषयांचा पडिपाडु ।
गोड परमार्थ केला कडु । (एक. आठ ग्रं. शु. २१४)

अर्थ : कामवासनेने गोड परमार्थ देखील कडू होतो.

रामदास

१) जयास वाटे सीण व्हावा । तेणें विषयो चिंतीत जावा । (दास ३.१०.६१)

अर्थ : ज्यांना आपल्याला त्रास व्हावा असे वाटत असेल, त्यांनी विषयाचे चिंतन करावे.

२) **जेथें वासना झोंबोन पडे । तेणें चि अपाय दुःख जडे ।**
म्हणौनि विषयवासना मोडे । तो येक सुखी ।। (दास. ३.१०.६४)

अर्थ : जिथे विषय वासना तुटून पडते तिथे दुःख निर्माण होते, म्हणून जो विषयवासना मोडून टाकील, तो सुखी होईल.

३) **विषयजनित जें जें सुख । तेथेंचि होते परम दुःख । (दास. ३.१०.६५)**

अर्थ : विषयापासून जे जे सुख होते, ते ते दुःखकारक असते.

४) **तैसी विषयें सुखाची गोडी । गोड वाटे परी ते कुडी । (दास. ३.१०.६७)**

अर्थ : विषयसुखाची गोडी गोड वाटली तरी ती शेवटी त्रासदायक होते.

५) **कामनेसारिखे दुःख । आणीक काहींच नाहीं ।। (दास. ५.२.४१)**

अर्थ : वासनेसारखे दुसरे दुःख नाही.

६) **तैसा विषयदारींचा बराडी । घाली अधःपतनी उडी ।**
तयास भगवंत आवडी । सत्संग कैचा ।। (दास. ५.३.६०)

अर्थ : विषयाचा भोगी अधःपतनात उडी मारतो, त्याला भगवंताची आवड नसते. मग सत्संग कसा लाभणार?

७) **तैसा विषयदास मानावा । भक्तराज केवी । (दास. ५.३.६८)**

अर्थ : विषयांचा दास असणारा माणूस भक्त होऊ शकत नाही.

८) **सांग बापा कोण विषई तरला । (रा. क. १ ओ. श. ११/२३)**

अर्थ : कामुक माणसाचा उद्धार होत नाही.

९) **विषयांसी मागे मन हे चंचल ।**
देईल तो खळ पापरूपी ।। (रा. क. १ ओव्या ११/६३)

अर्थ : चंचल मन विषयाची इच्छा करीत असते पण त्या मनाला जो विषय पुरवितो तो पापी होय.

१०) **कामवेड जडे ज्याला ।**
तो प्राणी आत्मघातकी । (रा. क.१ शड्रिपु १/४)

अर्थ : ज्याला विषयाचे वेड लागते तो आत्मनाश करून घेतो.

११) **विकारे घडे हो जनीं सर्व ची ची । (म. श्लोक ५)**

अर्थ : विषयवासनेमुळे लोकांमध्ये फजीती होते.

१२) **अती वीषई सर्वदा दैन्यवाणा । (म. श्लो. ६४)**

अर्थ : कामुक माणसाचा दीनपणा कधीही टळत नाही.

१३) **अती काम त्या राम चित्तिं वसेना । (म. श्लोक ६४)**

अर्थ : अत्यंत कामुक माणसाच्या मनात राम असत नाही.

१४) **संग स्वार्थाचा धरिला । तेणें काम बळावला । (स. गा. २०७/१)**

अर्थ : स्वार्थाच्या संगतीने काम बळावतो.

१५) **कामीं लाचावलें मन । जालें बुद्धीचें पतन ।। (स. गा. २०७/५)**

अर्थ : मन विषयाला चटावले की, बुद्धीचा ऱ्हास होतो.

१६) **विकारी ते भिकारी बराडी रे । (स. गा. १३२७/१)**

अर्थ : विकारी माणसे भिकारी आणि आशाळभूत असतात.

१७) **जंवरी विषयासक्त मन । तंवरी रामीं अनुसंघान ।**

न घडें सर्वथा जाण । (रा. क. २. एकवीससमासी १०/४१)

अर्थ : जोपर्यंत मन विषयांकडे ओढत असते तोपर्यंत त्याची रामावर भक्ती जडत नाही.

१८) **जगीं मूर्ख ते वीषई चीत्त गोवीं । (करुणा धा. स. ८८/५)**

अर्थ : विषयात रमणारे लोक जगात मूर्ख ठरतात.

१९) **अती विषयो तोचि तो बद्ध जाणावा । (करुणा धा. स. १३०)**

अर्थ : अत्यंत विषई व्यक्ती बद्ध असते.

२०) **भोगें रोग जडे स्वसुख विघडे उदेग चिंता पडे । (करुणा धा. स. २५२)**

अर्थ : भोगांनी रोग जडतात. सुख नाहीसे होते. मनाचा उद्वेग वाढतो. मन चिंतेत पडते.

तुकाराम

१) **विषयसुखाचा लंपट । दासीगमनीं अति धीट ।**
तया तेचि वाट । अधोगती जावया ।। (तु. गा. ३०७/३)

अर्थ : जो विषयसुखासंबंधी लंपट आहे, दासीगमनात धीट आहे तो अधोगतीस जातो.

२) **तुका म्हणे का रे नाशिवंतासाठी ।**
देवासवें तुटी करितोसी ।।५।। (तु. गा. ११४४)

अर्थ : क्षणभंगूर इंद्रियसुखांसाठी देवाची ताटातूट करू नये.

३) **पशु ऐसे होती ज्ञानी । चर्वणीं या विषयांचे ।। (तु. गा. १४२९)**

अर्थ : विषयांचे सतत चिंतन केल्याने ज्ञानी माणसेही पशुप्रमाणे होतात.

४) **कामातुरा भय लाज ना विचार (तु. गा. १८२७)**

अर्थ : कामातुर माणसाला लाज, भय यांचा विचार नसतो.

५) **विषय तो मरणसंगी ।। (तु. गा. २७३९)**

अर्थ : विषयांचा संग म्हणजे मरणच.

६) **ज्यासी विषयाचें ध्यान ।**
त्यासी कैंचा नारायण ।। (तु. गा. २९६९/१)

अर्थ : ज्याचे मन सदैव विषयात गुंतलेले असते त्याला नारायणाची भेट होत नसते.

७) **विषयाच्या संगे आयुष्याचा नाश । (तु. गा. ३१८३/२)**

अर्थ : विषयाच्या संगतीने आयुष्याचा नाश होतो.

८) **कामातुर जैसा भय लज्जा सांडोनि ।**
आवडे कामिनी सर्वभावें ।। (तु. गा. ४५०२/४)

अर्थ : कामातुर माणूस सर्व भय व लज्जा सोडून स्त्रीवर प्रेम करतो.

कीटक

ज्ञानदेव

१) **येऱ्हवी भानुतेजीं काय खद्योता । शोभा आथी ।। (ज्ञाने. १/६७)**

अर्थ : सूर्याच्या तेजापुढे काजव्याच्या तेजाची काय शोभा.

२) **अवधारां आवड तेसणा घुंघुरू ।**
परि महातेजीं न मिरवे काय करूं । (ज्ञाने. ९/९)

अर्थ : काजवा वाटेल तितका मोठा झाला तरी सूर्यप्रकाशापुढे त्याचे तेज पडत नाही.

३) **खद्योता भानूची खंती । (ज्ञाने. १६/२३४)**

अर्थ : काजव्याला सूर्याचा तिटकारा असतो.

४) **गगन मुठीं सुवावें । मशकें केवीं ।। (ज्ञाने. १/७४)**

अर्थ : चिलटाने आपल्या मुठीत आकाशाला कसे ठेवावे ?

५) **मशका नोलांडवे गगन । (ज्ञाने. १०/६६)**

अर्थ : चिलटाला आकाशाचे उल्लंघन करता येत नाही.

६) **मशका सिंधु न तरवे । (ज्ञाने. १३/२५९)**

अर्थ : चिलटाला समुद्र तरून जाता येत नाही.

७) **सांगे पतंग काय साहती । प्रकाशातें ।। (ज्ञाने. ३/२००)**

अर्थ : पतंग प्रकाशाला सहन करू शकत नाहीत.

८) **पतंगा दीपीं आलिंगन । तेथ त्यासी अचुक मरण । (ज्ञाने. ३/२०१)**

अर्थ : पतंगाने दिव्याला आलिंगन देणे म्हणजे त्याचे निश्चित मरण होय.

९) **जळतया गिरीचिया गवरवा । माजीं घापती पतंगाचिया झाका । (ज्ञाने. ११/४२५)**

अर्थ : पेटलेल्या डोंगराच्या दरीत पतंगांचे थवे उड्या घालतात.

१०) **दीपाचिया झगमगा । जाळील हे पतंगा ।**
नेणवेचि पैं गा । जयापरी ।। (ज्ञाने. १३/ ७४०)

अर्थ : दिव्याची झगमग आपल्याला जाळणार आहे हे पतंगाला कळत नसते.

११) **पतंगा नावडे ज्योती । (ज्ञाने. १६/२३४)**

अर्थ : पतंगाला दिव्याची ज्योत आवडत नाही.

१२) **कां आपण आंगें जळे । आणि नागवी जगाचे डोळे ।**
पतंगु जैसा सळें । दीपाचेनि ।। (ज्ञाने. १८/६१८)

अर्थ : दिव्याच्या मत्सराने पतंग स्वत: जळतो आणि लोकांनाही अंधारात पाडतो.

१३) **जैसा भ्रमर भेदी कोडें । भलतैसें काष्ट कोरडें ।**
परिकळिके मांजी सांपडे । कोंवळिये ।। (ज्ञाने. १/२०१)

अर्थ : भुंगा ज्याप्रमाणे वाटेल तितके कठीण लाकूड सहज पोखरून टाकतो पण तो कोवळ्या कमळाच्या कळीत अडकून पडतो.

१४) **नवगंधकेसरीं । भ्रमरी जैशी ।। (ज्ञाने. १३/७८१)**

अर्थ : नुकत्याच उमललेल्या कमळाच्या सुगंधावर भ्रमरी लुब्ध असते.

१५) **जे फुलां गेलें षट्पद । ते फुलेंचि होतु पां ।। (ज्ञाने. १५/३२३)**

अर्थ : फुलांकडे गेलेले भुंगे फुलांशी एकरूपच होतात.

१६) **भ्रमर फुलाचिये घाणीं । (ज्ञाने. १८/४८१)**

अर्थ : भुंगे फुलांच्या वासाकडे धावतात.

१७) **जया फुलांचा मकरंदु फावे । तो काष्ठें कोरूं धांवे ।**
परी भ्रमरपणें नव्हे । अव्हां जेवीं ।। (ज्ञाने. १८/७१९)

अर्थ : जो भुंगा फुलातला मध सेवन करतो तो लाकडे कोरायलाही धावतो. पण त्याचे हे करणे त्याच्या स्वभावाला विसंगत नसते.

१८) **मधुविषीं मधुमक्षिका । (ज्ञाने. १३/५०२)**

अर्थ : मधमाशी मधाचे रक्षण करते.

१९) **मधुरसादोशें । मधुकरी जयेचे जैसें (ज्ञाने. १३/७८६)**

अर्थ : मधाच्या रक्षणासाठी मधमाशा कितीही त्रास सहन करतात.

२०) **आता माशियां जैसें मोहोळ । (ज्ञाने. १६/१६८)**

अर्थ : मधमाशांना मोहोळ प्रिय असते.

२१) **साकरेचिया राशी । बैसली नुडे माशी । (ज्ञाने. १३/७८२)**

अर्थ : साखरेच्या ढिगावर बसलेली माशी उठत नाही.

२२) **कां जीत मेलें न विचारी । बैसतां माशी ।। (ज्ञाने. १८/५५५)**

अर्थ : माशी पदार्थावर बसताना तो जिवंत आहे की, मृत आहे याचा विचार करीत नाही.

२३) **मासी आपणयातें गिळवी । परी पुढीला वांती शिणवी । (ज्ञाने. १८/६२०)**

अर्थ : माशी स्वत:ला गिळवून टाकते आणि ती दुसऱ्याला ओकारीने शिणविते.

२४) **पाहे पां दूध पवित्र आणि गोड । पासीं त्वचेचिया पदराआड ।**
परि ते अव्हेरूनि गोचिड । अशुद्ध काय नेघती ।। (ज्ञाने. ९/५७)

अर्थ : दूध पवित्र आणि गोड असते. ते जवळच असलेल्या कातडीच्या पदराआड असते पण गोचीड ते टाकून रक्तच पीत नाहीत काय?

२५) **जरी मुंगी मेरू वोलांडी । (ज्ञाने. ७/९५)**

अर्थ : मुंगी मेरूपर्वत ओलांडू शकत नाही.

२६) **हे असो परमाणूचेनि लाभें । पाताळ लंघिती वोळंबे । (ज्ञाने. १८/६०९)**

अर्थ : कणाच्या लाभासाठी वाळवी पाताळ ओलांडून जाते.

२७) **का मातलिया सरडा । पुढती बुड पुढती शेंडा । (ज्ञाने. १३/६८९)**

अर्थ : मातलेला सरडा झाडावर वरून खाली आणि खालून वर अशा व्यर्थ फेऱ्या मारत असतो.

२८) **सांगें पूयपंकींचे किडे । काय चिळसी घेती ।। (ज्ञाने. ५/१२१)**

अर्थ : पुवाच्या चिखलातल्या किड्यांना पुवाची किळस येते काय?

२९) **निगणेया आणि प्रवेशा । चित्त नेदीतु आवेशा ।**
कोशकिटु जैसा । जाचिन्नला पै ।। (ज्ञाने. १६/२८२)

अर्थ : कोशकिडा घर बांधण्याच्या नादात आत बाहेर करायला वाट ठेवायची विसरून घरात कोंडला जातो.

३०) **पैं आघविया जशा जें विख । तें विख कीडिया पीयूख ।**
आणि जगा गुळ तें देख । मरण तया ।। (ज्ञाने. १८/९३०)

अर्थ : सर्व जगाला जे विष असते ते विष विषातील किड्यांना अमृत असते आणि सर्व जगाला जो गूळ गोड असतो तो या विषातील किड्यांना घातक असतो.

३१) लावी आंत ठावूनि कोपटा । तो साधी आपण या सकटा ।। (अमृ ४/४)

अर्थ : कोशकिडा आपले घरटे तयार करून तो आत शिरतो व दार बंद करून आपला नाश करून घेतो.

३२) अडसोनि अंधारीं । खद्योत दीप्ति शिरी ।। (अमृ. ७/२)

अर्थ : अंधाराच्या आश्रयाने काजवा आपले तेज प्रकट करू शकतो.

३३) परिमळाची धाव भ्रमर ओढी । (ज्ञा. सा. चि. गा. १२२)

अर्थ : भ्रमराला सुगंधाची ओढ असते.

३४) घ्राणाची कळिका भ्रमर रूंजीका । (ज्ञा. सा. चि. गा. १२२)

अर्थ : सुगंधी कळीच्या भोवती भुंगा रुंजी घालतो.

३५) चंदनी मासी न थरे देखा । (ज्ञा. सा. चि. गा. २६३)

अर्थ : चंदनाच्या झाडावर माशी बसत नाही.

नामदेव

१) बेडुक म्हणिजे चिखलाचा भोक्ता । (ना. गा. १०७६)

अर्थ : बेडूक चिखलाचा भोक्ता असतो.

२) क्षीर सांडूनि रक्ता गोचीड झोंबे ।। (ना. गा. १०७६)

अर्थ : जवळचे दूध सोडून गोचीड रक्त प्राशन करतो.

३) माशी जाता पोटी मेली तेचि क्षणी ।
प्राण्या वोकवूनि कष्टीं करी ।। (ना. गा. १०८९)

अर्थ : माशी पोटात जाता क्षणीच ती मरून जाते. परंतु ज्याच्या पोटात जाते त्याला ती ओकायला लावते आणि कष्ट देते.

४) जवळी असता क्षीर नव्हेसि वरपडा ।
रुधिर सेविता गोचिडा जन्म गेला ।। (ना. गा. ११३३)

अर्थ : गाईच्या स्तनातले दूध जवळ असूनही गोचिडाचे आयुष्य रक्तप्राशन करण्यात जाते.

५) दुर्दुरा कमळिणी एके ठायी बिढार । वास तो मधुकर घेउनि गेला ।। (ना. गा. ११३३)

अर्थ : कमळ आणि बेडूक एकाच ठिकाणी असूनही कमळाचा गंध भुंगा घेऊन जातो.

६) मधुमक्षिया मोहोळे रचिता रात्रंदिवस । भाग्यवंत रस घेऊनिया गेला ।। (ना. गा. ११३३)

अर्थ : रात्रंदिवस कष्ट करून मधमाशा मधाचे पोळे तयार करतात आणि कोणी अन्य भाग्यवंत मध घेऊन जातो.

एकनाथ

१) जेवीं अंधारी खद्योता । सतेजता झगमगी ।। (एक. भा. ५/१५७)

अर्थ : काजवा अंधारात आपल्या प्रकाशाची झगमग दाखवितो.

२) खद्योत सूर्योदयापाठीं । शोधूनि पाहतां न ये दिठीं । (एक. भा. ११/१०९४)

अर्थ : सूर्योदय झाल्यावर काजव्याला शोधू म्हटले तरी तो दृष्टीला पडत नाही.

३) जेवीं का खद्योत लखलखिती । आंधारे रातीं सतेज । (एक. भा. २१/१८३)

अर्थ : अंधाऱ्या रात्रीच काजवे चमकत असतात.

४) गोचिडाचेनि मुखलाघवें । जरी लागवे दीपासी । (एक. भा. २३/८३७)

अर्थ : गोचिडाला दिव्याला स्पर्श करता येत नाही.

५) **दीपाचें मिळणीपाशी । केवळ दुःख पतंगासी । (एक. भा. २/२९०)**

अर्थ : दिव्याचे आलिंगन हे पतंगाला दुःखच देणारे असते.

६) **दीपाचिया अंगसंगा । कोण सुख आहे पतंगा । (एक. भा. ८/७४)**

अर्थ : दिव्यावर उडी मारण्यात पतंगाला कोणतेही सुख नसते.

७) **दीपी पतंगा मरण देख । तो उडी घालिता मानीं सुख । (एक. भा. १०/४७७)**

अर्थ : दिव्यावर उडी घातल्याने पतंगाला मरण येते पण तो दिव्यावर उडी घालण्यातच सुख मानतो.

८) **का न विसंबे जेवीं माशी । मोहळासी क्षणार्ध । (एक. भा. ५/३५४)**

अर्थ : मधमाशी मोहळाला क्षणभरही विसरत नाही.

९) **जैशी गुळीं माशीवर माशी । (एक. भा. १/२९२)**

अर्थ : गुळावर माशांवर माशा येऊन बसतात.

१०) **बैसली साकरेवरी माशी । मारिता ही नुडे जैशी । (एक. भा. ७/५६७)**

अर्थ : साखरेवर बसलेली माशी मारले तरी उडून जात नाही.

११) **मुंगिये निघालिया पांख । तिसी मरण ये अचूक । (एक. भा. १/३६२)**

अर्थ : मुंगीला पंख फुटले की, तिला मरण येणार हे ठरलेले आहे.

१२) **चिंतिता कीटकीं भुंगुरटी । तेचि ते होऊन उठी । (एक. भा. ७/९९)**

अर्थ : किड्याने भिंगुरटीचा ध्यास घेतला म्हणजे तो भिंगुरटीच होतो.

१३) **जैसे विंचुवा विष थोडें । परी प्रबळ वेदनेसी चढे । (एक. भा. ५/१५६)**

अर्थ : विंचवाच्या नांगीत विष थोडेच असते पण त्याच्या वेदना फार असतात.

१४) **जेवीं पतंग दीपापासी । मागे सरणें नाहीं त्यासी ।। (भा. रा. अरण्य ११/४२)**

अर्थ : पतंग दिव्याजवळ गेला की, त्याला माघारी येणे माहीत नसते.

१५) **पतंगा दीपीं अति प्रीती ।**
आळंगिता मरोनि जाती । (भा. रा. अरण्य १६/१९६)

अर्थ : पतंगाला दिव्याचे फार प्रेम असते पण तो दिव्याला मिठी मारायला गेला की, मरून जातो.

१६) **पंतग आळंगी दीपकळी । तो तत्काळ होय होळी । (भा. रा. अरण्य १६/१२८)**

अर्थ : पतंगाने दिव्याला मिठी मारली की, तो जळून जातो.

१७) **पतंगे आलिंगिता दीपासी ।**
जळोनी मरे स्नेहसंगेसी । (भा. रा. अरण्य १८/१३१)

अर्थ : पतंगाने दिव्याला आलिंगन दिले तर तो जळून मरून जातो.

१८) **सूर्यापुढे जेवि खद्योत । (भा. रा. किष्किं ६/१४६)**

अर्थ : सूर्यापुढे काजव्यांचे तेज पडत नाही.

१९) **सकळ रस सेवीं मासी । दीप चाखतां मरण तिसी । (भा. रा. अरण्य १८/७९)**

अर्थ : माशी सर्व रसांचे सेवन करते पण अग्नीशी संबधं आला की, मरून जाते.

२०) **सर्व रस चाखी माशी । दीप चाखिता दाही तिसी । (भा. रा. सुंदर ९/७)**

अर्थ : माशी सर्व रस चाखते पण ती दीप चाखायला गेली की, मरून जाते.

२१) **साखरेवरूनि मासी नुडे । (भा. रा. युद्ध ७८/८९)**

अर्थ : साखरेवरून माशी उडत नाही.

२२) **भेकापासी आलिया सर्प । ते सर्वांगी होय सकंप । (भा. रा. अरण्य १८/१७)**

अर्थ : बेडकाजवळ सर्प आला तर बेडकाच्या सर्वांगाला कंप सुटतो.

२३) **सुखवोनि पतंग दीपावरी पडे । परि शेवटी जोडे देह अंत । (एक. गा. २९८८/१)**

अर्थ : पतंग आनंदाने दिव्यावर उडी घालतो पण त्याचा शेवट त्याच्या नाशात होतो.

२४) **दीपाचिया अंगसंगा । कोण सुख आहे पतंगा । (एक. गा. ३०३२/३)**

अर्थ : दिव्यावर उडी घेऊन पतंगाला कोणतेही सुख मिळत नाही.

२५) **साखरेवरून नुठे माशी । (रु. स्व. ६/२९)**

अर्थ : साखरेवरून माशी उठत नाही.

२६) **कीटकी भये ध्याता भृंगीसी ।**
तद्रूपता बाणली तियेसी ।। (एक आठ ग्र. च. भा. १७८)

अर्थ : कीटक भीतीने भुंग्याचे सतत स्मरण करतो आणि अखेर त्याच्याशी एकरूप होतो (सततच्या स्मरणाने एकरूपता येते)

२७) **वाळुवंटीची साखर । निवडावया मुंगी चतुर ।। (एक आठ ग्रं. ह. ३२९)**

अर्थ : वाळवंटातील साखर निवडण्याचे कौशल्य मुंगीच जाणते.

तुकाराम

१) **क्षेम देता अंगा गांधेलाची पोळी ।**
करवी नादाळी महाशब्द ।। (तु. गा. ४३२३)

अर्थ : गांधील माशीने आपल्या अंगाला मिठी मारली तर अंगाची आग होते आणि माणूस ओरडू लागतो.

२) **नाही काष्ठाचा गुमान । गोवी भ्रमरा सुमन ।। (तु. गा. १८९८)**

अर्थ : भुंगा मोठमोठी लाकडे कोरतो पण कमळ मात्र त्याला आपल्यात अडकवून ठेवते.

३) **भ्रमरासी चारा सुगंधाचा । (तु. गा. ४३०८)**

अर्थ : फुलांचा सुगंध हा भुंग्यांचा चारा असतो.

४) **खादलिया अन्ना मासी बोलों नये ।**
अवघें चि जाये एक घांसें ।। (तु. गा. ८२०)

अर्थ : जेवण झाल्यावर अन्नात माशी पडली होती असे बोलू नये. कारण त्या घासामुळे सर्व अन्न ओकून पडते.

५) **एक पडे मासी । तरी ते बहु अन्न नासी ।। (४०५०/३)**

अर्थ : अन्नात एखादी माशी पडली । तरी सर्व अन्नाचा नाश होतो.

६) **जेविं मासीसंगे अन्न । सुख नेदी तें भोजन ।। (तु. गा. ४१५५)**

अर्थ : जेवताना अन्नाच्या घासाबरोबर माशी तोंडात गेली तर जेवणाचे सुख नष्ट होते.

७) **मुंगी होउनि साकर खावी । (तु. गा. २८९२)**

अर्थ : मुंगी सारखी नम्रता पत्करून साखरेसारखा गोड पदार्थ खावा.

८) **उंबरातींल कीटका । हे चि ब्रह्मांड ऐसे लेखा । (तु. गा. २४७७)**

अर्थ : उंबरातील कीड्यांचे जग उंबरा येवढेच असते.

९) **काजव्याच्या ज्योती । तुका म्हणे न लगे वाती ।। (तु. गा. २४९७)**

अर्थ : काजण्याच्या तेजाने दिव्याच्या वाती पेटविता येत नाहीत.

१०) **खद्योंते दावावी रवी केवीं वाट । (तु. गा. २३३९)**

अर्थ : काजव्याने सूर्याला वाट दाखवू नये.

११) **तुका म्हणे आळी । जेवी नुरे चि वेगळी ।। (तु. गा. २३२७/४)**

अर्थ : आळी पतंगाचे ध्यान करताना पतंगरूप होऊन जाते.

१२) **क्षीराची वसति अशुद्ध सेवावें ।**
जवळी जावें भोगें दुरी ।। (तु. गा. १७५९)

अर्थ : गायीच्या स्तनाजवळ गोचिड असतात पण ते दूध सोडून रक्त पितात आणि दूरचे लोक दूध पितात.

१३) **जवळी गोचिड क्षीरा (तु. गा. २०४१/४)**

अर्थ : दुधाने भरलेल्या स्तनाजवळ गोचिड असतो पण त्याला दुधाची प्राप्ती होत नाही.

१४) **तो असे जवळी गोंचिडांच्या न्याये । (तु. गा. २०४४/२)**

अर्थ : गोचिड गाईच्या स्तनाजवळ असतो. पण त्याला दूध न आवडता रक्त आवडते.

१५) **जैसी कमळणी दर्दुरा ।। (तु. गा. २०४१/४)**

अर्थ : चिखलात कमलकंद असूनही त्याचा लाभ बेडकाला होत नाही.

१६) **ढेकणाच्या बाजे सुखाची कल्पना । (तु. गा. १५६४/३)**

अर्थ : ढेकणाच्या बाजेवर सुखाची झोप येत नसते.

क्रोध

एकनाथ

१) **क्रोधु तापसांचा उघड वैरी । (एक. भा. ४/७९) (एक. आठ. ग्रं. च. भा. १११)**

अर्थ : क्रोध हा तपस्वी लोकांचा उघउ उघड वैरी होय.

२) **क्रोधची करी क्रोधा शम । (एक. भा. ४/१४४)**

अर्थ : क्रोधच क्रोधाला शांत करतो.

३) **क्रोध सर्वांगी अपवित्र । (भा. रा. बा. १४/९९)**

अर्थ : क्रोध सर्वस्वी अपवित्र असतो.

४) **क्रोधु अतिशये चांडाळु । न होय निर्मळु प्रयागीं ।। (भा. रा. सुंदर ८/१३६)**

अर्थ : क्रोध हा मोठा चांडाळ होय. तो प्रयाग तीर्थात स्नान करूनही नष्ट होत नाही.

५) **कोप जगामाजीं अपकारी । (भा. रा. सुंदर ३७/१२)**

अर्थ : जगात क्रोध अहितकारी असतो.

६) **धर्म, अर्थ, काम, मोक्षता । चहूं पुरुषार्थां क्रोध नागविता । (भा. रा. सुंदर ३७/२४)**

अर्थ : धर्म, अर्थ, काम व मोक्ष हे क्रोधामुळे नष्ट होतात.

७) **क्रोध मांगटा अति चांडाल । जळें निरसें मांग विटाळ ।**
क्रोध त्याहूनी प्रबळ । नव्हे निर्मळ स्नानदाने ।। (भा. रा. सुंदर २०/५९)

अर्थ : क्रोधरूपी मांग अत्यंत हीन आहे. मांगाचा विटाळ स्नानाने नाहीसा होतो. पण क्रोध निर्मळ जलस्नानानेही नष्ट होत नाही.

८) **क्रोधयुक्त अंत:करण । तेणें नासे स्वधर्माचरण ।। (एक. गा. २७४५/१)**

अर्थ : अंत:करणात क्रोध असला तर स्वधर्माचरणाचा नाश होतो.

रामदास

१) **कामक्रोधें लिथाडला । तो कैसा म्हणावा भला ।। (दास १.१.२५)**

अर्थ : कामक्रोधात बुडालेल्या माणसाला भला माणूस म्हणता येत नाही.

२) **कोपें कोपची वाढतो । (रा. क. १ षड्रिपु २/१)**

अर्थ : रागाने राग वाढतो.

३) **ज्याचा क्रोध अति लडिका । तेथें उरी नाही विवेका । (रा. क. २ एकवीससमासी १२/३५)**

अर्थ : ज्याला फार राग येतो त्याजवळ विवेक असत नाही.

४) **षड्रिपूवरि खीजत जा रे । (करुणा धा. स. ४३/२)**

अर्थ : षडरिपूंवर नेहमी रागवावे.

५) **अती क्रोध त्या बोध होणार नाही । (करुणा धा. स. १२९)**

अर्थ : अत्यंत रागीट असलेल्या माणसाला कोणतीच गोष्ट पटत नाही.

६) **क्रोधें गेला संतसंग । (स. गा. २०६/४)**

अर्थ : क्रोधामुळे संतसंग नष्ट होतो.

७) **अनुताप आहे संतापाचे फळ । (स. गा. ३९८/२०)**

अर्थ : पश्चाताप हे संतापाचे फळ आहे.

खाद्यपदार्थ

ज्ञानदेव

१) **जैसें लवण जळे झळंबलें । (ज्ञाने. २/३)**

अर्थ : पाण्यात मीठ विरघळते.

२) **कीं लवणेंचि जळ विरे । (ज्ञाने. २/१५)**

अर्थ : मिठाने पाणी विरते काय ?

३) **जैसें समुद्रि लवण न पडे । तंव वेगळें अल्प आवडे ।**
मग होय सिंधूचि एवढें । मिळे तेव्हां ।। (ज्ञाने ५/३५)

अर्थ : जो पर्यंत समुद्रात मीठ पडलेले नसते तो पर्यंतच ते वेगळे व लहान दिसते. पण ते समुद्रात मिसळले की, समुद्राएवढे होते.

४) **पैं जळा आपणपें देतां । लवण भुललें पंडुसुता ।**
की आघवें तयाचें होता । न लजेचि तें ।। (ज्ञाने १८/१३५०)

अर्थ : मीठ स्वत:ला पाण्याला अर्पण करताना स्वत:ला विसरते आणि जलरूप होताना लाजत नाही.

५) **जी मिळतां दोन्ही उदकें । माजी लवण वारूं ठाके ।**
कीं तयासींही निमिखें । ते चि होय ।। (ज्ञाने. १८/१६००)

अर्थ : पाण्याचे दोन ओघ एकमेकांत मिसळू नयेत म्हणून मध्ये मीठ उभे राहिले तर ते मीठ क्षणात विरून जाते.

६) **गूळ नेणतां तोंडीं । घातला देचि गोडी ।। (ज्ञाने. १८/१०५)**

अर्थ : गूळ आहे हे माहीत नसताना जरी तो तोंडात घातला तरी त्याची गोडी जाणवते.

७) **नातरी साखरेचा माघौता । बुद्धिमंतपणेही करिता ।**
परि ऊंस नव्हे पंडुसुता । जियापरी ।। (ज्ञाने. ८/२००)

अर्थ : उसाची साखर झाली की, फिरून त्या साखरेचा ऊस करण्याचे बुद्धिवानाने मनात आणले तरी शक्य होत नाही.

८) **म्हणोनि तूप होऊनि माघौतें । जेवीं दूधपणा न येचि निरुतें ।। (ज्ञाने. ८/२०२)**

अर्थ : दुधाचे तूप झाले की, त्या तुपाचे पुन्हा दूध होत नाही.

९) **जैसें अपेय पया मिनलें । लवण करी ।। (ज्ञाने. १८/६७५)**

अर्थ : दुधात मीठ मिसळले असता ते प्यायला अयोग्य होते.

१०) **कां षड्रस खापरीं वाढिलें । वाहूनि चोहटां रात्री सांडिले ।**
ते सुणियांचेचि ऐसे झाले । (ज्ञाने. ९/४३९)

अर्थ : षड्रसाने भरलेले अन्न खापरावर वाढून ते चव्हाट्यावर ठेवले तर ते केवळ कुत्र्यांच्या उपयोगी पडते.

११) **अहो गूळा साखरे मालेयाचे । हे बांधे तरी एकाचि रसाचे ।**
परि स्वाद गोडियेचे । आन आन जैसे ।। (ज्ञाने. १०/३३)

अर्थ : गूळ, साखर, गुळाच्या वड्या हे सर्व एकाच रसापासून तयार करतात. पण प्रत्येकाची चव मात्र निरनिराळी असते.

१२) **जैसी रांधवणी रससोय निकी । करूनियां मोलें विकी । (ज्ञाने. २/२५४)**

अर्थ : एखाद्या सुगरणीने उत्तम स्वयंपाक करून तो द्रव्य लोभाने विकू नये. (जसे अविचारी माणसे सुखोपभोगासाठी धर्म विकतात)

१३) **निकणु वाढे धनंजया । कणेंसी कोंडा ।। (ज्ञाने. १३/९६०)**

अर्थ : धान्यकणांबरोबर चिकटलेला कोंडाही धान्याबरोबर वाढतो.

१४) **जेंव्हा द्राक्षीं दूध घातलें । तेव्हां वायां गेलें गमलें ।**
परी फळपाकीं दुणावलें । देखिजे जेवीं ।। (ज्ञाने. १५/५९१)

अर्थ : द्राक्षांच्या वेलांना खत म्हणून दूध घातले असता ते प्रथम वाया गेले असे वाटते पण नंतर खूप फळे लागलेली पाहिल्यावर तो समज नाहीसा होतो.

१५) **पैं कोलिताही कोपे ऐसें । द्राक्षांचे हिरवेपण असे ।**
ते परिपाकीं कां जैसें । माधुर्य आते । (ज्ञा. १८/७९०)

अर्थ : कच्च्या द्राक्षाचा आंबटपणा कोलिता पेक्षाही जिभेला अधिक चटका देतो पण तीच द्राक्षे पिकली म्हणजे गोड लागतात.

१६) **कां ऊंसाचें कांडे ऊंसा । वाढी हेतु ।। (ज्ञाने. १८/३६३)**

अर्थ : उसाचे पहिले कांडे दुसऱ्या कांड्याच्या वाढीला कारण होते.

१७) **कां पुढी वळला ऊसीं । गोडी जेवीं । (ज्ञाने. १८/८४२)**

अर्थ : उस वाकडा असला तरी रसातली गोडी वाकडी नसते.

१८) **हिंगु त्रासिला घाणी । तरी कैचें सुगंधत्व आणी । (ज्ञाने. १८/२२१)**

अर्थ : हिंग आंगच्या घाणीला त्रासला तरी सुगंधीपणा कोठून आणणार ?

१९) **कारण जें जीविता । तें वानिलें जरी सेवितां ।**
तरी अन्नचि पंडुसुता । विष होय ।। (ज्ञाने. १६/२२१)

अर्थ : जगण्याला कारणीभूत असणारे अन्न चांगले म्हणून गरजेपेक्षा अधिक खाल्ले तर ते विष होते.

२०) **कीं सुआरासीचि अन्न घरीं । येरां नोहे ।। (ज्ञाने. १७/९०)**

अर्थ : घरात शिजवलेले अन्न स्वयंपाक करणाऱ्यालाच मिळते आणि इतरांना मिळत नाही काय?

२१) **सात्विक भोज्य जाण । आयुष्याचें त्राण । (ज्ञाने. १७/१३१)**

अर्थ : सात्त्विक भोजनाने आयुष्याची वाढ होते.

२२) **गोडी न होती पक्वान्नें । तरी कां फावती रसने । (ज्ञाने. १८ / १७०२)**

अर्थ : गोडी पक्वान्नाच्या रूपाने आली नसती तर तिचा भोग जिभेला घेता आला नसता.

२३) **अखाद्याचेनि भोजनें । (ज्ञाने. १८/८०६)**

अर्थ : अखाद्य खाण्याने खरे सुख होत नाही.

२४) **नेणे मांसखाइरू । काळें गोरें । (ज्ञाने. १८/५५४)**

अर्थ : मास खाणारा हे काळे, हे गोरे असे म्हणत नाही.

२५) **एथे जिव्हेचा हातु फांटे । तंव जेवितां वाटे गोमटे ।**
मग परिणामीं शेवटें । अवश्य मरण ।। (ज्ञाने. १८/२४९)

अर्थ : अन्न गोड लागले म्हणून जेवताना ते अधिक खाल्ले तर गोड वाटते पण त्याचा परिणाम म्हणून मरण प्राप्त होते.

२६) **भोजनसुख महाग । रांधितां ठाईं ।। (ज्ञाने. १८/१८७)**

अर्थ : स्वयंपाक करायचे कष्ट होतात म्हणून भोजन सुख नको वाटते.

२७) **का अन्न न मानितां भूक । न मारी काय ।। (ज्ञाने. १८/१३२)**

अर्थ : भूकेच्या वेळी अन्न घेतले नाही तर भूक मरून जाते.

२८) **परी भोजनीं जैसें होये । तृप्ती लाभे भूक जाये ।। (ज्ञाने. १८/१२०)**

अर्थ : भोजनामुळे समाधान लाभते आणि भूक नाहीशी होते.

२९) **हें न म्हणावें साधारण । अन्न ब्रह्मरूप जाण ।**
जे जीवनहेतु कारण । विश्वा यथा ।। (ज्ञाने. ३/१३३)

अर्थ : अन्नाला सामान्य म्हणू नये ते ब्रह्मरूप आहे, असे समजावे. अन्न हे सर्व जगाचे जगण्याचे साधन आहे.

३०) **गोडी आणि गुळु । कापुरु आणि परिमळु ।**
निवडुं जाता पांगुळु । निवाडु होये ।। (अमृ. १/२३)

अर्थ : गूळ व गुळातील गोडी, कापूर आणि त्यातील गंध वेगळा करता येत नाही. त्यांचा निवाडा करू गेले तर तो अधूरा राहतो.

३१) **सांडूनि मीठपणाचा लोभु । मिठे सिंधुत्वाचा घेतला लाभु । (अमृ १/६३)**

अर्थ : मिठाने मीठपणाचा लोभ सोडून ते सागराशी एकरूप झाले म्हणजे मीठच सागरा एवढे होते.

३२) **ना तरी लवण पाणिया । (अमृ. २/४१)**

अर्थ : पाण्यात मीठ राहत नाही.

३३) **नातरि गोडी आणि गुळु । गुळचि ते । (अमृ. २/६५)**

अर्थ : गूळ आणि गोडी म्हणजे गूळच होय.

३४) **लवण आंगे विरे । परी स्वादें जळीं उरे । (अमृ. ३/६)**

अर्थ : मीठ पाण्यात विरघळून गेले तरी ते चवीच्या रुपात शिल्लक असते.

३५) **कीं गूळ चाखे गोडी । (अमृ. ७/१६७)**

अर्थ : गूळ आपली गोडी स्वत:च चाखत नसतो.

३६) **बांधियाचिया मोडी । बांधा न होति गुळाची गोडी ।। (चां. पा. १४)**

अर्थ : गुळाची ढेप फोडली तरी गुळाची गोडी कमी होत नाही.

३७) **लवण पाणियाचा थावो । माजि रिघोनि गेलें पाहो ।। (चां. पा. ४६)**

अर्थ : पाण्याची खोली किती आहे हे पाहण्यासाठी मीठ पाण्यात उतरले तर ते विरून जाते.

३८) **सागरी लवण मेळवी जें । (ज्ञा. सा. चि. गा. २०७)**

अर्थ : सागरात मीठ टाकले की, ते एकरूप होते. (देवभक्त एकरूप होतात त्याप्रमाणे)

३९) **वाया निकण भुस काय उपणिसी । (ज्ञा. सा. चि. गा. ३४२)**

अर्थ : कणरहित कोंडा पाखडून काहीच मिळत नाही.

एकनाथ

१) **जैशा साखरेचिया कणिका । गोडिये भिन्न नव्हती देखा । (एक. भा. १/३३)**

अर्थ : साखरेचे खडे कण तिच्या गोडीहून भिन्न नसतात.

२) **साकरेचें कारलें प्रौढ ।**
ते देठू कांटेनशी सर्वही गोड । (एक. भा. २/४४२)

अर्थ : साखरेचे मोठे कारले केले तरी त्याचा देठ-काटे ही सर्वही गोड असतात.

३) **जे गोडी नाबदरासी । तेचि वेगळी रवेयासी । (एक. भा. ४/२६१)**

अर्थ : खडी साखरेच्या राशीला जी गोडी असते तीच गोडी तिच्या खड्यालाही असते.

४) **साखरेचा बोळू केला । परी कडूपणा नाहीं आला । (एक. भा. ९ /४९३)**

अर्थ : साखरेचा बोळ (कातबोळ) केला तरी त्यास कडूपणा येत नाही.

५) **जैसे आंत बाहेरी भाग । नेणें साखरेचे अंग । (एक. भा. २५/४४२)**

अर्थ : साखर सर्वांगाने गोड असते.

६) **साकरेचा इंद्रावणघडू । जाणा गोड नेणा कडू । (एक.भा.२८/४६६)(भा. रा.अरण्य.२२/९८)**

अर्थ : साखरेचा कडू वृंदावनाचा घड तयार केला असता तो जाणणाराला गोड आणि न जाणणाऱ्यास कडू असतो.

७) **साकरेची निंबोळी केली । परी ते कडूपणा नाहीं आली । (एक. भा. ११/१०१४)**

अर्थ : साखरेची निंबोळी केली तरी ती कडू होत नाही.

८) **मद्यपानें जो उन्मत्त । तो स्वेच्छा खेळे द्यूत । (एक. भा. २३/३४३)**

अर्थ : जो मद्यपानाने बेभान होतो तो स्वेच्छेने द्यूत खेळायला लागतो.

९) **अंधारी गूळ खातां । कडू न लगे तो सर्वथा । (एक. भा. १२/२०५)**

अर्थ : गूळ अंधारात खाल्ला तरी तो कडू लागत नाही.

१०) **जेवीं कां गुळाचें कारलें केलें । परी ते कडूपणा नाहीं आले । (एक. भा. १३/७७४)**

अर्थ : गुळाचे कारले केले तरी ते कडू लागत नाही.

११) **त्याची कैंची मधुरता । जेवीं अपक्कता सेंदची । (एक. भा. ८/६०)**

अर्थ : न पिकलेल्या शेंदाडास मधुरपणा नसतो.

१२) **हो कां सैंधवाचा खडा । पडल्या सिंधूमाजिवडा ।**
तो होवोनि ठाके त्या एवढा । (एक. भा. ७/१००, ११/७२१)

अर्थ : मिठाचा खडा समुद्रात पडला म्हणजे तो समुद्राएवढा होऊन राहतो.

१३) **जेवीं लवण मीनल्या जळासी । लवणपणासीं मूकले । (एक. भा. १३/६२५)**

अर्थ : मीठ पाण्यात मिसळले असता ते मीठ स्वस्वरूपाला विसरून जाते.

१४) **सैंधव सागरा भेटू जातां । जेवी कां हारवे सैंधवता । (एक. भा. २१/२५९)**

अर्थ : मीठ समुद्राला भेटायला गेले असता त्याचा मीठपणा नाहीसा होतो.

१५) **कनकफळ हें नामें गोमटे । आंत माजिरे बाहेर कांटे । (एक. भा. १७/२०२)**

अर्थ : कनकफळ (धोतऱ्याचे फळ) हे नाव चांगले असले तरी त्याचा गर कैफ आणणारा असतो आणि त्याला बाहेरून काटे असतात.

१६) **जेवीं का उंस बीजी पडे । तो बाहेर उसपणेंचि वाढे ।**
जरी भिन्न कांडे चढे । तरी मागे पुढे रस एकु । (एक. भा. ३/१२८)

अर्थ : ऊसाचे कांडेच उसाचे बी असते. ते पेरले असता बाहेर ऊस म्हणूनच वाढते. ऊसाची कांडे निरनिराळी असली तरी शेड्यांपासून बुडख्यापर्यंत रस एकच असतो.

१७) **धृत थिजलें की विघुरले । परी घृतपणा नाहीं मुकलें । (एक. भा. १/२४७)**

अर्थ : घट्ट तूप पातळ झाले तरी त्यातील तूपपणा नष्ट होत नाही.

१८) **व्याघ्रसिंह दुधासाठीं । अतिसबळता जोडे पुष्टी ।**
परी जन्ममरणांची तुटी । दुधासाठीं कदा नव्हे ।। (एक. भा. २/२४५)

अर्थ : वाघसिंहाच्या दुधाने माणूस शक्तिसंपन्न होईल पण त्या दुधामुळे मरण चुकविता येत नाही.

१९) **साखर विरोनि होय जीवना । जीवना आलें गोडपण । (भा. रा. अरण्य १५/११३)**

अर्थ : साखर पाण्यात विरघळली की, पाण्याला गोडपणा येतो.

२०) **गुळाचे कारले केलें । ते सकंटक कडू नाहीं जाले । (भा. रा. अरण्य २०/९७)**

अर्थ : गुळाचे कारले केले तर त्याचे काटेही कडू नसतात.

२१) **गूळ सोडोनी कैसी जे गोडी । (एक. गा. २१११/ ६९३)**

अर्थ : गूळ सोडून गोडी असत नाही.

२२) **उदकी लवण पडता । न निघे बाहेरी । (एक. गा. १८२०)**

अर्थ : पाण्यात मीठ पडले तर ते निराळे करता येत नाही.

२३) **गोडी आणि गूळ । नोहें वेगळे सकळ । (एक. गा. १००५, एक. आठ. ग्रं. अमृ. १२)**

अर्थ : गोडी व गूळ हे भिन्न असत नाहीत.

२४) **गोडीसी साखर साखरेस गोडी ।**
निवडिंता अर्ध घडी दुर्जी नोहे । (एक. गा. ९९५/३)

अर्थ : साखर आणि तिची गोडी कितीही वेळ निवडली तरी निरनिराळी करता येत नाही.

२५) **गोड मऊ आणि शुभ्र ।**
त्रिविध नावी एक साखर । (एक. आठ. ग्रं. ह. ६०४)

अर्थ : गोड, मऊ, पांढरी ही साखरेची भिन्न भिन्न नावे असली तरी साखर एकच असते.

२६) **गूळ आणि गोडी निश्चिती । (एक आठ. ग्रं. अमृ. १२)**

अर्थ : जिथे गूळ असतो तिथे गोडी असते.

तुकाराम

१) **सांगता नव्हे सुखी साखरेसी । (तु. गा. १०७)**

अर्थ : साखर खाल्यावर तिची गोडी कळते पण ती दुसऱ्याला सांगता येत नाही.

२) **सर्वांगे साकर अवघी गोड । (तु. गा. २९०)**

अर्थ : साखर सर्वांगाने गोड असते.

३) **गोडी साकरेपासुनी । कैसी निवडती दोन्ही । (तु. गा. ५७७)**

अर्थ : साखरेपासून तिची गोडी बाजूला करता येत नाही.

४) **साकरेची गोडी सारखी सकळा ।**
थोरा मोठ्या बाळां धाकुटियां ।। (तु. गा. ९२०)

अर्थ : साखरेची गोडी लहानापासून मोठ्यांपर्यंत सर्वांना सारखी असते.

५) **खडा रवाळी साकर । जाला नामाचाचि फेर ।**
न दिसे अंतर । गोडी ठायीं निवडितां ।। (तु. गा. १९९२)

अर्थ : खडी साखर, रवाळ साखर आणि साखर ही नावे भिन्न असली तरी त्यांच्या गोडीत फरक नसतो.

६) **अवघें साकरेचें अंग । नये व्यंग निवडितां ।। (तु. गा. १४५३)**

अर्थ : साखरेचे सर्व अंग गोड असते. निवडूनही तिच्यात व्यंग सापडत नसते.

७) **मिठेंविण काय करावें मिष्टान्न । (तु. गा. ३०४)**

अर्थ : मिठाशिवाय अन्नाला गोडी नाही.

८) **दुधाचे घागरी मद्याचा हा बुंद ।**
पडिलिया शुद्ध नव्हे मग ।। (तु. गा. १६५४)

अर्थ : दुधाच्या घागरीत मद्याचा एक थेंब जरी पडला तरी ते दूध टाकावे लागते.

९) **अभुकेचे अंगी चवी ना संवाद । (तु. गा. ३२३३)**

अर्थ : भूक नसलेल्या माणसाच्या तोंडाला चव नसते. त्याचे बोलणेही रसहीन असते.

१०) **निंदा स्तुती करवी पोट ।**

अर्थ : पोटासाठी माणूस निंदा किंवा स्तुती करती. (तु. गा. १४०९)

११) **भूक जना नाचवी । (तु. गा. २१९४)**

अर्थ : माणसाचे पोट त्याला वाटेल ते करायला लावते.

खेळ

ज्ञानदेव

१) **जैसें चेष्टे सूत्राधीन । दारुयंत्र ।। (ज्ञाने. १/८१)**

अर्थ : ज्याप्रमाणे कळसूत्री बाहुली दोऱ्याच्या आधाराने नाचते.

२) **हालविती दोरी तुटली । तरि तिये खांबावरील बाहुलीं ।**
भलतेणें लोटिली । उलथोनि पडती ।। (ज्ञाने. ११/४६७)

अर्थ : खांबावरच्या बाहुलीला हलविणारी दोरी तुटली की, कोणीही तिला ढकलले असता ती उलथून पडते.

३) **सूत्रधारेंवीण साइखडें । वावो जैसें।। (ज्ञाने. १३/३०१)**

अर्थ : सूत्रधाराशिवाय कळसूत्री बाहुली व्यर्थ असते.

४) **आता चेंडुवें भूमी हाणिजे । हें नव्हे तो हाता आणिजे । (ज्ञाने. १६/१००)**

अर्थ : चेंडू जमिनीवर आपटतात तो पुन्हा हातात यावा म्हणून.

५) **नांतरी उदकाचिये भूमिके । आफळिलेनि कंदुके ।**
उधळौनि कवतिकें । न येइजे हाता ।। (ज्ञाने. १७/२८०)

अर्थ : पाण्यावर आपटलेल चेंडू उडी घेऊन आपल्या हाती येत नाही.

६) **भिंगोरी निधिये पडली । ते गमें भूमीसी जैसी जडली । (ज्ञाने. १५/१३६)**

अर्थ : भिंगरी वेगाने फिरू लागली म्हणजे जमिनीवर ती उभी आहे असे वाटते.

७) **वार्तेवरील धांवणे । (ज्ञाने. १८/६५)**

अर्थ : दोरीवर धावणे योग्य नाही.

गंध

ज्ञानदेव

१) **कां कस्तुरी सकट परिमळु । (अमृ. १/४२)**

अर्थ : कस्तुरी व तिचा गंध निरनिराळे नसतात.

२) **कापुराचें थळीव । नुरेचि आगीची बरव ।। (अमृ. २/४२)**

अर्थ : कापराच्या वडीवर अग्नीची शोभा राहत नाही.

३) **नाना कापुरु आणि परिमळू । कापुरचि केवळु ।। (अमृ. २/६३)**

अर्थ : कापूर आणि त्याचा गंध म्हणजे कापूरच असतो.

४) **परिमळु परिमळें । घेपतु असे ।। (अमृ. ४/२१)**

अर्थ : वास आपलाच वास घेतो काय ?

गरीब

ज्ञानदेव

१) **नागवें नागविलिया । विशेष काई ।। (अमृ. ६/३२)**

अर्थ : गरीबास लुटले तरी काही मिळत नाही.

गुण

ज्ञानदेव

१) **तेवीं जैसा घेपे आहारु । धातु तैसाचि होय आकारु ।**
आणि धातु ऐसा अंतरु । भावो पोखें ।। (ज्ञाने. १७/११६)

अर्थ : जसा आहार घ्यावा तसा धातू उत्पन्न होतो आणि धातू प्रमाणेच वृत्तीची वाढ होते.

२) **किंबहुना फळाशेवीण । ऐसेया निगुती यज्ञ निर्माण ।**
होय तो यागु जाण । सात्विकु गा ।। (ज्ञाने. १७/१८४)

अर्थ : फळाशा न धरता व्यवस्थितपणे जो यज्ञ केला जातो तो सात्त्विक यज्ञ होय.

३) **ऐसी केवळ फलालागीं । महत्त्व फोकारावयाजगीं ।**
पार्था निष्पत्ति जे यागीं । राजस पैं ते ।। (ज्ञाने. १७.१८८)

अर्थ : केवळ फळ प्राप्त होईल म्हणून आणि जगात आपली मान्यता वाढेल म्हणून जो यज्ञ केला जातो तो राजस यज्ञ होय.

४) **हे असो धनमानीं आस । वाढउनी तप कीजे सायास ।**
तैं तेंचि तप राजस । बोलिजे गा ।। (ज्ञाने. १७/२४७)

अर्थ : धन, मानमान्यता इत्यादीसाठी कष्टाने भरलेले जे तप केले जाते ते राजस तप होय.

५) **का वाण धाडिजे घरा । वौसयाचिया ।। (ज्ञाने. १७/२८६)**

अर्थ : वसा करणाऱ्याच्या घरी वाण पाठवावे (हे राजस दान होय).

६) **नाना दिठी घालूनि आहेरा । अवंतु जाइजे सोयिरा ।। (ज्ञाने. १७/२८६)**

अर्थ : अहेरावर डोळा ठेवून सोयऱ्यांना भोजनाचे निमंत्रण देणे. (हे राजस दान होय)

७) **पूजा घेऊनि रसु दीजे । पीडितांसी ।। (ज्ञाने. १७/२८७)**

अर्थ : आधी पैसा घेऊन मग औषध देणे हे राजस दान होय.

८) **पैं कळांतर गांठी बांधिजे । मग पुढिलांचे काज कीजे । (ज्ञाने. १७/२८७)**

अर्थ : व्याजाचे पैसे आधी गाठीला बांधून मग दुसऱ्याचे काम करावे. (हे राजस कर्म होय).

९) **कां पेंव करूनि आइतें । पेरू जाइजे ।। (ज्ञाने. १७/२८५)**

अर्थ : आधी धान्य साठविण्याच्या कोठाराची तयारी करून मग शेत पेरायला जायचे हे राजस दान होय.

१०) **परी मनीं धरूनि दुभतें । चारिजे जेवीं गाइतें । (ज्ञाने. १७/२८५)**

अर्थ : दुधाची आशा मनात धरून गायीला चारा घालणे हे राजस दान होय.

११) **वाहतिये वेळे जड । शिदोरी जैसी ।। (ज्ञाने. १८/१८५)**

अर्थ : शिदोरी वाहून नेताना प्रथम जड वाटते. (शरीरक्लेश होतात म्हणून तिचा त्याग कणे हे राजस कर्म होय).

१२) **तेवीं श्रद्धा तामसी । सिनी नाहीं ।। (ज्ञाने. १७/७०)**

अर्थ : तामसी श्रद्धा तमोगुणाहून भिन्न नसते.

१३) **ना आंधाराचेनि रोखें । जैसीं डोळा रोविजती नखें । (ज्ञाने. १८/१७८)**

अर्थ : अंधारात दिसत नाही म्हणून डोळ्यात नखे खुपसणे हे (तामस कर्म होय).

१४) **शिसाराचां रागें लावणें । शिसचि जैसें ।। (ज्ञाने. १८/१७९)**

अर्थ : अर्धशिसीच्या रागाने डोकेच उडविणे (हे तामसकर्म होय)

१५) **हां गा मार्ग दुवाडु होये । तरी निस्तरितील पाये ।**
कीं ते चि खांडणे आहे । मार्गापराधें ।। (ज्ञाने. १८/१८०)

अर्थ : रस्ता वाईट असला तरी पाय तो चालून संपवितात. पण रस्ता वाईट आहे ह्या रागापोटी पाय तोडायचे नसतात. पाय तोडणे हे तामस कर्म आहे.

१६) **भुकेलियापुढें अन्न । हो का भलतैसें उन्ह ।**
तरी बुद्धी न घेतां लंघन । भाणें पापरां हालया ।। (ज्ञाने. १८/१८१)

अर्थ : भुकेल्या माणसापुढे अत्यंत उष्ण अन्न आल्यास त्याने जाणीवपूर्वक ते लाथाडणे म्हणजे लंघनच घडणे होय.

१७) **पैं स्वार्थी जें उपकरे । तयाचि नाम सोयिरें । (ज्ञाने. १८/५६२)**

अर्थ : जो आपल्या स्वार्थाच्या उपयोगी तोच सोयरा असे समजले जाते. हे तामस ज्ञान होय.

१८) **म्यृत्यूचें आघवेंचि अन्न । (ज्ञाने. १८/५६३)**

अर्थ : सर्व जग मृत्यूचे अन्न आहे. (असे समजणे हे तामस ज्ञान होय)

१९) **आघवेचिं आगी इंधन । (ज्ञाने. १८/५६३)**

अर्थ : सर्व जग अग्नीचे सरपण होय. (असे मानणे हे तामस ज्ञान होय)

२०) **तैसें जगचि आपलें धन । (ज्ञाने. १८/५६३)**

अर्थ : सर्व जग आपलेच धन आहे. (असे समजणे हे तामस ज्ञान होय)

२१) **तैसे कृत्यजात उदरा । लागींचि बुझे ।। (ज्ञाने. १८/५६५)**

अर्थ : सर्व कर्म हे पोटासाठी आहे. (हा विचार म्हणजे तामस ज्ञान होय.)

२२) **जें देहखंडा नाम आत्मा । ईश्वर पाषाण प्रतिमा ।**
ययापरौती प्रभा । ढळों नेणे ।। (ज्ञाने. १८/५६७)

अर्थ : हा देह म्हणजेच आत्मा, पाषाणाची मूर्ती हाच ईश्वर याच्या पलीकडे तामस ज्ञानाची झेप नसते.

२३) **जे चामाचे डोळे दाविती । जें इंद्रियें गोडी लाविती ।**
तें चि साच हे प्रतीती । फुडी जया ।। (ज्ञाने. १८/५७३)

अर्थ : चर्मचक्षूंना जे पाहायला मिळते, इंद्रियांना जे गोड वाटते तेवढेच खरे असे मानणे (हे तामस ज्ञान होय)

२४) **धुंवाचि वेली वृथा । आकाशीं जैसी ।। (ज्ञाने. १८/५७४)**

अर्थ : आकाशात उंच जाणाऱ्या धुराचा लोट व्यर्थ असतो, हे समजणे म्हणजे तामस ज्ञान होय.

२५) **तें जिणें की जुवाराचें । टिटेघर । (ज्ञाने. १८/६७३)**

अर्थ : तामसकर्त्याचे जगणे म्हणे जुगाराच्या अड्ड्यावरील घर होय.

२६) **जो गुण घे दे दोष । (ज्ञाने. १८/६७९)**

अर्थ : दुसऱ्याचे गुण घेऊन त्याला नावे ठेवतो तो (तामस होय).

२७) **दुर्व्यवहारीं जैसी । विटाळें लोटे ।। (ज्ञाने. १८/६८१)**

अर्थ : वाईट व्यवहाराच्या वेळी (तामसाची) झोप विटाळशी स्त्री प्रमाणे त्याला सोडून जाते.

नामदेव

१) गुणरहित स्तुती । (अ. क्र. १०४४)

अर्थ : गुणांशिवाय स्तुती असत नाही.

एकनाथ

१) जैसा गुण तशी वासना । (एक. भा. १४/५३)

अर्थ : जसा गुण तशी वासना असते.

२) गुणदोष न देखावा आपण । हा उत्तम गुण सर्वार्थी । (एक. भा. १९/५७६)

अर्थ : कोणाचे गुण-दोष न पाहणे हाच उत्तम गुण होय.

३) राजसांसी काम गहन । (एक. भा. १३/१४७)

अर्थ : राजस लोकांना काम फार असतो.

४) राजसासी त्याग न घडे स्पष्टें । द्रव्य दारा लोभिष्टें लोभाळू । (एक. भा. १३/१५३)

अर्थ : द्रव्य व दारा यांच्या लोभाने राजस लोकांकडून त्याग घडत नाही.

रामदास

१) सगुण भाग्यश्री भोगिती । (दास. ९.४.४)

अर्थ : गुणवान माणसे ऐश्वर्य भोगतात.

२) गुण नस्तां जिणें वेर्थ । प्राणी मात्राचें ।। (दास. ९.४.१५)

अर्थ : गुणांशिवाय प्राणिमात्रांचे जगणे व्यर्थ असते.

३) गुणेविण वडिलपण । हें तों आवघेंच अप्रमाण । (दास. १५.३.१७)

अर्थ : गुणांशिवाय असलेले मोठेपण हे अमान्य होते.

४) जेथें नाही उत्तम गुण । ते करंटपणाचे लक्षण । (दास १९.३.२७)

अर्थ : जिथे चांगले गुण नाहीत ते मूर्खपणाचे लक्षण होय.

५) जितुके कांही उत्तम गुण । तें समर्थाचे लक्षण । (दास. १९.४.३१)

अर्थ : जितके काही चांगले गुण आहेत ते समर्थाचे लक्षण होय.

६) अवगुण तें करंटलक्षण । (दास. १९.४.३१)

अर्थ : दुर्गुण हे मूर्खपणाचे लक्षण होय.

तुकाराम

१) तुका म्हणे मोल । गुणा मिथ्या फिके बोल ।। (तु. गा. ३२५)

अर्थ : गुणांना मोल असते आणि इतर बोलणे व्यर्थ असते.

२) गुणेंविण चांग रूप हीन । (तु. गा. ३०४)

अर्थ : गुण नसतील तर चांगल्या रूपाला किंमत नसते.

३) गुणां मोल भूस मिथ्या । (तु. गा. २१८२)

अर्थ : गुणांना मोल असते. भुसकटाला किंमत नसते.

४) कस्तुरीचे रूप अति हीनवर ।
माजी असे सार मोल तया ।। (तु. गा. २९८४)

अर्थ : कस्तुरीचे रूप वरवर पाहता हीन असले तरी तिच्यातील सुगंधाने तिला मोल येते.

गुरू

ज्ञानदेव

१) **जैसा शिष्यांतें गुरु । सर्वथा नेणे अव्हेरु । (ज्ञाने. २/६०)**

अर्थ : शिष्याचा त्याग करण्याची इच्छा गुरूच्या मनात येत नाही.

२) **तैसी सद्गुरुकृपा होये । तरी करितां काय आपु नोहे । (ज्ञाने. ६/३५)**

अर्थ : सद्गुरूची कृपा होईल तर कोणतीही गोष्ट साध्य होईल.

३) **कां शिष्याचेनि जाहलेपणें होईजे । (ज्ञाने. ८/५५)**

अर्थ : शिष्याच्या परिपूर्णतेने गुरू कृतार्थ होतो.

४) **कां गुरुविद्या गुरुपदिष्टा । बोभाइलिया चोहटां ।**
इष्टदा परी अनिष्टा । हेतु होती ।। (ज्ञाने. १६/२१९)

अर्थ : गुरूने दिलेली विद्या इष्ट फल देणारी असते पण ती चव्हाट्यावर मांडली असता अहिताला कारणीभूत होते.

५) **आंगे सानें परिणामें थोरू । जैसें गुरुमुखींचे अक्षरु । (ज्ञाने. १७/१२९)**

अर्थ : गुरुमुखातली अक्षरे थोडी असतात पण त्यांची शक्ती मोठी असते.

६) **गुरु तेथ ज्ञान । ज्ञानी आत्मदर्शन । (ज्ञनी १८/१६३५)**

अर्थ : जिथे गुरू तिथे ज्ञान आणि जिथे ज्ञान तिथे आत्मदर्शन असते.

७) **गुरुविण अनुभव कैसा कळे । (ज्ञा. सा. चि. गा. ५४)**

अर्थ : गुरुशिवाय आत्मानुभव कोणी सांगत नाही.

८) **द्वैताची झाडणी गुरुविण ज्ञान । (ज्ञा. सा. चि. गा. ५८)**

अर्थ : गुरूंच्या मार्गदर्शनाशिवाय द्वैताचा निरास होत नाही.

९) **उघडे परब्रह्म सद्गुरूची मूर्ती । (ज्ञा. सा. चि. गा. १५२)**

अर्थ : सद्गुरू म्हणजे परमेश्वराची प्रत्यक्ष मूर्ती.

एकनाथ

१) **जे न मानिती गुरुवचन । त्यासी तत्काळसें विघ्न । (भा. रा. बा. २/९४)**

अर्थ : जे गुरूची आज्ञा मानीत नाहीत त्यांच्यावर तत्काळ संकटे येतात.

२) **धनालागी विकती ज्ञान । ते जाण शिश्नोदरपरायण ।। (एक. आ. ग्रं. च. भा. ६९३)**

अर्थ : जे गुरू धनासाठी ज्ञान विकतात ते केवळ पोटार्थी आणि कामुक गुरू होत.

३) **ज्ञान असोनि निराभिमान । सर्वांगी शांतीचे भूषण ।। (एक. आठ. ग्रं.च. भा. ६९७)**

अर्थ : ज्ञानी असून जे निरभिमानी आणि शांत स्वभावाचे असतात ते सद्गुरू होत.

४) **ज्याच्या अंगी अढळ शांती । सद्गुरू निश्चिती ते जाण ।। (एक. आठ ग्रंथ ह. २९२)**

अर्थ : ज्यांच्या मनात अढळ शांती असते तो सद्गुरू होय.

५) **गुरुभक्ती नांदे ज्याचे घरीं । यम त्याची तराळकी करी ।। (एक. आठ. ग्रं.च. भा. ६९३)**

अर्थ : जे गुरुभक्ती करतात त्यांच्या घराचे रक्षण यम करतात.

६) **न होता गुरुकृपा संपूर्ण । कदा न साधें आत्मज्ञान ।। (एक. आठ. ग्रं.च. भा. १५०)**

अर्थ : गुरूकृपेशिवाय आत्मज्ञान होत नाही.

७) गुरुकृपा अरुणोदय होत । अज्ञान अंधार जाय तेथ ।। (एक. आठ. ग्रं.च. भा. १७३)

अर्थ : गुरूकृपा झाली की, अज्ञानाचा अंधार नाहीसा होतो.

८) सकल साधनांच्या माथां । जाग तत्त्वतां गुरुभक्ति ।। (एक. आठ. ग्रं.च. भा. ६९०)

अर्थ : परमार्थ मार्गात गुरूभक्ती ही सर्वश्रेष्ठ आहे.

९) या कारणे सद्गुरूची कृपा आहे । तरी असाध्य तेचि साध्य होय । (एक. आठ. ग्रं.च. भा.२१८)

अर्थ : गुरूकृपा झाली की, असाध्य गोष्टी साध्य होतात.

रामदास

१) सद्गुरु कृपेविण कांहीं । भवतरणोपाय तों नाहीं । (दास ४.४.४)

अर्थ : संसारसागरातून तरून जाण्यास सद्गुरूच्या कृपेवाचून दुसरे साधन नाही.

२) जेथें दिसती विशेष गुण । तें सद्गुरूचें अधिष्ठान । (दास ४.६.९)

अर्थ : जिथे विशेष गुण दिसतात ते सद्गुरूचे अधिष्ठान समजावे.

३) परी ज्ञान नव्हे सद्गुरुविण । (दास ५.१.२०,२१)

अर्थ : सद्गुरूशिवाय ज्ञान प्राप्त होत नाही.

४) असो जयासि मोक्ष व्हावा । तेणें सद्गुरू करावा ।
सद्गुरुविण मोक्ष पावावा । हे कल्पांती न घडे ।। (दास. ५.१.४४)

अर्थ : ज्याला मोक्ष हवा असेल त्याने सद्गुरू करावा. सद्गुरूशिवाय केव्हाही मोक्ष मिळणार नाही.

५) तया देवभक्ता येकांत । करी तो सद्गुरू ।। (दास. ५.२.१०)

अर्थ : देव भक्तांचे ऐक्य घडवून आणणारा तो सद्गुरू होय.

६) जो कोणी ज्ञान बोधी । समूळ अविधा छेदी ।
इंद्रियेंदमन प्रतिपादी । तो सद्गुरू जाणावा ।। (दास. ५.२.२२)

अर्थ : जो ज्ञानाचा बोध करतो, अविधा नष्ट करतो आणि इंद्रियांवर ताबा ठेवायला सांगतो तो सद्गुरू होय.

७) मुख्य सद्गुरूचें लक्षण । आधीं पाहिजे विमळज्ञान । (दास. ५.२.४५)

अर्थ : सद्गुरूचे मुख्य लक्षण म्हणजे तो शुद्ध ब्रह्मज्ञानी पाहिजे.

८) जे जे कांहीं उत्तम गुण । तें तें सद्गुरूचे लक्षण । (दास. ५.२.६५)

अर्थ : जे जे उत्तम गुण आहेत ते ते सद्गुरूचे लक्षण होय.

९) सद्गुरूचेनि असच्छिष्य पालटे । परंतु सच्छिष्ये असद्गुरू न पालटे (दास. ५.३.१६)

अर्थ : सद्गुरूमुळे दुर्वतनी शिष्यात बदल होऊ शकतो. परंतु चांगल्या शिष्यामुळे दुर्वतनी गुरूत पालट होत नाही.

१०) सद्गुरूहून देव मोठा । जयास वाटे तो करंटा । (दास. ५.३.४०)

अर्थ : सद्गुरूहून देव मोठा आहे, असे मानणारा शिष्य करंटा समजावा.

११) देव मनुषी भाविला । मंत्री देवपणासा आला ।
सद्गुरू न वचे कल्पिला । ईश्वराचेनी ।। (दास. ५.३.४४)

अर्थ : माणसाने मनाने देव कल्पिलेला असतो. मंत्राने त्यात देवपणं आलेले असते. पण सद्गुरू कल्पनेने तयार करणे हे ईश्वरालाही शक्य नाही.

१२) अहो सद्गुरुकृपा जयासी । सामर्थ्य न चले तयापासीं । (दास. ५.३.४७)

अर्थ : ज्याच्यावर सद्गुरूची कृपा असते त्याच्यापुढे कोणाचे सामर्थ्य चालत नाही.

१३) स्वामी द्रोह जया घडे । तो यावश्चंद्र नरकीं पडे । (दास. ५.३.७३)

अर्थ : ज्याच्या हातून गुरूद्रोह घडतो तो कायमचा नरकात पडतो.

१४) सद्गुरुवचन तो चि वेदांत । सद्गुरुवचन तो चि सिद्धांत (दास. ५.६.४०)

अर्थ : सद्गुरुचे वचन हाच वेदांत व सिद्धांत होय.

१५) असो गुरूचे ठाईं अनन्यता । तरी तुज कायेसी रे चिंता । (दास. ५.६.५२)

अर्थ : सद्गुरूच्या ठिकाणी निष्ठा ठेवली तर कशाचीच चिंता नसते.

१६) सद्गुरूकृपा कळे त्यासी । जो शोधील आपणासी । (दास. ६.१०.११)

अर्थ : जो आपण कोण याचा शोध घेतो, त्यालाच गुरूकृपा म्हणजे काय ते कळते.

१७) परमार्थाचे जन्मस्थान । तें चि सद्गुरूचें भजन । (दास. ७.१०.३८)

अर्थ : परमार्थाचे जन्मस्थान म्हणजे सद्गुरूचे भजन.

१८) शरणांगतांची वाहे चिंता । तो एक सद्गुरू दाता । (दास ७.१०.४०)

अर्थ : शरणागतांची चिंता वाहणारा दाता सद्गुरू होय.

१९) मुख्य सच्छिष्याचे लक्षण । सद्गुरुवचनीं विश्वास पूर्ण । (दास. ५.३.१९)

अर्थ : गुरूच्या वचनावर पूर्ण विश्वास असणे हे उत्तम शिष्याचे मुख्य लक्षण आहे.

२०) गुरुदेवास बराबरी । करी तो शिष्य दुराचारी । (दास. ५.३.४३)

अर्थ : गुरू व देव यांची बरोबरी करणारा शिष्य दुराचारी समजावा.

२१) सद्गुरुवीण ज्ञान जोडे । हें हि अघटीत ।। (दास. १०.९.२४)

अर्थ : सद्गुरुशिवाय ज्ञानप्राप्त होते, असे मानणे हे आश्चर्य होय.

ग्रंथ

रामदास

१) जेणें परमार्थ वाढे । आंगीं अनुताप चढे ।
भक्तीसाधन आवडे । त्या नाव ग्रंथ ।। (दास. ७.९.३०)

अर्थ : ज्यामुळे परमार्थ वाढीस लागतो, अंगात विरक्ती वाढते, भक्तीसाधन आवडते त्याला ग्रंथ म्हणतात.

२) जेणें होय उपरती । अवगुण पालटती ।
जेणें चुके अधोगती । त्या नाव ग्रंथ ।। (दास. ७.९.३२)

अर्थ : ज्यामुळे उपरती होते, अवगुण नष्ट होतात, अध:पात थांबतो त्याला ग्रंथ म्हणतात.

३) जेणें धारिष्ट चढे । जेणें परोपकार घडे ।
जेणें विषयवासना मोडे । त्या नाव ग्रंथ ।। (दास. ७.९.३३)

अर्थ : ज्यामुळे धैर्य वाढते, परोपकार घडतो, विषयवासना नाहीशी होते, त्याला ग्रंथ म्हणतात.

४) जेणें परत्रसाधन । जेणें ग्रंथे होये ज्ञान ।
जेणें होईजे पावन । या नाव ग्रंथ ।। (दास. ७.९.३४)

अर्थ : ज्यामुळे परलोकीचे साधन प्राप्त होते, ज्ञान प्राप्ती होते आणि देह पवित्र होतो त्याला ग्रंथ म्हणतात.

जनरूढी

ज्ञानदेव

१) **निकवड्या निष्ठुरा ।**
उबगिजे जेवीं सोयरा ।। (ज्ञाने. १५/२८६)

अर्थ : गरीब व निष्ठुर पुरुषाला त्याचे नातेवाईक सोडून जातात.

२) **दिधल्यावीण प्राप्त । (ज्ञा. सा. चि. गा. ५४)**

अर्थ : काही दिल्याशिवाय इच्छित गोष्ट मिळत नाही.

नामदेव

१) **जववरी संपत्ति तंववरी हें सखे । (ना. गा. ११०२)**

अर्थ : जोपर्यंत संपत्ती आहे तोपर्यंत मित्र गोळा होतात.

२) **जंव संपत्ति देखति तंवचि मानिति ।**
सरलिया कवणाचें कवण म्हणती ।। (ना. गा. १२६०)

अर्थ : जोपर्यंत आपल्याजवळ पैसा आहे तोपर्यंत ही मंडळी आपल्याला मान देतात. आपण मेल्यावर हा कोण, कोणाचा म्हणून ओळखही विसरतात.

एकनाथ

१) **जों वरी आहे तुज जवळीं धन । तो वरी पिशून म्हणती माझें ।। (एक. गा. ३०९८/३)**

अर्थ : जोपर्यंत आपल्याजवळ धन असते तोपर्यंत भूते देखील हा माझा आहे असे म्हणतात.

२) **अवघें सुखाचें सांगाती । (एक. गा. २९५३/१)**

अर्थ : सर्व लोक सुखाचे सोबती असतात.

रामदास

१) **अवघी सोइरी सुखाची । (दास. ३.४.२६/३.१०.४६)**

अर्थ : सर्वजण सुखाचे सोबती असतात.

२) **दिधल्याविण पाविजेना । (दास. ७.१०.२०)**

अर्थ : कोणत्याही गोष्टी दिल्याशिवाय मिळत नाहीत.

३) **सुखाचे सांगाती सर्वहि मिळती ।**
दु:ख होता जाती निघोनिया ।। (रा. क. १. स्फु. ओ. २७८/१)

अर्थ : सुखाच्या वेळी सर्वजण गोळा होतात आणि दु:खाच्या प्रसंगी सर्वजण सोडून जातात.

४) **छेत्र्या घोडी वैभवें फार जालीं ।**
त्यांचे भेटी सोइरी सर्व आली । (करुणा. धा. स. ८/४)

अर्थ : छत्र्या, घोडी इ. वैभव भरपूर झाले म्हणजे नातेवाईक त्यांच्या भेटीला येतात.

५) **बरा काळ देखोनि सर्वे मिळाली ।**
अभाग्यास देखोनि सर्वें पळालीं ।। (करुणा धा. स. ८१/१०)

अर्थ : संपन्न काळ असेल तर सर्वजण भोवती गोळा होतात आणि दुरावस्था आली की, सर्वजण दूर जातात.

६) **शितें तेव्हा भुते मिळाली नाही तेव्हा पळाली । (स. गा. १३०७/४)**

अर्थ : जोपर्यंत माणसाजवळ पैसा असतो तोपर्यंतच लोक त्याच्याभोवती जमतात. पैसा संपला की, सर्वजण दूर जातात.

७) **साहित्यसंपत्ति जोंवरी आहे, तोवरी म्हणति बरे रे । (स. गा. १४७१)**

अर्थ : जोपर्यंत आपल्याजवळ धनधान्य असते तोपर्यंतच लोक आपल्याला चांगले म्हणत असतात.

तुकाराम

१) **जन हें सुखाचें दिल्याघेतल्याचें ।**
अंत हें काळींचें नाहीं कोणी ।। (तु. गा. २१६६)

अर्थ : लोक सुखाचे सोबती असतात. काही दिले घेतले तरच त्यांचा उपयोग होतो. परंतु शेवटच्या वेळी त्यातला कोणी उपयोगी पडत नाही.

२) **सोइरे धाइरे दिल्याघेतल्याचें ।**
अंत हे काळींचे नाहीं कोणी ।। (तु. गा. ३९९३)

अर्थ : सर्व सोयरे धायरे (नातेवाईक) आपण जोपर्यंत त्यांना काही देत आहोत, तोपर्यंतच आपले असतात. मरणाच्या वेळी कुणीही जवळ राहणार नाही.

३) **बरें जालियाचें अवघें सांगाती ।**
वाइटाचें अंती कोणी नाहीं ।। (तु. गा. ४४५३)

अर्थ : सर्वजण भल्याचे सोबती असतात. वाईटाचे वाटेकरी कोणी नसतात.

जल

ज्ञानदेव

१) **जरी उदकें उदकीं बुडिजे । (ज्ञाने. २/३३६)**

अर्थ : पाणी पाण्यात बुडत नाही.

२) **तेथ जळ जैसें जळीं । वेगळें न दिसे ।। (ज्ञाने. ५/१३३)**

अर्थ : पाण्यात पाणी मिसळले असता ते वेगळे दिसत नाही.

३) **तेथ जैसीं रथ्योदकें सकळें । घेउनि गंगा समुद्रीं मिळे ।**
मग एकेक वेगळें । निवडू नये ।। (ज्ञाने. ५/१५४)

अर्थ : रस्त्यातून वाहणारे सगळे पाणी घेऊन गंगा समुद्राला मिळते त्यावेळी ते पाणी वेगवेगळे करता येत नाही.

४) **जैसा उदकाचेनि आयुष्यें रसु । (ज्ञाने. ६/३९७)**

अर्थ : पाणी असते तोपर्यंत ओलावा असतो.

५) **पांहे कवण जळ रसे- । रहित आहे ।। (ज्ञाने. ७/१५९)**

अर्थ : पाणी रसाशिवाय असत नाही.

६) **आइकां पाणी वोथिजावें न लगे । (ज्ञाने. ९/२१)**

अर्थ : पाण्याला पातळ करावे लागत नाही.

७) **जैसे उंची उदक पडिलें । ते तळवटवरी ये उगेलें ।। (ज्ञाने. ९/२२४)**

अर्थ : उंचीवर पडलेले पाणी आपोआप उताराकडे येते.

८) **उतरलें उदक पर्वत वळघे । (ज्ञाने. १०/६९)**

अर्थ : पर्वतावरून खाली आलेले पाणी परत पर्वतावर जात नाही.

९) **कल्लोळमाळा अनेगा । जन्म जळींचि पैं गा । (ज्ञाने. १०/११३)**

अर्थ : पाण्यावर अनेक लाटा येतात पण त्यांचा आधार पाणीच असते.

१०) **माळियें जेउतें नेले । तेउतें निवांतचि गेले । (ज्ञाने. १२/१२०)**

अर्थ : माळी जिकडे नेइल तिकडे तक्रार न करता पाणी जाते.

११) **गाईची तृषा हरूं । कां व्याघ्रा विष होऊनि मारूं ।
ऐसें नेणेचि का करूं । तोय जैसें ।। (ज्ञाने. १२/१४७)**

अर्थ : गाईची लहान भागवावी आणि वाघाला विष होउन मारावे असे पाणी करीत नाही.

१२) **आघविया जगा एक । सेव्य जैसें उदक ।। (ज्ञाने. १२/२०५)**

अर्थ : जगातील सर्वांना पाणी हे सारखेच सेव्य आहे.

१३) **कीं जळाचिये परी । तळवटु घे ।। (ज्ञाने. १२/२२०)**

अर्थ : (तो) पाण्यासारखा नम्र असतो.

१४) **कीं रसु आणि नीर । सिनीं आथी ।। (ज्ञाने. १३/२९४)**

अर्थ : रस आणि पाणी हे भिन्न भिन्न असतात काय?

१५) **उगमींचि वाळुनि जाये । तें वोघीं कैचें वाहे । (ज्ञाने. १३/३००)**

अर्थ : उगमाच्या ठिकाणीच जे पाणी सुकून जाते ते ओघाच्या रूपाने कसे वाहणार ?

१६) **भलतेणेंसींहि मेळु । पाणिया ऐसा ढाळु । (ज्ञाने. १३/३५८)**

अर्थ : पाण्याचे सर्वांबरोबर जमते.

१७) **पैं गा वोघुचि वांकुडा । परि पाणी उजू सुहाडा । (ज्ञाने. १३/८९६)**

अर्थ : पाण्याचा ओघ वाकडा असला तरी पाणी वाकडे नसते. ते सरळच असते.

१८) **गगनभरीं धारा । परी पाणी एकचि वीरा । (ज्ञाने. १३/१०६३)**

अर्थ : आकाशभर पावसाच्या धारा असल्या तरी त्यातून येणारे पाणी एकच असते.

१९) **नाना प्रळयांबुमाजें । नदी नद ।। (ज्ञाने. १४/४६)**

अर्थ : प्रलयकाळच्या पाण्यात नदी नद यांची नावे उरत नाहीत.

२०) **कां द्रवपणचि नीर । (ज्ञाने. १४/३७४)**

अर्थ : द्रवपणा व पाणी भिन्न नसतो.

२१) **जैसे गंगेचेनि वोघें । डळमळीत जळ जें निघे ।
सिंधुपद तयाजागें । आन नाहीं । (ज्ञाने. १४/३९९)**

अर्थ : हेलकावे खात निघालेल्या गंगेच्या पाण्याला समुद्राशिवाय अन्य गती नसते.

२२) **महोदधीं कां मिनले । स्रोत जैसे ।। (ज्ञाने. १५/३१७)**

अर्थ : समुद्राला मिळालेले नद्यांचे ओघ माघारी येत नाहीत.

२३) **जैसे पाणियांहि वेगळ । आपजतां दिसती कल्लोळ ।
एऱ्हवीं तरी निखिळ । पाणीचि तें ।। (ज्ञाने १५/३३२)**

अर्थ : पाण्यावर लाटा उत्पन्न होतात आणि त्या पाण्याहून भिन्न वाटतात. पण विचार केला असता त्या

पाणीच आहेत हे लक्षात येते.

२४) **परी ओघाचेनि मेळे । पाणी उजू परी वाकुडे जाले । (ज्ञाने. १५/ ३३८)**

अर्थ : ओघाच्या संबधामुळे सरळ पाणीही वाकडे होते.

२५) **रवी दुजेपण आलें । तोयबगे ।। (ज्ञाने. १५/३३८)**

अर्थ : पाण्यामुळेच सूर्याला दोनपणा (प्रतिबिंब) येतो.

२६) **बाबुळीचि सारावी हातें । परी पाणी तंव असे आइतें । (ज्ञाने. १५/४६५)**

अर्थ : पाण्यावरचे शेवाळ हाताने बाजूला केले की, खाली स्वच्छ पाणी मिळते.

२७) **हे असो जलतरंगा । नाहीं सिंनानेंपण जेवीं गा । (ज्ञाने. १५/५५२)**

अर्थ : पाणी व लाटा यात भिन्नता नसते.

२८) **पैं जगीं जीवनासारिखें । वस्तु अंगवरी उपखे ।**
परी जातें जीवित राखे । तृणाचेंहि ।। (ज्ञाने. १६/१५६)

अर्थ : जगात पाणी स्वत: नाश पावते पण मरत असलेल्या गवताचे रक्षण करते.

२९) **निम्न भरलिया उणें । पाणी ढळोंचि नेणे । (ज्ञाने. १६/१५८)**

अर्थ : खड्डा भरल्याशिवाय पाणी पुढे जात नाही.

३०) **किंबहुना तृषितालागीं । पाणी आरायिले असे जगीं । (ज्ञाने. १६/१६१)**

अर्थ : तहान लागलेल्या माणसाची तहान भागविण्यासाठीच पाण्याचा जन्म असतो.

३१) **पातलेया झाडाचें मूळ । मागुतें सरो नेणेचिजळ ।**
जिरालें कां केवळ । तयाचांचि आंगी ।। (ज्ञाने. १७/१७४)

अर्थ : झाडाच्या मुळाजवळ गेल्यानंतर पाण्याला परत येणे माहीत नसते. ते त्या वृक्षातच शिरते.

३२) **पाणी मुदल झाडा जाये । तृण ते प्रसंगेचि जिये । (ज्ञाने. १७/२१८)**

अर्थ : पाणी झाडाला दिले जाते पण त्याच्या आधारे गवत सहज उगवते.

३३) **कां जळे शिवतलें लवण । आंग भुले ।। (ज्ञाने. १८/१६)**

अर्थ : पाण्याचा मिठाला स्पर्श होताच मीठ विरघळून जाते.

३४) **द्रवपण सांडूनि पाणी । केवीं राहे तें ।। (ज्ञाने. १८/२२१)**

अर्थ : पाणी द्रवपणा सोडून राहात नाही.

३५) **नाना काष्ठीं नाव मिळे । ते नावाडेनि चळे ।**
चालविजे अनिळें । उदक तें साक्षी ।। (ज्ञाने. १८/३०९)

अर्थ : अनेक लाकडांची नाव तयार होते. ती नाव नावाड्यामुळे आणि वाऱ्यामुळे चालत असते. सर्व गोष्टी पाण्यात होतात पण पाणी केवळ साक्षी असते.

३६) **काय प्रलयांबूचा उन्नाहो । वोघु मानी ।। (ज्ञाने. १८/४१३)**

अर्थ : प्रलयकालचे पाणी स्वत:ला एक ओघ मानते काय ?

३७) **जैसे खालारा धांवे पाणी । (ज्ञाने. १८/४८१)**

अर्थ : पाणी उताराकडे धावते.

३८) **का तरंग न घेपती पाणी । गाळूनि जैसें ।। (ज्ञाने. १८/५३४)**

अर्थ : पाणी घेणारा माणूस लाटा बाजूला करून पाणी घेऊ शकत नाही.

३९) **रेघ काढिलिया पोटीं । तोयांचा जेवीं ।। (ज्ञाने. १८/६१२)**

अर्थ : पाण्यावर ओढलेली रेघ पुसून जाते.

४०) **कां जळेंवीण कल्लोळा । होणें आहे ।। (ज्ञाने. १८/८१४)**

अर्थ : पाण्याशिवाय लाटा नसतात.

४१) **नातरी जळदच्युता । पाणिया उचित सरिता । (ज्ञाने. १८/८८६)**

अर्थ : मेघातून पडलेल्या पाण्याला नदी योग्य असते.

४२) **ओघी पडिले पाणी । नेणें आनानी वाहणी । (ज्ञाने. १८/८९५)**

अर्थ : पाणी ओघात आले म्हणजे इकडे तिकडे जात नाही.

४३) **अगा पाणियाहूनि बहुवें । तुपीं गुण कीर आहे ।**
परी मीना काय होये । असणें तेथें ।। (ज्ञाने. १८/९२९)

अर्थ : पाण्यापेक्षा तुपात पुष्कळ गुण असले तरी माशाला राहण्यासाठी त्याचा काय उपयोग.

४४) **तरंग सर्वांगी तोय चुंबी । (ज्ञाने. १८/११४८)**

अर्थ : लाट सर्वांगाने पाण्याचे चुंबन घेते.

४५) **आपणपां पाणी रिघे । स्नाना कैसें ।। (ज्ञाने. १८/११६७)**

अर्थ : पाणी स्नानासाठी पाण्यात प्रवेश करू शकत नाही.

४६) **पैं जळावरील तरंगु । जरी धाविन्नला सवेगु ।**
तरी नाहीं भूमिभागु । क्रमिला जैसा ।। (ज्ञाने. १८/११६९)

अर्थ : पाण्यावरील लाट जोराने धावली तरी ती पाणी सोडून जमिनीवर धावली असे घडत नाही.

४७) **उदकीं कल्लोळु । (ज्ञाने. १८/११८३)**

अर्थ : पाणी व लाटा एकरूप असतात.

४८) **उदका येकापरतें । तरंग नाहींचि हे निरुतें । (ज्ञाने. १८/११९०)**

अर्थ : पाण्याहून लाटेत निराळे काहीच नसते.

४९) **जैसे सरिता ओघ समस्त । समुद्रामाजिं मिळत ।**
परी माघौते न समात । परतले नाहीं ।। (ज्ञाने. २/१७५)

अर्थ : ज्या प्रमाणे सर्व नद्या समुद्राला मिळतात पण त्यांचा समावेश तिथे झाला नाही म्हणून त्या परतल्या असे कधी घडत नाही.

५०) **जैसे सागरा येऊनि सरिते । मुरडावें ठेलें ।। (ज्ञाने. ७/१२४)**

अर्थ : सागराकडे आलेली नदी समुद्राला मिळाल्यावर माघारी फिरत नाही.

५१) **पैं सरितेचेनि ओघें । सिंधुजळा मीनलें घोघें ।**
तें काय वर्तत आहे मागें । म्हणोनि पाहों येती ।। (ज्ञाने. ८/८४)

अर्थ : नदीच्या ओघाने घो घो करीत सागराच्या पाण्याला मिळालेले जे पाणी ते मागे काय चालले आहे हे पाहायला परतून येत नसते.

५२) **नातरी सरोवर आटले । (ज्ञाने. ९/४३४)**

अर्थ : आटलेल्या सरोवराचा उपयोग नसतो.

५३) **कां रथ्योदकें जियेचिये कासे । लागलिया समुद्र जालीं अनायासें ।**
तिये गंगेसि काय अनारिसें । गत्यंतर असे ।। (ज्ञाने. ९/४८८)

अर्थ : गंगेचा आश्रय केला असता रस्त्यावरचे पाणी देखील समुद्राला जाऊन मिळते. त्या गंगेला समुद्राशिवाय

अन्य गती आहे काय ?

५४) **कां नित्य वाहातया गंगाजळा । पारसेपण असे ।। (ज्ञाने. १०/२०२)**

अर्थ : नित्य वाहणाऱ्या गंगेला पारोसी म्हणता येत नाही.

५५) **जैसे महानदीचे वोघ । वहिले ठाकिती समुद्राचे आंग । (ज्ञाने. ११/४२३)**

अर्थ : ज्या प्रमाणे मोठ्या नद्यांचे प्रवाह अत्यंत वेगाने समुद्राला येऊन मिळतात.

५६) **कां सकळ जळसंपत्ती । घेऊनि समुद्रातें गिंवसिती ।**
गंगा जैसी अनन्यगती । मिळालीचि मिळे ।। (ज्ञाने. ११/६८७)

अर्थ : गंगा ज्याप्रमाणे सर्व जलसंपत्ती घेऊन समुद्राचा शोध घेत एकनिष्ठेने मिळून पुन्हा मिळतच असते.

५७) **परि ठाकिलियाहि सागरु । जैसा मागीलही यावा अनिवारु ।**
तिये गंगेचिये ऐसा पडिभरु । प्रेमभावा ।। (ज्ञाने. १२/३७)

अर्थ : गंगा समुद्राला मिळाल्यावरही जसा तिच्या मागच्या पाण्याचा ओघ येत राहतो तसा गंगेप्रमाणे त्याच्या प्रेमाला अधिक जोर येतो.

५८) **गंगा काजेविण चाले । (ज्ञाने. १३/५२८)**

अर्थ : कारणाशिवाय गंगा वाहत असते.

५९) **मिळोनि मिळतचि असे । समुद्रीं गंगाजळ जैसें । (ज्ञाने. १३/६०६)**

अर्थ : गंगेचे पाणी समुद्राला मिळाले तरी ते एकसारखे मिळतच असते.

६०) **गंगादि अपांपती । सरिता जेवी ।। (ज्ञाने. १३/१०७४)**

अर्थ : गंगा इ. नद्या समुद्राच्या ठिकाणी येऊन विश्रांती घेतात.

६१) **पावे जैसी सरिता । सिंधुत्व गा ।। (ज्ञाने. १४/३०१)**

अर्थ : नदी समुद्राला मिळाल्यावर समुद्ररूप होते.

६२) **कां वोघ सांडूनि गांग । रिघोनि समुद्राचे आंग ।**
निस्तरली लगबग । खळाळाची ।। (ज्ञाने. १४/३५३)

अर्थ : गंगा आपला प्रवाह संपवून समुद्रात शिरली की, तिची मागची खळाळी नाहीसी होते.

६३) **बुडाला वोघु गंगेचा । सिंधू जैसा ।। (ज्ञाने. १५/२९९)**

अर्थ : गंगेचा ओघ समुद्राशी एकरूप होतो.

६४) **हां गा सिंधुसि आनी होती । तरी गंगा कैसेनि मिळती । (ज्ञाने. १५/५६७)**

अर्थ : गंगा सिंधूहून भिन्न असती तर समुद्राशी एकरूप झाली नसती.

६५) **हां गा गावरसे भरले । पाणी पाठी पाय देत आलें ।**
तें गंगा काय म्हणितले । परते सर ।। (ज्ञाने. १६/२५)

अर्थ : गावातले घाण पाणी गंगेत शिरू लागले असता गंगा त्याला मागे फिर असे म्हणते काय?

६६) **कां फेडित पाप ताप । पोखीत तीरींचे पादप ।**
समुद्रा जाय आप । गंगेचे जैसें ।। (ज्ञाने. १६/१९९)

अर्थ : गंगेचे पाणी जगाचे पाप-ताप नाहीसे करीत आणि काठावरील वृक्षांचे पोषण करीत समुद्राला मिळत असते.

६७) **येका गौतमासीचि गंगा । येरा समस्ता काय जगा ।**
वाहाळ जाली ।। (ज्ञाने. १७/९१)

अर्थ : गंगा ही गौतमापुरतीच असून इतरांना ती ओढा असते काय?

६८) नाना सिंधूते ठाकोनि गंगा । पुढारां न करीचि निगा । (ज्ञाने. १७/१७२)

अर्थ : समुद्राला मिळाल्यावर गंगा पुढे धाव घेत नाही.

६९) आता गंगेचें एक पाणी । परी नेलें आनानीं वाहणीं ।
एक मळी एक आणी । शुद्धत्व जैसे ।। (ज्ञाने. १७/१९६)

अर्थ : गंगेचे पाणी एकच असते. पण ते निरनिराळ्या मार्गांनी नेले तर एक मार्ग घाण आणते आणि एक मार्ग पावित्र्य निर्माण करते.

७०) का गंगायमुना उदक । वोघबगें वेगळिक ।
दावी होऊनि एक । पाणीपणें ।। (ज्ञाने. १८/५२)

अर्थ : गंगा व यमुना यांचे ओघ निराळे दिसत असले तरी दोहींचे पाणी एकच आहे.

७१) नदी आपैसी आपाहिजे । विहिरी जेवीं ।। (ज्ञाने. १८/९६)

अर्थ : नदी सहज वाहते पण विहीर मुद्दाम खणावी लागते.

७२) गंगा मीनलिया नदी । विटाळु जैसा ।। (ज्ञाने. १८/४५०)

अर्थ : नदी गंगेला मिळाल्यावर तिचा पूर्वीचा अपवित्रपणा नष्ट होतो.

७३) आणि वांकडेनि वोघेंसी । गंगा वाहे उजूचि जैसी ।। (ज्ञाने. १८/८४२)

अर्थ : ओघ वाकडा असला तरी गंगा सरळच वाहते.

७४) परम गंगेसी सिंधुप्रवेशु । (ज्ञाने. १८/९८१)

अर्थ : समुद्रात प्रवेश केला की, गंगेचे गंगापण संपून जाते.

७५) घडता महोदधीसी । गंगा वेगें सांडिजे जैसी । (ज्ञाने. १८/१०८१)

अर्थ : गंगा सिंधूला मिळाली की, तिचा प्रवाह संपतो.

७६) गंगा सिंधु सेवूं गेली । पावतांचि समुद्र जाली । (ज्ञाने. १८/१५७२)

अर्थ : गंगा सागराच्या भेटीला गेली की, ती समुद्ररूप होते.

७७) परी गंगेची संबंधी । बिदी आणि महानदी । (ज्ञाने. १८/१२५२)

अर्थ : गंगेला मिळाल्यावर ओहोळ व महानदी असा भेद उरत नाही.

समुद्र

७८) कां तीर्थें जियें त्रिभुवनी । तियें घडती समुद्रावगहनीं । (ज्ञाने. १.२६)

अर्थ : त्रिभुवनातल्या सर्व तीर्थांमध्ये स्नान केल्याने जे पुण्य लाभते ते सर्व पुण्य समुद्रस्नानाने मिळते.

७९) आधींच समुद्र पाहीं । तेथ दुवाडपण कवणा नाहीं ।। (ज्ञाने. १/११७)

अर्थ : समुद्र हा सर्वांना तरून जायला अवघड आहे.

८०) कीं सरितांते सागरु । त्यजी केवीं ।। (ज्ञाने. २/६०)

अर्थ : समुद्र नद्यांचा अव्हेर करीत नाही.

८१) जरी सरितावोघ समस्त । परिपूर्ण होऊनि मिळत ।
तरी अधिक नोहे ईषत् । मर्यादा न संडी ।। (ज्ञाने. २/३५८)

अर्थ : नद्यांचे भरलेले प्रवाह समुद्राला मिळाले तरी तो थोडाही वाढत नाही आणि आपली मर्यादा किंचितही सोडीत नाही.

८२) **ना तरी ग्रीष्मकाळीं सरिता । शोषूनि जाती समस्ता ।**
परी न्यून नव्हे पार्था । समुद्रु जैसा ।। (ज्ञाने. २/३५९)

अर्थ : उन्हाळ्यात नद्या कोरड्या पडतात पण समुद्राला त्यामुळे किंचित ही उणेपणा येत नाही.

८३) **देखें मेघौनि सुटती धारा । तिया न रूपती जैसिया सागरा । (ज्ञाने. ६/८७)**

अर्थ : मेघापासून पर्जन्यधारा सुटतात पण त्या सागराला खुपत नाहीत.

८४) **कायसेनि पाहुणेरू क्षीरसागरा । (ज्ञाने. १०/११)**

अर्थ : समुद्राला कशाने पाहुणचार करावा?

८५) **तरंगी सागरू सांठवे । (ज्ञाने. १०/७०)**

अर्थ : सागरांच्या लाटांमध्ये समुद्र साठविला जात नाही.

८६) **जी कोण्ही एके वेळे । सरिता घेउनि येती खडुळें ।**
तियें समाविजेति सिंधुजळे । आन उपायो नाहीं ।। (ज्ञाने. ११/५५७)

अर्थ : एखाद्या वेळेला नद्या गढूळ पाणी बरोबर घेऊन येतात. ते सामावून घेण्याशिवाय समुद्राला दुसरा मार्ग नसतो.

८७) **जळकेली खेळणें । समुद्रीं केउतें ।। (ज्ञाने. ११/५९२)**

अर्थ : समुद्रात जलक्रीडा करता येत नाही.

८८) **वार्षियेंवीण सागरू । जैसा जळें नित्य निर्भरू । (ज्ञाने. १२/१५१)**

अर्थ : वर्षाऋतू शिवाय सागर सदैव भरलेला असतो.

८९) **आणि जळचरीं नुबगिजे । समुद्रु जैसा ।। (ज्ञाने. १२/१६५)**

अर्थ : जळचरांना समुद्र कंटाळत नाही.

९०) **जळेंवीण असे सागरू । (ज्ञाने. १३/२९३)**

अर्थ : पाण्याशिवाय सागर असत नाही.

९१) **समुद्रीं दाटे भरितें । तैं समुद्रचि भरी तरियांतें । (ज्ञाने. १३/३०६)**

अर्थ : समुद्राला भरती आली म्हणजे समुद्र आपल्याच पाण्याने खाड्या भरतो.

९२) **घेउनी जळाचे लोट । आलिया नदीनदांचे संघाट ।**
करी वाड पोट । समुद्र जेवीं ।। (ज्ञाने. १३/३४९)

अर्थ : नदी, नद पाण्याचे लोट घेऊन आले असता त्या सर्वांना समुद्र सामावून घेतो.

९३) **आणि महासिंधू जैसें । ग्रीष्मवर्षीं सरिसे । (ज्ञाने. १३/६००)**

अर्थ : उन्हाळ्यात व पावसाळ्यात समुद्र सारखाच भरलेला असतो.

९४) **क्षीरसागरींची गोडी । माजीं बहु थडिये थोडी । (ज्ञाने. १३/९१५)**

अर्थ : क्षीरसागराच्या मध्यभागी गोडी ज्यास्त व कडेला कमी असे असत नाही.

९५) **कां समुद्राचेनि पैसारें । वरी तरंगता असारे ।। (ज्ञाने. १५/१०७)**

अर्थ : समुद्राच्या लाटांचा विस्तार समुद्राबाहेर नसतो.

९६) **कां लागोनि डोळां उघडे । तंव कोडीवरी घडे मोडे ।**
तें नेणतया तरंगु आवडे । नित्यु ऐसा ।। (ज्ञाने. १५/१३४)

अर्थ : डोळ्यांची उघडझाप होण्याइतक्या कालावधीत लाटांच्या कोट्यवधी घडामोडी होत असतात. पण हे न जाणणाराला मात्र समुद्राच्या लाटा स्थिर आहेत असे वाटते.

९७) जैसा पूर्वापार नदी । समुद्रचि ठी ।। (ज्ञाने. १५/४३३)

अर्थ : पूर्वेकडून वा पश्चिमेकडून वाहणाऱ्या नद्यांना समुद्रच आधार असतो.

९८) क्षीरसागरा परगुणें । कीजे क्षीरसागरचिपणें । (ज्ञाने. १५/५६५)

अर्थ : क्षीरसागराचा पाहुणचार क्षीरसागरानेच करावा लागतो.

९९) कां समुद्रोर्मी अभंग । (ज्ञाने. १६/३६६)

अर्थ : समुद्रावर निर्माण होणाऱ्या लाटांमध्ये खंड नसतो.

१००) परी मर्यादेचा सागरू । हा तंवचि तया डगरू ।
जंव न देखे सुधाकरू । उदया आला ।। (ज्ञाने. १८/१३)

अर्थ : सागर आपली मर्यादा सोडीत नाही अशी त्याची प्रसिद्धी आहे पण त्याने जोपर्यंत चंद्रोदय पाहिला नाही तोपर्यंतच हे खरे असते.

१०१) आणि समुद्रीं वोघाचे जाणे । (ज्ञाने. १८/४७५)

अर्थ : ओघ समुद्राला मिळाला की, त्याचे वाहणे संपून जाते.

१०२) सरिता नेणिजतीं सागरे । (ज्ञाने. १८/५३०)

अर्थ : सागराला नदी माहीत नसते.

१०३) आकाशपतिता नीरा । जैसा सिंधूचि येक थारा । (ज्ञाने. १८/५६५)

अर्थ : आकशातून पडणाऱ्या पाण्याला समुद्र हाच आधार असतो.

१०४) जेवींचि सागराच्या पोटीं । जळे अखंड आगिठी । (ज्ञाने. १८/६८४)

अर्थ : सागराच्या पोटात सदैव वडवानल जळत असतो.

१०५) सरितेसीं पांडुसुता । सिंधु उचित ।। (ज्ञाने. १८/८८६)

अर्थ : नदीच्या पाण्याला समुद्र योग्य असतो.

१०६) कां कल्लोळु सागरा । (ज्ञाने. १८/१३६५)

अर्थ : लाटा सागराशी एकरूप होताना कोणाचा प्रतिबंध नसतो.

१०७) सागरू गंभीरु होये । हे कोण ना म्हणत आहे ।
परी वृष्टि वायां जाये । जाली तेथ ।। (ज्ञाने. १८/१४९२)

अर्थ : सागर गंभीर आहे हे कोणीही नाकबूल करीत नाही, पण त्यावर पडलेला पाऊस मात्र वाया जातो.

मेघ

१०८) जैसे प्रळयांत जलधर । अनिवार कां ।। (ज्ञाने. १/१६६)

अर्थ : प्रलयकाळी मेघ अनावर वर्षाव करतात.

१०९) पर्जन्याची सुटिका जैसी । धारावांचूनि अनारिसी । गतिचि नेणे ।। (ज्ञाने. ११/६८६)

अर्थ : पावसाच्या धारांना पृथ्वीशिवाय दुसरी गती माहीत नसते.

११०) पाउसेंवीण न सुके । समुद्रु जैसा ।। (ज्ञाने. १२/२१०)

अर्थ : पाऊस नसला तरी समुद्र सुकत नाही.

१११) एऱ्हवीं तरी आकाश मांडी । जो गर्जोनि ब्रह्मांड फोडी ।
तो अवकाळु मेघ काय घडी । राहात आहे ।। (ज्ञाने. १७/२५१)

अर्थ : अकाळी आलेले मेघ आकाश भरून टाकतात, गडगडाटाने ब्रह्मांड भेदतात, पण ते मेघ थोडावेळ तरी

टिकतात का?

११२) एऱ्हवीं येकले बापियाचिया तृषे । मेघ जगापुरतें काय न वर्षे । (ज्ञाने. ११/९५)

अर्थ : मेघ केवळ चातका करता पाऊस पाडतो आणि जगासाठी नाही असे होत नाही.

११३) जैसा न लोटता क्षणु । मेघु होय नानावर्णु ।। (ज्ञाने. १५/११२)

अर्थ : क्षण लोटत नाही तोच मेघ नाना वर्णांचा होतो.

जल

११४) सिंधु आणि गंगेचि मिळणी । (अमृ. १/५४)

अर्थ : गंगा सिंधूला मिळाली तर ते पाणी भिन्न असत नाही.

११५) कां बुडी दीजे तरंगे । वायूचा ठेल ।। (अमृ. १/६१)

अर्थ : वायू स्थिर झाला की, तरंग पाण्याशी एकरूप होतात.

११६) सिंधु जैसा दुर्भरू । तैसा विरुद्धया पाहुणेरू ।
याच्या घरीं ।। (अमृ. २/५८)

अर्थ : सागर हा पाण्याचा आधार असतो. पण अनेक नद्या त्याला येऊन मिळाल्या तरी तो उतत नाही.

११७) तरंगाचे रूपा येणें । तयाचि नांव निमणे ।। (अमृ. ४/५)

अर्थ : पाण्यावर तरंग उत्पन्न होणे म्हणजेच त्याचा नाश होणे.

११८) तृषा लागलीया जीवनातें ओढी । (ज्ञा. सा. चि. गा. १२२)

अर्थ : तहान लागलेल्या माणसाला पाण्याची ओढ लागते.

११९) मेघजळ वोळे मिळे सिंधुचिया जळा । (ज्ञा. सा. चि. गा. १७६)

अर्थ : मेघातून पडलेले पाणी समुद्राच्या पाण्याशी एकरूप होते.

नामदेव

१) जळाचा जळबिंदू जळींच तो विरे । (ना. गा. ६४८)

अर्थ : पाण्याचा बिंदू पाण्यातच विरून जातो. (पंचमहाभूतांनी बनलेला देह पंचमहाभूतात विलीन होतो त्या प्रमाणे)

एकनाथ

१) सागरीं भरे भरतें । तें भरतें भरे तरियांते । (एक. भा. १/९४)

अर्थ : सागराला भरती आली की, त्या पाण्याने खाड्याही भरतात.

२) सागरीं अक्षोभ्यता जैशी । (एक. भा. ७/१३७)

अर्थ : समुद्र केव्हाही खवळत नाही.

३) मीनल्या सरितांचे समळ जळ । समुद्र डहुळेना अति निर्मळ । (एक. भा. ८/४३)

अर्थ : नद्यांचे गढूळ पाणी समुद्राला मिळाले तरी समुद्र गढूळ होत नाही.

४) गंगा सागर मीनली । ते समुद्राची होऊनी ठेली । (एक. भा. १०/३६२)

अर्थ : गंगा सागराला मिळाली की, ती सागरच होऊन जाते.

५) जेवीं मिळता लवण पाणी । अभिन्नपणीं समरसे ।। (एक. भा. ९/३९०)

अर्थ : मीठ व पाणी एकत्रित केले की, ते एकजीव होते.

६) **सागरा देता आलिंगन । जेवीं सैंधव होय जीवन । (एक. भा. २५/१९)**

अर्थ : सागराला भेटल्याबरोबर मीठाचे पाणी होते.

७) **जळाचें ठायीं केवळ । नांदती सकळ रसस्वाद । (एक. भा. ५/२४५)**

अर्थ : जळाच्या ठिकाणी सर्व रस असतात.

८) **सकळ पापांपासूनी । सुटिजे जेवीं गंगास्नानी । (एक. भा. ५/४६३)**

अर्थ : गंगेच्या स्नानाने पापी पाप मुक्त होतो.

९) **दुरी करावया दुरित । जेवीं गंगाजळ समर्थ । (एक. भा. १२/४७३)**

अर्थ : पाप नाहीसे करायला गंगाजळ समर्थ असते.

१०) **आहें पां जैसें गंगाजळ । गायी व्याघ्रांसी करी शीतळ । (एक. भा. ११/८९१)**

अर्थ : गंगेचे पाणी गायी व वाघ या दोघांचीही तहान भागवते.

११) **गायीसी गोड व्याघ्रासी कडू । हा गंगाजळीं नाही पवाडु । (एक. भा. १७/११२)**

अर्थ : गायीला गोड व्हावे आणि वाघाला कडू व्हावे हे गंगेला माहीत नसते.

१२) **उदकाची गोडी शीतळता । (भा. रा. बा. ३/१८)**

अर्थ : थंडपणा ही पाण्याची गोडी होय.

१३) **शीतळता उदकीं गोडी । (भा. रा. अयो. ४/३२)**

अर्थ : थंडपणा ही पाण्याची गोडी होय.

१४) **नदी पर्जन्यें भरोनि येती । तेणें सिंधू प्रवाहेना क्षिती ।**
उष्णकाळीं नदी सुकती । तेणे अपांपती आटेना ।। (भा. रा. सुंदर ३९/६)

अर्थ : पावसाने नदीला पूर येतो पण त्यामुळे सागरात फरक पडत नाही. उन्हाळ्यात नद्या आटतात पण समुद्राचे पाणी कमी होत नाही.

१५) **गंगा मीनली सागरी । ती परतेना ब्रह्मगिरी ।। (एक. भा. ८४९/३)**

अर्थ : गंगा (गोदावरी) सागराला मिळाली की, ती तिथून उगमाकडे परतत नाही.

१६) **पाणी निष्पाप गंगातीर्थी । (एक. गा. १६१८/१५)**

अर्थ : पापी माणसे गंगास्नानाने निष्पाप होतात.

रामदास

१) **कां सरिता गंगेसी मिळाली । मिळणी होतां गंगा जाली । (दास १.४.१३ , ८.६.४३)**

अर्थ : एखादी नदी गंगेला मिळाली की, ती नदीही गंगा होते.

२) **सुभूमि आणि उत्तम कण । उगवेना प्रजन्येंविण । (दास ५.३.८)**

अर्थ : चांगली जमीन व चांगले बीज असले तरी ते पाऊसाशिवाय उगवत नाही.

३) **पाणी पाणवाटें जैसें । आपण चि धांवे ।। (दास ७.९.११)**

अर्थ : पाणी उताराकडे आपोआप वाहात जाते.

४) **थेंबुटा सागरीं मिळाला । (दास ८.६.४३)**

अर्थ : पाण्याचा थेंब समुद्राला मिळताक्षणीच तो सागररूप होतो.

५) **नदी मिळाली सागरीं । ते निवडावी कोणेपरी । (दास ८.८.२१)**

अर्थ : नदी सागराला जाऊन मिळाली म्हणजे तिला वेगळी करता येत नाही.

६) **वोघ निवडिता निवडेना । गंगेमध्ये ।। (दास ९.३.३५)**

अर्थ : गंगेला मिळालेला ओघ निराळा करता येत नाही.

७) **जेथें जीवन तेथें जीव । (दास. १५/८/१७)**

अर्थ : जिथे पाणी असते तिथे जीव असतात.

८) **मीळणी मीळता गंगा जेवी । (रा. क. १ स्फु. ओ. ५३/३)**

अर्थ : नदी गंगेला मिळाली की गंगारूप होते.

९) **गंगा सिंधु होय सिंधुसि मिळता । (स. गा. १२२१/२)**

अर्थ : गंगा समुद्राला मिळताच समुद्ररूप होते.

१०) **उगमीं विष कालवले । तें चि प्रवाहीं पडिले ।। (स. गा. २०३/१)**

अर्थ : नदीच्या उगमाच्या ठिकाणीच विष कालवले तर ते प्रवाहाबरोबर येते.

तुकाराम

१) **वर्जीत गंगा । नाहीं उत्तम अधम जगा । (तु. गा. १८९२)**

अर्थ : हे जग उत्तम आहे की, अधम आहे याचा विचार गंगा करीत नसते.

२) **नाही विचारीत । मेघ हागणदारी सेत । (तु. गा. १८९२)**

अर्थ : पाऊस पडताना मेघ हे शेत आहे की, ही हागणदारीची जागा आहे असा विचार करीत नाही.

३) **मेघवृष्टि कांही न विचारी ठाव । (तु. गा. ३३१४)**

अर्थ : पाऊस पडत असताना तो जागेचा विचार करीत नाही.

४) **न म्हणे साना थोर । दुष्ट पापी अथवा चोर ।**
सकळा द्यावी एकी चवी । तान हरूनि निववी ।। (तु. गा. १८७९)

अर्थ : पाण्याच्या अंगी तहान भागविण्याचे सामर्थ्य असते. हे पाणी लहान थोर, दुष्ट, पापी अथवा हा चोर असे कधी म्हणत नाही.

५) **गंगाजळा पाहीं पाठी पोट नाहीं ।**
अवगुण तो कांहीं अमृतासी ।।१।। (तु. गा. १७९६)

अर्थ : अमृताच्या ठिकाणी जसा कोणताही दोष नसतो, तसे गंगाजलाला आत बाहेर काही नसते.

६) **नाहीं चळण तया अंगीं । धांवे लवणामागें वेगीं ।।२।। (तु. गा. १८७८)**

अर्थ : पाण्याच्या अंगी चलन नसते. जिकडे उतार असतो तिकडे ते वाहते.

७) **उदका नेलें तिकडे जावें । केलें तैसे सहज व्हावे ।।२।। (तु. गा. १८८०)**

अर्थ : पाणी जिकडे न्यावे तिकडे जाते.

८) **पर्जन्यें पडावें आपुल्या स्वभावें । आपुलाल्या दैवें पिके भूमि ।। (सार्थ तु. गा. २०१०)**

अर्थ : पाऊस आपल्या स्वभावानुरूप सर्वत्र पडत असतो पण पीक मात्र जमिनीच्या मगदुराप्रमाणे येते.

९) **तान्हेल्यानें पीता पाणी ।**
तेणे गंगा नव्हे उणी ।। (सार्थ तु. गा. ४०८१/२)

अर्थ : तहान लागलेल्या माणसाने गंगेचे पाणी प्याले तर तिचे पाणी कमी होत नाही.

१०) **सरिता वापी आड एक पाणी । (तु. गा. ३७–४९/४)**

अर्थ : नदी, विहीर, आड ही नावे भिन्न असली तरी त्या सर्वातील पाणी एकच असते.

११) **उदक भिन्न असे काई ।**
वाहाळ बावी सरिता नई ।। (तु. गा. ३४६१)

अर्थ : ओढा, विहीर, नदी हे भिन्न भिन्न असले तरी त्यातील पाणी एकच असते.

१२) **जळ न खाती जळा । (तु. गा. ९९७/३)**

अर्थ : पाणी पाण्याला पीत नाही.

१३) **सरिता ओहळा ओघा ।**
गंगे मिळोनि जाल्या गंगा ।। (तु. गा. २०५१)

अर्थ : गंगेला नद्या, ओढे, नाले येऊन मिळाले की, तेही गंगारूप होतात.

१४) **सरिता मिळाली सागरीं । आणिका नांवा कैची उरी ।। (तु. गा. ९२५)**

अर्थ : नदी सागराला मिळाली की, तिचे नामरूप उरत नाही.

१५) **मिळाल्या वाहाळ गंगाओघ । (सार्थ तु. गा. २५७)**

अर्थ : ओहळ गंगेला मिळाला, की तो गंगारूप होतो आणि गंगाही अपवित्र होत नाही.

जलचर

ज्ञानदेव

१) **जळचरां उदधीचें भान । (ज्ञाने. १०/६६)**

अर्थ : पाण्यात राहणाऱ्या प्राण्यांना समुद्राची अथांगता कळत नाही.

२) **जळचरू जळाचा आभारू धरी । (ज्ञाने. ११/७९)**

अर्थ : पाण्यात राहणारे प्राणी पाण्याचे उपकार मानतात काय?

३) **तरी सिंधूचेनि माजें । जळचरां भय नुपजे ।। (ज्ञाने. १२/१६५)**

अर्थ : समुद्र खवळला तरी जळचरांना भय वाटत नाही.

४) **जळचरां जेवीं जळ । (ज्ञाने. १६/१६८)**

अर्थ : जलचरांना जळाची आवड असते.

५) **जैं आटावे होती जळचर । तैं डोहीं मिळती ढीवर । (ज्ञाने. १६/३१८)**

अर्थ : जलचरांचा मरणकाळ आला, की कोळी जलाशयाजवळ जमा होतात.

६) **जैसें जळचरा जळ सांडे आणि तत्क्षणी मरण मांडे । (ज्ञाने. ३/११७)**

अर्थ : माशांची आणि पाण्याची ताटातूट झाली की, मासे क्षणार्धात मरून जातात.

७) **जैसा गळीं मीनु आमिषें । भुलविजे गा ।। (ज्ञाने. ३/२१३)**

अर्थ : ज्या प्रमाणे गळाला लावलेले आमिष माशाला भुलविते.

८) **अथवा मीना गळु घोटे । (ज्ञाने. ७/९४)**

अर्थ : माशाला गळ गिळता येत नाही.

९) **अल्पोदकीचा मासा । हें नाटे ऐसिया आशा ।**
न वचेचि कां जैसा । अगाध डोळा हा ।। (ज्ञाने. १३/७३८)

अर्थ : थोड्याशा पाण्यात राहणारा मासा हे पाणी आटणार नाही या आशेने खूप पाणी असलेल्या डोहात जात नाही.

१०) **गळु न पाहतां गिळिली । उंडी मीनें ।। (ज्ञाने. १३/७३९)**

अर्थ : गळ न पाहता गळाला लावलेले खाद्य मासा गिळतो.

११) **जैसी मीनाचां तोंडीं । पडेना जंव उंडी ।**
तंव गळ आसुडी । जळपारधी ।। (ज्ञाने. १४/१४७)

अर्थ : माशाच्या तोंडात आमिष पडते न पडते तोच धीवर गळाला हिसका देतो.

१२) **थिल्लरबळें मीनें । न गणिजे सिंधु ।। (ज्ञाने. १६/२२६)**

अर्थ : डबक्यातला मासा सागरालाही तुच्छ समजतो.

१३) **आमिषकवळु थोरी आशा । न विचारितां गिळी मासा । (ज्ञाने. १६/३३७)**

अर्थ : काहीही विचार न करता मासा गळाचे आमिष गिळतो.

१४) **कां मीना जिव्हाळा होये । जळाचा जरी ।। (ज्ञाने. १८/७०६)**

अर्थ : माशाला पाणी मिळाले असता तो जगतो.

१५) **होय का उदक । तुटता मीना ।। (ज्ञाने. १८/७८६)**

अर्थ : माशाची पाण्यापासून ताटातूट झाली तर त्याला फार दुःख होते.

१६) **नाना पाणी म्हणौनि मासा । गंगा न सांडितां जैसा ।**
सर्व तीर्थ सहवासा । वरपडा जाला ।। (ज्ञाने. १८/९०९)

अर्थ : केवळ पाणी म्हणून मासा गंगेला न सोडता गंगेत राहिला तरी तो सर्वतीर्थांच्या सहवासाला (समुद्राला) अनायासे प्राप्त होतो.

१७) **अगा मुखमेळेंविण । पिलियाचें पोषण ।**
करी निरीक्षण । कूर्मी जेवीं ।। (ज्ञाने. १३/१४०)

अर्थ : कासवी आपल्या पिलांचे पोषण मुखस्पर्शाशिवाय केवळ आपल्या दृष्टिक्षेपानेच करते.

१८) **कां पिलियां कूर्माची दिठी । (ज्ञाने. १६/१७०)**

अर्थ : कासवीच्या पिलांना आईची दृष्टी सुखकारक असते.

१९) **कूर्मीचिया पिलियां । दिठ पान्हा ये धनंजया । (ज्ञाने. १८/१३४३)**

अर्थ : कासवीच्या पिलांची आई आपल्या दृष्टीच्या पान्ह्याने मुलांचे पोषण करते.

२०) **सांग महाफणी दर्दुरें । गिळिजे कायी ।। (ज्ञाने. २/१५)**

अर्थ : महासर्पाला बेडूक गिळतो काय ?

२१) **मकरंदकणाचा चारा । जाणता घालूनि दर्दुरा । (ज्ञाने. ११/१५८)**

अर्थ : पुष्पपरागांचा चारा बेडकाला घालतात काय ?

२२) **बेडूक सापाचा तोंडीं । जातसे सबुडबुडीं ।**
तो मक्षिकांचिया कोडीं । स्मरेना कांहीं ।। (ज्ञाने. १३/७३०)

अर्थ : बेडकाला साप गिळून टाकीत असता तो बेडूक माशांना गिळायचे विसरत नाही.

२३) **कां शेवाळोद्देशें दर्दुरु । समुद्रु डहुळी ।। (ज्ञाने. १८/६०७)**

अर्थ : शेवाळयासाठी बेडूक समुद्र ढवळून काढतो.

नामदेव

१) **जीवनावेगळें मत्स्य तळमळती । (ना. गा. ६)**

अर्थ : मासे पाण्यातून बाहेर काढले की, तडफडू लागतात.

२) **मीना तैसें जळ । (ना. गा. ४८३)**

अर्थ : मासा पाण्याशिवाय जगू शकत नाही.

३) **मच्छा जीवन नीरू । (ना. गा. ६५०)**

अर्थ : माशांना पाणी हेच जीवन असते.

४) **जळाविण जळचर । (ना. गा. ८३७)**

अर्थ : जलचर पाण्याशिवाय व्याकुळ होतात.

५) **कूर्मी अवलोकी आपुलिया बाळा । काय तिच्या डोळा दृष्टि नासे ।। (ना. गा. ८५४)**

अर्थ : कासवी आपल्या बाळाचे अवलोकन करते, (दृष्टीने पोषण करते) / म्हणून तिची दृष्टी बिघडत नाही.

६) **कांसवीची पिलें पोशिली कृपेने । (ना. गा. १०३२)**

अर्थ : कासवी आपल्या पिलांचे दुरूनच दृष्टीने पोषण करते.

एकनाथ

१) **हातीं आतुडावया मासा । गळीं लाविजे अल्प आमिषा । (एक. भा. ३/७९८)**

अर्थ : मासा हातात येण्यासाठी गळाला थोडें आमिष लावतात.

२) **झाल्या लोलिंगत बडिशा । निज मरण विसरे मासा । (एक. भा. ५/२१२)**

अर्थ : गळाच्या आमिषाला मासा भुलला की, तो मरण विसरतो.

३) **जळावेगळी मासोळी । (एक. भा. ६/३३५)**

अर्थ : मासा पाण्यातून बाहेर काढला की, तो तडफडू लागतो.

४) **जैसी जीवनावेगळी मासोळी । (एक. भा. ७/२३१)**

अर्थ : मासा पाण्यातून बाहेर काढला की, तो तडफडू लागतो.

५) **गळी अडकला जो मासा । तो जिता ना मरे चरफडी जैसा । (एक. भा. ८/१७५, एक.गा.३०६८)**

अर्थ : गळाला अडकलेला मासा धड जिवंत नसतो, धड मेलेला नसतो, अशा अवस्थेत तो तडफडत असतो.

६) **म्हणाला वाहवटीं पडला मासा । तो परतेना जेवीं सहसा । (एक. भा. १२/३५३)**

अर्थ : प्रवाहात मासा वाहून जाऊ लागला म्हणजे तो सहसा परत फिरत नाही.

७) **नि:शेष आटता जळ । मीन मरे न लागता पळ । (भा. रा. अयो. ११/१३)**

अर्थ : पाणी आटले की, मासे मरायला वेळ लागत नाही.

८) **जेवीं का मच्छ आमिस गिळी ।**
गळ वोढिल्या वरी तळमळी । (भा. रा. अरण्य. १२/३४)

अर्थ : माशाने आमिष गिळले की, कोळी गळ ओढतो आणि मासा तडफडतो.

९) **मत्स्य गिळिती महामीन । (भा. रा. सुंदर ३४/७३)**

अर्थ : मोठा मासा लहान माशाला गिळतो.

१०) **जीवनावेगळी मासोळी । (रु. स्व. १५/११८)**

अर्थ : मासा पाण्यातून बाहेर काढला की, तडफडतो.

तुकाराम

१) **जीवनावांचूनि तळमळी मासा । (तु. गा. १०३१)**

अर्थ : मासा पाण्याबाहेर काढला की तडफडून मरतो.

२) **जीवना वेगळी मासोळी ।**
तैसा तुका तळमळी ।।४।। (तु. गा. २६६)

अर्थ : मासा पाण्याबाहेर काढला की, तो तडफडू लागतो.

जादुटोणा, भुतेखेते इ.

ज्ञानदेव

१) **देखा मंत्रज्ञु बरळु जाय । मग तेथ का जैसा संचारू होय । (ज्ञाने. १/१९०)**

अर्थ : मांत्रिक मंत्रोच्चार करायला चुकला म्हणजे त्यालाच भूतबाधा होते.

२) **जैसा मंत्रज्ञु न बधिजे । भूतबाधा ।। (ज्ञाने. २/२३४)**

अर्थ : मंत्रजाणत्याला भूतबाधा होत नाही.

३) **जैसी मंत्रज्ञातें विवसी । भुलवी का ।। (ज्ञाने. २/३१२)**

अर्थ : हडळ मांत्रिकाला भुलवते.

४) **जरी मंत्रेंचि वैरी मरे । तरी वायांचि कां बांधावीं कटारें । (ज्ञाने. ४/२२३)**

अर्थ : जर मंत्रानेच वैरी मरणार असेल तर कमरेला कट्यार कशाला बांधायची?

५) **आता जाहलिया भ्रमहत । जैसें पिशाचाचें चित्त ।। (ज्ञाने. ५/५७)**

अर्थ : अंगी पिशाचाचा संचार झाला असता मन वेड्यासारखे होते.

६) **जें लावेचा कळवळा । (ज्ञाने. ८/१४७)**

अर्थ : हडळीचा दिखाऊ कळवळा खरा नसतो.

७) **अथवा विवसी पळे मग चढे । निधान हातां ।। (ज्ञाने. ११/७५)**

अर्थ : धनावरील पिशाच दूर केले असता धन हाती लागते.

८) **आणि इसाळु जैसा घरा । (ज्ञाने. १३/५०१)**

अर्थ : पिशाच आपले घर विसरत नाही.

९) **साधकु विवसिया । (ज्ञाने. १३/५३६)**

अर्थ : पिशाच्यासंबंधी मांत्रिक आधीच जागृत असतो.

१०) **कां साधूतें गोंदळी । संचरोनि सुये मैळीं । (ज्ञाने. १३/१००९)**

अर्थ : साधू पुरुषात पिशाचाचा संचार झाला म्हणजे तो गैरव्यवहार करतो.

११) **जैसें रात्रींच्या अवसरीं । व्यापारिजे निशाचरीं । (ज्ञाने. १६/२७२)**

अर्थ : रात्रीच्या वेळी निशाचरांचे व्यापार चालतात.

१२) **परी नोसंतितां विवसी । भेटी नाही निधीसी । (ज्ञाने. १७/३११)**

अर्थ : पिशाच दूर केल्याशिवाय पुरलेले द्रव्य हाती लागत नाही.

१३) **न विसंबिजे संकटी । सिद्धमंत्र जैसा । (ज्ञाने. १८/९५०)**

अर्थ : संकटाच्या काळात सिद्धमंत्र विसरू नये.

१४) **कां राक्षसां दिवा पाहे । राति होउनि ।। (ज्ञाने. १८/७२४)**

अर्थ : रात्र झाली म्हणजे राक्षसांना उजाडते.

जीभ

एकनाथ

१) **रसना न जिणतां सर्वथा । भवव्यथा चुकेना । (एक. भा. ८/१७९)**

अर्थ : जीभ आवरली नाही तर संसारदु:ख टळत नाही.

२) **रसना आमिषाची गोडी । (एक. भा. ८/१७३)**

अर्थ : जिभेला खाद्यपदार्थांची गोडी असते.

तप

ज्ञानदेव

१) **तपेंविण दैवत । (ज्ञा. सा. चि. गा. ५४)**

अर्थ : तपश्चर्येशिवाय परमेश्वर प्राप्ती होत नाही.

दया

नामदेव

१) **सर्वांभूतीं हित तेचि दया । (ना. गा. ११२१)**

अर्थ : सर्व प्राणीमात्रांचे हित करणे हीच दया होय.

तुकाराम

१) **दया तिचे नाव भूतांचे पाळण ।**
आणीक निर्दळण कंटकांचे ।। (तु. गा. २६४)

अर्थ : सर्व प्राणिमात्रांचे रक्षण आणि दुष्टांचा नाश करणे म्हणजे दया होय.

दरिद्री

ज्ञानदेव

१) **जैसें रंक का आळुकैलें । तुषांतें सेवी ।। (ज्ञाने. ५/११०)**

अर्थ : भुकेने व्याकुळ झालेला दरिद्री पुरुष भूस देखील भक्षण करतो.

२) **पैं निर्धना घरीं वानिवसें । महालक्ष्मीचि येऊनि बैसे ।**
तयाते निर्धन ऐसें । म्हणों ये काई ।। (ज्ञाने. १६/३६)

अर्थ : गरीब माणसाच्या घरी अकस्मात लक्ष्मी येऊन राहिली तर त्याला गरीब म्हणता येईल काय ?

३) **एकें दिवसींचेनि परान्नें । अल्पकु जैसा ।। (ज्ञाने. १६/२२७)**

अर्थ : एक दिवसाच्याही परान्नाने दरिद्री उन्मत्त होतो.

४) **कां भणगा दुष्काळु पाहला । (ज्ञाने. ११/४२८)**

अर्थ : भिकारी दुष्काळातून सुकाळात आला म्हणजे त्याला खाखा सुटते.

५) **नातरी रंके निधान देखिलें । (ज्ञाने. १३/३८१)**

अर्थ : दरिद्री माणसाला धन मिळाले असता खूप आनंद होतो.

६) **जैसा निधानातें रंकु । (ज्ञाने. १८/४८०)**

अर्थ : ठेवा दिसला की, दरिद्री माणसाला आनंद होतो.

७) **भणंगाचिया आंगा आलें । इंद्रपद ।। (ज्ञाने. १३/३८२)**

अर्थ : भिकाऱ्याला इंद्रपद मिळाले असता खूप आनंद होतो.

८) **आवडे दरिद्र दरिद्रिया । (ज्ञाने. १८/१२९७)**

अर्थ : गरीबाला गरिबी आवडत नाही.

९) **समर्थाचिये पंक्तिभोजनें । तळिल्या वरिल्या एक पक्वान्नें । (ज्ञाने. १८/४८)**

अर्थ : श्रीमंतांघरच्या पंक्तिभोजनात गरीब-श्रीमंत असा भेद नसतो.

दान

ज्ञानदेव

१) **जेथ संन्यासिला संकल्पु तुटे ।**
तेथेंचि योगाचें सार भेटे । (ज्ञाने.६/५३)

अर्थ : ज्या ठिकाणी त्याग केल्याचा संकल्प संपतो त्या ठिकाणी योगाचे सार असलेले ब्रह्म भेटते.

२) **तरी दानें सर्वस्व देणें । (ज्ञाने. १६/१०६)**

अर्थ : दान म्हणजे सर्वस्व देणे.

३) **जैसा समर्थ दाता कोणातें । नास्ति न म्हणे ।। (ज्ञाने. १८/१६९४)**

अर्थ : समर्थ दाता कोणाला नाही म्हणत नाही.

एकनाथ

१) **जेवीं कां भुकेलियापाशीं । ताट वाढिलें षड्रसीं ।**
तो पुष्टि तुष्टि क्षुधानाशासीं ।
जेवीं ग्रासोग्रासीं स्वयेंचि पावे ।। (एक. भा. २/६११)

अर्थ : भुकेल्या माणसापुढे पक्वान्नाचे ताट वाढून ठेवले तर त्याच्या प्रत्येक घासाबरोबर त्याची पुष्टी, तुष्टी, क्षुधा नाश होत असतात.

२) **बभुक्षितांसी दिधल्या अन्न ।**
सुखी होती दीन जन ।। (भा. रा. किष्किं १५/११७)

अर्थ : भुकेल्या माणसाला अन्न दिले तर तो सुखी होतो.

३) **कुपात्री दानधर्म । (एक. भा. १६/३०४)**

अर्थ : अपात्री दानधर्म करू नये.

४) **दानेंविण पाणी । (एक. भा. १२३३/३)**

अर्थ : दानाशिवाय पाणी सोडणे हे योग्य नाही.

५) **धनाढ्य निर्दोष दानतीर्थीं । (एक. भा. १६१८/१५)**

अर्थ : धनवान माणसे दानाने पवित्र होतात.

६) **तें अधमाहूनी अधम दान ।**
पात्र निंदूनि जे देती ।। (भा. रा. किष्टिं. १५/८३)

अर्थ : पानावर जेवायला बसल्यावर निंदा करून जे अन्न दान करतात ते अधमाहून अधम दान होय.

तुकाराम

१) **क्षुधेलिया अन्न ।**
द्यावे पात्र न विचारून ।। (तु. गा. २१७४)

अर्थ : भुकेल्या माणसाच्या योग्यतेचा विचार न करता त्याला अन्न द्यावे.

दीप

ज्ञानदेव

१) **जैसा निर्वातीचा दीपु । सर्वथा नेणे कंपु । (ज्ञाने. २/३४१)**

अर्थ : निवाऱ्याच्या ठिकाणी असलेली ज्योत कंप पावत नाही.

२) **जैसा दीपासवें हारपला । प्रकाशु जाय । (ज्ञाने. ३/११०)**

अर्थ : दिवा विझविला की, प्रकाश नाहीसा होतो.

३) **एऱ्हवी दीपाप्रति काई आनान । प्रकाशु आहाती ।। (ज्ञाने. ५/२७)**

अर्थ : प्रत्येक दिव्याचा प्रकाश निरनिराळा असत नाही.

४) **दीपाचेनि प्रकाशें । गृहींचे व्यापार जैसे । (ज्ञाने. ५/४९)**

अर्थ : दिव्याच्या उजेडाच्या आधाराने घरातले सर्व व्यवहार चालतात.

५) **दीपा आणि प्रकाशा । एकवंकीचा पाडु जैसा । (ज्ञाने. ६/३९६)**

अर्थ : दिवा आणि त्याचा प्रकाश हे दोन्ही एकच असतात.

६) **जैसें ठेवणें न दिसतां मालवला । दीपु हातींचा ।। (ज्ञाने. ८/२१८, १८/१५१)**

अर्थ : ठेवलेली वस्तू दिसण्यापूर्वीच दिवा विझवू नये.

७) **जैसा दीपु ठेविला परिवरीं । कवणातें नियमी ना निवारी ।**
आणि कवण कवणिये व्यापारीं । राहाटे तेंहि नेणें ।। (ज्ञाने. ९/१२८)

अर्थ : घरात ठेवलेला दिवा, तो कोणाला हे कर अगर हे करू नको असे सांगत नाही आणि कोण कोणता व्यवहार करतो हे ही जो जाणत नाही.

८) **जैसा दीपें दीपु लाविजे । तेथ आदील कोण हें नोळखिजे ।। (ज्ञाने. ९/४२८, १८/१६७८)**

अर्थ : एका दिव्याने दुसरा दिवा लावला असता पहिला दिवा कोणता हे ओळखता येत नाही.

९) **म्हणोनि दिवा पालवे । सवेंचि तेज मालवे । (ज्ञाने. १२/१००)**

अर्थ : पदराने दिवा विझवला की, त्याचे तेज नाहीसे होते.

१०) **घरींचियां उजियेडु करावा । पारखियां अंधारू पाडावा ।**
हें नेणेचि गा पांडवा । दीपु जैसा ।। (ज्ञाने. १२/१९८)

अर्थ : घरच्यांना उजेड आणि बाहेरच्यांना अंधार द्यावा हे दिव्याला माहीत नसते.

११) **कां भिंगारीं दीपु ठेविला । बाहेरि फांके ।। (ज्ञाने. १३/१८२, १४/३०८)**

अर्थ : कांचेच्या आत ठेवलेला दिवा बाहेरच्या प्रकाशावरून समजतो.

१२) **दीपांचा कोडी जैसें । एकचि तेज सरिसें । (ज्ञाने. १३/१०७६)**

अर्थ : अनेक दिवे असले तरी तरी त्यांचे तेज एकसारखेच असते.

१३) **स्नेहाचिया भरोवरी । आंबुथिला दीपु घे थोरी । (ज्ञाने. १३/११४८)**

अर्थ : तेल खूप घातले की, पेटलेला दिवा आणखीच मोठा होता.

१४) **वातीं पाहतां जैसें । आंधारे कां ।। (ज्ञाने. १४/७२, १४/२१०)**

अर्थ : दिवा हातात घेतल्यावर अंधार दिसत नाही.

१५) **नातरी येथिंचा दिवा । नेलिया सेजिया गांवा ।**
तो तेथें तरी पांडवा । दीपचि कीं ।। (ज्ञाने. १४/२२१)

अर्थ : या गावातला दिवा शेजारच्या गावी नेला तरी तिथे तो दिवाच असतो.

१६) **कां काजळी आणि मंद । प्रभा दीपीं ।। (ज्ञाने. १५/८५)**

अर्थ : दिव्याची काजळी दिव्याचा प्रकाश मंद करते.

१७) **जैसीं सगळिये पाटणीं । एकेंचि दीपें दिवेलावणी ।**
जालिया कां न देखणीं । उरलीं एकें ।। (ज्ञाने. १५/४१३)

अर्थ : सर्व नगरात एकाच दिव्याने दिवे लावले असता त्यातले काही प्रकाशत नाहीत असे होईल कां?

१८) **नातरी ठेविलें देखावया । आदर की जे दिविया ।। (ज्ञाने. १६/१०१)**

अर्थ : अंधारात ठेवलेली वस्तू सापडावी म्हणून दिवा जपायचा असतो.

१९) **हे असो आपुला ठेवा । हाता आधी जरी यावा ।**
तरी आदरे जेंवी दिवा । पुढां कीजे ।। (ज्ञाने. १६/४५८)

अर्थ : आपण ठेवलेली वस्तू आपल्या हाताला लागावी असे वाटत असेल तर दिवा पुढे करणे अगत्याचे असते.

२०) **कां धूं न साहतां जैसी । वाती न लगे ।। (ज्ञाने. १७/३११,१८/७८०)**

अर्थ : धूर सहन केल्याशिवाय वात पेटत नाही.

२१) **नातरी ते दीप्ती । दीपबिंबी ।। (ज्ञाने. १८/११६)**

अर्थ : दिव्यामध्ये प्रकाश जन्मत:च असतो.

२२) **तो दीपु प्रभेलागीं । द्वेषु करील काई ।। (ज्ञाने. १८/२२०)**

अर्थ : दिवा प्रकाशाचा द्वेष करतो असे घडत नाही.

२३) **काय संगास्तव काजळी । दीपु म्हणों ये ।। (ज्ञाने. १८/२७२)**

अर्थ : दिव्याच्या संगतीत असली तरी काजळीला दिवा म्हणता येत नाही.

२४) **कां घरा आंतुला एकु । दीपाचा तो अवलोकु ।**
गवाक्षभेदें अनेकु । आवडे जेवी ।। (ज्ञाने.१८/३२८)

अर्थ : घरात असणाऱ्या दिव्याचा प्रकाश एकच असतो पण निरनिराळ्या खिडक्यातून बाहेर पडल्यामुळे तो भिन्न भिन्न वाटतो.

२५) **जैसी दीपें दिसे पाहतां । आपली वस्तु ।। (ज्ञाने. १८/३९७)**

अर्थ : दिव्याच्या सहाय्याने अंधारातील वस्तू दिसते.

२६) **मग आपलें ठेविलें जैसें । आईतेचि दीपें दिसे ।। (ज्ञाने. १८/८३१)**

अर्थ : दिव्याच्या सहाय्याने आपण ठेवलेली वस्तू सहज दिसते.

२७) **जैसी दिठी असे आपुलां ठायीं । परी दीपेंवीण भोग नाहीं । (ज्ञाने.१८/८९०)**

अर्थ : दिवा असल्याशिवाय दृष्टी असून ही उपयोग नाही.

२८) **आंत बाहेरी पूर्ण भरित । जाले आहे दीपजात ।**
ते जें जैसें ।। (ज्ञाने. १८/९१६)

अर्थ : दिव्याच्या आतबाहेर तेज व्यापलेले असते.

२९) **पहावें तें दिसें तंववरी । दिठीतें न संडी दीप जरी ।**
तरी कें आहे अवसरी । देखावया ।। (ज्ञाने. १८/१०४४)

अर्थ : पाहायची वस्तू दिसेपर्यंत दिव्याची मदत असेल तर ती वस्तू मिळायला वेळ लागत नाही.

३०) **दीपातें दीपें प्रकाशिजे । ते न प्रकाशणेंचि निपजे । (ज्ञाने. १८/११७६)**

अर्थ : दिव्याने दिवा प्रकाशणे म्हणजे न प्रकाशनेच होय.

३१) **कां दीपद्वेषिया अंधकारू । (ज्ञाने. १८/१२७८)**

अर्थ : दिव्याचा द्वेष करणारा अंधकार वाढवितो.

३२) **दीपेंवीण ठाणदिवी । रात्रीची जैसी ।। (ज्ञाने. १८/१५००)**

अर्थ : ज्योती शिवाय असलेली रात्रीची ठाणदिवी व्यर्थ होय.

३३) **समग्र दीप्ति घेतां । जेविं दीपुचि ये हाता । (अमृ. १/२४)**

अर्थ : दीव्याचा सर्व प्रकाश घेऊ गेले तर दिवाच (ज्योत) हाती येतो.

३४) **गुणा तेलाचिया सोयरिका । निर्वाहिली दीपकळिका ।। (अमृ. २/५१)**

अर्थ : वात व तेल यांच्या संबंधाने ज्योत टिकते.

३५) **दशाहि ते निमालिया । येणें जें उवाया ।। (अमृ. ४/७)**

अर्थ : वात संपताना दिवा मोठा होतो.

३६) **दीपाचि सोये । आंधारे किरू न साहे । (अमृ. ६/२८)**

अर्थ : दिव्यापुढे अंधार राहत नाही.

३७) **एवं माध्यान्हींची दिवी । तम धाडी ना दिवो दावी ।। (अमृ. ६/९६)**

अर्थ : मध्यान्हीच्या सूर्यप्रकाशात ठेवलेला दिवा अंधार नाश करू शकत नाही आणि दिवसही दाखवीत नाही.

३८) **ज्योतिस ज्योती मेळऊनी हातीं । (ज्ञा. सा. चि. गा. ३४)**

अर्थ : एक दिवा दुसऱ्या दिव्यात मिसळला की, ते एकरूप होतात. त्यांच्यातील द्वैत संपून जाते.

नामदेव

१) **पाजळला दीपु फिटला अंधकारु । (ना. गा. १२३५)**

अर्थ : दिवा लागला की, (अज्ञानाचा) अंधार नाहीसा होतो.

एकनाथ

१) **दीपु लाविजे गृहाभीतरीं । तोचि प्रकाशे गवाक्षद्वारीं । (एक. भा. २/३६२)**
अर्थ : घरात दिवा लावला म्हणजे खिडक्यातून उजेड बाहेर जातो.

२) **जैसा दीपु लावितां तत्क्षणीं । सर्वेचि प्रगटे तेजाची खाणी । (एक. भा. ४/२६२)**
अर्थ : दिवा लावताक्षणीच प्रकाश बाहेर पडतो.

३) **जैसा दीपु दीपें लाविला । लावितांचि तत्समान झाला । (एक. भा. १०/१९९)**
अर्थ : एका दिव्याने दुसरा दिवा लावला की दोन्ही दिवे सारखेच होतात.

४) **दीपीं दीपु एकवटला । मिळणीं एकुचि होऊनि ठेला । (एक. भा. १०/३६७)**
अर्थ : एक दिवा दुसऱ्या दिव्याला मिळताच दोन्ही एकरूप होतात.

५) **जेवीं नाना दीपांचिया दीप्ती । तेजाची ज्योति अभिन्न । (एक. भा. ११/१२९)**
अर्थ : दिवे अनेक असले तरी तेज एकच असते.

६) **दीप जेउता जाऊं बैसे । तेउता प्रकाशचि तया असे । (एक. भा. ११/९७४)**
अर्थ : दिवा जिकडे नेला जातो तिकडे त्याला प्रकाश असतो.

७) **जेवीं ज्योतीसी मीनल्या ज्योती । दोहींची होय एकचि दीप्ती । (एक. भा. १४/५१५)**
अर्थ : एक ज्योत दुसऱ्या ज्योतीला मिळाली की, दोन्हींचा मिळून एकच प्रकाश होतो.

८) **ते कोटि दीपीं एक दीप्ती । (एक. भा. १४/५१६)**
अर्थ : अनेक दिवे असले तरी तेज एकच असते.

९) **जैशी दो दिव्यांची वाती । एकवट केलिया ज्योती ।**
तेथ न दिसे भेदगती । (एक. भा. २१/२६०)
अर्थ : दोन दिव्यातील वाती एकत्रित करून त्यांची एक ज्योत केली तर त्यात भेद दिसत नाही.

१०) **जेवीं दीपें दीपू लाविला । न कळे वडील कोण धाकुला । (एक. भा. २४/३०७)**
अर्थ : एका दिव्याने दुसरा दिवा पेटविला तर त्यातला धाकटा कोणता व मोठा कोणता हे कळत नाही.

११) **दीप मावळल्या पाठी । काजळाची पोहणी उठी । (भा. रा. बाल. १०/३९)**
अर्थ : दिवा विझल्याबरोबर काजळाची घाण येते.

१२) **स्नेह सूत्रें दीप भिन्न । प्रभा एकत्वे अभिन्न । (भा. रा. बा. अ. १०/११९)**
अर्थ : तेल वाती यांमुळे दिवे निरनिराळे असले तरी त्यांचे तेज एकच असते.

१३) **दीपकाचें ठायीं नाही द्वैतभाव । चोर आणि साव सारखाची । (एक. भा. २७३१/१)**
अर्थ : दिव्याच्या ठिकाणी आपपर भाव नसतो. तो चोर आणि सभ्य यांना सारखाच उजेड देतो.

१४) **काजळी आली दीपापासी ।**
तें चि आलेपण दीप प्रकाशी ।। (एक. आठ. ग्रं. च. भा. ३५१)
अर्थ : दिव्यावर काजळी आली की, दिव्याचा प्रकाश कमी होतो.

१५) **जेवीं दीपें दीप लाविला**
तेथ न कळे वडील धाकुला ।। (एक. आठ. ग्रं. च. भा. ७२३)
अर्थ : एका दिव्याने दुसरा दिवा लावला तर लहान कोण व मोठा कोण हे समजत नाही.

१६) **कां सहस्त्रादीप कळिका । प्रकाशा नाहीं वेगळिका । (एक. आठ. ग्रं. शु. १४४)**
अर्थ : दिव्याला हजारो ज्योती असल्यातरी त्यांचा प्रकाश एकच असतो.

१७) **दीप आणि दीप्ती । ऐक्यपणें ।। (एक. आठ. ग्रं अमृ. १२)**

अर्थ : दिवा आणि त्याचे तेज एकच असते.

तुकाराम

१) **दीपा नाहीं पाठीं पोटी अंधकार । (तु. गा.२९०)**

अर्थ : दिव्याला मागे पुढे अंधार नसतो.

२) **दीप घेउनियां धुंडिती अंधार । (तु. गा. ५६३)**

अर्थ : हातात दिवा घेऊन अंधार सापडत नाही.

३) **दीपाचिये अंगी नाहीं दुजाभाव ।**
धणी चोर साव सारिखे चि ।। (तु. गा. २०१०)

अर्थ : दिवा सर्वांना सारखाच प्रकाश देत असतो. तो हा मालक, हा चोर. हा संभावित असा भेदभाव करीत नसतो.

४) **दीप स्नेहाच्या शेवटीं । (तु. गा. २०४५)**

अर्थ : दिव्यातील तेल संपत आले की, दिवा मोठा होतो.

५) **काय ओवाळावें दीपकासि । (तु. गा. ४४८१)**

अर्थ : दिव्याला कशानेही ओवाळता येत नाही.

दु:ख

एकनाथ

१) **चिंता अनुदिनी जित्यातें जाळी । (भा. रा. बा. ८/११)**

अर्थ : जिवंत माणसाला चिंता सदैव जाळीत असते.

२) **चिंता सुख नेदीं सर्वथा । (भा. रा. युद्ध ४४/१४५)**

अर्थ : चिंतेने कधीही सुख मिळत नाही.

३) **दु:ख तें जाण रे उद्धवा । काम सुखासी झुरे ।। (एक. गा. ३२९३/६)**

अर्थ : जिथे काम सुखासाठी झुरत असतो ते दु:ख होय.

४) **चित्तिं चिंता ज्या वर्तत । तो दु:श्चित सर्वदा ।। (रु. स्व. ३४)**

अर्थ : ज्याच्या मनांत चिंता असते तो सदैव दु:खी असतो.

रामदास

१) **दु:खें दु:खचि वाढतें । (रा. क. १ स्फु. प्र. ४०/२१)**

अर्थ : दु:खानें दु:ख वाढते.

२) **विषाद अभिमानाचे मूळ । विषाद अविवेकाचे स्थळ । (रा. क. २ एकवीस समासी १२/३०)**

अर्थ : दु:ख हे अभिमानाचे, अविवेकाचे मूळ आहे.

दुबळा

एकनाथ

१) **दुबळयासी धन । सांपडलिया नोहे जतन ।। (एक. गा. ३१५४/१)**

अर्थ : दुबळ्या माणसाला धन सापडले तर तो त्याचे रक्षण करू शकत नाही.

देव

ज्ञानदेव

अग्नी

१) **ना तरी वडवानलु सांदुकल । प्रलयवातें पोखला ।**
सागर शोषूनि उधवला । अंबरासी ।। (ज्ञाने. १/९०)

अर्थ : वडवानल एकदा पेटला आणि त्याला प्रचंड वाऱ्याने साथ दिली म्हणजे तो सागराचेही शोषण करतो आणि आकाशापर्यंत भडकतो.

२) **जैसा उद्यानामाजीं अनळु । संचरला देखोनि प्रबळु ।**
मग क्षणभरी कोकिळु । स्थिर नोहे ।। (ज्ञाने. १/२३०)

अर्थ : उद्यानाला प्रचंड आग लागली असता तेथे एक क्षणभरही कोकिळ राहत नाही.

३) **जैसें काष्ठें काष्ठ मथिजे । तेथ वन्हि एक उपजे ।**
तेणें काष्ठजात जाळिजें । प्रज्वळलेनि ।। (ज्ञाने. १/२४३)

अर्थ : लाकडावर लाकूड घासले असता त्यातून अग्नी उत्पन्न होतो आणि तो भडकला म्हणजे सर्व लाकडांना जाळून टाकतो.

४) **जैसा घरीं आपुलां । वानिवसें अग्नि लागला ।**
तो आणि कांहीं प्रज्वळिला । जाळूनि घाली ।। (ज्ञाने. १/२५८)

अर्थ : ज्या प्रमाणे आपल्या घराला अचानक आग लागली म्हणजे तो भडकलेला अग्नी इतरांच्या घरालाही जाळून टाकतो.

५) **कां अग्नि आगी पोळिजे । (ज्ञाने. २/३३६, ११/४३८, १८/४५१, १८/११६७)**

अर्थ : अग्नी आगीला पोळत नाही.

६) **धूमेवीण हुताशनु । (ज्ञाने. ३/२६१, १८/५१३)**

अर्थ : धुराशिवाय अग्नी नसतो.

७) **तो प्रलयानळु दडपे । तृणे काष्ठें काई ।। (ज्ञाने. ४/१७७)**

अर्थ : प्रलयकाळचा अग्नी गवत, लाकडे यांनी झाकला, दबला जात नाही.

८) **देखें अग्नि विझोनि जाये । मग जे राखोंडी केवळु होये ।**
तैं ते कापुसें गिंवसुं ये । जियापरी ।। (ज्ञाने. ५/२३)

अर्थ : अग्नी विझून गेला की, त्याच्या राखेचा गोळा होतो मग ती राख कापसामधेही गुंडाळून ठेवता येते.

९) **तरि अग्नीमाजीं आलें । जैसे इंधनचि अग्नि जहालें । (ज्ञाने. ८/१९९)**

अर्थ : अग्नीत लाकूड टाकले की, लाकूडच अग्नी बनते.

१०) **कां खैर चंदन काष्ठें । हे विवंचना तंवचि घटे ।**
जंव न घापती एकवटें । अग्नीमाजीं ।। (ज्ञाने. ९/४५९)

अर्थ : जो पर्यंत लाकूड अग्नीत टाकले नाही तो पर्यंतच हे खैर, हे चंदन असा भेद असतो. ती लाकडे अग्नीत टाकली की, हा भेद संपतो.

११) **अग्नि म्हणों येत आहे वाविळां । (ज्ञाने. १०/२०२)**

अर्थ : अग्नी कधी ओंवळा म्हणता येत नाही.

१२) **कां इंधनें आगीसि हाकाक चटे । (ज्ञाने. ११/४३२)**

अर्थ : अग्नीत लाकडे टाकली असता अग्नी अधिकच भडकतो.

१३) **कां आगीमाजीं पेरिलें । (ज्ञाने. १२/१३१, १५/३०१)**

अर्थ : आगीत पेरलेले बी उगवत नाही.

१४) **वन्हीची ज्वाळा जैसी । वायां जाय आकाशीं । (ज्ञाने. १२/१३३)**

अर्थ : अग्नीची आकाशाकडे जाणारी ज्वाळा वाया जाते.

१५) **जैसा निरिंधन आगी । विझोनि जाय ।। (ज्ञाने. १२/१८३)**

अर्थ : सरपण नसलेला अग्नी विझून जातो.

१६) **किंबहुना काष्ठीं । वन्हि जेवीं किरीटी ।। (ज्ञाने. १३/७९)**

अर्थ : लाकडात अग्नी गुप्त असतो.

१७) **आणि वन्ही वनीं विचरे । तेथ जळतीं जैसीं जंगमे स्थावरें । (ज्ञाने. १३/६६१)**

अर्थ : वनाला वणवा लागला असता वृक्ष, प्राणी इ. सर्व जळून जाते.

१८) **डोंगरी जैसें पेटले । (ज्ञाने. १३/६९८)**

अर्थ : डोंगरावर लागलेला वणवा वाटेल तिकडे पेटत जातो.

१९) **अंगारकणीं बहुवसीं । उष्णता समान जैसी ।। (ज्ञाने. १३/१०६२)**

अर्थ : विस्तवाचे कण निरनिराळे असले तरी त्यांच्यातील उष्णता एकसारखीच असते.

२०) **इंधनाचेनि आकारें । अग्नी जैसा अवतरे । (ज्ञाने. १४/२८१)**

अर्थ : सरपणाच्या आकाराचा आकार घेऊन अग्नी अवतरतो.

२१) **कां न विझेचि सागरें । वडवानळु ।। (ज्ञाने. १४/३०८)**

अर्थ : समुद्राने वडवानल विझत नाही.

२२) **महा आगीतें उन्हाळेया । जाळवत असे ।। (ज्ञाने. १४/३३५)**

अर्थ : मोठा अग्नी उन्हाळ्याकडून जाळला जात नसतो.

२३) **वन्हि तोचि ज्वाळ । (ज्ञाने. १४/३७५)**

अर्थ : अग्नी व ज्वाला यात फरक नसतो.

२४) **ना ना इंधनांशु सरलेया । वन्हि परते जेवीं आपणपयां । (ज्ञाने. १५/२७१)**

अर्थ : अग्नीतली लाकडे संपल्यावर अग्नी मूळ रूपात जातो.

२५) **नाना गेलिया अंतराळा । न येतीचि वन्हि ज्वाळा । (ज्ञाने. १५/३१९)**

अर्थ : आकाशात गेलेल्या अग्नीच्या ज्वाला परत येत नाहीत.

२६) **जैसा वन्हि काष्ठ जाळुनियां । स्वयें जळे । (ज्ञाने. १५/५२६)**
अर्थ : लाकडाला लागलेला अग्नी लाकुड जाळून आपणही जळून जातो.
२७) **अगाधें समुद्रजळें । प्राशितां अधिकें जळे ।**
वडवाग्नि न मिळे । शांति कहीं ।। (ज्ञाने. १६/२४१)
अर्थ : वडवाग्नी समुद्राचे जसजसा पाणी पीत जातो तस तसा तो अधिक भडकतो. पण त्याची शांती कधी होत नाही.
२८) **आगी उठिला आरोगणें । जैसा खाद्याखाद्य न म्हणे ।। (ज्ञाने. १६/२४७)**
अर्थ : अग्नी खायला उठला म्हणजे तो योग्य अयोग्य जाणत नाही.
२९) **जाळणें आगीचें । भलतेउतें । (ज्ञाने. १६/२८८)**
अर्थ : अग्नी कोणत्याही पदार्थाला जाळतो.
३०) **आणि मागांपुढां जाळणें । वांचूनि आगी कांही नेणे । (ज्ञाने. १६/३२१)**
अर्थ : मागच्या पुढच्या पदार्थांना जाळण्या खेरीज आगीला दुसरे काही माहीत नसते.
३१) **आगी इंधन न पुरे । (ज्ञाने. १६/३२३)**
अर्थ : अग्नीला सरपण पुरे झाले असे कधी होत नाही.
३२) **निषिद्धांसी बिहे । आगी जरी ।। (ज्ञाने. १७/१९०)**
अर्थ : पवित्र वा अपवित्र यांचा अग्नी विचार करीत नाही.
३३) **जैसें भस्मीं हवन केलें । (ज्ञाने. १७/४१७, १४/३६०, १४/३६०, १६/७४, १२७)**
अर्थ : राखेत केलेले हवन वाया जाते.
३४) **आगी मानूनि राखोंडी । चेपिला पोळी ।। (ज्ञाने. १८/१०५)**
अर्थ : राख समजून अग्नीवर पाय दिला तरी तो पोळणारच.
३५) **तेवींचि वन्हित्व आंगी । आणि उबे उबगणे आगी ।। (ज्ञाने. १८/२२०)**
अर्थ : अग्नीच्या अंगी उष्णता असते. तो उष्णतेला कंटाळत नाही?
३६) **पैं जळालिया इंधन न होय । रंधन जेवीं ।। (ज्ञाने. १८/४०७)**
अर्थ : सरपण जळून गेल्यावर स्वयंपाक होत नाही.
३७) **जैसा वन्हि जया लागें । ते वन्हिचि जालिया आंगे ।। (ज्ञाने. १८/४११)**
अर्थ : ज्या पदार्थाला अग्नी लागतो तो पदार्थच अग्नी होतो.
३८) **नाना वनामाजीं बोहरी । कडसणी जेवीं न करी । (ज्ञाने. १८/५५५)**
अर्थ : वणवा रानात बऱ्यावाईट गोष्टींची निवड करीत नसतो.
३९) **तरी मी लागलिया कैसें । पुढील जळत असे**
हें नेणिजे हुताशें । जियापरी ।। (ज्ञाने. १८/६६३)
अर्थ : आपला स्पर्श झाला असता दुसरा पदार्थ जळत असतो हे अग्नीला माहीत नसते.
४०) **कां हींव ऐसा पदार्थु । घातला आंगी आंतु ।**
तेचि क्षणी धडाडितु । अग्नि होय ।। (ज्ञाने. १८/६७६)
अर्थ : थंड पदार्थ अग्नीत टाकला तर तो लगेच धडधडीत अग्नी होतो.
४१) **आगी नसतां पोटीं । कवण काष्ठ असे सृष्टीं ।। (ज्ञाने. १८/६९३)**
अर्थ : ज्याच्या पोटात अग्नी नाही असे लाकूड जगात असत नाही.

४२) **पैं आगीमाजीं न रिघवे । (ज्ञाने. १८/७११)**

अर्थ : आगीत प्रवेश करवत नाही.

४३) **धगधगीत नागवे । शूळ जेवीं । (ज्ञाने. १८/७११)**

अर्थ : तापलेला शूळ हातात धरवत नाही.

४४) **आगीतें न सांडी तापु । (ज्ञाने. १८/७५९)**

अर्थ : आगीला उष्णता सोडत नाही.

४५) **आगी दडपालिया धुयें । राहिजे जैसें ।। (ज्ञाने.१८/९६२)**

अर्थ : विस्तव पुरून ठेवला असता धूर निघत नाही.

४६) **कां जळोनि काष्ठें काष्ठ । वन्हीचि होय ।। (ज्ञाने. १८/११०८)**

अर्थ : लाकडांच्या घर्षणाने लाकडे जळून जातात आणि लाकूड अग्निरूप होते.

४७) **का दोहीं काष्ठांचिये घृष्टी– । माजीं वन्हि एक उठी ।**
तो दोन्ही हे भाष आटी । आपणचि होय ।। (ज्ञाने. १८/११५९)

अर्थ : दोन लोकडांच्या घर्षणाने उत्पन्न झालेला अग्नि दोनपणा टाकून एकच होतो.

४८) **जेव्हा कापुर जळों सरे । तयाचि नाम अग्नि पुरे । (ज्ञाने. १८/१२११)**

अर्थ : कापूर जळायचा संपला की अग्नाही संपतो.

४९) **वन्हि सिद्ध काष्ठी । (ज्ञाने. १८/१२२७)**

अर्थ : लाकडात अग्नी आयताच असतो.

५०) **कां बावने आणि घुरे । हा निवाडु तंवचि सरे ।**
जव न घेपती वैश्वानरे । कवळूनि दोन्ही ।। (ज्ञाने. १८/१२५३)

अर्थ : चंदन आणि घुरे (दुर्गंध देणारे एक लाकूड) हा फरक ही लाकडे अग्नीत टाकली नाहीत तो पर्यंतच असतो.

५१) **कां काष्ठत्यागें वन्ही । त्याजिजे जैसा ।। (ज्ञाने. १८/१३९४)**

अर्थ : लाकडाचा त्याग केला की, अग्नीचा त्याग होतो.

५२) **हे असो काष्टापासोनी । मथूनि घेतलिया वन्ही ।**
मग काष्ठेंही कोंडोनि । न ठके जैसा ।। (ज्ञाने. १८/१४०८)

अर्थ : लाकडावर लाकूड घासून अग्नी उत्पन्न केल्यावर तो पुन्हा लाकडात कोंडून राहात नाही.

५३) **अटवियेमाजीं जैसा । वन्हि रिघतां सहसा ।**
लंधिती का दिशा । वनौकें तिये ।। (ज्ञाने. १८/१५३१)

अर्थ : अरण्याला आग लागली असता अरण्यातले पशुपक्षी दाही दिशांना पळतात.

५४) **वन्हि तेथें दाहक । सामर्थ्य कीं । (ज्ञाने. १८/१६३३)**

अर्थ : जिथे अग्नी तिथे दाहकता असते.

सरस्वती

५५) **जरी प्रकटे सिद्ध सरस्वती तरी मुकया आथी भारती । (ज्ञाने. १/७८)**

अर्थ : जर सरस्वती प्रसन्न झाली तर मुक्याला देखील वाचा फुटते.

५६) **नाना वाग्देवता वानावी । तैं वाचाचि लागे कामवापी । (ज्ञाने. १८/३६४)**

अर्थ : वाचेच्या देवतेचे (सरस्वतीचे) वर्णन करायला वाचेचाच उपयोग करावा लागतो.

५७) **काश्मीरीं न करावीं । मिडगणे जे ।। (ज्ञाने. १३/३१९)**

अर्थ : सरस्वतीची स्तुती कितीही केली तरी ती अपुरी असते. म्हणून तिची स्तुती करू नये.

वराह

५८) **धरा यज्ञसुकरू । वोझें न म्हणे ।। (ज्ञाने. १३/३४७)**

अर्थ : वराह अवताराला पृथ्वीचे ओझे वाटत नसते.

शिव

५९) **काय पिनाकपाणीचा भातां । वायकांडी आहाती ।। (ज्ञाने. ११/२०७)**

अर्थ : शिवाच्या भात्यातील बाण निष्फळ असतात काय ?

ब्रह्मदेव

६०) **ना तरी चतुराननाचिये वाचे ।**
आहाती लटकिया अक्षरांचे सांचे ।। (ज्ञाने. ११/२०८)

अर्थ : ब्रह्मदेवांच्या जिभेवर खोट्या अक्षरांचे साचे असतात काय ?

६१) **जैसा पुजूनि देवो पाहिजे । (ज्ञाने. १६/१४८)**

अर्थ : देव पूजेनंतर सुशोभित करून पाहावा.

६२) **मौन तंव गोमटें । स्तवन माझें ।। (ज्ञाने. १८/११५३)**

अर्थ : मौन ही परमेश्वराची उत्तम स्तुती आहे.

६३) **जेथ जेथ संपत्ति आणि दया । दोन्ही वसती आलिया असती ठाया ।**
ते ते जाण धनंजया । विभूति माझी ।। (ज्ञाने. १०/३०७)

अर्थ : ज्या ज्या ठिकाणी संपत्ती व दया यांची वसती असते ती ती माझी विभूती आहे असे समजावे.

६४) **जे दुरूनि कळसु दिसे । आणि भेटीचि हातवसे । (ज्ञाने. १८/३१)**

अर्थ : दुरून कळसाचे दर्शन झाले की, देवाचे दर्शन झाल्यासारखेच असते.

६५) **देउळाचिया कामा कळसु । (ज्ञाने. १८/९८१)**

अर्थ : कळस बसविला की मंदिराचे काम संपते.

षष्ठी

६६) **तेवींचि सटवीचिये राती । न विसंविजे जेवीं वाती । (ज्ञाने.१८/८३७)**

अर्थ : सटवीच्या पूजेच्या रात्री कोणी दिवा लावायचा विसरत नाहीत.

६७) **सोनयाचिया चंडिका । सुवर्णशूळेंचि देखा ।**
सोनयाचिया महिरवा । नाशु केला ।। (ज्ञाने. १८/३४४)

अर्थ : सोन्याच्या देवीने सोन्याच्याच शूळाने सोन्याच्या महिषासुराला मारले. (हे भक्तांना खरे असले तरी ती देवी, शूळ, महिषासुर हे सर्व सोनेच असते.)

चंद्र

६८) **जो सर्वत्र सरिसा । परिपूर्ण चंद्रु कां जैसा ।**
अधमोत्तम प्रकाशा । माजीं न म्हणे।। (ज्ञाने. २/२९७)

अर्थ : पूर्ण चंद्र प्रकाश देताना हा अधम हा उत्तम असे म्हणत नाही.

६९) **हें असो संतापु कैसा । चंद्रु न स्मरे जैसा । (ज्ञाने. ५/९२)**

अर्थ : चंद्राला उष्णतेची आठवणही नसते.

७०) **पाहे पां पूर्णचंद्राचिये भेटीं । समुद्र भरतें अपार दाटी ।। (ज्ञाने. ९/११५)**

अर्थ : पौर्णिमेच्या चंद्राच्या भेटीने समुद्राला मोठी भरती येते.

७१) **उदयलेनि सुधाकरे । जैसा भरलाचि समुद्र भरे । (ज्ञाने. ११/२५२)**

अर्थ : चंद्रोदय होताच भरलेल्या समुद्रालाही भरती येते.

७२) **चंद्रमा आलिया घरा । म्हणिजे निगे करितोसि उबारा । (ज्ञाने. ११/६२७)**

अर्थ : चंद्र घरी आला असता तुझ्यामुळे उकडते असे म्हणून कोणी त्याला दूर करीत नाही.

७३) **मग पुनवेहुनि जैसें । शशिबिंब दिसें दिसे ।**
हारपत अंवसे । नाहींचि होय ।। (ज्ञाने. १२/१०८)

अर्थ : पौर्णिमेपासून दर दिवशी चंद्र कमी होत जातो आणि अमावस्येला तो पूर्णपणे नाहीसा होतो.

७४) **नातरी अंवसे । चंद्र गूढु ।। (ज्ञाने. १३/७७)**

अर्थ : अमावस्येच्या दिवशी चंद्र गुप्त असतो.

७५) **जैसी खळाळीचिया उदका । सरसीं उदोळे चंद्रिका । (ज्ञाने. १५/४९८)**

अर्थ : खळाळत वाहणाऱ्या पाण्यात चंद्रबिंबही उसळताना दिसते.

७६) **कां पितृपक्षु पोषितां ऱ्हासु । चंद्राचां जैसा ।। (ज्ञाने. १६/१०७)**

अर्थ : (वद्य) पक्ष वाढत जातो पण चंद्राचा क्षय होतो.

७७) **आतां दया ते ऐसी । पूर्णचंद्रिका जैसी ।**
निववितां न कडसी । सानें थोर ।। (ज्ञाने. १६/१५४)

अर्थ : पूर्णचंद्र दुसऱ्याचा ताप निववितानाा भेदभाव करीत नाही याला दया असे म्हणतात.

७८) **चंद्र तेथे चंद्रिका । (ज्ञाने. १८/१६३२)**

अर्थ : जिथे चंद्र तिथे चांदणे असायचे.

७९) **तेव्हा मृगजळाचे पूर । दिसते एक निरंतर ।**
हारपती कां चंद्रकर । फांकतां जैसें ।। (ज्ञाने. १८/४०६)

अर्थ : चंद्रोदय झाला की, मृगजळाचे पूर आपोआप नाहीसे होतात.

८०) **चंद्रोदयीं कमळवनें । मिठी देती ।। (ज्ञाने. १८/७३५)**

अर्थ : चंद्र उगवताच (सूर्य विकासी) कमळे मिटतात.

८१) **जैसे चेष्टा आपुलिया । समुद्रादिक धनंजया ।**
चेष्टती चंद्राचिया । सन्निघी येकीं ।। (ज्ञाने. १८/१३१२)

अर्थ : चंद्राच्या सान्निध्याने समुद्रादिकात हालचाल सुरू होते.

८२) **कुमुदांचकोरांचा फिटे । संकोचू तो । (ज्ञाने. १८/१३१३)**

अर्थ : चंद्रामुळे चंद्रविकासी कमळे फुलतात. चकोर पक्षांना आनंद वाटतो.

८३) सोमकांता पाझरू फुटे । (ज्ञाने. १८/१३१३)

अर्थ : चंद्रामुळे सोमकांत मणी पाझरतो.

८४) नाना वाढिली दिवसें । कळा बिंबी पैसे ।
परी सिनानें लेवे जैसें । चंद्रीं नाहीं ।। (ज्ञाने. १८/५३)

अर्थ : शुद्ध पक्षातील प्रत्येक तिथीला चंद्राच्या कला वाढत असतात. असे असले तरी चंद्राच्या ठिकाणी प्रत्येक कलेचा थर निराळा असतो.

८५) वेड्या चंद्रा आणि चंद्रिकें । न मिळणें आहे ।। (ज्ञाने. १८/२९३)

अर्थ : चंद्र आणि चांदणे यांचा वियोग होत नसतो.

८६) चंद्रकिरणीं शिवतला । पाषाणु जैसा ।।

अर्थ : चंद्रकिरणांचा पाषाणाला स्पर्श झाला तरी पाषाणावर त्याचा काही परिणाम होत नाही.

८७) माधुर्ये चंद्रिका । सरिसी राया रंका । (ज्ञाने. १२/२०४)

अर्थ : चांदणे आपला मधुरपणा राजांना व गरिबांना सारखाच देते.

सूर्य

८८) महातेज कवणें धवळावें । (ज्ञाने. १/७४)

अर्थ : सूर्याला कोणी उजळावे ? त्याला कोणी उजाळा देऊ शकत नाही.

८९) जैसा उदैला लोपी दिनकरू । नक्षत्रांते ।। (ज्ञाने. १/१४४)

अर्थ : उगवलेला सूर्य नक्षत्रांना मावळून टाकतो.

९०) जैसा प्रगटलिया गभस्ती । अशेषही मार्ग दिसती । (ज्ञाने. २/२६१)

अर्थ : सूर्योदय होताच सर्व मार्ग स्पष्ट होतात.

९१) कां प्रभावीण भानु । (ज्ञाने. ३/२६१)

अर्थ : प्रकाशाशिवाय सूर्य असत नाही.

९२) जैसे बिंब तरी बचके एवढें । परि प्रकाशा त्रैलोक्य थोकडें । (ज्ञाने. ४/२१५)

अर्थ : सूर्यबिंब मुठीएवढे दिसत असले तरी त्याच्या प्रकाशाला त्रिभुवन कमी पडते.

९३) नातरी अंधकाराची वानी । जैसा सूर्यों न देखे स्वप्नीं । (ज्ञाने. ५/९१)

अर्थ : सूर्याला स्वप्नात देखील अंधार माहीत नसतो.

९४) जे जया वाटा सूर्यू जाये । तेउतें तेजाचें विश्व होये । (ज्ञाने. ६/८६)

अर्थ : सूर्य ज्या वाटेने जातो ती वाट प्रकाशमय होते.

९५) कां समोर जालिया अर्का । तमचि प्रकाशु होय ।। (ज्ञाने. ८/१९७)

अर्थ : सूर्यासमोर अंधार आला की, अंधारच प्रकाश होतो.

९६) रश्मीचेनि आधारें जैसें । नव्हतेंचि मृगजळ आभासे ।। (ज्ञाने. ९/८५)

अर्थ : सूर्यकिरणांच्या आधाराने मिथ्या मृगजळाचा भास होतो.

९७) बहु रश्मि परि दिनकरा । एकाचे जेवीं ।। (ज्ञाने. ९/२५१)

अर्थ : किरणे अनंत असली तरी सूर्य एकच असतो.

९८) कां सूर्याचिया आंगा उटणें । लागत असे ।। (ज्ञाने. १०/१०)

अर्थ : सूर्याला सतेज दिसण्याठी उटणे लावावे लागत नाही.

९९) हां गा सूर्य काय शिळा । (ज्ञाने. १०/२०२)

अर्थ : सूर्य कधी शिळा असतो काय?

१००) पैं सूर्यबिंबासी पोट पाठीं । (ज्ञाने. १०/३१५)

अर्थ : सूर्याला पोट, पाठ असत नाही.

१०१) नाना सूर्य तेज प्रतापें । सचंद्र तारागण जैसें लोपे । (ज्ञाने. ११/१९०)

अर्थ : सूर्याच्या तेजापुढे चंद्रासह नक्षत्रे लोप पावतात.

१०२) हां जी चौपाहारी न भरतां । कोणेही वेळे श्रीअनंता ।
काय माध्यान्हीं सविता । मावळतु आहे ।। (ज्ञाने. ११/४९४)

अर्थ : चार प्रहर न भरता मध्यान्हीलाच कधी सूर्य मावळत नसतो.

१०३) तरी सूर्योदयीं राहावें । कैसेनि तमें ।। (ज्ञाने. ११/५०८)

अर्थ : सूर्योदय झाला असता अंधार नाहीसा होतो.

१०४) पडिसायि पाडितोसि दिनकरा । परता सर ।। (ज्ञाने. ११/६२७)

अर्थ : तुझी सावली पडते म्हणून तू दूर हो असे कोणी सूर्याला म्हणत नसतो.

१०५) मग सूर्याचां अस्तमानीं । मागुती तारा उगवती गगनीं । (ज्ञाने. ११/६६०)

अर्थ : सूर्याचा अस्त झाल्यावर चांदण्या आकाशात उगवतात.

१०६) कां रविबिंबासवें । प्रकाशु जाय । (ज्ञाने. १२/१००)

अर्थ : सूर्य मावळला की, प्रकाश नाहीसा होतो.

१०७) रात्रिदिवस न घटे । सूर्यासि जेवीं ।। (ज्ञाने. १२/१९४)

अर्थ : सूर्याला रात्र-दिवस असा भेद नसतो.

१०८) कां हारपे अस्तमानीं भूतक्रिया ।। (ज्ञाने. १३/९३)

अर्थ : सूर्य मावळला असता लोकांचे सर्व व्यापार थांबतात.

१०९) कां सूर्यसंगु जन । चेष्टवी गा ।। (ज्ञाने. १३/१३९)

अर्थ : सूर्योदय झाला की लोकांची कामे सुरू होतात.

११०) तेज आणि तेजाकारू । आन काई ।। (साने. १३/२९३)

अर्थ : प्रकाश आणि सूर्य निरनिराळे नसतात.

१११) कां तोंड पाहूनि प्रकाशु । न करी जेवी चंडांशु । (ज्ञाने. १३/३५५)

अर्थ : माणूस पाहून सूर्य प्रकाश देत नसतो.

११२) का निराभिमान उदैजणें । सूर्याचें जैसें ।। (ज्ञाने. १३/५२७)

अर्थ : आपल्या उगवण्याचा सूर्याला अभिमान नसतो.

११३) कां तिन्ही काळ होतां । त्रिधा नव्हे सविता । (ज्ञाने. १३/६०१)

अर्थ : सकाळ, दुपार व सायंकाळ या तिन्ही वेळांना सूर्य तीन प्रकारचा नसतो.

११४) सूर्याचा होणां होईजे । कां सूर्यासवेंचि जाईजे ।
हें विकलेपण साजे । प्रभेसी जेवीं ।। (ज्ञाने. १३/६०८)

अर्थ : सूर्य उगवल्याबरोबर उत्पन्न व्हावे आणि तो मावळल्यावर नाहीसे व्हावे ही तेजाची भक्ती तेजालाच शोभते.

११५) जळीं जळें न लिंपे । सूर्यु जैसा ।। (ज्ञाने. १३/१०९३)

अर्थ : सूर्य पाण्यात प्रतिबिंबित होत असला तरी पाण्याने ओला होत नाही.

११६) कां उदयलिया भास्वतु । चंद्र जैसा खद्योतु । (ज्ञाने. १४/१३)

अर्थ : सूर्य उगवल्यावर चंद्र काजव्याप्रमाणे होतो.

११७) सायंप्रातर्माध्यान्हा । या तिही काळांची गणना ।
नाही जेवीं तपना । (ज्ञाने. १४/३३२)

अर्थ : सकाळ, दुपार, संध्याकाळ असा भेद सूर्याला नसतो.

११८) का सूर्य ना गिळिजे । अंधकारें ।। (ज्ञाने. १४/३४१)

अर्थ : अंधार सूर्याला गिळत नसतो.

११९) तेजाचा तेजौनि निघाला । परी तेजींचि असे लागला । (ज्ञाने.१४/३८४)

अर्थ : सूर्याच्या तेजापासून निघालेले किरण तेजरूपच असतात.

१२०) उदया येनां गभस्ती । नाना नक्षत्रव्यक्ती ।
हारवीजती दीप्ती । आंगिका जेवीं ।। (ज्ञाने. १८/१०९७)

अर्थ : सूर्योदय होताच नाना नक्षत्रे आपले तेज हरवून बसतात.

१२१) म्हणौनि सूर्य जैं हारणे । तैं मृगजळा भासु लोपे । (ज्ञाने. १५/२२८)

अर्थ : सूर्य अस्ताला गेला की, मृगजळाचाही लोप होतो.

१२२) सूर्योदयासरिसी । रात्री पळोनि जाय आपैसी । (ज्ञाने. १५/२९०)

अर्थ : सूर्योदय झाला की, रात्र निघून जाते.

१२३) नाना मावळते नि तपनें । नेइजती लोकांची दर्शनें । (ज्ञाने. १५/३६६)

अर्थ : मावळत असलेला सूर्य आपल्या बरोबर लोकांची दृष्टी घेऊन जातो.

१२४) जैसा रात्री दिवसें नोहे । द्विधा रवि ।। (ज्ञाने. १५/५५४)

अर्थ : रात्र व दिवस यांच्यामुळे सूर्य दोन प्रकारचा होत नाही.

१२५) कां अंधकाराचिया ठाया । दैवें सुर्यु आलिया ।
तो अंधारूचि जगायया । प्रकाशु नोहे ।। (ज्ञाने. १६/३७)

अर्थ : अंधाराच्या जागी दैवाने सूर्य आला तर तो अंधारच जगाला प्रकाश होतो.

१२६) आता सूर्यासि जीवें । अनुसरलिया राजीवें ।
परी तें तो न शिवे । सौरभ्य जैसें ।। (ज्ञाने. १६/१६३)

अर्थ : सूर्यकमळ सूर्याला जीवे भावे अनुसरते परंतु तो सूर्य त्याच्या सुगंधाला स्पर्श करीत नाही.

१२७) कां जगाचें आंध्य फेडितु । श्रियेचीं राउळें उघडितु ।
निघे जैसा भास्वतु । प्रदक्षिणे ।। (ज्ञाने. १६/२००)

अर्थ : जगाचा अंधार नाहीसा करीत लक्ष्मीचे निवासस्थान (कमळ) फुलवीत सूर्य प्रदक्षिणेला निघतो.

१२८) दिवसाचिये उन्नती । भानु जैसा ।। (ज्ञाने. १७/१३३)

अर्थ : दिवसाच्या वाढीला सूर्य कारणीभूत असतो.

१२९) सूर्ये दाविलें सांते । काय एक न दिसे तेथें । (ज्ञाने. १७/३१९)

अर्थ : सूर्यानेच दाखवायला सुरुवात केल्यावर जगात काय दिसणार नाही?

१३०) उदयिला आकाशीं । रवीचि रवीतें प्रकाशी । (ज्ञाने. १७/४०४)

अर्थ : आकाशात उगवलेला सूर्य प्रकाशालाच प्रकाशित करतो.

१३१) **पद्मिनी रविकिरण । लाहे मग लाजे कवण । (ज्ञाने. १८/१६)**

अर्थ : सूर्यविकासी कमळ व सूर्यकिरण यांची भेट होताच कमळ उमलण्याचा संकोच करीत नाही.

१३२) **आइका सूर्याचिया प्रकाशा । हेतु कारण सूर्युचि जैसा ।। (ज्ञाने. १८/३६३)**

अर्थ : सूर्याच्या प्रकाशाला हेतू व कारण सूर्यच असतो.

१३३) **पैं जेणें आकाशींचा कहीं । साचू सूर्यु देखिला नाही ।**
तो थिल्लरीचे बिंब काई । मानूं न लाहे ।। (ज्ञाने. १८/३८६)

अर्थ : ज्याने आकाशातला खरा सूर्यच कधी पाहिला नाही त्याने डबक्यातल्या प्रतिबिंबालाच सूर्य समजू नये काय?

१३४) **मग सूर्य आंधारालागीं । रिघो कां भलते सुरंगी ।**
परी तो तयाचां भागीं । नाहींचि जैसा ।। (ज्ञाने. १८/४०९)

अर्थ : अंधार पाहण्यासाठी सूर्याने कुठल्याही भुयारात प्रवेश केला तरी तो त्याच्या वाट्याला येत नाही.

१३५) **परी कुमुद कैसेनि सुके । ते कमळ कैसें फांके ।**
हीं दोन्हीं रवी न देखे। जयापरी ।। (ज्ञाने. १८/४३३)

अर्थ : कमळ कसे सुकते अथवा कसे उमलते या दोन्ही गोष्टीकडे सूर्याचे लक्ष नसते.

१३६) **अंधकूपगता किरणें । सूर्याचेनि ।। (ज्ञाने. १८/७०५)**

अर्थ : अंधाऱ्या विहिरीत पडलेला मनुष्य सूर्यकिरणांमुळे जगतो.

१३७) **तरी उदेलिया दिनकरू । चोरीसिं थोके अंधारू । (ज्ञाने. १८/७३३)**

अर्थ : सूर्योदय झाल्यावर चोऱ्या थांबतात आणि अंधारही संपतो.

१३८) **न फेडित ले दिनकरू । प्रकाशु जैसा ।। (ज्ञाने. १८/८५२)**

अर्थ : सूर्य सदैव प्रकाश धारण करतो.

१३९) **तरी भानु हा तेजें । नापेक्षी जेवीं विरजें ।। (ज्ञाने. १८/८५६)**

अर्थ : सूर्य प्रकाश देण्यासाठी इतरांच्या मदतीची अपेक्षा करीत नाही.

१४०) **आणि सूर्याचेनि प्रतापें । कोडिही नक्षत्र हारपे ।**
ना तो तरी न लोपे । सचंद्रीं तिहीं ।। (ज्ञाने. १८/८५८)

अर्थ : सूर्याच्या प्रकाशाने कोट्यावधी नक्षत्रे लोपून जातात पण ती सर्व नक्षत्रे चंद्रासह असली तरी त्यांच्याकडून सूर्य लोपला जात नाही.

१४१) **ते रश्मिजाळ काढलेया । मृगजळ जाय लया ।। (ज्ञाने. १८/१०१५)**

अर्थ : सूर्य किरणांचा समूह दूर केला असता मृगजळ नाहीसे होते.

१४२) **भानुभूषिता प्राचिया । सतेजा दिशा आघविया । (ज्ञाने. १८/१२३५)**

अर्थ : सूर्याने पूर्व दिशा उजळली असता इतरही दिशा उजळून निघतात.

१४३) **अगा रात्री आणि दिवो । हा तंवचि द्वैत भावो ।**
जंव न रिगिजे गांवो । गभस्तीचा ।। (ज्ञाने. १८/१२५६)

अर्थ : सूर्याचा गावात प्रवेश होत नाही तो पर्यंतच रात्र आणि दिवस हा भेद असतो.

१४४) **सूर्याचेनि सावायें । डोळा सावाइला होये ।**
तै आंधाराचा आहे । पाडु तया ।। (ज्ञाने. १८/१२७१)

अर्थ : सूर्याचे साहाय्य असलेला डोळा अंधाराला भीत नाही.

१४५) कमळवना विकाशु । करी रवीचा एक अंशु । (ज्ञाने. १८/१३७६)

अर्थ : सूर्याचा थोडासाही प्रकाश कमलवनांना विकसित करण्यास पुरा असतो.

१४६) कां अनन्यगतीकमळा- । लागीं सूर्य ये वेळोवेळां ।
कीं सुखिया होइजे डोळां । त्रिभुवनींचां ।। (ज्ञाने. १८/१४६९)

अर्थ : एकनिष्ठ कमळासाठी सूर्य वारंवार उदयास येतो. पण त्याने जगातील सर्वांच्या डोळ्यांना सुख मिळते.

१४७) हे असो तेथ प्रकाशु । सूर्य जेथें ।। (ज्ञाने. १८/१६३७)

अर्थ : जिथे सूर्य तिथे प्रकाश असतो.

१४८) सुर्यू धाकटा वडीलु । (ज्ञाने. १८/१६७८)

अर्थ : सूर्य धाकटा मोठा हा भेद नसतो.

१४९) सूर्यें फांकती कमळें । (ज्ञाने. १८/११३)

अर्थ : सूर्योदय झाला की सूर्यविकासी कमळे उमलतात.

१५०) जैसी सूर्यां मिरवे प्रभा । प्रभे सूर्यत्वचि गाभा । (अमृ. १/२५)

अर्थ : प्रभेमुळे सूर्याला शोभा आहे पण प्रभेचे अधिष्ठान सूर्य आहे.

१५१) राति आणि दिवो । पातलीं सूर्याचा ठावो ।। (अमृ. १/४३)

अर्थ : रात्र आणि दिवस सूर्याच्या घरी नष्ट होतात.

१५२) पाहता भास्य भासकता । (अमृ. १/५५)

अर्थ : सूर्य आणि सूर्याचा प्रकाश हे एकच असतात.

१५३) परि सूर्यासी आंधारु । काईं जाला होता गोचरू । (अमृ. २/३४)

अर्थ : सूर्याने कधी अंधार पाहिला नाही.

१५४) राति नुरेचि सूर्या । (अमृ. २/४)

अर्थ : सूर्यापुढे रात्र उरत नाही.

१५५) आपणेयाप्रति रवि । उदो न करी जेवीं ।। (अमृ. २/४४)

अर्थ : सूर्याला उदय माहीत नसतो.

१५६) तेजा तमातें कांहीं । परस्परे निके नाहीं ।
परि सूर्याच्या ठायीं । सूर्यची असे ।। (अमृ. २/५९)

अर्थ : अंधार व प्रकाश यांचे एकमेकांशी जमत नाही. पण सूर्याच्या ठिकाणी फक्त सूर्यच असतो. अंधार व प्रकाश तिथे एकरूप असतात.

१५७) सूर्य सूर्यासि बिवळे । (अमृ. ४/२१)

अर्थ : सूर्य स्वत:ला प्रकाशित करू शकत नाही.

१५८) सूर्याचेनि प्रकाशे । जें कांहीं जड आभासे ।
तया तो गिंवसे । सूर्य काही ।। (अमृ. ५/१४)

अर्थ : सूर्याच्या प्रकाशाने जे जड पदार्थ प्रकाशिले जातात त्या जड पदार्थाकडून सूर्य प्रकाशिला जात नाही.

१५९) सूर्यो रात्रीं पां नेणे । मा दिवो काय जाणें ।। (अमृ. ६/१७)

अर्थ : सूर्याला रात्र व दिवस माहीत नसतात.

१६०) सूर्य रात्रीतें मारील । मां आपणातें उदो करील । (अमृ. ६.२१)

अर्थ : सूर्य रात्रीला मारून आपला उदय करेल हे संभवत नाही.

१६१) नातरी पाहावया दिवसु । वातीचा कीजे सोसु ।। (अमृ. ६/२९)

अर्थ : दिवस (सूर्य) पाहायला वात पेटविण्याचा सोस करत नाहीत.

१६२) कीं रश्मीचेनि परिवारें । वेढूनि घेतला थोरें ।
तरि सूर्यासि दुसरें । बोलों येईल ।। (अमृ. ७/१३७)

अर्थ : सूर्य अनंत किरणांनी वेढला असला तरी किरणांपासून सूर्य भिन्न नसतो.

१६३) सर्वांगे देखणा रवी । परी ऐसे घडे केवीं ।
जे उदोअस्तूंची चवी । स्वयें घेप ।। (अमृ. ७/१९५)

अर्थ : सूर्य सर्वांगाने प्रकाशमान असला तरी तो आपला उदय आणि अस्त पाहू शकत नाही.

अग्नी

१६४) कां उष्मेसकट अनळु । (अमृ. १/४२)

अर्थ : उष्णता व अग्नी एकच असतात.

१६५) जळोनि इंधनें येती । वन्हि दशें ।। (अमृ. ३/५)

अर्थ : सरपण जळून गेले तरी ते निखाराच्या रूपात शिल्लक असते.

१६६) आगीं पोतासाचेनि मिसें । आपणपें जाळिलें जैसें ।। (अमृ. ४/५)

अर्थ : अग्नी कापराला जाळण्याचे मिषाने आपलाच नाश करून घेतो.

१६७) कां विजूचें उदैजणें । तो चि अस्तु ।। (अमृ. ४/९)

अर्थ : वीज उत्पन्न होणे म्हणजेच ती नाहिशी होणे.

१६८) काय आगि आपणया लागे । (अमृ. ४/१९)

अर्थ : अग्नी अग्नीला जाळत नाही.

१६९) कां आहुति अग्नी आंतु । घालूनि वोसरे हातु । (अमृ. ५/२३)

अर्थ : अग्नीला आहुती देऊन हात परत फिरतो.

चंद्र

१७०) चांदचिया दोंदावरी । होय चांदणियाची विखुरी । (अमृ. १/५६)

अर्थ : चंद्राच्या अंगावर (बिंबावर) चांदण्यांचा प्रकाश पडला तरी तो चंद्राहून निराळा नसतो.

१७१) वसते चंद्र चांदणे । चंद्रेचि जेविं । (अमृ. २/६२)

अर्थ : चंद्र व चांदणे हे चंद्राच्याच ठिकाणी असतात.

१७२) कां वन्हीं दीपपणें । आन नोहे ।। (चां. पा. ७)

अर्थ : अग्नी दिव्याच्या रूपात असला तरी अग्नीच्या स्वरूपापेक्षा निराळा नसतो.

१७३) कळांचेनि पांघुरणे । चंद्रमा हरपो नेणें ।। (चां. पा. ७)

अर्थ : कलांच्या योगाने चंद्र झाकला जात नाही.

नामदेव

१) अहर्निशी ध्यान भक्ताचें मानसीं । स्थापील धर्मासी नामा म्हणे ।। (ना. गा. २३)

अर्थ : रात्रंदिवस भक्त ज्याचे चिंतन करतात तो परमेश्वर धर्मस्थापना करील.

२) **जेथें पुराण कीर्तन । गाई ब्राह्मण करिती यज्ञ ।**
तेथें असे नारायण ।। (ना. गा. ३२)

अर्थ : जेथे पुराण, कीर्तन चालते, गोपालन होते, यज्ञ होतात, तिथे देवाचा निवास असतो.

३) **इच्छामात्रें करी ब्रह्मांडाच्या कोटीं ।**
त्यासी काय गोष्टी अपूर्व हे ।। (ना. गा. ९४)

अर्थ : जो आपल्या इच्छेने अनंत ब्रह्मांडे निर्माण करतो त्याला अशक्य काय आहे.

४) **दुरोनी ओळंगिल्या अविनाश देताहे । (ना. गा. ३९३)**

अर्थ : दुरून दर्शन झाले तरी देव अमरत्व देतो.

५) **वैरी दास्यत्व करिती । विषें ते अमृत होती ।। (ना. गा. ३९५)**

अर्थ : देव प्रसन्न झाला की, शत्रूही सेवा करतात आणि विषाचेही अमृत होते.

६) **उद्धरी केशव उंच नीच । (ना. गा. ४१०)**

अर्थ : उच्च नीच हा विचार न करता केशव सर्वांचा उद्धार करतो.

७) **दुष्ट दुर्जनांच्या दुखविना चित्ता । पावन पतिता नामा म्हणे (ना. गा. ४२७)**

अर्थ : देव पतितांना पावन करणारा आहे म्हणून तो दुष्ट, दुर्जनांच्या मनाला दुखवीत नाही.

८) **तृणा आणि जीवा साच होती । (ना. गा. ४४१)**

अर्थ : गवत आणि जीव यांच्या ठिकाणी देव एकाच रूपाने वावरतो.

९) **देव दयानिधि भक्तांचा कैवारी । (ना. गा. ५६९)**

अर्थ : देव दयासागर आणि भक्तांचा कैवारी आहे.

१०) **सर्वांभूतीं विठ्ठल आहे आहे साचे । हें तंव वेदींचें वचन जाण ।। (ना. गा. ६२८)**

अर्थ : विठ्ठल सर्वांच्या ठिकाणी आहे हे वेदांचे वचन खरे आहे.

११) **जनीं जनार्दन भावचि संपन्न । (ना. गा. ६२९)**

अर्थ : विठ्ठलाचा निवास सर्व लोकांमध्ये आहे हा विचार ध्यानात ठेवा.

१२) **प्रसन्न वदन सदा विळ आहे । (ना. गा. ६३०)**

अर्थ : सदैव प्रसन्न वदनात (हसत मुखाच्या ठिकाणी) परमेश्वर असतो.

१३) **विसावा विश्वाचा जों प्राण जीवांचा । (ना. भा. ६७१)**

अर्थ : जो भक्तांचा प्राण आहे तोच विश्वाचे विश्रांतिस्थान आहे.

१४) **एक भानू अवघा सृष्टीचा सोहळा । (ना. गा. ७०१)**

अर्थ : सूर्य उगवला की, साऱ्या सृष्टीचा व्यापार सुरू होतो.

१५) **देव आप्त दैन्य उरें कैंचे बापा । (ना. गा. ७५६)**

अर्थ : देव आप्त (सखा) झाला तर दैन्य उरत नाही.

१६) **इच्छाभोजनीं तू एक दाता । (ना. गा. ७८७)**

अर्थ : इच्छा भोजन देणारा तू एकमेव दाता आहेस.

१७) **अगे तू माउली संतांची साउली । (ना. गा. ८००)**

अर्थ : विठ्ठल माझी माता आहे आणि तो सतत भक्तांच्या सान्निध्यात असतो.

१८) **नामा म्हणे चित्ति आहे सुखरूप । संकल्प विकल्प मावळती । (ना. गा. ८१२)**

अर्थ : मनामध्ये विठ्ठलावर प्रेम, निष्ठा असेल तर मनातील संशय दूर होतात.

१९) **राजाचें लेकरूं पांघरे वाकळ । तेव्हा ते सकळ लाज कोण ।। (ना. गा. ९४२)**

अर्थ : राजाचे मूल वाकळ पांघरू लागले तर तो दोष राजाचा आहे.

२०) **देवाचिये चाडे भोप्याचें आर्जव । (ना. गा. १०८१)**

अर्थ : देवासाठी भोप्याची मनधरणी करावी लागते.

२१) **अनुसरे त्यासीं फिरों नेदी मागें ।। (ना. गा. ११७५)**

अर्थ : जो परमेश्वराला शरण जातो त्याला तो निराश करीत नाही.

एकनाथ

अग्नी

१) **अग्नि सदा देदीप्यमान । (एक. भा. १/५६)**

अर्थ : अग्नी सदैव तेजोमय असतो.

२) **जेवीं अग्नीशीं जें जें टेंके । तें तें अग्नीचि होउनि ठाके । (एक. भा. २/७३८)**

अर्थ : अग्नीला जें जें भेटते तें तें अग्नीरूप होते.

३) **जेवी इंधननाशें हुताशु । करी रहिवासु निजकारणीं । (एक. भा. ३/१७५)**

अर्थ : सरपण संपले म्हणजे अग्नी मूळ रूपात जाउन राहतो.

४) **आगी लागलिया कापुसा । विझवितां न विझे जैसा । (एक. भा. ५/२११)**

अर्थ : कापसाला आग लागली तर ती विझता विझत नाही.

५) **इंधन घालितां वाढे अग्नी । (एक. भा. ६/८७)**

अर्थ : अग्नीत सरपण घातले असता तो अधिकच भडकतो.

६) **जवं जंव काष्टसंभार असे । तंव तंव अग्नि जाळी उल्हासें ।**
सरलेनि काष्ठलेशें । अग्नि प्रवेशे निजतेजीं ।। (एक. भा. ९/८३)

अर्थ : अग्नीमध्ये जो जो लाकडांचे भारे येऊन पडतात तो तो अग्नी अधिक प्रज्वलित होत असतो. पण अग्नीतली लाकडे संपली की, तो मूळ स्वरूपात लीन होतो.

७) **जेवीं कां टेकितां अग्नीशी धुरें आणि चंदनाशी ।**
जाळूनि त्यांच्या विकारांशी । आपणा ऐशीं करी वन्ही ।। (ए. भा. ११/३१९)

अर्थ : अग्नीबरोबर चंदनाचा आणि दुर्गंधी वृक्षांचा संबंध आला की, तो त्यांचे विकार जाळून टाकतो आणि त्यांना आपणासारखे करतो.

८) **तृणीं पेटलिया अग्नि स्फुलिंग । तो जाळी नाना वनांचे दांग । (एक. भा. १२/२६२)**

अर्थ : गवतात पडलेली अग्नीची ठिणगी अरण्यातील झाडे जाळून टाकते.

९) **अलातचक्रींचा निर्धार । अग्नि सत्य मिथ्या चक्र । (एक. भा. १३/५५१)**

अर्थ : कोलीताचा विचार करता अग्नी सत्य असतो आणि त्याचे कडे खोटे असते.

१०) **कीं आजिचा अग्नि सोंवळा । कालचा काय वोंवळा म्हणो ये । (एक. भा. १३/७७१)**

अर्थ : आज पेटविलेला अग्नी सोवळा आणि कालचा ओवळा असे असत नाही.

११) **होमें जें दीजे अग्नीवरी । तें अग्नी आपुल्याऐसें करी । (एक. भा. १९/११६)**

अर्थ : होमात जे अग्नीला दिले जाते त्याला अग्नी आपल्यासारखे करतो.

१२) **दीर्घ वक्र आणि वर्तुळ । दिसती भिन्न भिन्न इंगळ ।**
परी अग्नि एकचि केवळ । (एक. भा. १९/२४०)

अर्थ : विस्तव लांबडा, वाकडा व गोल असला तरी त्यातील अग्नितत्व एकच असते.

१३) **जैसा अग्नि राखां झाकेलिला । तरी अग्नि अग्निपणे असे संचला । (एक. भा. २२/११८)**

अर्थ : अग्नी राखेत झाकला तरी तो अग्नीच्याच रूपात असतो.

१४) **जेवीं अग्निमाजीं धृत पडे । तंव तंव ज्वाळा अधिक वाढे । (एक. भा. २६/८८)**

अर्थ : अग्नीत तूप पडले असता त्याच्या ज्वाळा अधिकच भडकतात.

सूर्य

१५) **सूर्य सदा प्रकाशघन । (एक. भा. १/५६)**

अर्थ : सूर्य सदैव प्रकाशमय असतो.

१६) **थिल्लरा समूळनाशु झाला । तरी रवि न म्हणे मी निमाला । (एक. भा. २/६८८)**

अर्थ : डबके आटून गेले तरी सूर्य आपण संपलो असे समजत नाही.

१७) **पूर्व उगवतां गभस्ती । आंधारू सांडी त्रिजगती । (एक. भा. ३/५२४)**

अर्थ : सूर्य पूर्वेला उगवला म्हणजे अंधार त्रिभुवनाला सोडून जातो.

१८) **जेवीं प्रगटल्या दिनमणी । अंधार जाय पळोनी । (ए. भा. ५/४८४)**

अर्थ : सूर्योदय होताच अंधार नष्ट होतो.

१९) **नाना नक्षत्रावलोकु । निजतेजें लोपी अर्कु । (एक. भा. ९/२०५)**

अर्थ : सूर्य आपल्या तेजाने आकाशातील नक्षत्रांचे तेज लोपवून टाकतो.

२०) **कां उगवल्या दिवाकर । सुष्टु दुष्टु लोकव्यापार ।**
तो सूर्याशी नातळे कर्मभार । साक्षी साचार कर्मांचा । (एक. भा. १०/६३१)

अर्थ : सूर्य उगवला की, लोक चांगले वाईट उद्योग करू लागतात; पण त्याचे कारण सूर्य असत नाही. तो केवळ कर्माचा साक्षीदार असतो.

२१) **सूर्योदयो जाहल्यापाठीं । समूळ अंधाराते घोटी । (एक. भा. १३/४२२)**

अर्थ : सूर्योदय होताच तो अंधार नाहीसा करतो.

२२) **कालचाचि आज उगवला । तो सूर्य काय म्हणावा शिळा । (एक. भा. १३/७७१)**

अर्थ : कालचाच सूर्य आज उगवतो म्हणून तो शिळा होतो काय?

२३) **जेवीं कां सूर्यतेजें खद्योत । (एक. भा. १९/१७९)**

अर्थ : सूर्यतेजाने काजवा लोपून जातो.

२४) **सूर्य अंधारातें नाशी । परी तो संमुख न ये त्यापाशीं । (एक. भा. २५/१९४, एक. गा. २४६१)**

अर्थ : सूर्य अंधाराचा नाश करतो पण तो अंधाराच्या समोर कधीच येत नाही.

२५) **जेवीं उगवलिया गभस्ती । अंधोरसी हारपे राती । (एक. भा. २६/३२)**

अर्थ : सूर्य उगवला की अंधारासह रात्र लोप पावते.

२६) **देव न पाहे उपचार । (एक. भा. २७/२९६)**

अर्थ : देव उपचारांकडे लक्ष देत नसतो.

२७) **जेवीं सूर्यापुढे आंधार । अर्ध क्षण न धरी धीर । (एक. भा. २९/४८१)**

अर्थ : सूर्यापुढे अंधार क्षणभरही धीर धरत नाही.

२८) जंव जंव सूर्य तपे तीव्रता । तंव कमळी शोभा अधिकता । (भा. रा. अयो. ११/८)

अर्थ : जस जसा सूर्याचा ताप वाढतो तस तशी कमळाची शोभा वाढते.

२९) सबळबळे अंधकारुं । नव्हे सूर्यासी गोचरुं । (भा. रा. युद्ध ३६/२३)

अर्थ : सूर्याला अंधार माहीत नसतो.

३०) देव भावाचा भुकेला । (एक.गा. ५३८/३)

अर्थ : देव प्रेमाचा भुकेला असतो.

३१) सूर्यासवें जैसीं दीप्ती । (रु. स्व. १/११)

अर्थ : सूर्याबरोबर त्याचे तेज असते.

३२) जो निजदेहीं निराभिमानी । तो मी मानी परमेश्वर । (एक. आठ. ग्रं.च. भा. ४६)

अर्थ : जो अभिमान रहित असतो तो परमेश्वर होय.

३३) जंव हरी हृदयी कृपा न करी । तंव अनुताप नुपजे शरीरीं ।। (एक.आठ. ग्रं. च. भा. ७२)

अर्थ : जो पर्यंत हरी कृपा करीत नाही तो पर्यंत अनुताप उत्पन्न होत नाही.

चंद्र

३४) देखोनि पूर्णिमा पूर्णचंद्र । भरितेनि खवळे क्षीरसागर । (एक.आठ.ग्रं.ह. ६०)

अर्थ : पौर्णिमेचा चंद्र पाहिला की, सागराला भरती येते.

३५) सूर्याचि आत्मा सकळ लोकां । (एक. आठ. ग्रं. ह. ४४२)

अर्थ : सूर्य हा सर्व लोकांचा आत्मा आहे.

रामदास

१) जेथें भगवंताच्या मूर्ती । तेथें पाविजे उत्तम गती । (दास. १.८.२८)

अर्थ : जिथे परमेश्वराची अखंड उपासना चालते तिथे असलेल्यांना उत्तम गती प्राप्त होते.

२) मां जेणें घातलें जन्मासी । त्यासी कैसें विसरावें । (दास. ३.१०.५५)

अर्थ : ज्याने जन्मास घातले त्याला विसरू नये.

३) रघुनाथ स्मरोनि कार्य करावें ।
तें तत्काळ चि सिद्धी पावे । (दास. ६.७.३३)

अर्थ : रामाचे स्मरण करून कार्य करावे म्हणजे ते तत्काळ सिद्धीस जाते.

४) जैसें सूर्याचेनि उजेडें । नासे तम ।। (दास. ७.५.२९)

अर्थ : सूर्याच्या उजेडाने अंधाराचा नाश होतो.

५) देव अनुकूल नव्हे जया । स्वयें पापी तो प्राणीया ।। (दास. ८.७.२३)

अर्थ : ज्याला देव अनुकूल नसतो, तो माणूस मुळचाच पापी होय.

६) माध्यानीं थुंकिता सूर्यावरी । तो थुंका पडेल आपणाचवरी । (दास.९.३.२७)

अर्थ : सूर्य ऐन माथ्यावर आला असता त्याच्यावर थुंकले तर ती थुंकी आपणावरच पडते.

७) देव वर्ततो जगदांतरीं । तोचि आपुले अंतरीं । (दास. १४.८.८)

अर्थ : देव जसा विश्वाच्या अंत:करणात असतो तसा तो आपल्याही अंत:करणात असतो.

८) **समर्थाची नाहीं पाठी । तयास भलताच कुटी । (दास. १६.१०.३०)**

अर्थ : बलवंताची (परमेश्वराची) शक्ती पाठीशी नसेल तर त्याला कोणीही मारतो.

९) **धर्मस्थापनेचे नर । ते ईश्वराचे अवतार । (दास. १८.६.२०)**

अर्थ : धर्मस्थापना करणारे जे लोक असतात ते ईश्वराचे अवतार होत.

१०) **जिकडे जग तिकडे जगन्नायेक । (दास. १९.७.१२)**

अर्थ : जिकडे जग असते तिकडे जगन्नायक असतो.

११) **पृथ्वीमधें जितुकीं शरीरें । तितुकी भगवंताचीं घरें । (दास. २०.४.४)**

अर्थ : पृथ्वीवर जेवढी शरीरे आहेत तेवढी परमेश्वराची घरे आहेत.

१२) **सदासर्वदा देव दासाभिमानी । (रा. क. १ युद्ध १३/८०)**

अर्थ : देव सदैव भक्तांचा अभिमानी असतो.

१३) **मायाजाळ तुटे तरी देव भेटे । (रा. क. १ ओव्या शत. ३/५)**

अर्थ : मायाजाळ तुटले की, देवाची भेट होते.

१४) **दुर्जना संव्हार सज्जना आधार ।**
भाविकांसी पार पाववितो । (रा. क. १. स्फु. ओ. ३०/४)

अर्थ : देव दुर्जनांचा संहार करतो, सज्जनांना आधार देतो आणि भक्तांना भवसिंधू तारून नेतो.

१५) **देवाचें संगती देवची होईजे । (रा. क. १. स्फु. ओ. ५३/९)**

अर्थ : देवांच्या संगतीने माणसे देव होतात.

१६) **केलें संघटन कापुरे अग्नीसी । (रा. क. १ स्फु. ओ. १७३/४)**

अर्थ : कापूर अग्नी एकत्रित आणले की, कापूर शिल्लक राहत नाही.

१७) **तो देव आपुला जाला । वैभवा कोण पूसते ।। (रा. क. १ स्फु. प्र. ५/११)**

अर्थ : देव आपलासा झाला की, वैभवाला कोणी विचारित नाही.

१८) **जया खेव तो देव कैसा म्हणावा । (करुणा धा. स. ७/२)**

अर्थ : ज्याचा नाश होतो त्याला देव म्हणता येत नाही.

१९) **जैसा समीर मिळणी वन्ही तडाडी । (करुणा धा. स. १५४/२१)**

अर्थ : अग्नी व वायू यांची भेट झाली की, अग्नी उफाळून येतो.

२०) **विशेष स्मरणें देव । विशेष विस्मरणें दानव । (रा. क. २ सप्तसमासी ३/१)**

अर्थ : स्मरण हे देवस्वरूप आणि विस्मरण हे दानवरूप होय.

२१) **समर्थे ज्याचा अंगिकार केला । कोण बोलों शके तयाला । (रा.क.२ एकवीससमासी १५/५६)**

अर्थ : रामाने ज्याचा अंगिकार केला त्याला कोणी बोलू शकत नाही.

२२) **सोडवी जो देव तोचि देवराव । (स. गा. १६/१)**

अर्थ : जो देव संकटातून सोडवितो तोच देवश्रेष्ठ होय.

२३) **समर्थाचिया सेवका वक्र पाहे । असा सर्व भूमंडळी कोण आहे ? (म. श्लो. ३०)**

अर्थ : समर्थ अशा रामाच्या भक्ताकडे वाकड्या नजरेने पाहील असा त्रिभुवनात कोणी नाही.

२४) **उपेक्षा कदा रामरूपीं असेना । (म. श्लो. ३४)**

अर्थ : राम आपल्या भक्तांची उपेक्षा करीत नाही.

२५) **नसे राम ते धाम सोडूनि धावें । (म. श्लो. ४४)**

अर्थ : ज्या घरात राम नाही ते घर सोडून द्यावे.

तुकाराम

१) **जग तरि आम्हा देव (तु. गा.१३०३)**

अर्थ : सर्व जग आम्हाला देवाप्रमाणे आहे.

२) **दया क्षमा शांति । तेथें देवाची वसति ।। (तु. गा. १४३२)**

अर्थ : जिथे दया, क्षमा व शांती असते तिथे देवाचा निवास असतो.

३) **तुका म्हणे जें जें भेटे ।**
तें तें वाटे मी ऐसे ।।४।। (तु. गा. १५०८)

अर्थ : जो जो माणूस मला भेटतो तो तो माणूस मला माझेच रूप वाटतो.

४) **सत्य संकल्पाचा दाता नारायण । (तु. गा. १५०९)**

अर्थ : ईश्वरावर भरवसा ठेवून जे संकल्प करतात त्यांचे संकल्प परमेश्वर पुरे करतो.

५) **तुका म्हणे आहे भावेचि संतोषी ।**
वसे नामापाशीं आपुलिया ।। (तु. गा. १५३५)

अर्थ : देव भक्तिभावाने संतुष्ट होतो. त्याची वस्ती त्याचे नाव धारण करणाऱ्या जवळ असते.

६) **भावापुढें बळ । नाहीं कोणाचें सबळ ।।१।। (तु. गा. १८९९)**

अर्थ : देवाच्या इच्छेपुढे कोणाचेही बळ चालत नाही.

७) **जाणतियाहूनि नेणत्याची गोडी ।**
आलिंगी आवडी करूनियां ।। (तु. गा. २११८)

अर्थ : देवाला जाणत्यापेक्षा नेणत्याची आवड असते. तो मोठ्या प्रेमाने त्यांना आलिंगन देतो.

८) **तुका म्हणे देव साहे जाल्यावरी ।**
असांग चि करी सर्व सांग ।। (तु. गा. २२८७)

अर्थ : देव साह्य झाल्यावर कोणत्याही गोष्टी अपूर्ण राहत नाहीत.

९) **अवघीं भाग्यें येती घरा ।**
देव सोयरा जालिया ।। (तु. गा. ८१)

अर्थ : देवाशी सख्य झाले की, सर्व भाग्ये घरी चालत येतात.

१०) **अंगीकार ज्याचा केला नारायणें ।**
निंद्य तें हि तेणें वंद्य केलें ।। (तु. गा. २७९८)

अर्थ : नारायण ज्याचा अंगीकार करतो तो निंद्य असला तरी वंद्य होतो.

११) **नारायण ऐसा सखा । काय जगाचा हा लेखा ।। (तु. गा. २८९३)**

अर्थ : परमेश्वर पाठीशी असताना जगाची चिंता करू नये.

१२) **देव जोडीलिया तया काय उणे । (तु. गा. ४१२२)**

अर्थ : देवाची प्राप्ती झाल्यावर कोणत्याच गोष्टीची कमतरता पडत नाही.

१३) **तुका म्हणे आलें समर्थाच्या मना ।**
तरी होय राणां रंक त्याचा ।। (तु. गा. ४१४७)

अर्थ : समर्थ अशा परमेश्वराच्या मनात आले की, दरिद्री मणूसही राजा बनतो.

१४) देव राखे तया आणिकांचे काय ।
करितां उपाय चाले तेथें ।। (तु. गा. ४५०६)

अर्थ : ज्यांचे रक्षण देव करतो, त्या देवापुढे कोणाचे चालत नाही.

१५) सवें देव तया आड नये काही ।। (तु. गा. ४५०९)

अर्थ : देव ज्याच्या बरोबर आहे त्याला कोणतीच अडचण येत नाही.

१६) सकलगुणें संपन्न । एक देवाचें लक्षण ।। (तु. गा. ३७५१)

अर्थ : सर्व गुणांनी संपन्न असणे हे देवाचे लक्षण होय.

१७) देवाची ते खूण आला ज्याच्या घरा ।
त्याच्या पडे चिरा मनुष्यपणा ।। (तु. गा. ३४४६/१)

अर्थ : देव ज्याच्या घरी येतो त्याच्या जन्ममरणाच्या येरझारा चुकतात.

१८) यश स्वामिचिये शिरीं । दास्य करावें किंकरीं । (तु. गा. ३९६२)

अर्थ : सेवकाने दास्य करावे पण यश देण्याचे काम परमेश्वराकडे आहे.

१९) साखरेचें मूळ ऊंस । तैसा देहीं देव दिसे ।। (तु. गा. ४४८२)

अर्थ : ज्या प्रमाणे ऊसात साखर असते त्याप्रमाणे देहात देव असतो.

२०) देव सोयरा दीनाचा । (तु. गा. ३५)

अर्थ : देव दीन दुबळ्याचा सखा असतो.

२१) कोणाही जिवाचा न घडो मत्सर ।
वर्म सर्वेश्वर पूजनाचें ।।४६।३।। (तु. गा. ४६)

अर्थ : कोणत्याच प्राणिमात्राचा मत्सर न करणे हीच ईश्वरपूजा होय.

२२) देवाची पूजा हे भूतांचे पाळण । (तु. गा. ३८५४)

अर्थ : सर्व लोकांचा सांभाळ करणे, हीच देवपूजा होय.

२३) रवि नुगवें तो दीपिकांचें काज ।
प्रकाशें तें तेज सहज लोपे ।। (तु. गा. १३१५)

अर्थ : जोपर्यंत सूर्य उगवत नाही तोपर्यंत दिव्यांचे कारण असते. सूर्य उगवला की, दिव्यांचे तेज लोप पावते.

२४) थोडाचि स्फुलिंग बहुत दावाग्नि । (तु. गा. १५३३)

अर्थ : अग्नाची ठिणगी लहान असली तरी ती वनात शक्तिमान असते.

२५) तुका म्हणे मळ । नाहीं अग्नीसी विटाळ ।। ४।। (तु. गा. १८९२)

अर्थ : अग्नीस सर्व सारखेच असते. त्याला मळाचाही विटाळ नसतो.

२६) अनेक दीपींचा प्रकाश । सूर्य उगवता नाश ।। (तु. गा. ९२५)

अर्थ : सूर्य उगवताच अन्य दिव्यांचा प्रकाश नाहीसा होतो.

२७) कंठी धरिला कृष्णमणी ।
अवघा जनीं प्रकाश ।। (तु. गा. १७९)

अर्थ : कंठात सतत कृष्णाचे नाव ठेवले की, जगात त्याचा प्रकाश पडतो.

२८) **भ्याली जिवा चुकली देवा । (तु. गा. २३८)**

अर्थ : जिवाचे भय धरले की, देव अंतरतो.

२९) **सत्या देव आहे । (तु. गा. २६८)**

अर्थ : देव सत्याचा वाली असतो.

३०) **देव सखा जरी ।**
जग अवघें कृपा करी ।। (तु. गा. ३७२)

अर्थ : देव मित्र झाला तर अवघे जग आपल्यावर कृपा करते.

३१) **तुझें आहे तुजपासीं ।**
परि तू जागा चुकलासी ।। (तु. गा. ४१४)

अर्थ : ब्रह्म जवळच असताना ते अन्यत्र शोधायचे नसते.

३२) **गोडीपणें जैसा गुळ । तैसा देव जाला सकळ ।। (तु. गा. ५८१)**

अर्थ : गूळ जसा गोडीला सर्वत्र सारखाच असतो तसा देव सर्वत्र भरलेला आहे.

३३) **दास्य करी दासांचे । उणें न साहे तयांचे ।। (तु. गा. ६५२)**

अर्थ : देव दासांची सेवा करतो. त्यांना काही कमी पडलेले त्याला सहन होत नाही.

३४) **हरी आला हाता । मग कैंची भय चिंता ।। (तु. गा. ७१३)**

अर्थ : हरीची कृपा झाली की, कोणत्याही गोष्टीची चिंता, भय उरत नाही.

३५) **तारूं भला पांडुरंग । पाय भिजों नेदी अंग ।। (तु. गा. ७१६)**

अर्थ : हाता-पायांना पाणी न लागू देता हा संसारसागर तारून नेणारा पांडुरंग हा उत्तम नावडी आहे.

३६) **देवाच्या संबंधे विश्वचि सोयरे । (तु.गा. ८२६)**

अर्थ : एकदा का देवाची मैत्री झाली की, सारे जग आपले सोयरे होते.

३७) **तुका म्हणे घरीं वसे नारायण ।**
कृपेची ते खूण साम्या येते ।। (तु. गा. ८२४)

अर्थ : ज्याच्या हृदयात नारायणाची वस्ती असते त्याला सर्वत्र परमेश्वर दिसतो. हीच नारायणाच्या कृपेची खूण होय.

३८) **देव जोडे ते करावे अधर्म । अंतरे तें कर्म नाचरावे ।। (तु. गा. १२०८)**

अर्थ : थोडासा अधर्म करून देवाचा लाभ होत असेल तर ते कर्म करावे, पण देवाबरोबर अंतर पडणारे कर्म करू नये.

३९) **मागतियाचे दोनिच कर । अमित भांडार दातयाचें । (तु. गा. १७३८)**

अर्थ : मागणाराचे हात दोनच असतात, पण दात्याचे भांडार अमाप असते.

४०) **तुका म्हणे यश कीर्ति आणि मान ।**
करिता जतन देव जोडे ।। (तु. गा. ३/८१)

अर्थ : यश, कीर्ती व मान यांचा सांभाळ केला तर देव प्राप्त होतो.

धन

ज्ञानदेव

१) **चोरियेचें धन आलें । तरी तें कोणासि विष जालें । (ज्ञाने. १६/३०५)**

अर्थ : चोरीचा पैसा कोणाजवळ आला तर त्याचे विष होत नाही.

२) **धनत्यागें दवडणें । भय जैसें ।। (ज्ञाने. १८/१०९)**

अर्थ : द्रव्याचा त्याग केला की, भयाचा त्याग आपोआप होतो.

३) **कां चोराघरींचें धन । (ज्ञाने. १८/५७७)**

अर्थ : चोराच्या घरचा पैसा व्यर्थ असतो.

४) **भाग्य तेथ विलासु । सुख तेथें उल्लासु । (ज्ञाने. १८/१६३७)**

अर्थ : जिथे भाग्य (श्रीमंती) तिथे विलास आणि जिथे विलास तिथे प्रसन्नता असते.

नामदेव

१) **संपत्तीचे बळे एक जाले आंधळे । (ना. गा. ११०१)**

अर्थ : धनाने काही लोक आंधळे होतात.

एकनाथ

१) **श्रियोन्नत अतिगर्व महिमा । मुख्य अकर्मा निजहेतु ।। (एक. भा. १/२२८)**

अर्थ : वाईट कर्माला संपत्तीचा मद मुख्यत: कारणीभूत होतो.

२) **समर्थ जयाचा जनकु । त्यास मानिती सकळ लोकु । (एक. भा. २/११)**

अर्थ : ज्याचा बाप श्रीमंत असतो त्याच्या मुलालाही सर्वजण मान देतात.

३) **निधि सांपडलिया साङ्ग । अत्यंत वाढे विषयभोग । (एक. भा. २/२५८)**

अर्थ : खूप पैसा मिळाला तर विषयभोग वाढतात.

४) **प्राणांत कष्टें द्रव्य जोडे । (एक. भा. ३/२४५)**

अर्थ : धन मिळवायला जीवापाड कष्ट पडतात.

५) **अर्थ अनर्थाचें अधिष्ठान । (एक.भा. ३/२४६)**

अर्थ : द्रव्य नाशाचे मूळ आहे.

६) **द्रव्यापाशीं आधिव्याधी । द्रव्यापाशीं दुष्ट बुद्धी ।**
द्रव्यापाशीं सलोभ क्रोधी । असत्य निरवधी द्रव्यापाशीं ।
द्रव्यापाशीं अति विकल्प । द्रव्यापाशीं वसे पाप ।
द्रव्यापाशीं अति संताप । पूर्ण दु:खरूप तें द्रव्य ।। (एक. भा. ३/२४९–२५०)

अर्थ : द्रव्यापाशी आधिव्याधी, दुष्ट बुद्धी, लोभ, क्रोध, असत्य असते, द्रव्यापाशी संशय, पाप, संताप यांची वस्ती असते. द्रव्य दु:खरूप असते.

७) **धन तेथ उत्तमोत्तम । सकळ धर्म सदा वसती । (एक. भा. ५/२४६)**

अर्थ : जिथे धन असते तिथे उत्तमोत्तम धर्म नांदत असतात.

८) **अर्थ विनाशाचें फळ। (एक. भा. ८/११८)**

अर्थ : धन हे नाशाचे फळ आहे.

९) **जे शिणोनि संग्रह करिती । त्यांसी नव्हे भोगप्राप्ती । (एक. भा. ८/१५०)**

अर्थ : जे कष्ट करून धनसंग्रह करतात त्यांना त्याचा उपभोग मिळत नाही.

१०) **अमित धन असता गाठीं । तरी चिंता अनिवार मोठी । (एक. भा. ९/३६४)**

अर्थ : अपार द्रव्य जवळ असले म्हणजे चिंता निश्चित असते.

११) **जेथ वसे धनमान । तेथ आत्मज्ञान असेना । (एक. भा. ११/५३३)**

अर्थ : जिथे पैसा व मान असतात तिथे आत्मज्ञान नसते.

१२) **गजांतलक्ष्मी आलिया घरीं । भीक दारोदार कोण मागे । (एक. भा. १२/५९४)**

अर्थ : गजांतलक्ष्मी घरी आली असता कोणी दारोदार भीक मागत नाही.

१३) **अर्थ देखोनि जो लविन्नला । तो जाण लोभें वोणवा केला । (एक. भा. १४/१६४)**

अर्थ : पैसा पाहून जो वाकतो त्याला लोभाने वोणवा केला म्हणून समजावे.

१४) **ज्याचे गाठीं बहुसाल धन । तो सर्वांसी अवश्य मान्य । (एक. भा. १९/३४४)**

अर्थ : ज्याच्याजवळ भरपूर द्रव्य असते त्याला सर्वजण मान देतात.

१५) **धनकामीं क्रोधाची वस्ती । धनापाशीं पापें असती ।**
धनलोभी ज्याची स्थिती । कदर्युवृत्ति त्या नाव । (एक. भा. २३/८६)

अर्थ : धनाचा लोभ जिथे असतो तिथे क्रोधाची वस्ती असते. धनाजवळ पाप असते. द्रव्यावर ज्याचा सदैव डोळा असतो त्यालाच कृपण म्हणतात.

१६) **जयाचिया द्रव्यासी जाण । नाहीं धर्माचें संरक्षण ।**
तें काळेंचि होय क्षीण। (एक. भा. २३/११०)

अर्थ : ज्याच्या पैशाला धर्माचे पाठबळ नसते त्याचा पैसा अल्पावधीतच नष्ट होतो.

१७) **द्रव्य झालिया आपुले हातीं । सकळ पदार्थ घरास येती । (एक. भा. २०/१३८)**

अर्थ : हातात पैसा असला म्हणजे सर्व पदार्थ घरी येतात.

१८) **धनलोभी जो कां नर । तो सकळ दुःखाचें भांडार । (एक. भा. २३/१७४)**

अर्थ : जो माणूस धनलोभी असतो तो सर्व दुःखाचे भांडार असतो.

१९) **चोरीची वस्ती । धनापाशीं ।। (एक. भा. २३/२०९)**

अर्थ : धनाजवळ चोरी राहते.

२०) **धनलोभीं सदा विरोधू । धनलोभ तोडी सखे बंधू ।**
धनलोभा ऐसा नाहीं बाधू । अति अशुद्ध आणिक असेना ।। (एक. भा. २३/१९१)

अर्थ : धनलोभामुळे सदैव सर्वांशी विरोध उत्पन्न होतो. द्रव्यलोभामुळे सख्खे बंधू तुटतात. धनलोभ फार त्रासदायक असतो. त्याच्या इतका अशुद्ध दुसरा कोणी नाही.

२१) **धन तेथ चोरी निश्चित । (एक. भा. २३/२१०)**

अर्थ : जिथे पैसा तिथे चोरी असते.

२२) **चोरी धनापाशीं स्वयें नांदे । (एक. भा. २३/२११)**

अर्थ : चोरी धनापाशी राहते.

२३) **धन हिंसेचे आयतन । (एक. भा. २३/२१२)**

अर्थ : पैसा हा हिंसेचे स्थान होय.

२४) असत्य जन्मलें अर्थाच्या पोटी । (एक. भा. २३/२२०)

अर्थ : धनाच्या पोटी असत्याचा जन्म असतो.

२५) सत्यत्व धनापाशी असेना । (एक. भा. २३/२२२)

अर्थ : सत्यपणा पैशाजवळ नसतो.

२६) अर्थ नाहीं जयापाशी । असत्य स्पर्शेना तयासी । (एक. भा. २३/२२८)

अर्थ : ज्याच्याजवळ पैसा नसतो त्याला असत्य स्पर्श करीत नाही.

२७) अर्थापाशीं असत्य जाण । (एक. भा. २३/२२९)

अर्थ : पैशाजवळ असत्य असते.

२८) कामु जडलासे धनेंसीं । (एक. भा. २३/२५०)

अर्थ : द्रव्यापाशी सदैव काम असतो.

२९) धनापाशीं अति उद्धतू । (एक. भा. २३/२५१)

अर्थ : धनाजवळ उद्धटपणा असतो.

३०) आतां धनापाशीं महामद । (एक. भा. २३/२६८)

अर्थ : पैशाजवळ घमेंड असते.

३१) ज्यासी चढे धनमदू । तो उघडे डोळा होय अंधू । (एक. भा. २३/२६९)

अर्थ : ज्याच्या डोळ्यांवर धनाचा मद असतो तो डोळे असूनही आंधळा असतो.

३२) धन तेथ भेदाची मिराशी । (एक. भा. २३/२८३)

अर्थ : जिथे धन असते तिथे भेद असतो.

३३) वैर दारुण धनेसी । (एक. भा.२३/२८९)

अर्थ : धनाजवळ वैर असते.

३४) अविश्वासी धन तें एक । (एक. भा. २३/२९९)

अर्थ : द्रव्य अविश्वासी असते.

३५) अविश्वासाचें मुख्य कारण । धन आणि दुसरी स्त्री जाण । (एक. भा. २३/३०६)

अर्थ : पैसा व स्त्री हे अविश्वासाचे मुख्य कारण आहे.

३६) स्पर्धा बारावा अनर्थ । सदा नांदे धनाआंत । (एक. भा. २३/३३१)

अर्थ : स्पर्धा हा अनर्थ सदैव धनात असतो.

३७) धनहीन पुरुषाचे घरीं । कलहो स्त्री–पुरुषांमाझारी । (एक. भा. २३/३३५)

अर्थ : गरीब पुरुषाच्या घरी स्त्री–पुरुषांमध्ये भांडणे असतात.

३८) निर्धन पुरुषाची आवडी । न धरी गोडी स्वदारा । (एक. भा. २३/३३९)

अर्थ : निर्धन पुरुषाच्या आवडी–निवडी पत्नी देखील ध्यानात घेत नाही.

३९) अर्थ अनर्थाचें मुख्य घर । (एक. भा. २३/३७३)

अर्थ : पैसा हा अनर्थाचे प्रमुख घर, ठिकाण आहे.

४०) अर्थ अनर्थाचें भाजन । (एक. भा. २३/३७४)

अर्थ : धन हे अनर्थाचे ठिकाण आहे.

४१) दुःख दारुण धनलोभ्या । (एक. भा. २३/४०८)

अर्थ : धनलोभी माणसाला फार दुःख असते.

४२) **धनकामें वेडीं सज्ञानें केलीं । (एक. भा. २३/४२९)**

अर्थ : द्रव्याच्या इच्छेने शहाणी माणसेही वेडी होतात.

४३) **धन तें दु:खाचे भाजन । (एक. भा. २३/४७९)**

अर्थ : धन हे दु:खाचे आश्रयस्थान आहे.

४४) **धनमदाची जाती पाहीं । मातापिता दृष्टी नाहीं ।। (भा. रा. युद्धकांड ७६/१५९)**

अर्थ : धनामुळे उन्मत्त होणाऱ्याला आईबापही दिसत नाहीत.

४५) **अधर्म तो ची रे उद्धवा । धन लोभीया दृष्टी ।। (एक. भा. ३२९३/१४)**

अर्थ : धनावर डोळा असणे हाच अधर्म होय.

४६) **अर्थ नाही जयापाशी । असत्य स्पर्शेना तयासी ।।१।। (एक. गा. २६६९,२३१७)**

अर्थ : ज्याच्या जवळ धन नसते त्याला असत्य स्पर्श करीत नाही.

४७) **अर्थापाशीं असत्य जाण । (एक. गा. २६६९, २३१७)**

अर्थ : जिथे धन असते तिथे असत्य असते.

४८) **अर्थापाशी दंभ पूर्ण ।। (एक. गा. २६६९)**

अर्थ : अर्थाजवळ दंभाचा निवास असतो.

४९) **अर्थापोटीं नाहीं परमार्थ । (एक. गा. २६६९)**

अर्थ : पैशामुळे परमार्थ घडत नाही.

५०) **अर्थापोटीं स्वार्थ घडतसे । (एक. गा. २६६९)**

अर्थ : पैशामुळे स्वार्थ निर्माण होतो.

५१) **धन झालिया परिपूर्ण । धनाढ्यासी हेळसण । (एक. गा. २६१४)**

अर्थ : पदरी भरपूर धन झाले की, दुसऱ्या श्रीमंताचा मत्सर सुरू होतो.

५२) **समर्थाचें मुला काय खावयाची चिंता । (एक. गा. २१९५)**

अर्थ : श्रीमंताच्या मुलाला जेवायची चिंता नसते.

५३) **अर्थ नाही जयापाशी / अनर्थ स्पर्शेना तयासी । (एक. गा. २३१७/३)**

अर्थ : ज्याच्याजवळ पैसा नसतो त्याच्याजवळ वाईट गोष्टी येत नाहीत.

रामदास

१) **जैसे वेव्हारितां धन । रासि माथां लाभे ।। (दा.७.१०.१९)**

अर्थ : धनाची देवाण-घेवाण केली तरच त्याची रास वाढते.

२) **बहु रीण तें हीण माणूस जाणा । (करुणा धा. स. ११२/३)**

अर्थ : खूप देणी असलेला माणूस दीनवाणा असतो.

३) **वैभव जाय कदा धरवेना । (करुणा धा. स. १८९/२)**

अर्थ : जात्या वैभवाला अडविता येत नाही.

४) **प्रेत्नेंविण लाभे निधान । तरी अवश्य घ्यावें ।। (स.ल.का. एकवीससमासी २/१८)**

अर्थ : प्रयत्नाशिवाय धन मिळाले तरी ते अवश्य घ्यावे.

५) **धन पीसें लावितें । (स. पद. पू. १३९/४)**

अर्थ : पैसा माणसाला वेड लावतो.

६) **संपत्ती विपत्ती दों दीसांची । सकळ माईक खोटें । (स. पद. उ. २७३/२)**

अर्थ : संपत्ती, संकटे ही तात्पुरती असतात कारण ते सर्व खोटे असते.

७) **दैवादैवीं विपत्ति येतां पळति रांडापोरें रे । (स. गा. १४७१)**

अर्थ : दैवाने वाईट परिस्थिती आली तर बायका मुलेही दूर जातात.

८) **जंवरी धन असे पदरीं । तंवरी म्हणतिल बरी । (स. गा. १४८१/१)**

अर्थ : जो पर्यंत आपल्याजवळ पैसा असतो तो पर्यंत सर्वजण आपल्याला चांगले म्हणत असतात.

तुकाराम

१) **द्रव्यामुळें माथां वाहियेली चिंधी । (तु. गा. १०९३)**

अर्थ : चिंधीत द्रव्य बांधले असेल तर द्रव्यासाठी चिंधी डोक्यावर घ्यावी लागते.

२) **मानावया जग व्हावी द्रव्यमाया । (तु. गा. ११३४)**

अर्थ : जगाने आपला मानसन्मान करावा असे वाटत असेल तर आपल्याजवळ पैसा हवा.

३) **दूषणाचें मूळ भूषण तुका म्हणे । (तु. गा. १२१०/४)**

अर्थ : भूषण हेच दूषणाचे मूळ असते.

४) **धनवंतालागी । सर्वमान्यता आहे जगीं ।। (तु. गा. २९१७)**

अर्थ : धनवंतांना जगात मानमान्यता मिळते.

५) **तुका म्हणे धन । भाग्य अशाश्वत जाण ।। (तु. गा. २९१७)**

अर्थ : धनाने प्राप्त होणारे भाग्य अशाश्वत असते.

६) **उद्धट त्या जाती । (तु. गा. ४५४२)**

अर्थ : धनाने माजलेले लोक उद्धट असतात.

धर्म

ज्ञानदेव

१) **तरी स्वधर्मु एक आहे । तो सर्वथा ताज्य नोहे । (ज्ञाने. २/१८२)**

अर्थ : स्वधर्माचा त्याग केव्हाही करता येत नाही.

२) **देखें स्वधर्मु हा आचरतां । दोषु नाशे असता । (ज्ञाने. २/२२२)**

अर्थ : स्व-धर्माचे आचरण केले असता पापें नाश पावते.

३) **देखें अनुक्रमाधारें । स्वधर्मु जो आचरे ।**
तो मोक्षु तेणें व्यापारें । निश्चित पावे ।। (ज्ञाने. ३/८०)

अर्थ : जो आपापल्या वर्णाश्रमधर्मानुसार स्वधर्म आचरतो त्याला त्या आचरणाने मोक्ष मिळतो.

४) **तेवीं स्वधर्मु सांकडू । देखोनि केला जरी कडु ।**
तरी मोक्षसुरवाडु । अंतरला कीं ।। (ज्ञाने. १८/९२६)

अर्थ : स्वधर्म आचरण्यास कठीण म्हणून तो सोडून दिला तर मोक्षसुख मिळत नाही.

५) **धर्म तेथे सुखागमु । (ज्ञाने. १८/१६३४)**

अर्थ : जिथे धर्म असतो तिथे सुख असते.

नामदेव

१) **स्त्रीनें केलें घेणें पुरुषासी । (ना. गा. ४६३)**

अर्थ : पत्नीने केलेल्या पापाचे फळ नवऱ्याला भोगावे लागते.

२) **शिष्यें केलें पाप भोगावें गुरूनें । (ना. गा. ४६३)**

अर्थ : शिष्याच्या पापाची फळे गुरूला भोगावी लागतात.

३) **राजियाचें ते सर्व पुरोहिता । (ना. गा. ४६३)**

अर्थ : राजाने केलेल्या पापाची फळे पुरोहिताला भोगावी लागतात.

४) **राष्ट्र करी पाप राजाने भोगावे । (ना. गा. ४६३)**

अर्थ : प्रजेने केलेल्या पापाची फळे राजाला भोगावी लागतात.

५) **येथेंचि जो खोटा तेथें तो करंटा । (ना. गा. ४९७)**

अर्थ : इहलोकी जो खोटा असतो तो परलोकीही खोटाच असतो.

एकनाथ

१) **धर्म तेथ उठाउठी । ज्ञानाची भेटी विज्ञानेसी । (एक. भा. ५/२४८)**

अर्थ : जिथे धर्म असतो तिथे ज्ञानासह विज्ञान (गृहस्थधर्म) भेटते.

२) **पवित्र म्हणिजे धर्मार्जित । (एक. भा. २५/३७१)**

अर्थ : जे धर्माने मिळविलेले असते ते पवित्र होय.

३) **पित्यानें जोडिलें जें वित्त । पुत्र अधिकारी होय तेथ । (एक. आठ. ग्र. च. भा. ४२४)**

अर्थ : पित्याने मिळविलेल्या धनाचा पुत्र अधिकारी असतो.

धातू

ज्ञानदेव

१) **लोहाचें कनक होये । हे सामर्थ्य परिसीचं आहे । (ज्ञाने. १/७७)**

अर्थ : लोखंडाचे सोने करण्याचे सामर्थ्य केवळ परिसाच्याच अंगी आहे.

२) **ना तरी धातुवादाही न जोडे । ते लोहींचि पंधरे सांपडे ।**
जरी दैवयोगें चढे । परिसु हातां ।। (ज्ञाने. ६/३४)

अर्थ : दैवाने जर परीस हाती आला तर किमयेच्या योगानेही न मिळणारे उत्तम सोने लोखंडातच मिळेल.

३) **काय परिसाचिया कसवटी । वानिया कीजे ।। (ज्ञाने. ६/९६)**

अर्थ : परिसाच्या कसोटीवर सोने घासले असता त्याचा कस निराळा लागतो काय ?

४) **लोहाचें कनक जहाले । हे एकें परिसें केलें ।**
आता आणिक कैंचें गेलें । लोहत्व आणी ।। (ज्ञाने. ८/२०१)

अर्थ : परिसाच्या स्पर्शाने लोखंडाचे सोने झाले असता फिरून त्या सोन्याचे लोखंड कोण करणार?

५) **अगा वरी फोडावयाचि लागीं । लोहो मिळो कां परिसाचें आंगीं ।**
कां जे मिळतिये प्रसंगी । सोनेचि होईल ।। (ज्ञाने. ९/४६४)

अर्थ : परीस फोडण्याच्या हेतूने जरी लोखंडाचा घण त्याच्यावर पडला तरी लोखंडाचे सोने होते.

६) **लोहाचें सांकडें परिसा । (ज्ञाने. १५/२९२)**
अर्थ : परिसाला लोखंडाचा दुष्काळ असतो.
७) **परि जेतुलें येथ प्रवेशलें । ते तुलया लोहें पाणीचि पां गिळिलें । (ज्ञाने. ११/४२६)**
अर्थ : तापलेल्या लोखंडावर पाणी पडले असता त्या पाण्याची वाफ होते. (ते लोखंड पाण्याला गिळून टाकते.)
८) **वन्हि आला लोखंडा । लोह नव्हे कीं ।। (ज्ञाने. १३/८९६)**
अर्थ : अग्नी लोखंडात शिरला म्हणून लोखंड अग्नी होत नाही.
९) **नाही तप्तलोहौनि जळा । निघणें जेवीं ।। (ज्ञाने. १५/३१९)**
अर्थ : तापलेल्या लोखंडावरील पाणी परतत नसते.
१०) **कां परिस पाडु नेणे । सोनया लोहा ।। (ज्ञाने. १६/२४७)**
अर्थ : परिसाला सोने, लोखंड यातला फरक माहीत नसतो.
११) **मग लवों नेणती कैसे । आटिवा लोहाचे खांब जैसे । (ज्ञाने. १६/३७९)**
अर्थ : लोखंडाचे ओतीव खांब वाकत नाहीत.
१२) **तरी लोहाचें आंग तुक / न तोडितांचि कनक ।**
केलें जैसें देख । परिसें तेणें ।। (ज्ञाने. १७/२१६)
अर्थ : लोखंडाचा आकार, वजन इ. काही कमी न करता परीस लोखंडाचे सोने करतो.
१३) **परिसाचां वरकलीं । नाही चोखाकिडाची बोली । (ज्ञाने. १७/४०७)**
अर्थ : परिसाच्या कसोटीवर चांगले-वाईट सोने असा भाग नसतो.
१४) **परिसीं लोहा घृष्टी किती । वेळवेळां कीजे गां ।। (ज्ञाने. १८/२८)**
अर्थ : लोखंडाचे सोने होण्यासाठी परीस किती वेळा घासावा लागतो ?
१५) **तया लागत खेंवां परिसीं । धातूची गंधकाळिक जैसी ।। (ज्ञाने. १८/२०९)**
अर्थ : परिसाला लोखंड लागताक्षणीच लोखंडाचा काळेपणा व गंज निघून जातो.
१६) **लोहकाम लोखंडें । निर्वाळिजे जैसें ।। (ज्ञाने. १८/३५९)**
अर्थ : लोखंड लोखंडानेच घडावे लागते.
१७) **का परिसु जालिया हातीं । लोहालागीं सर्वसंपत्ती ।**
वेंचु करितां ये उन्नती । साधकु जैसा ।। (ज्ञाने. १८/६००)
अर्थ : परीस हाती आला असता लोखंड विकत घेण्यासाठी सर्व पैसा खर्च करताना साधकाचा उत्साह वाढतो.
१८) **नाना पांचिकें आणि सोळें । हे सोनया तंवचि आले ।**
जंव परिसु आंगमेळें । एकवटीना ।। (ज्ञाने. १८/१२५४)
अर्थ : परिसाचा स्पर्श होत नाही तोपर्यंतच हे पाच कसाचे आणि हे सोळा कसाचे असा भेद असतो.
१९) **लोह उभें खाय माती । ते परिसाचिये संगती ।**
सोनें जालया पुढती । न शिविजे मळे ।। (ज्ञाने. १८/१४०७)
अर्थ : लोखंड मातीत असले म्हणजे ती माती त्याला खाऊन टाकते पण त्याला परिसाचा स्पर्श झाला की, त्या सोन्याला मळ लागत नाही.
२०) **चोखाळपण रत्नाचें । रत्नावरी किरणांचे । (ज्ञाने. १३/३६२)**
अर्थ : रत्न चोख असते पण त्याच्या किरणांचे चोखपण त्याच्या पुढे असते.

मोती–रत्ने

२१) का रत्नाचें दळवाडें । तैसे सबाह्य चोखडें । (ज्ञाने. १३/४६२)

अर्थ : रत्नाचा तुकडा आतबाहेर सारखाच निर्मळ असतो.

२२) रत्नीं घडे रत्नाचें । दळवाडें जेवीं ।। (ज्ञाने. १८/३६१)

अर्थ : रत्नाला पैलू रत्नानेच पाडले जातात.

२३) पाणियें हिरा न भिजे । (ज्ञाने. १३/४८२)

अर्थ : हिरा पाण्यात भिजत नाही.

२४) जैसी जळींचीं जळीं न विरती । मुक्ताफळें ।। (ज्ञाने. ७/६४)

अर्थ : पाण्यापासून उत्पन्न झालेले मोती पाण्यात विरघळत नसतात.

२५) किळेवरी माणिकें । लोपिजे काई ।। (ज्ञाने. १४/१२३)

अर्थ : माणकाच्या तेजाने माणिक लोपले जात नाही.

२६) रत्नीं किळावो जैसा । रत्नचि तो ।। (ज्ञाने. १४/३७३)

अर्थ : रत्नाचे तेज व रत्न हे एकच असते.

२७) मोती फोडोनि सांधितां चांग । कीं तैसेंचि भले ।। (ज्ञाने. १८/२०)

अर्थ : मोती फोडून सांधण्यापेक्षा न फोडणेच चांगले.

२८) मोतियें मिळोनि बहुवें । एकावळीचा पाडु आहे ।
परी शोभे रूप होये । एकचि तेथ ।। (ज्ञाने. १८/५६)

अर्थ : अनेक मोत्यांचा एकसर होतो पण त्या सर्वांची शोभा एकच असते.

२९) मुक्ताफळ भलतैसें । हो परी मुख नसे ।
तंव गुण प्रवेशे । तेथ कायी ? ।। (ज्ञाने. १८/१४१९)

अर्थ : मोती उत्तम आहे, पण त्याला वेज नाही तर तो ओवण्याच्या कामी येत नाही.

३०) स्वातीचेनि पाणियें । न होती जरी मोतियें ।
तरी अंगीं सुंदराचिये । का शोभते तें ।। (ज्ञाने. १८/१७००)

अर्थ : स्वाती नक्षत्रातल्या पाण्याचे थेंब जर मोती बनले नसते तर ते मोती सुंदर स्त्रियांच्या अंगावर कसे शोभले असते?

३१) कां मोतियांची जैसी जाती । सोनयाही मान देती ।
नातरी मानवती । अंगेंचि सडीं ।। (ज्ञाने. १८/१७३९)

अर्थ : मोत्याची जातच अशी आहे की, ते सोन्यालाही मान देतात आणि सुटी असली तरी ते शोभतात.

सोने

३२) सांगे पितळेची गंधकालिका । जैं फिटली होय नि:शेख ।
तैं सुवर्ण काई आणिक । जोडूं जाईजे ।। (ज्ञाने. ४/६४)

अर्थ : गंज व काळेपणा हे पितळेचे गुण नाहीसे झाले तर सोने मिळविण्याची खटपट कोण करील.

३३) जैसा किडाचा दोषु जाये । तरी पंधरे तें चि होये । (ज्ञाने. ६/८२)

अर्थ : सोन्यातला हिणकसपणा निघून गेला की, ते उत्तम सोने होते.

३४) जे ते विश्वाळंकाराचे विसुरे । जरी आहाती आनानें आकारें ।

तरी घडले एकेंचि भांगारें । परब्रह्में ।। (ज्ञाने. ६/९८)

अर्थ : जगातील प्राणीरूप अलंकाराचे समुदाय जरी निरनिराळ्या आकाराचे आहेत, तरी ते एक परब्रह्मरूप सोन्याचेच बनलेले आहेत.

३५) **कां स्वरूपें तरी बहुतें आहाती । परी तैसीं सोनीं बहुवें न होती । (ज्ञाने. ६/३९९)**

अर्थ : अलंकार पुष्कळ प्रकारचे असले तरी सोने पुष्कळ प्रकारचे नसते.

३६) **तरी ते पंधरेपण न मैळे । आणि किडाचिया ही अंशा न मिळे ।**
परि जंव असे तयाचेनि मेळें । तंव सांकेंचि म्हणिजे ।। (ज्ञाने. ८/३९)

अर्थ : सोन्याचा उत्तमपणा मळत नसतो आणि ते सोने हिणकसाबरोबर एकजीवही होत नसते पण जोपर्यंत ते उत्तम सोने हिणकसा बरोबर असते तोपर्यंत त्याला हिणकसच म्हटले जाते.

३७) **नातरी सोनयाचा डोंगरू । येसणा न चले हा थोरू ।**
ऐसें म्हणौनि अव्हेरू । करणें घडे ।। (ज्ञाने. ११/६२५)

अर्थ : सोन्याचा डोंगर भेटला असता तो आपल्याला नेता येत नाही म्हणून कोणी त्याचा त्याग करत नाही.

३८) **पैं जे वानी श्यातुका । ते चि वेगळिया वाला येका । (ज्ञाने. १२/२५)**

अर्थ : शंभर तोळे वजनाच्या लगडीचा जो कस असतो तोच कस त्या सोन्यातील वालभर सोन्याचाही असतो.

३९) **जैसी कसवटी सांगे । वानियातें ।। (ज्ञाने. १३/२४३)**

अर्थ : कसवटीवरून सोन्याचा कस समजतो.

४०) **विदळ बहु चोखा । मीनलिया वाला एका ।**
कसु होय पांचिका । जयापरी ।। (ज्ञाने. १३/१००८)

अर्थ : चोख सोन्याला वाल भर जरी डाक दिला तरी त्या सोन्याचा कस कमी होतो.

४१) **जैसा केयुरादिकीं कसु । सुवर्णाचा ।। (ज्ञाने. १३/१०६५)**

अर्थ : निरनिराळ्या अलंकारात सोन्याचा कस एकच असतो. केयूर इ. अलंकारांच्या नाशाने सुवर्णाचा शुद्धपणा नाश पावत नाही.

४२) **अलंकारातें आलें । तरी सोनेपण काइ गेले । (ज्ञाने. १४/१२४)**

अर्थ : सोन्याचे अलंकारात रूपांतर केले तरी सोनेपण नष्ट होत नाही.

४३) **कां मीनले नि कीडें । जंव जंव तूक वाढे ।**
तंव तंव सोनें हीन पडे । पांचिकां कसीं ।। (ज्ञाने. १४/१४१)

अर्थ : सोन्यात हिणकस धातू मिसळला असता त्याचे वजन वाढते पण त्याचा कस कमी होतो.

४४) **कां सुवर्णाहुनि आनें । लेणीं गमती भिन्नें ।**
मग पाहिजे तंव सोनें । आघवेंचि ते ।। (ज्ञाने. १५/३३)

अर्थ : अलंकार सोन्याहून भिन्न भासतात पण थोडा विचार केला तर ते सर्व सोनेच आहे हे समजते.

४५) **कां मिनलेनि किडाळें । वानिभेदासि ये सोळें । (ज्ञाने. १५/३४१)**

अर्थ : हिणकस धातू मिसळल्यामुळेच सोन्याचा कस कमी होतो.

४६) **कां नाना अलंकारदशे । सोने न लपत लपालें असे ।। (ज्ञाने. १५/५५१)**

अर्थ : नाना अलंकारांच्या अवस्थेत सोने न लपविताही लपलेले असते.

४७) **साडेपंधरा मिसळावें । तैं सडें पंधरेंचि होआवें । (ज्ञाने. १५/५६६)**

अर्थ : शुद्ध सोन्याबरोबर एकरूप व्हायला शुद्ध सोनेच हवे.

४८) **कनकीं तुकाचा नाशु । (ज्ञाने. १६/१०७)**

अर्थ : (हिणकस) सोन्याला अग्नीत टाकले की, त्याचे वजन कमी होते.

४९) **परी लेणें उद्यमें की जे । (ज्ञाने. १८/९६)**

अर्थ : दागिने घडवावे लागतात. ते आपोआप निर्माण होत नाहीत.

५०) **सोनें जैसें खाणीं । सुवर्णाचिये ।। (ज्ञाने. १८/५१४)**

अर्थ : सोन्याच्या खाणीला सोने हेच जीवन असते.

५१) **का सुवर्णशुद्धी कसु । सोळावा जैसा ।। (ज्ञाने. १८/९८१)**

अर्थ : सोळा क्रमांकाचा कस हा सोन्याच्या कसाचा अखेर असतो.

५२) **नातरी लेणियांचे ठसे । आटोनि गेलिया मुसे ।**
नामरूप भेंदे जैसें । सांडिजे सोनें । (ज्ञाने. १८/११०९)

अर्थ : मुशीत दागिने आटल्यावर त्याचे नाव, रूप, भेद नष्ट होऊन केवळ सोनेच राहते.

५३) **पैं जेव्हांही असे किडाळ । तेव्हांही सोनेंचि अढळ ।**
परी ते गेलिया केवळ । उरे जैसें ।। (ज्ञाने. १८/११२६)

अर्थ : जेव्हा सोने हिणकस असते तेव्हा ही ते ठामपणे सोनेच असते पण त्यातून हिणकस धातू काढल्यावर ते केवळ सोनेच उरते.

५४) **अलंकारु का सहजें । सोनयातें जेवीं ।। (ज्ञाने. १८/११४९)**

अर्थ : अलंकार सोन्याला भजतो.

५५) **सोनें झांकिलिया सुवर्णें । न झांके जेवीं ।। (ज्ञाने. १८/११७५)**

अर्थ : सोन्याने सोने झाकणे म्हणजे काही न झाकणे होय.

५६) **जैसे कनकेंसी काकणें । असिजे अनन्यपणें । (ज्ञाने. १८/११८२)**

अर्थ : सोन्याच्या बांगड्या सोन्यापासून भिन्न नसतात.

५७) **भांगारापरतें कांही । लेणें गुंजहीभरी नाहीं । (ज्ञाने. १८/११८९)**

अर्थ : अलंकार हा सोन्याहून निराळा असा गुंजभरही नसतो.

५८) **कनकत्व दीक्षा गुरु । लोहा परिसु होय किरु ।**
परी जगा पोसिना व्यवहारु । तें चि जाणें ।। (ज्ञाने. १८/१६४९)

अर्थ : लोखंडाला सुवर्णत्व देणारा गुरू परीस होय पण जगाचे पोषण सोन्याचे होते, परिसाने नव्हे.

५९) **कां सोनियासकट कांति । (अमृ. १/४१)**

अर्थ : सोने व त्याचे तेज काही निराळे असत नाहीत.

६०) **परि सोनेंनसि दुजें । नव्हतु लेणें सोना भजे । (अमृ. १/५२)**

अर्थ : सोने व अलंकार भिन्न असत नाहीत.

६१) **सुवर्ण आणि लेणें । वसते येकें सुवर्णें ।। (अमृ. २/६२)**

अर्थ : सोने आणि अलंकार भिन्न असत नाहीत.

सोने

६२) **किं सोने ले सोनपण । जोड जोडूं ।। (अमृ. ७/१६६)**

अर्थ : सोन्याला सोनेपण अन्य कोणी देत नसते.

मोती–रत्ने

६३) मोतियाची कीळ । होय मोतियावरी पांगूळ । (अमृ. १/५७)
अर्थ : मोत्याचे पाणी मोत्याला सोडून जात नाही.
६४) किळेचें पांघुरण । आपजवी रत्ना कोण । (अमृ. ७/१६६)
अर्थ : रत्नावर कोणी तेजाचे पांघरूण घालत नसतो.

लोखंड

६५) मृते लोहे होती । तें रसरूपें जिती ।। (अमृ. ३/५)
अर्थ : लोखंड नष्ट झाले तरी ते रसरूपात जिवंत असते.

सोने

६६) सोनें सोनेपणा उणें । न येतांचि झालें लेणें ।। (चां. पा. ४)
अर्थ : सोनेपणात कमीपणा न येता ते सोनेच अलंकार होते.
६७) अलंकार येणें नामें । असिजे निखिल हेमें ।। (चां. पा. ११)
अर्थ : अलंकार हे नाव असले तरी ते शुद्ध सोनेच असते.

सोने

६८) सोनिया वरकल सोने जैसा । (चां. पा. ४०)
अर्थ : सोन्याच्या शुद्धतेला सोनेच लागते.
६९) हेम अलंकार अलंकारी हेम । (ज्ञा. सा. चि. गा.)
अर्थ : सुवर्णाचे अलंकार असतात आणि अलंकारात सोने असले तरी त्या सोन्यात भिन्नता नसते.

लोखंड

७०) लोहाचे सायास परिसेंसि फिटले । (ज्ञा. सा. चि. गा. १७६)
अर्थ : परिसाच्या स्पर्शाने लोखंडाचे लोखंडपण नष्ट होते.

नामदेव

रत्ने

१) हिरे जळामधीं भिजतील कधी । (ना. गा. ७५२)
अर्थ : हिरे पाण्यात भिजत नाहीत.
२) परिसाचें महिमान कैसेंनी वाढते । निर्माण नसतें लोहो जरी (ना. गा. १००२)
अर्थ : लोखंड नसते तर परिसाचा मोठेपणा कसा वाढला असता.

सोने

३) सुवर्णाच्या पोटी जाला अलंकारु । वानिति साचारु येकि भला ।। (ना. गा. १००३)
अर्थ : सोन्यापासून निरनिराळे अलंकार केले जातात पण ते सर्व सोने एकच असते.

एकनाथ

परीस

१) **परिसाचें कसवटीवऱ्हें । जें जें लागे तें तें साडेपंधरे । (एक. भा. २/४४८)**

अर्थ : परिसाच्या कसोटीवर लोखंडाचा जो जो तुकडा लागतो तो तो सोने बनतो.

२) **लोहे परिसु झांकिजे । तंव लोहत्वा मुकिजे । (एक. भा. ३/३८६)**

अर्थ : लोखंडाने परीस झाकला म्हणजे लोखंडच लोखंडपणाला मुकते.

३) **जेवीं परिसाचिये मिळणीं । लोह काळेपणीं निर्मुक्त । (एक. भा. ५/४६२)**

अर्थ : परिसाचा स्पर्श झाला की, लोखंडाचा काळेपणा नष्ट होतो.

४) **परीस मानोनि पाषाण । फोडू जातां लोहाचा घण ।**
लागतांचि होय सुवर्ण । (एक. भा. १२/२०६)

अर्थ : परीसाला दगड समजून लोखंडाच्या घणाने तो फोडू जाता त्याचा स्पर्श होताच लोखंडाचे सोने होते.

५) **लोह एकांगे स्पर्शमणी । लागतां सर्वांग होय सुवर्णी । (एक. भा. १४/९३)**

अर्थ : लोखंडाच्या एका बाजूला जरी परिसाचा स्पर्श झाला तरी त्याचे सर्वांग सोन्याचे होते.

सोने – लोखंड इ.

६) **नवी जुनीं म्हणावीं । कैसेनि केवीं सुवर्णसुमने ।। (एक. भा. १/१२३)**

अर्थ : सोन्याच्या फुलांमधल्या काही फुलांना नवी आणि काही फुलांना जुनी असे म्हणता येत नाही.

७) **सुवर्णाचें केलें शुने । तरी सोनेश्वान हो नेंणे तदाकारे असतां । (एक. भा. २/७०४)**

अर्थ : सोन्याचे कुत्रे केले तरी ते सोने कुत्र्याच्या आकारातही कुत्रे होत नसते.

८) **जेवीं कनकेंसी अलंकार । (एक. भा. ७/९८)**

अर्थ : सुवर्ण व त्याचे अलंकार एकरूप असतात.

९) **नाना अलंकार घडिले गुणें । सोनें सोनेपणा नव्हेच उणें । (एक.भा. ११/१०१३)**

अर्थ : सोन्याचे अनेक प्रकारचे अलंकार केले तरी त्याच्या सोनेपणात उणीव येत नाही.

१०) **बहुकाळ ठेविलें सुवर्ण । त्यासी म्हणे कोण कुहजकु । (एक. भा. १३/७७०)**

अर्थ : सोने खूप काळ ठेवले तरी त्याला कुजलेले सोने असे कोणी म्हणत नाही.

११) **कां सुवर्णाचे केलें सुणें । परी ते मोले नव्हेचि उणें । (एक. भा. १३/७७३)**

अर्थ : सोन्याचे कुत्रे केले म्हणून त्याची किंमत कमी होत नाही.

१२) **जे मोल मुकुटींच्या हेमासी । तेचिं मोल सुवर्णश्वानासी । (एक. भा. १३/७७५)**

अर्थ : मुकुटातल्या सोन्याला जे मोल असते तेच मोल सोन्याच्या कुत्र्यालाही असते.

१३) **अलंकार झालेपणें । जेवीं असे निखळ सोने । (एक. भा. २१/२८८)**

अर्थ : अलंकार केले तरी सोने शुद्धच असते.

१४) **जेवी सोन्याचें अलंकार । पाहतां सोंनेचि साचार । (एक. भा. २१/५११)**

अर्थ : सोन्याचे अलंकार असले तरी ते खरे सोनेच असते.

१५) **लेण्याआधीं कनक एक । लेण्याअंती तेंचि आवश्यक ।**
मध्येंही लेणेंरुपे देख । भासे कनक अद्वितीय । (एक. भा. २४/४५८)

अर्थ : सोन्याचे अलंकार करण्याआधी जे सोने होते तेच सोने अलंकार मोडले तरी असते. मध्येही तेच सोने लेणे रूपात असते.

१६) **घडिता मोडितां कांकण । घडमोडी नेणें सुवर्ण । (एक. भा. २९/९५९)**

अर्थ : सोन्याचे काकण करताना वा मोडताना सोन्याला काहीं कळत नाही.

१७) **लोहा परिसा पडतां मिठी । तत्काळ काळिमेसि तुटी । (भा. रा. अरण्य. १५/११४)**

अर्थ : लोखंड व परीस यांचे घर्षण झाले की, लोखंडाचा काळेपणा नष्ट होतो.

१८) **जरी जालें अनर्घ्य रत्न । तें नव्हे शालिग्रामासमान । (भा. रा. अरण्य. १८/८१)**

अर्थ : रत्न मूल्यवान असले तरी ते शालिग्रामासमान होत नाही.

१९) **लोह परिसासीं झगटे । मग काळिमा कैंची भेटे ।। (एक. गा. ८४९/१)**

अर्थ : लोखंड व परीस हे एकमेकांवर घासले की, लोखंडाचा काळेपणा नाहीसा होतो.

२०) **पाठपोट जैसें नाहींच सुवर्ण । (एक. गा. २३५२)**

अर्थ : सोन्याला आतबाहेर असे काहीच नसते, ते सर्वत्र सोनेच असते.

२१) **कनकासवें जैसी कांती । (रू. स्व. १/११)**

अर्थ : सोन्याबरोबर त्याची कांती असते.

२२) **जेवीं सुवर्णाचें केले लेणें । ते सोन्यावेगळें होऊ नेणें ।। (एक. आठ. ग्रं. च. भा. ४५६)**

अर्थ : सोन्याचे अलंकार केले तरी ते अलंकार सोन्याहून निराळे असत नाहीत.

२३) **जैसी कनकावरी कांती । (एक. आठ. ग्रं. अमृ. १२)**

अर्थ : सोने आणि त्याची झळाळी वेगळी करता येत नाही.

२४) **परिस लोहाचें करी सुवर्ण । परी लोहाचा परिस नव्हे जाण ।। (एक. आठ. ग्रं. च. भ. ७३९)**

अर्थ : परिसाच्या स्पर्शाने लोखंडाचे सोने होते परंतु परिसाची शक्ती लोखंडाचे अंगी येत नाही.

२५) **कां चुंबकाचिया वाटा । लोह भंवे न लागता झटा । (एक. आठ. ग्र. चं. भा. ३६९)**

अर्थ : लोहचुंबकाजवळ लोखंड आले की, ते आपोआप फिरू लागते.

रामदास

१) **सुवर्णाचें लाहो कांहीं । सर्वथा होणार नाहीं । (दास. १.४.१२)**

अर्थ : (परिसाच्या स्पर्शाने एकदा का लोखंडाचे सोने झाले की,) त्या सोन्याचे लोखंड कधी होणार नाही.

२) **आळंकार आणि सुवर्ण । तेथें नाहीं भिन्नपण । (दास. ८.२.४४)**

अर्थ : अलंकार आणि सोने यांच्यात भिन्नता नसते.

३) **शिंपीमधील मुक्त उणें । म्हणो नये ।। (दास. ७.१०.४९)**

अर्थ : मोती शिंपामध्ये तयार होतात म्हणून हलके मानू नयेत.

४) **लोहो परीसेसी लागला । (दास. ८.६.४३)**

अर्थ : लोखंड परिसाला लागता क्षणी त्याचे सोन्यात रुपांतर होते.

५) **लोहो सोनें होता माघारी । काळिमा न ये ।। (दास. ८.८.२१)**

अर्थ : लोखंडाचे सोने झाले म्हणजे फिरून त्याला काळेपणा येत नाही.

६) **परीसेंसीं झगटे लोहो जैसा । (रा. क. ओव्या शत. ६/९६)**

अर्थ : लोखंडाला परिसाचा स्पर्श झाला की त्याचे सोने होते.

७) **लोखंडाचें सोनें परिसाच्या योगें । (रा. क. १ स्फु. ओ. ३०४/१)**

अर्थ : परिसाच्या स्पर्शाने लोखंडाचे सोने होते.

८) **मग परिसेसीं झगटता पालटे । लोखंडपण तयाचें ।। (स.ल.का. आत्माराम २/७)**

अर्थ : लोखंड परिसावर घासले की, त्याचे लोखंडपण नाहिसे होते.

९) **परीस लोहाचें कांचन करीं ।**
परी आपणां ऐसें न करी । (स. ल. का. एकवीस समासी १९/८)

अर्थ : परीस लोखंडाचे सोने करतो पण त्या लोखंडाला तो आपले सामर्थ्य देत नाही.

१०) **जैसा लोहो परीसे पालटिला ।**
तो लोखंड नव्हे । (स.ल.का. एकवीससमासी २५/५१)

अर्थ : परिसाने लोखंडाचे सोने केले की, ते लोखंड राहत नाही.

११) **बहुविध रत्न फुटोनियां गेले । संगतीनें केले रुधीराचे । (रा. क. स्फु. ओ. ५४/५)**

अर्थ : रक्ताच्या सहवासाने रत्ने फुटून जातात.

१२) **खाराचे संगती नासे मुक्ताफळ । (राम. कवि. १ स्फु. ओ. ५४/७)**

अर्थ : मीठाचा स्पर्श झाला की, मोती कळाहीन होतो.

१३) **लाखेचें संगती सोनें होये उणें । (राम. कवि. १ स्फु. ओ. ५४/८)**

अर्थ : लाखेच्या संपर्काने सोने हिणकस होते.

१४) **धातुवरी आला मळ । तेणें लोपलें निर्मळ । (स. गा. २११/३)**

अर्थ : धातूवर धूळ बसली की, त्याचे तेज नाहीसे होते.

तुकाराम

१) **परिसा नाहीं हीन कोणी अंग । (तु. गा. २९०)**

अर्थ : परिसाचे कोणतेही अंग हीन असत नाही.

२) **सोने शुद्ध होतें अविट तें घरीं ।**
नासिलें सोनारीं अळंकारी ।। २।। (तु. गा. १४९५)

अर्थ : सोने घरी असते तो पर्यंत ते शुद्ध राहू शकते पण सोनाराच्या घरी गेले ते अशुद्ध होते.

३) **शुद्ध सोनें उजळे अगी ।**
हीन काळें धांवे रंगी ।। (तु. गा. १७५४)

अर्थ : शुद्ध सोनें अग्नीत उजळून निघते पण अशुद्ध धातू काळे पडतात.

४) **लोखंडाचे अंगी लागला परिस ।**
तया आणिकास कैसी सरी ।। (तु. गा. १७८८)

अर्थ : लोखंडाला परिसाचा स्पर्श झाला की, मग त्याची बरोबरी इतरांना करता येत नाही.

५) **परिस चिंतामणि आणिकांचा गुणी ।**
पालटे लागोनि नव्हे तैसा ।। (तु. गा. १७९६)

अर्थ : परीस, चिंतामणी हे इतरांच्या स्पर्शाने बदलत नाहीत, त्यांच्या स्पर्शाने इतरच बदलतात.

६) **लोह लागे परिसा अंगीं ।**
तोही भूषण जाला जगीं ।। (तु. गा. २०५१)

अर्थ : लोखंडाचा स्पर्श परिसाला झाला की, ते जगाला सुवर्ण म्हणून भूषण होते.

७) घनघायें भेटी लोखंड परिसा । (तु. गा. २१४९)

अर्थ : घणाघाताच्या निमित्ताने जरी परिसाची व लोखंडाची भेट झाली तरी लोखंडाचे सोने होते.

८) परिसाचें अंगे सोनें जाला विळा ।
वाकणें या कळा हीन नव्हे ।। (तु. गा. ३३३३)

अर्थ : लोखंडाच्या विळ्याला परिसाचा स्पर्श झाला की, त्याचे सोने होते. मग तो विळा वाकडा असला तरी त्याचे मोल कमी होत नाही.

९) काय लोखंडाचे पाहे गुणदोष ।
सिवोनि परिस सोनें करी ।। (तु. गा. ३३०१)

अर्थ : परीस लोखंडाचे गुणधर्म न पाहता त्याला स्पर्श करून त्याचे सोने करून टाकतो.

१०) हिऱ्या ऐशा गारा दिसती दूरोन । तुका म्हणे घन न भेटें तों ।।४।। (तु. गा. ५५१)

अर्थ : गारगोट्या लांबून हिऱ्याप्रमाणे दिसतात पण घणाची गाठ पडताच त्यांचा खरेपणा स्पष्ट होतो.

११) हिऱ्या ऐसी केवीं गारगोटी ।।१।। (तु. गा. ९०१)

अर्थ : गारगोट्या हिऱ्यासारख्या होत नसतात.

१२) तुका म्हणे तोचि हिरा । घनघायें निवडे पुरा ।।६।। (तु. गा. १७५४)

अर्थ : घणाचे घावात जो टिकतो तो खरा हिरा होय.

१३) तोंवरि तोंवरि शोभतील गारा । जंव नाहीं हिरा प्रकाशला ।। (सार्थ तु. गा. २७८४)

अर्थ : जोपर्यंत हिऱ्याचा प्रकाश पाहिला नाही तो पर्यंतच गारगोट्यांची शोभा असते.

१४) खोट्याचा विकरा ।
येथें नव्हे कांच हिरा ।। (तु. गा. २१८०/१)

अर्थ : रत्नपारखींच्या जगात खोटी काच हिरा म्हणून विकली जात नाही.

१५) सोने अलंकार मिथ्या नांव । (तु. गा. २४२७/४)

अर्थ : अनेक प्रकारचे अलंकार असले तरी सोनं हेच नाव खरे.

१६) पोटींचें उकले कसापाशीं ।। (२७०६/३)

अर्थ : कसोटीच्या दगडावर सोन्याचा पोटातला हिणकसपणा आपोआप कळून येतो.

१७) मुलाम्याचें नाणें । तुका म्हणे नव्हे सोनें ।।५।। (तु. गा. १५६६)

अर्थ : नाण्याला सोन्याचे पाणी दिले म्हणून ते नाणे सोने होत नाही.

१८) काळकुट पितळ सोनें शुद्ध रंग ।
अंगाचेच अंग साक्षी देतें ।। (तु. गा. ३३७)

अर्थ : सोने वा पितळ या दोहोंचाही रंग पिवळा असतो पण कालांतराने पितळ काळे पडते आणि सोने पिवळेच राहते. दोघांची अंगेच त्याची साक्ष देतात.

१९) पितळें तरी सोनें उंच निंच ।। (तु. गा. ३३८९)

अर्थ : पितळ आहे म्हणून सोन्याला मोल आहे.

२०) खापराचे अंगीं घासितां परिस । (तु. गा. ४०५९)

अर्थ : खापरावर परीस घासला तरी त्याचा उपयोग होत नाही.

२१) परिस न झोंबे खापरा । (तु. गा. ४१२२)

अर्थ : खापरावर परीस घासला तरी त्याचा उपयोग होत नाही.

२२) परिसेंसी खापर काय होय । (तु. गा. ४१२४)

अर्थ : खापरला परिसाचा स्पर्श करून उपयोग नसतो.

२३) काय परिसासवें भेटी । खापरखुंटी जालिया ।। (तु. गा. २१९५)

अर्थ : खापराच्या तुकड्याची आणि परिसाची भेट झाली तरी उपयोग होत नाही.

२४) परिसाचे अंगी लाविले खापर । (तु. गा. ३४००)

अर्थ : खापराला परिसाचा स्पर्श केला तरी खापराचा गुणधर्म बदलत नाही.

२५) वाखर घेउनि आलें । त्यासी तरवारेनें हालें ।। (तु. गा. ७८१)

अर्थ : एखादा माणूस हातात वस्तरा घेऊन आला तर त्याला मारण्यासाठी तरवार घेऊन काय करायचे?

२६) नावडे कनक न घडें हें । (तु. गा. ९२०/१)

अर्थ : सोने कुणाला आवडत नाही, असे कधी घडते का ?

नगर

ज्ञानदेव

१) ना तरी नगरांतरीं वसिजे । तरी नागराचि होईजे । (ज्ञाने. १/४१)

अर्थ : खेड्यात राहणारा माणूस नगरात राहिला म्हणजे तो चाणाक्ष होतो.

२) काय करावें गोमटे । वोस नगर ।। (ज्ञाने. ९/४३३)

अर्थ : नगर चांगले असून ओसाड असले तर त्याचा उपयोग नाही.

नम्रता

ज्ञानदेव

१) जैं जगा धाकुटें होइजे । तैं जवळीक माझी ।। (ज्ञाने. ९/३७८)

अर्थ : जगात लहानपणा अंगी घेतला की, परमेश्वराची प्राप्ती होते.

एकनाथ

१) महापूर येतां वृक्ष तेथें जाती । लव्हाळें राहती नवल कैंचें ।। (एक. गा. ३२०४)

अर्थ : महापूर आला असता (ताठ्यामुळे) वृक्ष वाहून जातात पण नम्रतेने लव्हाळे राहतात.

२) वृक्षा फळें येती अपारें । फळ भारें वृक्ष लवे ।। (एक. गा. १०३५/५)

अर्थ : झाडाला खूप फळे आली म्हणजे ते झाड लवते.

३) जैसा जोंधळा कणा चढे । कणभारें क्षिती पडें ।। (एक. गा. ३०३५/४)

अर्थ : जोंधळ्याचे कणीस दाण्याने भरले म्हणजे ते जमिनीकडे लवते.

४) विद्या सार विनीतता । (एक.गा. २५७३/७)

अर्थ : नम्रता हे विद्येचे सार आहे.

५) **मुंगी होनी होती सान । ते स्वयें होती ब्रह्मपूर्ण ।। (एक. आठ. ग्रं. ह. ३३२)**

अर्थ : जे मुंगीपेक्षाही लहान होतात तेच ब्रह्मरूप होतात.

रामदास

१) **लीनता अखंड जयापासी ।**
तेथें ठाव नाहीं क्रोधासी । (स. ल. का. एकवीससमासी १०/१०)

अर्थ : जो सदैव लीनतेने वागतो त्याच्याजवळ क्रोधाची वस्ती नसते.

तुकाराम

१) **पुरे मातलिया नदी । लव्हा नांदे जीवनसंधी ।।**
वृक्ष उन्मळोनि भेदी ।। (तु. गा. १४९२)

अर्थ : नदीला महापूर आला म्हणजे वृक्ष उन्मळून पडतात पण लव्हाळा मात्र वाचतो.

२) **महापुरें झाडें जाती । तेथें लव्हाळे राहाती ।। (तु. गा. १२८३)**

अर्थ : नदीला मोठा पूर आला की, मोठमोठे वृक्षही वाहून जातात पण नम्रतेने लव्हाळ्यासारखे गवतही वाचते.

३) **लवणासारिखे लवण । (तु. गा. २१७५)**

अर्थ : ज्याच्या जवळ जशी नम्रता असेल त्याप्रमाणे देव त्याला मान देतो.

नरक

एकनाथ

१) **नरक तो जाण रे उद्धवा । नित्य अधर्मीं वृत्ती ।। (एक. गा. ३२९३/२२)**

अर्थ : **जिथे नेहमी अधर्म असतो तो नरक होय.**

नशीब

ज्ञानदेव

१) **परी दैव जैसें कवतिकें । काहींचि दैन्य न देखे । (ज्ञाने. ५/९०)**

अर्थ : दैव कौतुकासाठी देखील दारिद्र्य पाहत नाही.

२) **जैसें भाग्याचिये भडसें । उद्यमाचेनि मिसें ।**
मग समृद्धिजात आपैसें । घर रिघे ।। (ज्ञाने. ९/६५४)

अर्थ : भाग्योदय आला की, उद्योगाचे निमित्त होते आणि लक्ष्मी आपोआप घरी येते.

३) **म्हणोनि भाग्य जैं सानकूळ ।**
जालिया केले उद्यम सदां सफळ । (ज्ञाने. १०/१९८)

अर्थ : भाग्य अनुकूल असेल तर केलेले उद्योग सफल होतात.

४) **कां सदैवाचां घरीं । संपत्ति जैसी ।। (ज्ञाने. १३/३४०)**

अर्थ : भाग्यवानाच्या घरी संपत्ती असते.

५) **आधणीं घातलिया हरळ । होती अमृताचे तांदुळ ।**
जरी भुखेची राखे वेळ । जगन्नाथु ।। (ज्ञाने. १५/२३)

अर्थ : भुकेची वेळ भागवावी असे परमेश्वराच्या मनात आले तर आधणात घातलेले खडेही अमृतासारखे अन्न बनतात.

६) **होय अदृष्ट आपैतें । तैं वाळूचि रत्नें परते । (ज्ञाने. १५/२२)**

अर्थ : दैव अनुकूल असेल तर वाळूची रत्ने होतात.

७) **परी सण सुहृद संपत्ती । हें तिन्ही येकी मिळती ।**
जैं भाग्य धरी उन्नती । आपुलां विषीं ।। (ज्ञाने. १७/२६९)

अर्थ : दैव उदयास येते तेव्हा सण, इष्टमित्र, संपत्ती हे सर्व एकत्रित येतात.

८) **काय दैवें न सांपडे । सानुकूळें ।। (ज्ञाने. १८/१३४४)**

अर्थ : दैव अनुकूल असल्यास सर्व गोष्टी प्राप्त होतात.

९) **तरी निधान जोडावया । भाग्य घडे गा धनंजया ।**
परी जोडिलें भोगावया । विपायें होय ।। (ज्ञाने. १८/१४७५)

अर्थ : ठेवा मिळायला भाग्य लागते पण मिळालेला ठेवा भोगण्याचे भाग्य क्वचितच मिळते.

१०) **कां निदैवाच्या घरीं । न राहे लक्ष्मी । (ज्ञाने. ३/१०९)**

अर्थ : दुर्दैवी माणसाच्या घरात लक्ष्मी राहत नाही.

११) **कैसे प्राप्तीचिये वेळें । निदैवा अंधळेपणाचे डोहळे । (ज्ञाने. ६/७३)**

अर्थ : लाभाच्या वेळी दुर्दैवी माणसाला आंधळेपणाचे डोहाळे लागतात.

१२) **नातरी निदैवाचां परिवरीं । लोह्या रुतलिया आहाति सहस्रवरीं ।**
परि तेथ बैसोनि उपवासु करी । कां दरिद्रें जिये ।। (ज्ञाने. ९/५९)

अर्थ : दुर्दैवी माणसाच्या घरात हजारो मोहरा पुरलेल्या असतात पण तो त्यावर बसून उपवास करतो आणि दारिद्र्यात जीवन कंठतो.

१३) **जैसे कल्पतरु तळवटीं । बैसोनि झोळिये पाडी गांठी ।**
मग निदैव निघे किरीटी । दैन्यचि करूं ।। (ज्ञाने. ९/३११)

अर्थ : कल्पवृक्षाच्या खाली बसून दुर्दैवी पुरुष भीक मागण्याच्या झोळीला गाठी मारतो आणि मग तो भीक मागायला निघतो.

१४) **नातरी उदासीनें दैवें । संचकाचीं वैभवें ।**
जेथींचीं तेथ स्वभावें । विलया जाती ।। (ज्ञाने. ११/४१२)

अर्थ : दैव प्रतिकूल झाले तर संचय करणारांचे संग्रह जागच्या जागी नष्ट होतात.

१५) **निदैव्याचें व्यवसाय । (ज्ञाने. १३/५५६)**

अर्थ : दुर्दैवी माणसाचे व्यवहार तोट्यात चालतात.

१६) **आणि बुद्धिही होणारा सारिखी ठाके । (ज्ञाने. ११/४०२)**

अर्थ : जे घडणार असेल त्याप्रमाणे बुद्धी होते.

१७) **म्हणौनि भोग्य तें त्रिशुद्धी न चुके । (ज्ञाने. ११/४०२)**

अर्थ : जे भोगायचे आहे ते कधी चुकत नाही.

१८) अभ्रछायेचिया जोडी । निदैवु घर मोडी । (ज्ञाने. १६/२२८)

अर्थ : ढगांची सावली मिळाली म्हणून दुर्दैवी माणूस घर मोडतो.

१९) कां कुमुहूर्तीं दुर्योग । एकवटतीं ।। (ज्ञाने. १६/२५८)

अर्थ : वाईट मुहूर्तावर सर्व कुयोग एकत्रित होतात.

२०) वाढती आशा जैशी कोरडी । निदैवाची । (ज्ञाने. १५/२८१)

अर्थ : दुर्दैवी पुरुषाची पोकळ आशा वाढत असते.

२१) चालतयाही मार्गु सांडे । (ज्ञाने. १७/३९५)

अर्थ : वाट परिचित असणारा माणूसही प्रसंगी वाट चुकतो.

२२) पारखिया अखेंर पडे । (ज्ञाने. १७/३९५)

अर्थ : एखाद्या वेळी परीक्षकही चुकतो.

२३) का ललाटींचें लिहिलें । न मोडेगा कांहीं केलें ।। (ज्ञाने. १८/१०२)

अर्थ : नशीबात जे असते ते काही केल्या चुकत नाही.

२४) आपण लाविजे टिळा । म्हणोनि पुसों ये वेळोवेळा ।
मा घाली फेडी निडळा । कां करूं ये गा ।। (ज्ञाने. १८/२२३)

अर्थ : आपण लावलेले गंध आपल्याला वारंवार पुसता येते पण कपाळावर लिहिलेले पुसता येत नाही.

२५) कां अदृष्ट जालिया उदासु । पालटे श्रीमंताचा विलासु । (ज्ञाने. १८/४९६)

अर्थ : दैव प्रतिकूल झाले की, श्रीमंतीचा डौल नाहीसा होतो.

२६) नाना निधानचि निदैवा । होय कोळसयाचा उडवा । (ज्ञाने. १८/७२५)

अर्थ : दुर्दैवी पुरुषाला पुरलेले द्रव्यही कोळशाचा ढीग होतो.

२७) हे असो जैसें दैन्यातें । दुर्भगत्व ।। (ज्ञाने. १८/१३९०)

अर्थ : दुर्भाग्य वाईट परिस्थितीला जन्म देते.

२८) बैलावरी शास्त्र । बांधलें आहे ।। (ज्ञाने. १३/५३२)

अर्थ : बैलाच्या पाठीवर पोथ्या बांधल्यातरी बैलाला त्याची जाणीव नसते.

२९) बैल तेथें करबाडें । हें न चुके गा फुडें ।
नेइंजो कां वऱ्हाडें । समर्थाचेनी ।। (ज्ञाने. १४/२४०)

अर्थ : बैल श्रीमंताचे वऱ्हाड नेत असला तरी त्याच्या नशिबाचा कडबा चुकत नाही.

नामदेव

१) नामा म्हणे जाण प्रारब्ध कारण । (ना. गा. ४१२)

अर्थ : सर्व गोष्टी नशिबाच्या आधीन असतात.

२) प्रारब्धाचा भोग सुटेना कोणासीं । केली जैसीं तैसीं घ्यावी फळें ।। (ना. गा. ४६४)

अर्थ : नशिबाचा भोग कुणाला चुकत नाही. जसे कर्म असेल तसे फळ भोगावे लागते.

३) परी तें होणार कदापि चुकेना । (ना. गा. ४७९)

अर्थ : जे घडणार असते ते कदापी चुकत नाही.

४) पंथी पडिला पायां लागे चिंतामणी । पाषाण म्हणउनि उपेक्षिला ।। (ना. गा. ७८०)

अर्थ : रस्त्यात पडलेल्या चिंतामणीची पायाला ठेच लागली तरी तो दगड म्हणून त्याची उपेक्षा होते.

५) **कामधेनु घरीं असे प्रसवली । ते विकावया नेली दैवहतें ।। (ना. गा. ७८०)**

अर्थ : दुर्दैवी माणसाच्या घरी कामधेनू व्याली तरी दुर्दैवाने तिला विकायला नेली जाते.

६) **कर्मरेखा टळेना । (ना. गा. १२३१)**

अर्थ : नशीब टाळता येत नाही.

७) **ढोर म्हणती आम्हा हाकारलास ।**
वारुवा सरसे खाऊं घास । (ना. गा. १०६२)

अर्थ : बैल म्हणतात आम्हाला गाडी ओढायला सांगता तर घोड्यासारखा चारा द्या.

८) **प्रारब्ध कोणासी टळेना । (ना. गा. १२३१)**

अर्थ : नशीब कोणाला टाळता येत नाही.

९) **प्रारब्धाची गति चुकवेना । (ना. गा. १२३२)**

अर्थ : नशिबाचा मार्ग चुकविता येत नाही.

एकनाथ

१) **जेवीं का निर्दैवाहातीं । कनक पडलें तें होय माती । (एक. भा. ११/५४१)**

अर्थ : निदैवी माणसाच्या हातात सोने आले तर त्याची माती होते.

२) **होणारासारिखी बुद्धि । (भा. रा. बा. १/५५)**

अर्थ : जे पुढे घडणार असते त्याप्रमाणे माणसाला बुद्धी होते.

३) **दैवानुसार बुद्धी होये । (भा. रा. युद्ध. ६४/७८)**

अर्थ : दैवानुसार बुद्धी होत असते.

४) **जी जी संचिती लिहिलीसे रेखा**
ती तो ब्रह्मादिकां न चुकेचि ।। (एक. गा. २८२२/३)

अर्थ : जे नशिबात लिहिलेले असते, ते ब्रह्मदेवालाही चुकविता येत नाही.

रामदास

१) **प्राप्ताऐसीं फळें जाणा । (दास. ६.६.४५)**

अर्थ : प्रारब्धाप्रमाणे फळे मिळतात.

तुकाराम

१) **भाडेकरी वाहे पाठीवरी भार ।**
अंतरीचे सार लाभ नाहीं ।। (तु. गा. ६७)

अर्थ : ओझेकरी पाठीवर ओझे वाहतो. म्हणून त्यास गाठोड्यातील वस्तूचा वाटा मिळत नाही.

२) **तुका म्हणे मेवा ।**
कैचा वेठीच्या निर्दैवां ।। (तु. गा. २३९९)

अर्थ : हमालाच्या डोक्यावर मिठाईचे ओझे दिले तरी त्याला त्याचा उपयोग नसतो.

३) **ओझें पाठी खरा चंदनाचें । (तु. गा. २७२९)**

अर्थ : गाढवाच्या पाठीवर चंदनाचे ओझे असले तरी गाढवाला त्याचा फायदा नसतो.

४) **साकरेच्या गोण्या बैलाचिये पाठीं ।**
तयासी सेवटीं करबाडें ।। (तु. गा. ३०७०)

अर्थ : बैलाच्या पाठीवर साखरेच्या गोण्या असल्या तरी बैलाला कडबाच खायला मिळतो.

५) **मालाचे पैं पेटे वाहाताती उंटे ।**
तयालागी कांटे भक्षावया ।। (तु. गा. ३०७०)

अर्थ : उंटाच्या पाठीवरून मालाचे पेटारे वाहतात. पण उंटाला मात्र काटेरी वृक्षाची पानेच खावी लागतात.

६) **आलिया भोगासी असावें सादर ।**
देवावरी भार घालूं नये ।। (तु. गा. २३९६)

अर्थ : प्रारब्धानुसार जे वाट्याला आले, ते देवावर भार न टाकता भोगायला तयार असावे.

७) **भोग तो न घडे संचितावांचूनि । (तु. गा. २३९७)**

अर्थ : प्रारब्धानुसार जी सुखदु:खे वाट्याला येतात ती भोगावीच लागतात.

८) **भाग्याविण कैचें फळ । (तु. गा. ३१९४)**

अर्थ : भाग्याशिवाय फळ मिळत नाही.

नाणी

ज्ञानदेव

१) **जैसे कां कुडे नाणें । खऱ्याचेनि सारखेपणें ।**
डोळ्याचेंहि देखणें । संशयीं घाली ।। (ज्ञाने. ४/८६)

अर्थ : खोटे नाणे खऱ्यासारखे दिसत असल्याने ते डोळसालाही भ्रमात पाडते.

नातेसंबंध

एकनाथ

१) **जेष्ठ बंधु सद्गुरू परम । जेष्ठ बंधू पित्यासम ।। (भा. रा. अयोध्या ८/८)**

अर्थ : जेष्ठ भाऊ सद्गुरूप्रमाणे, पित्याप्रमाणे असतो.

निद्रा

ज्ञानदेव

१) **नातरी निद जातखेंवो । पावे आपुला ठावो ।। (अमृ. १/६३)**

अर्थ : निद्रा जाताच झोपलेला पुरुष जागा होतो.

२) **नीद मरोनि जागरें । जिइजे निदें ।। (अमृ. ३/६)**

अर्थ : निद्रा संपून गेली तरी ती जागृती रुपात जिवंत असते.

३) **नीद साधोनि जागरें । नांदिजे जेवि ।। (अमृ. ४/१)**

अर्थ : निद्रोचा नाश करून जागृती नांदते.

नियमितपणा

रामदास

१) **नेमकाचा संग भाग्याचा उदयो । (रा. क. १. स्फु. ओ. २३२/५)**

अर्थ : नियमितपणाने भाग्य उदयाला येते.

२) **बंधनेंवीण जो प्राणी । त्याच्या संसाराची घाणी । (स. ल. का. सहासमासी ३/९)**

अर्थ : नियमांशिवाय असलेल्या मनुष्याच्या संसाराचे वाटोळे होते.

निश्चय

रामदास

१) **निश्चयेंविण सर्व कांही । अणुमात्र तें प्रमाण नाहीं । (दास. ५.१०.२४)**

अर्थ : निश्चयाशिवाय कोणतीही गोष्ट थोडीसुद्धा खरी मानता येत नाही.

२) **निश्चयेंविण जें बोलणें । तें अवघें चि कंटाळवाणें । (दास. ५.१०.२५)**

अर्थ : निश्चयाशिवाय असणारे बोलणे कंटाळवाणे असते.

३) **आत्मबुद्धि निश्चयाची । ते चि दशा मोक्षश्रीची । (दास. ५.१०३८)**

अर्थ : निश्चयाची आत्मबुद्धी ही मोक्ष व लक्ष्मीची स्थिती होय.

नीती

ज्ञानदेव

१) **कीं महावनीं पापिये । उघडी केली विपायें ।**
ते नेसविल्या वीण न पाहे । शिष्टु जैसा ।। (ज्ञाने. १६/१४४)

अर्थ : अरण्यात एखाद्या पाप्याने स्त्रीला नग्न केली असेल तर सभ्य माणूस तिला नेसायला वस्त्र दिल्याशिवाय तिच्याकडे पाहात नाही.

२) **कां जयाचें ठेविलें तया । देऊनि होइजे उतराइया । (ज्ञाने. १७/२७६)**

अर्थ : ज्याची ठेव आपल्यापाशी असेल ती त्यास परत देऊन उतराई व्हावे.

३) **न फेडितां ऋण जैसें । वोसंडीना ।। (ज्ञाने. १८/१०३)**

अर्थ : घेतलेले कर्ज फेडल्याशिवाय सुटका नसते.

नामदेव

१) **अंगिकारावरी अव्हेराची मात । नव्हें हें उचित देवराया ।। (ना. गा. १३)**

अर्थ : देवा ! एकदा का अंगिकार केला की, तुम्ही त्याचा त्याग करणे योग्य नाही.

२) **शरणागताला नेदी काळाचिये हातीं । (ना. गा. ९८)**

अर्थ : देव शरणागताला काळाच्या हाती देत नाही.

३) शरणागत मारी ऐसा कोण थोर । (ना. गा. १२९)

अर्थ : शरण आलेल्यांना मारतो असा कोण मोठा आहे ?

४) विषय देखोनि उदास । (ना. गा. १०५५)

अर्थ : विषयापासून मनाने दूर जाणे हा संन्यास होय.

५) संग खोटा परनारीचा । (ना. गा. ११०७)

अर्थ : परस्त्रीचा संग खोटा असतो.

६) पाहा परदारा जननिये समान । (ना. गा. १११०)

अर्थ : परस्त्रीला मातेसमान समजावे.

७) परद्रव्य पाषाण म्हणोनि मानीं । (ना. गा. १११०)

अर्थ : दुसऱ्याचे धन दगडाप्रमाणे मानावे.

८) परसुखें संतोष धरी जो मानसी ।
जरी तुज परलोकासीं जाणें आहे ।। (ना. गा. १११०)

अर्थ : परलोकात जाण्यासाठी दुसऱ्याच्या सुखात सुख मानावे हा मार्ग आहे.

एकनाथ

१) इतर स्त्रिया मातेसमान । (एक. भा. ५/२२६)

अर्थ : पत्नीशिवाय इतर स्त्रिया मातेसमान मानल्या पाहिजेत.

२) मूळ नाशासि जीविता । कनक आणि योषिता । (एक. भा. ८/११९)

अर्थ : जीवनाच्या नाशाचे मूळ म्हणजे सोने व स्त्री होय.

३) परदारा अभिलाषिती । ते अवश्य नरका जाती । (एक. भा. २६/१४२)

अर्थ : जे दुसऱ्याच्या स्त्रीची इच्छा करतात ते अवश्य नरकात जातात.

४) लटिका तरी शरणागत । याचा करूं नये घात । (भा. रा. किष्किं ८/५१)

अर्थ : शरण येण्यात ढोंगीपणा असला तरी त्याला मारू नये.

५) जों जों येईल शरण । त्यासी येवों न द्यावें मरण । (भा. रा. सुंदर ३१/८)

अर्थ : जो शरण येईल त्याला मारू नये.

६) शरणागतापासाव मरण । आम्हांसी सर्वथा नाहीं जाण । (भा. रा. सुंदर ३८/५)

अर्थ : शरण आलेल्यास मरण देणे आम्हास माहीत नाही.

७) शरणांगता नाहीं मरण । (भा. रा. युद्ध ९६/७४)

अर्थ : शरणागताला मरण देऊ नये.

८) पळता आपण नये मारू । (भा. रा. युद्ध. ५१/८)

अर्थ : रणांगणातून पळणाराला मारू नये.

९) विमुख मारितां वीर । मारी तया पाप अपार । (भा. रा. उत्तर ८/९)

अर्थ : वीराची पाठ वळली असता त्याला मारणारास अपार पाप लागते.

१०) आंगी बळ आहे संपूर्ण । स्त्री मारणें पुरुषार्थ कोण । (भा. रा. अयो. ६/१४०)

अर्थ : अंगात बळ असले तरी स्त्रीला माण्यात पुरुषार्थ नसतो.

११) करू नये स्त्रियेचा घात । हा मुख्यत्वे शास्त्रार्थ । (भा. रा. अरण्य ९/४८)

अर्थ : स्त्रियांचा घात करू नये असा शास्त्रार्थ आहे.

१२) जेणें स्त्रियेसी दंडणे । त्यासी वीरू कोण म्हणणे ।। (भा. रा. युद्ध. ५८/१५२)

अर्थ : जो स्त्रियांना मारतो त्यांना कोणी वीर म्हणत नाही.

१३) परदारागामी नर । त्याचा भार अति दुर्धर । (भा. रा. युद्ध ७२/७४)

अर्थ : परस्त्रियांकडे जाणाऱ्या पुरुषांचा भार फार वाईट असतो.

१४) मातृगामी परदारा भोक्ता । (भा. रा. सुंदर ८/६८)

अर्थ : परस्त्री भोगणारा पुरुष मातृगामी मानला जातो.

१५) करितां परदारेची चोरी । गेलें आयुष्य यशकीर्ति श्री । (भा. रा. अरण्य १८/१३३)

अर्थ : परस्त्री पळवून नेली तर आयुष्य, यश, कीर्ति, व धन नष्ट होते.

१६) परदारादि हरण । तें पाप अति दारुण । (भा. रा. सुंदर ४२/९०)

अर्थ : परदारादिकांचे हरण करणे हे मोठे पाप होय.

१७) परदारा अभिलाषण । तेथ मरण सहजची ।। (भा. रा. युद्ध ३८/५९)

अर्थ : जो परस्त्रीची अभिलाषा करतो त्याला सहज मरण येते.

१८) जो अभिलाषी परनारी । पतिव्रता त्याही वरी ।
त्यासी ठाव नेदी धरित्री । पचे अघोरी कल्पकोटी ।। (भा. रा. युद्ध ७२/७२)

अर्थ : जो परस्त्रीची इच्छा करतो त्यातून ती जर पतिव्रता असली तर भूमी त्याला ठाव देत नाही. उलट तो अघोरी नरकात कित्येक कोटी वर्षे पिचत पडतो.

१९) परदारा तें तव माता । (भा. रा. सुंदर. ८/६८)

अर्थ : परस्त्री ही माता होय.

२०) जेथ कपट तेथ सर्वनाश । (भा. रा. युद्ध ३/२०)

अर्थ : जिथे कपट असते तिथे सर्वनाश असतो.

२१) सेवक सबळ स्वामी निर्बळ । ते स्वामित्व समूळ विकळ । (भा. रा. किष्किं १/५२)

अर्थ : जिथे स्वामी दुबळे आणि सेवक बलवंत असतात तिथे स्वामित्व विकलांग होते.

२२) लहान मत्स्या मत्स्य आकळी । (भा. रा. अरण्य ११/१०)

अर्थ : लहान माशाला मोठा मासा गिळतो.

२३) पुढिलासी करू जाता छळण । छळितांचि छळे आपण । (भा. रा. अरण्य २/४६)

अर्थ : दुसऱ्याला छळणारा माणूस छळणाऱ्यांकडून छळला जातो.

२४) करू नये स्त्रियेच्या घाता । उपेक्षु नये निज माता ।
मूर्ख म्हणो नये पिता । जऱ्ही तत्त्वतां सपंडित ।
गो ब्राह्मण स्त्री बंधू । वधा योग्य केला अपराधु । तऱ्ही करू नये वधू ।
तूं भरत प्रसिद्धु विवेकी ।। (भा. रा. असो. ११/९२-)

अर्थ : स्त्रीचा वध करू नये. आईची अवहेलना करू नये. जरी स्वत: पंडित असला तरी पित्याला मूर्ख म्हणू नये. गो-ब्राह्मण, स्त्री, बंधू यांनी वधयोग्य अपराध केला असला तरी त्याचा वध करू नये.

२५) परद्रव्य परनारी । यांचा विटाळ मनें धरी ।। (एक. गा. ३०८२/२)

अर्थ : परद्रव्य आणि परस्त्री यांच्यापासून मनाने दूर असावे.

२६) **मेलियासीच मारणें । (रु. स्व. १३/२१)**

अर्थ : मेलेल्या माणसाला मारू नये.

२७) **ज्यांची द्रव्य दारा आसक्ती । (एक. आठ. ग्रं. ह. २७५)**

अर्थ : ज्यांना परद्रव्य व परनारी यांची आसक्ती असते त्यांना आत्मदर्शन होत नाही.

रामदास

१) **दुर्जन सांपडोन सोडावे । परोपकार करूनी ।। (दास. ११.५.१०)**

अर्थ : दुर्जनाला शोधून त्याच्यावर परोपकार करावे आणि त्याला सोडून द्यावे.

२) **दुःख दुसऱ्याचें जाणावें । (दास. ११.५.१४)**

अर्थ : दुसऱ्याचे दुःख जाणावे.

३) **परपीडेवरी नसावें । अंतःकरण ।। (दास. ११.५.१९)**

अर्थ : दुसऱ्याला दुःख देण्याचा विचार मनात करू नये.

४) **द्रव्य दारा पाहों नये । आळकेपणें ।। (दास. १४.१.५)**

अर्थ : अभिलाषा बुद्धीने दुसऱ्याच्या द्रव्याकडे व स्त्रीकडे पाहू नये.

५) **परोपकार सांडू नये । परपीडा करू नये । (दास. १४.१.४४)**

अर्थ : परोपकार करण्याचे सोडू नये. कोणालाही त्रास देऊ नये.

६) **नको वोखटी वेळ ते वैरियांसी । (रास. क. १ युद्ध. २/३०)**

अर्थ : शत्रुवरदेखील वाईट वेळ येऊ नये.

७) **निमाल्यावरी वैर कां हो करावें । (रास. क. १ युद्ध १०.९)**

अर्थ : माणूस मेल्यावर त्याच्याशी वैर करू नये.

८) **त्यजिं परवनितेचा लोभ हा अंतरींचा । (करुणा. धा. स. १५४/३५)**

अर्थ : परस्त्रीची मनातली अभिलाषा सोडून द्यावी.

९) **कांचनाचे ध्यान परस्त्री चिंतन । (रास. गा. ५६२)**

अर्थ : परस्त्रीचे चिंतन व सोन्याचे ध्यान या उभय गोष्टी पुन्हा पुन्हा जन्मास कारण होतात.

१०) **परस्त्री सुंदर जाली म्हणुनी बळेच भोगावी । (स. गा. १५०८/४)**

अर्थ : दुसऱ्याची स्त्री सुंदर आहे म्हणून ती बळेच भोगायची नसते.

११) **सखा मित्र जाला म्हणुनी बाईल मागावी । (स. गा. १५०८/४)**

अर्थ : मित्र झाला म्हणून त्याची पत्नी मागायची नसते.

१२) **व्याजबट्टा घेतो म्हणूनी मुदलचि बुडवावें । (स. गा. १५०८/२)**

अर्थ : सावकार व्याज घेतो म्हणून त्याचे मुद्दल बुडवायचे नसते.

१३) **परद्रव्य आणीक कांता परावी । (म. श्लो. १०३)**

अर्थ : परद्रव्य आणि परस्त्री यांचा मनाने त्याग करावा.

तुकाराम

१) **चाकरीवांचून । खाणें अनुचित वेतन ।। (तु. गा. २२१३)**

अर्थ : कामाशिवाय धन्याचा पैसा खाणे योग्य नाही.

२) **परधनीं बाटों नेदीं मन । (तु. गा. ४५०)**

अर्थ : दुसऱ्याच्या संपत्तीवर डोळा ठेवून मन बाटवू नये.

३) **बुरा धन नष्ट मेळवीं परद्वार जो करी । (तु. गा. २३१२)**

अर्थ : पैसे मिळवून जो परदारागमनास जातो तो वाईट समजावा.

४) **माहार मातेच पणीं भरे । (तु. गा. २२९३)**

अर्थ : मातृगमनाचा पण करणारा महार समजावा.

५) **पराविया नारी माउली समान । (तु. गा. ६१)**

अर्थ : परस्त्री मातेसमान मानली पाहिजे.

६) **पराविया नारी रखुमाईसमान । (तु. गा. ५२४)**

अर्थ : परस्त्री रुक्मिणीसमान मानली पाहिजे.

७) **परद्रव्य परनारी । यांचा धरीं विटाळ । (तु. गा. ५७५)**

अर्थ : परद्रव्य आणि परनारी यांची अभिलाषा करू नये.

८) **विटाळ तो परद्रव्य परनारी ।**
येथुनि जो दुरी तो सोवळा ।। (तु. गा. ९८९)

अर्थ : परद्रव्य आणि परनारी यांचा जो विटाळ मानतो तोच खरा सोवळा होय.

९) **परद्रव्य परनारी । जाली विषाचिये परी ।। (तु. गा. २७०८)**

अर्थ : दुसऱ्याचे धन आणि स्त्री विषासमान मानावी.

१०) **परनारी मज रखुमाईसमान ।**
वमनाहूनि धन नीच मानीं ।। (तु. गा. २९४८)

अर्थ : परनारी ही रखुमाईप्रमाणे आणि धन ओकाप्रमाणे वाईट मानावे.

११) **दासीचा जो संग करी । त्याचें पूर्वज नर्काद्वारीं ।। (तु. गा. ४२६८)**

अर्थ : जो दासीबरोबर संग करतो त्याचे पूर्वज नरकाला जातात.

१२) **कन्येचा जे नर करिती विकरा ।**
ते जाती अघोरा नरकपाता ।। (तु. गा. ३०६५)

अर्थ : जी माणसे मुलीचा पैसा घेऊन तिचे लग्न करतात ती घोर नरकाला जातात.

१३) **शरण आले त्यासीं जतन जीवें । (तु. गा. ३१८१)**

अर्थ : शरण आलेल्यास जीवदान द्यावे.

१४) **न करावा द्वेष भूतांचा मत्सर । (तु. गा. ३३९३)**

अर्थ : प्राणिमात्रांचा द्वेष वा मत्सर करू नये.

१५) **तुका म्हणे चित्त । शुद्ध करावें हें नित ।। (तु. गा. १४६५)**

अर्थ : चित्त शुद्ध असणे हीच खरी नीती होय.

पशु-पक्षी

ज्ञानदेव

१) **जैसा कां हिरवे चारीं । भांबावे पशु ।। (ज्ञाने. १३/११८)**

अर्थ : हिरवा चारा पाहिला की, जनावरे भांबावून जातात.

२) **म्हणाल हिरवे चारीं गुरूं । विसरे मागील मोहर धरूं । (ज्ञाने. १३/३१४)**

अर्थ : हिरव्या चाऱ्यात जनावर शिरले असता ते घराकडे येण्याची वाट विसरते.

३) **कां वांकडिया ढोरें बैसलीं । (ज्ञाने. १३/५६५)**

अर्थ : झडीच्या पावसात बसलेली गुरे काही केल्या उठत नाहीत.

४) **आघवांचि विषयीं भादी । परि सांजवणी टेंकों नेदी ।**
ते खुरतोडी नुसधी । पोषी कवण ।। (ज्ञाने. १३/६३७)

अर्थ : सर्व गोष्टीत उत्तम पण सायंकाळी दूध काढायच्या वेळी लाथ मारणाऱ्या गाईला कोणी पोसत नाही.

५) **मोकाटु कोणां नातुडे । (ज्ञाने. १३/६९९)**

अर्थ : मोकाट जनावर कोणाला सापडत नाही.

गाढव

६) **खरी टेंको नेदी उडे । लातौनि फोडी नाकाडें ।**
तऱ्ही जेंवी न काढे । माघौता खरु ।। (ज्ञाने. १३/७०५)

अर्थ : गाढव जवळ आला तर गाढवीण त्याला जवळ करीत नाही. उलट ती लाथा मारून त्याचे नाकाड ठेचते पण काही झाले तरी गाढव तिथून परतत नाही.

७) **पशुपक्षिविवाहीं । जोशी कामापरौता नाहीं । (ज्ञाने. १७/१८९)**

अर्थ : पशु पक्ष्यांच्या विवाहात कामाशिवाय दुसरा जोशी नसतो.

गाय

८) **वत्स धालयाही वरी । धेनु न वचावी दुरी । (ज्ञाने. १८/७८)**

अर्थ : वासरू तृप्त झाले तरी गाय दूर जावी असे वासरास वाटत नाही.

९) **पाहें पां दुभतेयाचिया आशा । जगचि धेनूसि करीताहे फांसा ।**
परि दोरेंवीण कैसा । वत्साचा बळी ।। (ज्ञाने. ७/१२०)

अर्थ : दुधाच्या आशेने लोक गाईला भाला बांधतात पण भाल्याशिवायच वासराला दूध मिळते.

१०) **अहो तान्ह्याची लागे झटें । तरी अधिकचि पान्हा फुटें । (ज्ञाने.९/१८)**

अर्थ : वासरूं गाईला ढुसण्या देऊ लागले तर तिला अधिकच पान्हा फुटतो.

११) **अहो वांसरूं देखिलियाचि साठीं । धेनु खडबडोनि मोहें उठी ।**
मग स्तनमुखाचिये भेटीं । काय पान्हा न ये ।। (ज्ञाने. ११/४०)

अर्थ : वासराला पाहताक्षणीच गाय प्रेमाने खडबडून उभी राहते. मग तिच्या स्तनांची व वासराची गाठ पडताच तिला पान्हा येणार नाही काय?

१२) **नाना गाय चरे डोंगरीं । परि चित्त बांधिलें वत्सें घरीं । (ज्ञाने. ११/६३४)**

अर्थ : गाय डोंगरावर चरत असली तरी तिचा जीव घरी बांधलेल्या वासराकडे असतो.

१३) **खडाणे आला पान्हा । पळवी जेवीं अर्जुना । (ज्ञाने. १३/२०४)**

अर्थ : खोडकर गाय आपला पान्हा चोरते.

१४) **वत्सावरूनि धेनूचें । स्नेह राना न वचे । (ज्ञाने. १३/४८६)**

अर्थ : गाय रानात गेली तरी तिचे वासरावरचे प्रेम रानात जात नाही. ते घरच्या वासरावर असते.

१५) **कां चिखलीं रुतली गाये । धड भाकड न पाहे ।। (ज्ञाने. १६/१४२)**

अर्थ : चिखलात रूतलेली गाय दुधाळ आहे की, भाकड आहे हे पाहू नये.

१६) **धर्मधेनु खुरपें । सुटले जैसें ।। (ज्ञाने. १६/३२९)**

अर्थ : देवासाठी सोडलेली गाय वाटेल तिकडे चरत असते.

१७) **जैं वांसरूंचि गाय दुहे । तैं वेळु कायसा ।। (ज्ञाने. १८/८४)**

अर्थ : वासरूच स्तनाला लागल्यावर पान्हा सोडायला गायीला वेळ लागतो काय?

१८) **सांडूनि दुधाची टकळी । गोंवारी गांवधनें वेंटाळी । (ज्ञाने. १८/१७४)**

अर्थ : गुराखी दुधाची इच्छा सोडून गायी राखतो.

१९) **का धेनु दुवाड शिंग । (ज्ञाने. १८/१८७)**

अर्थ : गाय मारकी असल्यामुळे नकोशी वाटते.

२०) **वांचूनि मुखालागीं वाळावी । गायचि सगळी । (ज्ञाने. १८/२०३)**

अर्थ : गाईचे मुख अपवित्र असते म्हणून गाईचाच त्याग करायचा नसतो.

२१) **परी वत्साचेनि वोरसें । दुभतें होय घरोद्देशें । (ज्ञाने. १८/१४६७)**

अर्थ : गाय वासराच्या स्नेहाने पान्हा सोडते पण दूध घरादाराला उपयोगी पडते.

२२) **गाय धड जोडे गोमटी । ते तैंचि पिवों ये किरीटी ।**
जैं जाणिजे हातवटी । सांजवणीची ।। (ज्ञाने. १८/१४८३)

अर्थ : चांगली गाय मिळाली असता तिची धार काढण्याची हातवटी माहीत असेल तरच दूध पिता येते.

२३) **होय वोहाहूनि वत्स काढितां । (ज्ञाने. १८/७८५)**

अर्थ : कासेपासून वासरू दूर करताना दु:ख होते.

बैल (पोळ)

२४) **वसो जैसा मोकाटु । (ज्ञाने. १३/६९७)**

अर्थ : सोडलेला पोळ वाढेल तसा हिंडत असतो.

२५) **नाना वसो घातला चारूं । (ज्ञाने. १७/२८१)**

अर्थ : पोळ चरायला सोडला असता उपयोग नसतो.

म्हैस

२६) **जैसें कां उपहितां । म्हैसी खाय ।। (ज्ञाने. १७/१५४)**

अर्थ : म्हैस आंबलेले अंबोण खाते.

शेळी

२७) **मग शेळियेचेनि तोंडे । सैंघ चारी ।। (ज्ञाने. १४/२२९)**

अर्थ : (मग) तो शेळी प्रमाणे इंद्रियांना चांगले वाईट विषय चारतो.

२८) **जैसें चरणे शेळियेचें । (ज्ञाने. १६/२८८)**

अर्थ : शेळीच्या चरण्याला घरबंध नसतो.

२९) **कां आयुष्य जातिये वेळे । शेळिये सातवेउळि मिळे । (ज्ञाने. १६/२५९)**

अर्थ : शेळीचे मरण जवळ आले म्हणजे सात नाग्यांची इंगळी चावण्याचा योग येतो.

३०) **अथवा गळस्तन । शेळियेचे ।। (ज्ञाने. १८/५७७)**

अर्थ : शेळीच्या गळ्याला असलेल्या स्तनांचा उपयोग नसतो.

कुत्रा

३१) **जैसें पोटालागीं सुणें । उघडें झांकलें न म्हणे । (ज्ञाने. १३/६७९)**

अर्थ : पोटासाठी कुत्रे हे झाकलेले आहे की, हे उघडे आहे याचा विचार करीत नसते.

३२) **एया ग्रामकुलाचां ठायीं । जैसा मिळणी ठावो अठावो नाहीं । (ज्ञाने. १३/६८०)**

अर्थ : कुत्र्याला स्त्री संगाच्या बाबतीत योग्य अयोग्य जागेचा विचार नसतो.

३३) **वोढळितां लाविलें । तें तैसेंच कानं पूंस वोलें ।**
कीं पुढती वोटाळूं आलें । सुणें जैसें ।। (ज्ञाने. १३/७२९)

अर्थ : ओढाळ कुत्र्याला शिक्षा म्हणून कान शेपूट कापून घराबाहेर हाकलले तरी ते ओल्या जखमांसह घरात येते.

उंदीर

३४) **पाहीं सोनें चोरितां उंदिरु । न म्हणे थरूविथरू । (ज्ञाने. १८/५५४)**

अर्थ : सोने चोरून नेणारा उंदीर ते चांगले वाईट असे काही म्हणत नाही.

३५) **एका कणालागीं उंदिरु । आसका उपसे डोंगरू । (ज्ञाने. १८/६०७)**

अर्थ : धान्याच्या एका कणासाठी उंदीर डोंगर पोखरतो.

मांजर

३६) **पैं मोहाचेनि सांगडें । लासी पिलें घरी तोंडे ।**
तेथ दातांचे आगरडे । लागती जैसे । (ज्ञाने. १३/२५१)

अर्थ : मांजरी जेंव्हा प्रेमाने आपल्या पिलांना तोंडात धरते तेंव्हा त्यांना मांजरीचे दात लागत नाहीत.

उंट

३७) **एऱ्हवीं करेयाचां ठायीं चांग । तें तया कैंचें नीट आंग । (ज्ञाने. १६/२९३)**

अर्थ : उंटाचा कोणताही अवयव धड नसतो.

ससा

३८) **काय शशविषाण मोडावें । (ज्ञाने. १५/२१५)**

अर्थ : सशाचे शिंग मोडावे लागत नाही.

माकड

३९) **जे मर्कट समाधी येईल । (ज्ञाने. ६/४१३)**

अर्थ : माकडाला कधी समाधी लागत नसते ?

हरीण

४०) **पाडस वागुर करांडी । (ज्ञाने. ७/९५)**

अर्थ : हरणाचे पिलू जाळे करतडू शकत नाही.

४१) **फुटोनि पडे तंव । मृग वाढवी हांव ।**
परि न म्हणे ते माव । रोहिणीची ।। (ज्ञाने. १३/७०७)

अर्थ : पाण्याच्या आशेने धावणाऱ्या हरणाचे पळता पळता हृदय फुटले तरी ते पाण्याची इच्छा सोडीत नाही. हे मृगजळ आहे असे ते म्हणत नाही.

४२) **कां गोरीचिया भुली । मृग व्याधा दिठी न घाली । (ज्ञाने. १३/७३९)**

अर्थ : पारध्याच्या गाण्यावर भुलून हरणाची नजर पारध्यावर जात नाही.

४३) **काय मृगीं ही मृगजळ । भाळावें नाहीं ।। (ज्ञाने. १८/३८९)**

अर्थ : हरिणांनी मृगजळावर भाळू नये काय?

हत्ती

४४) **हाती हाला फुलीं । पासवणा जेवीं न घाली ।। (ज्ञाने. १३/४९६)**

अर्थ : हत्तीला फुलांनी मारले तर तो त्याकडे लक्षही देत नाही.

४५) **आंधळे हातिरू मातलें. (ज्ञाने. १३/६९८)**

अर्थ : आंधळा हत्ती माजला म्हणजे तो कसाही बहकतो.

४६) **मातलिया कुंजरा । आगळी जाली मदिरा । (ज्ञाने. १६/३२५)**

अर्थ : माजलेल्या हत्तीला मदिरा पाजली तर तो अधिकच उन्मत्त होतो.

कोल्हा

४७) **सिंहासी झोंबे कोल्हा । ऐसा अपाडु आथि कां जाहला । (ज्ञाने. २/१६)**

अर्थ : कोल्ह्याने सिंहाबरोबर झोंबी घेतली अशी विलक्षण घटना कधी घडली का ?

४८) **कीं कोल्हेया चांदणीं । आवडी उपजे ।। (ज्ञाने. ४/२३)**

अर्थ : कोल्ह्याच्या मनात चांदण्यासंबंधी कधी प्रेम उत्पन्न होत नाही.

४९) **चंद्रु देखोनि जळे पोटीं । कोल्हा जैसा ।। (ज्ञाने. १६/२३८)**

अर्थ : चंद्राला पाहताच कोल्हा मनात जळू लागतो.

५०) **जैसा अभ्राचा वेगु कोल्हें । चंद्रीं मानी ।। (ज्ञाने. १८/३९१)**

अर्थ : कोल्हा ढग पळत असताना चंद्र पळत आहे असे समजतो.

५१) **कां तणाचा बाहुला । जो आगरामेरे ठेविला ।**
तो साचाचि राखता कोल्हा । मानिजे ना ? ।। (ज्ञाने. १८/४३८)

अर्थ : गवताचे बुजगावणे करून ते शेताच्या सीमेवर ठेवले तर ते राखणदार आहे असे कोल्हा मानीत नाही काय?

वाघ

५२) **व्याघ्रविवरां न वचवे । वस्ती जेवीं ।। (ज्ञाने. १३/५१४)**

अर्थ : वाघाच्या गुहेत कोणी वस्तीला जात नाही.

५३) तरी घाणी सुटे तंव राहे । व्याघु जैसा ।। (ज्ञाने. १७/१५८)

अर्थ : अन्नाला घाण येईपर्यंत वाघ (खायचे) थांबतो.

सिंह

५४) जैसें न गणिजे पंचाननें । गजघटांतें ।। (ज्ञाने. १/९२)

अर्थ : हत्तीच्या कळपांची सिंह किंमत करीत नाही.

५५) जैसा गजघटाआंतु । सिंह लीला विदारितु । (ज्ञाने. १/१६२)

अर्थ : सिंह सहजतेने हत्तीच्या कळपाची पांगापांग करतो.

५६) जैसा सिंहाचिया हांका । युगांतु होय मदमुखा ।। (ज्ञाने. २/२१५)

अर्थ : सिंहाच्या गर्जनेने मदोन्मत्त हत्तीलाही प्रलयकाळ ओढवला असे वाटते.

५७) कां सिंहु रोगें रुंधला । (ज्ञाने. १३/१०११)

अर्थ : रोगग्रस्त सिंह पराक्रमहीन असतो.

५८) जैसा कुहां आपणचि बिंबे । सिंह प्रतिबिंब पाहतां क्षोभे ।
मग क्षोभला समारंभें । घाली तेथ ।। (ज्ञाने. १५/४८७)

अर्थ : सिंह विहिरीत आपले प्रतिबिंब पाहतो आणि (दुसरा सिंह असेल या कल्पनेने) रागावून विहिरीत वेगाने उडी घेतो.

५९) कैं नाकींचा केशु जोडे । सिंहाचिये ।। (ज्ञाने. १७/२४)

अर्थ : सिंहाच्या नाकातला केस कसा मिळायचा ?

६०) हे असो पावो उचलिला । मदमुख न ठेविता खालां ।
गाजौनि पुढां आला । सिंहु जरी ।। (ज्ञाने. १८/७३६)

अर्थ : मदमत्त हत्तीने पुढे जाण्यासाठी पाउल उचलले असताना, गर्जना करीत सिंह पुढे आला तर त्याच्याने उचललेले पाउलही टेकवीत नाही.

६१) कां सिंह न पाहिजे । जावळिया ।। (ज्ञाने. १८/८५६)

अर्थ : सिंह मित्राच्या मदतीची अपेक्षा करीत नाही.

पक्षी

६२) जैसी अजातपक्षांचेनि जीवें । पक्षिणी जिये ।। (ज्ञाने. ९/३३९)

अर्थ : पंख न फुटलेल्या पिल्लांच्या रक्षणासाठी पक्षीण धडपडत असते.

६३) कां अजातपक्षिया जवळ । जीव बैसवूनि अविसाळां ।
पक्षिणी अंतराळा– । माजीं जाय ।। (ज्ञाने. ११/६३४)

अर्थ : पंख न फुटलेल्या पिलाजवळ घरट्यात आपला जीव ठेवून पिलाची आई आकाशात फिरत असते.

६४) व्याधाहातोनि सुटला । विहंगमु जैसा ।। (ज्ञाने. १२/१८१)

अर्थ : पारध्याच्या हातातून पक्षी सुटला तर त्याला आनंद होतो.

६५) कां वारेलगें पांखिरू । गगनीं भरे ।। (ज्ञाने. १३/३१४)

अर्थ : पक्षी आकाशात उडताना आपण घरट्यापासून किती दूर आलो हे जाणत नाही.

६६) कां पक्षिया अंतराळ । मोकळें हें ।। (ज्ञाने. १६/१६८)

अर्थ : पक्ष्यांना फिरायला आकाश मोकळे असते.

पारवा

६७) पैं पारिवा जैसा किरीटी । चढला नभाचियेहि पाठीं ।
पारवी देखोनि लोटी । आंगचि सगळे ।। (ज्ञाने. १८/४८३)

अर्थ : आकाशात उंच गेलेला पारवा पारवीला पाहताच एकदम खाली येतो.

कावळा

६८) जैसी चोहटाचिये बळी । पाविजे सैरा काउळीं । (ज्ञाने. १/२५१)

अर्थ : चव्हाट्यावर ठेवलेल्या बळीवर चारी बाजूंनी कावळे झडप घालतात.

६९) कां चंद्राचा उदयो जैसा । उपयोगा नवचे वायसा । (ज्ञाने. ३/१९८)

अर्थ : कावळ्याला चंद्राच्या उदयाचा उपयोग नसतो.

७०) पैं चंद्रोदया आरौतें । जयांचे डोळे फुटती असते ।
ते काउळे केवीं चंद्रातें । वोळखती ।। (ज्ञाने. ४/२४)

अर्थ : चंद्रोदयापूर्वीच ज्यांची दृष्टी नष्ट होते ते कावळे चंद्राला कसे ओळखणार ?

७१) जैसा वायसी चंद्र नोळखिजे । (ज्ञाने. ६/२९)

अर्थ : कावळे चंद्राला ओळखत नाहीत.

७२) वायसा एकें बबुळें दोहींकडे । डोळा चालितां अपाडें ।
दोन्ही आथी ऐसा पडे । भ्रमु जेवीं जगा ।। (ज्ञाने. १५/१३५)

अर्थ : कावळा आपले एकच बबुळ दोन्ही डोळ्यात गतीने फिरवितो त्यामुळे त्याच्या दोन्ही डोळ्यात बुबुळे आहेत असा भ्रम लोकांना पडतो.

७३) अगा वांता कां वाढिलेया । साजुक कां सडालिया ।
विवेकु कावळिया । नाहीं जैसा ।। (ज्ञाने. १८/५५६)

अर्थ : हे अन्न ओकलेले आहे की, वाढलेले आहे तसेच ते ताजे आहे की नासलेले आहे हा विचार कावळ्याला नसतो.

७४) पै द्राक्षरसा आम्ररसा । वेळे तोंड सडे वायसा ।। (ज्ञाने. १८/६८२)

अर्थ : द्राक्षाचा, आंब्याचा उपभोग घेण्याच्या वेळी कावळ्याचे तोंड सडून जाते.

७५) ना तरी पुरोडाशु जैसा । न घापे वृद्ध तरी वायसा । (ज्ञाने. १८/१४८८)

अर्थ : कावळा म्हातारा असला तरी त्याला पुरोडाश घालीत नाहीत.

घुबड

७६) आंधारीं देखणें जैसें । डुडुळाचें ।। (ज्ञाने. १४/२५०)

अर्थ : घुबडाला अंधारातच दिसते.

७७) तो सूर्यु उदैला देखोनि सबळे । पापिया फुटती डोळे । डुडुळाचें । (ज्ञाने. १६/२३९)

अर्थ : सकाळी सूर्य उगवला की, घुबडाचे डोळे फुटतात.

७८) विचित्र काई रात्रि दिवसातें । डुडुळ न करी ।। (ज्ञाने. १८/३८५)

अर्थ : घुबड दिवसाला रात्र मानीत नाही काय ?

७९) का डोळें फुटती दिवसा । डुडुळाचें ।। (ज्ञाने. १८/६८२)

अर्थ : घुबडाचे डोळे दिवसा फुटतात.

चकोर – चक्रवाक

८०) तरि चंद्रबिंबौंनि धारा । निघतां नव्हती गोचरा ।
परि एकसरे चकोरां । निघती दोंदें ।। (ज्ञाने. १३/२७५)

अर्थ : चंद्रबिंबापासून निघणाऱ्या अमृताच्या धारा निघताना कोणाला दिसत नाहीत पण त्या किरणांवर चकोर संतुष्ट असतात.

८१) कां अभ्रापैलीकडे । येत चांदिणें कोडें ।
तैं चकोरें चांचुवडे । उचलितीना ।। (ज्ञाने. १३/३२५)

अर्थ : चंद्राचे चांदणे ढगांनी आच्छादित असेल तर चकोर पक्षी आपली चोच सरसावीत नाही.

८२) जें सारसांही विघडतां । (ज्ञाने. १८/७८५)

अर्थ : चक्रवाक पक्ष्याच्या जोडीची ताटातूट झाली असता त्यांना दु:ख होते.

८३) सकर्दम सरोवरू । अवलोकूनि चकोरू ।
न सेवितु अव्हेरू । करूनि निघे ।। (ज्ञाने. १/२३१)

अर्थ : चिखलाने भरलेले सरोवर पाहून चातक पक्षी तिथले पाणी प्यायचे सोडून अन्यत्र निघून जातो.

८४) भरले सरिता समुद्र चहूंकडे । परि ते बापियासि कोरडे ।
कां जैं मेघौनि थेंबुटा पडे । तैं पाणी कीं तया ।। (ज्ञाने. १०/१८३)

अर्थ : नद्या, सागर तुडुंब भरलेले असतात पण चातकाला त्याचा उपयोग नसतो. कारण मेघातून पाण्याचे थेंब पडले तरच तो पाणी पीत असतो.

८५) कां आकाश वाहे बापिया । घरींचें पाणी ।। (ज्ञाने. १८/१३४३)

अर्थ : चातकाला लागणारे पाणी आकाश धारण करते.

८६) चातकाचिये कणवे । मेघु पाणियेसिं धावें ।
तेथ चराचर आघवें । निवालें जेवीं ।। (ज्ञाने. १८/१४६८)

अर्थ : चातकाच्या प्रेमाने मेघ पाणी द्यायला धावतो पण त्यामुळे अवघे चरावर शांत होते.

टिटवी

८७) टिटिभेनें अपांपती । वैरी केला ।। (ज्ञाने. १६/२३४)

अर्थ : टिटवी समुद्राबरोबर वैर मांडते.

पोपट

८८) पुंसा लावोनि गांठा । (ज्ञाने. १३/२३३)

अर्थ : पोपट घालवून पिंजरा करू नये.

८९) पाहे पां बंध भावना दृढा । नळियेपरी तो बापुडा ।
काय मोकळे याही चवडा । न ठकेचि पुंसा ।। (ज्ञाने. १८/४९३)

अर्थ : नळीवर असलेला पोपट पायाचे पंजे मोकळे असूनही, मी बांधला गेलो आहे असे समजून फसत नाही काय ?

बगळा

९०) **तुम्ही बकाकरवीं चांदिणे । चरऊं पहा मा ।। (ज्ञाने. ११/१५६)**

अर्थ : बगळ्यांना चरायला चांदणे देणे योग्य नसते.

९१) **दिठी घालूनि आंविसा । जळीं बकु जैसा ।**
पाऊल सुयें ।। (ज्ञाने. १३/२४६)

अर्थ : आमिषावर नजर ठेवून बगळा आपले पाय पाण्यात घालतो.

९२) **परी मीनातें देखोनि बकु । (ज्ञाने. १८/४८०)**

अर्थ : माशाला पाहून बगळा झडप घालतो.

९३) **बकु जैसा खुतला । मासेयासी ।। (ज्ञाने. १८/६५४)**

अर्थ : माशासाठी बगळा टपून बसलेला असतो.

९४) **आणि बकांचां गांवी । घेपे क्षीरनीर सकलवी । (ज्ञाने. १८/७१८)**

अर्थ : बगळ्यांच्या गावी पाणी घातलेले दूध घेतले जाते.

मोर

९५) **मोराचा आंगी असोसें । पिसें आहाति डोळसें ।**
परी एकली दिठी नसे । तैसें तें गा ।। (ज्ञाने. १३/८३५)

अर्थ : मोराच्या शरीरावर डोळे असलेले पिसे भरपूर असतात पण त्या डोळ्यांना दृष्टी नसते.

९६) **मेघें संबोखिला । मोरू जैसा ।। (ज्ञाने. १४/३१९)**

अर्थ : मेघांना पाहून मोराला आनंद वाटतो.

९७) **हें ना घनगर्जनासरिसा । मयूर वोवांडे आकाशा । (ज्ञाने. १८/४८४)**

अर्थ : मेघांचा गडगडाट होऊ लागला की, मोर आकाशाकडे उड्या मारू लागतात.

राजहंस

९८) **सलिलीं पय जैसें । एक होउनि मीनलें असे ।**
परी निवडूनि राजहंसे । वेगळे कीजे ।। (ज्ञाने. २/१२७)

अर्थ : दूध पाण्याबरोबर एकरूप होऊन जाते पण राजहंस मात्र ते वेगवेगळे करतो.

९९) **कां चांचूचेनि सांडसे । खंडिजे पय पाणी राजहंसे । (ज्ञाने. २/४४)**

अर्थ : राजहंस आपल्या चोचीने दूध व पाणी वेगवेगळे करतो.

१००) **कां करूनि बाबुळियेची बुंथी। जळें जियें हाती ।**
तयांची वास पाहाती । हंस काई ।।

अर्थ : ज्या पाण्यावर शेवाळ साठलेले असते त्या पाण्याकडे हंस पाहात नाहीत.

साप-नाग-अजगर

१०१) **जैसा नखाग्रीं व्याळू लागे ।**
तो शिखांत व्यापी वेगें । (ज्ञाने. १/२५६)

अर्थ : बोटाच्या टोकाला साप चावला असता त्याचे विष मस्तकापर्यंत जाते.

१०२) नातरी सर्पे कवच सांडिले । (ज्ञाने. ८/६६)

अर्थ : सापाने कात टाकली म्हणजे एखादा अवयव मोडला असे होत नाही.

१०३) सांडूनि आंगीची खोळी ।
सर्प रिगालिया पाताळीं ।
ते त्वचा कोण सांभाळी । (ज्ञाने. १४/३१२)

अर्थ : अंगावरची कात टाकून सापाने बिळात प्रवेश केल्यावर ती कात कोण सांभाळणार याची त्याला काळजी नसते.

१०४) त्वचा पायें शिरीं ।
हालेयाही फडे न करी । (ज्ञाने. १६/१२६)

अर्थ : सापाच्या कातीच्या डोक्यावर पाय दिला तरी ती फडा वर काढीत नाही.

१०५) जें काळसर्पाचें मार्दव । (ज्ञा. ८/१४८)

अर्थ : काळसर्पाचा मऊपणा घातक असतो.

१०६) नातरि उकलतया सापाचे वेढें ।
जैसे चंदना खेंव देणे घडे ।। (ज्ञाने. ११/७५)

अर्थ : सापाने चंदनाला घातलेला विळखा दूर झाला की, चंदनाला मिठी मारणे शक्य होते.

१०७) न घेपिजती सर्पी । गरुड जैसे ।। (ज्ञाने. १५/२९५)

अर्थ : साप गरुडाला धरत नाही.

१०८) तरी तक्षकांची फडे ।
ठाकोनि कैं तो मणि काढे ।। (ज्ञाने. १७/२४)

अर्थ : तक्षकाच्या फडातला मणी कसा काढायचा ?

१०९) तेथ रज्जुज्ञानें लोपे ।
व्याळ शंका ।। (ज्ञाने. १८/२२८)

अर्थ : दोरीचे ज्ञान झाले की, सापाची भीती (शंका) दूर होते.

११०) रज्जु नेणतां सापा बिहे । विस्मो कवण ।। (ज्ञाने. १८/३८८)

अर्थ : दोरी आहे हे न समजताच तिला साप समजून घाबरले तर आश्चर्य नाही.

१११) हातीं घेऊनि तो दोरु । सांडिजे जैसा सर्पाकारु ।। (ज्ञाने. १८/१२९२)

अर्थ : हाती दोर आला की, सर्पभासाचे ज्ञान नष्ट होते.

११२) आरें धारणु गिळिला । (ज्ञाने. १३/७२४)

अर्थ : अजगराने लाकुड गिळले तर तो ताठ होतो.

११३) सांग पां सर्पफणीची साउली ।
ते शीतल होईल केतुली मुषकासी ।। (ज्ञाने. ५/११७)

अर्थ : नागाच्या फड्याची सावली उंदराला गारवा देणारी असते काय?

११४) संडीं पळे खेळणें । नागिणीचें तें । (ज्ञाने. १८/६५)

अर्थ : नागिणीबरोबर खेळणे घातक असते.

११५) कां कालियानाग धुंधुवातु । देखोनि न घलवे हातु ।। (ज्ञाने. १८/७१२)

अर्थ : फुत्कारणारा काळा नाग पाहिला असता त्याला धरायला हात पुढे येत नाही.

११६) **सोनयाचे सुंदर घर । निर्वाळिलें होय धर ।**
परी सर्पांगनाद्वार । रुंधले आहे ।। (ज्ञाने. १८/१५०२)

अर्थ : सोन्याचें सुंदर घर असून त्याचे दार नागिणीने अडवले असल्यास त्या घराचा उपयोग होत नाही.

११७) **मोतियाचा चारा राजहंसा सैरा ।। (ज्ञा. सा. चि. गा. २६३)**

अर्थ : राजहंसाला मोत्याचा चारा फार आवडतो.

नामदेव

गाय

१) **वत्स न देखतां गाई हुंबरती । (ना. गा. ६)**

अर्थ : वासरे दिसली नाहीत की, गायी हंबरतात.

२) **वत्साकारणें मोहाळु गाये । अनुसरलेया पान्हा ये ।। (ना. गा. ७४०)**

अर्थ : गाईला पाडसाचे प्रेम असते. वासरू जवळ आले की, तिला पान्हा फुटतो.

३) **वत्सालागीं धेनु येतसे वोरसे । पान्हा स्तनी कैसे वोसंडती ।। (ना. गा. ८२८)**

अर्थ : पाडसासाठी गाय धावत येते आणि तिच्या स्तनातून धारांचा वर्षाव होतो.

४) **तान्हे वत्स घरी बांधलेसे दावा । पिलें वाट पाही उपवासी ।। (ना. गा. ८४९)**

अर्थ : लहान वासराला घरी दाव्याने बांधलेले असते पण त्याच्या हृदयात आईचा धावा चालू असतो.

५) **वाळले हें तृण नसंडी हो क्षीर । (ना. गा. ८५१)**

अर्थ : वाळलेले गवत गायीला दिले तरी ती दूध देण्याचा आपला स्वभाव सोडत नाही.

६) **तान्हे वत्स घरी धेनु चरें वनीं । हंबरे क्षणक्षणां परतोनि ।। (ना. गा. ९१८)**

अर्थ : लहान वासरू घरी असते आणि गाय वनात चरत असते पण ती वारंवार हंबरते आणि मागे वळून पाहते.

हरीण

७) **चुकल्या पाडसा सुख भेटता कुरंगिणी । (ना. गा. १२९१)**

अर्थ : चुकलेल्या पाडसाला हरिणी भेटताच आनंद होतो.

सर्प

८) **सर्पाचिया अंगा मृदुपण । (ना. गा. ११५६)**

अर्थ : सर्पाच्या अंगचे मृदुपण खोटे असते.

चकोर-चातक

९) **चंद्रासी चकोर मेघासी मयूर । (ना. गा. २९८)**

अर्थ : चकोराला चंद्र आणि मोराला मेघ दिसला की, आनंद होतो.

१०) **चातका जलधरू । (ना. गा. ६५०)**

अर्थ : चातकाला मेघ प्रिय असतात.

११) **ताहाना फुटे परी उदक नेघे । मेघाची वाट पाही रे ।। (ना. गा. ८३७)**

अर्थ : चातक तहानेने व्याकुळ झाल्यावर घसा फुटेपर्यंत ओरडतो, परंतु अन्य पाणी न घेता तो मेघांची वाट पाहतो.

१२) **पक्षीविण पिलियासी । (ना. गा. ८३७)**

अर्थ : पक्ष्यांची पिले आई नसल्यावर कासावीस होतात.

१३) **चातक तेथें पाणी तृषाक्रान्त वनीं । वाट पाहे गगनीं जीवनाची ।। (ना. गा. ८५१)**

अर्थ : चातक तहान लागल्यावर अन्य पाणी प्राशन न करता आकाशातील मेघांची वाट पाहतो.

१४) **चातकाची तहान पुरवी जळधर । काय त्याची थोरी जाऊं पाहे ।। (ना. गा. ८५४)**

अर्थ : मेघ चातकाची तहान भागवितो पण त्यामुळे त्याचे मोठेपण संपत नाही.

१५) **चंद्र चकोराचा पुरवी सोहळा । काय त्याच्या कळा न्यून होती ।। (ना. गा. ८५४)**

अर्थ : चंद्र चकोराची इच्छा पूर्ण करतो म्हणून त्याच्या कला कमी होत नाहीत.

१६) **भूमीच्या उदका न खालवी माथा । (ना. गा. ९७८)**

अर्थ : जमिनीवरील पाणी पिण्यासाठी सुद्धा चातक खाली मान करीत नाही.

कोकिळ

१७) **आणिका पुढे न गाय । हे ब्रीद साजे कोकिळिये ।
वसंतऋतु स्वयें आळवितसे । (ना. गा. ९७८)**

अर्थ : कोणापुढेही न गाणे हे कोकिळाचे ब्रीद आहे. वसंतऋतूत मात्र तो आपणहून गातो.

मोर

१८) **आणिकापुढे न नाचे हे ब्रीद साजे मयुरा ।
वर्षला घन सारा वळोनियां ।। (ना. गा. ९७८)**

अर्थ : कोणापुढेही न नाचणे हे मोराचे ब्रीद आहे. पण मेघवर्षावापुढे तो नाचू लागतो.

हंस

१९) **हंसासी विरोध करीत कावळा । नेणे त्याची कळा उंचपणे ।। (ना. गा. १०७५)**

अर्थ : हंसाच्या उडण्याला कावळा विरोध करतो. पण हंस आकाशात उंच गेल्यावर कावळा त्याची शक्ती जाणतो.

२०) **सुख जेवी चकोरा चंद्र देखता दृष्टीं । (ना. गा. १२९१)**

अर्थ : चंद्राला पाहताच चकोराला आनंद होतो.

एकनाथ

शेळी

१) **शेळी उंसाची चवी गाढी । नेणोनि पाचोळा करांडी । (एक. भा. ५/५६)**

अर्थ : शेळीला ऊसाची चव माहीत नसते म्हणून ती पालाच कुरतडून खाते.

रेडा

२) **जेंवी देखोनि हिरवें रान । म्हैसा संपूर्ण उन्मादे ।। (एक. भा. ५/१६६)**

अर्थ : हिरवे रान दिसले की, रेड्याला उन्माद चढतो.

मांजर

३) **दूध मिळालिया मांजर । न म्हणे द्विज अंत्यजघर । (एक. भा. ५/२१३)**
अर्थ : मांजराला दूध मिळाले तर ते हे घर ब्राह्मणाचे की, अंत्यजाचे याचा विचार करीत नाही.

गाय

४) **वत्सालागीं धेनु जैशी । (एक. भा. ५/३५४)**
अर्थ : गाय वासराला क्षणभरही विसरत नाही.
५) **धेनु वत्साचेनि वोरसें । घरा दुभतें पुरवी जैसें । (एक. भा. ६/४१६)**
अर्थ : गाय वासरासाठी पान्हा सोडते पण, ते दुभते सर्व घराला पुरते.
६) **धेनु वत्साचेनि लोभें । जेवीं घरापुरतें दुभे । (एक. भा. २४/६१)**
अर्थ : गाय वासराच्या प्रेमाने सर्व घराला दुभते पुरविते.

सिंह

७) **जेवीं पंचाननाचें पिलें । न वचे मदगजांचेनि वेढिलें । (एक. भा. ५/४७४)**
अर्थ : सिंहाचे छावे हत्तीकडून वेढले तरी त्यांना जुमानत नाहीत.
८) **जेवीं कां केसरी देखोनी । मदगजां होय भंगणी । (एक. भा. २०/३६९)**
अर्थ : सिंहाला पाहून माजलेला हत्तीही पळून जातो.
९) **पडतां पंचाननाची घाणी । मदगजां होय महापळणी । (एक. भा. २३/९७७ २९/७१)**
अर्थ : सिंहाच्या शरीराची घाण आली की, माजलेला हत्तीही पळ काढतो.

साप

१०) **जैसे मुखींचें आमिष जाये । तेणें सर्प डंवखाइला राहे । (एक. भा. ९/४०५)**
अर्थ : सापाच्या तोंडातले खाद्य गेले की, तो डंख धरून असतो.
११) **सर्पा पाजिलें पीयूष । तेंचि परतोनि होय विष । (एक. भा. २०/२०५)**
अर्थ : सापाला दूध पाजले तर त्याचे विष होते.

चकोर

१२) **का देखोनि चंद्रकर । डोलों लागे चकोर । (एक. भा. १. ६४)**
अर्थ : चंद्राची किरणे पाहून चकोर डोलू लागतो.
१३) **नाना नवेनि जीवनें । जेवीं चातकमन उल्हासे । (एक. भा. १/६३)**
अर्थ : मेघांच्या नवीन पडणाऱ्या पावसाने चातकांची मने आनंदून जातात.

घुबड

१४) **जैसी दिवाभीता मध्यराती । असतां गभस्ति मध्यान्ही । (एक. भा. ७/८७)**
अर्थ : सूर्य भर दुपारीच डोक्यावर असताना घुबडाला मध्यरात्र वाटते.

मोर

१५) जैसा मेघांचेनि गर्जनें । मयूर उपरमों पाहे गगनें । (एक. भा. १.६३)
अर्थ : मेघांच्या गर्जनेने मोरांचा आनंद गगनात मावत नाही.

गाय

१६) उभयतो मुखीचें प्रदक्षण । पृथ्वी प्रदक्षणे समान ।। (भा. रा. बा. १४/३९,४५)
अर्थ : वीत असलेल्या गाईला प्रदक्षिणा केली तर ती प्रदक्षिणा पृथ्वी प्रदक्षिणेसमान असते.

मांजर

१७) जेवीं कां बोका पाहे । आपुली पिल्लिं आपण खाये । (भा. रा. सुंदर. ३६/१४९)
अर्थ : बोका आपली पिले आपणच खातो.

कावळा

१८) वायसां विष्ठाचि भक्षण । (भा. रा. अरण्य. १८/७६)
अर्थ : कावळ्याला विष्ठा हेच अन्न असते.
१९) कागाघरी श्राद्ध विधान । क्षणिल्या न पचती ब्राह्मण । (भा. रा. अरण्य. १८/११९)
अर्थ : कावळ्याच्या घरी श्राद्ध असले तरी तिथे ब्राह्मण जात नाही.
२०) सांडोनियां चंद्रामृत । चकोरे आन न सेंविती । (भा. रा. बा. २०/२)
अर्थ : चंद्राचे किरण सोडून चकोर पक्षी अन्य काही सेवन करीत नाहीत.
२१) अमृतपान चकोरा । (भा. रा. अरण्य. १८/७६)
अर्थ : चंद्रकिरणांचे सेवन हे चकोराचे अन्न होय.

वाघ

२२) व्याघ्रासी शांतता । (एक. गा. १२३३/२)
अर्थ : वाघाबरोबर शांतता (समझोता) ही त्याची विटंबना होय.

कुत्रे

२३) श्वानाचा तो धर्म करावी वसवस । (एक. गा. ३०६३/१)
अर्थ : लोकांच्या अंगावर भुंकणे हा कुत्र्याचा धर्म आहे.

गाय

२४) धेनु वत्साते वोरसे । घरी दुभतें पुरवी जैसे । (एक. गा. २२३६/२)
अर्थ : वासराच्या प्रेमाने गाय दूध देते पण ते घरादाराला पुरते.
२५) वत्साचिये लळे जैसी । धेनु अपैशी येत घरां ।। (एक. गा. २३३४/१)
अर्थ : वासराच्या प्रेमाने गाय आपोआप घरी येते.
२६) गायीसी उग्रता । (एक. गा. १२३३/२)
अर्थ : गाईबरोबर उग्रता दाखविणे ही तिची विटंबना होय.

साप

२७) **पान लागलिया गूळ न म्हणे गोड । (एक. गा. २९४४/२)**

अर्थ : साप चावला असता गूळ गोड लागत नाही.

कोकिळ

२८) **होता वसंताचे आगमन । कोकिळा सांडिती निज मौन ।। (एक. आठ. ग्रं. ह. ६१)**

अर्थ : वसंतऋतूची चाहूल लागताच कोकिळा आपले मौन सोडून गाऊ लागते.

२९) **का देखनियां नवघन । मयूर आनंदे करी गर्जन । (एक. आठ. ग्रं. ह. ६२)**

अर्थ : आकाशात नवे ढग जमू लागले की, मोर आनंदाने गर्जना करतात.

रामदास

राजहंस

१) **जैसें दुग्ध घेऊन जळा । राजहंस सांडी । (दास. ८.१०.६९)**

अर्थ : राजहंस पाण्यात मिसळलेले दूध घेतो आणि पाणी टाकून देतो.

कावळा

२) **सुधा परंतु वायसां । घडेल भोग कायसा । (रा. क. १. स्फु. श्लो. १८/७)**

अर्थ : कावळ्याला अमृत पाजून काय उपयोग ?

३) **काकविलोकन हंस करीना । (करुणा धा. स. १८५/१)**

अर्थ : हंस कावळ्याचे तोंड पाहत नाही.

साप

४) **विखारा मुखीं दुग्ध ते वीष जालें । (करुणा धा. स. ७६/१५)**

अर्थ : सर्पाच्या मुखात दुधाचे विष होते. (सापाला दूध पाजले ती तो विष ओकतो.)

हंस

५) **क्षीरनीर येक हंस निवडिती । (स. पद. उ. ८८/१)**

अर्थ : दूध व पाणी यांचा निवाडा हंस करतात.

६) **जैसें अंकुशेवीण दंती । (स. ल. का. एकवीससमासी १२/३६)**

अर्थ : अंकुशाशिवाय हत्ती असत नाही.

तुकाराम

उंदीर

१) **आन दिसे परी मरणेंचि खरें ।**
सांपळा उंदिरें सामाविलीं ।। (तु. गा. २५८०)

अर्थ : सापळ्यात सापडलेल्या उंदिरांना ते घरच वाटले तरी ते त्यांचे मरणच असते.

कामधेनू

२) **सेळया मेंढया गाई सेवा घेती म्हैसी ।**
कामधेनु तैसी नव्हें एक ।। (तु. गा. १५४४)

अर्थ : ज्याप्रमाणे गायी, म्हशी, शेळ्या, मेंढ्या सेवा घेतात त्याप्रमाणे कामधेनूची सेवा करण्याची आवश्यकता नसते. (कामधेनू नामस्मरणानेच तृप्त होते).

कुत्रा

३) **भुंकुनियां सुने लागे हस्तीपाठी ।**
होऊनि हिंपुटी दुःख पावे ।। (तु. गा. ३२८०)

अर्थ : कुत्रे भुंकत भुंकत हत्तीच्या पाठीमागे लागते पण अखेर दुःखी होऊन माघारी फिरते.

गाय

४) **माते तृण बाळा दुधाची ते गोडी । (तु. गा. ५३३)**

अर्थ : गाय आपण गवत खाते आणि दूध वासराला देते.

५) **दुभत धेनु नहिं दुध चाखे । (तु. गा. २१६१)**

अर्थ : दुभती गाय आपले दूध आपण चाखत नाही.

६) **धेनु चरे वनांतरीं । चित्त बाळकापें घरीं ।। (तु. गा. १५५६)**

अर्थ : गाय वनात चरत असली तरी तिचे चित्त, घरी असलेल्या वासराकडे असते.

७) **धेनु येऊं नेदी जवळी आणिकां ।**
आपुल्या बाळकाविण वत्सा ।। (तु. गा. २०११)

अर्थ : गाय आपल्या पाडसाशिवाय इतर पाडसांना जवळ येऊ देत नाही.

८) **तुका म्हणे वत्स धेनुवेचा चित्तीं । (तु. गा. ३६५६)**

अर्थ : गाईच्या चित्तात सदैव वासरू असते.

कोल्हा

९) **तोंवरि तोंवरि जंबुक करी गर्जना ।**
जंव त्या पंचानना देखिलें नाहीं ।। (तु. गा. २७८३)

अर्थ : जोपर्यंत सिंहाची गाठ पडली नाही, तोपर्यंतच कोल्हाची गर्जना चालू असते.

बैल

१०) **जुंतिजेसीं घाणां । नाहीं मारित्या करुणा ।। (तु. गा. २०१७)**

अर्थ : घाण्याला जुंपलेला बैल हळूहळू चालू लागला की, मालकाचा रट्टा बसतो. चाबकाचा फटका देताना मालकाला त्याची करुणा येत नाही.

बोकड

११) **मातले बोकड विटवी पंचानना ।**
घेतलें मरणा धरणें तें ।। (तु. गा. ३२८०)

अर्थ : माजलेला बोकड सिंहाला वेडावण दाखवितो आणि आपले मरण ओढवून घेतो.

म्हैस

१२) बहु धड जरी जाली म्हैस गाय ।
तरी होईल काय कामधेनु ।। (तु. गा. १२०४)

अर्थ : एखादी म्हैस अथवा गाय धडधाकट झाली म्हणून तिला कामधेनूची बरोबरी येणार नाही.

सिंह

१३) सिंहाचे तें पिलें । जाय घेऊनियां कोल्हे ।। (तु. गा. २५१२)

अर्थ : सिंहाची पिले कोल्हा नेऊ शकत नाही.

१४) सिंहापुढे काय जंबूक आरोळी । (तु. गा. ४४८१)

अर्थ : सिंहापुढे कोल्हाचा पाड लागत नाही.

हरीण

१५) मृगाचिये अंगीं कस्तुरीचा वास असे ज्याचा त्यास नसे ठाव ।। (तु. गा. ४३०८)

अर्थ : कस्तुरीमृगाच्या अंगीच सुवास असतो पण तो त्याला माहीत नसतो.

१६) नाभीं मृगाचे कस्तुरी । व्यर्थ हिंडे वनांतरीं ।। (तु. गा. ४४८२)

अर्थ : कस्तुरी मृगाच्या बेंबीतच असते पण तो सुगंधासाठी व्यर्थ रानभर हिंडत असतो.

कावळा

१७) कावळियासी नाहीं दया उपकार । (तु. गा. २४०२)

अर्थ : कावळ्याला कुणाची दया येत नाही आणि तो कुणाचे उपकारही मानीत नाही.

१८) कावळ्याचें पिलूं कौतुकें पोशिलें ।
न राहे उगलें विष्ठेविण ।। (तु. गा. ४३२३)

अर्थ : कावळ्याच्या पिलाचा कौतुकाने सांभाळ केला तरी ते विष्ठेत लोळल्याशिवाय राहत नाही.

कोंबडा

१९) काय दिनकरा । केला कोंबड्याने खरा ।। (तु. गा. १०४)

अर्थ : कोंबडा आरवला तरच सूर्य उगवतो हे खरे मानायचे काय?

२०) नारे तरी काय नुजेडे कोंबडे । (तु. गा. २२८७)

अर्थ : कोंबडा आरवला नाही तर उजाडायचे राहते काय?

चकोर

२१) चंद्रामृते तृप्तिपारणें चकोरा । (तु. गा. ४३०८)

अर्थ : चंद्रकिरणांचे प्राशन करून चकोर तृप्त होतात.

२२) इच्छित चकोरा चंद्र जैसा ।। (तु. गा. ४५०२)

अर्थ : चकोराला चंद्राची इच्छा असते.

चातक

२३) **वाट पाहे मेघा बिंदु । नेघे चातक सरिता सिंधु ।। (तु. गा. १८२०)**

अर्थ : चातक मेघातून पडणाऱ्या पावसाची वाट पाहत असतो. नद्या सागर भरलेले असतात, पण तो त्याच्याकडे बघतही नाही.

२४) **चातक हे जळ न पाहाती दृष्टी**
वाट पाहे कंठीं प्राण मेघा ।। (तु. गा. २०११)

अर्थ : पृथ्वीवर पाणीच पाणी असले तरी चातक त्याकडे पाहत नाही. प्राण कंठाशी आले तरी तो मेघजलाची वाट पाहत असतो.

बगळा

२५) **काय ध्यान बगाचें । (तु. गा. २०३०)**

अर्थ : बगळ्याचे ध्यान उपयोगी नसते.

हंस

२६) **क्षीर निवडतें पाणी । चोंची हंसाचिये आणी ।। (तु. गा. २३७१)**

अर्थ : राजहंस चोचीने पाणी व दूध वेगळे करतो.

२७) **निवडी वेगळें क्षीर आणि पाणी ।**
राजहंस दोन्ही वेगळाली ।। (तु. गा. ३१२८)

अर्थ : राजहंस पक्षी दूध व पाणी वेगवेगळे करतो.

पश्चात्ताप

एकनाथ

१) **एका जनार्दनी अनुतापाविण । भजन प्रमाण नोहे देवा ।। (एक. गा. ३२२८/३)**

अर्थ : पश्चात्तापाशिवाय देवाला भजन मान्य होत नाही.

२) **अनुताप नाहीं ज्यासी । विवेक नुमजे मानसीं । (एक. गा. ३२२९/१)**

अर्थ : ज्याला पश्चात्ताप होत नाही त्याच्या मनात विवेकही निर्माण होत नाही.

३) **मुख्य पाविजे अनुताप । तेणें निरसे त्रिविधताप ।। (एक. भा. ३२२९/२)**

अर्थ : पश्चाताप झाला म्हणजे त्रिविध ताप नष्ट होतात.

४) **वैराग्य अनुताप जाहलिया वांचून । रामनाम वदनीं नये बापा ।। (एक. गा. ३२३०/१)**

अर्थ : वैराग्य व पश्चात्ताप झाल्याशिवाय मुखात रामनाम येत नाही.

५) **अनुतापाविण ज्ञान । कदा नोहे समाधान ।। (एक. गा. ३२३२/३)**

अर्थ : पश्चात्तापाशिवाय ज्ञान झाल्याचे समाधान मिळत नाही.

पाप

ज्ञानदेव

१) **जैसा पापियाच्या ठायीं । मोक्षु न वसे ।। (ज्ञाने. २/३४५)**

अर्थ : पापी माणसाला मोक्ष मिळत नाही.

२) **विरुढलिया अशुभ । फुटती तैं ते कोंभ । (ज्ञाने. १६/३२०)**

अर्थ : पापाला पापाचेच कोंभ फुटतात.

३) **पापे पोषितां दु:खें । न सांडिजे जेवीं ।। (ज्ञाने. १८/७५३)**

अर्थ : पापाचे पोषण केल्यास दु:खे सोडून जात नाहीत.

एकनाथ

१) **ज्याचे गांठीं पाप चोख । तो भोगी नाना नरक । (एक. भा. २४/१८०)**

अर्थ : ज्याच्याकडे केवळ पापच असते त्याला नाना नरकयातना भोगाव्या लागतात.

२) **छळण पाप अति दारुण । (भा. रा. सुंदर १२/१५२)**

अर्थ : दुसऱ्याला छळणे हे भयंकर पाप आहे.

३) **परपीडेपरीस नाहीं पातक । (भा. रा. उत्तर ३/३५)**

अर्थ : परपीडेसारखे पाप नाही.

४) **ब्रह्महत्या मात्रागमन । दारुण कठीण पाप हें । (एक. गा. ८९४/२)**

अर्थ : ब्रह्महत्या व मातृगमन ही भयंकर पापे होत.

५) **पापाभिमाने अधोगती । (एक. आठ. ग्रं. ह. ४२२)**

अर्थ : पापाच्या अभिमानाने माणूस उधोगतीला जातो.

रामदास

१) **स्वयें पापात्मा अंतरीं । पुढिलांचि कणव न करी । (दास. ५.३.९३)**

अर्थ : पापी माणूस दुसऱ्याची दयामाया करीत नाही.

२) **पापाचें फळ तें दु:ख । (दास. ८.७.७)**

अर्थ : दु:ख हे पापाचे फळ आहे.

३) **असत्यायेवढें पाप नाहीं । (दास. १०.१०.५४)**

अर्थ : असत्यासारखे पाप नाही.

४) **बहुतांसीं मान्य थोडा । त्याच्या पापासी नाहीं जोडा । (दास. १९.३.२९)**

अर्थ : अनेकांना जो आवडत नाही. त्याच्या इतका पापी दुसरा नसतो.

५) **पापरूपीं मनीं परस्त्री चिंतीतो । (रा. क. १. ओ. श. ११/६४)**

अर्थ : पापीं माणूस परस्त्रीचे चिंतन करतो.

६) **पापरूपीं नर अभक्त जाणावें । (रा. क. १. स्फु. ओ. ८६/४)**

अर्थ : पापी माणसाला अभक्त समजावे.

७) **मुख्य पापी तोचि जाणा । ज्याला देवचि मानेना । (स. उ. प.प. पदांतरे ६४)**

अर्थ : ज्याला देव मानवत नाही तो पापी होय.

८) **बहु पाप होतांचि दरिद्र येतें । (करुणा धा. स. १३४/८८)**

अर्थ : खूप पाप झाले की, दारिद्र्य येते.

९) **पापियास तैसें रामनाम । (स. गा. ५५३/३)**

अर्थ : (त्याप्रमाणे) पापी माणसाला रामनाम आवडत नाही.

१०) **पापसंगे पापचि होतें । (स. गा. १२१५/२)**

अर्थ : पापाच्या संगतीने पापच होते.

तुकाराम

१) **देव अंतरे तें पाप ।। (तु. गा. ९३)**

अर्थ : ज्यामुळे देव अंतरतो (विसरतो) ते पाप होय.

२) **तुका म्हणे नाड । पाप ठाके हिता आड ।। (तु. गा. २४८)**

अर्थ : पापकर्म आपल्या हिताच्या आड येते.

३) **पाप त्याचें नांव न विचारिता नीत ।**
भलतेची उन्मत्त करी सदा ।।३।। (तु. गा. २६४)

अर्थ : मनुष्य ज्यामुळे उन्मत्त होतो, त्याला नीतीची चाड राहत नाही ते पाप होय.

४) **पापाविण नाहीं पाप येत पुढें ।**

अर्थ : पापावाचून पाप पुढे येत नाही. मनात पाप असेल तर कृतीतून पापाशिवाय दुसरे काही घडत नाही.

५) **तुका म्हणे पापा । शिवो नये अनुतापा ।।४।। (तु. गा. ७३०)**

अर्थ : पश्चात्तापाला पाप शिवत नाही.

पाप–पुण्य

६) **पुण्य परउपकार पाप ते परपीडा । (तु. गा. १०२७)**

अर्थ : दुसऱ्यावर उपकार करणे हे पुण्य आणि पीडा देणे हे पाप होय.

७) **पुण्य विकरा तें मातेचें गमन । (तु. गा. १२९७)**

अर्थ : पुण्याची विक्री करणे हे मात्रगमना इतके किळसवाणे होय.

८) **संदेह तें पाप कैसें नव्हे । (तु. गा. १४०७)**

अर्थ : संशय निर्माण होणे हे पाप होय.

९) **परपीडा परनिंदा रे खरें पाप तयाचें । (तु. गा. २३१२)**

अर्थ : दुसऱ्याला त्रास देणे, निंदा करणे हे पाप होय.

१०) **मन जाणें पापा । (तु. गा. २९११)**

अर्थ : मनच पाप जाणते.

११) **साधु कैंचा पापीयासी । (तु. गा. २९६९)**

अर्थ : पापी माणसाला साधूंची संगत मानवत नाही.

१२) **काय पतितासी पिता । (तु. गा. २९६९)**

अर्थ : पतिताला परमेश्वराची प्राप्ती होत नाही.

१३) **काय अधमासी गीता । (तु. गा. २९६९)**

अर्थ : अधमापुढे गीता वाचून उपयोग नसतो.

१४) शठ कैंचा ब्रह्मज्ञानी ।। (तु. गा. २९६९)

अर्थ : लबाड माणूस ब्रह्मज्ञानी होत नाही.

१५) कोठें राहातील पापें । जालिया हो अनुताप ।। (तु. गा. २९६१)

अर्थ : खरोखरी पश्चाताप झाला तर पाप नष्ट होते.

१६) आग्रहा नावें पाप । (तु. गा. ३४११)

अर्थ : वाईट गोष्टींचा आग्रह म्हणजे पाप.

१७) संकल्पीं विकल्प पापाचा सुकाळ । (तु. गा. ३७९७)

अर्थ : संकल्पाच्या ठिकाणी विकल्प आला की, विपुल पाप निर्माण होते.

१८) पापियाचें मन न करी आचार । (तु. गा. ४२७९)

अर्थ : पापी माणसाचे मन चांगला आचार करीत नाही.

पुण्य

एकनाथ

१) पुण्याभिमाने स्वर्गप्राप्ती । (एक. आठ. ग्रं. हं. ४२२)

अर्थ : पुण्यकर्माने स्वर्ग प्राप्ती होते ।

रामदास

१) आणि पुण्याचें फळ तें सुख । (दास. ८.७.७)

अर्थ : सुख हे पुण्याचे फळ आहे.

२) बहु पुण्य होतां चि तें भाग्य येतें । (करुणा धा. स. १३४/८८)

अर्थ : खूप पुण्य झाले की, भाग्य उदयाला येते.

३) पुण्य संगे पुण्य लाभतें । (स. गा. १२१५/२)

अर्थ : पुण्याच्या संगतीत पुण्य मिळते.

४) अभावें कदा पुण्य गांठी पडेना । (म. श्लो. १३९)

अर्थ : श्रद्धाहीनतेने पुण्य लाभत नाही.

तुकाराम

१) पुण्य तें जाणां रे भाइनो परउपकाराचें । (तु. गा. २३१२)

अर्थ : हे बंधूंनो । परोपकार हेच पुण्य आहे असे जाणा.

२) आर्तभूतां द्यावे दान । खरे पुण्य त्या नांवे । (तु. गा. ३६५२)

अर्थ : ज्याला गरज आहे त्याला दान द्यावे. तेच खरे पुण्य होय.

पृथ्वी

ज्ञानदेव

१) **जैसी मही हे उद्भिजें । जनी अहंबुद्धीवीण सहजें । (ज्ञाने. ६/४४)**

अर्थ : पृथ्वी वृक्षादिकांना सहज जन्म देते पण त्याचा अहंकार बाळगत नाही.

२) **कां परमाणूमाजीं सामावे । भूगोलु हा ।। (ज्ञाने. १०/७०)**

अर्थ : परमाणूंत पृथ्वी सापडत जात नाही.

३) **उत्तमातें धरिजे । अधम तरि अव्हेरिजें ।**
हें कांहीच नेणिजे । वसुधा जेवीं ।। (ज्ञाने. १२/१४५)

अर्थ : चांगल्याचा स्वीकार करावा वाईटाचा त्याग करावा हे पृथ्वीला माहीत नसते.

४) **वाहुटोळीचेनि बळें । पृथ्वी जैसी न ढळे । (ज्ञाने. १३/४९१)**

अर्थ : वावटळीच्या जोराने पृथ्वी हलत नाही.

५) **आणि पृथ्वीचिया परी सर्वथा । सर्व जें साहाणें ।। (ज्ञाने. १८/८४०)**

अर्थ : पृथ्वी सर्व गोष्टी सदैव सहन करते.

६) **अगा वसुधेचां पोटीं । निधान सिद्ध किरीटी । (ज्ञाने. १८/१२२७)**

अर्थ : पृथ्वीच्या पोटात ठेवा असतो.

७) **मातियेवीण मोदळा । (ज्ञाने. १८/८१४)**

अर्थ : मातीशिवाय चिखलाचा गोळा असत नाही.

८) **कां मृत्तिकेसीं घटु । (ज्ञाने. १८/११८४)**

अर्थ : मातीशी घट एकरूप असतो.

९) **मृण्मयेचि धाम धाम ते चि । (ज्ञा. सा. चि. गा. ४४)**

अर्थ : मातीपासून केलेले घर आणि घराची माती हे निराळे नसतात.

प्रचीति

नामदेव

१) **पुराणप्रसिद्ध गोष्टीं ह्या ऐकाव्या ।**
प्रत्यक्ष देखाव्या कोणें ठायीं ।।
अंगें अनुभवा आपण आणाव्या ।
तरीच वानाव्या संतांपुढे । (ना. गा. ४१३)

अर्थ : पुराणातल्या या गोष्टी ऐकल्या तरी त्याचा प्रत्यक्ष अनुभव घेतला कोणी? या गोष्टींचा अनुभव आपल्याला आला तरच त्या संतापुढे सांगाव्यात.

२) **नामा म्हणे असे पोटामध्यें भूक । तृप्तीचे तें सुख बोलो कैसे ।। (ना. गा. ४१३)**

अर्थ : पोटात भूक असताना तृप्तीचा अनुभव सांगता येत नाही.

रामदास

१) **प्रचितीविण अनुमानें असती । ते विवेकहीन ।। (दास. १३.३.१९)**

अर्थ : अनुभवाशिवाय जे केवळ अनुमान करतात ते मूर्ख असतात.

२) **प्रचितीविण स्वहित । होणार नाहीं । (दास. २०.३.२७)**

अर्थ : अनुभवाशिवाय हित होत नाही.

प्रपंच

रामदास

१) **आधी प्रपंच करावा नेटका । मग घ्यावें परमार्थ विवेका । (दास. १२.१.१)**

अर्थ : आधी उत्तम प्रपंच करावा आणि मग परमार्थाच्या विचाराला लागावे.

२) **प्रपंच सांडून परमार्थ कराल । तेणें तुम्ही कष्टी व्हाल । (दास. १२.१.२)**

अर्थ : प्रपंच सोडून परमार्थाच्या मागे लागले तर कष्ट सहन करावे लागतात.

३) **प्रपंची जो सावधान । तो परमार्थ करील जाण ।**
प्रपंचीं जो अप्रमाण । तो परमार्थी खोटा । (दास. १२.१.९)

अर्थ : जो दक्षतेने प्रपंच करतो तोच परमार्थही करू शकतो. जो दक्षतेने प्रपंच करीत नाही तो परमार्थातही खोटा ठरतो.

प्रयत्न – पाहा यत्न (पान नं. १९१)

ब्राह्मण

एकनाथ

१) **बाप कोपु ब्राह्मणाचा । (एक. भा. १.१६६)**

अर्थ : ब्राह्मणाचा राग (शाप) भयंकर असतो.

२) **ब्रह्माहूनि ब्राह्मण थोरू । (एक. भा. १/१६७)**

अर्थ : ब्रह्माहून ब्राह्मण थोर आहेत.

३) **जेथ ब्रह्मद्वेष वाढे पूर्ण । कुळक्षयो जाण तें ठायीं ।। (एक. भा. १/३३९)**

अर्थ : जिथे ब्राह्मणांचा द्वेष होतो तिथे कुलक्षय झाला म्हणून समजावे.

४) **ब्राह्मण शापबळे सबळ । (भा. रा. बा. १६/१७४)**

अर्थ : ब्राह्मणाच्या अंगी शाप देण्याचे बळ असते म्हणून तो बलवंत असतो.

५) **धनलोभ बहु द्विजांसी । (भा. रा. सुंदर २२/२१७)**

अर्थ : ब्राह्मण लोभी असतात.

६) **जो द्विजद्वेषु करी । तोचि भगवंताचा वैरी ।। (भा. रा. युद्ध. ७७/१४३)**

अर्थ : जो ब्राह्मणांचा द्वेष करतो तो देवाचा वैरी होय.

भक्त पाहा संत

भक्ती

ज्ञानदेव

१) **जें जें भेटे भूत । ते तें मानिजे भगवंत । (ज्ञाने. १०/११८)**

अर्थ : जो जो प्राणिमात्र भेटेल तो तो प्रत्यक्ष परमेश्वर आहे असे समजावे, ही भक्ती होय.

२) **जैसे तंवचि वहाळ वोहळ । जंव न पवती गंगाजळ ।**
मग होऊनि ठाकती केवळ । गंगारूप ।। (ज्ञाने. ९/४५८)

अर्थ : जो पर्यंत गंगेला जाऊन मिळाले नाहीत तो पर्यंतच ओढे, नाले हा भेद असतो. मग ते गंगेला मिळाले की, गंगारूप होऊन जातात. (अशी भक्ती हवी)

३) **जैसें लवणकण घातले । सागरामाजी ।। (ज्ञाने. ९/४६१)**

अर्थ : मिठाचे खडे सागरात टाकले असता ते सागररूप होतात. (अशी भक्ती हवी)

४) **म्हणोनि कुळ जाति वर्ण । हे आघवेंचि गा अकारण । (ज्ञाने. ९/४५६)**

अर्थ : कुळ, जाती, वर्ण हे सर्व निरुपयोगी होत. माझ्या ठिकाणी एकनिष्ठ असण्यात सार्थकता आहे.

५) **म्हणोनि भक्ति गा एथ सरे । जाति अप्रमाण । (ज्ञाने. ९/४५२)**

अर्थ : भक्तीला मोल असते, जातीला नाही.

६) **तो उतरला कर्मे सर्वथा । जयाची अखंड गा आस्था ।**
मजचिलागीं ।। (ज्ञाने. ९/४२३)

अर्थ : ज्याची माझ्यावर (परमेश्वरावर) अखंड श्रद्धा आहे तो पूर्णपणे कर्माचरणातून मुक्त होतो.

७) **पैं भक्ति एकी मी जाणें । तेथ सानें थोर न म्हणें । (ज्ञाने. ९/३९५)**

अर्थ : मी केवळ भक्ती ओळखतो. तीत लहान थोर असा फरक करीत नाही.

८) **रोषें प्रेम दुणवटे । पढियंतयाचेनि ।। (ज्ञाने. ९/१८)**

अर्थ : आवडत्या माणसाच्या रागावण्याने प्रेम दुप्पट होते.

९) **देखें मनुष्यजात सकळ । हें स्वभावता भजनशीळ । (ज्ञाने. ४/६७)**

अर्थ : मनुष्यजात ही स्वभावत: भजनशील असते.

१०) **एऱ्हवीं काय प्रेमा । अनुवादु असे ।। (ज्ञाने. १२/१५९)**

अर्थ : प्रेमाचे वर्णन करता येत नाही.

११) **भक्ती पाविजे व्यक्त । अव्यक्त योगें ।। (ज्ञाने. १२/२३)**

अर्थ : भक्तीने सगुणाची आणि योगाने निर्गुणाची प्राप्ती होते.

१२) **आता आवडी जेथ पडे । तयाचि अवसरीं पुढें पुढें ।**
रिगों लागे हें घडे । प्रेम ऐसें । (ज्ञाने. १८/५३)

अर्थ : जी वस्तू आवडते ती वस्तू इतर गोष्टी मागे सारून पुढे येते. प्रेमाची रीत अशीच आहे.

१३) **निवडूं न येती सागरीं । जैसिया नदी ।। (ज्ञाने. १७/४०८)**

अर्थ : नद्या सागराला मिळाल्या असता त्या वेगळ्या करता येत नाहीत.

१४) दया तेथे धर्मु । (ज्ञाने. १६/१६३४)

अर्थ : जिथे दया तिथे धर्म असतो.

१५) तेणें काजेंवीणही बोलावें । तें देखिलें तरी पाहावें ।
भोगिता चाड दुणावे । पढियंतया ठायीं ।। (ज्ञाने. १८/७९)

अर्थ : प्रेमाच्या माणसाने कारणाशिवाय बोलावे, त्याला एकदा पाहिले तरी पुन: पुन: पाहावे. एकदा भोगले तरी वारंवार भोगण्याची इच्छा व्हावी अशी खऱ्या प्रेमाची जात असते.

१६) सौजन्य तेथें सोयरीक । (ज्ञाने. १८/१६३३)

अर्थ : जिथे प्रेम तिथे सोयरीक असते.

१७) प्रीतीची जाति लाजणें । आठवों नेदी ।। (ज्ञाने. १८/१३६९)

अर्थ : प्रेमाच्या जातीला लाज माहीत नसते.

१८) जरी आवडी आथी साच । तरी जीवितही सलंच । (ज्ञाने. १८/६४२)

अर्थ : प्रेम खरे असेल तर त्यापुढे जीवन लाजिरवाणे वाटते.

१९) जे रुसतां बांधे थांवो । तें प्रेम गा हें ।। (ज्ञाने. १८/२९४)

अर्थ : आवडते माणूस रुसले की, प्रेम अधिकच दुणावते.

२०) भावेंविण भक्ति भक्तिवीण मुक्ति । (ज्ञा. सा. चि. गा. ५३)

अर्थ : भावाशिवाय भक्ती आणि भक्तिशिवाय मुक्ती प्राप्त होत नाही.

२१) गुजेवीण हीत कोण सांगे । (ज्ञा. सा. चि. गा. ५४)

अर्थ : प्रेमाशिवाय हिताच्या गोष्टी कोणी सांगत नाही.

२२) भावेंविण देव नकळे नि:संदेह । (ज्ञा. सा. चि. गा. ५४)

अर्थ : मनात प्रेम असल्याशिवाय देव प्राप्त होत नाही.

२३) नामासिविन्मुख तो नर पापिया । (ज्ञा. सा. चि. गा. ५९)

अर्थ : जो नामस्मरण करीत नाही तो पापी होय.

२४) हरि उच्चारणीं अनंत पापराशी ।
जातील लयासी क्षणमात्रें ।। (ज्ञा. सा. चि. गा. ६०)

अर्थ : हरीच्या नामस्मरणामुळे पापाच्या अनंत राशी क्षणार्धात नाहीशा होतात.

२५) तृण अग्निमेळें समरस झालें ।
तैसें नामें केले जपतां हरी ।। (ज्ञा. सा. चि. गा. ६०)

अर्थ : गवताचा अग्नीबरोबर संपर्क झाला की, ते अग्नीसी एकरूप होते. त्याप्रमाणे नामस्मरण करणारा हरीशी एकरूप होतो.

२६) हरि हरि हरि हा मंत्र शिवाचा ।
म्हणती जे वाचा तया मोक्ष ।। (ज्ञा. सा. चि. गा. ६३)

अर्थ : जे लोक हरी हा शिवमंत्र जपतात त्यांना मोक्षप्राप्ती होते.

२७) एक नाम हरी द्वैत नाम दुरी ।। (ज्ञा. सा. चि. गा. ६४)

अर्थ : जो हरीचे एकच नाव जाणतो तो द्वैत विचारापासून दूर जातो.

२८) हरिपाठ कीर्ति मुखें जरी गाय ।
पवित्रचि होय देह त्याचा ।। (ज्ञा. सा. चि. गा. ६६)

अर्थ : जो मुखाने हरीची कीर्ति गातो त्याचा देह पवित्र होतो.

२९) लक्ष्मीवल्लभ तया जवळी । (ज्ञा. सा. चि. गा. ७१)

अर्थ : (जो नामस्मरण करतो) त्याच्या जवळ लक्ष्मीपती विष्णू असतो.

३०) जाणीव नेणीव भगवंती नाहीं ।
उच्चारणीं पाहीं मोक्ष सदा ।। (ज्ञा. सा. चि. गा. ७४)

अर्थ : जाणीवपूर्वक वा अजाणतेपणी भगवंताच्या नामाचा उच्चार केला तरी मोक्ष मिळतो.

३१) नामेंविण जो नरू । तो होय भूमिभारू ये संसारी ।। (ज्ञा. सा. चि. गा. ७८)

अर्थ : जो मनुष्य नामस्मरण करीत नाही तो भूमिभार समजावा.

३२) पुण्य करितां स्वर्ग पाप करितां भोग ।
नाम जपतां सर्वांग होईल पांडुरंग ।। (ज्ञा. सा. चि. गा. ८९)

अर्थ : पुण्य केले तर स्वर्ग मिळेल. पाप केले तर नरकात जावे लागेल. पण नामस्मरण केले तर पांडुरंगाशी एकरूप व्हाल.

३३) भक्ताचा अंकीला । देव दया निधी ।। (ज्ञा. सा. चि. गा. १२५)

अर्थ : देव दयासागर आहे आणि तो भक्तांच्या स्वाधीन असतो.

३४) ज्ञानदेवो म्हणे संसार निरसी ।
अखंड मानसी विठ्ठल हरी । (ज्ञा. सा. चि. गा. १३९)

अर्थ : विठ्ठलाच्या सतत चिंतनाने संसाराचा निरास होतो.

३५) जेथें नाहि भक्ति तेथें कैंचि मुक्ति । (ज्ञा. सा. चि. गा. १४८)

अर्थ : ज्याच्या मनात भक्ती नसते त्याला मुक्ती मिळत नाही.

३६) जेथें नाही माया तेथें कैंची दया । (ज्ञा. सा. चि. गा. १४८)

अर्थ : जिथे प्रेम नसते तिथे दयाही नसते.

३७) द्वैतभाव ठेला अविनाश संपन्न ।
आपेआप जनार्दन येईल घरा ।। (ज्ञा. सा. चि. गा. १९५)

अर्थ : ज्यांच्या ठिकाणी भक्तिभाव आहे त्यांच्याकडे परमेश्वर आपोआप येतो.

३८) पढियंते बाईये गुणेविण हाता नये ।। (ज्ञा. सा. चि. गा. २७४)

अर्थ : भक्तीच्या गुणांशिवाय परमेश्वर प्राप्त होत नाही.

३९) कापुरा अग्नि स्नेह जाला । (ज्ञ. सा. चि. गा. २८८)

अर्थ : कापूर व अग्नी एकत्र आले की काहीच उरत नाही. (भक्त भगवंत एकरूप होतात)

४०) न पाहे वास न घरी मनीं आस । (ज्ञा. सा. चि. गा. ३४२)

अर्थ : जिथे प्रेम नसते तिथे कोणतीच अपेक्षा नसते.

४१) ज्यासि जैसा भाव । त्यासी तैसा देव ।। (ज्ञा. सा. चि. गा. १२५)

अर्थ : ज्याचा जसा भाव असतो तसा त्याला देव भेटतो.

४२) जेथें नाही भाव तेथें कैसा देव । (ज्ञा. सा. चि. गा. १४८)

अर्थ : जिथे भाव नसतो तिथे देव नसतो.

४३) पुजूं गेलों ठेवुनिया भाव । तव जालों देव स्वतः सिद्ध ।। (ज्ञा. ना. चि. गा. २०७)

अर्थ : भक्तीभावाने मी देवाची पूजा करावयास गेलो आणि मीच देवरूप झालो.

नामदेव

१) नामा म्हणे लोकीं पडियेली तुटी । तीसी जगजेठी अंतरला ।। (ना. गा. ७८)

अर्थ : भेटीत खंड पडला की, देव अंतरतो.

२) कृष्णभक्तीविण तरला आहे कोण । द्यावा निवडून एक तरी ।। (ना. गा. १०१)

अर्थ : कृष्णभक्तिशिवाय कोणी उद्धरून जात नाही.

३) चरणासीं शरण तुझिया जें येती । तेचि उद्धरती भवसिंधु ।। (ना. गा. १५४)

अर्थ : जे तुला शरण येतात तेच भवसिंधू तरून जातात.

४) न विचारी मानसीं याति कांही ।। (ना. गा. १५७)

अर्थ : (देव भक्तांना कथामृत देत असतात) मनात त्यांच्या जातीचा विचार आणत नाही.

५) ब्रह्मज्ञानेंविण मोक्ष आहे भूतीं । वाचेसी ते घेती विठ्ठलनाम । (ना. गा. ३४६)

अर्थ : वाचेने विठ्ठलाचे नाव घेतले असता ब्रह्मज्ञानाशिवाय सर्वांना मोक्ष मिळतो.

६) नामा म्हणे सेवा करोनियां शुद्ध । संसार संबंध नाहीं तया ।। (ना. गा. ४३८)

अर्थ : जो देवाची मनापासून भक्ती करतो त्याचा संसाराशी संबंध राहात नाही.

७) नामा म्हणे सेवा करणे हें कठीण । (ना. गा. ४६६)

अर्थ : सेवा करणे फार कठीण काम असते.

८) भक्ति करूनियां कोण वाया गेला । सांगा हो विठ्ठला निवडुनि । (ना. गा. ५२५)

अर्थ : भक्तिमुळे कोणी वाया गेला, हे तुम्ही मला शोधून सांगा.

९) नामा म्हणे केशव भावाचा लंपट । (ना. गा. ५२६)

अर्थ : देव भक्तीचा भोक्ता असतो.

१०) ऐकतां कीर्तन होती जीवनमुक्त । (ना. गा. ५५१)

अर्थ : कीर्तन ऐकले असता मानव जीवनमुक्त होतो.

११) कीर्तनाच्या सुखें सुखी होतो देव । (ना. गा. ५५२)

अर्थ : कीर्तनाच्या सुखाने देव सुखीं होतो.

१२) जीवशिव ग्रामी मी तू पण नाहीं । (ना. गा. ५६२)

अर्थ : जीव आणि शिव यांच्या ठिकाणी द्वैताची भावना नसते.

१३) भक्तींसी तुष्टें नारायण । (ना. गा. ५०१)

अर्थ : देव भक्तीने संतुष्ट होतो.

१४) प्रेमाचा जिव्हाळा जंव नाहीं अंतरी ।
तंव कैसा श्रीहरि करील कृपा ।। (ना. गा. ५७९)

अर्थ : मनात प्रेम नसेल तर श्रीहरी कृपा करणार नाही.

१५) सर्वत्रीं समान भूतदया । (ना. गा. ५९६)

अर्थ : सर्व प्राणिमात्रांच्या ठिकाणी एकसारखे प्रेम करावे.

१६) भावाचा लंपट भक्तां पराधीन । (ना. गा. ६११)

अर्थ : श्रीकृष्ण भक्तीला भुलणारा आणि भक्तांच्या आधीन होणारा आहे.

१७) नाहीं भक्तीं नामीं चांडाळ पातकी ।
तोचि जाणावा लोकीं दुष्ट नष्ट ।। (ना. गा. ६६२)

अर्थ : ज्याची नामस्मरणावर भक्ती नाही तो चांडाळ, पातकी म्हणावा. तोच लोकांमध्ये दुष्ट ठरतो.

१८) भावेंविण देवा सर्वथा नातुडे । (ना. गा. ६७८)

अर्थ : भक्तिशिवाय परमेश्वर प्राप्त होत नाही । (ना. गा. ६७८)

१९) भावेंविण भक्ति कशानें हो करी । (ना. गा. ७२८)

अर्थ : प्रेम नसताना भक्ती करता येत नाही.

२०) नामा म्हणे माझी भक्ति हें माउली । (ना. गा. ७८१)

अर्थ : भक्ती ही माझी माता आहे.

२१) नाचूं कीर्तनाचे रंगी । ज्ञानदीप लावूं जगीं ।। (ना. गा. ८११)

अर्थ : आम्ही कीर्तनात नाचून ज्ञानाचा प्रसार करू.

२२) भावापाशीं देव उभा सर्वकाळ । (ना. गा. ८२०)

अर्थ : प्रेमाजवळ देव सदैव उभा असतो.

२३) गंगासिंधु मिळणीं जाली सहस्त्रमुखीं ।
ओघ तो उदक आन नाही ।। (ना. गा. १००३)

अर्थ : गंगा अनेक मुखांनी सागराला मिळाली तरी तिचा ओघ आणि सागर यात भिन्नता नसते.

२४) प्रेमावांचुनि भक्ति । (ना. गा. १०४४)

अर्थ : प्रेमाशिवाय भक्ती शोभत नाही.

२५) भक्तीविण मोक्ष नव्हे हा सिद्धांत । (ना. गा. ११५५)

अर्थ : भक्तीशिवाय मोक्ष मिळत नाही.

२६) लवण समुद्रां जागा मागें । तेंहि समुद्र जालें अंगे ।। (ना. गा. ११६४)

अर्थ : मिठाने समुद्राकडे जागा मागितली तर ते सागररूप होते.

२७) वांत दीपासंगे गेली । ते हि दीप अंगे जाली ।। (ना. गा. ११६४)

अर्थ : वात पेटविली असता ती दीपरूप होते.

२८) नामा म्हणे जरी केशवासी ध्यासीं ।
तरी केशवचि होसी अरे मना ।। (ना. गा. १२२७)

अर्थ : हे मना ! केशवाची तू भक्ती केलीस तर तू केशव होशील.

२९) भवसिंधु तराया एकचि उपाय । ध्यावें तुझे पाय वासुदेव ।। (ना. गा. १००)

अर्थ : संसारसागर तरून जायला नामस्मरण हा एकच उपाय आहे.

३०) नामा म्हणे नामें नासोनिया पाप । (ना. गा. ४५२)

अर्थ : नामदेव म्हणतात नामस्मरणाने पापांचा नाश होतो.

३१) नामाग्नीनें दोष जळती येकसरा । (ना. गा. ५०५)

अर्थ : नामस्मरणाने सर्त्त दोष क्षणार्धात जळून जातात.

३२) नाहीं यातीवर्ण नाहीं हें वेदोक्त । नामेचि संतृप्त होती जीव ।। (ना. गा. ५२१)

अर्थ : नामस्मरणासाठी जातीचे बंधन नाही. वेदाध्ययनाची आवश्यकता नाही. केवळ नामस्मरणाने जीवाला समाधान लाभते.

३३) हडबडली पातकें । घेता रामनाम एक ।। (ना. गा. ५२३)

अर्थ : रामनामाचा उच्चार केला की, सर्व पातके नाहीशी होतात.

३४) नामा म्हणे तुम्ही स्मरावें गोविंदा । चुके भवबाधा संसाराची ।। (ना. गा. ५२९)

अर्थ : गोविंदाचे स्मरण केले की, संसारबाधा चुकते.

३५) आवडीनें कोणी चिंतिता उल्हास । काय तो तयास उपेक्षील ।। (ना. गा. ५३०)

अर्थ : जो आवडीने परमेश्वराचे चिंतन करतो तो त्याची उपेक्षा करीत नाही.

३६) नामा म्हणे नाम साधकाची माता । जैसे तैसे घेतां भक्ति जोडे ।। (ना. गा. ५३१)

अर्थ : नाम हे साधकाची माऊली आहे. ते कसेही घेतले तरी भक्ती होते.

३७) नाम स्मरे त्यांसी संसारचि नाही । खुंटली ते पाही वेरझार ।। (ना. गा. ५३२)

अर्थ : जो नामस्मरण करतो त्याची संसाराची आसक्ती नष्ट होते आणि जन्ममरणाच्या फेऱ्या संपतात.

३८) नाम पतित पावन । (ना. गा. ५३६)

अर्थ : नाम पतितांना पावन करते.

३९) नामापरता मंत्र नाहीं त्रिभुवनीं ।। (ना. गा. ५३८)

अर्थ : नामासारखा त्रिभुवनात श्रेष्ठ मंत्र नाही.

४०) नामाविण कोणी तरले जे म्हणती । तें आधीं बुडती भवसागरीं ।। (ना. गा. ५३८)

अर्थ : नामस्मरणाशिवाय आम्ही तरलो असे जे कोणी म्हणतील, ते आधी संसारसागरात बुडतील.

४१) काळवेळ नसे नामसंकीर्तनासाठी । (ना. गा. ५५३)

अर्थ : नामसंकीर्तनासाठी काळवेळेचे बंधन नसते.

४२) साधनांत सोपे नाम हें केवळ । (ना. गा. ५६०)

अर्थ : सर्व साधनात नाम हे सोपे साधन आहे.

४३) म्हणतां नाम वाचे वैकुंठ जवळी । (ना. गा. ५६६)

अर्थ : विठ्ठलाचे नाव घेतले की, वैकुंठाची प्राप्ती होते.

४४) नामा म्हणे चोखडा भक्त तो उत्तम । वाचेसी सुगम रामनाम ।। (ना. गा. ५०६)

अर्थ : ज्याच्या मुखात सुलभ रामनाम असते तो भक्त उत्तम होय.

४५) रामकृष्ण जगीं नामनौका । (ना. गा. ६१०)

अर्थ : रामकृष्ण ही नामरूपी नौका भवसागर तारून नेण्यास समर्थ आहे.

४६) नामाचेनि पाठें जातील वैकुंठें । (ना. गा. ६३७)

अर्थ : नामस्मरणाने वैकुंठाची प्राप्ती होते.

४७) नामसंकीर्तन नित्य नाम वाचें । दहन पापाचें एका नामें ।। (ना. गा. ६३८)

अर्थ : नित्य नामस्मरण केल्याने पाप जळून जाते.

४८) सकळ साधनांचे सार । रामकृष्ण हा उच्चार ।। (ना. गा. ६३९)

अर्थ : रामकृष्ण या नामाचा उच्चार हे सर्व साधनाचे सार आहे.

४९) नाम पतितपावन । नाम जीवांचें साधन ।। (ना. गा. ६४४)

अर्थ : नाम पतितांना पावन करणारे आणि जीवांचे सार्थक करणारे आहे.

५०) अमृतसुरस रामनाम एक । वाचेचें वाचक मन करी । (ना. गा. ६४५)

अर्थ : रामनाम हे अमृतासारखे गोड आहे. मन एकाग्र करून त्याचा उच्चार करा.

५१) सर्वांभूतीं भजन हेंचि पैं चोखड । (ना. गा. ६४७)

अर्थ : सर्वांच्या ठिकाणी परमेश्वर आहे असे समजून केलेले भजन हेच खरे भजन होय.

५२) नामचि समर्थ नामचि मथित । (ना. गा. ६५६)

अर्थ : नाम हे समर्थ असून ते सर्व सारांचे सार आहे.

५३) अमृताहुनि गोड नाम तुझे देवा । (ना. गा.७८२)

अर्थ : हे देवा ! तुझे नाव अमृतापेक्षाही गोड आहे.

५४) कीटकीतें भये स्वये भृंगी ध्याता । (ना. गा. ७८६)

अर्थ : भुंग्याच्या भीतीने कीटक त्याचे ध्यान करतो आणि अखेरीला त्याच्याच रुपाला जातो.

५५) नामा म्हणे निर्विष जालो । केशव नामें उपचारिलों । (ना. गा. ७८९)

अर्थ : नामस्मरणरूपी औषधाने मी निर्विष (वासनारहित) झालो.

५६) संतसमागमें नाचेन रंगणीं । तेणें होईल धुणी त्रिविध तापा । (ना. गा. ७९६)

अर्थ : संतांबरोबर कीर्तनात न्यृत्य करीन त्यामुळे त्रिविधताप नाहीसे होतील.

५७) मानी तो हरिदास ज्या नामीं विश्वास । (ना. गा. ८३५)

अर्थ : ज्याचा नामस्मरणावर विश्वास आहे त्यालाच हरिदास म्हणावे.

५८) नामा म्हणे नाम केशवाचें घेसीं । तरीच वैष्णव होसी जना ।। (ना. गा. १०५१)

अर्थ : केशवाचे नामस्मरण कराल तर भक्त व्हाल.

५९) नाम घेतां महापातकें जाती भंगा । (ना. गा. ११७९)

अर्थ : परमेश्वराचे नामस्मरण केले की, सर्व पापे नष्ट होतात.

६०) पापिष्टाचे जिणें काय तें जियालें । गळा स्तन जालें शेळियेचें । (ना. गा. ४९७)

अर्थ : पापी माणसाचे जगणे शेळीच्या गळ्यातील स्तनाप्रमाणे निरुपयोगी असते.

६१) भुकेलिया अन्न तान्हेल्या जीवन । पुण्यासी कारण इतुकेंचि ।। (ना. गा. ४९३)

अर्थ : भूक लागलेल्या माणसाला अन्न आणि तहान लागलेल्यास पाणी देणे हे पुण्यकारक होय.

६२) जैसा ज्याचा भाव तैसा भासे । (ना. गा. १८४)

अर्थ : ज्याच्या मनात जसा भाव असतो तसा परमेश्वर त्याला दिसतो.

६३) नामा म्हणे जया जैसीं जे वासना । जन्मकर्में जाणा तैसीं होती ।। (ना. गा. ४६१)

अर्थ : नामदेव म्हणतात, मरणाच्या वेळी जी वासना असेल तो जन्म त्याला मिळतो.

एकनाथ

१) भावें पुरुषोत्तम संतुष्ट सदा । (एक. भा. २/३३१)

अर्थ : परमेश्वर भक्तीने संतुष्ट होतो.

२) हरिभजनीं जे विमुख । त्यांसी सदा द्वैत सन्मुख । (एक. भा. २/४७५)

अर्थ : हरीच्या भजनाकडे जे पाठ फिरवितात त्यांच्या पुढे सतत प्रश्नचिन्ह उभे असते.

३) न करितां भक्ती, मुक्ति कैंची । (एक. भा. ३/१८४)

अर्थ : भक्ती केली नाही तर मुक्ती मिळत नाही.

४) भक्तीवीण मुक्तीचा सोसु । करितां प्रयत्न पडे वोसु । (एक. भा. ३/१८९)

अर्थ : भक्तीशिवाय मुक्तीचा केलेला प्रयत्न वाया जातो.

**५) भक्तीपाशीं नित्य तृप्ति । भक्तीपाशीं नित्य मुक्ती ।
भक्तीपाशीं भगवत्प्राप्ती । मायानिवृत्ती हरिभजनें । (एक. भा. ३/६२०)**

अर्थ : भक्तीच्या ठिकाणी नित्य समाधान असते. भक्तीपाशी नित्यमुक्ती असते. भक्तीपाशी भगवत्प्राप्ती असते. हरिभजनाने मायेची निवृत्ती होते.

६) **देवो भावाचा भोक्ता । (एक. भा. ९/४३२)**

अर्थ : देव भक्तीचा भुकेला असतो.

७) **वृथा भावेंवीण भजन । (एक. भा. ११/११८२)**

अर्थ : भक्ती नसेल तर भजन व्यर्थ होय.

८) **भावो तेथ भाग्य पहा हो । (एक. भा. ११/११८३)**

अर्थ : जेथे भाव असतो तिथे भाग्य असते.

९) **निजभावेंवीण पहा वो । तीर्थीही देवो असेना ।। (एक. भा. ११/११५०)**

अर्थ : आपली भक्ती नसेल तर तीर्थांच्या ठिकाणीही देव नसतो.

१०) **उद्धवा ज्यासी जैसा भावो । त्यालागीं मी तैसा देवो । (एक. भा. १२/१६७)**

अर्थ : ज्याचा जसा भाव असतो त्याला मी तसा होतो.

११) **जो तैसा भावी भाविक । तैसा मी देख तयासी । (एक. भा. १२/१६८)**

अर्थ : भक्त जशी भावना बाळगतो तसा देव त्याला पावतो.

१२) **जैसा भावो ज्याचें चित्तीं । तैशी प्राप्ती तो पावे । (एक. भा. १४/३४८)**

अर्थ : ज्याचा जसा भाव असतो तसे त्याला फळ मिळते.

१३) **उद्धवा जेथ अनुताप नाहीं । तेथ माझी कृपा नव्हें कहीं । (एक. भा. २०/३५८)**

अर्थ : जेथे पश्चात्ताप नसतो तिथे माझी कृपा नसते.

१४) **श्रवणें उपजे सद्भावो । सद्भावें प्रकटें देवो । (एक. भा. १/३०५)**

अर्थ : (कृष्णनामाच्या) श्रवणाने सद्भक्ती उत्पन्न होते आणि सद्भक्तीने देव प्रकट होतो.

१५) **जो कृष्णस्मरणें निमाला । तो कृष्णुचि जाला । (एक. भा. २/१६४)**

अर्थ : देवाचे (कृष्णाचे) नाव घेत जो मरण पावतो तो देवरूप (कृष्णरूप) होतो.

१६) **मना होतां समाधान । समाधानें अधिक भजन । (एक. भा. २/३५६)**

अर्थ : मनाला समाधान मिळाले तर भजन (नामस्मरण) अधिक होते.

१७) **जो कोणी स्मरें माझें नामू । तिकडे पाहूं न शके कामू । (एक. भा. १२/१५५)**

अर्थ : जो कोणी माझे नाम घेतो त्याच्याकडे काम पाहू शकत नाही.

१८) **दत्त वसे जया मनीं । तया दत्त जनीं वनीं । (एक. गा. १०३९/४)**

अर्थ : ज्याच्या मनात दत्ताचे प्रेम असते त्याला जनांत, वनांत (सर्वत्र) दत्त भेटतो.

१९) **प्रेमाविण भजन । (एक. गा. ११३७/२)**

अर्थ : प्रेमाशिवाय भजनाला गोडी नसते.

२०) **भावाविण देव कैसा पावे । (एक. गा. ११३७/२)**

अर्थ : प्रेमाशिवाय देव भेटत नाही.

२१) **अनुतापाविण भाव कैसा राहे । (एक. गा. ११३७/५)**

अर्थ : पश्चात्ताप नसेल तर प्रेम टिकत नाही.

२२) **नामेंविण वाणी विंटबना । (एक. गा. १२३३/३)**

अर्थ : नामाशिवाय वाणी असणे ही वाणीची विटंबना होय.

२३) **ज्याच्या ठायीं जैसा भाव । प्रगटें देव तैसाची । (एक. गा. १२५३/१)**

अर्थ : ज्याची जशी निष्ठा तशी त्याला देवाची भेट होते.

२४) **चिंतनें नासतसे चिंता । (एक. गा. १३४५/१)**

अर्थ : हरीच्या चिंतनाने चिंतेचा नाश होतो.

२५) **जन नोहे जनार्दन । (एक. गा. १४६७/४)**

अर्थ : प्रत्येक माणूस हा माणूस नसून तो परमेश्वर असतो.

२६) **एका जनार्दनीं भावा । नाहीं तेथें कदा दोष ।। (एक. गा. २६१०/४)**

अर्थ : जिथे निष्ठा नसते तिथे देव नसतो.

२७) **भाव तेथें वसे देव ।। (एक. गा. २६५७/४)**

अर्थ : जिथे भक्ती तिथे देव ।

२८) **भावार्थाचें बळ गाढें । (एक. गा. ३४०९/१२०)**

अर्थ : निष्ठेचे बळ मोठे असते.

२९) **जयासी जैसा भाव । तैसा देव तयासी ।। (एक. गा. ३४०९, १२२)**

अर्थ : ज्याची जशी निष्ठा असेल तसा त्याला देव पावतो.

३०) **जया जैसा भावो । तया तैसा देवो । (एक. गा. ३४८७/७१)**

अर्थ : ज्याची ज्या प्रकारची भक्ती असते तसा त्याला देव भेटतो.

३१) **मरण भय जयाचें चित्ति । त्यासी कैंची श्रीरामभक्ती । (भा. रा. सुंदर ३३/१८)**

अर्थ : ज्याला मरणाचे भय वाटते त्याला रामाची भेट होत नाही.

३२) **जो जो श्रीरामाचा भक्त । तो तो आमचा परम आप्त । (भा. रा. सुंदर ३४/७१)**

अर्थ : जो श्रीरामाचा भक्त तो आमचा आप्त होय.

३३) **रामनामाचिया आवृत्ती । जळती पातकांचिया पंक्ति ।। (भा. रा. बा. १४/८४)**

अर्थ : रामाच्या नामस्मरणाने पातकांच्या राशी जळून जातात.

३४) **राम राम म्हणता वाचें । जड संसार तरती साचें ।। (भा. रा. बा. २०/२७)**

अर्थ : नामस्मरणाने अवघड संसार तरून जाता येतो.

३५) **भजनीं आवडी भगवंता । (भा. रा. सुंदर. २२/१२६)**

अर्थ : भगवंताला भजनाची आवड असते.

३६) **नामापासी भगवंत । असे डुल्लत स्वानंदे ।। (भा. रा. सुंदर २२/२०४)**

अर्थ : जिथे नामस्मरण चालते तिथे भगवंत आनंदाने नाचत असतो.

३७) **नामीं नाहीं मरणावस्था । (भा. रा. युद्ध ४३/१६)**

अर्थ : नामाला मरण नसते. (नाम घेणाऱ्याला मरण नसते.)

३८) **वेडी जाती प्रेमाची । वेळ नेणें कार्याची ।। (भा. रा. युद्ध ४९/१००)**

अर्थ : भक्तीला काळ वेळ माहीत नसते.

३९) **सर्वांभूतीं भगवद्भावो । नुपजे तंव न भेटें देवो ।। (रु. स्व. ३३)**

अर्थ : सर्वांच्या ठायी परमेश्वर आहे हा भाव नसेल तर देवाची भेट होत नाही.

४०) **जया हृदयीं जैसा भावो । तयासी तैसा भेटें देवो ।। (रु. स्व. ४/६८)**

अर्थ : ज्याच्या मनात जशी भक्ती असते तसा त्याला परमेश्वर भेटतो.

४१) हृदयीं नाहीं सत्य भावो । तंव कैसेनि पावे देवा ।। (रु. स्व. ४/६९)

अर्थ : अंत:करणात खरे प्रेम नसेल तर देव भेटत नाही.

४२) न करितां भगवद्भक्ती । ब्रह्मयासीं नव्हे ज्ञानप्राप्ती ।। (एक. आठ. च. भा. ५२)

अर्थ : परमेश्वराच्या भक्तीशिवाय ब्रह्मदेवालाही ज्ञानप्राप्ती होत नाही.

४३) हें तपस्वियांचें निजधन । या लागीं ते तपोधन ।। (एक. आठ. ग्रं. च. भा. ९०)

अर्थ : तप हे तपस्वीऋषींचे धन आहे.

४४) माझें नाम नाशी दु:ख कोटी । (एक. आठ. ग्रं. च. भा. ३०८)

अर्थ : देवाच्या नामस्मरणाने अनंत दु:खांचा नाश होतो.

४५) भगवद्भाव सर्वांभूतीं । या नांव मुख्य माझी भक्ती ।। (एक. आठ. ग्रं. च. भा. ३९९)

अर्थ : सर्व प्राणीमात्रांच्या ठिकाणी परमेश्वर आहे असे मानणे हीच भक्ती होय.

४६) जो भूतें देखें चैतन्यघन । त्यासी मी परमात्मा आपण ।। (एक. आठ. ग्रं. च. भा. ५८७)

अर्थ : जो सर्व प्राणिमात्रांमधल्या चैतन्यास आपले भक्त समजतो त्याला माझी भेट होते.

४७) प्रीतीनें प्रीति अतिशयें वाढे । (एक. आठ. ग्रं. ह. ५८)

अर्थ : प्रेमाने प्रेम वाढते.

४८) अंतकाळी जे मती । तेचि प्राणियांसी जाण गती । (एक. भा. २/१६५)

अर्थ : मरणाच्या वेळी माणसाच्या मनात जो विचार असतो तीच गती त्याला मिळते.

रामदास

१) जयाचा भावार्थ जैसा । तयास लाभ तैसा । (दास. १.१.३८)

अर्थ : ज्याचा जसा भाव असतो तसे त्याला फळ मिळते.

२) भगवंत भावाचा भुकेला । भावार्थ देखोन भुलला । (दास. ३.१०.१०)

अर्थ : भगवंत भक्तीचा भुकेला असतो. भक्ती दिसली की, तो भुलतो.

३) जयास भगवंत आवडे । तयाचें देवासीं सांकडें । (दास. ३.१०.११)

अर्थ : ज्याला भगवंत आवडतो त्याचे ओझे भगवंतावर पडते.

४) जैसा भाव जयापासीं । तैया देव तयासी । (दास. ३.१०.१३)

अर्थ : जशी ज्याची भक्ती असते तसाच त्याला देव भेटतो.

५) जैसे जयाचें भजन । तैसें चि दे समाधान ।। (दास. ३.१०.१५)

अर्थ : जसे ज्याचे भजन (आराधना) असते तसेच परमेश्वर त्याला समाधान देतो.

६) जैसा भाव प्रतिबिंबला । तयाचा चि देव जाला । (दास. ३.१०.१९)

अर्थ : जशी ज्याची भक्ती असते त्या भक्तीचे प्रतिबिंबच त्याचा देव होतो.

७) भावें भजनीं जे लागले । ते ईश्वरीं पावन जाले । (दास. ३.१०.२१)

अर्थ : भक्तीने जे ईश्वराची आराधना करतात ते पावन होतात.

८) जयांचा ईश्वरीं जिव्हाळा । ते भोगिती स्वानंद सोहळा । (दास ३.१०.३१)

अर्थ : ज्यांचे ईश्वरावर प्रेम असते ते स्वानंदाचा सोहळा भोगतात.

९) जयास वाटें सुख चि असावें । तेणें रघुनाथभजनीं लागावें । (दास. ३.१०.६३)

अर्थ : ज्यांना सुखाची अपेक्षा असते त्यांनी रामभक्ती करावी.

१०) **भगवंतास कीर्तन प्रिये । (दास. ४.२.७)**

अर्थ : कीर्तनाने भगवंत संतुष्ट होतो.

११) **नामें संकटें नासती । नामें विघ्नें निवारती । (दास. ४.३.११)**

अर्थ : नामाने संकटे, विघ्ने दूर होतात.

१२) **पादसेवन तेंचि जाणावें । कायावाचामनोभावें ।**
सद्‌गुरूचे पाय सेवावें । सद्‌गतिकाराणें । (दास. ४.४.२)

अर्थ : जन्ममरणाची यातायात चुकविण्यासाठी सद्‌गुरूला अनन्यभावे शरण जाणे याला पादसेवन भक्ती म्हणतात.

१३) **पादसेवन चौथी भक्ती । पावन करितसें त्रिजगती । (दास. ४.४.२५)**

अर्थ : पादसेवन ही चौथी भक्ती होय, तिच्यामुळे त्रिभुवन पावन होते.

१४) **नमस्कारें लीनता घडे । नमस्कारें विकल्प मोडे ।**
नमस्कारें सख्य घडे । नाना सत्पात्रासीं ।।
नमस्कारें दोष जाती । नमस्कारें अन्याय क्षमती ।।
नमस्कारें मोडली जडतीं । समाधानें ।। (दास. ४.६.१४-१५)

अर्थ : नमस्काराने लीनता प्राप्त होते. नमस्काराने संशय (विकल्प) नाहीसा होतो. नमस्काराने चांगल्या लोकांशी मैत्री होते. नमस्काराने दोष जातात. नमस्काराने अन्यायाची क्षमा होते. नमस्काराने गेलेले समाधान पुन्हा प्राप्त होते.

१५) **नमस्कारें कृपा उचंबळे । नमस्कारें प्रसन्नता प्रबळे ।**
नमस्कारें गुरुदेव वोळे । साधकांवरी ।।
विशेष करितां नमस्कार । नासती दोषांचे गिरिवर ।
नमस्कारें पतित पावन ।
नमस्कारें जन्ममरण । दुरी दुऱ्हावें ।।१९।।
नमस्कारें प्राणीयातें । सद्‌बुद्धि लागे ।।२१।। (दास. ४.६.१७,१९,२१)

अर्थ : नमस्काराने देवभक्तांची कृपा उंचबळते, त्यांची प्रसन्नता वाढते. नमस्काराने गुरू साधकावर प्रसन्न होतात. अहंकार न बाळगता नमस्कार केला म्हणजे दोषांचे डोंगर नाहीसे होतात. पतित पावन होतात. जीवाचे जन्ममरणाचे फेरे चुकतात. नमस्काराने सद्‌बुद्धी प्राप्त होते.

१६) **साधक भावें नमस्कार घाली । त्याची चिंता साधूस लागली. (दास. ४.६.२४)**

अर्थ : साधकाने भक्तीने नमस्कार केला तर त्याची चिंता साधूला लागते.

१७) **देवास जयाची अत्यंत प्रीती । आपण वर्तावें तेणें रीतीं । (दास. ४. ८/३)**

अर्थ : देवाला जे खूप आवडते त्या प्रमाणे आपण वागावे.

१८) **देवाच्या सख्यत्वाकारणें । आपलें सौख्य सोडून देणें । (दास. ४.८.६)**

अर्थ : देवांबरोबर सख्य करण्यासाठी आपण आपले सुख सोडून द्यावे.

१९) **देवाच्या सख्यत्वासाठीं पडाव्या जिवलगांसी तुटी । (दास. ४.८.८)**

अर्थ : देवाशी सख्य करण्यासाठी जीवलगांनाही सोडावे.

२०) **देव म्हणिजे आपुला प्राण । प्राणासी न करावें निर्वाण । (दास. ४.८.१०)**

अर्थ : देव म्हणजे आपला प्राण आहे म्हणून प्राणाचा नाश करू नये.

२१) **जैसें जयाचें भजन । तैंसा चि देव हि आपण । (दास. ४.८.१४)**

अर्थ : ज्या प्रेमाने आपण देवाची आराधना करतो त्याचप्रमाणे देव आपणाला पावतो.

२२) **देव भक्तांचा कैवारी । (दास. ४.८.२६)**

अर्थ : देव भक्तांचा कैवारी असतो.

२३) **देव पतितांसि तारी । (दास ४.८.२६)**

अर्थ : देव पाप्यांना पापापासून सोडवितो.

२४) **देव होये साहाकारी । अनाथांचा ।। (दास. ४.८.२६)**

अर्थ : देव अनाथांचा सहाय्यक असतो.

२५) **देव कृपेचा सागरु । देव करुणेचा जळधरू ।। (दास. ४.८.२८)**

अर्थ : देव कृपेचा सागर आणि करुणेचा मेघ आहे.

२६) **सख्य देवाचें तुटेना । प्रीती देवाची विटेना ।**
देव कदा पालटेना । शरणागतांसी ।। (दास. ४.८.३०)

अर्थ : एकदा का देवाशी नाते जोडले की, मग ते तुटत नाही. देवाचे प्रेम कमी होत नाही. परमेश्वराला एकदा का शरण गेले की, परमेश्वराची वृत्ती मग कधीही बदलत नाही.

२७) **वेदविरहित तें अप्रमाण । अप्रिये भगवंता ।। (दास. ५.१.१०)**

अर्थ : जे वेदविचारांना सोडून असते ते अप्रमाण होय. ते भगवंताला आवडत नाही.

२८) **परी भगवंतासि भाव प्रमाण । येरा चाड नाहीं । (दास. ५. १.१४)**

अर्थ : भगवंताला भक्तिशिवाय अन्य कोणत्याही गोष्टीची आवड नसते.

२९) **निशेष दुराशा तुटे । तरीच भगवंत भेटे । (दास. ५.२.३६)**

अर्थ : स्वार्थ सर्वस्वी संपला तरच भगवंताची भेट होते.

३०) **नाहीं उपासनेचा आधार । तो परमार्थ निराधार । (दास. ५.२.५१)**

अर्थ : उपासना नसलेली भक्ती व्यर्थ होय.

३१) **साधनेंविण परमार्थ प्रतिष्ठे । तो मागुता सवेंच भ्रष्टें । (दास. ५.२.३५)**

अर्थ : साधने शिवाय परमार्थ स्थापन केला तर तो थोड्याच अवधीच नष्ट होतो.

३२) **आत्मनिवेदन होतां । देवाभक्तांसी ऐक्यता । (दास. ६.३.३२)**

अर्थ : आत्मनिवेदन झाले की, देवभक्त एकरूप होतात.

३३) **जेथें नामरूप हें सरे । तेथें मुक्तपण कैंचे उरे । (दास. ७.६.५७)**

अर्थ : जेथे नाम व रूप नाहीसे होते तेथे मुक्तपण उरत नाही.

३४) **अनन्य भावार्थेविण । प्रज्ञा खोटी । (दास. ८.६.४६)**

अर्थ : एकनिष्ठ भक्तीशिवाय बुद्धी व्यर्थ होय.

३५) **भावासारिखा फळद्रूप । देव तैसा ।। (दास. ९.३.२९)**

अर्थ : ज्याचा जसा भाव असतो तसा त्याला देव पावतो.

३६) **भोळा भाव सिद्धी जाव । हा उधाराचा उपाय ।। (दास. ९.७.४९)**

अर्थ : भोळ्या भक्तीने सिद्धी प्राप्त होते हा उधारीचा (दीर्घ काळाचा) मार्ग आहे.

३७) **नि:काम भजनें भगवंत जोंडे । (दास. १०.७.२०)**

अर्थ : निष्काम भजनाने भगवंत जोडला जातो.

३८) जेथें भ्रष्टाचार घडेना । तो परमार्थ हि दडेना ।। (दास. १०.७.२८)

अर्थ : जिथे भ्रष्टाचार नसतो तिथे परमार्थ झाकून राहत नाही.

३९) भक्तियोगें भगवंत फावे । (दास. १२.८.२६)

अर्थ : भक्तीने परमेश्वर पावतो.

४०) श्रवणें मी पण जाये । (दास. ७.८.७)

अर्थ : श्रवणाने अहंकार नाहीसा होतो.

४१) ज्याची उपासना जैसी । त्यासी प्रीति वाटे तैसी । (दास. ७.९.१०)

अर्थ : ज्याची भक्ती जशी असते तशीच त्याची प्रीती वाढते.

४२) जितां नाही भगवद्‌क्ती । मेल्यां कैंची होइल मुक्ती । (दास. ७.१०.२२)

अर्थ : जिवंतपणी परमेश्वराची भक्ती केली नाही तर मेल्यावर मुक्ती मिळत नाही.

४३) पावावया देवाधिदेवा । बहुविध श्रम करावा । (दास.८/१/६)

अर्थ : देवाधिदेवाच्या प्राप्तीसाठी खूप साधना करावी लागते.

४४) जेणें जैसा निश्चये केला । तयासी तैसाचि फळला । (दास. ८.२.३७)

अर्थ : ज्याने जसा निश्चय केला असेल तसा त्याला देव पावतो.

४५) प्रिती गुंतली तोडितांही तुटेना । (रा. क. १. युद्ध १३/७३)

अर्थ : प्रेम तुटता तुटत नाही.

४६) जया अंतरी भाव होईल जैसा ।
तयालागीं तो देव पावेल तैसा । (रा. क. १ युद्ध १३.८१)

अर्थ : ज्याच्या मनात जशी भक्ती असते तसा देव त्याला पावतो.

४७) स्वरूपीं आसक्ति याचें नाव भक्ति । (रा. क. १ ओव्या शत ४/४८)

अर्थ : आत्मस्वरूपावर आसक्त असणे म्हणजे भक्ती होय.

४८) निसंदेह भक्ति केल्यां होये मुक्ति । (राम. कवि १ ओव्या शत ५/९)

अर्थ : संशयरहित होऊन भक्ती केली तर मुक्ती प्राप्त होते.

४९) देव कैंचा देव सेविल्या वाचुनि । (रा. क. १ स्फु. ओ. ३५/१२)

अर्थ : देवाची सेवा केल्याशिवाय देव भेटत नाही.

५०) भेटो कोणी येक नर धेड माहार चांभार ।
त्याचें राखावें अंतर याचे नांव भजन । (करुणा. धा. स. २१५/९)

अर्थ : धेड, महार वा चांभार यांच्यासारखे कोणीही भेटले तरी त्याचे मन प्रसन्न राखणे याला भजन म्हणतात.

५१) विरक्तीवीण भक्ति । केवी घडे ।। (स. ल. कु. अंतर्भाव ४/१०)

अर्थ : वैराग्याशिवाय भक्ती होत नाही.

५२) जेथें बिऱ्हाड नाहीं भक्तीचें । तेथें समाधान असेल कैंचे । (स. ल. का. पंचसमासी ३/२६)

अर्थ : जिथे भक्ती नाही तिथे समाधान नसते.

५३) भक्ति न करितां जे ज्ञान । तें चि जाणावें अज्ञान । (स. ल. का. पंचसमासी ३/२७)

अर्थ : भक्ती न करता जे ज्ञान प्राप्त होते ते, अज्ञान समजावे.

५४) भक्तीवीण ज्ञान जोडें । ऐसें कल्पांतीं न घडे । (स. ल. का. पंचसमासी ३/२९)

अर्थ : केव्हाही भक्तीशिवाय ज्ञान प्राप्त होत नाही.

५५) **भक्तीनें भेद नासिल । (रा. क. १ पंची. ५/१८)**

अर्थ : भक्तीने भेद नाहीसा होतो.

५६) **भक्तीविणें ज्ञान कदा पाविजेना ।। (रा. क. १. स्फु. ओ. २५१/३)**

अर्थ : भक्तीशिवाय ज्ञान प्राप्त होत नाही.

५७) **भक्तीसाधन करिता चढे । भक्त भगवंती । (स. ल. का. पंचसमासी ३/२९)**

अर्थ : भक्ती साधनेने भक्ताला भगवंताची प्राप्ती होते.

५८) **व्हावया ज्ञानाची प्राप्ती । आधी केली पाहिजे भक्ती । (स.ल.का. पंचसमासी ४/२)**

अर्थ : ज्ञान प्राप्त व्हायचे असेल तर आधी भक्ती केली पाहिजे.

५९) **भाव नसतां जगजेठी । प्राप्त नाहीं । (स.ल.का. एकवीससमासी ७/८)**

अर्थ : भक्ती नसेल तर परमेश्वराची प्राप्ती होत नाही.

६०) **अरे आधीं आपणासी जाळावें । मग रघुनाथीं मिळावें ।**
आपणासी राखतां जीवें । राम कैचा जोडे । (रा. क. २ एकवीससमासी १४/३९)

अर्थ : सर्वस्वाची होळी करून रामाशी एकरूप व्हावे. आपणाला रामाहून निराळे ठेवले तर राम भेटणार नाही.

६१) **माझ्या रामासी जो शरण गेला ।**
तो कळी काळासी वंद्य ।। (रा. क. २ एकवीससमासी १५/५६)

अर्थ : जो रामाला शरण जातो तो कळीकळालाही पूज्य होतो.

६२) **जो रामरूपीं मिळाला । तो परतोनि नाहीं आला । (राम क. २ एकवीससमासी २१/५१)**

अर्थ : जो रामशी एकरूप होतो त्याचे जन्ममृत्यू संपतात.

६३) **नामें महादोष जाती । (स. पद. पू. १०/१)**

अर्थ : नामस्मरणाने महादोष नाहीसे होतात.

६४) **नामें होय चित्तशुद्धी । (स. पद. पू. १०/२)**

अर्थ : नामस्मरणाने चित्ताची शुद्धता होते.

६५) **प्रीति असेना भाव असेना । देव असेना तेथें । (स. पद. उ. २८२/१)**

अर्थ : जिथे प्रेम, भक्ती असत नाही तिथे देव नसतो.

६६) **भक्तिमार्ग विशेष । तेणें पावे जगदीश । (स. पद. गि. प. ८३/१५)**

अर्थ : भक्तीमुळे जगदीशाची प्राप्ती होते. हा या मार्गाचा विशेष होय.

६७) **दास म्हणे भक्ति पाविजेते मुक्ति । (स. पद. गि. प. ९७/३)**

अर्थ : (रामदास म्हणतात) भक्तीमुळे मुक्ती मिळते.

६८) **ज्यासीं जैसा असे भाव । त्यासीं तैसा दिसे देव । (स. गा. ४१०/१)**

अर्थ : ज्याची जशी भक्ती असेल तसा त्याला देव दिसतो.

६९) **भक्तीविण ज्ञान त्या नांव अज्ञान । (स. गा. ४१४/१)**

अर्थ : भक्तीशिवाय असलेल्या ज्ञानाला अज्ञान म्हणतात.

७०) **भावभक्तीविण उद्धरला कोण । (स. गा. ४१५/३)**

अर्थ : भक्तीशिवाय कोणाचा उद्धार होत नाही.

७१) **भक्तीविण ज्ञान कदा पाविजेना । (स. गा. ४१७/३)**

अर्थ : भक्तीशिवाय केव्हाही ज्ञान प्राप्ती होत नाही.

७२) **सानुकूळ देव जया दृढभाव । (स. गा. ४१९/२)**
अर्थ : ज्याची भक्ती दृढ असते त्याला देव अनुकूल असतो.
७३) **एकनिष्ठ नाहीं भाव । त्यासी कैंचा एक देव । (स. गा. ४२३/२)**
अर्थ : निष्ठा नसेल त्याला एक देव नसतो.
७४) **देव कैंचा देव सेविल्यावांचोनी । (स. गा. ५८७/१२)**
अर्थ : देवाची सेवा केल्याशिवाय देव भेटत नाही.
७५) **जैसा भाव असे जेथें । तैसा देव वसे तेथें । (स. गा. ७०१/२)**
अर्थ : ज्याच्या मनात जशी भक्ती असते तसा त्याला देव भेटतो.
७६) **भक्तिभावें सांपडे देव एक रे । (स. गा. १३२९/ध्रु.)**
अर्थ : भक्तीने देवाची प्राप्ती होते.
७७) **एक विश्वासे वांचोनी । देव पाविजे कैसेनी । (स. गा. १३३०/ध्रु)**
अर्थ : विश्वासाशिवाय देव भेटत नाही.
७८) **प्रीति सांगतां नये । (स. गा. १३५९/२)**
अर्थ : प्रेम सांगता येत नाही.
७९) **असे हो जया अंतरी भाव जैसा । वसे हो तया अंतरी देव तैसा ।। (म. श्लो. ३५)**
अर्थ : ज्याची जशी भक्ती असते तसा देव त्याला पावतो.
८०) **समस्तामध्यें नाम हें सार आहे. (म. श्लो. ८१)**
अर्थ : सर्व साधनात नामस्मरण हे श्रेष्ठ आहे.
८१) **मुखी राम विश्राम तेथेंचि आहे । (म. श्लो. ८६)**
अर्थ : ज्यांच्या मुखी रामस्मरण असते त्यांना सुख लाभते.
८२) **मुखीं राम त्या काम बाधूं शकेना । (म. श्लो.)**
अर्थ : जो रामाचे स्मरण करतो त्याला काम बाधत नाही.
८३) **मुखीं नाम नाहीं तया मुक्ति कैंची । (म. श्लो. ९७)**
अर्थ : ज्याच्या मुखात देवाचे नाव नाही त्याला मुक्ती मिळत नाही.

तुकाराम

१) **चिंतन तें तुझी सेवा । (तु. गा. ३२४)**
अर्थ : देवाचे चिंतन हीच देवाची सेवा होय.
२) **वैष्णव तो जया । अवघी देवावरी माया । (तु. गा. ३६६)**
अर्थ : ज्याचे देवावर प्रेम असते तो वैष्णव होय.
३) **भाव तोचि भगवंत । (तु. गा. ५८५)**
अर्थ : भक्तिभाव हाच भगवंत होय.
४) **भक्ति तें नमन । (तु. गा. २१८८)**
अर्थ : सर्वाभूती भगवद्भाव कल्पून त्याला नमन करणे ही भक्ती होय.
५) **भाव ज्याचे गांठी । त्यासीं लाभ उठाउठी । (तु. गा. ७१८)**
अर्थ : ज्याच्या मनात भक्ती असते त्याला प्राप्तीचे फळ लवकर मिळते.

६) **जाणें भक्तीचा जिव्हाळा । तोचि देवाचा पुतळा । (तु. गा. ७३६)**

अर्थ : जो भक्तीचा जिव्हाळा जाणतो तोच देवाची मूर्ती असतो.

७) **भाव तैसें फळ । न चले देवापाशीं बळ । (तु. गा. ७४८)**

अर्थ : जशी भक्ती असेल त्या प्रमाणे फळ प्राप्त होते. परमेश्वराजवळ इतर बळाचा वापर चालत नाही.

८) **तुका म्हणे जया चित्तिं जें वासना ।**
तयाची भावना तयापरी । (तु. गा. १३८)

अर्थ : ज्याच्या चित्तात – मनात जशी वासना असते तशी त्याची भावना होते.

९) **भक्तीचिया मापें मोजितों अनंता ।**
इतरानें तत्त्वता न मोजावे । (तु. गा. ८१०)

अर्थ : अनंताला भक्तीच्या मापाने मोजावे इतर साधनांनी मोजू नये.

१०) **भक्तीचें तें वर्म जयाचिये हातीं ।**
तया घरी शांती क्षमा, दया । (तु. गा. ४१३५)

अर्थ : परमेश्वराच्या भक्तीचे वर्म ज्याला समजले त्याच्या घरी शांती, क्षमा, दया यांची वस्ती असते.

११) **जयासी न कळें भक्तीचें महिमान ।**
तेणें ब्रह्मज्ञान बोलों नये । (तु. गा. २७८९)

अर्थ : ज्याला भक्तीचे माहात्म्य कळत नाही त्याने ब्रह्मज्ञानांच्या गोष्टी बोलू नयेत.

१२) **तुका म्हणे भाव नाहीं करी सेवा ।**
तेणे काय देवा योग्य होसी । (तु. गा. २८२७)

अर्थ : भाव नसताना केलेली सेवा देवाला पावत नाही.

१३) **तुका म्हणे त्याचा भाव तारी त्यास (तु. गा. ३३५८)**

अर्थ : ज्याचा जसा भाव असतो तसा तो त्याला तारतो.

१४) **शिळा जया देव । तैसा फळे त्याचा भाव । (तु. गा. २८२९)**

अर्थ : दगडाला देव मानून तो ज्या भावनेने त्याची पूजा करतो त्याप्रमाणे त्याला फळ मिळते.

१५) **देव भावाचा भुकेला । (तु. गा. १६०७)**

अर्थ : देव भक्तीचा, प्रेमाचा भुकेला असतो.

१६) **देव जोडे भावें । (तु. गा. २८२९)**

अर्थ : देव भक्तीने जोडायचा असतो.

१७) **ज्याची खरी सेवा । त्याच्या भय काय जीवा । (तु. गा. ५९५)**

अर्थ : जो देवाची मनापासून सेवा करतो त्याला कसलेच भय नसते.

१८) **तुका म्हणे भावें जपा हरिचें नाम ।**
मग काळयम शरण तुम्हा । (तु. गा. २८६५)

अर्थ : भक्तीने देवाचे नामस्मरण केले की, यमही शरण येतो.

१९) **भक्तिभावेंविण । तुका म्हणे अवघा सीण । (तु. गा. २८७०)**

अर्थ : भक्तीशिवाय केलेला आचार म्हणजे केवळ शीण होय.

२०) **भक्ति तो कठिण शुळावरील पोळी । (तु. गा. १५४१)**

अर्थ : शुळावरल्या पोळी प्रमाणे भक्ती कठीण असते.

२१) **तैसी हरिभक्ति सुळावरील पोळी ।**
निवडे तो बळी विरळा शूर । (तु. गा. ३८७४)

अर्थ : हरीची भक्ती करणे हे सुळावरच्या पोळीप्रमाणे कठीण आहे. हा भक्तिमार्ग जो स्वीकारतो तो खरोखरीच विरळा शूर होय.

कीर्तन – भक्ती

२२) **हरि कथेची आवडी देवा । करितो सेवा दासांची । (तु. गा. १८३२)**

अर्थ : देवाला हरिकथेची फार आवड असते. जो हरिकथा करीत असतो त्याची देव सेवा करतो.

२३) **जेथें कीर्तन करावें । तेथे अन्न न सेवावें । (तु. गा. ३०८४)**

अर्थ : ज्या ठिकाणी कीर्तन करावे त्या ठिकाणी अन्नाचेही सेवन करू नये. परमेश्वराच्या गुणगानासाठी कोणाकडून काही घेऊ नये.

२४) **प्रेम प्रीतीचें बांधलें । तें न सुटे काही केलें । (तु. गा. १८९८)**

अर्थ : प्रेमाच्या धाग्याने जे बांधलेले असते ते कशानेही तुटत नाही.

२५) **तुका म्हणे येथें आवडी कारण ।**
पिकला नारायण जयां जैसा । (तु. गा. २०१०)

अर्थ : ज्याच्या त्याच्या आवडीनुसार, भावानुसार परमेश्वर त्याला फळ देतो.

२६) **ज्याचें जया ध्यान । तें चि होय त्याचें मन । (तु. गा. २३२८)**

अर्थ : ज्याला ज्या विषयाचे ध्यान असते तो त्याच रूपाला पोहोचतो.

२७) **जया चित्ती जैसा भाव । तयां जवळि तैसा देव । (तु. गा. २३७९)**

अर्थ : ज्याच्या मनात जसा भाव असतो त्याप्रमाणे देव त्याच्याजवळ असतो.

२८) **ज्यासी विठ्ठल नाहीं ठावा । त्याचा संग न करावा । (तु. गा. २९८२)**

अर्थ : ज्याला विठ्ठलाची भक्ती माहीत नाही, त्याची संगत धरू नये.

नामस्मरण – भक्ती

२९) **अंतकाळीं ज्याच्या नाम आलें मुखा ।**
तुका म्हणे सुखा पार नाहीं । (तु. गा. ६८८)

अर्थ : मरणाच्या वेळी ज्याच्या मुखात परमेश्वराचे नाव येते त्याच्या सुखाला अंत नसतो.

३०) **तुका म्हणे वाणी । नाम अमृताची खाणी । (तु. गा. ६९३)**

अर्थ : परमेश्वराचे चिंतन करणारी वाणी ही अमृताची खाण असते.

३१) **नसे तरी मनीं नसो । परी वाचे तरी वसो । (तु. गा. ७२२)**

अर्थ : मनात प्रेम नसून ते केवळ वाणीतून प्रकट झाले तरी चालेल.

३२) **नामाची आवडी तोच जाणा देव । (तु. गा. १२०६)**

अर्थ : ज्याला विठ्ठलनामाची आवड असते त्यालाच देव समजावे.

३३) **अंतरीचें ध्यान । मुख्य या नांवे पूजन । (तु. गा. १२९८)**

अर्थ : मनापासून ईश्वराचे ध्यान करणे हीच त्याची खरी पूजा आहे.

३४) **सोपें आणि गोड । किती अमृताही वाड । (तु. गा. १३००)**

अर्थ : देवा ! तुझी नावे सोपी आणि गोड आहेत, ती अमृतापेक्षाही थोर आहेत.

३५) **चिंतनासी न लगे वेळ । (तु. गा. १४४९)**

अर्थ : हरीचे नाम घ्यायला वेळेचे बंधन नसते.

३६) **अवघा तो शकुन । हृदयीं देवाचे चरण । (तु. गा. १५१७)**

अर्थ : हृदयात देवाचे चिंतन असणे हाच शकुन होय.

३७) **ज्यासी आवडी हरिनामांची । तोचि एक बहु शुचि । (तु. गा. १५५८)**

अर्थ : ज्याला हरिनामाची आवड असते तो पवित्र असतो.

३८) **तुका म्हणे केलें कळिकाळ ठेंगणे । नामसंकीर्तन भाविकांनी । (तु. गा. २०१२)**

अर्थ : भाविक लोक नामसंकीर्तनाच्या बळावर कळीकाळाचा पराभव करतात.

३९) **मुखीं नाम हातीं मोक्ष । (तु. गा. २२९५)**

अर्थ : मुखात नामस्मरण असले की, हातात मोक्ष येतो.

४०) **नाम घेता वाया गेला । ऐसा कोणे आइकिला । (तु. गा. २३९२, ६४४)**

अर्थ : नामस्मरण करून तो वाया गेला, असे कोणी ऐकले आहे काय?

४१) **नाम घेता उठाउठी । होय संसारासी तुटी । (तु. गा. २७८०)**

अर्थ : विठ्ठलाचे सतत नामस्मरण केले की, संसारभाव नष्ट होतो.

४२) **नाम न वदे ज्याची वाचा । तो लेंक दो बापांचा । (तु. गा. २९८२)**

अर्थ : जो परमेश्वराचे नामस्मरण करीत नाही तो दोन बापांचा समजावे.

४३) **नाम न म्हणे ज्याचे तोंड । तें चि चर्मकाचे कुंड । (तु. गा. २९८२)**

अर्थ : ज्याच्या मुखात नामस्मरण नसते, त्याचे मुख म्हणजे चांभाराचे कातडे भिजवण्याचे कुंड समजावे.

४४) **हो कां दुराचारी । वाचे नाम जो उच्चारी । (तु. गा. ७७३)**

अर्थ : वाचेने नामस्मरण करीत असलेला माणूस दुराचारी असला तरी बिघडत नाही.

४५) **मोले घातले रडाया । नाही असु आणि माया । (तु. गा. २४९७)**

अर्थ : मजूरी देऊन रडायला बसवले तर रडणाऱ्याच्या डोळ्यात पाणी नसते आणि त्याला मायाही नसते.

भीती

एकनाथ

१) **सकल भयांमाजी थोर । भवभय अति दुर्धर । (एक. भा. २/३०५)**

अर्थ : सर्व भीतींमध्ये संसाराची भीती फार कठीण असते.

तुकाराम

१) **लंडीपण खोटें भाई । (तु. गा. ३६४)**

अर्थ : भित्रेपणा खोटा असतो.

२) **केला पण सांडी ।**
ऐसियासी म्हणती लंडी ।। (तु. गा. २०२३)

अर्थ : केलेली प्रतिज्ञा जो मोडतो त्याला भित्रा म्हणतात.

३) **भयाचिये पोटीं दुःखाचिया रासीं । (तु. गा. २३९६)**

अर्थ : भयाच्या पोटी दुःखाच्या राशी निर्माण होतात.

मत्सर

एकनाथ

१) **असूयेचा तिडका । ब्रह्मांडी निघती देखा ।**
वित्तहानीचा भडका । तेणें न संडे उभड । (एक. आठ. ग्रं. शु. ३४६)

अर्थ : मत्सराची आग ब्रह्मांडापर्यंत जाते आणि त्यातून धननाश होतो.

रामदास

१) **मछरें भाग्यहि गेलें । मछरें बुधी नासिली ।। (रा. क. १ षड्रिपु ४/१४)**

अर्थ : मत्सराने भाग्य जाते आणि बुद्धी नष्ट होते.

२) **मत्सराचें सुणें मत्सराचे सुणें । लाभेंवीण दुणें भुंकतसे । (स. गा. २१०/१)**

अर्थ : मत्सररूपी श्वान लाभाशिवायच जोरजोराने भुंकत असते.

मद्य-व्यसन

ज्ञानदेव

१) **मधपा आंगींचें वस्त्र । (ज्ञाने. १३/५३२)**

अर्थ : दारूड्याला आपल्या अंगावरील वस्त्रांचे भान नसते.

२) **जो सावध घे मदिरा । तो होऊनि ठाके माजिरा ।**
तियेचि क्षणीं ।। (ज्ञाने. १७/११३)

अर्थ : सावध असलेल्या माणसाने मदिरा घेता क्षणीच तो उन्मत्त होतो.

३) **आणि अपेयाचेनि पानें । (ज्ञाने. १८/८०६)**

अर्थ : अपेयपानाने खरे सुख होत नाही.

४) **हारी उमचावया । जुंवारी जैसा ये डाया । (ज्ञाने. १३/५४१)**

अर्थ : जुगारात गेलेले द्रव्य परत मिळविण्यासाठी जुगारी पुन्हा डाव खेळायला तयार होतो.

मद्य

एकनाथ

१) **मद्य प्राशनीं मातला । त्याचा गेला विवेक । (भा. रा. युद्ध. ४६/१०७)**

अर्थ : मद्यपीचा विवेक नष्ट होतो.

मन

ज्ञानदेव

१) **जैं यमनियम ठाकती । तेथ इंद्रियें सैरा राहाटती ।। (ज्ञाने. १/२४९)**

अर्थ : ज्यावेळी इंद्रिये व मन यांचा निग्रह होत नाही त्यावेळी इंद्रिये स्वैर वावरतात.

२) **म्हणोनि अयुक्तपण मनाचें । तें चि सर्वस्व दु:खाचें । (ज्ञाने. २/३४७)**

अर्थ : मनाची अस्थिरता हेच दु:खाचे कारण होय.

३) **हां गा मनातें मागां सांडावें । (ज्ञाने. १०/१७८)**

अर्थ : मनाच्या गतीला मागे टाकता येत नाही.

४) **आवडे ते वृत्ती किरीटी । आधीं मनौनी उठी ।। (ज्ञाने. १३/२९८)**

अर्थ : ज्या गोष्टीची आवड असेल ती गोष्ट प्रथम मनात उत्पन्न होते.

५) **तैसें मन हें पांडवा । मूळ यया इंद्रियभावां । (ज्ञाने. १३/३०२)**

अर्थ : सर्व इंद्रियव्यापारांचे मूळ मन होय.

६) **तैसा मनोजये कर्मेंद्रियां । खुंटे गती ।। (ज्ञाने. १६/१८४)**

अर्थ : मनावर विजय मिळविला की, कर्मेंद्रियांचे व्यापार बंद पडतात.

७) **कां मनीं जोडे कामु । (ज्ञाने. १८/५१३)**

अर्थ : मनामध्यें काम सदैव असतो.

एकनाथ

१) **भवभयाचें कारण । मन: कल्पना मुख्य जाण । (एक. भा. २/५१४)**

अर्थ : मनाची कल्पना ही संसार भयाचे कारण असते.

२) **आंतरमळ न–क्षाळितां । न लाभे हाता बाह्यशुद्धी ।। (एक. भा. ३/३८१)**

अर्थ : अंतरंग शुद्ध केल्याविना बाहेरची शुद्धी हाताला येत नाही.

३) **या मनाऐसें नाडक । जगामाजीं नाहीं आणिक । (एक. भा. ११/९८३)**

अर्थ : या जगात मनासारखे दुसरे लबाड कोणी नाही.

४) **ज्याचें संतुष्ट नाहीं मन । परम दरिद्री जाण या नांव । (एक. भा. १९/५५८)**

अर्थ : ज्याचे मन संतुष्ट नसते त्यालाच दरिद्री म्हणतात.

५) **देहासी आली वार्धक्यता । परी वृद्धत्व नव्हे माझिया चित्ता । (एक. भा. २३/४५८)**

अर्थ : देहाला म्हातारपण आले तरी मनाला म्हातारपण येत नाही.

६) **दुष्ट ग्रह चारी दिवस पीडी । मनाची पीडा जन्मकोडीं । (एक. भा. २३/५८७)**

अर्थ : दुष्ट ग्रह थोडा काळ त्रास देतात पण मनाची पीडा अनंतकाळ असते.

७) **जेथ जैसा मनाचा सद्भावो । तेथ तद्रूपें भासे देवी देवो ।**
जेथ मनाचा विकल्प पहा हो । तेथ थिता देवो दिसेना । (एक. भा. २३/५८१)

अर्थ : जिथे मनाचा जसा भाव असेल त्या प्रमाणे देव देवता भासणार. जिथे मनाची शंका असेल तिथे असलेला देवही दिसत नाही.

८) **ज्याची जैसी अंतरवृत्तीं । ते जगातें तैसेंचि देखती । (भा. रा. युद्ध. ४५/१००)**

अर्थ : ज्याचे मन जसे असते तसे त्याला जग दिसते.

अर्थ : **नव्हती चित्तशुद्धि गोमटी । म्हणूनी हरिरूपीं दृष्टी रिघेना ।। (एक. आठ. ग्रं. च. मा. ७९)**

अर्थ : चित्तशुद्धीशिवाय हरीची भेट होत नाही.

रामदास

१) **अंतरीं अनुतापें तापलें । तेणें अंतर शुद्ध जालें । (दा. ५.३. ५**

अर्थ : मनाला पश्चात्ताप झाला की, अंत:करण शुद्ध होते.

२) **घात होतो दुश्चीतपणें । (दास. ८.६.१९)**

अर्थ : दूषित मनाने कार्याचा घात होतो.
मनाच्या दूषितपणामुळे अनेक कार्यांचा नाश होतो हे सांगण्यासाठी रामदासांनी
दुश्चीतपणें कार्य नासे ।
दुश्चीतपणें चिंता वसे ।
दुश्चीतपणें स्मरण नसे । (दास. ८.६.२०)
अशी अनेक सुभाषिते सांगितली आहेत. मनाचा दूषितपणा हा या सर्व सुभाषितांचा कर्ता आहे.

तुकाराम

१) **चित्त समाधानें । तरी विष वाटे सोनें ।। (तु. गा. ६३)**

अर्थ : मन समाधानी असेल तर विषही सोन्यासारखे वाटते.

२) **मनाच्या तळमळें । चंदनेही अंग पोळे ।। (तु. गा. ६३)**

अर्थ : मन तळमळत असेल तर चंदनही पोळते.

३) **भंगलीया चित्ता । नाये काशानें सांदितां ।। (तु. गा. ९५)**

अर्थ : मन भंगले तर ते कशानेही जोडता येत नाही.

४) **अंतरीचें धावें स्वभावें बाहेरी । (तु. गा. २८९)**

अर्थ : जे विचार मनात असतात तेच विचार व्यक्त होत असतात.

५) **मन करारें प्रसन्न । सर्व सिद्धीचें कारण । (तु. गा. २९१)**

अर्थ : मन प्रसन्न ठेवले की सर्व गोष्टी साध्य होतात.

६) **तुका म्हणे शुद्ध नाहीं जो आपण ।
तया त्रिभुवन अवघे खोटे । (तु. गा. ३०२)**

अर्थ : ज्याचे मन शुद्ध नसते त्याला अवघे जग खोटे वाटते.

७) **होतें तैसें ते उमटले वरी । (तु. गा. ३७८)**

अर्थ : मनात असते ते वर येते.

८) **नाहीं निर्मळ जीवन । काय करील साबण । (तु. गा. ७६५)**

अर्थ : अंतरजीवन निर्मळ नसेल तर वरवर साबण लावून काय करायचे ?

९) **तैसीं चित्तशुद्धीं नाहीं । तेथें बोध करीत काई ।। (तु. गा. ७६५)**

अर्थ : चित्त शुद्ध नसेल तर तिथे बोध करून काही उपयोग नसतो.

१०) **चित्त ग्वाही तेथें लौकिकाचें काई ।**

स्वहित ते ठायीं आपणापें । (तु. गा. ९५१)

अर्थ : जिथे आपले मनच साक्षी असते तिथे अन्य गोष्टींची जरूर नसते. आपले हित आपणच पाहायचे असते.

११) **या नांवे अंतरा आला नारायण ।**
चित्त समाधान खुण त्याची ।। (तु. गा. ९५३)

अर्थ : चित्त समाधानी असणे हीच अंत:करणात नारायण असल्याची खूण होय.

१२) **तुका बस्तर विचार क्या करें । अंतर भगवान होय ।**
भीतर मैला कैंव मिटे रे । मरे उपर धोय ।। (तु. गा. ११७३)

अर्थ : मन शुद्ध नसेल तर भगवी वस्त्रे धारण करून काय उपयोग. ते वस्त्र फाटेतो घुतले तरी त्याचा मळ जात नाही.

१३) **जैसा भाव तैसें फळ । स्वाती तोय एक जळ ।। (तु. गा. १३२३)**

अर्थ : मनात जसा भाव असतो तसे फळ आपणास मिळते. स्वाती नक्षत्राचे पाणी एकच असते पण ते तापलेल्या लोखंडावर पडले तर त्याची वाफ होते आणि शिंपल्यात पडले तर त्याचा मोती होतो.

१४) **सत्य असत्यासी मन केलें ग्वाही ।**
मानियेलें नाहीं बहुमतां ।। (तु. गा. १३३३)

अर्थ : सत्य असत्याच्या संदर्भात मनच प्रमाण मानले पाहिजे. बहुमतांचा विचार योग्य नाही.

१५) **तुका म्हणे उरला देव । गेला भेव त्या काळें ।। (तु. गा. १४०४)**

अर्थ : मनातली भीती नष्ट झाली की, एक परमेश्वरच राहतो.

१६) **सुख देते शांती । तुका म्हणे धरिता चित्ती । (तु. गा. १४१४)**

अर्थ : मनात शांतता असली की, सर्व गोष्टीत सुख प्राप्त होते.

१७) **याचि नांवे दोष । राहे अंतरीं किल्मिष ।। (तु. गा. १४६५)**

अर्थ : मनात शंका असणे हाय दोष होय.

१८) **नाही सुगंधाची लागत लावणी ।**
लावावी ते मनीं शुद्ध होतां ।। (तु. गा. १५१९)

अर्थ : सुगंधाची लावणी करावी लागत नाही. मन शुद्ध असेल तर सुगंधाचे बीज रोवले जाते.

१९) **तुका म्हणे मना पाहिजे अंकुश । (तु. गा. १५४१)**

अर्थ : मन ताब्यात हवे तर त्याच्यावर अंकुश हवा.

२०) **अंतरिंचें कुडें देइल दु:ख । (तु. गा. १६१८)**

अर्थ : मनातला वाईट भाव दु:खास कारण होतो.

२१) **ज्याचें अंतर निर्मळ । त्याचे सबाह्य कोमळ । (तु. गा. १६९५)**

अर्थ : ज्याचे मन निर्मळ असते त्याचे वर्तनही सुंदर असते.

२२) **चित्त शुद्ध तरी शत्रू मित्र होती । (तु. गा. १७५१)**

अर्थ : चित्त शुद्ध असेल तर शत्रूही मित्र होतात.

२३) **मनाचा स्वभाव इंद्रियांचे ओढी । (तु. गा. १७८०)**

अर्थ : मनाचा स्वभाव इंद्रियांकडे धाव घेणारा आहे.

२४) **आपणचि तारी आपणचि मारी ।**
आपण उद्धरी आपणयां । (तु. गा. २०४२)

अर्थ : आपणच आपल्याला तारतो किंवा मारतो. आपला उद्धार आपल्यालाच करायचा असतो.

२५) **निश्चयाचें बळ । तुका म्हणे तेंच फळ । (तु. गा. २२६१)**
अर्थ : ज्याचा जसा निश्चय असेल तसे त्याला फळ मिळते.
२६) **चांगलेपण तेंचिरें ज्याचे अंतर शुद्ध । (तु. गा. २३१२)**
अर्थ : ज्याचे मन शुद्ध तो चांगला.
२७) **भंगलिया चित्तें सांदीजेना । (तु. गा. २३३९)**
अर्थ : चित्त भंगले की, पुन्हा सांदले जात नाही.
२८) **वासनेचे हाती गर्भवास । (तु. गा. २४३१)**
अर्थ : आपली जशी वासना असते तसा पुढचा जन्म मिळतो.
२९) **कशासाठी विषम थारा । तो अंतरा विटाळ । (तु. गा. २५८२)**
अर्थ : मनात विपरीत गोष्टीला जागा दिली की, ते अशुद्ध बनते.
३०) **तुका म्हणे शुद्ध कुळ । तेथें मळ कशाचा । (तु. गा. २५८२)**
अर्थ : शुद्ध मनाला मळ लागत नाही.
३१) **ज्याचे मन नाहीं लागलें हातासी ।**
तेणें प्रपंचासी टाकूं नये ।। (तु. गा. २७८९)
अर्थ : ज्याचे मन स्वाधीन नाही त्याने प्रपंचाचा त्याग करू नये.
३२) **नको नको मना गुंतूं मायाजाळी ।**
काळ आला जवळी ग्रासावया ।। (तु. गा. २८०८)
अर्थ : हे मना तू मायाजाळात गुंतलास की, काळ न्यायला जवळ येतो.
३३) **व्यर्थ भराभर केलें पाठांतर । जों वरी अंतर शुद्ध नाहीं । (तु. गा. ३०७४)**
अर्थ : जो पर्यंत मन शुद्ध नाही तो पर्यंत केलेला अभ्यास व्यर्थ होय.
३४) **चिंतनाचें मूळ चित्त । (तु. गा. ३१६३)**
अर्थ : चिंतनाचे मूळ चित्त (मन) होय.
३५) **तुका म्हणे जाती । एक एकाचिये चित्तीं ।। (तु. गा. ३१८७)**
अर्थ : समान जातीच्या लोकांच्या मनात एकमेकांबद्दल ओढ असते.
३६) **प्रीतिविण भेटीं रूचि नेदी ।। (तु. गा. ३५६१)**
अर्थ : प्रेमाशिवाय भेटीत आनंद नाही.
३७) **तैसें प्रेमळाचें अवघेचि गोड । (तु. गा. ३६४१)**
अर्थ : आवडत्या माणसाच्या सर्वच गोष्टी आपल्याला आवडतात.
३८) **प्रीतिचिया बोला नाही पेसपाडा । (तु. गा. २८६०)**
अर्थ : प्रीतीच्या बोलात पाचपेच नसतात.
३९) **प्रीतीच्या भांडणा नाही शिरपाव । (तु. गा. ३७००)**
अर्थ : प्रेमाच्या भांडणात मानापमान नसतो.

मरण

ज्ञानदेव

१) **म्हणोनि यापरी मातें । अंतकाळीं जाणतसाते ।**
जे मोकलिती देहातें । ते मीचि होती ।। (ज्ञाने. ८/६८)

अर्थ : मरणाच्या वेळी मला स्मरून जे देहत्याग करतात ते मद्रूप होतात.

२) **एऱ्हवीं तरीं साधारण । उरीं आदळलिया मरण ।**
जो आठवु धरी अंत:करण । तेंचि होईजे ।। (ज्ञाने. ८/६९)

अर्थ : सामान्यपणे मरण जवळ आले असता माणसाच्या मनात ज्याची आठवण येते तीच वस्तू तो होतो.

३) **तेविं जितेनि अवसरें । जें आवडोनि जीवीं उरे ।**
तें चि मरणाचिये मेरे । फार हों लागे ।। (ज्ञाने. ८/७४)

अर्थ : जिवंतपणी ज्या गोष्टींची मनात आवड असते तीच गोष्ट मरण प्रसंगी वारंवार मनात येते.

४) **आणि मरणीं जया जें आठवे । तो तेचि गतीतें पावे ।। (ज्ञाने. ८/७५)**

अर्थ : मरणाच्या वेळी ज्याला जी गोष्ट आठवते त्याच गतीला तो जातो.

५) **अगा अंतीचिंया मती । साचपण पुढिले गती । (ज्ञाने. ९/४१७)**

अर्थ : मरणाच्या वेळी मनात जे विचार असतात त्यानुसार पुढचा जन्म मिळतो.

६) **कां रायाचे देह चाळूं । रंका परौतें गाळूं ।**
हें न म्हणेचि कृपाळू । प्राणु पैं गा ।। (ज्ञाने. १२/१४६)

अर्थ : राजाच्या देहाचे चलन वलन करावे आणि गरीबाला सोडून जावे हे प्राणाला माहीत नसते.

७) **जीवु गेलिया आहे । चेष्टा देहीं ।। (ज्ञाने. १३/३००)**

अर्थ : जीव गेल्यावर देहात चलन वलन नसते.

८) **निवटलें न उपवडे । (ज्ञाने. १४/३५९)**

अर्थ : मेलेला माणूस जिवंत होत नाही.

९) **परि धातयाही पायां पडतां । नुठी गतायु पंडुसुता ।। (ज्ञाने. १६/१२९)**

अर्थ : ब्रह्मदेवाच्या पाया पडले तरी मेलेला माणूस उठत नाही.

१०) **न मरणें निर्विवाद । जगा पढियें ।। (ज्ञाने. १६/२३१)**

अर्थ : मरण हे कोणालाच आवडत नाही.

११) **कां पडावें होय शरीर । तैं रोगा उदयो ।। (ज्ञाने. १६/३१८)**

अर्थ : मरणकाळ जवळ आला की, रोग उत्पन्न होतात.

१२) **कीं मरण मुहूर्त पाहे । (ज्ञाने. १७/१९०)**

अर्थ : मरणाला मुहूर्त लागत नाही.

१३) **नातरी शरीरातें काळु । न विसंबे कवणें वेळु । (ज्ञाने. १८/७६०)**

अर्थ : शरीराला काळ कधीही विसरत नाही.

१४) **परी आयुष्य तेथें जिणें। हें फुडें की गा।। (ज्ञाने. १८/१६३१)**

अर्थ : जिथे आयुष्य असते तिथे जगणे निश्चित असते.

एकनाथ

१) **मृत्यु न विचारी गुणदोष।**
न म्हणजे देश विदेश।
न पाहे रात्र दिवस।
करीत नाश तत्काळ।। (एक. आ. ९/३३५)

अर्थ : मृत्यू गुण-दोषांचा विचार करीत नसतो. तो देश-विदेश, दिवस-रात्र न पाहता तत्काळ नाश करतो.

रामदास

१) **नाहीं मरणास उधार । (दास ३.९.१)**

अर्थ : मरणाला उधारी नाही. (मरण आले असता, थोड्यावेळाने, उद्या असे म्हणता येत नाही.)

२) **मृत्यकाळ काठी निकी । बैसे बळियाचे मस्तकीं ।**
महाराजे बळियें लोकीं । राहों न सकती ।। (दास. ३.९.६)

अर्थ : अंतकाळाचा सोटा भयंकर असतो. तो बलवंतांच्याही डोक्यात बसतो. बलाढ्य महाराजे देखील त्याच्यापुढे तग धरू शकत नाही.

मृत्यूला कोणी लहान-थोर नसते, हा सिद्धान्त रामदासांना सांगायचा आहे. त्यासाठी त्यांनी अनेक उदाहरणे दिली आहेत. मृत्यूला हा क्रूर, हा योद्धा, हा रागीट, हा तत्त्वज्ञ, हा वैद्य हे सर्व सारखे आहेत. मृत्यूला सर्वजण सारखे हा खरा सिद्धान्त. हे खरे सुभाषित परंतु अनेक उदाहरणे असल्याने ती सर्व सुभाषिते होणार. पण मूळ सुभाषित मृत्यूला सर्वजण सारखे हे होय. त्यामुळे अनेक सुभाषिते दिली नाहीत.

३) **जन्मा आले तितुके प्राणी । मृत्य पावती । (दास. ३.९.३७)**

अर्थ : जन्मास आलेला प्रत्येक मनुष्य-प्राणी मरण पावतो.

४) **मृत्यास न ये चुकवितां । काही केल्या ।। (दास. ३.९.३८)**

अर्थ : काहीही केले तरी मृत्यू चुकविता येत नाही.

५) **उपजला प्राणी जाईल बरवा । मृत्यपंथे । (दास. ३.९.४१)**

अर्थ : जन्मास आलेल्या मनुष्य प्राण्याला मृत्यूच्या मार्गाने जावेच लागते.

मित्र

ज्ञानदेव

१) **सख्याचें उद्धत । सखा साहे निवांत । (ज्ञाने. ११/५७४)**

अर्थ : मित्राचा उद्धटपणा मित्र सहन करतो.

२) **प्रियाचां ठायीं सन्मान । प्रिय न पाहे सर्वथा जाण । (ज्ञाने. ११/५७५)**

अर्थ : मित्र मित्राकडून सन्मानाची अपेक्षा करीत नसतो.

३) **नातरी प्राणाचें सोयरें भेटे । मग जीवें भूतलीं जियें संकटें ।**
तियें निवेदितां न वाढे । संकोचु कांहीं ।। (११/५७६)

अर्थ : जिवलग मित्र भेटल्यावर भोगलेल्या सर्व संकटांची कथा त्याला सांगायला काही संकोच वाटत नाही.

४) **अगा पुढिलाचा दोषु । करूनि आपुलिये दिठी चोखु ।**
मग घापे अवलोकु । तयावरी ।। (ज्ञाने. १६/१४७)

अर्थ : दुसऱ्याचा दोष आपल्या दृष्टीने घालवून मग त्याची मैत्री करावी.

५) **आडवीं समर्थु बोळावा । (ज्ञाने. १७/३५९)**

अर्थ : अरण्यातून पार करणारा समर्थ सोबती असावा.

६) **असो मैत्री कपट- । गर्भिणी जैसी ।। (ज्ञाने. १८/१५०३)**

अर्थ : वरपांगी मैत्री असून पोटात कपट असेल ती मैत्री नव्हे.

एकनाथ

१) **बंधूहूनि मित्र अधिकु । पुत्राहूनि विश्वासकु ।**
तो मित्रं जाहला वंचकु । तैं केवळ ठकु तो जाणावा । (एक. भा. ११/१०४१)

अर्थ : भावापेक्षा मित्र अधिक जवळचा असतो. मुला पेक्षा मित्र विश्वासू असतो. पण त्या मित्राने जर फसविले तर तो केवळ ठक समजावा.

२) **मनें धनें कर्तव्यता । ज्याची अनन्य अवंचकता ।**
त्या नांव परम मित्रता । (एक. भा. ११/१०४२)

अर्थ : मनाने, धनाने व कर्तव्याने जो फसवाफसवी करीत नाही त्याला मित्र म्हणतात.

३) **अवंचकता मित्र गोडी । (भा. रा. बा. ३/१८)**

अर्थ : न फसविणारा मित्र हीच मैत्रीमधील गोडी होय.

४) **अवंचकता परिपूर्ण । तेंचि मित्रत्वा गोडपणा । (भा. रा. अयो. ४/३३)**

अर्थ : न फसवणारा मित्र हीच मैत्रीमधील गोडी.

५) **जो ज्याचें राखे जीवित । तो त्याचा होय अति आप्त । (भा. रा. युद्ध १/८८)**

अर्थ : जो ज्याच्या जीवनाची राखण करतो तो त्याचा खरा सखा होतो.

मुक्ती

एकनाथ

१) **जे विषयांची अतिनिवृत्ती । ती नांव मुक्ति उद्धवा । (एक. भा. २०/३१३)**

अर्थ : कामवासनेची अत्यंत निवृत्ती म्हणजे मुक्ती होय.

मुमुक्षू

रामदास

१) **ऐसा पोटीं प्रस्तावला । निरूपणें पालटला ।**
तो चि मुमुक्षू बोलिला । ग्रंथातरी ।। (दास. ५.८.२३)

अर्थ : ज्याच्या मनात पश्चाताप होतो, निरुपणाने जो बदलतो त्यालाच ग्रंथांमध्ये मुमुक्षू म्हटले आहे.

२) **पुण्यमार्ग पोटीं धरी । सत्संगाची वांछा करी ।**
विरक्त जाला संसारी । या नाव मुमुक्ष ।। (दास. ५.८.२४)

अर्थ : मनात चांगल्या मार्गाने जाण्याचा विचार करतो. सत्संगाची इच्छा करतो, जो संसारातून विरक्त होतो तो मुमुक्षू होय.

३) **घरी सत्संगाचा हव्यास । या नाव मुमुक्ष । (दास. ५.८.३७)**

अर्थ : सत्संगाच्या हव्यास करणाऱ्या माणसाला मुमुक्षू म्हणतात.

४) **म्हणे रिघों संतास शरण । या नांव मुमुक्ष ।। (दास. ५.८.३९)**

अर्थ : संतांना शरण जाऊ पाहणारा मुमुक्षू होय.

५) **अहंता सांडूनि दूरी । आपणास निंदी नाना परी ।**
मोक्षाची अपेक्षा करी । या नाव मुमुक्ष । (दास. ५.८.४१)

अर्थ : अहंभाव दूर करणारा, स्वत:ची निंदा करणारा आणि मोक्षाची अपेक्षा करणारा तो मुमुक्षू.

६) **ज्याचे थोरपण लाजे । जो परमार्थाकारणें झिजे ।**
संतापाईं विश्वास उपजे । या नाव मुमुक्ष ।। (दास. ५.८.४२)

अर्थ : ज्याला मोठेपणाची लाज वाटते, जो परमार्थासाठी झिजतो आणि संतांच्या ठिकाणी विश्वास ठेवतो तो मुमुक्षू होय.

मूर्ख

ज्ञानदेव

१) **मूर्खा विवेकु हा तैसा । रुचेल ना ।। (ज्ञाने. ३/१९८)**

अर्थ : मूर्खांना विचार रूचणार नाही.

२) **आतां मूर्खाचिये जिभे । अक्षराचा आंबुरवा सुभे ।**
आणि तो ब्रह्म सभे । न रिझे जैसा ।। (ज्ञाने. १६/२२४)

अर्थ : मूर्ख माणसाच्या जिभेवर अक्षरांचा शिंतोडा पडला तरी तो ब्रह्मदेवाच्या सभेला तुच्छ लेखतो.

३) **कां दिधलें मागुती येईल । कीं न ये हें पुढील ।**
न पाहतां दे भांडवल । मूर्ख चोरां ।। (ज्ञाने. १६/२८३)

अर्थ : दिलेला पैसा परत येईल की नाही याचा विचार न करता मूर्ख माणूस चोराला पैसा देतो.

४) **जैसें आपण नग्न भांडकें । जगातें म्हणे ।। (ज्ञाने. १८/१३५)**

अर्थ : स्वत: नागवी असलेली माणसे जगाला भांडखोर म्हणतात.

५) **अवतरली गाडुगां घडां । पृथ्वी अनोळख जाली मूढां । (ज्ञाने. १८/५४३)**

अर्थ : गाडगी, घागरी यांच्या रूपाने आकाराला आलेल्या पृथ्वीला मूर्ख ओळखत नाही.

६) **वन्हि जाला कानडा । दीपत्वासाठीं ।। (ज्ञाने. १८/५४३)**

अर्थ : मूर्ख माणसाला अग्नी दिव्याच्या रूपात असल्यामुळे ओळखता येत नाही.

७) **बांधोनियां शिळा पोहुं जातां सिंधु । पावे मतिमंदु मृत्यु शीघ्र । (ज्ञा. सा. चि. गा. २६९)**

अर्थ : गळ्यात धोंडा बांधून जो समुद्र तरून जाण्याची इच्छा करतो, त्या मूर्ख माणसाला मृत्यू लवकर येतो.

८) **काम, क्रोध, लोभ घेऊनियां संगे । परमार्थासि रिघे तोचि मूर्ख ।। (ज्ञा. सा. चि. गा. २६९)**

अर्थ : काम, क्रोध, लोभ हे शत्रू बरोबर घेऊन जे परमार्थात प्रवेश करतात ते मूर्ख होत.

नामदेव

१) **हुंबते घेती वाऱ्यासवें । (ना. गा. १०४९)**

अर्थ : मर्यादा सोडून वागणारी माणसे वाऱ्याबरोबर भांडतात.

२) **आपुल्या आपण व्यर्थ सांगे स्तुति ।**
वडिलांची कीर्ति भोग सांगे ।। (ना. गा. १०९१)

अर्थ : स्वत:ची खोटी स्तुती सांगून वडिलांच्या कीर्तीचा व श्रीमंतीचा डांगोरा पिटणारा मूर्ख होय.

एकनाथ

१) **देखोनि मृगजळाचा पुरू । मूर्ख करूं धांवती तारूं । (एक. भा. ७/५४५)**

अर्थ : मृगजळाचा पूर पाहून मूर्ख माणूस नाव बांधायला धावतो.

२) **पिशाहाते धेंडेवाळी । दिल्या तो सर्वत्र जाळी । (एक. भा. १०/५६८)**

अर्थ : वेड्याच्या हातात कोलीत दिले तर तो सर्व ठिकाणी आग लावीत हिंडतो.

३) **जैसा गुळउंसाचा घाणा । रसु बाहेरी जाये मांदणा ।**
फिकेपणें करकरी गहना । (एक. भा. १५/१७)

अर्थ : ज्या प्रमाणे ऊसाच्या घाण्यातून रस काढीत असताना रस मांदणात भरतो आणि चोयट्या त्याच्या मुखात असतात.

४) **ज्याच्या ठायीं अधीरता । तेथ निरपेक्षता असेना । (एक. भा. २०/४०३)**

अर्थ : ज्याच्या जवळ अधीरता असते त्याच्या जवळ निरपेक्षता नसते.

५) **पुढीलांचे देखौनि दुःख । सुख मानीं तो परममूर्ख ।। (भा. रा. बा. ३/१४)**

अर्थ : इतरांची दुःखे पाहून ज्याला सुख वाटते तो मूर्ख होय.

६) **स्वमुखें कीर्ति नये सांगो । (भा. रा. सुंदर २३/१२७/२३/१२९)**

अर्थ : आपली कीर्ती आपल्या मुखाने सांगू नये.

७) **स्वामीपासी निजपुरुषार्थ । जो सांगे तो मूर्खोन्मत्त ।। (भा. रा. सुंदर २३/१३१)**

अर्थ : आपल्या स्वामींजवळ जो आपला पराक्रम सांगतो तो मूर्ख आणि उन्मत्त होय.

८) **मूर्ख तोचि रे उद्धवा । देहअभिमानी बुद्धी । (एक. गा. ३२९३/२०)**

अर्थ : देहाचा अभिमान बाळगणारी बुद्धी ज्याच्या जवळ असते तोच मूर्ख होय.

रामदास

१) **जन्मला जयांचे उदरीं । तयांसी जो विरोध करी ।**
सखी मानिली अंतुरी । तो येक मूर्ख । (दास. २.१.८)

अर्थ : जन्मदात्या आई–बापांना विरोध करून पत्नीला सर्वस्व मानणारा मूर्ख होय.

२) **परस्त्रीसीं प्रेमा धरी । (दास. २.१.१०)**

अर्थ : दुसऱ्याच्या स्त्रीवर प्रेम करणारा पुरुष मूर्ख होय.

३) **समर्थावरी अहंता । अंतरी मानी समता । (दास. २.१.११)**

अर्थ : सामर्थ्यशाली माणसांशी जो अहंकाराने वागतो आणि त्यांच्याशी बरोबरी करू पाहतो तो एक मूर्ख होय.

४) **सामर्थ्येंविण करी सत्ता । तो येक मूर्ख ।। (२.१.११)**

अर्थ : सामर्थ्य नसताना सत्ता गाजविणारा मूर्ख होय.

५) **आपली आपण करी स्तुती । स्वदेशीं भोगी विपत्ति ।**
सांगे वडिलांची कीर्ती । तो एक मूर्ख ।। (दास. २.१.१२)

अर्थ : जो आपणच आपली स्तुती करतो. आपल्याच गावात खितपत पडतो आणि पूर्वजांचा मोठेपणा गात फिरतो तो मूर्ख असतो.

६) **जो बहुतांचा वैरी । तो एक मूर्ख । (दास. २.१.१३)**

अर्थ : जो अनेकांचा वैरी असतो तो मूर्ख होय.

७) **मान अथवा अपमान । स्वये करी परिच्छिन्न । (दास. २.१.१६)**

अर्थ : आपले मानापमान जो आपल्याच तोंडाने सांगतो तो मूर्ख असतो.

८) **धरून परावी आस । प्रेत्न सांडी सावकास । (दास. २.१.१७)**

अर्थ : दुसऱ्याच्या मदतीची इच्छा करून जो स्वप्रयत्न हळूहळू सोडतो तो मूर्ख होय.

९) **आपणाहून जो श्रेष्ठ । तयासीं अत्यंत निकट । (दास. २.१.१९)**

अर्थ : आपणाहून जो श्रेष्ठ असतो त्याच्याशी फार सलगी करणे हा मूर्खपणा होय.

१०) **येकायेकीं येकसरा । जाला विषईं निलाजिरा ।**
मर्यादा सांडून सैरा । वर्ते तो येक मूर्ख । (दास. २.१.२१)

अर्थ : कामवासनेच्या पूर्तीसाठी निर्लज्ज बनून जो वाटेल तसा वागतो तो मूर्ख मानावा.

११) **औषध ने घे असोन वेथा । पथ्य न करी सर्वथा । (दास.२.१.२२)**

अर्थ : दुखणे असूनही जो औषध घेत नाही, पथ्य करीत नाही त्याला मूर्ख म्हणावे.

१२) **संगेंविण विदेश करी । (दास. २.१.२३)**

अर्थ : सोबतीशिवाय परदेशी जाणारा मूर्ख होय.

१३) **वोळखीविण संग धरी । (दास. २.१.२३)**

अर्थ : ओळख नसताना संगत धरणारा मूर्ख होतो.

१४) **उडी घाली माहापुरीं । तो येक मूर्ख । (दास. २.१.२३)**

अर्थ : महापुरात उडी घालणारा मूर्ख होय.

१५) **उपकाराचा अनोपकार (दास. २.१.३०)**

अर्थ : जो उपकार करणाऱ्या बरोबर कृतघ्न होतो, तो मूर्ख होय.

१६) **करी थोडें बोले फार । तो येक मूर्ख । (दास २.१.३०)**

अर्थ : जो थोडे करतो आणि फार बोलतो तो मूर्ख.

१७) **जयास नाहीं दृढ बुद्धि । तो येक मूर्ख । (दास. २.१.३७)**

अर्थ : ज्याच्या बुद्धीला स्थिरपणा नसतो तो मूर्ख असतो.

१८) **जैसें जैसें करावें । तैसें तैसें पावावें । (दास. २.१.४१)**

अर्थ : जसे करावे तसे भरावे लागते हे ज्याला माहीत नसते तो मूर्ख होय.

१९) **परपीडेचें मानी सुख । परसंतोषाचें मानी दुःख ।**
गेले वस्तूचा करी शोक । तो एक मूर्ख । (दास. २.१.४५)

अर्थ : दुसऱ्याच्या दुःखाने ज्याला सुख होते आणि त्याच्या सुखाने ज्याला दुःख होते, जो गतगोष्टींचा शोक

करतो तो मूर्ख होय.

२०) **होड घाली अवघड । (दास. २.१.४९)**

अर्थ : जो अवघड पैज लावतो तो मूर्ख म्हणावा.

२१) **अनीतीनें द्रव्य जोडी । धर्म नीती न्याय सोडी ।**
संगतीचे मनुष्य तोडी । तो येक मूर्ख । (दास. २.१.५९)

अर्थ : पापमार्गाने द्रव्य मिळविणारा धर्म, नीती, न्याय सोडणारा, संगतीची माणसे तोडणारा मूर्ख होय.

२२) **घरीं असोन सुंदरी । जो सदांचा परद्वारी । (दास. २.१.६०)**

अर्थ : घरी पत्नी असून जो परस्त्रीची इच्छा करतो त्याला मूर्ख म्हणतात.

२३) **लक्ष्मी आलियावरी । जो मागील वोळखी न धरी । (दास. २.१.६८)**

अर्थ : पैसा हातात आल्यावर जो मागच्या ओळखी विसरतो तो मूर्ख होय.

२४) **बोले एक करी एक । (दास. २.१०.२६)**

अर्थ : जो बोलतो एक आणि करतो दुसरेच. तो मूर्ख होय.

२५) **मोड घेतला परमार्थाचा । हव्यासू धरिला प्रपंचाचा ।**
भार वाहिला कुटुंबाचा । काबाडी जाला ।। (दास. ५.३.५६)

अर्थ : पढतमूर्ख परमार्थाच्या मार्गाकडे वळतो खरा, पण त्याचे मन प्रपंचात गुंतलेले असते. त्यामुळे तो कुटुंबाचा भार वाहणाऱ्या हमालाप्रमाणे होतो.

२६) **रासभें राखतां जन्म गेला । तो पंडितांमधें प्रतिष्ठिला । (दास. ५.३.६३)**

अर्थ : गाढवे राखता राखता जन्म गेलेल्या माणसाला पंडितांच्या सभेत बसविला तर त्याला ते रुचत नाही.

२७) **आहाच सांपडता धन । त्याग करणें मूर्खपण । (दास. ७.१.३५)**

अर्थ : अचानक द्रव्य सापडले तर त्याचा त्याग करणे मूर्खपणाचे ठरते.

२८) **नेणता कांहींच न करी । (दास. ९.४.६)**

अर्थ : मूर्ख माणूस कोणताच उद्योग करीत नाही.

२९) **महा मूर्ख रे सख्य त्याचें नसावें । (राम. कवि. १ युद्ध. १/९४)**

अर्थ : मूर्खांची संगत नसावी.

३०) **पंडितांपुढे तो हुंबा । काये बोलेल बाष्कळु ।। (रा. क. १ चतुर्थमान ३/१४)**

अर्थ : पंडितापुढे रड्यामाणूस बाष्फळ बडबड करतो.

३१) **लक्ष्मीवंतापुढे तोरा । करंटे दाखवीतसे ।। (रा. क. १ चतुर्थमान ३/१३)**

अर्थ : दुर्दैवी माणूस श्रीमंतापुढे ऐट दाखवितो.

३२) **रणशूरापुढें लंडी । उदंड बडबडीतसे ।। (रा. क. चतुर्थमान ३/१३)**

अर्थ : भित्रामाणूस शूरापुढे खूप बडबड करतो.

३३) **आस जो करी दंभ जो धरी ।**
मूर्ख त्या सरी नाहीं दुसरी । (स. पद. स्फु. प. १४/४)

अर्थ : जो दुसऱ्याच्या गोष्टींची इच्छा करतो, जो मनात दंभ बाळगतो त्याला मूर्खाशिवाय दुसरी उपमा शोभत नाही.

३४) **मूर्खाचें संगतीनें । सदा भंगती मनें । (स. पद. गि. प. १३४/१)**

अर्थ : मूर्खाच्या संगतीने मने दुखावतात.

३५) **रामदास म्हणे मूर्ख । नेणें पराव्याचें दु:ख । (स. गा. ६३६/४)**

अर्थ : मूर्ख माणूस दुसऱ्याचे दु:ख जाणू शकत नाही.

३६) **माणूस राजी राखों नेणें । त्यास न मानिती शाहाणे । (स. गा. ६४४/६)**

अर्थ : जो माणसांना राखू शकत नाही, त्याला कोणी शहाणा म्हणत नाहीत.

३७) **मूढासी तो आवडे अन्याय रे । (स. गा. १३२७/५)**

अर्थ : मूर्ख माणसाला अन्याय आवडतो.

३८) **अती मूढ त्या दृढ बुद्धी असेना । (म. श्लो. ६४)**

अर्थ : मूर्ख माणसाची बुद्धी दृढ नसते.

३९) **अती मूर्ख त्या सर्वदा दु:ख दूणें । (म. श्लो. ६५)**

अर्थ : अत्यंत मूर्ख माणसाला सदैव फार दु:ख सोसावे लागते.

तुकाराम

१) **केला आणिकां वाढी पाक ।**
खाणें ताक मूर्खासी ।। (तु. गा. १४२९)

अर्थ : मूर्ख लोक उत्तम स्वयंपाक करतात आणि दुसऱ्याला वाढतात. स्वत: मात्र ताक पितात.

२) **विश्वासाचें माठ । त्याचें कपाळीं तें नाट ।। (तु. गा. २५१६)**

अर्थ : जी मूर्ख, मतिमंद माणसे विश्वास ठेवत नाहीत त्यांच्या नशिबी नकारघंटाच असते.

३) **बुद्धिहीना उपदेश । तें तें विष अमृती ।। (तु. गा. २७१२)**

अर्थ : बुद्धिहीन माणसाला उपदेश करणे म्हणजे अमृतात विष कालवणे.

४) **तुका म्हणे काय उपदेश वेड्या ।**
संगे होतो रेड्यासवें कष्ट ।। (तु. गा. २७३०)

अर्थ : वेड्या माणसाला उपदेश करून फायदा नसतो. रेड्यासारखा निर्बुद्ध माणसाच्या संगतीने कष्टच होतात.

५) **मूढ सभेआंत । इच्छी पंडिताचा हात ।। (तु. गा. ३४०१)**

अर्थ : सभेतल्या पंडिताचा नाश व्हावा अशी मूर्खांची इच्छा असते.

६) **गांढें देखुनि शूरा । उगें करितें बुरबुरं ।। (तु. ३४०१)**

अर्थ : शूराला पाहून नपुंसक माणसे उगीचच पुटपुटत असतात.

७) **अंधळ्याचे काठी लागले अंधळे ।**
घात एका वेळे पुढे मागे ।। (तु. गा. ३४९०)

अर्थ : आंधळ्याच्या काठीला धरून अन्य आंधळे निघाले तर तो खड्ड्यात पडला की, इतरही खड्ड्यात पडतात.

८) **मूर्खालागीं तैसा शास्त्रबोध । (तु. गा. ४१२५)**

अर्थ : मूर्खाला शास्त्राचा उपदेश करू नये.

९) **गव्हाराचें ज्ञान अवघा रजोगुण । (तु. गा. ४२२३)**

अर्थ : मूर्ख माणसाचे ज्ञान रजोगुण वाढविणारे असते.

१०) **केल्याविण पराक्रम सांगे । (तु. गा. ४३१४)**

अर्थ : केल्याशिवाय जो पराक्रम सांगतो तो मूर्ख होय.

मोक्ष

तुकाराम

१) **बीज भाजुनि केली लाही । जन्ममरण आम्हां नाहीं ।। (तु. गा. ४२६९/४३०६)**

अर्थ : बीज भाजून त्याची लाही केली तर ते बीज पुन्हा उगवत नाही. त्याप्रमाणे आम्हाला पुन्हा जन्ममरण नाही.

२) **साकरेचा नव्हे उंस । आम्हा कैसा गर्भवास ।। (तु. गा. ४२६९/४३०६)**

अर्थ : साखरेचा पुन्हा ऊस होत नाही. त्या प्रमाणे आम्हाला पुन्हा गर्भवास येणार नाही.

म्हणी

एकनाथ

१) **निधनाचा वारा भरला । (एक. भा. १/३६६)**

अर्थ : अंगात मरणाचे वारे शिरणे.

२) **नुपजत्याचें श्राद्ध करणें । (एक. भा. ३/४०)**

अर्थ : जन्माला न आलेल्याचे श्राद्ध करणे.

३) **लेकुरांच्या खेळापाशीं पारणें तैशी एकादशी । (एक. भा. ३/३७२)**

अर्थ : मुलांच्या खेळात पारणे व एकादशी हे सारखेच असते.

४) **गारोडियासी विद्या थोडी ।**
परी सर्वांगी बिरुदें गाढी ।। (एक. भा. ५.८३)

अर्थ : गारुड्याजवळ विद्या थोडी असते, पण आव फार असतो.

५) **क्षुधेचिया तोंडा । मिळो कोंडा अथवा मांडा ।। (एक. भा. ७/४१२)**

अर्थ : भूक लागली असता कोंडा वा मांडे मिळाले तरी चालते.

६) **धाडीभेणें पळतां थोर ।**
आडवे नागवती चोर ।। (एक. भा. १०/४३९)

अर्थ : लुटालुटीच्या भीतीने पळत असावे तो वाटेत चोरांनी लुटावे असा प्रकार.

७) **पेवीं रिघालिया पाणी**
त्या धान्याची नव्हें पेरणी ।। (एक. भा. १३/१०२६)

अर्थ : धान्याच्या पेवात पाणी शिरले की, त्या धान्याची पेरणी करता येत नाही.

८) **आपुली जिव्हा आपलु दांतीं । रगडिली होय अवचितीं ।**
तथा या कोपाची अतिप्राप्ती । कोणाप्रती करावी ।। (एक. भा. २३/७७८)

अर्थ : आपली जीभ आपल्याच दाताखाली आली तर कोणावर रागवावे ?

९) **पालथी घागरी घालितां वाउगी । (एक. गा. १२२३)**

१०) **गाढवासांगाती सुकाळ लाथांचा । (एक. गा. २४९४)**

११) **कनकफळ नाम गोमटें । बाहेर आंत दिसे काटें । (एक. गा. २६०९)**

१२) **गर्दभाचे अंगीं चंदनाची उटी । (एक. गा. २७१६)**

१३) **मर्कटासी जेवीं मदिरा पाजिली । (एक. गा. २९७१)**

१४) **आंगण जाले रे विदेश । (एक. गा. ३०८६)**

तुकाराम

१) **तुका म्हणे असे हातींचें कंकण । तयासी दर्पण विल्हाळक ।। (तु. गा. ७०, १८७६)**

अर्थ : हातातली काकणे पाहायला आरसा घेऊ नये.

२) **विहीर एकीकडे आड ।। (तु. गा. ३३३)**

अर्थ : सर्व बाजूंनी अडचणी आल्या की, ही म्हण वापरतात.

३) **व्याली कुऱ्हाडीचा दांडा । (तु. गा. ३५२)**

अर्थ : कुऱ्हाडीचा दांडा आपल्याच कुळाच्या नाशाला कारणीभूत होतो.

४) **देव राखे तया मारील कोण । (तु. गा. १६१४)**

अर्थ : ज्याचे रक्षण देव करतो त्याला कोणी मारू शकत नाही.

५) **आलें देवाचिया मना । तेथे कोणाचें चालेना । (तु. गा. १६२८)**

अर्थ : देवाच्या मनात आले तर तिथे कुणाचे चालत नाही.

६) **पालथे घागरीं घातलें जीवन । (तु. गा. १७२८, ४०५९)**

अर्थ : पालथ्या घागरीत पाणी भरून उपयोग नसतो.

७) **प्रत्यक्षासी काय द्यावें हें प्रमाण । (तु. गा. १८०२)**

अर्थ : प्रत्यक्षाला प्रमाणाची, साक्षीची आवश्यकता नसते.

८) **हातीच्या कंकणा कायसा आरिसा (तु. गा. १८७६)**

अर्थ : हाताखाली काकणे पाहायला आरसा लागत नाही.

९) **आरोगुनी मूग । (तु. गा. २०७८)**

अर्थ : मूग गिळून बसणे. काही न बोलणे.

१०) **नारे तरी नुजेडे कोंबडे । (तु. गा. २२८७)**

अर्थ : कोंबडा आरवला नाही म्हणून सूर्य उगवत नाही काय?

११) **पायींची वाहाण पायीं बरी । (तु. गा. २३३३)**

अर्थ : पायातली वाहाण पायातच शोभून दिसते.

१२) **एका सितें कळे भात । (तु. गा. २३७१)**

अर्थ : भात शिजला आहे की नाही हे एक शित चाचपले की समजते. सर्व भात चाचपावा लागत नाही.

१३) **एका हाते टाळी । कोठें वाजतें निराळी ।। (तु. गा. २७१३)**

अर्थ : एका हाताने टाळी वाजत नाही.

प्रयत्न

रामदास

१) **जैसा व्याप तैसें वैभव । (दास. ९.४.१३)**

अर्थ : जितके अधिक उद्योग तितके अधिक वैभव.

२) **प्रेत्नेंवीण कार्य जालें । (दास. ९.७.३३)**

अर्थ : प्रयत्नाशिवाय काम होत नाही.

३) **आधीं कष्ट मग फळ । कष्टचि नाहीं ते निर्फळ । (दास. १२.१०.२०)**

अर्थ : आधी केले तर मागून फळ मिळते. कष्ट केलेच नाही तर सारेच निर्फळ होते.

४) **येत्न केल्या कार्ये साधतें । (दास. १७.७.३०)**

अर्थ : प्रयत्न केला असता कार्य सिद्धीस जाते.

५) **कष्टेंविण फळ नाहीं । (दास. १८.७.९)**

अर्थ : कष्टाशिवाय फळ नाही.

६) **आधी कष्टाचें दु:ख सोसिती । ते पुढें सुखाचें फळ भोगिती । (दास. १८.७.५)**

अर्थ : प्रारंभी जे कष्टाचे दु:ख सोसतात ते पुढे सुखाचे फळ भोगतात.

७) **केलीयानें होतें केलेंची पाहिजे । (रा. क. १ ओव्या शत ११/८७)**

अर्थ : कोणतेही काम केल्यावर होत असते परंतु ते करावे लागते.

८) **होत नाहीं प्रेत्नें ऐसें काये आहे । (रा. क. १ ओव्या शत १२/३)**

अर्थ : प्रयत्नाने होत नाही अशी कोणतीही गोष्ट नाही.

९) **सर्व काहीं प्रेत्न केलियानें होतो ।(रा. क. १ ओव्या शत. १२/१३)**

अर्थ : प्रयत्नाने सर्व काही साध्य होते.

१०) **येत्नाचा लोक भाग्याचा । येत्नेंवीण दरीद्रता । (रा. क. १ स्फु. प्र. १/१)**

अर्थ : उद्योग करणारी माणसे भाग्यवान ठरतात. उद्योग न करणारी दरिद्री राहतात.

११) **भाग्यासी काय उणें रे । येत्नावांचुनि राहिलें । (रा. क. १ स्फु. प्र. २/१)**

अर्थ : खूप उद्योग केला तर भाग्यात कमतरता होत नाही.

१२) **केल्याने होत आहे रे । आधीं केलेंची पाहिजे । (रा. क. १ स्फु. प्र. ३०/४)**

अर्थ : कोणतीही गोष्ट कष्ट साध्य असते पण त्यासाठी आधी कष्ट करायला हवेत.

१३) **यत्न तो देव जाणावा । (रा. क. १. स्फु. प्र. ३०/४)**

अर्थ : प्रयत्नांना परमेश्वर मानले पाहिजे.

१४) **खबर है सो गबर है रे । (स. पद. उ. १०८/१)**

अर्थ : जो जागरूक असतो तो धनवान होतो.

१५) **आधी कष्ट मग फळ । (स. पद. गि. प. १३९/२)**

अर्थ : आधी कष्ट केले तरच नंतर फळ मिळते.

१६) **प्रेत्न आहे थोर पहावा विचार । येणें पैलपार पावि जे तो ।। (स. गा. १९५/१)**

अर्थ : विचार केल्यावर असे दिसते की, प्रयत्न थोर आहे आणि त्याच्या बळावर माणूस पैलतीराला पोहोचतो.

१७) **होत नाही प्रेंत्नें ऐसे काय आहे । (स. गा. १९५/३)**

अर्थ : प्रयत्नांनी होत नाही असे काही नाही.

१८) **यत्नीं उदंडचि खाती । आळशी उपवासी मरती । (स. गा. ६४८/४)**

अर्थ : उद्योग करणारा माणूस सुखाने जगतो पण आळशी माणूस अन्नाविना मरतो.

१९) **कष्ट करिती जन ते खाती । (स. गा. ११८८/धृ)**

अर्थ : जे उद्योग करतात ते सुखाने खातात.

योग्यता

एकनाथ

१) **गजाचें आभरण । गाढवासी नव्हे भूषण । (एक. भा. २१/३९)**

अर्थ : हत्तीच्या अंबारी गाढवाला भूषण होत नाही.

२) **जेवीं गजाची भूषण स्थिती । अजेप्रति अतिथारू ।। (भा. रा. बा. २.८८)**

अर्थ : हत्तीची भूषणे शेळीला जड होतात.

३) **गजांचे जे गजाभरण । रासभा वाणितां भारें मरण । (भा. रा. अरण्य १८/७८)**

अर्थ : हत्तीचे ओझे गाढवावर लादले तर ते मरून जाते.

४) **ऐरावतीं वसे इंद्र । तेथ बैसों जाता मरे खर । (भा. रा. अरण्य १८/८२)**

अर्थ : ऐरावत हत्तीवर इंद्र बसतो पण त्याच्या ऐवजी तिथे गाढव असेल तर त्याला मरणच येते.

५) **गजाचें तें वोझें गाढवासी न साजे । (एक. गा. २७१२)**

अर्थ : हत्तीचे ओझे गाढव सहन करू शकत नाही.

६) **गज घालिजे मुंगीचे मुखीं । (रु. स्व. ११/३९)**

अर्थ : मुंगीच्या मुखात हत्तीचा घास घालता येत नाही.

७) **अंगी नाही आंगवण । त्यासी काई देईल शकुन । (भा. रा. बा. १६/२०६)**

अर्थ : ज्याच्या अंगी काही प्राप्त करण्याची शक्ती, पराक्रम नसतो, त्याला शकुन जय देत नसतो.

तुकाराम

१) **अधिकार तैसा दावियेले मार्ग । (तु. गा. ५३८)**

अर्थ : ज्याचा जसा अधिकार तसा त्याला मार्ग दाखवावा.

२) **मुंगियांच्या मुखा गजाचा आहार ।**
न साहवे भार जायजीवें ।। (तु. गा. २११६)

अर्थ : मुंगीच्या मुखात हत्तीचा घास दिला तर तो सहन न झाल्यामुळे तिचा जीव जातो.

३) **मुंगीवरी भार गजाचें पाळण । (तु. गा. ३३१५)**

अर्थ : मुंगीला हत्तीचा सांभाळ करायला सांगू नये.

४) **जैसा अधिकार । तैसें बोलावें उत्तर ।। (तु. गा. २१३२)**

अर्थ : ज्याचा जसा अधिकार असेल तसा त्याला उपदेश करावा.

५) **निग्रह अनुग्रहाचे ठाय । देतो धाय पाहोनि ।। (तु. गा. २/९६)**

अर्थ : समोरच्या माणसाचा अधिकार पाहून त्याचे दमन करायचे की त्याच्यावर कृपा करायची हे ठरवावे.

६) **अधिकार तैसा करू उपदेश । (तु. गा. ३३१५)**

अर्थ : ज्याचा जसा अधिकार तसा त्याला उपदेश करावा.

७) **पायींची वाहाण पायीं बरी । (तु. गा. २३३३)**

अर्थ : पायातली वहाण पायातच बरी दिसते.

८) **सर्वांभूतीं द्यावें अन्न ।**
द्रव्य पात्र विचारोन ।। (तु. गा. ३०५५)

अर्थ : सर्व प्राणिमात्रांना अन्न द्यावे पण द्रव्य देताना त्याची पात्रता पहावी.

९) **द्रव्य आणि कन्या ।**
येथें कुळकर्म सोधण्या । (तु. गा. २१७४)

अर्थ : द्रव्यदान व कन्यादान करताना माणसाने कुळाच्या योग्यतेचा विचार करावा.

राजसत्ता

ज्ञानदेव

१) **जैसा राजकुमरू पदच्युतु । सर्वथा होय उपहतु । (ज्ञाने. १/२७०)**

अर्थ : अधिकारावरून पदच्युत झालेला राजपुत्र निस्तेज होतो.

२) **पैं रावो परिवारू नेणें । आज्ञाचि परचक्र जिणें । (ज्ञाने. १३/१३८)**

अर्थ : राजाला आपल्या सैन्याची ओळखही नसते पण परचक्रासारखी संकटे केवळ त्याच्या आज्ञेने नाहीशी होतात.

३) **रावो रायपणें डोंगरा । गेलिया अपुरा । होय काई ।। (ज्ञाने. १४/२२०)**

अर्थ : राजा राज्य करीत असताना डोंगरावर गेला तर त्याच्या राजेपणात कमतरता येत नाही.

४) **कां राजाज्ञा अव्यवहारू । कुंठवी जेवीं ।। (ज्ञाने. १८/७३३)**

अर्थ : राजाच्या आज्ञेने गैर व्यवहार थांबतात.

५) **पैं राजमुद्रा आथिलिया । प्रजा भजे भलतया ।। (ज्ञाने. १८/८४९)**

अर्थ : राजमुद्रा धारण करणाऱ्या कोणाही पुरुषाला प्रजा मान देते.

६) **कां अगस्त्याचेनि दर्शनें । सिंधु घेऊनी ठाती मौनें । (ज्ञाने. १८/७३५)**

अर्थ : अगस्त्य ऋषीचे दर्शन होताच सागर मौन धारण करतो.

७) **न मोडी समर्था भेण । दासी जैसी ।। (ज्ञाने. १८/९६०)**

अर्थ : स्वामीच्या भीतीने दासी त्याची आज्ञा मोडत नाही.

८) **पैं भांगार जऱ्ही पंधरें । तऱ्ही राजावळीचीं अक्षरें**
लाहे तैंचि सरे । जियापरी ।। (ज्ञाने. १७/३२२)

अर्थ : सोने पंधरा रुपये दराचे (शुद्ध) असले तरी त्यावर राजमुद्रा जेव्हा उमटते तेव्हाच ते चालते.

९) **पैं जीवाचां कसीं उतरली । ते दासी की गोसावीण जाली । (ज्ञाने. १८/९१२)**

अर्थ : दासी राजाच्या परीक्षेला उतरली तर ती स्वामिनी होते.

१०) **अगा प्राकृताही राया । आंगीं पडे जें धनंजया ।**
तें दासिरूंही कीं तया । समान होय । (ज्ञाने. १८/१४०३)

अर्थ : एखाद्या राजाने सामान्य स्त्रीचा अंगीकार केला म्हणजे ती ही राजाच्या बरोबरीची होते.

एकनाथ

१) **कां दुबळी आणि समर्थे । दोहींस रायें घातले हात ।**
तरी दोघींसिही तेथ । सहजें होत समसाम्य ।। (एक. भा. १/१२७)

अर्थ : गरीब व श्रीमंत अशा मुलींशी राजाने लग्न केले तर त्या दोघींचाही अधिकार सारखाच होतो.

२) **कां दासीस लागल्या राजांकू । तीस मानी लोकू प्रधानादि । (एक. भा. १३/४६७)**

अर्थ : दासीला राजाच्या मांडीवर बसायला मिळाले तर प्रधानापासून सर्व लोक तिला मान देतात.

३) **जे राजवैभव भोगिती । त्यांसी कदा नव्हे गा विरक्ती । (एक. भा. २/१५२)**

अर्थ : जे राज्यवैभव भोगतात त्यांना कधीच विरक्ती येत नाही.

४) **जेवीं कां स्वामीचिया बाळा । अवरोधु न करवे द्वारपाळा । (एक. भा. २/३३८)**

अर्थ : धन्याच्या मुलाला द्वारपाळ अडवत नाही.

५) **राजमुद्रा चढे ज्याचे हातीं । त्यातें समस्त सन्मानिती । (एक. भा. २३/९९३)**

अर्थ : राजमुद्रा ज्याच्या हाती असते त्याला सर्व लोक मान देतात.

६) **राजाज्ञेचें उल्लंघन । करी त्या रायें करावें हनन । (भा. रा. अरण्य १३/८८)**

अर्थ : जो राजाज्ञेचे उल्लंघन करतो त्याला राजाने शिक्षा करावी.

रामदास

१) **राजीं बैसतां अवलिळा । आंगी बाणे राजकळा ।। (दास ८.९.१९)**

अर्थ : एखादा माणूस अकस्मात राज्यावर बसला तरी त्याला राजाचे वैभव प्राप्त होते.

तुकाराम

१) **हातीं सूत्रदोरी । तुका म्हणे त्याची थोरी । (तु. गा. ६९४)**

अर्थ : ज्याच्या हातात सत्तेची सूत्रे असतात, त्याला सर्वजण मान देतात.

२) **देशीं चाले शिका ।**
रितें कोण लेखी रंका ।। (तु. गा. ६९४)

अर्थ : राज्यात राजाचा शिक्का चालतो. शिक्क्याशिवाय गरिबाला कोणी विचारीत नाही.

३) **देशोदेशीं धाक जयाच्या उत्तरें ।**
तयाचें कुतरें परि भलें ।। (तु. गा. ८६०)

अर्थ : ज्याच्या शब्दाचा धाक देशात सर्वत्र असतो, त्याचे कुत्रेही होणे चांगले.

४) **बहुतांसी भय एकाचिया दंडे । (तु. गा. ९३१)**

अर्थ : एका माणसाला शिक्षा केली की, इतर खूप लोक घाबरतात.

५) **सेवकासीं आज्ञा स्वामीची प्रमाण । (तु. गा. १७७५)**

अर्थ : सेवकाला स्वामीची आज्ञा प्रमाण असते.

६) **राजाचिये घरीं भाग्यवंता मान । (तु. गा. १८८८)**

अर्थ : राजद्वारी भाग्यवंतांना मान असतो.

७) **वश जाला राजा । मग आपुल्या त्या प्रजा ।। (तु. गा. २०२८)**

अर्थ : राजा वश झाला की, प्रजा आपलीच होते.

८) **एक चिंतामणी । फिटे सर्व सुखधणीं ।। (तु. गा. २०२८)**

अर्थ : चिंतामणी हातात आला की, सर्व मनोरथे पुरी होतात.

९) **राजा करी तैसे दाम ।**
तेही चाम चालती ।। (तु. गा. २५८८)

अर्थ : राजाने चामड्याचे नाणे केले तरी ते खऱ्या नाण्यांप्रमाणे चालते.

१०) **अनामिका हाती समर्थाचा सिक्का ।**
न मानितां लोकां येईल कळो ।। (तु. गा. ३८७५)

अर्थ : अंत्यजाच्या हाती राजशिक्क्याचा अधिकार आला आणि तो कोणी मानला नाही तर, त्याला शिक्षा होते.

११) **यातिहीन जाला गांवींचा मोकासी ।**
त्याच्या वचनासी मानूं नये ।। (तु. गा. ४११७)

अर्थ : यातिहीन माणूस गावप्रमुख झाला तर त्याच्याही आज्ञा मानाव्या लागतात.

राजा

ज्ञानदेव

१) **अमंत्रिया राज्याची परी आहे । बळा यया ।। (ज्ञाने. १३/५५६)**

अर्थ : मंत्री नसलेला राजा बलहीन असतो.

२) **राजा पराधीनु जाहला । (ज्ञाने. १३/१०११)**

अर्थ : पराधीन राजा असून नसल्यासारखा असतो.

३) **आतां पराजये राजा । जैसा कदर्थिजे लाजा। (ज्ञाने. १६/१७५)**

अर्थ : राजा पराभवाने कष्टी होतो.

४) **रावो तेथे कटक। (ज्ञाने. १८/१६३३)**

अर्थ : जिथे राजा तिथे सैन्य असते.

५) **जरी राजा घरासि ये। तरी बहुत उपेगा जाये।**
आणि कीर्तीही होये। श्राद्ध न ठके। (ज्ञाने. १७/१८६)

अर्थ : राजा घरी आला असता फार उपयोग होतो. कीर्ती वाढते आणि श्राद्धही पार पडते.

६) **आणि राजा जिया वाटा जाये । ते चोरांसि आडव होये। (ज्ञाने. १८/७२४)**

अर्थ : राजा ज्या वाटेने जातो ती वाट चोरांना अडचणीची असते.

एकनाथ

१) **कां निरंजनीं बसला रावो। तरी तो चि सेवकां पावन ठावो। (एक. भा. १/१२६)**

अर्थ : राजा अरण्यात जाऊ बसला तरी त्याच्या सेवकांना तिही जागा पवित्र असते.

२) **सभेसि राजा उगाणवी। तैं म्यृत्यूची पदवी मस्तका आली। (एक. भा. १/२११)**

अर्थ : भरसभेत राजाच लुटालूट करू लागला तर मरणच ओढवले असे समजावे.

३) **राजा सर्वस्वें नागवी। तैं कोण सोडवी दीनातें। (एक. भा. २१/२५२)**

अर्थ : राजाच जर लुटू लागला तर गरिबाला कोण सोडविणार.

४) **जेवीं रायाचा सेवक आप्त। तो द्वारपाळां नव्हे अंकित। (एक. भा. ५/४७७)**

अर्थ : राजाचा आवडता सेवक द्वारपालाच्या आधीन होत नाही.

५) **अबळांचें निजबळ राजा । (एक. भा. ४/२८०)**

अर्थ : राजा दुबळांचे बळ असते.

६) **राजाला आळस । (एक. गा. १२३३/१)**

अर्थ : राजाला आळस योग्य नाही.

७) **क्षत्रिय राजे धारातीर्थी । प्रक्षाळिती अघाते । (एक. गा. १६१८/१५)**

अर्थ : राजा रणांगणात शस्त्रांचे घाव धुतो.

राजा : रामदास

१) **रायाचे सन्निध होतां । सहज चि लाभे श्रीमंतता । (दास. ६.९.२०)**

अर्थ : राजाच्या संगतीने सहजच श्रीमंती लाभते.

२) **राजा राजपदीं असतां । उगी च चाले सर्व सत्ता । (दास.७.७.६०)**

अर्थ : राजा राज्यपदावर असला म्हणजे सर्व सत्ता आपोआप चालते.

३) **कां प्रधानेवीण भूपती । (रा. क. २ एकवीससभासी १२/३६)**

अर्थ : प्रधानाशिवाय राजा असत नाही.

४) **राया करी रंक रंका करी राव । (रा. क. १ स्फु. ओ. ८३/६)**

अर्थ : राजा श्रीमंताला गरीब आणि गरिबाला श्रीमंत करू शकतो.

५) **रायासीं वोळखी होतां । सेना हि वोळखी धरी ।। (श. क. १ मानपंचक २/२)**

अर्थ : राजाची ओळख झाली की सैन्यही ओळख देते.

६) **समर्थाचें उणें सेवका मरण । (रा. क. १ स्फु. ओ. २७०/१)**

अर्थ : धन्याच्या सेवेत चूक झाली की, सेवकाला मरण सोसावे लागते.

लाज

एकनाथ

१) **जो सांडी लोकेषणेची लाज । त्याचे तत्काळ होय काय । (एक. भा. २९/३३२)**

अर्थ : जो लौकिकाची लाज सोडतो त्याची कामे लवकर होतात.

२) **ऐशी लौकिकाची लाज । धरिता सिद्धी न पवे काज । (एक. भा. २९/३३४)**

अर्थ : लोकिकाची लाज बाळगली तर कार्य सिद्धीला जात नाही.

रामदास

१) **लाज हे पापिणी लागलीसे पाठी । (रा. क. १ स्फु. ओ. २४०/१)**

अर्थ : लाज बाळगली की, रामाची भेट होत नाही.

तुकाराम

१) **जरि हे आड येती लाज ।**
कैसें काज साधतें ।। (तु. गा. ३२५६)

अर्थ : लाज आड आली की कार्य साधत नाही.

लोभ (आशा)

ज्ञानदेव

१) **नातरी महासिद्धिसंभ्रमें । जिंतला तापसु भ्रमें । (ज्ञाने. १/२७१)**

अर्थ : महासिद्धीच्या लोभाने ग्रासलेला तपस्वीही भुलतो.

२) **तैसा स्वधर्मे दोषु पाविजे । हेतुकपणें ।। (ज्ञाने. २/२२४)**

अर्थ : काही हेतू धरून स्वधर्माचे आचरण केले तरी दोष लागतो.

३) **परी कर्मफळीं आस न करावी । (ज्ञाने. २/२६६)**

अर्थ : कर्मफलाची इच्छा करू नये.

४) **कीं रागी सांडी रिद्धी । आली सांती ।। (ज्ञाने. ७/९३)**

अर्थ : लोभ्याला ऐश्वर्य प्राप्त झाले तर तो त्याचा त्याग करीत नाही.

५) **एकोत्तरेयाचिया वाढी । जे जळतिये आगीं घालिती उडी । (ज्ञाने. ९/५४)**

अर्थ : शंभराला एक रुपया व्याज मिळावे म्हणून जळत्या आगीत उडी घालायला लोक तयार होतात.

६) **दर्दुर सापें गिळिजतु आहे उभा । कीं तो मासिया वेटोळी जिभा ।**
तैसे प्राणिये कवणा लोभा । वाढविती तृष्णा ।। (ज्ञाने. ११/९१)

अर्थ : बेडकाला साप गिळत असताना बेडूक माशांना धरण्यासाठी जिभेची वळवळ करीत असतो. अशा प्रकारे प्राणी कोणत्या लोभाने हाव वाढवितात कोण जाणे.

७) **आणि जी आर्तीचेनि पडिभरें ।**
आर्तु आपुली ठाकी पैं विसरे । (ज्ञान. ११/९१)

अर्थ : इच्छा अनावर झालेला आपली योग्यता विसरतो.

८) **कृपण चित्तवृत्ति जैसी । रोंवोनि घाली ठेवयापासीं ।**
मग नुसधेनि देहेंसीं । आपण असे ।। (ज्ञाने. ११/६३३)

अर्थ : कृपण माणूस आपला सर्व जीव पुरून ठेवलेल्या द्रव्याजवळ ठेवून देहाने सर्वत्र वावरत असतो.

९) **लोभियाचें मन जैसें । जीवु जावो परि नुमसे ।**
ठेविला ठावो । (ज्ञाने. १३/२०२)

अर्थ : लोभी माणूस प्राण जाण्याचा प्रसंग आला तरी ठेवलेल्या धनाची जागा सांगत नाही.

१०) **कां लोभिया दूर जाये । परि जीव ठेवाचि ठाये । (ज्ञाने. १३/४८७)**

अर्थ : लोभी माणूस दूर गेला तरी त्याचे मन ठेवीपासून दूर जात नाही.

११) **न विसंबें भांडारा । बद्धकु जैसा ।। (ज्ञाने. १३/५०१)**

अर्थ : लोभी आपला ठेवा विसरत नाही.

१२) **आपणापेंहीं शिणवी । इष्ट मित्र दुरावी ।**
मग कवडाचि वाढवी । लोभी जैसा ।। (ज्ञाने. १३/७९३)

अर्थ : लोभी माणूस स्वत: कष्ट सहन करतो, इष्टमित्रांची मने दुखावतो आणि आपल्या संपत्तीत भर घालतो.

१३) **तैसी तृष्णा वाढिनलिया । मेरुही हाता आलिया ।**
तऱ्ही म्हणे एखादिया । दारूणाहि वळधो ।। (ज्ञाने. १४/१६४)

अर्थ : वाढत्या तृष्णेला मेरूपर्वत जरी हाती आला तरी आणखी अधिक लाभ व्हावा असे वाटते.

१४) **आजि असतें वेंचिजेल । परी पाहे काय कीजेल ।**
ऐसा पांगी वडील । व्यवसाय मांडी ।। (ज्ञाने. १४/१६५)

अर्थ : आज आहे ते खर्च केले तर उद्या काय करावे अशा तृष्णेने लोभी मोठे उद्योग सुरू करतो.

१५) **जीविताची कुरोंडी । वोवाळूं लागे कवडी ।**
मानी तृणाचिये जोडी । कृतकृत्यता ।। (ज्ञाने. १४/१६६)

अर्थ : कवडी एवढ्या लाभासाठी तो जीव ओवाळून टाकतो आणि तृणवत् (क्षुद्र) प्राप्तीने ही धन्यता मानतो.

१६) **सागरू ही सांडीं पडे । आगी न लाहे तीन कवडे ।**
ऐसें अभिलाषीं जोडे । दुर्भरत्व ।। (ज्ञाने. १४/२३५)

अर्थ : समुद्र व अग्नी हे दुर्भर खरे पण ते रजोगुणी अभिलाषी पुरुषापुढे कमी पडतात.

१७) **जगस्पृहे आस्पद । एक सार्वभौमपद । (ज्ञाने. १६/२३१)**

अर्थ : सार्वभौमपदाची इच्छा हीच जगातील लोकांची सर्वात मोठी इच्छा होय.

१८) **आणि पसरिला अभिलाषु । अपूर्ण होय तोचि द्वेषु ।। (ज्ञाने. १६/३३९)**

अर्थ : मनात केलेली अभिलाषा अपूर्ण राहिली की द्वेष निर्माण होतो.

१९) **तरी माशालागी भुलला । ब्राह्मण पाणबुडां रिधाला ।**
आणि तेथेही पावला । नास्तिक वादु ।। (ज्ञाने. १६/४५१)

अर्थ : माशांच्या लोभाने ब्राह्मण कोळ्यांच्या जातीत गेला पण हा नास्तिक माणूस आहे म्हणून त्यांनीही त्याला जवळ केले नाही. (तो आपल्या व परक्या जातीस मुकला)

२०) **अगा देवढी वाढी लहिजे । तेथ मोल देतां न धाइजे । (ज्ञाने. १८/५९९)**

अर्थ : जेथे दीडपट वाढ असते तेथे पैसे देताना कंटाळा नसतो.

२१) **आणि आपण जालिये जोडी । उपखों नेदी कवडी ।**
क्षणक्षणा कुरोंडी । जीवाची करी ।। (ज्ञाने. १८/६५३)

अर्थ : स्वत: मिळविलेल्या धनापैकी एक कवडी देखील खर्च होऊ देत नाही आणि त्या पैशावरून हरघडी आपला जीव ओवाळून टाकतो.

२२) **कृपणु चित्तीं ठेवा आपुला ।**
तैसा दक्षु पराविया माला । (ज्ञाने. १८/६५४)

अर्थ : कृपण माणूस आपल्या व दुसऱ्याच्या ठेव्यासंबंधी सदैव जागरूक असतो.

२३) **आशा जैसी दु:खातें । (ज्ञाने. १८/१३९०)**

अर्थ : आशा दु:खाला जन्म देते.

नामदेव

१) **वासना पापिणी करील पायरव ।**
मग हा अनुभव कोठें पाहूं ।। (ना. गा. ७६६)

अर्थ : वासनारूपी पापीण हजर असेल तर (देवाच्या) प्रेमाचा अनुभव मिळत नाही.

२) **भोगावरी आम्ही घातिला पाषाण । मरणा मरण आणियेलें ।। (ना. गा. ७९३)**

अर्थ : भोगांचा त्याग केला की मरणालाही मारता येते. (अमरता प्राप्त होते)

३) **कृपणाचें धन असे भूमि आंत । तेथें जाय चित्त जेथें धन ।। (ना. गा. ९३३)**

अर्थ : कृपण माणूस आपले धन भूमीत पुरून ठेवतो. जेथे धन पुरलेले असते तिथे त्याची दृष्टी असते.

४) **निरंजनी वनीं पाषाण पैं व्हावे । परी जन्मा न यावें मागत्याच्या ।। (ना. गा. ९४२)**

अर्थ : याचकाच्या घरी जन्माला येण्यापेक्षा घोर अरण्यात दगड होऊन पडलेले बरे.

५) **आशा तें केवळ मिथ्या जाण । (ना. गा. १०४६)**

अर्थ : निरनिराळ्या गोष्टींची इच्छा ही खोटी असते.

६) **लोभियाच्या धना वेंच नाहीं । (ना. गा. १०७४)**

अर्थ : लोभी माणसाच्या धनाला खर्चच नसतो.

७) **धनलोभ्याचें धन ठेवियेलें दुरी ।**
वर्ते ग्रामांतरी परि लक्ष तेथें ।। (ना. गा. ११५४)

अर्थ : धनलोभी गावभर फिरत असतो पण त्याचे चित्त मात्र घरात ठेवलेल्या धनावर असते.

८) **तस्कर नगरीं परद्रव्य जिव्हारीं । वर्ते घरोघरी परि लक्ष तेथें । (ना. गा. ११५४)**

अर्थ : चोर नगरात फिरत असताना पण त्यांची नजर परद्रव्यावर असते.

एकनाथ

१) **ममतेपाशीं असे मरण। (एक. भा. २/१६०)**

अर्थ : लोभाच्या ठिकाणी मरण असते

२) **गोडु गिळी आमिष कवळु। सवेंचि पारधी आंसुडी गळु। (एक. भा. ६/३४१)**

अर्थ : गळाला लावलेला मासाचा गोड तुकडा माशाने गिळला की कोळ्याने गळाला हिसका दिलाच म्हणून समजावे.

३) **स्त्री आणि दुसरा अर्थु। हाचि ये लोकीं घोर अनुर्थु। (एक. भा. ८/१४४)**

अर्थ : स्त्री आणि द्रव्य हे इथले मोठे अनर्थ आहेत.

४) **ज्यासी द्रव्यदारासक्ती। तेथ कदा न रिघे धृती। (एक. भा. १९/४४६)**

अर्थ : ज्याला पैसा व स्त्री यांची इच्छा असते तिथे संतोष नसतो.

५) **स्वदारा स्वधन। यांचा लोभ ज्यासी संपूर्ण।**
त्यासी स्वर्ग ना मुक्तपण। जन्म मरण अनिवार। (एक. भा. २९/५४७)

अर्थ : आपली पत्नी व धन यांचा ज्याला खूप लोभ असतो त्याला ना स्वर्ग मिळतो ना मुक्ती.

६) **आशा तेथें नाहीं सुख। आशेपाशीं परम दुःख।**
आशा सर्वांसी बाधक। मुख्य दोष ते आशा। (एक. भा. ८/३१३)

अर्थ : जिथे आशा असते तिथे सुख नसते. आशेजवळ मोठे दुःखच असते. आशा ही सर्वांना बाधक असते.

७) **निराशा तोचि सद्‌बुद्धि। निराश तोचि विवेकानिधी। (एक. भा. ८/३१६)**

अर्थ : ज्याला आशा नसते तो बुद्धिवान, विचारी होय.

८) **निराशा देखोनि पळे दुःख। निराशेमाजीं नित्य सुख। (एक. भा. ८/३१९)**

अर्थ : आशारहीत माणसाला पाहिले की, दुःख पळून जाते. निराशेजवळ सदैव सुख असते.

९) **परिग्रहो जयापाशीं । वाढतें दुःख तयासी। (एक. भा. ९/२३)**

अर्थ : ज्याच्या जवळ संग्रह असतो त्याला वाढते दुःख भोगावे लागते.

१०) ज्यासी धनलोभाची आस्था। त्यासी कल्पांती न घडे मुक्तता। (एक. भा. ११/३८०)
अर्थ : ज्याला धनलोभ असतो त्याला कधीही मुक्तता लाभत नाही.
११) दु:ख दारुण घनलोभ्या। (एक. भा. ११/५८५)
अर्थ : धन लोभी माणसाला दारुण दु:ख भोगावे लागते.
१२) राजसाचें सकाम कर्म। (एक. भा. १३/१४६)
अर्थ : राजस लोकांचे कर्म लोभावर आधारलेले असते.
१३) ते शांति कोण मानी। अंत:करणीं सकाम। (एक. भा. १४/१७१)
अर्थ : ज्याच्या मनात लोभ असतो त्याच्या मनात शांती नसते.
१४) कृपण जरी दूरी जाये। तो घरींचे ठेवणें जीवीं वाहे। (एक. भा. १४/२४३)
अर्थ : कृपण माणूस कितीही दूर गेला तरी त्याचे मन घरातल्या ठेवीवर असते.
१५) धनलोभी तो अभक्त पूर्ण। (एक. भा. १७/११७)
अर्थ : द्रव्यलोभी माणूस अभक्त असतो.
१६) लोभाची वस्ती जिये ठायीं। तेथ स्वप्नींही सुख नाहीं। (एक. भा. २३/१७९)
अर्थ : जिथे लोभाची वस्ती असते तिथे स्वप्नातही सुख मिळत नसते.
१७) लोभ शुद्धीसी करी अशुद्ध। लोभ तेथ निंदास्पद। (एक. भा. २३/१८८)
अर्थ : लोभ शुद्धालाही अशुद्ध बनवतो. जिथे लोभ तिथे निंदा असते.
१८) लोभा ऐसा त्रिजगतीं। कर्ता अपकीर्ती आन नाहीं। (एक. भा. २३/१९०)
अर्थ : त्रिभुवनात लोभसारखा दुष्कीर्ती करणारा कोणी नाही.
१९) ज्याचें पोटी अर्थु-स्वार्थु। त्यासीं परमार्थु कदा न लाभे। (भा.रा.बा. ८/१२)
अर्थ : ज्याच्या मनात धन-लोभ असतो त्याला परमार्थ साधत नाही.
२०) द्रव्य दारा लोभु ज्या पासीं। क्रोध तेथ सदा मुसमुसी। (भा.रा.बा. १९/९९)
अर्थ : ज्याला द्रव्याचा व स्त्रीचा लोभ असतो तिथे सदैव क्रोध असतो.
२१) काम क्रोध लोभ ज्या शरीरीं। त्यांची वस्ती नरकाद्वारीं ।। (भा.रा.बा. १६/८४)
अर्थ : ज्यांच्या ठिकाणी काम, क्रोध, लोभ असतो त्यांची वस्ती नरकात असते.
२२) जेथ लोभ ते असूया। (भा.रा. अरण्य. २/२९)
अर्थ : जिथे लोभ असतो तिथे मत्सर असतो.
२३) वैरासि मूळ द्रव्य दारा। (भा.रा. किष्किं ४/६)
अर्थ : स्त्री व धन हे वैराचे कारण असतात.
२४) परद्रव्याचें ज्यासी हरण। तेथ मरण सहजची। (भा.रा.शुद्ध ३२/६०)
अर्थ : परद्रव्याचे हरण करणाराला सहज मरण येते.
२५) जो धनलोभे भुलला। त्याचा गेला विवेक।। (भा. रा. शुद्ध ४६/१०७)
अर्थ : जो धनलोभी असतो त्याचा विवेक नष्ट होतो.
२६) धनलोभी जें लुब्धक। स्वप्नीं न देखती सुख।। (भा.रा.युद्ध ४६/११६)
अर्थ : धनलोभ्यांना स्वप्नातही सुख लाभत नाही.
२७) द्रव्य लोभाची वस्ती अंतरी। तो लाभचि जाण यथार्थ चोरी। (भा.रा. युद्ध ७६/१६५)
अर्थ : मनामध्ये द्रव्याचा लोभ असणे हीच खरी चोरी होय.

२८) **जेथ दृढत्वें लोभाची वस्ती। तेथ कैंची विवेक स्थिती।। (भा.रा.युद्ध ८२/६६)**

अर्थ : जिथे निश्चित लोभ असतो तिथे विवेक असत नाही.

२९) **लोभ तेथ कैंचे ज्ञान। लोभ तेथे कैंचे ध्यान।**
लोभ तेथें समाधान। सर्वथा जाण पैं नाहीं ।।
लोभ तेथें कैंची भक्ती। लोभ तेथें कैंची युक्ति।।
जेथ लोंभ तेथ विरक्ति। नाही निश्चिती सर्वदा।।
लोभाचें ठाणे अंतरी असता। सकळ साधनें होती वृथा। (भा.रा.युद्ध ८२/६७-६९)

अर्थ : जिथे लोभ असतो तिथे ज्ञान, तप, समाधान, भक्ती, विरक्ती, निश्चय नसते. तिथे सर्व साधने विफल होतात.

३०) **जयासि गृहस्थाश्रमी आसक्ती। ते दंड पावती रामरायाचा। (भा.रा.उत्तर २४/३८)**

अर्थ : ज्याला गृहस्थाश्रमाची आसक्ती असते त्याला यमाचा दंड खावा लागतो.

३१) **आशेपाशी नाहीं सुख। आशेपाशीं परम दु:ख।। (एक. गा. ३२१०/१)**

अर्थ : आशेजवळ सुख नसते तर मोठे दु:ख असते.

३२) **निराशेचें जेथे नांव। तेथें देव घेतसे धांव। (एक. गा. ३२११/३)**

अर्थ : जिथे आशा नसते तिथे देव धावतो.

३३) **निराशेपायीं न ये व्याधीं। निराशेपायीं सकळ सिद्धी। (एक. गा. ३२११/२)**

अर्थ : जिथे आशा नसते तिथे देव धावतो.

३४) **आमिष देखोनि मीन गुंतलासे गळीं । (एक. गा. ३०९१/१)**

अर्थ : आमिष पाहून मासा गळाला अडकतो.

३५) **परद्रव्य परस्त्री येथे आसक्त नोहे मन ।**
तेणें जनार्दन पूजा पावे ।। (एक. गा. २८६७/३)

अर्थ : परद्रव्य व परस्त्री यांच्यावर मन न ठेवता केलेली पूजा देवाला पावते.

३६) **आशेपाशीं काम । (एक. गा. २९२६/१)**

अर्थ : जिथे आशा तिथे काम असतो.

३७) **आशेपाशीं क्रोध । (एक. गा. २९२६/१)**

अर्थ : जिथे आशा तिथे क्रोध असतो.

३८) **आशेपाशीं भेद लागलासे । (एक. गा. २९२६/१)**

अर्थ : जिथे आशा असते तिथे भेदभाव असतो.

३९) **आशेपाशीं वस्ती अहंकाराची । (एक. गा. २९२६/३)**

अर्थ : जिथे आशा असते तिथे अहंकाराची वस्ती असते.

४०) **दरिद्री तो जाणरे उद्धवा । ज्यासी लोलूप चित्तीं ।। (एक. गा. ३२९३/२४)**

अर्थ : ज्याच्या मनात लोभ असतो तो दरिद्री होय.

४१) **कृपण तोची रे उद्धवा । द्रव्यदारा आसक्ती ।। (एक. गा. ३२९३/२४)**

अर्थ : ज्याच्या मनात परधन, परस्त्री यांचा लोभ असतो तो कृपण होय.

४२) **तृप्ती नाहीं जयांचे चित्तीं । तें अतिशय दु:खी होती ।। (रु. स्व. ३/३६)**

अर्थ : ज्यांच्या मनात समाधान नसते ते फार दु:खी असतात.

४३) **जयाची वृत्ति समाधान । तेणें अजिता मातें जिंकिले जाण । (रु. स्व. ३/३७)**

अर्थ : ज्याची वृत्ती समाधानी असते त्याच्या अधीन मी असतो.

४४) **अथवा धना गमना गमनीं । प्रबळ लोभ उपजे मनीं ।। (रु. स्व. १३/२८)**

अर्थ : पैसा मिळविण्याच्या प्रसंगी मनाचा मोठा लोभ निर्माण होतो.

४५) **परी वासना जेथ न तुटे । तेथ समाधी कैंची भेटें ।। (एक. आठ. ग्रं. स्वा २६७)**

अर्थ : ज्याची वासना संपत नाही त्याला समाधी लागत नाही.

रामदास

१) **गळ गिळितां सुख वाटे । वोढून घेतां घसा फाटे । (दास. ३.१०.६६)**

अर्थ : गळाला लावलेले आमिष गिळताना सुख वाटते पण तो गळ ओढला की, घसा फाटतो.

२) **नेत्रीं द्रव्य दारा पाहावी । श्रवणीं द्रव्य दारा ऐकावी ।**
चिंतनी द्रव्य दारा चिंतावी । या नाव बद्ध ।। (दास. ५.७.४०)

अर्थ : जो सदैव डोळ्यांनी पैसा व स्त्री पाहण्याची इच्छा करतो, कानांनी धनाच्या व स्त्रीच्या गोष्टी ऐकण्याची इच्छा करतो आणि ज्याच्या मनात सतत द्रव्य व दारा यांचे चिंतन चालू असते तो लोभी होय.

३) **ईश्वरेंविण जे कामना । तेणें चि गुणें नाना यातना । (दास. ५.२.४२)**

अर्थ : ईश्वराच्या प्राप्तीशिवाय असलेल्या अन्य इच्छा यातनादायक असतात.

४) **द्रव्य दारा तेंचि तीर्थ । द्रव्य दारा तो चि परमार्थ ।**
द्रव्य दारा सकळ स्वार्थ । या नाव बद्ध ।। (दास. ५.७.४३)

अर्थ : धन आणि स्त्री हेच ज्याचे तीर्थ, हाच ज्याचा परमार्थ आणि हाच ज्याचा स्वार्थ तो लोभी होय.

५) **अती स्वार्थ बुद्धी न रे पाप सांचे । (म. श्लो. ९)**

अर्थ : अत्यंत स्वार्थी विचारामुळे पापांचा साठा होतो.

६) **अती लोभ त्या क्षोम होईल जागा । (म. श्लो. ६४)**

अर्थ : अति लोभी माणसाला शांतता लाभत नाही.

७) **कदा कृपणाचें वऱ्हाडी न व्हावें । (राम. कवि. खंड. १ युद्ध १/९४)**

अर्थ : केव्हाही कंजूष माणसाचे सोयरे होऊ नये.

८) **आशेची मैत्रिकी खोटी । (रा. क. १. स्फु. प्र. ७/२)**

अर्थ : आशेने केलेली मैत्री खोटी असते.

९) **द्रव्य दारा जनीं कदा नव्हे धणी । (रा. क. १ स्फु. ओ. २३४/१)**

अर्थ : द्रव्य व दारा यांची जनातील इच्छा कधीही पुरी होत नाही.

१०) **सर्वस्वाचीं आस सुटे । तरी च सगुणमूर्ति प्रगटे । (रा. क. ३ एकवीससमासी ७/१२)**

अर्थ : सर्वस्वाचीं आशा संपली की, परमेश्वर आपल्यापुढे प्रगट होतो.

११) **आशा धरितां सुटेना । प्राणी दुःखापासूनी । (रा. क. २ एकवीससमासी ७/२२)**

अर्थ : मनात आशा असेल तर मनुष्यप्राणी दुःखापासून सुटत नाही.

१२) **जेणें प्रपंची असावें । तेणें दो विषयां वेगळें व्हावें ।**
काये म्हणाल तरी चित्त धावें । कनक आणि कांता । (रा. क. २ एकवीससमासी १८/५०)

अर्थ : संसारात असणाऱ्या माणसाने कनक व कांता यांच्यापासून दूर असावे.

१३) **असो जयाची तुटली देहाशा ।**
परमार्थ शोभे त्या पुरुषा । (रा. क. २ एकवीससमासी २०/३०)

अर्थ : ज्याची देहावरची आसक्ती संपली त्या पुरुषाला परमार्थ शोभून दिसतो.

१४) **येवं दुराशा वसतां अंतरी । समाधान कैचें ।। (रा. क. २ एकवीससमासी २०/३२)**

अर्थ : मनात वाईट इच्छा असेल तर समाधान लाभत नाही.

१५) **आशा प्रपंची जंवं दृढ आहे । तंव राम चित्तिं कदा न राहे । (करुणा धा. स. १०७/१)**

अर्थ : जोपर्यंत संसाराची आसक्ती फार असते तो पर्यंत रामनामात मन रमत नाही.

१६) **परस्त्री नपुंसक होणें परद्रव्यें पोळणें ।**
तरी च श्लाध्यवाणें रामदास्य ।। (स. पद. पू. ३३/३)

अर्थ : परस्त्रीच्या संदर्भात नपुंसक असणे आणि परद्रव्य हातात घेतले तर हात भाजू लागणे ही अवस्था आली तरच रामभक्ती शोभू लागते.

१७) **सकळ जन मानमदिरा भुलवी । (स. पद. उ. ९३/धृ)**

अर्थ : मोठेपणाचे मद्य सर्व लोकांना फसवते.

१८) **शिणावया मूळ लोभचि केवळ । (स. गा. १७/५)**

अर्थ : लोभ हा दमण्याचे कारण आहे.

१९) **लोभें जाहला वोरंग । (स. गा. २०६/४)**

अर्थ : लोभाने सर्व गोष्टीत विरस उत्पन्न होतो.

२०) **लोभ दंथाचे कारण । (स. गा. २०७/४)**

अर्थ : लोभ ढोंगाचे कारण असतो.

२१) **आढळेना लोभ तेथें कैंचा क्षोभ । (स. गा. २७९/४)**

अर्थ : जिथे लोभ आढळत नाही तिथे राग नसतो.

तुकाराम

१) **जोंवरी या तुम्हां मागिलांची आस ।**
तोंवरी उदास होऊं नका ।। (तु. गा. २१)

अर्थ : जोपर्यंत तुम्हाला संसाराची इच्छा असते तोपर्यंत तुम्ही उदास होऊ नका.

२) **देवपूजेवरी ठेवूनिंया मन । पाषाणा पाषाण पूजी लोभे । (तु. गा. ६७)**

अर्थ : लोभ मनात ठेवून देवाची पूजा करणे म्हणजे एका दगडाने दुसऱ्या दगडाची पूजा करणे होय.

३) **धिग् जीणें ज्याचें लोभावरी मन । (तु. गा. ३०६)**

अर्थ : ज्याचे मन सदैव लोभाचाच विचार करते त्याचे जीवन व्यर्थ होय.

४) **तृष्णा वाढविसी बहुवस । कधी सुखास न पवसी । (तु. गा. ६६१)**

अर्थ : फार इच्छा वाढविली तर सुख लाभत नाही.

५) **आविसा अंगें पीडा वसे । त्यागें असे बहु सुख । (तु. गा. १४०६)**

अर्थ : आमिषा पोटी पीडा आणि त्यागापोटी सुख असते.

६) **तुका म्हणे गळ लागलिया मत्स्या ।**
तळमळेचा तैसा लवलाहो । (तु. गा. २७२७)

अर्थ : मासा गळात अडकला की, तो जसा तळमळतो तसा माणूस अंतकाळी तळमळतो.

७) **आमिषाचें आसे गळ गिळी मासा ।**
फुटोनिया घसा मरण पावे । (तु. गा. ३९१२)

अर्थ : मांसाच्या लोभाने मासा पदार्थ गिळतो आणि घशात गळ अडकून मरण पावतो.

८) **लोभें गिळी फांसा आमिषाच्या आशा ।**
सांपडोनि मासा तळमळी । (तु. गा. ४५०६)

अर्थ : आमिषाच्या इच्छेनी मासा फासाला अडकविलेला तुकडा गिळतो आणि मरणाच्या तावडीत सापडतो.

९) **गळ गिळी आमिषे मासा । प्राण आशा घेतला. (तु. गा. २७३८)**

अर्थ : गळाला लावलेल्या आमिषावर डोळे ठेवून मासा गळ गिळतो आणि आशेनेच प्राण गमावतो.

१०) **तुका म्हणे बोकड मोहो । घरी पहा हो खाटिक । (तु. गा. २७३८)**

अर्थ : बोकड सुद्धा (खाण्याच्या) मोहानेच खाटकाची संगत धरतो.

११) **जेथें मुदल न ये हातां । व्याज मरावें लेखितां । (तु. गा. १२२५)**

अर्थ : मुद्दल हाती येत नाही पण व्याजाचा हिशोब करूनच मरावे लागते.

१२) **लोभ्या कळांतराची आस । बोटें मोजी दिवस मास । (तु. गा. २८७३)**

अर्थ : लोभी माणसाला नेहमी व्याजाची हाव असते. त्यासाठी तो रात्रंदिवस बोटे घालून दिवस, महिने मोजीत असतो.

१३) **तुका म्हणे धन कृपणा सोइरें । (तु. गा. २६५६)**

अर्थ : कृपण माणसाला धन सोयऱ्याप्रमाणे प्रिय वाटते.

१४) **कृपण तयासी बोलिजे पडे उपाधि डाई । (तु. गा. २३१२)**

अर्थ : व्यवहाराच्या विविध उपाधीत जो पडतो तो कृपण समजावा.

१५) **कृपणाचें धन । लोभालागीं जैसें मन । (तु. गा. १८२०)**

अर्थ : कृपणाचे मन धनाच्या लोभाने तळमळत असते.

१६) **सोसें वाढे दोष । (तु. गा. १८२०)**

अर्थ : हव्यासाने दोष वाढतात.

१७) **धनाचा कृपणा लोभ जैसा । (तु. गा. १५३१)**

अर्थ : कृपण माणूस धनाचा लोभी असतो.

१८) **लटकियाची न करू स्तुति ।**
इच्छा चित्तीं धरूनि । (तु. गा. ९६२)

अर्थ : मनात इच्छा धरून खोट्याची स्तुती करू नये.

१९) **लोभालोभ एका धनाचिये ठायीं ।**
आणिकांची सोई चाड नाही । (तु. गा. १८२७)

अर्थ : कृपणाचा हव्यास केवळ धनाच्या ठिकाणी असतो.

२०) **जोडीच्या हव्यासे । लागे धनांचेचि पिसे । (तु. गा. १९२५)**

अर्थ : लोभी माणसाला धनाच्या साठ्याचे वेडच असते.

२१) **द्रव्य जीवाहूनि आवडे या जना । (तु. गा. १९९०)**

अर्थ : संसारी माणसांना पैसा जीवाहून प्यारा असतो.

२२) **बहुतांची बहु घेतली घरें । न पडे पुरे कांही केल्या । (तु. गा. १२०७)**

अर्थ : पुष्कळांची पुष्कळ घरे घेतली तरी हाव कमी होत नसते.

२३) **नाना हव्यासांची जोडी । तृष्णा करी देशधडी । (तु. गा. २३१३)**

अर्थ : अनेक प्रकारचे हव्यास बाळगले तर ते तुम्हाला देशोधडीला लावतात.

२४) **मेळउनि धन मेळवी माती । लोभ्या हातीं ते चि मुखीं । (तु. गा. २३५३)**

अर्थ : लोभी माणूस खूप धन गोळा करतो आणि ते मातीत पुरून ठेवतो. शेवटी तीच माती त्याच्या तोंडात पडते.

२५) **चित्तीं नाही आस । त्याचा पांडुरंग दास । (तु. गा. २०८४)**

अर्थ : ज्याच्या मनात कोणतीच इच्छा नसते त्याचा पांडुरंग दास होतो.

२६) **ज्यांची तुज गुंती । ते तों मोकालिती अंती । (तु. गा. ४२)**

अर्थ : ज्या मुलाबाळात मन गुंतलेले असते ते शेवटी सोडून जातात.

२७) **धन माया पुत्र दारा । हे तों आवडी नरक थारा । (तु. गा. १७५३)**

अर्थ : धन, माया, पुत्र, पत्नी यांच्या प्रेमाने नरकाची प्राप्ती होते.

२८) **आशाबद्ध जन । काय जाणे नारायण । (तु. गा. ६९)**

अर्थ : आशाळभूत माणसाला परमेश्वर समजणार नाही.

२९) **आशा तें करविते बुद्धीचा लोप । (तु. गा. १४०७)**

अर्थ : आशा करण्याने बुद्धीचा लोप होतो.

३०) **आशा तृष्णा माया अपमानाचे बीज । (तु. गा. १४४६)**

अर्थ : आशा, तृष्णा, माया ही अपमानाची बिजे होत.

३१) **आशाबद्ध तो जगाचा दास । पूज्य तो उदास सर्वजन । (तु. गा. १४९४)**

अर्थ : आशाळभूत माणूस जगाचा दास होतो आणि जो उदास असतो तो जगाला पूज्य होतो.

वस्त्र

ज्ञानदेव

१) **कां वस्त्रपण तंतु- । दशे राहे ।। (ज्ञाने. १३/९५)**

अर्थ : तंतूमध्ये वस्त्रपण असते.

२) **केउता ताथु पटु । सांडील तो ।। (ज्ञाने. १८/२१९)**

अर्थ : वस्त्र तंतूचा त्याग करू शकत नाही.

३) **कां तांथुवाचा ताणा । तांथु घालितां वैरणा ।**
तो तंतूचि विचक्षणा । होय पटु ।। (ज्ञाने. १८/३६०)

अर्थ : तंतूच्या ताण्यात आडवे तंतू भरले असता तंतूच वस्त्र होतो.

४) **गुंफिली असे पटीं । तांतुवीं जैसी ।। (ज्ञाने. १८/८१२)**

अर्थ : वस्त्र तंतूंनी विणलेले असते.

५) **कैंचा लोंवेवीण कांबळा । (ज्ञाने. १८/८१४)**

अर्थ : लोकरीशिवाय घोंगडी होत नाही.

६) **किंबहुना तंतूसीं पटु । (ज्ञाने. १८/११८४)**

अर्थ : तंतू व वस्त्र निरनिराळे नसते.

७) **जेवि नाममात्र लुगडें । येऱ्हवीं सुतचि तें उघडें ।। (चां. पा. ९)**

अर्थ : सूत विणून लुगडे बनविले तरी ते सूतच असते.

८) **सुताचिये गुंजे । आंत बाहेर नाहीं दुजें ।। (चां. पा. १९)**

अर्थ : सुताच्या गुंडीत सुताशिवाय आत-बाहेर काहीच असत नाही.

रामदास

१) **वस्त्र जळालें उकलेना । (दास. ९.३.३५)**

अर्थ : वस्त्र जळले की, ते उकलत नाही.

वाणी

ज्ञानदेव

१) **सांगतां वाचेतें वाचा । ठाउ वाच्य वाचकाचा । (अमृ. १/५३)**

अर्थ : वाणी आणि वाणीने उच्चारलेला शब्द भिन्न नसतात.

वायू

ज्ञानदेव

१) **ना तरी पवनु मेधासी बिहे । (ज्ञाने. २/१४)**

अर्थ : वारा कधी मेघाला घाबरला आहे काय?

२) **कां राहें म्हणतलिया राहेल । महावातु ।। (ज्ञाने. ६/४१३)**

अर्थ : सोसाट्याच्या वाऱ्याला थांब म्हटल्यावर तो थांबतो काय?

३) **कीं वारया धापत आहे वाहणी । (ज्ञाने. ९/२०)**

अर्थ : वाऱ्याला कोणी गती देते काय?

४) **मग वारयाचियां धारसां । पडिला कोंडा कां नुरेंचि जैसा ।**
आणि अन्नकणांचा आपैसा । राशि जोडे ।। (ज्ञाने. ९/४५)

अर्थ : कोंडा व धान्य उपणण्यासाठी वाऱ्यावर धरले असता ज्याप्रमाणे कोंडा उडून जातो आणि धान्याची रास हाती येते.

५) **पवनातें वावीं मवावें । (ज्ञाने. १०/१७८)**

अर्थ : वारा हाताने मोजता येत नाही.

६) **हां गा वायूसि काय डावें । उजवें आंग आहे ? ।। (ज्ञाने. १०/३१४)**

अर्थ : वाऱ्याला उजवे डावे अंग असत नाही.

७) **म्हणोनि वारियासवें धावणें । (ज्ञाने. ११/५९२)**

अर्थ : वाऱ्याबरोबर पळणे शक्य नसते.

८) वायूसि एके ठायीं । बिढार जैसें नाहीं । (ज्ञाने. १२/२११, १३/६८८)

अर्थ : वाऱ्याला एकाच ठिकाणी वसती नसते.

९) वारियाची धांव । (ज्ञाने. १३/३५९)

अर्थ : वारा सरळ वाहतो.

१०) चतुर्दिक्षु वारा । न लाहे निघों बहिरा । (ज्ञाने. १३/४११)

अर्थ : वारा कितीही धावला तरी तो चार दिशांच्या बाहेर जाऊ शकत नाही.

११) जैसे अवचितपणें । वायूसि सर्वत्र विचरणें । (ज्ञाने. १३/५२७, १३/६९७)

अर्थ : वारा अचानकपणे सर्वत्र वाहात असतो.

१२) वायुचेनि सावायें । धू दिगंतवरी जाये । (ज्ञाने. १३/६८६)

अर्थ : वारा लागला की धूर दिशेच्या अंतापर्यंत धावतो.

१३) सुवायें मेघु सांवरे । (ज्ञाने. १३/११५१)

अर्थ : अनुकूल वाऱ्याने मेघ वृष्टी करतात.

१४) अनिलसंगे जळीं । कल्लोळ जैसें ।। (ज्ञाने. १३/१०५१)

अर्थ : वाऱ्याच्या संगतीने पाण्यावर लाटा येतात.

१५) वाजतें वारें निवांत । जंव न राहे जेथिंचें तेथ ।
तंव तरंगता अनंत । म्हणावीचि कीं ।। (ज्ञाने. १५/२२७)

अर्थ : घोंघावणारा वारा जोपर्यंत एखाद्या जागी स्थिर होत नाही तोपर्यंत समुद्रावरच्या लाटांना अंत नसतो.

१६) हें असो द्रुती पवनें । नेईजे जैसी ।। (ज्ञाने. १५/३६६)

अर्थ : वारा आपल्याबरोबर सुगंध घेऊन जातो.

१७) आकाशीं धूमाची रेखा । उठिली बहुवा आगळिका ।
ते गिळी येकीं झुलुका । वारा जेवीं ।। (ज्ञाने. १६/१९३)

अर्थ : आकाशात केवढाही धुराचा लोट उभा राहिला तरी वाऱ्याची झुळुकही क्षणात तो नाहीसा करून टाकतो.

१८) कां वारा जैसा पारखी । नव्हेचि गा मार्गामार्गा विंरवी ।। (ज्ञाने. १६/२४९)

अर्थ : वारा वाहात असता तो मार्गामार्गाचा विचार करीत नाही.

१९) वारया वाट न वाहे । (ज्ञाने. १७/१९०)

अर्थ : वाऱ्याला वाहायला वाट लागत नाही.

२०) नाना पवनाचा साटु । वाजीनलिया नीटु ।।
आंगेंसीं बोभाटु । सांडिती मेघ ।। (ज्ञाने. १८/७३४)

अर्थ : वारा जोराने वाहू लागला म्हणजे ढग गर्जनेसह नाहीसे होतात.

२१) तेथ नातुडे तो वागुरें । वारा जैसा ।। (ज्ञाने. १८/९५६)

अर्थ : वारा जाळ्यात अडकत नाही.

२२) तरंगु कां वायुलोपें । समुद्रु जैसा ।। (ज्ञाने. १८/९८०)

अर्थ : वारा शांत झाल्यावर तरंग समुद्ररूप होतात.

२३) वारा आभाळचि फेडी । वांचूनि सूर्यातें न घडी । (ज्ञाने. १८/१२३१)

अर्थ : वारा सूर्याच्या आड आलेले ढग दूर करतो. नवा सूर्य निर्माण करीत नाही.

२४) पैं पवनु अंबरा । (ज्ञाने. १८/१३६६)

अर्थ : वारा आकाशाला मिळण्यात कोणाची आडकाठी असत नाही.

२५) जैसी का समिरे संकट गति । (अमृ. १/४१)

अर्थ : वारा व त्याची गती हे भिन्न नसतात.

२६) वायु काय वोखट चांग विचारूनी वाहे । (ज्ञा. सा. चि. गा. १२४)

अर्थ : चांगले काय, वाईट काय हे पाहून वारा वहात नसतो.

वाहने

ज्ञानदेव

नाव

१) सांगें प्लवेंचि काय बुडिजे । (ज्ञाने. २/२२३)

अर्थ : नावेतून चालले असता कोणी बुडत नाही.

२) सांगें पैलतीरा जावें । ऐसें व्यसन का जेथ पावे ।
तेथ नावेतें त्यजावें । घडे केवीं ।। (ज्ञाने. ३/४७)

अर्थ : पैलतीराला कसे जावे याची अडचण आली असता नावेचा त्याग करून कसे चालेल?

३) जैसी नाव स्त्रियां बाळां । तोयतरणीं ।। (ज्ञाने. ५/१६)

अर्थ : स्त्रियांना व बालकांना पाण्यातून तरून जायला नाव हे सोपे साधन असते.

४) जैसी तीरीं नाव न ढळे । टेकलीसांती ।। (ज्ञाने. ७/४)

अर्थ : नदीच्या किनाऱ्याला लागलेली नाव हालत नाही.

५) पाहें पां नाव देखतां बरवी । कोणी आड घाली काय अथावीं । (ज्ञाने. ८/२४०)

अर्थ : समोर चांगली नाव आहे हे पाहून कोणी समुद्रात उडी मारेल काय ?

६) यालागीं शतजर्जरे नावे । रिगोनि केविं निश्चिंत होआवें । (ज्ञाने. ९/४९०)

अर्थ : शंभर ठिकाणी खिळखिळी झालेल्या नावेत बसून स्वस्थ कसे राहावे ?

७) आणि मातलिया सागरीं । मोकलिलेया तरी ।
लाटांचां येरझारीं । आंदोळे जेवीं ।। (ज्ञाने. १३/८०४)

अर्थ : खवळलेल्या सागरात नाव सोडावी तर ती लाटांच्या माऱ्याने हेलकावे खाते.

८) पैं आंगें बुडतां महापुरीं । जे वेगें काढी पैलतीरीं ।
ते नावचि बांधिलिया शिरीं । बुडवी जैसी ।। (ज्ञाने. १६/२२०)

अर्थ : जी नाव स्वत: पाण्यात बुडते आणि दुसऱ्यांना वेगाने पैलतीराला पोहोचविते ती नावच जर आपण डोक्यावर घेतली तर ती आपल्याला बुडविणार नाही का?

९) स्थळीं नावा जिया दाटिजे । जळीं तियांचि जेवीं तरिजे । (ज्ञाने. १७/३६६)

अर्थ : जमिनीवर नावेचे ओझे वाटते पण तीच नाव पाण्यात तारक ठरते.

१०) नाव थडी न पवतां । (ज्ञाने. १८/१५१)

अर्थ : नाव किनाऱ्याला पोहोचल्याशिवाय तिचा त्याग करू नये.

११) **कां पुरीं पडलिया प्रवाहणें । (ज्ञाने. १८/७०५)**

अर्थ : पुरात पडलेला मनुष्य नाव मिळाली असता जगतो.

१२) **का नाव जैसीं उदधीं । (ज्ञाने. १८/९५१)**

अर्थ : समुद्रात नावेचा त्याग करू नये.

रथ

१३) **देखें रथीं आरुढिजे । मग जरी निश्चळा बैसिजे ।**
तरी चळा होऊन हिंडिजे । परतंत्रा ।। (ज्ञाने. ३/६०)

अर्थ : एकदा रथात चढून बसल्यावर कोणतीही हालचाल न करता रथाच्या गतीमुळे आपोआप प्रवास घडतो.

१४) **उजू कां अव्हांटा । रथु काई खटपटा । करितु असे ।। (ज्ञाने. १२/१२१)**

अर्थ : वाट सरळ आहे की, वाकडी आहे याची चौकशी रथ करीत नसतो.

१५) **का अंगहीन भांडावे । रथाची गती ।। (ज्ञाने. १७/३८९)**

अर्थ : रथाचा एखादा भाग नसला तर त्याची गती कुंठीत होते.

१६) **तरी बांधोनि हात पाये । जो रथीं घातला होये ।**
तो न चले तरी जाये । दिगंता जेवीं ।। (ज्ञाने. १८/१२९३)

अर्थ : हातपाय बांधून रथात ठेवलेला माणूस तो चालला नाही तरी रथाबरोबर देशांतराला जातो.

एकनाथ

१) **जेवीं नावेचेनि बळें । समुद्रजळें तरिजेती । (एक. भा. ६/३०८)**

अर्थ : रथ नाव यांच्या बळावर समुद्र तरून जाता येते.

२) **रथ आंखु छेदिलिया पडिपाडें । रथ न चाले असतांही घोडे । (एक. भा. १२/२२६)**

अर्थ : रथाचा कणा तोडला तर घोडे असताही रथ चालत नाही.

तुकाराम

१) **जाळूं नये नाव पावलेनि पार ।**
मागील आधार बहुतांचा ।। (तु. गा. ५३८)

अर्थ : नदी पार करून गेले की, नाव जाळून टाकू नये कारण मागाहून येणाऱ्या खूप लोकांना तिचा आधार असतो.

विरक्त

ज्ञानेदव

१) **देंठीहुनि सुटलें पुढति कैसे जीवनासी आलें । (ज्ञा. सा. चि. गा. १८० ब)**

अर्थ : देठापासून सुटलेले फळ पुन्हा वृक्षाला चिकटत नाही.

१) **एऱ्हवीं दिवस तरी अपुरे । परीवैराग्य वसंताचेनि भरें ।**
जे सोहंभावमहुरें । मोडोनि आला ।। (ज्ञाने. ६/१४९)

अर्थ : वयाने लहान असला तरी वैराग्यरूपी वसंताच्या भराने 'मी ब्रह्म आहे' असा भावरूपी मोहोर भरपूर येतो.

२) **जरी विरक्ती न रिगे मानसीं । तरी सर्वात्मका मजसीं ।।**
नव्हेची भेटी ।। (ज्ञाने. १५/३९२)

अर्थ : जर वैराग्याने मनात प्रवेश केला नसेल तर सर्वांच्या ठायी असणाऱ्या माझी भेट होत नाही.

३) **उठिलेनि वैराग्यें जेणें । हा त्रिवर्गु ऐसा सांडणें ।**
जैसें वमूनियां सुणें । आतांचि गेलें ।। (ज्ञाने. १५/२५६)

अर्थ : वैराग्याच्या निर्मितीने त्रिवर्गाच्या (स्वर्ग, मृत्यू, पाताळाचा) भोगांविषयी कुत्र्याच्या ओकारीप्रमाणे त्याग बुद्धी उत्पन्न होते.

४) **नातरी नानारसीं । रिघोनि दर्वी जैसी ।**
परी रसस्वादासी । नेणे जेवी ।। (ज्ञाने. १६/२४८)

अर्थ : अनेक प्रकारच्या रसांमध्ये प्रवेश करूनही रवी त्यांच्या चवी जाणत नाही.

५) **पै मथूनि लोणी घेपे । तें मागुती ताकीं घापे ।**
तरी ते अलिप्तपणे सिंपे । तेणेंसी काई ।। (ज्ञाने. १८/५१५)

अर्थ : विरजण घुसळून लोणी काढल्यावर ते पुन्हा ताकात घातले असता एकजीव होत नाही.

नामदेव

१) **घुसळितां रवी नेणें लाभ हानीं । (ना. गा. ९९४)**

अर्थ : घुसळणाऱ्या रवीला लाभ हानी समजत नाही.

२) **त्यागेंविण विरक्ती । (ना. गा. १०४४)**

अर्थ : त्यागाशिवाय विरक्ती शोभत नाही.

एकनाथ

१) **वैराग्येंवीण अभ्यासु घडे । तेथ विषयचोर उठती गाढे । (एक. भा. ९/११६)**

अर्थ : वैराग्याशिवाय अभ्यासाला प्रारंभ केला तर मनातला विषय जागा होतो.

२) **जेणें उपजे विरक्ती । तो विवेक जाणावा निश्चितीं । (एक. भा. ९/२५७)**

अर्थ : ज्यामुळे विरक्ती उत्पन्न होते तो विवेक होय.

३) **कां मंथूनि काढिलें नवनीत । तें परतोनि घातल्या ताकाआंत ।**
तें ताकेंसी होय अलिप्त । (एक. भा. १३/४२६)

अर्थ : दही घुसळून लोणी निराळे केल्यानंतर ते लोणी पुन्हा ताकात घातले तर अलिप्त राहते.

४) **वैराग्य विवेकावीण आंधळे । विवेक वैराग्यवीण पांगळें । (एक. भा. २३/४३९)**

अर्थ : वैराग्य विचाराशिवाय आंधळे असते आणि विचार वैराग्याशिवाय पांगळा असतो.

५) **तो चि संन्यासी त्रिजगतीं । ज्याची ढळेना शांती क्षोभविल्याही । (एक. भा. २३/५५९)**

अर्थ : ज्याला राग आणला तरी राग येत नाही तोच त्रिभुवनात खरा संन्यासी होय.

६) **विरक्तीवीण भगवत्प्राप्ती । नव्हे कल्पांतीं साधकां । (एक. भा. २७/१०)**

अर्थ : साधकाला विरक्ती शिवाय केव्हाही परमेश्वर प्राप्ती होत नाही.

७) **जेथ वैराग्य निघोनि जाये । तेथ ज्ञानाभिमान उरला राहे । (एक. भा. २९/५३८)**

अर्थ : वैराग्य संपले की, ज्ञानाचा ताठा तेवढा शिल्लक राहतो.

८) **वैराग्येंवीण ज्ञान दुर्लभ । (भा. रा. बा. १०/३)**

अर्थ : वैराग्याशिवाय ज्ञानप्राप्ती अवघड असते.

तुकाराम

१) संसार तीहीं केला पाठमोरा ।००
नाहीं द्रव्यदारा जया चित्तीं । (तु. गा. ५३९)

अर्थ : ज्याच्या मनात द्रव्य व दारा यांच्यासंबंधी लोभ नसतो तोच संसार सोडू शकतो.

२) शुभाशुभ नाहीं हर्षामर्ष अंगी । जनार्दन जगीं होऊनि ठेला ।। (तु. गा. ५३९)

अर्थ : शुभ आणि अशुभ यांच्याबद्दल ज्याला सुख वा दुःख वाटत नाही तो परमेश्वर होतो, असे समजावे.

३) पूज्य तो उदास सर्वजना । (तु. गा. १४९४)

अर्थ : विरक्त माणूस सर्वांना पूज्य वाटतो.

४) तुका म्हणे जो संसारा रुसला ।
तेणेंचि टाकिला सिद्धपंथ ।। (तु. गा. १७८७)

अर्थ : जो प्रपंचाचा त्याग करतो, तोच सिद्धपंथाला पोहोचतो.

५) त्यागा नाव तरी निर्विषयवासना ।
कार्यकारणांपुरते विधि ।। (तु. गा. १४२८)

अर्थ : निरनिराळ्या विषयातून मुक्त होणे आणि कारणापुरते विधीचे आचरण करणे हाच खरा त्याग होय.

६) वैराग्य तो त्याग । (तु. गा. २१८८)

अर्थ : सर्वस्वाचा त्याग हे वैराग्य होय.

७) जोडोनियां धन उत्तम वेव्हारें ।
उदास विचारें वेच करी ।। (तु. गा. २८६४)

अर्थ : उत्तम व्यापार करून विपुल द्रव्य मिळवावे आणि उदास वृत्तीने ते खर्च करावे.

८) वासनेचें मूळ छेदिल्या वाचून ।
तरलोंले कोणी न म्हणावे ।। (तु. गा. ४५०६)

अर्थ : वासनेचे मूळ तोडल्याशिवाय आपण तरलो असे कोणी म्हणू नये.

९) नाहीं मुक्ताफळा ।
भेटी मागुती त्या जळा ।। (तु. गा. २४६६)

अर्थ : मोती पाण्यातून एकदा बाहेर काढला की, मग तो पुन्हा पाण्याला भेटत नाही. (पाण्याशी एकरूप होत नाही).

१०) तुका म्हणे लोणी ।
ताक सांडी निवडूनि ।। (तु. गा. २४६६)

अर्थ : एकदा का ताकातून लोणी बाहेर काढले की, मग ते ताकात पुन्हा मिसळले जात नाही.

११) एकामध्यें एक नाहीं मिळों येत ।
ताक नवनीत निवडीलें ।। (तु. गा. ६८१)

अर्थ : ताकातून लोणी बाहेर काढले की, ते पुन्हा ताकात मिसळत नाही.

१२) मथीला गोला डारदिया तो ।
नहिं मिले फेरन ताक ।। (तु. गा. ११९९)

अर्थ : दही घुसळून लोणी बाहेर काढल्यावर ते पुन्हा ताकात मिसळत नाही.

विष

ज्ञानदेव

१) **जैसें उसळलें कालकूट । धरी कवण ।। (ज्ञाने. १/८९)**

अर्थ : काळकूट उसळले असता त्याला कोणी आवरू शकत नाही.

२) **जाणत जाणतांचि सेवावें । काळकूट ।। (ज्ञाने. १/२३७)**

अर्थ : जाणून बुजून महाविष कसे घ्यावे ?

३) **संसर्गें काळकूट मरे । (ज्ञाने. २/१५)**

अर्थ : दुसऱ्याच्या संसर्गाने काळकूट मरते ?

४) **अमृतें तरीचि मरिजे । जरी विखेंसीं सेविजे ।। (ज्ञाने. २/२२४)**

अर्थ : विषाबरोबर दूध घेतले तरी त्या दुधाने मरण येते.

५) **जैसा कां विषाचा लेशु । घेतलियां होय बहुवसु ।**
मग विश्रांत करी नाशु । जीवितासि ।। (ज्ञाने. २/३१९)

अर्थ : विषाचा एक थेंब घेतला तरी तो भरपूर होतो. तो निश्चितपणे जीविताचा नाश करतो.

६) **सांगे हाळाहाळ जिरेल । सेविलिया काई ।। (ज्ञाने. ३/२०३)**

अर्थ : हलाहल विष पचत नसते.

७) **बापा विषाची मधुरता । झणें आवडी उपजे चित्ता ।**
परी तो परिणाम विचारितां । प्राणु हरी ।। (ज्ञाने. ३/२१२)

अर्थ : बाबा! विषाचे मधुरपण मनात आवड उत्पन्न करेल पण त्याच्या परिणामाचा विचार करता ते प्राणघातच आहे.

८) **निवालिया विषोदकाचा गळाळा । (ज्ञाने. ८/१४७)**

अर्थ : विषाचा घोट निवालेला असला तरी हानीकारक असतो.

९) **अगा विषाचे कांदे वाटुनी । जो रस घेईजे पिळूनी ।**
तया नाम अमृत ठेउनी । जैसें अमर होणें ।। (ज्ञाने. ९/४९८)

अर्थ : विषाचे कांदे वाटून जो रस निघेल तो अमृत म्हणून घेतल्यावर अमर होण्याची खात्री धरू नये.

१०) **कां आपुलिया मारा नेणें । विष जैसें ।। (ज्ञाने. ११/४३९)**

अर्थ : आपण प्राणघात करणारे आहोत हे विषाला माहीत नसते.

११) **कां घोंटे कढत विख । (ज्ञाने. १२/६८)**

अर्थ : उष्ण विष पिववत नसते.

१२) **विष खाणें नागवे । (ज्ञाने. १३/५१४)**

अर्थ : कोणी विष खात नसते.

१३) **विषांकुर विखें । जियापरी ।। (ज्ञाने. १४/२६४)**

अर्थ : विषाच्या अंकुराला विषाचेच फळ येते.

१४) **जे विषें रांधिली रससोये । जैं जेवणारा ठाउवी होये ।**
तैं तो ताटचि सांडूनि जाये । जयापरी ।। (ज्ञाने. १५/३८)

अर्थ : विष घालून अन्न शिजविलेले आहे, हे जेवणाराला माहीत झाले तर तो ताटावरून उठून निघून जातो.

१५) **नाना विषवर्गु एकवटु । तया नांव जैसा बासटु । (ज्ञाने. १६/२१६)**

अर्थ : सर्व विषे एकत्रित केली म्हणजे त्याला कालकूट म्हणतात.

१६) **कां आपुलियांऐसें करी । जैसें विष ।। (ज्ञाने. १७/११५)**

अर्थ : विषसेवनानें मृत्यू येतो.

१७) **कां नेणिजे काळकूटें । आपलें केलें ।। (ज्ञाने. १८/६६४)**

अर्थ : काळकूट विषाला आपल्या परिणामाची कल्पना नसते.

१८) **वाढिलें रांधूनि विखें । तेथें जाणिजे मृत्यू न चुके ।। (ज्ञाने. १८/७१४)**

अर्थ : विष कालवून शिजविलेले अन्न वाढले तर मृत्यू चुकत नाही.

१९) **कां बचनागाची जैसी । मधुरता ।। (ज्ञाने. १८/७९६)**

अर्थ : बचनाग प्रथम गोड लागतो.

२०) **पैं नामें विष महुरें । परी मारूनि अंतीं खरें । (ज्ञाने. १८/८०४)**

अर्थ : बचनाग गोड असले तरी ते शेवटी प्राण घेऊन आपले नाव खरे करतो.

२१) **येर काह्यां मोलें वेंचूनि । विष पियावें घेउनि ।**
आत्महत्येसि निमोनि । जायिजे जेणें । (ज्ञाने. १८/९४७)

अर्थ : जे प्राशन केले असता मरून जावे लागते ते विष विकत घेऊन काय म्हणून प्यावे.

२२) **माझें न म्हणे पात्र । विषाचें जैसें ।। (ज्ञाने. १८/९५८)**

अर्थ : विषपात्र कोणी माझे म्हणत नाही.

२३) **निपजे दिव्यान्न चोखट । परी माजीं असे काळकूट । (ज्ञाने. १८/१५०३)**

अर्थ : उत्तम अन्न शिजवलेले असून त्यात विष कालवले असेल तर त्या अन्नाचा उपयोग नाही.

२४) **जैसें विखपणेचि विख । विखा नाहीं ।। (अमृ. ५/१)**

अर्थ : विषाला विषाची बाधा होत नाही.

२५) **वोरसोनि लोभें । विष का अमृत दुभे ।। (अमृ. ७/९८)**

अर्थ : विषाने पान्हा सोडला तर त्यातून अमृत येत नाही.

एकनाथ

१) **विषें निमे भक्षित्याचा प्राण । (एक. भा. १/३६४)**

अर्थ : विष खाल्ल्याने ते खाणाराचाच नाश होतो.

२) **जैसें सेविलें विष प्राणियांसी । ग्रासी प्राणांसी समूळ । (एक. भा. ५/२८०)**

अर्थ : माणसाने खाल्लेले विष त्याच्या प्राणाला समूळ गिळून टाकते.

३) **तोंडी घालिता मधुर विख । परिपाकीं देख प्राणांतु ।। (एक. भा. ८/७३)**

अर्थ : गोड विष तोंडांत घातले तरी त्याचा परिणाम मरणातच होतो.

४) **विखें रांधिले मिष्टान्न । तें गोड न म्हणती सज्ञान । (एक. भा. १०/४८५)**

अर्थ : पक्वान्न विषात तयार केले तर ज्ञानी लोक त्याला पक्वान्न म्हणत नाहीत.

५) **सर्पु लागला होय ज्यासी । विष खादल्या उतार त्यासी । (एक. भा. १३/३८)**

अर्थ : एखाद्याला साप चावला असता त्याने विष खाल्ले तर विषाला उतार पडतो.

६) **जैसें कां विखें रांधिलें अन्न । वरिवरी गोड अंतरी मरण । (एक. भा. १३/१५७)**

अर्थ : विषात शिजविलेले अन्न वरवर गोड असते पण त्याचा परिणाम मरणात असतो.

७) **तें विखें रांधिले जैसें अन्न । खाता गोड परिपाकें मरण । (एक. भा. १९/२०९)**

अर्थ : विषात अन्न शिजविले तर खायला गोड लागते पण परिणामी मरण येते.

८) **तेणें विखें उतरे विख । (एक. भा. २१/१२६)**

अर्थ : विषाने विष उतरते.

९) **बचनाग मुखीं घालितां आपण । क्षणार्थ दावी गोडपण ।**
तोचि परिपाकीं आणी मरण । (एक. भा. २३/३४९)

अर्थ : बचनाग मुखात घातला तर क्षणभर गोड लागतो, पण त्याचा परिणाम मरणात होतो.

१०) **सविष उत्तम पक्कान्न । सेविलिया अवश्य आणि मरण । (भा. रा. सुंदर. ३५/८)**

अर्थ : विषयुक्त अन्न उत्तम असले तरी त्याच्या सेवनाने मरण येते.

११) **बचनाग खाता आणि लागे गोड । शेवटी अवघड देहपीडा ।। (एक. गा. २७३३/३)**

अर्थ : बचनाग खाताना सुरवातीला गोड लागतो पण त्याचा परिणाम त्रासदायक असतो.

१२) **मारक तें जाण विष होय । (एक. गा. २७४७/२)**

अर्थ : ज्याच्यामुळे मृत्यू येतो ते विष होय.

१३) **विषाचे मारकत्व जैसे । विषाआंगी बाहेरी न दिसें ।। (एक. आठ. ग्रं. स्व १६१)**

अर्थ : विषाचा गुणधर्म परिणामात असतो तो बाहेरून दिसून येत नाही.

तुकाराम

१) **काय जाणे विष पालटों उपचारें ।**
मुखासी अंतर तों चि बरें ।। (तु. गा. २७३०)

अर्थ : कितीही उपचार केले तरी विषाचा गुणधर्म बदलत नसतो म्हणून ते मुखापासून दूर ठेवलेले बरे.

२) **अमृतासी मोल विषाचिया गुणें । (तु. गा. ३३८९)**

अर्थ : विषामुळे अमृताला महत्त्व असते.

३) **मंजुळं वदनीं बचनागाची कांडी ।**
शेवटी विघडी जीवप्राणा ।। (तु. गा. ३८७०)

अर्थ : बचनागाची कांडी मुखात घालताना गोड वाटली तरी ती शेवटी जीवघेणी ठरते.

विज्ञान

ज्ञानदेव

१) **नाना भ्रामकांचें सन्निधान । लोहो करी सचेतन ।। (ज्ञाने. १३/१३९)**

अर्थ : लोहचुंबक जवळ आले की, लोखंड हालचाल करायला लागते.

२) **संसर्गे चेष्टिजे लोहें । परि लोह भ्रामक नोहे ।। (ज्ञाने. १३/११२२)**

अर्थ : लोहचुंबकाच्या सान्निध्याने लोखंड फिरू लागते पण लोखंड म्हणजे लोहचुंबक नव्हे.

३) **नाना दूध मुरालें । तेंचि दहीं ।। (ज्ञाने. १४/३७६)**

अर्थ : विरजलेलें दूध तेच दही होय.

४) **अगा हिंव जें आकर्षलें । तें चि हिमवंत जेवीं जालें । (ज्ञाने. १४/३७६)**

अर्थ : थंडीने गोठलेले पाणी तेच हिमालय पर्वत होय.

५) **तरी ताकाचे अंश फेडणें । याचि नांव लोणी काढणें ।। (ज्ञाने. १५/४६४)**

अर्थ : दह्यातून ताक निराळे करणे म्हणजेच लोणी काढणे होय.

६) **जैसें तोडिजे खडु पाणी । पारकेया ।। (ज्ञाने. १६/८९)**

अर्थ : गढूळ पाण्यात निवळीचे बी टाकले तर ते पाणी स्वच्छ होते.

७) **पैं पायीं कांटा नेहटे । तंव व्यथा जीवीं उमटे । (ज्ञाने. १६/१५९)**

अर्थ : काटा पायात मोडतो पण त्याचे दु:ख जीवाला होते.

८) **कां पावो शीतळता लाहे । कीं ते डोळयांचिलागीं होये ।। (ज्ञाने. १६/१६०)**

अर्थ : पावलांना मिळालेला गारवा डोळ्यांच्या उपयोगी पडतो.

९) **तरी शीतोष्ण स्पर्शा । निवाडु नेणें पाषाणु जैसा । (ज्ञाने. १६/२४६)**

अर्थ : गारवा अथवा उष्णता यातला फरक दगडाला नसतो. (हे अज्ञान होय)

१०) **तेंव्हा चढतिथे रजनी । तमाची होय पुरवणी ।। (ज्ञाने. १६/३६९)**

अर्थ : रात्र वाढू लागली की, अंधार वाढू लागतो.

११) **तेथ रात्रीसवें जैसें । आंधारें जाय ।। (ज्ञाने. १८/९७०)**

अर्थ : रात्री बरोबर अंधार नाहीसा होतो.

१२) **रोमशुचि जैसी । तळहातासी ।। (ज्ञाने. १७/२३५)**

अर्थ : तळहातावर केस नसतात ही शुद्धता स्वभावत:च असते.

१३) **शिर लोटलिया जैसें । येर आंग ।। (ज्ञाने. १८/१२८)**

अर्थ : डोके कापले की, शरीर कापल्यासारखेच असते.

१४) **कां नापादितां गती । चरणीं जैसी आथी । (ज्ञाने. १८/११६)**

अर्थ : पायाची गती बाहेरून आणावी लागत नाही. गती हा पायाचा स्वाभाविक धर्म आहे.

वृक्ष-वनस्पती-फुले

ज्ञानदेव

१) **जैसें मूळासिंचनें सहजें । शाखापल्लव संतोषती । (ज्ञाने. १/२५)**

अर्थ : ज्या प्रमाणे झाडांच्या मुळांना पाणी घातले की फांद्या, पाने आपोआप टवटवीत होतात.

२) **जैसी वरिवरी पालवी खुडिजे । आणि मुळीं उदक घालिजे ।**
तरी कैसेनि नाशु निपजे । तया वृक्षा ।। (ज्ञाने. २/३०५)

अर्थ : एखाद्या वृक्षाची पालवी वरवर खुडायची आणि त्याच्या मुळाला पाणी घालायचे. मग तो वृक्ष नाश कसा पावणार ?

३) **नातरीं वृक्षांचीं पानें जेतुलीं ।**
तेतुलीं रोपें नाहीं लाविलीं ।। (ज्ञाने. ६/४००)

अर्थ : झाडाला जितकी पाने असतात तितकी रोपे लावलेली नसतात.

४) **बीज जळाची जवळीक लाहे । आणि तेंचि शाखोपशाखीं होये । (ज्ञाने. ९/१०९)**

अर्थ : बीजाला पाणी मिळाले की, ते बीजच शाखारूपाने वाढते.

५) **कां फळलिया तरूची शाखा । सहजें भूमीसी उतरे देखा । (ज्ञाने. ९/२२५)**

अर्थ : फळाने लगडलेली वृक्षाची फांदी सहजच जमिनीकडे लवते.

६) **कां शाखा सानिया थोरा । परि आहाति एकचियें तरुवरा । (ज्ञाने. ९/२५१)**

अर्थ : फांद्या लहान-मोठ्या असल्या तरी त्या एकाच वृक्षाच्या असतात.

७) **बीज शाखांतें प्रसवे । मग तें रूखपण बीजीं सामावे । (ज्ञाने. ९/२९२)**

अर्थ : बीजापासून फांद्या जन्म घेतात आणि त्या फांद्या पुन्हा बीजात सामावतात.

८) **पाहें पां शाखा पल्लव वृक्षाचे । हे काय नव्हती एकाचि बीजाचे ।**
परी पाणी घेणें मुळाचें । तें मुळींचि घापे ।। (ज्ञाने. ९/३४६)

अर्थ : झाडाच्या फांद्या, पाने एकाच बीजापासून उत्पन्न होतात पण पाणी घेणे हे मुळांचे काम असल्याने ते मुळांनाच घातले पाहिजे.

९) **कां वाढतें झाड मुळीं लागे । (ज्ञाने. १०/६९)**

अर्थ : वाढणारे झाड शेंड्याकडून मुळाकडे येत नसते.

१०) **जैसें बीज आलिया मुठीं । तरूचि आला होय ।। (ज्ञाने. १०/२१२)**

अर्थ : बीज हातात आले की, वृक्ष हातात आल्यासारखेच असते.

११) **कां उद्यान हाता चढिलें । तरी आपैसीं सांपडलीं फळें फुलें । (ज्ञाने. १०/२१३)**

अर्थ : उद्यान हातात आले की फळे, फुले हातात आल्याप्रमाणेच असतात.

१२) **अथवा द्रुमाकारु सांठवे । बीज कणिके जेवीं ।। (ज्ञाने. ११/६४८)**

अर्थ : सर्व वृक्ष बीजात साठवलेला असतो.

१३) **वृक्ष कां वेली । लोटती फळें आलीं । (ज्ञाने. १२/१२९)**

अर्थ : वृक्ष वा वेली आपल्याला आलेल्या फळांचा त्याग करतात.

१४) **आणि जालेनि फुलें फळें । शाखिया जैसी मोकळे । (ज्ञाने. १८/८६८)**

अर्थ : झाडे आपली फुले फळे देण्यास सदैव तयार असतात.

१५) **जो खांडावया घावो घाली । कां लावणी जयानें केली ।**
दोघां एकचि साउली । वृक्ष दे जैसा ।। (ज्ञाने. १२/१९९)

अर्थ : जो तोडण्यासाठी घाव घालतो आणि जो आपली लागण करतो त्या दोघांनाही वृक्ष सारखीच सावली देतो.

१६) **कां बीजमुद्रेआंतु । थोके तरु समस्तु ।। (ज्ञाने. १३/९५)**

अर्थ : बीजाच्या पोटात सर्व झाड दडलेले असते.

१७) **अगा वृक्षासि पाताळीं । जळ सांपडे मुळीं ।**
ते शाखांचिये बाहाळीं । बाहेर दिसे ।। (ज्ञाने. १३/१७९)

अर्थ : वृक्षांना भूमीच्या आत मुळांना पाणी मिळते पण ते झाडांच्या बाहेरील विस्तारावरून ध्यानात येते.

१८) **कां भूमीचें मार्दव । सांगे कोंभाची लवलव ।। (ज्ञाने. १३/१८०)**

अर्थ : कोंभाच्या लुसलुशीतपणावरून जमिनीचा मगदूर समजतो.

१९) **अजातशत्रु तरुवरां । (ज्ञाने. १३/२२८)**

अर्थ : वृक्ष अजातशत्रू असतात.

२०) **काइ शाखा नव्हे तरु । (ज्ञाने. १३/२९३)**

अर्थ : फांद्या म्हणजे झाडच असते.

२१) **बीजेंवीण भुईं । अंकुर असे ।। (ज्ञाने. १३/२९९)**

अर्थ : बीजाशिवाय जमिनीत अंकुर नसतो.

२२) **कां नाहीं जेवीं तरुवरां । येणें जाणें ।। (ज्ञाने. १३/४८९)**

अर्थ : वृक्ष अचल असतात.

२३) **ऋतुकाळी तरी फळती । परी फळलों हें नेणती । (ज्ञाने. १३/५२९)**

अर्थ : ऋतुकाळात वृक्षाला फळे येतात पण ते वृक्षाला माहीत नसते.

२४) **रूखाचा आवांका । जैसी बीजकणिका ।**
जीवीं बांधे उदका । भेटत खेंबो ।। (ज्ञाने. १४/९५)

अर्थ : बीजाला पाणी भेटले की त्यात वृक्षाचा अंकुर निर्माण होतो.

२५) **कां अगवे तरुवरें । भूमिरसु ।। (ज्ञाने. १४/२८१)**

अर्थ : जमिनीतल्या रसाने वृक्ष आकार घेतात.

२६) **जे तुटलिया मूळापाशीं । उलंडेल कां शांखांशी ।। (ज्ञाने. १५/५०)**

अर्थ : झाड मुळाजवळ तुटले असता फांद्यासह उन्मळून पडते.

२७) **आणि आनीं तरी झाडीं । शाखा वाढतां मुळें गाढीं । (ज्ञाने. १५/१८०)**

अर्थ : झाडाच्या फांद्या वाढू लागल्या की मुळे खोल जातात.

२८) **आगी लागलिया रूखीं । देखोनि सैरा पळती पक्षी । (ज्ञाने. १५/२८८)**

अर्थ : झाडाला आग लागल्यावर पक्षी सैरावैरा पळून जातात.

२९) **नाना बीजधर्मानुरूप । झाडीं उपजवी आप ।। (ज्ञाने. १५/४१८)**

अर्थ : निरनिराळ्या बीजधर्मानुसार पाणी निरनिराळ्या रूपाने झाडात परिणाम पावते.

३०) **फळपाकांत जैसें । झाड बीजीं ।। (ज्ञाने. १५/५१०)**

अर्थ : पिकलेल्या फळाच्या बीमध्ये झाड असते.

३१) **पत्र पुष्प छाया । फळें मूळें धनंजया ।**
वाटेचा न चुके आलिया । वृक्षु जैसा ।। (ज्ञाने. १६/८६)

अर्थ : वृक्ष रस्त्याने येणाऱ्या जाणाऱ्या सर्वांना पाने, फुले, सावली, फळे मुळे देण्यास चुकत नाही.

३२) **कां शाखा फळें यावया । सिंपिजे मूळ ।। (ज्ञाने. १६/१०१)**

अर्थ : वृक्षाला फांद्या-फळे यावीत म्हणून मुळात पाणी घालावे लागते.

३३) **जैसें फळोनि स्वये सुकणें । औषधीचें जेवीं ।। (ज्ञाने. १६/१०६)**

अर्थ : वनस्पती फळून (औषधासाठी) स्वतः सुकून जाते.

३४) **बीज मोडे झाड होये । झाड मोडे बीजीं सामायें ।**
ऐसेनि कल्पकोडी जाये । परी जाति न नशे ।। (ज्ञाने. १७/५९)

अर्थ : बीज नाहीसे होऊन त्याचे झाड होते. झाडाचा नाश होऊन ते बीजात सामावते. हा प्रकार अनंतकाळ चालला असला तरी वृक्ष जातीचा नाश होत नाही.

३५) **कां फळीं सरे वाढणें । सस्याचें जेवीं ।। (ज्ञाने. १८/४७५)**

अर्थ : धान्याला फळे आली की त्याची वाढ थांबते.

३६) **आणि पाणियें प्रयत्नें माळी । अखंड जचे झाडामुळीं ।**
परीतें आघवेंचि फळीं । जाणे जेवीं । (ज्ञाने. १८/८४४)

अर्थ : माळी प्रयत्नपूर्वक झाडांच्या मुळांत सदैव पाणी घालतो आणि तो आपले श्रम फळांच्या रूपाने पाहतो.

३७) **पैं परिपाकाचिये वेळे । फळ देठें ना देठू फळें । (ज्ञाने. १८/९५७)**

अर्थ : फळ पिकायच्या अवस्थेत आले म्हणजे ते देठाला धरत नाही आणि देठही फळाला धरत नाही.

३८) **मुळाचें तोडणें जैसें । होय कां शाखोद्येशें । (ज्ञाने. १८/१०६०)**

अर्थ : झाडाचे मूळ तोडले की फांद्या आपोआप तुटतात.

३९) **केउता कल्पतरूवरी फुलौरा । (ज्ञाने. १०/११)**

अर्थ : कल्पतरूवर फळे यायला मोहोर यावा लागतो काय?

चंदन

४०) **जैसी चंदनाची मुळी । गिंवसोनि घेपे व्याळीं । (ज्ञाने. ३/२६०)**

अर्थ : जसे चंदनाच्या मुळीला साप वेढा घालून बसलेले असतात.

४१) **चंदनातें कायसेनि चर्चावें । (ज्ञाने. १०/१२)**

अर्थ : चंदनाला कशाची उटी लावावी ?

४२) **वासु नेदितां जैसें । चंदनीं सौगंध्य असे ।। (ज्ञाने. १८/११७)**

अर्थ : चंदनाला सुगंधाचा लेप द्यावा लागत नाही. तो त्याचा अंगभूत गुण असतो.

४३) **तरी फळोद्देशें सांडिलिया । वाढिती जेवीं सरळिया ।**
शाखा कां चंदनाचि या । बावन्नया ।। (ज्ञाने. १८/६३१)

अर्थ : चंदनाच्या झाडाच्या फांद्या फळाची आशा न धरता सरळ वाढतात.

४४) **तेथ चंदनाचेही खोडे । न लेचि तो ।। (ज्ञाने. १८/८९८)**

अर्थ : चंदनाचा खोडा म्हणून कोणी पायात घालत नाहीत.

४५) **आतां चंदनाचें बुड । सर्पीं जैसें दुवाड । (ज्ञाने. १८/७७८)**

अर्थ : चंदनाचा बुंधा सापामुळे मिळविणे अवघड असते.

४६) **कां चंदनाची द्रुती जैसी । चंदनीं भजे अपैसी ।। (ज्ञाने. १८/११५०)**

अर्थ : चंदनाचा सुगंध चंदनाला स्वभावत:च भजत असतो.

४७) **चंदनें वेधलीं झाडें । जालीं चंदनाचेनि पाडें । (ज्ञाने. १८/१७३१)**

अर्थ : चंदनाच्या सुगंधाने व्यापलेली झाडे चंदनाच्या बरोबरीची होतात.

४८) **आता चंदनाचां तरुवरीं । परिमळालागीं फूलवरी ।**
पारुखणें जियापरी । लागेना की ।। (ज्ञाने. १८/१७४३)

अर्थ : चंदनाच्या झाडांना सुवासासाठी फुले येईपर्यंत थांबावे लागत नाही.

४९) **जैशीं चंदनांगे निसळें । न फळतांही निफळें ।**
होतीचि ना ।। (ज्ञाने. १३/२९०)

अर्थ : चंदनाच्या झाडाचे सर्व भाग सुगंधित असतात ते झाड फळले नाही तरी निष्फळ नसते.

निंब

५०) **निंब निंबोळियां मोडोनि आला ।**
तरी तो काउळियांसीचि सुकाळु जाहला । (ज्ञाने. ९/४३८)

अर्थ : झाड वाकून जाईल इतक्या निंबोळ्या निंबवृक्षाला आल्या तरी त्याचा सुकाळ फक्त कावळ्यांनाच असतो.

५१) **कां निबोळी जैसी पिकली । (ज्ञाने. १३/६७०)**

अर्थ : पिकलेली निंबोळी वरून उत्तम दिसली तरी आतून कडू असतो.

५२) **कां निबोळियेचें पिक । वरि गोड आंत विख । (ज्ञाने. १४/२६३)**

अर्थ : कडूनिंबाच्या निंबोळ्या वरून दिसायला छान असतात पण आतून विषासारख्या कडू असतात.

५३) **जैसा निंब जिभे कडवटु । हिरडा पहिले तुरटु । (ज्ञाने. १८/१८६)**

अर्थ : निंब प्रथम कडू लागतो. हिरडा तुरट लागतो.

५४) **जैं सुखालागीं आपणपयां । निंबचि आथी धनंजया ।**
तैं कडुवटपणा तयाचिया । उबगिजेना ।। (ज्ञाने. १८/९२४)

अर्थ : निंब जर आपल्याला सुखदायक होतो तर त्याच्या कडूपणाला कंटाळता कामा नये.

हिंवर

५५) **पैं हिंवराची दाट साउली । सज्जनीं जैसी वाळिली ।। (ज्ञाने. ९/४३७)**

अर्थ : सज्जन माणसे हिवराची दाट छाया टाळतात.

भेंड

५६) **तो वाढोनि मोडला । भेंडु जैसा ।। (ज्ञाने. १८/५७५)**

अर्थ : भेंडाचा वृक्ष वाढून व्यर्थ मोडून जातो.

वड

५७) **कां गाभेवनें वटु गिंवसवे । (ज्ञाने. १०/७०)**

अर्थ : वडाच्या बिजात वडाचे झाड सापडत नाही.

५८) **त्यजिजे जेवीं वटु । बीजत्यागें ।। (ज्ञाने. १६/१३१)**

अर्थ : बीजाचा त्याग केला की वडाचा त्याग केल्यासारखाच होतो.

पिंपळ

५९) **पिंपरूवाचिया आशा । न शिंपिजे पिंपळु जैसा ।। (ज्ञाने. १८/१७३)**

अर्थ : पिंपळाच्या फळांच्या आशेने कोणी पिंपळाला पाणी घालीत नाहीत.

बाभुळ

६०) **काय सुरतरू म्हणोनि बाबुळ । सेविली करी ।। (ज्ञाने. ९/१४७)**

अर्थ : कल्पतरू म्हणून बाभळ इच्छिलेले फळ देईल काय ?

६१) **तया इंद्रावणी पिकलिया । जे सुखें चितारुनियां ।**
फळती दुःखे ।। (ज्ञाने. १४/२६२)

अर्थ : पिकलेले कडू वृंदावन बाहेरून सुंदर दिसत असले तरी आतून कडू असते.

६२) **राई राईपण बीजीं । साठवूनियां अंग त्यजी ।**
मग विरूढे तैं दुजी । गोठी आहे गा ।। (ज्ञाने. १४/२५६)

अर्थ : मोहरीचे झुडुप आपले मोहरीपण बीजांत साठवून मेल्यावर ती बिजे पेरली असता मोहरीशिवाय दुसरे काही उगवत नाही.

ऊस

६३) **नातरी इक्षुदंडु । पाळितया गोडु ।**
गाळितया कडु । नोहेचि जेवीं ।। (ज्ञाने. १२/२००)

अर्थ : ऊस हा वाढविणाऱ्यासाठी गोड आणि चरख्यात घालून गाळणाऱ्यास कडू असा असत नाही.

केळ

६४) **नातरी केळीं कापूर जाहला । जेवीं परिमळें जाणों आला । (ज्ञाने. १३/१८२)**

अर्थ : केळीच्या गर्भात उत्पन्न होणारा कापूर सुवासावरून जाणता येतो.

६५) **केळींचे दळवाडें । हळू पोकळ आवडे ।**
परि फळोनियां गाढें । रसाळ जैसें ।। (ज्ञाने. १३/२१२)

अर्थ : केळीचे अंग पोकळ वाटते पण तिला फळे आल्यावर तिचे अंग रसाने भरलेले दिसते.

६६) **फळली केळी उन्मळे । (ज्ञाने. १५/२८७)**

अर्थ : फळ आलेली केळ उन्मळून पडते.

६७) **न सांडिजे केळी न फळता । (ज्ञाने. १८/१५१)**

अर्थ : केळीला फळे येण्यापूर्वीच ती तोडू नये.

६८) **फळणया ऐलीकडे । केळीते पाहतां आस मोडे ।**
ऐसी त्यजिली तरी जोडे । तैसें के गोमटे ।। (ज्ञाने. १८/९२५)

अर्थ : केळीला केळी येण्यापूर्वी पाहिले तर निराशा येते पण अशा वेळी ते झाड तोडले तर उत्तम फळे कशी मिळणार ?

६९) **का येउनि फळाचा घडु । पारुषवी केळीची वाढु । (ज्ञाने. १८/९६८)**

अर्थ : फळाचा घड आला की केळीची वाढ खुंटते.

७०) **नाना फळतिये वेळे । केळीची वाढी मांटुळे । (ज्ञाने. १८/१०८२)**

अर्थ : केळ व्याली म्हणजे तिची वाढ संपते.

बांबू

७०) **एकचि वेळें वेळुझाडें । वांझें जैसीं ।। (ज्ञाने. १२/१३५)**

अर्थ : वेळूचें झाड एका वेळेला व्याले की, पुन्हा वीत नाही.

साबरी – निवडुंग

७२) **साबरी वाढिन्नल्या सरळा । वरी फळ ना आंतु पोकळा । (ज्ञाने. ९/१७४)**

अर्थ : सरळ वाढलेल्या निवडुंगाला वर फळ येत नाही आणि तो आतून पोकळ असतो.

७३) **बन लागले जैसें । साबरीचें ।। (ज्ञाने. १८/५७६)**

अर्थ : साबरीची वृक्ष व्यर्थ असतात.

फुले

७४) **जैसी कमळकळिका जालेपणें । हृदयींचिया तें मकरंदाते राखों नेणे ।**
दे रायारंका पारणें । आमोदाचें ।। (ज्ञाने. १०/१२७)

अर्थ : कमळाची कळी उमलल्यावर तिला आपला सुवास राखून ठेवणे माहीत नसते. ती राजा-गरीब या सर्वांना सारखाच सुगंध देते.

७५) **अगाध सरोवरीं । कमळिणी जियापरी । (ज्ञाने. १३/३४०)**

अर्थ : खोल पाण्याच्या सरोवरातही कमळे पाण्याच्या वरच असतात.

७६) **आणि पाणी हो भलते तुकें । परी तें जिणौनि पदम फाके । (ज्ञाने. १८/८६२)**

अर्थ : पाणी कितीही खोल असले तरी कमळ त्याच्यावर येऊन उमलते.

७७) **फांकलिया इंदीवरा । परिवारू नाहीं धनुर्धरा । (ज्ञाने. १३/३६१)**

अर्थ : उमललेल्या कमळाला सुवास देण्यात आपले परके असे काही नसते.

७८) **कीं कमळ फांकलें । कमळत्वा मुके ।। (ज्ञाने. १४/१२४)**

अर्थ : कमळाची कळी उमलली म्हणजे तिचे कमळपण नष्ट होत नसते.

७९) **वसंती पदमखंडें । दृती जैसी ।। (ज्ञाने. १४/२०५)**

अर्थ : वसंत ऋतूत कमळे फुलल्यावर त्यांचा सुगंध फुलात न मावता बाहेर पसरतो.

८०) **ना कांपतया पदमदळा । वरीलिया बैसका नाहीं जळा । (ज्ञाने. १५/११३)**

अर्थ : हलणाऱ्या कमलदलावर पाणी क्षणभरही स्थिर नसते.

८१) **का उदार परिमळें । पदमाकरु ।। (ज्ञाने. १८/८६८)**

अर्थ : कमळे आपला सुगंध देण्यात उदार असतात.

८२) **आदित्याचीं झाडें । सदा सन्मुख सूर्याकडे । (ज्ञाने. १८/८६५)**

अर्थ : सूर्य फुलाची झाडे सदैव सूर्याकडे तोंड करून असतात.

८३) **कां अपुष्पीं मकरंदु । न लभे जैसा ।। (ज्ञाने. १६/२७६)**

अर्थ : फुलांशिवाय सुगंध येत नाही.

८४) **जैसा फुलाचेनि सांगाते । तांतू तुरंबिजे श्रीमंते ।। (ज्ञाने. १८/८२२)**

अर्थ : श्रीमंत माणूस फुलांबरोबर सुताचा वास घेतो.

८५) **फुलां फुलसरां लेख चढे । दुतीं दुजी अंगुळी न पडे । (ज्ञाने. १८/५७)**

अर्थ : फुले व फुलांचे हार मोजता येतात पण त्यांचा सुगंध बोटे घालून मोजता येत नाही.

८६) **शेवंतीये अडव आंग । (ज्ञाने. १८/१८७)**

अर्थ : शेवंतीला काटे असतात म्हणून ती नकोशी वाटते.

८७) **एरी जाईचियां फुलां फाकणें । त्याचि नाम जैसे सुकणें । (ज्ञाने. १८/२५७)**

अर्थ : जाईच्या फुलाचे उमलणे म्हणजेच त्याचे सुकणे होय.

८८) **नाना गुंफिलीं कां मोकळीं । उणीं न होती परिमळी ।**
वसंतागमींचीं वाटोळी ।मोगरीं जैसी ।। (ज्ञाने. १८/१७४०)

अर्थ : वसंत ऋतूच्या प्रारंभीची मोगऱ्याची वाटोळी फुले गुंफलेली असोत वा मोकळी असोत वासात कमी-अधिक नसतात.

नागवेल

८९) **कां न फळतांही सार्थका । जैसिया नागलतिका ।। (ज्ञाने. १८/६३२)**

अर्थ : नागवेली फळे न येताच सफळ होतात.

धोतरा

९०) **कनकाचिया फळा । आंतु माज बाहेरी मौळा । (ज्ञाने. १८/६५८)**

अर्थ : धोतऱ्याच्या फळात आत कैफ असणारे बी आणि बाहेर काटे असतात.

९१) **तरी जाणिजे झाड फुलें । (ज्ञाने. १७/७४)**

अर्थ : झाड फुलांवरून ओळखता येते.

९२) **आवडतिये फळीं । असारें साली आंठोळी ।**
त्यासाठीं अवगली । फळातें कोण्ही ।। (ज्ञाने. १८/२०४)

अर्थ : आवडत्या फळात साल व बी आहे म्हणून ते फळ टाकून द्यायचे नसते.

शेवाळ

९३) **कां हातें सारूनि बाबुळी । जळ दाविजे ।। (ज्ञाने. ११/७४)**

अर्थ : हाताने पाण्यावरील शेवाळ दूर केले की, पाणी दाखविता येते.

९४) **सहजें दुर्वेचा हिरु । आंगेंचि तंव अमरू ।**
वरी आला पुरु । पीयुषाचा ।। (ज्ञाने. १४/२८)

अर्थ : दुर्वेचे मूळ स्वभावत:च अमर असते. त्यातून त्यावर अमृताचा वर्षाव झाला तर मग विचारूच नका.

९५) **कां फळें आपणया फळे । (अमृ. ४/२१)**

अर्थ : फळ स्वत:ला फलद्रूप होऊ शकत नाही.

९६) **फळनाशें रस पाके । तो ही रसउपखे । तृप्तिदानीं ।। (अमृ. ५/२२)**

अर्थ : फळाच्या नाशाने रस सिद्ध होतो आणि तृप्ती देऊन तो रस नाहीसा होतो.

९७) **फांकणें का सुकणें । जाईचें जैसें ।। (अमृ. ४/८)**

अर्थ : जाईच्या फुलाचे उमलणे म्हणजेच सुकणे होय.

९८) **फळ विऊनि फुल सुके । (अमृ. ५/२२)**

अर्थ : फळाला जन्म देऊन फूल सुकून जाते.

९९) **चंदन सौरभ वेढी । (अमृ. ७/१६६)**

अर्थ : चंदन सुवास पांघरतो काय?

१००) **तरुतळीं छाया छाया तेथें तरू । (ज्ञा. सा. चि. गा. १६९)**

अर्थ : झाडाखाली छाया असते आणि जिथे छाया तिथे झाड असते.

१०१) **तरुमाजी जैसा एक चंदनु ।**
राहिला वेधुनि वनस्पती ।। (ज्ञा. सा. चि. गा. २७१)

अर्थ : वनात एखादेच चंदनाचे झाड असते, पण त्या चंदनाचा सुवास सर्व वृक्षांना वेधून घेतो.

नामदेव

१) कोहळिये काय कोहळि जड । (ना. गा. ४३९)

अर्थ : कोहळीच्या वेलाला कोहळा जड नसतो.

२) तुळसी रोपां । घाली उदक । त्याचें हारति महादोष ।। (ना. गा. ५१०)

अर्थ : तुळशीच्या रोपाला जो पाणी घालतो त्याचे सर्व दोष नाहीसे होतात.

३) तुळस असे ज्याचें द्वारीं । लक्ष्मी वसे त्याचें घरीं ।। (ना. गा. ५१५)

अर्थ : ज्याच्या घरी तुळस असते, त्याच्या घरी लक्ष्मीचा निवास असतो.

४) वृक्षाचिये मुळीं घालितां कुऱ्हाडी । (ना. गा. ७३६)

अर्थ : वृक्षाच्या मुळावर कुऱ्हाड घातली की वृक्ष उन्मळून पडतो.

५) जैसा वृक्ष नेणे मान अपमान । (ना. गा. ७७७)

अर्थ : वृक्षाला मान-अपमान माहीत नसतो.

६) कडू भोपळ्याचा कोणता उपयोग । (ना. गा. ८९४)

अर्थ : कडू भोपळ्याचा कोणताही उपयोग होत नाही.

एकनाथ

१) केळी फळे तंव वाढेवाढी । फळपाकें माळी झाड तोडी । (एक. भा. १/२२४)

अर्थ : केळीला फळ येईपर्यंत केळी वाढत असते. पण तो धड पिकला की माळीच ते झाड तोडून टाकतो.

२) फळ परिपाकें परिमळी । ते घेउन जाय माळी । (एक. भा. १/२२५)

अर्थ : फळ पिकून त्याचा सुगंध पसरला की, माळी ते फळ घेऊन जातो.

३) केळी चाखतां चवी नातुडे । तिचींच केळें अतिगोडें । (एक. भा. १४/१८८)

अर्थ : केळीचे झाड खाऊ जाता त्यात चव नसते पण तिची फळे अत्यंत गोड असतात.

४) जेवीं साळईच्या सरुखा । साळईचि बीज देखा । (एक. भा. ३/१२७)

अर्थ : साळईच्या वृक्षाला साळईचेच बीज असते.

५) चंदन सर्वांगी सफळ । (एक. भा. ३/७९७)

अर्थ : चंदन सर्वअंगी सुवासिक असते.

६) चंदन तेथें परिमळ । (एक. भा. ५/२४५)

अर्थ : जिथे चंदन तिथे सुवास असतो.

७) चंदनकुटके बहुवस । परी सर्वी एकुचि सुवास । (एक. भा. ११/१३१)

अर्थ : चंदनाचे तुकडे अनेक असले तरी सुवास एकच असतो.

८) चंदनाचे संगतीवरी । सुवास होती आरी बोरी । (एक. भा. २९/२५२)

अर्थ : चंदनाच्या संगतीने बोरी, काटेरी झाडेही सुवासिक होतात.

९) वृक्षासी जो प्रतिपाळी । कां जो घाव घाली मूळीं ।
दोघांही समान पुष्पीं फळी । (एक. भा. २९/३०५)

अर्थ : वृक्षाची जो जोपासना करतो किंवा जो त्याच्या मुळावर घाव घालतो त्या दोघांनाही वृक्ष-फुले-फळे सारखीच देतो.

१०) **मुखी ऊस घालिजे घाणा । तो रस पिळूनि भरे भाणा ।**
फिका चोपटी करकरी घाणा । ते गति जाणा विद्वांसा ।। (एक. भा. ११/५४४)

अर्थ : घाण्यात ऊस घातला असता तो त्याच्या रसाने मांदण भरतो आणि आपल्या तोंडात चोयट्या ठेवतो, अशी पंडितांची अवस्था आहे.

११) **कांडोकांडी स्वादु परवडी । अविकार गोडी ऊसाची । (एक. भा. १२/४१०)**

अर्थ : ऊसाच्या प्रत्येक कांडात जी गोडी असते तीच ऊसाची गोडी होय.

१२) **आंबा सफळित जंव असे । तंव नेटें पाटें राखण बैसे । (एक. भा. १३/४७४)**

अर्थ : आंब्याच्या वृक्षावर जोपर्यंत फळे असतात तो पर्यंतच त्याची राखण केली जाते.

१३) **जेवीं वेळु वाढवी वेळुजाळी । वेळुवेळुवां कांचणीमेळीं ।**
स्वयें पाडूनि इंगळी । समूळ जाळी आपण्यातें ।। (एक. भा. २३/६८९)

अर्थ : वेळूच आपले बेट वाढवितो आणि एक वेळू दुसऱ्यावर घासून तो आपणच ठिणगी पाडतो व आपलाच सर्वनाश करून घेतो.

१४) **धरूनि गोडपणाचा सांठा । फणसाअंगी वाढे काटा । (एक. भा. २४/७७)**

अर्थ : फणसाला बाहेरून काटे असले तरी त्याच्या पोटातील गरे गोड असतात.

१५) **दांडा जन्मला वृक्षजातीसीं । तो मिळोनियां कुऱ्हाडीसीं ।**
समूळ छेदवी वृक्षासी । (एक. भा. २५/३६)

अर्थ : कुऱ्हाडीला असलेला दांडा वृक्षाच्या जातीतच जन्म घेतो पण नंतर तो कुऱ्हाडीला मिळतो आणि सर्व वृक्ष मुळासह तोडून टाकतो.

१६) **मूळ छेदिलिया एके घायीं । शाखा पल्लव छेदिले पाहीं । (एक. भा. १२/२२७)**

अर्थ : एकाच घावात झाडाचे मूळ तोडले तर फांद्या व पाने तोडल्यासारख्याच असतात.

१७) **उदक घालिता मूळांत । शाखा पल्लव टवटवीत । (भा. रा. बा. २५/१६)**

अर्थ : झाडाच्या मूळात पाणी घातले तर पाने फुले टवटवीत होतात.

१८) **मूळ छेदल्या वृक्ष लवंडती । (भा. रा. युद्ध १५/४८, एक.गा. ३०७४)**

अर्थ : झाडाचे मूळ तोडले की वृक्ष कोलमडून पडतो.

१९) **गोडी वेगळा ऊस वाढें । हें तों न जोडे कल्पांती ।। (एक. गा. १८८७/१)**

अर्थ : गोडी शिवाय ऊस वाढतों असे केव्हाही घडत नाही.

२०) **पाहता गोजिरे दिसे वृंदावन । कैं गोडपण न ये त्यासी ।। (एक. गा. २७३३/२)**

अर्थ : कडू वृंदावन दिसायला सुंदर असले तरी त्याच्या अंगी गोडपणा नसतो.

२१) **कनकफळ नाम गोमटे । बाहेर आंत दिसे कांटे ।। (एक. गा. २६०९/२)**

अर्थ : कनकफळ हे नाव सुंदर असले तरी त्याला आत-बाहेर काटे असतात.

२२) **जेवीं आदित्याचीं फुलझाडें । नित्य सन्मुख सूर्याकडे ।। (एक. आठ. ग्रं. च. भा. ३७०)**

अर्थ : सूर्यफुले सदैव सूर्याकडे तोंड करतात.

२३) **जैसी कडूसेंद परिपाक वयसा । गोडीत ये जेवीं । (एक. आठ. ग्रं. स्वा. २४०)**

अर्थ : कडू शेंदाड पिकले की गोड होते.

२४) **खैराचा सूळ मारी । मा चंदनाचा काय तारी । (ए. आ. ग्रं. स्या. २५०)**

अर्थ : खैराच्या लाकडाचा शूळ जीव घेतो आणि चंदनाच्या लाकडाचा शूळ जीव घेत नाही, असे घडते का?

रामदास

१) **फळतीं झाडें तोडावीं । (दास. २.६.१७)**

अर्थ : फळती झाडे तोडणे हे तमोगुणाचे लक्षण होय.

२) **जंवरी चंदन झिजेना । तंव तो सुगंध कळेना । (दास. १२.२.१७)**

अर्थ : जो पर्यंत चंदन झिजत नाही तो पर्यंत त्याचा सुगंध कळत नाही.

३) **पृथ्वी पाण्या होंता भेटी । अंकुर निघती ।। (दास. १३.३.१०)**

अर्थ : जमीन व पाणी एकत्रित झाले की, बीजाला अंकुर फुटतात.

४) **नाना वल्लींत जळांश । उसांमध्यें दाटला रस ।**
परी तो रस आणि बाकस । येक नव्हे ।। (दास. १३.१०.६)

अर्थ : अनेक प्रकारच्या वनस्पतींमध्ये पाण्याचा अंश असतो. ऊसामध्ये खूप रस असतो पण तो रस आणि चिपाड काही एक नव्हे.

५) **मुळीं घालावें जीवन । तें पावे पानोपान । (दास. १६.९.६)**

अर्थ : झाडाच्या मुळात पाणी घातले की, ते सर्व वृक्षाला मिळते.

६) **वृक्षेंविण छाया । (रा. क. १. स्फु. ओ. २६/१)**

अर्थ : वृक्षांशिवाय छाया असत नाही.

७) **गर्भेंविण फणस खाउं नये । (रा. क. १. स्फु. ओ. ५०.१)**

अर्थ : गऱ्याशिवाय फणस खाऊ नये.

८) **चंदनसंगती चंदनची होती । (रा. क १. स्फु. ओ. ५३/१)**

अर्थ : चंदनाच्या सान्निध्यात आलेली इतर झाडेही चंदनासारखी सुवासिक होतात.

९) **कुरुंदसंगती झीजला चंदन । (रा. क. १ स्फु. ओ. ५४/६)**

अर्थ : सहाणेच्या, संगतीने चंदनही झिजतो.

१०) **नां तरी चंदन असे । तो वृक्षासी करी आपणा ऐसें । (स.ल.का. एकवीसमामी १९/९)**

अर्थ : चंदनाचा वृक्ष इतर वृक्षांनाही आपणासारखे करतो.

११) **चंदनसंगती चंदनचि होती । (स. गा. २८७/१)**

अर्थ : चंदनाच्या संगतीत असणाऱ्या अन्य वनस्पती चंदन होतात.

१२) **मैलगिरीचे संगती । खैर धामाड चंदन होती । (स. गा. १२२०/१)**

अर्थ : चंदनाच्या संगतीने खैर, धामाड इ. वनस्पतीही चंदनरूप होतात.

१३) **झाडाखालें झाड नव्हे । (स. गा. १५६४/३)**

अर्थ : झाडाखाली झाड वाढत नाही.

१४) **चंदन शीतळ जाला म्हणूनी उचलोनी प्यावा । (स. गा. १५०८/३)**

अर्थ : चंदन थंड असतो म्हणून उगाळून प्यायचा नसतो.

तुकाराम

चंदन

१) **न लगे चंदना सांगावा परिमळ । (तु. गा. २८९)**

अर्थ : चंदनाला आपल्या अंगच्या सुवासासंबंधी सांगावे लागत नसते.

२) **चंदनाचे हात पाय ही चंदन । (तु. गा. २९०)**

अर्थ : चंदनाचे हात-पाय सर्व अंगच चंदन (सुवासमय) असते.

३) **चंदनाचा शूळ सोनियाची बेडी ।**
सुख नेदी फोडी प्राण नाशी ।। (तु. गा. २९२)

अर्थ : चंदनाचा शूळ केला आणि सोन्याची बेडी केली तरी प्राणनाश थांबत नसतो.

४) **चंदनाच्या वासें धरतील नाक । (तु. गा. ९२०)**

अर्थ : चंदनाच्या सुवासाने त्रासून कोणी नाक धरते काय ?

५) **चंदनाचे गांवीं सर्पांची वसति ।**
भोगिती ते होती द्वीपांतरी ।।१।। (सार्थ तु. गा. १७५९)

अर्थ : चंदनाच्या वृक्षावर सर्पांची वस्ती असते. पण त्याच्या सुगंधाचा लाभ मात्र लांब असणाऱ्यांना होतो.

६) **चंदनाचे स्थळ चंदनचि । (तु. गा. २२७७)**

अर्थ : ज्या ठिकाणी चंदनाचे झाड असते तिथला परिसर ही सुगंधित असतो.

७) **चंदन प्रिय वासें । (तु. गा. २९५७)**

अर्थ : चंदनाच्या अंगी सुवास असतो म्हणून ते लोकांना आवडते.

८) **आणीकही तैसी चंदनाचीं झाडें ।**
परिमळें वाढे मोल तयां ।। (तु. गा. २९८४)

अर्थ : चंदनाच्या झाडांना सुगंधामुळे मोल येते.

९) **तुका म्हणे कढे करावी शीतल ।**
ऐसें जातिबळ चंदनाचें ।। (तु. गा. ३१८०)

अर्थ : तप्त पदार्थ शीतल करावा हा चंदनाचा अंगभूत गुणधर्म आहे.

१०) **परिमळें केलें चंदनाचे चिन्ह । (तु. गा. ४२४६)**

अर्थ : सुगंधावरून चंदनाची ओळख पटते.

११) **फळ देंठींहून झडे ।**
मग मागूतें न जोडे ।।१।। (तु. गा. १८४६)

अर्थ : देठापासून फळ तुटले की, ते पुन्हा जोडता येत नाही.

१२) **फळ पिके देठीं ।**
निमित्य वारियाची भेटी ।।१।। (तु. गा. १८४८)

अर्थ : देठाजवळ फळ पिकेल की, वाऱ्याच्या निमित्तानेही ते गळून पडतो.

१३) **सिंचन करितां मूळ ।**
वृक्ष ओलावे सकळ ।। (तु. गा. २०२८)

अर्थ : वृक्षाच्या मुळात पाणी घातले तर सर्व वृक्ष हिरवा होतो.

१४) **तुका म्हणे खांद्या पानें । सिंचतां भिन्न कोरडी ।। (तु. गा. ३६८२)**

अर्थ : वृक्षाच्या फांद्यांना व पानांना पाणी दिले तर झाड वाळते म्हणून त्याच्या मूळाशी पाणी द्यायला हवे.

१५) **सूर्यविकासिनी नेघे चंद्रामृत ।**
वाट पाहे अस्तउदयाची । (तु. गा. २०११)

अर्थ : सूर्यविकासी कमळ चंद्रकिरणातून पाझरणाऱ्या अमृताने तृप्त होत नाही. ते चंद्राच्या अस्ताची व सूर्याच्या

उदयाची वाट पाहत असते.

१६) **महुरा ऐसीं फळें नाहीं । (तु.गा. १२९०)**

अर्थ : आंब्याला जितका मोहोर येतो तितकी फळे येत नसतात.

१७) **कडु भोपळ्याचा उपचारें पाक ।**
सेविल्या तिडीक कपाळासी ।। (तु. गा. २४०२)

अर्थ : साखरेच्या पाकातील कडू भोपळ्याचे पदार्थ खाल्ले तर खाणाऱ्याच्या डोक्यात तिडीकच उठते.

१८) **काय जिरें काळें उपचारिलें । (तु.गा. ३२७०)**

अर्थ : काळे जिरे गोड व्हावे म्हणून कितीही उपचार केले तरी ते गोड होत नाही.

१९) **पिकली हे सेंद पूर्वकर्मा नये । (सार्थ तु. गा. ३३३३/३)**

अर्थ : शेंदाड पिकले की, त्याचे पूर्वीचे कडूपण नाहीसे होते. (मग त्याचा कोणी त्याग करीत नाही.)

२०) **पिकलिये सेंदे कडुपण गेले । (तु. गा. ४३०३)**

अर्थ : शेंदाड पिकले की, त्याचा कडूपणा नाहीसा होतो.

२१) **उकरड्यावरी वाढली तुळसी ।**
टाकावी ते कैसी ठायागुणें ।। (तु. गा. ३८६९)

अर्थ : तुळस उकिरड्यावर वाढली म्हणून ती टाकायची नसते.

२२) **लव्हाळ्यासी कोठें बळें ।**
करिल जळ आपुले ।। (तु. गा. ३७९२/२)

अर्थ : लव्हाळा नमतो म्हणून तो पाण्यात तरतो. त्याला पाण्याचे बळ (शक्ती) काही करू शकत नाही.

२३) **भोपळ्याचा तारा दगडासी ।। (तु. गा. ३४२०)**

अर्थ : भोपळ्यामुळे दगड तरतात. (पण दगडामुळे भोपळे तरत नाहीत.)

२४) **कठिण नारळाचें अंग । बाहेरी भीतरी तें चांग ।। (तु. गा. ३९७३)**

अर्थ : नारळाचे कवच कठीण असले तरी आतील पदार्थ गोड असतो.

२५) **तृण नाहीं तेथें पडिला दावाग्नि ।**
जाय तो विझोनि आपसया ।। (तु. गा. ३९९५)

अर्थ : जिथे गवत नाही तिथें ठिणगी पडली तर ती आपोआप विझून जाते.

२६) **अर्का वृक्षा केळें कैसी येती ।। (तु. गा. ४०५५)**

अर्थ : रुईच्या झाडाला केळी येत नाहीत.

२७) **तरुवरा आधीं कोठे आहे फळ । (तु.गा. ४०७३)**

अर्थ : बी लावण्यापूर्वी वृक्षाचे फळ मिळत नाही.

२८) **वृक्ष न धरी पुष्पफळ ।**
काय करील वसंतकाळ ।। (तु.गा. ७६५)

अर्थ : फूल-फळ धरण्याची क्षमता झाडात नसेल तर वसंतऋतूचा उपयोग नसतो.

२९) **वृक्ष आपुलिया फळा । (तु. गा. ९९७)**

अर्थ : वृक्ष आपली फळे आपण खात नाही.

३०) **काय करिल तया साकरेचें आळें ।**
बीज तैसीं फळें येती तया ।। (तु. गा. ५७३)

अर्थ : झाडाला साखरेचे आळे करून उपयोग नसतो, कारण जसे बीज तसे फळ येते.

३१) वृंदावन फळ घोळिलें साकरा ।
भीतरील थारा मोडेचि ना ।। (तु. गा. १७३२)

अर्थ : कडू वृंदावन साखरेत घोळले तरी त्याच्या अंगचा कडूपणा जात नाही.

३२) काय वृंदावन मोहियेलें गुळें । (तु.गा. ३२७०)

अर्थ : कडू वृंदावन गुळात पाकविले तरी गोड होत नाही.

३३) वृंदावना केलें साकरेचें आळें ।
न संडे वेगळें कडुपण ।। (तु. गा. ४३२३)

अर्थ : कडू वृंदावनाच्या रोपट्याला साखरेचे आळे केले तरी त्या फळाचा कडूपणा जात नाही.

३४) साकरेच्या आळां लाविला कांदा ।
स्थूळसानापरि वाढे दुर्गंधा ।। (तु. गा. २२६९)

अर्थ : साखरेचे आळे करून त्यात कांदा लावला तरी कांद्याची दुर्गंधी वाढतच राहते.

३५) निंबाचिया झाडा साकरेचें आळें ।
आपली तीं फळें न संडी च ।। (तु.गा.३४००)

अर्थ : निंबाच्या झाडाला साखरेचे आळे केले तरी त्याच्या फळातील कडूपणा नाहीसा होत नाही.

३६) तुका म्हणे खीर केली कांऱ्हेळ्याची । शुद्ध गोडी कैचीं वसें तेथें ।। (तु. गा. ३५८५)

अर्थ : कडू कारळ्याची खीर केली तरी तिला गोडी येत नाही.

३७) मोहरी कांदा ऊंस ।
एक वाफा भिन्न रस ।। (तु.गा. १८८०)

अर्थ : एकाच वाफ्यात मोहरी, कांदा, ऊस ही पिके असली तरी त्यांच्या चवी भिन्न असतात.

३८) तुका म्हणे वेळू चंदना संगती । (तु.गा. ३४००)

अर्थ : बांबूचे वनाशेजारी चंदनाची झाडे लावली तरी बांबूच्या गुणात फरक पडत नाही.

वैराग्य पाहा विरक्त (पान नं. २१०)

व्याख्या

ज्ञानदेव

१) देखें हे शब्दाची व्याप्ति । निंदा आणि स्तुति ।
तेथ द्वेषाद्वेष उपजती । श्रवणद्वारें ।। (ज्ञाने. २/११४)

अर्थ : निंदा आणि स्तुती हे कानांनी ऐकताच क्रोध व प्रेम मनात उत्पन्न होते. ही शब्दांची व्याप्ती आहे.

२) अर्जुना समत्व चित्ताचें । तेंचि सार जाण योगाचें । (ज्ञाने. २/२७३)

अर्थ : चित्ताची एकाग्रता हेच योगाचे सार आहे.

३) तो कामु सर्वथा जाये । जयाचें आत्मतोषीं मन राहे ।
तोचि स्थितप्रज्ञु होये । पुरुष जाणें ।। (ज्ञाने. २/२९३)

अर्थ : ज्याचा काम सर्वस्वी नष्ट झालेला असतो आणि ज्याचे मन निरंतर आत्मसुखात असते तोच पुरुष

स्थितप्रज्ञ होय.

४) **एथ वडील जें जें करिती । तया नाम धर्मु ठेविती ।**
तेंचि येर अनुष्ठिती । सामान्य सकळ ।। (ज्ञाने. ३/१५८)

अर्थ : जगात श्रेष्ठ लोक ज्याचे आचरण करतात त्यालाच सामान्य लोक धर्म म्हणतात आणि त्याचे आचरण इतरेजर करतात.

५) **हा मत्सरु जेथ उपजे । तेतुलें नुरेचि जया दुजें ।**
तो निर्मत्सरु काइ म्हणिजे । बोलवरी ।। (ज्ञाने. ४/११३)

अर्थ : ज्या द्वैतापासून मत्सर उत्पन्न होतो ते द्वैत ज्याच्या ठिकाणी शिल्लक नसते तो निर्मत्सर होय, हे बोलून दाखविण्याची आवश्यकता नसते.

६) **आणि मी माझें ऐसी आठवण । विसरलें जयाचें अंत:करण ।**
पार्था तो संन्यासी जाण । निरंतर ।। (ज्ञाने. ५/२०)

अर्थ : हे अर्जुना । मी व माझे याची आठवण ज्याच्या मनात नसते तो खरा संन्यासी होय.

७) **अगा करितेनवीण कर्म । तेंचि तें निष्कर्म । (ज्ञाने. ५/६३)**

अर्थ : कर्तेपणाचा विचार टाकून केलेले कर्म ते निष्कर्म होय.

८) **आइका यश श्री औदार्य । ज्ञान वैराग्य ऐश्वर्य ।**
हे साही गुणवर्य । वसती जेथ ।।। (ज्ञाने. ६/३७)

अर्थ : यश, लक्ष्मी, उदारता, ज्ञान, वैराग्य आणि ऐश्वर्य हे सहा श्रेष्ठ गुण जेथे असतात. (त्याला भगवंत म्हणतात)

९) **अर्जुना गा तोचि योगी । जो कर्मे करूनि रागी । नोहेचि फळीं ।। (ज्ञाने. ६/४३)**

अर्थ : जो कर्मे करून त्याच्या फलासंबंधी आसक्त नसतो त्यालाच योगी म्हणावे.

१०) **तो जितेंद्रियु सहजें । तो चि योगयुक्तु म्हणिजे । (ज्ञाने. ६/९१)**

अर्थ : जो मनाने जितेंद्रिये असतो त्याला योगयुक्त म्हणतात.

११) **पैं सूर्य जो वेळु नुदैजे । तया वेळा कीं रात्रि म्हणिजे । (ज्ञाने. ९/४२६)**

अर्थ : ज्या वेळेला सूर्योदय नसतो त्या वेळेस रात्र म्हणतात.

१२) **जिये वृत्तीचिया आवडी । बुद्धी होय वेडी । (ज्ञाने. १३/१२५)**

अर्थ : ज्या वृत्तीमुळे बुद्धीला वेड लागते आणि जिच्यामुळे तिचे विषयांवर प्रेम जडते तिला इच्छा म्हणतात.

१३) **आणि इच्छिलिया सांगडें । इंद्रिया आमिष न जोडे ।**
तेथ जोडे ऐसा जो डावो पडे । तोचि द्वेषु ।। (ज्ञाने. १३/१२६)

अर्थ : इच्छा होताच इंद्रियाना इच्छिलेली वस्तू मिळत नाही असे घडताच तिथे निर्माण होणारी जी वृत्ती तिला द्वेष म्हणतात.

१४) **आतां यावरी सुख । तें एवंविध देख ।**
जेणें एकेंचि अशेष । विसरे जीवु ।। (ज्ञाने. १३/१२७)

अर्थ : ज्याच्या योगाने जीव सर्व गोष्टी विसरून जातो ते सुख होय.

१५) **जीव आत्मयाची लाहे । तेथ जें होये ।**
तया नाम सुख ।। (ज्ञान १३/१३१)

अर्थ : ज्याची (सुखाची) प्राप्ती म्हणजे जीवाला आत्मलाभ होणे, अशी जी अवस्था तिला सुख म्हणतात.

१६) **ना राती ना तेज । ते संधि जेवीं सांज । (ज्ञाने. १४/७८)**

अर्थ : रात्र नाही आणि दिवसही नाही अशा वेळेला सांजवेळ म्हणतात.

**१७) जेथ एक एकातें पोखी । ऐसे बहुत पदार्थ येकीं ।
संपादिजती ते लोकीं । संपत्ति म्हणजे ।। (ज्ञाने. १६/६६)**

अर्थ : जिथे एक पदार्थ दुसऱ्या पदार्थाला पोषक असतो अशा एकत्र केलेल्या पदार्थांना लोक संपत्ती म्हणतात.

१८) तया नांव जाण दान । जें मोक्षनिधानाचें अंजन । (ज्ञाने. १६/८८)

अर्थ : जे मोक्षाचा ठेवा दाखविणारे अंजन आहे, त्याला दान म्हणतात.

**१९) तैसें श्रवणसुख चतुर । परिणमोनि साचार ।
बोलणें जे अविकार । तें सत्य येथें ।। (ज्ञाने. १६/१२४)**

अर्थ : ऐकताना सुखद वाटणारे, परिणामी सत्य असणारे, असे जे न दुखविणारे भाषण ते 'सत्य' होय.

**२०) एसें चित्त क्षोभाचा अवसरीं । उचलूनि धैर्या जें चांगावें करी ।
धृती म्हणिपे अवधारी । तियेतें गा ।। (ज्ञाने. १६/१९६)**

अर्थ : चित्तमोक्षाच्या प्रसंगी ज्याचे धैर्य टिकून असते त्याला धृती म्हणतात.

**२१) किंबहुंना ऐसैसें । उतणें जें संपत्तिमिसें ।
तो दुर्पु अनारिसें ।। (ज्ञाने. १६/२२९)**

अर्थ : संपत्ती इ. गोष्टींनी जो उन्मत्तपणा येतो त्याला दर्प म्हणतात.

२२) आणि पुढिलांचे सुख । देखणियाचे होय मिख । (ज्ञाने. १६/२३७)

अर्थ : दुसऱ्याचे सुख पाहिले की जो संतापतो, त्याला क्रोध म्हणतात.

२३) शीतळाचिया भेटी । तातला तेलीं आगी उठी । (ज्ञाने. १६/२३८)

अर्थ : उकळत्या तेलात थंड पाणी टाकले की भडका उठतो. (त्याला क्रोध म्हणतात)

**२४) वरि पडलिया आकाशा । बुद्धीचे डोळे मानस ।
झांकी ना तें परियेस । धैर्य जेथें ।। (ज्ञाने. १८/८६१)**

अर्थ : आकाश कोसळून पडले तरी ज्याच्या बुद्धीचे डोळे झाकले जात नाहीत ते धैर्य होय.

**२५) जें न नशतु स्वरूपें । जयाचा विस्तारू जेथ लपे ।
ते तयाचें म्हणिपे । बीज जगीं ।। (ज्ञाने. १८/१४३०)**

अर्थ : जे स्वरूपाने नाश न पावता ज्याचा विस्तार जिथे साठवला जातो त्याला जगात बीज म्हणतात.

२६) कां उमप तें नोहे । ठाकतें कोण्हा ।। (ज्ञाने. १८/१७०५)

अर्थ : जे अमर्याद असते ते कोणाला प्राप्त करून घेता येत नाही.

२७) कांति काठिण्य कनक । तिन्ही मिळोनि कनक येक ।। (अमृ. ५/२)

अर्थ : तेज, कठिणपणा व पिवळेपण मिळून सोने असते.

२८) द्राव गोडी पीयूख । पीयूखचि जेवीं ।। (अमृ. ५/२)

अर्थ : पातळपणा, गोडी व पांढरेपणा मिळून अमृत असते.

२९) उजाळ दृति मार्दव । (अमृ. ५/३)

अर्थ : शुभ्रता, वास व मउपणा या तीन गोष्टी स्वतंत्र राहात नाहीत. हे तीन घटक म्हणजे कापूर.

३०) दुःखाचेंनि सर्वनाशें । उरलें तें सुख असे ।। (अमृ. ५/११)

अर्थ : दुःखाचा सर्वनाश झाल्यावर जे उरते ते सुख होय.

३१) अमूर्ताचा विशदु । आरिसा नव्हे ।। (अमृ. ९/१)

अर्थ : अमूर्ताला मूर्त करून दाखविणारा शब्द म्हणजे एकप्रकारे आरसाच होय.

३२) **नाना न निफन तेनि अन्नें । जेवणें तेंनु चि लंघने । (अमृ. ६/७०)**

अर्थ : तयार न केलेल्या अन्नाचे जेवण म्हणजे लंघन होय.

३३) **निमालेनि नयनें । पाहणाचि अंधु ।। (अमृ. ६/७०)**

अर्थ : फुटलेल्या डोळ्यांनी पाहणारा तो आंधळा.

३४) **नाहीं ज्यासीं भक्ती तो पतित अभक्त । (ज्ञा. सा. चि. गा. ५६)**

अर्थ : ज्यांना परमेश्वराची भक्ती नाही तो अभक्त पतित होय.

३५) **सर्वस्वें वैरागीं तोचि संन्यासी । (ज्ञा. सा. चि. गा. २५३)**

अर्थ : सर्वार्थाने अंगी वैराग्य बाणले तर तो संन्याशी.

३६) **संगी असंगता तोचि जाण संन्यासी । (ज्ञा. सा. चि. गा. २५३)**

अर्थ : संसारात असूनही जो त्यापासून अलिप्त असतो तो संन्यासी होय.

३७) **विरक्त तो कवण त्रिवर्गाचें शून्य । (ज्ञा. सा. चि. गा. २९७)**

अर्थ : काम, क्रोध व लोभ या त्रिवर्गापासून जो दूर असतो त्याला विरक्त म्हणतात.

एकनाथ

१) अक्रोध –

जेथ कामाचा आदरू नाहीं । तेथ क्रोधाचें न चले कांहीं ।। (एक. भा. १७/२४५)

अर्थ : जिथे कामाचा आदर होत नाही, तिथे क्रोधाची सत्ता चालत नाही.

२) अचौर्य –

अन्यायोपार्जित धन । स्वप्नींही नातळे मन ।
हे अचौर्याचे लक्षण । ...... (एक. भा. १७.२४१)

अर्थ : अन्यायाने मिळालेल्या धनाला स्वप्नातही मन स्पर्श करीत नाही, हे अचौर्याचे लक्षण आहे.

३) असत्य –

अनृत म्हणजे असत्यता । (एक. भा. २५.९२)

अर्थ : अनृत म्हणजे खोटे भाषण.

४) असूया –

आपणाहूनि अधिक ज्ञान । ऐसें जाणोनि आपण ।
त्याचे गुणीं दोषारोपण । करणें ते जाण असूया ।। (एक. भा. २९/३२५)

अर्थ : आपल्यापेक्षा अधिक ज्ञान असलेले पाहून त्याच्या गुणात दोष पाहणे ही असूया होय.

५) अहिंसा –

भूतां देतां दुःखलेशु । भूतीं दुखवेल भूतेशु ।
ऐसा ज्याचा दृढ विश्वासु । तेथ रहिवासु अहिंसेचा ।। (एक. भा. ३/४५६)

अर्थ : प्राणीमात्रांना थोडेही दुःख दिल्यास त्यातील भूतात्मा दुःखी होईल, असा ज्याचा दृढविश्वास असतो त्याच्याच ठिकाणी अहिंसा वास करते.

६) अहिंसा –

दुःख नेदूनि सुख देणें । या नांव अहिंसा म्हणणें ।। (एक. भा. १७/२३६)

अर्थ : दुसऱ्याला दु:ख न देता सुख देणे याला अहिंसा म्हणतात.

७) **अहिंसा –**

अहिंसा कायावाचामनें । परपीडात्याग करणें । (एक. भा. १९/३७९)

अर्थ : काया, वाचा व मन यांनी दुसऱ्याला पीडा न देणे याला अहिंसा म्हणतात.

८) **आढ्यता –**

जो ज्ञान गुण अतिसंपन्न । जें कल्पांतींहि न वेचें धन ।
तोचि आढ्यतम जाण । येर तें धन नश्वर ।। (एक. भा. १९/५५५)

अर्थ : जो माणूस ज्ञानगुण यांनी संपन्न असतो त्याचे ते ज्ञानरूपी धन कल्पांतीही संपत नाही. तोच अत्यंत धनवान होय. इतर सर्व लौकिक धन नश्वर असते.

९) **आर्ति –**

आर्ति म्हणिजे आतिसंताप ।। (एक. भा. २५/९५)

अर्थ : अत्यंत संताप म्हणजे आर्तपणा होय.

१०) **आशा –**

आशा म्हणजे अति लोलुप्य । (एक. भा. २५/९३)

अर्थ : अति लोलुपता म्हणजेच आशा.

११) **काम –**

काम म्हणजे विषयशोषु । (एक. भा. २५/७७)

अर्थ : काम म्हणजे विषयांची आवड.

१२) **कृपण –**

गाठीं असोनियां धन । जो पोटा न खाय आपण ।
सदा लोलिंगत मन । दरिद्रलक्षण या नांव ।। (एक. भा. १९/५५९)

अर्थ : स्वत:जवळ अमाप धन असूनही पोटाला न खाणे आणि मन सदैव लोभी असणे हेच दरिद्राचे लक्षण होय.

१३) **गुरू –**

त्या ब्रह्मापरीस अधिकता । गुरुसि आली तत्त्वतां ।
ब्रह्म ब्रह्मत्वें हा प्रतिपादिता । येरव्ही ब्राह्मणाची वार्ता कोण पुसे ।। (एक. भा. १९/५४६)

अर्थ : गुरूची योग्यता ब्रह्मापेक्षा अधिक आहे. कारण तोच हे ब्रह्म म्हणून ब्रह्माचे प्रतिपादन करतो. नाहीतर ब्रह्माला कोणी विचारले नसते.

१४) **तप –**

माझ्या ठायीं अनुताप ।
त्या नांव गा शुद्ध तप ।। (एक. भा. १९/४५४)

अर्थ : सदैव माझे ध्यान करणे यालाच शुद्ध तप म्हणतात.

१५) **त्याग –**

जे मिळाले जीविकाभाग । त्यांतही सत्पात्रीं दान योग ।
विषय ममता सांडणें सांग । त्या नाव त्याग उद्धवा ।। (एक. भा. २५/६१)

अर्थ : उद्धवा ! आपल्या जीवननिर्वाहाचे जे काही साधन असेल त्यातलेच थोडे सत्पात्री दान देऊन विषयाच्या प्रेमाचा त्याग करणे यालाच त्याग असे म्हणतात.

१६) **तृष्णा –**

झालिया अर्थप्राप्ती । वासनेसि नव्हे तृप्ती ।
चढती वाढती आसक्ती । तृष्णा निश्चिती या नांव ।। (एक. भा. २५/७९)

अर्थ : कितीही अर्थप्राप्ती झाली तरी वासनेची तृप्ती न होता जी चढती वाढती आसक्ती असते तीच तृष्णा होय.

१७) **दया –**

जो जाणे दीनांचा विचार । तो दीन दयाळू साचार । (एक. भा. १७/१२९)

अर्थ : जो दीन लोकांचा विचार करतो तोच खरा दीनदयाळ होय.

१८) **दंभ –**

दंभ म्हणजे अतिमान्यता । (एक. भा. २५/९३)

अर्थ : अतिमान्यता हाच दंभ होय.

१९) **धन –**

धन धान्य पशुरत्न । हें प्राण्यासि नव्हे इष्ट धन ।
मोक्षमार्गी सबळ जाण । इष्ट धन तो धर्म ।। (एक. भा. १९/४७४)

अर्थ : धन, धान्य, पशू, रत्ने ही काही माणसाची हितकारी संपत्ती नाही. मोक्षमार्गात स्वधर्म समर्थ असून तोच खरा धर्म होय.

२०) **निद्रा –**

ऐक निद्रेचें निजवर्म । जें आळसाचे निजधाम ।। (एक. भा. २५/९६)

अर्थ : जे आळसाचे माहेरघर ती निद्रा होय.

२१) **निंदा –**

निंदा म्हणजे असदारोप । (एक. भा. २५/९५)

अर्थ : खोटा आरोप म्हणजे निंदा होय.

२२) **बळ –**

आकाश पडावया गडाडी । पृथ्वी उलथावया हडबडी ।
तरी ज्याचे धृताची रोकडी । नव्हे वांकुडी रोमावळी ।। (एक. भा. १७/१४२)

अर्थ : आकाश कोसळून पडते की काय इतके गडगडत असले, पृथ्वी उलथून पडते की काय अशी हादरत असली, तरी त्याचे धैर्य तसूभरही ढळत नाही याला बळ म्हणतात.

२३) **मद –**

विद्येचा दर्प गहन । मदाचें लक्षण या नांव । (एक. भा. २५/७८)

अर्थ : विद्येचा अत्यंत गर्व असणे हे मदाचे लक्षण होय.

२४) **मित्रता –**

धनें मनें कर्तव्यता । ज्याची अनन्य अवंचकता ।
त्या नाव परम मित्रता । हे खूण तत्त्वतां आणावी ।। (एक. भा. ११.१०४०)

अर्थ : धनाने व मनाने मदत करणे, फसवणूक न करणे हीच खरी मित्रता होय.

२५) **मोह –**

मोह म्हणजे भ्रमाचा पूरू । (एक. भा. २५/९४)

अर्थ : भ्रमाचा पूर म्हणे मोह.

२६) लोभ –

लोभ म्हणजे अति कृपणता । (एक. भा. २५/९२)

अर्थ : अतिशय कृपणपणा म्हणजे लोभ.

२७) वैराग्य –

धन धान्य रत्नांच्या राशी । उर्वशी आल्या शेजारासी ।
ते अवघे तृणप्राय ज्यासी । वैराग्य त्यासी आम्ही म्हणो ।। (एक. भा. १९/३५१)

अर्थ : धनधान्यांच्या राशी, रत्नांच्या राशी आणि उर्वशी सारखी अप्सरा शेजारी आली तरी त्यांना तो तृणवत् मानतो, यालाच आम्ही वैराग्य म्हणतो.

२८) शोक –

शोक म्हणजे हाहाकारु । (एक. भा. २५/९४)

अर्थ : हाहाकार म्हणजे शोक होय.

२९) शौर्य –

शूरांचे शौर्य तें कैसें । शत्रूंचे निःशेष नांव पुसे ।
वैरी कोणी कोठेंचि नसे । करणें ऐसें ते शौर्य । (एक. भा. १७/१४५)

अर्थ : जे शत्रूंचे नाव पुसून टाकते ते शौर्य होय. त्यामुळे त्याला शत्रूच उरत नाही. असे करणे हेच खरे शौर्य होय.

२३) हिंसा –

हिंसा ते तत्त्वता परपीडा । (एक. भा. २५.९२)

अर्थ : दुसऱ्याला पीडा करणे ही हिंसा होय.

रामदास

१) संत –

जो जाणेल भगवंत । तया नाव बोलिजे संत । (दास. ६.१.१६)

अर्थ : जो भगवंताला जाणतो त्याला संत म्हणतात.

२) राजहंस –

क्षीर नीर निवडिती । ते राजहंस बोलिजेती । (दास ११.२.३८)

अर्थ : पाणी व दूध जे वेगवेगळे करतात त्यांना राजहंस म्हणतात.

३) दुर्गुण –

बहुतांसी न मनें अवलक्षण । (दास १९.३.२७)

अर्थ : खूप लोकांना जे आवडत नाहीत, ते दुर्गुण होत.

४) अभक्त –

भक्ती नाही मनी त्या नाव अभक्त । (रा. क. १ ओ. श. ६/४४)

अर्थ : ज्याच्या मनात भक्ती नसते त्याला अभक्त म्हणतात.

५) अज्ञान –

भक्तीविण ज्ञान त्या नाव अज्ञान । (रा. क. १ स्फु. ओ. २५३/१, दा. गा. ४१४)

अर्थ : भक्तीशिवाय असलेल्या ज्ञानाला अज्ञान म्हणतात.

६) भक्त –

जाणता भक्त तो देवो । (रा. क. १. पंची. ५/२०)

अर्थ : जाणता भक्त तो म्हणजे देव होय.

७) **ब्रह्मज्ञान –**

जेणें निरसे हें अज्ञान । तया नाव ब्रह्मज्ञान । (स. ल. का. पंच /२/३)

अर्थ : ज्यामुळे अज्ञान नाहीसे होते ते ब्रह्मज्ञान होय.

८) **साधू –**

संपन्न तारुण्य लावण्यनारी । कौशल्य वैभव चित्तहारी ।
येकांतकाळीं पडता समंधु । अभिलाश न करी तो धन्य साधु ।। (क.धा.स. श्लो. ३३)

अर्थ : तरुण, रूपसंपन्न, आकर्षक व स्त्रीची एकांतात गाठ पडली असता जो तिची इच्छा करीत नाही, तो साधू होय.

तुकाराम

पाप

१) **देव अंतरे तें पाप । (तु. गा. ९३)**

अर्थ : ज्यामुळे देवाचा विसर पडतो ते पाप होय.

२) **पाप त्याचें नांव न विचारिता नीत ।**
भलतेंचि उन्मत्त करी सदा ।। (तु. गा. २६४)

अर्थ : ज्याच्यामुळे माणूस उन्मत्त होतो, त्याला नीतीची ओळख राहत नाही, त्याचे नाव पाप होय.

३) **पुण्य परउपकार पाप ते परपीडा । (तु. गा. १०२७)**

अर्थ : दुसऱ्यावर उपकार करणे हे मोठे पुण्य होय आणि दुसऱ्याला त्रास देणे म्हणजे पाप.

देव

४) **नामाची आवडी तोच जाणा देव । (तु. गा. १२०६)**

अर्थ : परमेश्वराच्या नामाची याला आवड आहे, तोच देव होय.

वैष्णव

५) **वैष्णव तो जया । अवघी देवावरी माया । (तु. गा. ३६६)**

अर्थ : ज्याचे देवावर प्रेम असते, तो वैष्णव होय.

शूर

६) **शूर तो तयासी बोलिजे जाणा ।**
पाठीशी घालूनी राखा दीना ।। (तु. गा. ६५६)

अर्थ : जो दीनांना पाठीशी घालून त्यांचे रक्षण करतो तो शूर होय.

भक्ती

७) **जाणें भक्तीचा जिव्हाळा । तोचि देवाचा पुतळा ।। (तु. गा. ७३६)**

अर्थ : जो भक्तीचे प्रेम जाणतो तोच खरा देव होय.

शस्त्र

ज्ञानदेव

१) **माझेनि तिखटपणें। कैसें निवटे हें शस्त्र कायि जाणे। (ज्ञाने. ११/४३९)**

अर्थ : आपल्या धारेने दुसऱ्याला कसे मरण येते हे शस्त्राला माहीत नसते.

२) **मग कोता खेंव देणें। (ज्ञाने. १८/६५)**

अर्थ : शस्त्राच्या टोकाला अलिंगन देणे योग्य नाही.

३) **कीं शस्त्र रूपे आपणया। आपणचि।। (ज्ञाने. १८/४५१)**

अर्थ : शस्त्राची जखम शस्त्राला होत नाही.

शहाणपण

ज्ञानदेव

मृगजळ

१) **रोहिणीते म्हणती जळु। (ज्ञाने. ५/११६)**

अर्थ : मृगजळाला जल म्हणतात. (हे खरे नाही.)

२) **जें मृगजळें सासिन्नलें वन। (ज्ञाने. ८/१५०)**

अर्थ : मृगजळाच्या पाण्याने वन शिंपता येत नाही.

३) **बहु मृगजळ देखोनि डोळां। थुंकिजे अमृताचा गिळितां गळाला। (ज्ञाने. ९/६१)**

अर्थ : डोळ्याने पुष्कळ मृगजळ पाहिले तरी तोंडातला अमृताचा घोट थुंकून टाकू नये.

४) **परि मृगजळाचेनि वोलांशें। काय भूमि तिमे।। (ज्ञाने. ९/१३७)**

अर्थ : मृगजळाच्या ओलाव्याने जमीन भिजत नसते.

५) **का मृगजळाचे तरंग। (ज्ञाने. ९/१७२)**

अर्थ : मृगजळाच्या लाटा लांबूनच पाहायला बऱ्या असतात.

६) **कां तेजा आणि उखरा। भेटी जालिया वीरा।**
मृगजळाचिया पुरा। रूप होय।। (ज्ञाने. १३/१०५२)

अर्थ : सूर्याची किरणे आणि माळरान जमीन यांचा संबंध आला की मृगजळाचा प्रत्यय येतो.

७) **मृगजळाचा हेलावा । मेरु जैसा।। (ज्ञाने. १४/३४०)**

अर्थ : मृगजळांच्या लाटांनी मेरू पर्वत ढळत नाही.

८) **मृगजळाचीं गा तळीं। तियें दिठी दुरूनिचि न्याहाळीं ।**
वांचूनि तेणें पाणियें साळी केळी। लाविसी काई ।। (ज्ञाने. १५/२२२)

अर्थ : मृगजळाची तळी दुरून पाहायची असतात. त्या पाण्याने भात केळी लावता येत नाहीत.

९) **कां नुरेचि सांजवेळे। मृगतृष्णिका।। (ज्ञाने. १५/३१५)**

अर्थ : सायंकाळ झाली की, मृगजळ नाहीसे होते.

१०) तें कांहींचि न दिसे मृगजळ। चांदिणां जेवीं।। (ज्ञाने. १५/२६५)

अर्थ : चांदण्यात मृगजळ दिसत नाही.

११) मृगांबु देखोनि फोडी। पाणियाडें मूर्ख।। (ज्ञाने. १६/२२८)

अर्थ : मूर्ख माणूस मृगजळ पाहून तळे फोडून टाकतो.

१२) अगा दिवसा पाठीं देउनी। मृगजळ घापे त्यजुनी।(ज्ञाने. १८/१३९४)

अर्थ : दिवस मावळला की मृगजळ संपून जाते.

वाघ-सिंह

१३) कीं व्याघ्रसंसर्ग सिद्धी जाईल। (ज्ञाने. ३/२०३)

अर्थ : वाघाची संगत नीटपणे शेवटाला जाते काय ?

१४) न वचवे खोपेआंतु। वाघाचिये।। (ज्ञाने. १८/७१२)

अर्थ : वाघाच्या गुहेत जायची इच्छा होत नाही.

१५) हां जी मार्गीं चालतां। पुढां सिंहु जाहला अवचिता।
तो तंव चुकवितां । लाभु आथी।। (ज्ञाने. १/२३८)

अर्थ : अहो ! वाट चालत असता जर अचानक सिंह समोर आला तर त्याला चुकवून जाण्यातच हित असते.

हत्ती

१६) जालें आंगधुणें। कुंजराचे।। (ज्ञाने. १३/२३२)

अर्थ : हत्तीचे अंगधुणे व्यर्थ असते.

बैल

१७) बैल विकूनि कोठा। (ज्ञाने. १३/२३३)

अर्थ : बैल विकून गोठा बांधू नये.

१८) कामधेनु दवडिजे। न पोसे म्हणोनि। (ज्ञाने. ११/६२६)

अर्थ : आपल्याला सांभाळ करता येत नाही म्हणून कोणी कामधेनूचा त्याग करत नाही.

१९) पैं वासरुवाचा भोकसा। गाईपुढें ठेवूनि जैसा।
उगाणा घेती क्षीररसा। बुद्धिवंत।। (ज्ञाने. १६/३८६)

अर्थ : शहाणा माणूस दुभत्या गाईपुढे मेलेल्या वासराचा भोत उभा करून तिचे सर्व दूध काढून घेतो.

२०) गाढव तीर्थीं न्हाणिला। (ज्ञाने. १३/४६८)

अर्थ : गाढवाला तीर्थात स्नान घालून उपयोग नसतो.

साप

२१) न करवे उशी। अजगराची।। (ज्ञाने. १३/५१५)

अर्थ : अजगराची उशी करवत नाही.

२२) हां गा सर्पेंशी खेळो येईल। (ज्ञाने. ३/२०३)

अर्थ : सापाबरोबर खेळता येते काय ?

२३) सापाचां तोंडीं । पडिली जे उंडी।
ते लाऊनि सांडी। प्रबुद्ध जैसा।। (ज्ञाने. १३/५८८)

अर्थ : सापाच्या तोंडात पडलेला पदार्थ परत मिळाला असता शहाणा माणूस तो टाकून देतो.

कासव

२४) **कासवीचेनि तुपें राया। बोगरिलें जैसें।। (ज्ञाने. १५/२२१)**

अर्थ : कासवीच्या तुपाने राजाला मेजवानी देता येत नाही.

२५) **जें गोरीचें स्वभाव। गायन जें। (ज्ञाने. ८/१४८)**

अर्थ : पारध्याचे गायन जीवघेणे असते.

२६) **व्याघाचें चारा घालणें । (ज्ञाने. १३/६६९)**

अर्थ : पारध्याने पशूंना चारा घालणे धोक्याचे असते.

२७) **एऱ्हवीं गोरी कीर काना गोड।**
परी साचाचां पाखाळीं कीड। (ज्ञाने. १६/१२१)

अर्थ : पारध्याचे गाणे कानाला गोड लागते हे खरे आहे पण ते अखेर घातक असते.

२८) **जीवनोपावो कां जैसा। कोल्हाटियांचा।। (ज्ञाने. १८/६०६)**

अर्थ : थोड्या मिळकतीसाठी कोल्हाटी खूप कष्ट करतो.

नट

२९) **जैसी बहुरूपियांची रावो राणी। स्त्रीपुरुषाभावो नाहीं मनीं**
परी लोकसंपादणी। तैशीच करिती।। (ज्ञाने. ३/१७६)

अर्थ : बहुरूप्याने राजाराणीचे सोंग घेतले तरी त्याच्या मनात स्त्री-पुरुष भाव नसतो पण आपले सोंग मात्र ते व्यवस्थित वठवितात.

३०) **कां नटलेनि लाघवे। नटु जैसा न झकवे। (ज्ञाने. १४/२९०)**

अर्थ : आपण घेतलेल्या सोंगाने नट फसत नाही.

३१) **लाघवी हरी मेखळे। लाकु जैसा।। (ज्ञाने. १५/२४१)**

अर्थ : बहुरूपी कफनी धारण करून लोकांना फसवितो.

३२) **कां लाघवियाचे विचित्र। विनोद ते।। (ज्ञाने. १८/७९७)**

अर्थ : बहुरूप्याचे विनोद प्रथम मोहक वाटतात.

कोळी

३३) **तरी जाळ पाणियें न भरे। (ज्ञाने. १६/३२३)**

अर्थ : कोळ्याचे जाळे पाण्याने भरत नसते.

गवंडी

३४) **पावे उणेयापुरे या। वोथंबा जेवीं।। (ज्ञाने. १३/५३६)**

अर्थ : काम वेडेवाकडे होऊ नये म्हणून गवंडी आधीच ओळंब्याची व्यवस्था करतो.

गारुडी

३५) **पाहीं भिकेपरतें न लाटे। तऱ्ही गारुडी सापु वाहे।**
काय की जे शीणुचि होये। गोडु येका।। (ज्ञाने. १८/६०८)

अर्थ : भिक्षेशिवाय दुसरे काही मिळत नाही तरीही गारुडी साप सांभाळतो. एखाद्याला कष्टच गोड वाटतात त्याला काय करावे.

३६) केउता सांदा आकाशा। पाषाणेंसी।। (ज्ञाने. १३/१०९८)

अर्थ : दगड आणि आकाश यांची सांदमोड करता येत नाही.

डोणी

३७) सौंदणी फेडी थिगळी। वस्त्रांचिया।। (ज्ञाने. १३/४६५)

अर्थ : परिटाच्या डोणीतील पाणी वस्त्रांचे डाग दूर करते.

३८) ना लुगडीं चोखें होआवीं। ऐसें आथी जरी जीवीं।
तरी संवदणी न मानावी । मलिन जैसी।। (ज्ञाने. १८/१४१)

अर्थ : वस्त्रे स्वच्छ असावीत अशी मनापासून इच्छा असेल तर परटाच्या डोणीला घाणेरडी म्हणता कामा नये.

मंगळ

३९) नातरी भौमा नाम मंगळु। (ज्ञाने. ५/११६)

अर्थ : (पीडाकारक) भूमीपुत्र मंगळग्रहाला मंगल असे म्हणतात.

४०) पैं ग्रहांमाजीं इंगुळु। तयातें म्हणिपे मंगळु। (ज्ञाने. १८/७५१)

अर्थ : सर्व ग्रहात क्रूर असलेल्या ग्रहाला मंगळ असे म्हणत नाहीत काय ?

अग्नी

४१) कां समोर अग्नि देखोनि। जरी न वचिजे वोसंडोनी।
तरी क्षणा एका कवळूनि। जाळूं सके।। (ज्ञाने. १/२४०)

अर्थ : समोर विस्तव आहे हे पाहून जर आपण लांबून गेलो नाही तर तो एका क्षणात आपल्याला वेढून जाळून टाकू शकेल.

४२) पाहें पां इंधनचि गिळोनि जाये। पावकातें।। (ज्ञाने. २/१४)

अर्थ : लाकडानेच कधी अग्नीला गिळले आहे ?

४३) तरी विद्यत्स्फुरणें कां न पाहे। जगामाजीं।। (ज्ञाने. ५/११३)

अर्थ : विजेच्या चमकण्याने जगात उजाडत नसते.

४४) जेथ चहुंकडे जळत वणवा। तेथूनि न निगिजे केविं पांडवा।। (ज्ञाने. ९/४९२)

अर्थ : चारी बाजूंनी वणवा पेटला असता तेथून बाहेर पडायचे नसते काय ?

४५) काय राखोंडी फुंकिता। दीपु लागे।। (ज्ञाने. ९/४९७)

अर्थ : राख फुंकून दिवा लागत नसतो.

४६) कैंची सुखनिप्रा आंथुरणीं। इंगळांचा।। (ज्ञाने. ९/५०१)

अर्थ : विस्तवाच्या अंथुरणावर सुखाची झोप असत नाही.

४७) नाना पांघुरणें। जाळूनि जैसें तापणें। (ज्ञाने. १३/२३२)

अर्थ : पांघुरणे जाळून अंगाला शेक घेऊ नये.

४८) जळत घरीं न रिगवे। (ज्ञाने. १३/५१४)

अर्थ : जळत्या घरात कोणी शिरत नाही.

४९) **धडाडीत लोहरसीं। उडी न घालवे जैसी।। (ज्ञाने. १३/५१५)**

अर्थ : लोखंडाच्या उकळत्या रसात कोणी उडी घालीत नाही.

५०) **जो जळतां घरी सांपडे। तो मग न पवाडे।**
कुहा खणो।। (ज्ञाने. १३/५४८)

अर्थ : जळत्या घरात सापडल्यावर विहीर खणणे शक्य नसते.

५१) **आगी आणि पींसा। दोरा सुवावा कैसा।। (ज्ञाने. १३/१०९८)**

अर्थ : अग्नी व पीस हे दोऱ्यात ओवता येत नाहीत.

५२) **मग आगी लागीलया कापुरा। ना काजळी ना वैश्वानरा। (ज्ञाने. १५/४३९)**

अर्थ : कापूर पेटवला असता काजळी व अग्नी काही उरत नाही.

५३) **तृणाचेनि इंधने। आगी धांवे गगनें। (ज्ञाने. १६/२२६)**

अर्थ : गवताचा जाळ आकाशाकडे धावतो.

५४) **का आगीं रिघतां कैसें आहे। हें जाणावें काई पाहें। (ज्ञाने. १७/१६७)**

अर्थ : आगीत शिरल्यावर काय होते हे पाहायचे असते काय ?

५५) **बुद्धी पोळली ऐसी माघौती। (ज्ञाने. १८/९५९)**

अर्थ : एकदा चटका बसला की माणूस तिथून परत फिरतो.

५६) **असता प्रकाशु सांडावा। मग अंधकूप आश्रावा। (ज्ञाने. १/२३९)**

अर्थ : असलेला प्रकाश सोडून काळोख्या खोलीचा आश्रय करण्यात कोणता फायदा असतो ?

दिवा

५७) **असता दीपु दवडिजे। मग अंधकारीं राहाटिजे।**
तरी उजूचि कां आडळिजे। जया परी।। (ज्ञाने. १/२४७)

अर्थ : असलेला दिवा विझवून अंधारातून फिरू लागले असता अडखळण्याची वेळ येते.

५८) **तिमिरावरूद्ध जैसें। दृष्टीचें तेज भ्रंशे।**
मग पांसींच असतां न दिसे। वस्तुजात।। (ज्ञाने. २/५६)

अर्थ : अंधारामुळे डोळ्यावर झापड आली म्हणजे डोळ्यांना दिसत नाही असे होते आणि मग जवळ असलेली वस्तू दिसत नाही.

५९) **कां दीपाधारें वर्ततां। नाडळिजे।। (ज्ञाने. २/१८७)**

अर्थ : दिवा घेउन चालले असता ठेच लागत नाही.

६०) **संमोहा जालिया व्यक्ति। तरी नाशु पावे स्मृति।**
चंडवातें ज्योति। आहत जैसी।। (ज्ञाने. ३/२२३)

अर्थ : वादळी वाऱ्याने दिवा नाहीसा होतो त्याप्रमाणे अविचार आला की स्मृती नाश पावते.

६१) **कां झांकाझांकी वाती। न वचतां कीजे।। (ज्ञाने. १३/५८१)**

अर्थ : दिवा विझण्यापूर्वीच झाकापाक करावी.

६२) **कां स्नेहा सूत्रा वैश्वानरा। जालियाही संसारा।**
हातवही नेणतां वीरा। प्रकाशु नोहे।। (ज्ञाने. १७/३५१)

अर्थ : तेल, वात व अग्नी ही साधने एकत्रित असून त्यांचा उपयोग कसा करावा हे माहीत नसेल तर प्रकाश पडणार नाही.

मार्ग

६३) कां मार्गी जातां आडळिजे। (ज्ञाने. २/२२३)

अर्थ : चांगल्या मार्गाने जात असता कोणी अडखळत नाही.

६४) जैसें मार्गेचि चालतां। अपावो न पवे सर्वथा।। (ज्ञाने. २/१८७)

अर्थ : सरळ रस्त्याने जात असता कधी रस्त्यात अडथळे येत नाहीत.

६५) कां सुपंथ जाणोनिया अडवीं। रिगवत असे।। (ज्ञाने. ८/२४०)

अर्थ : चांगला मार्ग माहीत असताना कोणी आडवाटेने जाईल काय ?

६६) तेविं जो उजू वाट देखे। तो आव्हांटा न वचे।। (ज्ञाने. ८/२४१)

अर्थ : ज्याला सरळ मार्ग माहीत आहे तो आडवाटेने जाणार नाही.

६७) एऱ्हवीं कां आडवाटीं। धांविजैल।। (ज्ञाने. १३/२३९)

अर्थ : मुद्दाम आडरानात कोणी शिरत नाही.

६८) भेटलेया वाटेवरी। चोखी आणि माहारी।
तेथ नातळे तियापरी। राहटों जाणे। (ज्ञाने. १३/४७९)

अर्थ : रस्त्यावरून ब्राह्मण स्त्री अगर महार स्त्री गेली असता रस्त्याच्या पावित्र्यात फरक पडत नाही.

६९) पांथिकाचिया येरझारा। सवें पंथु न वचे धनुर्धरा। (ज्ञाने. १३/४८९)

अर्थ : वाटसरू रस्त्यावरून येत-जात असेल तरी रस्ता स्थिर असतो.

७०) घरींचीं राहटती घरीं। घर कांहीं न करी। (ज्ञाने. १३/१०८०)

अर्थ : घरातली माणसे घरात वावरत असतात पण घर स्वस्थ असते.

७१) भंगलिये वाटे। शोधूनियां अव्हांटे।
निघिजे जेवीं नीटें। राजपंथें ।। (ज्ञाने. १३/६१८)

अर्थ : वाटेला जिथे बऱ्याच वाटा फुटतात तिथे चौकशी करून आडमार्ग टाळून राजरस्त्याने जावे.

७२) अगा उजू वाटा चालावें। तऱ्ही पायचि शिणवावें ।
ना आडरानें धांवावें। तऱ्ही तें ची।। (ज्ञाने. १८/९३७)

अर्थ : सरळ वाटेने चालले तरी पाय शिणवावे लागतात आणि आडमार्गाने गेले तरी पायालाच त्रास द्यावा लागतो.

७३) पैं शिळा कां सिदोरिया। दाटणें एक धनंजया।
परी जे वाहतां विसांवया। मिळिजे तें घेपे।। (ज्ञाने. १८/९३८)

अर्थ : दगड वा शिदोरी यांचे ओझे सारखेच असते पण वस्तीच्या ठिकाणी जे सुखकर वाटते ते घ्यावे.

७४) जोडला मार्ग प्रांजळु। मिनला सुसंगाचाही मेळु।
तरी पाविजे वांचूनि वेळु। लागेचि कीं।। (ज्ञाने. १८/१०००)

अर्थ : रस्ता सरळ आहे, सोबतही चांगली आहे पण तरीही मुक्कामाला पोहोचायला वेळ लागणार ना ?

बीज

७५) कीं भूस बीज एकवट। उपणितां राहे धनवट।
तेथ उडे तें फलकट। जाणों आले।। (ज्ञाने. २/१३०)

अर्थ : एकत्र झालेले भूस व धान्य वाऱ्याने उफणले असता जे उडून जाते ते फोलफट आणि खाली राहते ते

धान्य होय.

७६) **न संपडे गा सर्वथा। जेवि भूसीं कणु।। (ज्ञाने. ९/१३६)**

अर्थ : ज्याप्रमाणे कोंड्यात धान्यकण सापडत नाहीत.

७७) **जैसा कोठही एकु कांजी प्याला। मग परिणाम पाहो लागला।। अमृताचा।। (ज्ञाने. ९/१५१)**

अर्थ : कोणी कांजी प्राशन करून अमृताचा परिणाम इच्छू नये.

७८) **कां कोंडा कांडतां सुभटा। कणु आतुडे।। (ज्ञाने. ९/१५३)**

अर्थ : कोंडा कांडून धान्य मिळत नसते.

७९) **कणेंविण सोपटें। कणसें लागलीं आथी एक दाटें। (ज्ञाने. ९/४३३)**

अर्थ : धान्य नसलेली कणसे दाट आलेली असली तरी त्यांचा उपयोग नसतो.

८०) **कणु सांडुनि उपणिला। कोंडा जैसा।। (ज्ञाने. ९/३३३)**

अर्थ : धान्य सोडून कोंडा उफणावा (त्याप्रमाणे) धान्य सोडून कोंडा उफणू नये.

८१) **वरील कोंड्याचा गुंडाळा। झाडूनि केलिया वेगळा।**
कणु घेता विरंगोळा। असे काई।। (ज्ञाने. १५/४६६)

अर्थ : धान्यावरचा कोंडा दूर केला की शुद्ध धान्य हाती यायला वेळ लागत नाही.

८२) **नाना उपणलिया भूंस। (ज्ञाने. १८/६१४)**

अर्थ : भूस वाऱ्यावर धरून काही प्राप्ती होत नाही.

कांजी

८३) **आतां घालितांही पाणी। जैसी पाषाणीं न निघे आणी।**
कां मथिलिया लोणी। कांजी नेदी।। (ज्ञाने. १६/१२५)

अर्थ : दगडावर पाणी घालून अंकुर फुटत नाही किंवा कांजी घुसळून लोणी निघत नाही.

८४) **कां कांजी घुसळलिया। (ज्ञाने. १८/६१३)**

अर्थ : कांजी घुसळून काही मिळत नाही.

तीळ

८५) **झाडिली कोळें झाडी। तया न फळे जेवीं बोंडी। (ज्ञाने. १३/५८५)**

अर्थ : तिळांची झाडे एकदा झाडल्यावर ती पुन्हा झाडल्यास त्यातून काही निघत नाही.

लोणी

८६) **नवनीतीं माथुला न रिगे। (ज्ञाने. ९/२१)**

अर्थ : लोण्यात रवी शिरत नसते.

८७) **ना तरी जाणिवेचिया आयणी। करितां दधिकडसणी।**
मग नवनीत निर्वाणीं। दिसे जैसें।। (ज्ञाने. २/१२९)

अर्थ : कौशल्याने दधी घुसळले असता शेवटी लोणी दृष्टीला पडते.

ऊस, साखर

८८) **गोडी ते चि साखर। (ज्ञाने. १४/३७४)**

अर्थ : गोडी व साखर यात फरक नसतो.

८९) **ते वेळीं जे वाढी ऊंसा। तेचि आतुला रसा। (ज्ञाने. १६/२७९)**

अर्थ : ऊंस वाढला म्हणजे रस वाढतो.

९०) **नाना उंसांचीं कणसें। (ज्ञाने. १८/५७६)**

अर्थ : ऊसांची कणसे निरूपयोगी असतात.

मीठ

९१) **जैसा सैंधवाचा रवा। सिंधूमाजीं पांडवा।**
विरोलेया विरवावा। हेंही ठाके।। (ज्ञाने. १४/३९३)

अर्थ : मिठाचा खडा समुद्रात पडल्यानंतर निराळा विरवावा लागत नाही.

९२) **कां लवणाची कुंजरी। सूदलिया लवणसागरीं।**
होयचि ना माघारी। परती जैसी।। (ज्ञाने. १५/३१८)

अर्थ : मिठाची हत्तीण महासागरात सोडली असता ती परत येत नाही.

९३) **पाणी बुडवुं ये मिठातें। तंव मीठचि पाणी आतें। (ज्ञाने. १६/७२)**

अर्थ : पाणी मिठाला बुडवू लागले तर मीठच पाणीरूप होते.

९४) **होय पाणियें मीठ धुतां। (ज्ञाने. १८/५३२)**

अर्थ : पाण्याने मीठ धुतले असता ते नष्ट होते.

धूर

९५) **उधवणीचें जेवीं तोंड। उगळी धुंवाचे उभड।। (ज्ञाने. १६/२९४)**

अर्थ : धुराड्याच्या तोंडातून धुराशिवाय अन्य काही निघत नाही.

९६) **लेंडोराआगीं धूमावधि।। (ज्ञाने. १८/६८५)**

अर्थ : लेंड्यांच्या आगीत सदैव धूर असतो.

९७) **कां अपाना आंगीं दुर्गंधि। (ज्ञाने. १८/६८५)**

अर्थ : अपानवायूच्या ठिकाणी दुर्गंधी असते.

मृत

९८) **जैसे गतायुषी शरीरीं। चैतज्ञ वासु न करी। (ज्ञाने. ३/१०९)**

अर्थ : मेलेल्याच्या शरीरात प्राण असत नाही.

९९) **देखें शवाच्या हातीं दिधलें। जैसे कां रत्न वाया गेले। (ज्ञाने. ३/१९७)**

अर्थ : प्रेताच्या हातात दिलेले रत्न वायां जाते.

१००) **नेणिजे गतायुषें। लज्जा जेवीं। (ज्ञाने. १२/१८२)**

अर्थ : मृताला लाज नसते.

१०१) **मृत जैसा शृंगारिला। (ज्ञाने. १३/४६८)**

अर्थ : मृताला शृंगारून उपयोग नसतो.

१०२) **आंग न सूये आलिंगना। प्रेताचिया।। (ज्ञाने. १३/५१३)**

अर्थ : प्रेताला आलिंगन देण्यासाठी कोणी अंग पुढे करीत नाही.

१०३) **सिसेंवीण अळंकरणें । (ज्ञाने. १३/८३७)**

अर्थ : शिर नसलेल्या धडाला अलंकार घालून उपयोग नसतो.

१०४) **प्रेत बाहिरें घालिजे। (ज्ञाने. १७/१०७)**

अर्थ : प्रेताला घराबाहेर काढावेच लागते.

१०५) **शिरच्छेदें काय होये। (ज्ञाने. १७/१६७)**

अर्थ : शिरच्छेद केल्याने काय होते याचा अनुभव घ्यायचा नसतो.

१०६) **अंग गोरे आणि तरुणें । वरि लेइलें आहे लेणें।**
परी येकलेनि प्राणें। सांडिलें जेवीं।। (ज्ञाने. १८/१५०१)

अर्थ : शरीर गोरे आहे, तरुण आहे, अलंकार भूषित आहे पण त्यात फक्त प्राण नाही मग त्याचा काय उपयोग.

१०७) **नातरी आयुष्य पुरलें आहे। तरी औषधें कांहीं नोहे। (ज्ञाने. २/६७)**

अर्थ : आयुष्य संपले असेल तर औषधांचा उपयोग होत नाही.

१०८) **सुखीं संतोषा न यावें। दु:खीं विषादा न भजावें।**
आणि लाभालाभ न धरावे। मनामाजीं।। (ज्ञाने. २/२२६)

अर्थ : सुखांत संतोष मानू नये. दु:खाने खिन्न होऊ नये. लाभ-हानी यांचा विचार मनात आणू नये.

योग्यायोग्य

१०९) **एऱ्हवीं कणा आणि भूसा । कांडितांही सोसु सरिसा।। (ज्ञाने. १८/९३९)**

अर्थ : धान्यकण आणि भूस कांडताना जर सारखेच श्रम होतात तर धान्य कांडण्याचे श्रम घ्यावेत.

११०) **जेंचि रंघन श्वानमांसा। तेचि हवी।। (ज्ञाने. १८/९३९)**

अर्थ : कुत्र्याचे मास शिजविण्यासाठी जितके श्रम लागतात तितकेच श्रम अग्नीला आहुती देण्यासाठी शिजवायला लागणाऱ्या अन्नासाठी असतात. मग हव्यान्न का शिजवू नये.

१११) **दधी जळाचिया घुसळणा। व्यापार सारिखेचि विचक्षणा।। (ज्ञाने. १८/९४०)**

अर्थ : दही वा पाणी धुसळण्यास सारखाच खाटाटोप असतो मग दही का घुसळू नये.

११२) **वाळुवे तिळा घाणा। गाळणें एक।। (ज्ञाने. १८/९४०)**

अर्थ : वाळू वा तीळ घाण्यातून गाळण्यास श्रम एकच असतात, मग तीळ का गाळू नयेत.

११३) **पैं नित्य होम देयावया। कां सैरा आगी सुवावया।**
फुंकितां धूम धनंजया। साहणें तेंचि।। (ज्ञाने. १८/९४१)

अर्थ : नित्य होमासाठी अग्नी पेटवताना किंवा आग लावण्यासाठी अग्नी पेटवताना होणारा धूर सारखाच सोसावा लागतो मग नित्य होमासाठी अग्नी पेटवावा हे बरे.

११४) **परी धर्मपत्नी धांगडी। पोसितां जरी एकी वोढी ।**
तरी कां अपरवडी । आणावी आंगा। (ज्ञाने. १८/९४२)

अर्थ : धर्मपत्नी वा रखेली पोसण्यासाठी जर सारखेच कष्ट पडतात तर मग वेश्येला सांभाळून अंगाला बट्टा लावून का घ्यावा ?

११५) **दिठी जंव जाये। तंव पाहावें तेतुलें पाहे। (ज्ञाने. १३/५७८)**

अर्थ : जोपर्यंत दृष्टी आहे तोपर्यंत पाहायचे आहे ते सर्व पाहून घ्यावे.

११६) **मूकत्वा आधीं वाचा वाहे। सुभाषितें।। (ज्ञाने. १३/५७८)**

अर्थ : वाचा बंद होण्यापूर्वीच चांगले बोलून घ्यावे.

११७) हात होती खुळे। हें पुढील मोटकें कळे।
आणि करूनि घाली सकळें । दानादिकें।। (ज्ञाने. १३/५७९)

अर्थ : पुढे हात लुळे होणार आहेत हे आज दिसत आहे म्हणून त्यापूर्वीच दानधर्म करून घ्यावा.

११८) जैसे चोर पाहे झोंबती। तंव आजीचि रुसिजे संपत्ती। (ज्ञाने. १३/५८१)

अर्थ : चोरांनी लुटण्यापूर्वी आजच संपत्तीची व्यवस्था करावी.

११९) तैसें वार्धक्य यावें। मग जें वाया जावें।
तें आतांचि आघवें। सवतें केलें। (ज्ञाने. १३/५८२)

अर्थ : म्हातारपण येऊन मग सर्व व्यर्थ जाण्यापेक्षा तारुण्यातच सर्व हातावेगळे करावे.

१२०) देखोनि ठाकिता ठावो। धांवता थिरावे पावो। (ज्ञाने. १८/१०८)

अर्थ : मुक्कामाची जागा जवळ आलेली दिसताच पायाचे धावणे थांबते.

वाट

१२१) कां गांवापुढे वळे मार्गु जैसा। (ज्ञाने. १८/१०८२)

अर्थ : गाव आले की वाट संपते.

१२२) नाना चालीचिया वाढी। वाट होय जाय थोडी। (ज्ञाने. १८/११०३)

अर्थ : चालण्याचा वेग वाढला की, वाट कमी होत असते.

भूक

१२३) ना तरी तृप्ति इच्छिजे। तरी कैसेनि पाकु न कीजे।
कीं सिद्धुही न सेविजे। केवीं सांगें ।। (ज्ञाने. ३/४८)

अर्थ : भूक पुरी करायची इच्छा असेल तर स्वयंपाक न करता कसे चालेल ? किंवा शिजवलेले अन्न न खाता भूक कशी भागणार.

१२४) काइ फेण पितां जळ। सेविलें होय।। (ज्ञाने. ९/१५४)

अर्थ : फेस पिल्याने पाणी प्राशन केल्याचे समाधान मिळत नाही.

१२५) कां उपवासी अन्नें लिंपिलें। (ज्ञाने. १३/४६९)

अर्थ : उपाशी माणसाच्या अंगाला अन्नाने माखले तरी उपयोग नसतो.

१२६) वमिलेया अन्ना। लाळ न घोंटीं जेवीं रसना। (ज्ञाने. १३/५१३)

अर्थ : ओकलेल्या अन्नासाठी जीभ लाळ घोटीत नाही.

१२७) वाढितया पुढें भुकेला। उपरोधें म्हणे मी धाला।
तैं तोचि पीडे आपुला । आणि दोषही तया।। (ज्ञाने. १८/१३३४)

अर्थ : भुकेलेला माणूस जेवण वाढणाऱ्या माणसाला संकोचाने 'माझी भूक भागली' असे म्हणाला तर भूकेचा त्रास त्याला स्वतःलाच होणार आणि खोटे बोलल्याचा दोषही त्यालाच लागणार.

१२८) धालिया दिव्यान्न सुवावें। मग जें वायां धाडावें।
तें आर्तीं कां न करावें। उदारपण ?।। (ज्ञान. १८/१४९३)

अर्थ : तृप्त झालेल्या माणसाला पक्वान्न वाढून वाया घालविण्यापेक्षा ते भुकेल्या माणसाला वाढून औदार्य का पत्करू नये ?

अभ्यास

१२९) म्हणोनि अभ्यासासि कांहीं । सर्वथा दुष्कर नाहीं। (ज्ञाने. १२/११३)

अर्थ : अभ्यासाला कोणतीही गोष्ट कठीण नसते.

१३०) आणि स्वमताचिया निर्धारा । लागोनियां धनुर्धरा।
प्राप्तां मतांतरां। निर्वेचु कीजे ।। (ज्ञाने. १३/२४०)

अर्थ : आपले निश्चित मत सांगण्यासाठी अन्य मतांचा विचार करावा लागतो.

१३१) हां गा वोसणतयाचां ग्रंथी। काह तुटती संसार गुंती। (ज्ञाने. १५/३९४)

अर्थ : झोपेत ग्रंथ बरळण्याने संसाराचा पाश संपत नाही.

१३२) कीं परिवासिलेया पोथी। वाचिली होय।। (ज्ञाने. १५/३९४)

अर्थ : पोथीला स्पर्श केला म्हणजे ती वाचली असे होत नाही.

पाऊस

१३३) जैसें अवकाळीं आभाळ। अळुमाळु सपातळ।
विपायें आलें केवळ। वसे ना वर्षे।। (ज्ञाने. ६/४३४)

अर्थ : अकाली, विरळ व थोडे आलेले ढग टिकत नाहीत आणि पाऊसही पाडीत नाहीत.

१३४) जैसें वार्षियेवीण मेघ। (ज्ञाने. ९/१७२)

अर्थ : वर्षाकाळावाचून आलेले मेघ लांबूनच पहाण्याजोगे असतात.

१३५) गिरी देखोनि सुभरे। मेघु जैसा।। (ज्ञाने. १०/५३)

अर्थ : डोंगर पाहून मेघ दाटून येतात.

१३६) पैं पर्जन्याचिया धारां। वरी लेख करवेल धनुर्धरा। (ज्ञाने. १०/३००)

अर्थ : पावसाच्या धारांची गणना करता येत नाही.

१३७) पैं महोदधीचिया तरंगा। व्यवस्था धरूं नये जेवीं गा। (ज्ञाने. १०/३०१)

अर्थ : समुद्राच्या लाटांची गणना करता येत नाही.

१३८) परि जहालीही वृष्टि उपखे। जऱ्ही खडकीं होय।। (ज्ञाने. ११/९५, १२/१३१, १७/४१७)

अर्थ : खडकावर पडलेला पाउस वाया जातो.

१३९) लेंडिये आला लोंढा। न मनी वाळुवेचा वरंडा। (ज्ञाने. १३/६९३)

अर्थ : ओहोळाला पूर आला म्हणजे तो वाळूचा बांध जुमानत नाही.

१४०) फुटला जैसा पाटु। निरंजनी।। (ज्ञाने. १३/६९७)

अर्थ : अरण्यातला पाट वाटेल तसा वहात असतो.

१४१) गंधर्वदुर्ग कायी पाडावे। (ज्ञाने. १५/२१५)

अर्थ : ढगांचे किल्ले पाडावे लागत नाहीत.

समाधान

१४२) देखा संतोषु एक न जोडे। तंवचि सुखाचें सैंध सांकडें। (ज्ञाने. ६/१४४)

अर्थ : जो पर्यंत समाधान नाही तो पर्यंत सुख मिळणे अवघड आहे.

१४३) पैं उबडां काइ न पडे। (ज्ञाने. १३/६९९)

अर्थ : उधिरड्यावर काहीही येऊन पडते.

गावाची वेस

१४४) ग्रामद्वारींचें आडें। नोलांडी कोण। (ज्ञाने. १३/६९९)
अर्थ : गावाची वेस सर्वजण ओलांडतात.

अन्नछत्र

१४५) जैसें सत्रीं अन्न जालें। (ज्ञाने. १३/७००)
अर्थ : अन्नछत्रावरचे अन्न कोणालाही मिळते.

१४६) कीं सामान्या बीक आलें। (ज्ञाने. १३/७००)
अर्थ : सामान्य माणाला मिळालेला अधिकार तो कसाही गाजवतो.

१४७) वाणासियेचें उभलें। कोण न रिगे। (ज्ञाने. १३/७००)
अर्थ : वाण्याच्या दुकानात कोणाला आडकाठी नसते.

१४८) आतां मृत्तिकात्यागें घटु। (ज्ञाने. १६/१३१)
अर्थ : मातीचा त्याग केला की, घटाचा त्याग केल्यासारखाच असतो.

१४९) तंतुत्यागें पटु। (ज्ञाने. १६/१३१)
अर्थ : तंतूचा त्याग केला की, वस्त्राचा त्याग केल्यासारखाच असतो.

१५०) कां त्यजूनि भिंतिमात्र। त्यजिजे आधवेंचि चित्र। (ज्ञाने. १६/१३२)
अर्थ : भिंतीचा त्याग करणे म्हणजेच चित्राचा त्याग होय.

१५१) नाना जळत्यागे तरंग। (ज्ञाने. १६/१३३)
अर्थ : पाण्याचा त्याग केला की लाटांचा त्याग होतो.

१५२) त्यजिजती जैसे भोग। धनत्यागें।। (ज्ञाने. १६/१३३)
अर्थ : धनत्यागाने भोगत्याग घडतो.

१५३) तैसा माजे स्त्रिया धनें। विद्या स्तुती बहुतें मानें। (ज्ञाने. १६/२२७)
अर्थ : स्त्री, धन, विद्या, स्तुती आणि सन्मान यांनी उन्मत्तपणा येतो.

१५४) हिमवंतीं न कांपे (ज्ञाने. १३/३४६)
अर्थ : हिमालय थंडीने कापत नसतो.

१५५) स्वशिखरांचा भारू। नेणें जैसा मेरू। (ज्ञाने. १३/३४७)
अर्थ : मेरूपर्वताला आपल्या शिखरांचा भार वाटत नाही.

१५६) क्षीरार्णवाचां कल्लोळीं । कंपु नाहीं मंदराचळीं। (ज्ञाने. १३/४९७)
अर्थ : क्षीरसमुद्राच्या लाटांनी मंदर पर्वत कंप पावत नाही.

१५७) सांगें हिमवंतु हिमें। कांपे कायि।। (ज्ञाने. १४/३६८)
अर्थ : हिमालय पर्वत बर्फाला घाबरत नाही.

१५८) सुखे ना शिणे। पाषाणु कां जेणें मानें।। (ज्ञाने. १४/३६८)
अर्थ : दगडाला सुख-दुःख नसते.

१५९) विसंबू न सके धोंडी। काठिण्य जैसें ।। (ज्ञाने. १८/७५४)
अर्थ : दगडाला कठीणपणा सोडता येत नाही.

१६०) **कां येकें मोल अपार। वेंचोनि केलें धवळार।**
तो सुखाडु वस्तीकर। न भोगी काई।। (ज्ञाने. १७/८९)

अर्थ : एकाने अपार द्रव्य खर्च करून चुनेगच्ची घर बांधले तर तिथे वस्तीला येणाऱ्याला ते सुख भोगाता येत नाही काय ?

१६१) **हें असो जो तळें करी। ते तयाचीच तृषा हरी। (ज्ञाने. १७/९०)**

अर्थ : जो तळे बांधतो त्याचीच केवळ तहान ते भागवते काय ?

१६२) **बाहू नाहीं आपलिया। आणि नावेतेंही धनंजया।**
न धरी होय तया। समुद्रीं जैसें ।। (ज्ञाने. १७/१००)

अर्थ : समुद्र तरुण जायला समर्थ हात नाहीत, नावेचाहि आधार घ्यायचा नाही. अशा माणसाची समुद्रात दुर्दशा होते.

१६३) **तियें न सांडावीं पांथिके। पाउलें जैसीं । (ज्ञाने. १८/१४९)**

अर्थ : प्रवास करणाऱ्याने पाऊले टाकायची सोडू नयेत.

१६४) **सरे लाणीपासीं धावणें। (ज्ञाने. १८/४७५)**

अर्थ : मुक्कामाजवळ गेले की, चालणे संपून जाते.

१६५) **कां अन्न लाभे अरूवारें। रांधितिये उणें ।। (ज्ञाने. १८/१४२)**

अर्थ : स्वयंपाक चांगला हवा असेल तर अन्न शिजवण्याचे कष्ट घ्यायला हवेत.

१६६) **हारतलें न देखिजे। तंव मागु न सांडिजे।। (ज्ञाने. १८/१५०)**

अर्थ : हरवलेली वस्तू सापडत नाहीं तोपर्यंत तिचा शोध घ्यायचे सोडू नये.

१६७) **का न धातां न लोटिजे । भाणें जेवीं।। (ज्ञाने. १८/१५०)**

अर्थ : भूक भागत नाही तोपर्यंत वाढलेले ताट दूर करू नये.

१६८) **जें चालणें वेगावत जाये । तो वेगु बैसावयाचि होये। (ज्ञाने.१८/१५४)**

अर्थ : चालण्याचा वेग वाढविला की, तो वेग विश्रांतीसाठी उपयोगी पडतो.

१६९) **जैसें उतलें आगीं पडे। तें होमा नलगे।। (ज्ञाने. १८/१९३)**

अर्थ : उतू गेलेले दूध वा तूप होमाच्या उपयोगी पडले असे होत नाही.

१७०) **का बुडोनि प्राण गेले। ते अर्धोदकीं निमाले। (ज्ञाने. १८/१९४)**

अर्थ : पाण्यात बुडून मेले तर त्याला जलसमाधी म्हणू नये.

१७१) **जें दुर्जनाचा आदरू। (ज्ञाने. ८/१४९)**

अर्थ : दुष्टांचा आदरसत्कार खोटा असतो.

१७२) **जें वैरियाचा पाहुणेरू। (ज्ञाने. ८/१४९)**

अर्थ : शत्रूचा पाहुणचार खोटा असतो.

१७३) **अवंतूनि शत्रु । करितोसि कां गा । (ज्ञाने. १३/६३५)**

अर्थ : निमंत्रण देऊन शत्रुत्व करू नये.

१७४) **अहो वसतीं घवळारें। मोडूनि केलें देऊळ देव्हारे। (ज्ञाने. १३/२३०)**

अर्थ : नांदती घरे मोडून मंदिरे बांधू नयेत.

१७५) **घर मोडोनि केले। मांडव पुढें। (ज्ञाने. १३/२३१)**

अर्थ : घर मोडून घरापुढे मांडव घालू नये.

१७६) मस्तक पांघुरविलें। तंव तळवटी उघडें पडले। (ज्ञाने. १३/२३१)

अर्थ : कमरेचे वस्त्र डोक्याला गुंडाळल्यावर खालचा भाग उघडा पडतो.

१७७) पिसें नेसलें कां नांगवे। हें लोकीं येऊनि जाणावें। (ज्ञाने. १८/४३९)

अर्थ : वेड्याने वस्त्र नेसले आहे का तो नागवा आहे हे लोकांनी जाणायचे असते.

१७८) वोस गृहीं तोरण बांधिलें । (ज्ञाने. १३/४६९)

अर्थ : ओसाड घराला तोरण बांधून उपयोग नसतो.

१७९) कळस ढिमाचे पोकळ। जळो वरीले झळाळ। (ज्ञाने. १३/४७०)

अर्थ : वरून सोन्याचा मुलामा दिलेले पण आतून पोकळ असलेले कळस उपयोगाचे नसतात.

१८०) गार शेवाळें गुंडाळलीं । (ज्ञाने.१३/६७०)

अर्थ : शेवाळाने गुंडाळलेली गार वरून चांगली दिसली तरी आतून खोटी असते.

१८१) तरी प्रबोधु जवं नोहे। तव निद्रे काय अंतु आहे। (ज्ञाने. १५/२२५)

अर्थ : जाग येत नाही तो पर्यंत झोपेला अंत नसतो.

१८२) कीं रात्रीं न सरे तंव न पाहे। तया आरौतें।। (ज्ञाने. १५/२२५)

अर्थ : रात्र संपत नाही तो पर्यंत उजाडत नाही.

१८३) तरी लोकांचीं धवळारें । देखोनियां मनोहरें।
असतीं आपुली तणारें। मोडावीं केवीं ।। (ज्ञाने. ३:२२३)

अर्थ : दुसऱ्याची सुंदर चुनेगच्ची घरे पाहून आपल्या झोपड्या कशा पाडाव्या ?

१८४) रत्नपारखियांचां गांवी। जाईल गंडकी तरि सोडावी।। (ज्ञाने. १३/३१९)

अर्थ : रत्नपारखी लोकांच्या गावात गंडकी शिळा रत्न म्हणून विकली जाईल असे वाटले तरच ती गाठोड्यातनू बाहेर काढावी.

१८५) काइसा वासु कापुरा। मंद जेथ अवधारा।
पिठाचा विकरा। तिये सातें।। (ज्ञाने. १३/३२०)

अर्थ : कापराचा मंद वास आहे असे ज्या बाजारात म्हटले जाते तिथे कापूर म्हणून पिठाची विक्री होत नसते.

१८६) एऱ्हवीं तरी खवणेयांच्या गांवी। पाटाउवें काय करावीं। (ज्ञाने. ४/२२)

अर्थ : नग्न राहणाऱ्या लोकांच्या गावात रेशमी वस्त्रांना काय किंमत ?

१८७) काई पश्चिमसमुद्राचिया तटा। निघिजत आहे पूर्विलिया वाटा। (ज्ञाने. ९/१५३)

अर्थ : पूर्वेच्या मार्गाला जाऊन पश्चिम समुद्राच्या किनाऱ्याला पोहोचता येत नाही.

१८८) तरि करोनि रससोय बरवी। कानीं केविं भरावी।। (ज्ञाने. ९/३४८)

अर्थ : उत्तम अन्न केलेले असले तरी ते कानात घालीत नसतात.

१८९) फुलें आणोनि बांधावीं । डोळा केविं।। (ज्ञाने. ९/३४८)

अर्थ : फुले आणून डोळ्यांवर बांधू नयेत.

१९०) कां शीस खांडुनि आपुलें । पायींचा खतीं बांधिले।। (ज्ञाने. ९/५००)

अर्थ : आपले मस्तक तोडून पायाच्या जखमेवर बांधणे योग्य नव्हे.

१९१) नाना बांधोनियां डोळें। घ्राणीं लाविजती मुक्ताफळें। (ज्ञाने. १५/३९५)

अर्थ : डोळे बांधून मोती नाकाला लावले तर त्याची किंमत करता येत नाही.

१९२) कां गळा स्तन अजेचे । तैसें जियालें देखें तयाचें ।

जया अनुष्ठान स्वधर्माचें। घडेचिना।। (ज्ञाने. ३/१४२)

अर्थ : ज्याच्या हातून स्वधर्माचरण होत नाही त्याचे जिणे शेळीच्या गळ्यातील स्तनाप्रमाणे व्यर्थ होय.

१९३) **जयां ऐहिक धड नाहीं। तयांचे परत्र पुससी काई। (ज्ञाने. ४/१५५)**

अर्थ : ज्यांचे इहलोकाचे जिणे धड नाही त्यांच्या परलोकच्या गोष्टींचा विचार करू नये.

१९४) **म्हणऊनि संशयाहूनि थोर। आणिक नाही पाप घोर। (ज्ञाने. ४/२०३)**

अर्थ : संशयासारखे दुसरे मोठे पाप कोणते नाही.

१९५) **आवडी आणि लाजवी । व्यसन आणि शिणवी।**
पिसें आणि न भुलवी। तरी तेंचि काइ।। (ज्ञाने. ६/१२४)

अर्थ : प्रेमाला लाज नसते. व्यसनाला शीण नसतो. वेड आहे पण भ्रम नाही असे कधी होते काय ?

१९६) **कैसेनि उघडिया असावें। शस्त्रवर्षी।। (ज्ञाने. ९/४९०)**

अर्थ : शस्त्रांचे घाव बसत असताना उघड्या अंगाने कसे रहावे ?

१९७) **अंगावरी पडतां पाषाण। न सुवावें केविं वोडण। (ज्ञाने. ९/४९१)**

अर्थ : अंगावर दगड येऊन पडत असता मध्ये ढाल घालू नये काय ?

१९८) **वोडण सुइजे घावो। न लगतांचि।। (ज्ञाने. १३/५४६)**

अर्थ : घाव बसण्यापूर्वीच ढाल पुढे करावी.

१९९) **कां पृथ्वीचिया तृणांकुरां। होईल ठी ।। (ज्ञाने. १०/३००)**

अर्थ : जमिनीवरील गवताची संख्या निश्चित करता येत नाही.

२००) **कैसेनि आंगींचें तारुण्य मोडावें। (ज्ञाने. ११/४९३)**

अर्थ : शरीराचे तरुणपण नाहीसे करता येत नाही.

२०१) **कैचें नव्हें तें वार्धक्य काढावें। (ज्ञाने. ११/४९३)**

अर्थ : नसलेले म्हातारपण आणता येत नाही.

२०२) **तो पव्हण्याहूनि पायउतारा । सोहपा जैसा।। (ज्ञाने. ५/१६५)**

अर्थ : पोहून जाण्यापेक्षा पाय उताराने जाणे सोपे असते.

२०३) **म्हणोनि समुद्र बाहीं। तरणें आथि केंही। (ज्ञाने. १२/७१)**

अर्थ : बाहुबळावर कोणी समुद्र तरुन जातो काय ?

२०४) **माजीं अथांव म्हणता। थडियेची पांडुसुता।**
पोहणार आइता । कासे जेवीं।। (ज्ञाने. १३/५४५)

अर्थ : नदीचे पाणी अथांग आहे असे समजताच पोहणारा माणूस नदीच्या काठावरचा कंबर कसून तयार असतो.

२०५) **जैसी बुडणेयाची वार्ता। थडियेचा कीजे।। (ज्ञाने. १५/५३६)**

अर्थ : बुडल्याची वार्ता काठावर उभा असणाराच सांगू शकतो.

२०६) **तरी न घलूनि महापुरीं। न घेपे बुडवयाची शियारी। (ज्ञाने. १६/६९)**

अर्थ : महापुरात उडी घेतली नाही तर बुडण्याची भीती नाही.

२०७) **पोटीं बांधोनि पाषाण। समुद्रीं बाहीं आंगवण।। (ज्ञाने. १६/४३६)**

अर्थ : पोटाला दगड बांधून समुद्र तरण्याचा प्रयत्न करू नये.

२०८) **अथावीं न घालवे। (ज्ञाने. १८/७११)**

अर्थ : अथांग पाण्यात उडी घालण्याची इच्छा होत नाही.

२०९) नव्हे मदिरेचा घडा। पवित्र गंगे।। (ज्ञाने. १३/४७१)

अर्थ : दारूचा घडा गंगेत बुडविला म्हणून तो पवित्र होत नाही.

२१०) पवित्रत्व जेवीं मांडिया। मद्याचिया।। (ज्ञाने. १६/२८६)

अर्थ : दारूच्या भांड्याला कधीही पावित्र्य येत नाही.

२११) काय करूं चित्रींव फळ। आंतु शेण।। (ज्ञाने. १३/४७०)

अर्थ : आतून शेण असलेल्या फळांचा उपयोग नसतो.

२१२) लेपाहातीचें शस्त्र। (ज्ञाने. १३/५३२)

अर्थ : चित्राच्या हातातील शस्त्राचा उपयोग नसतो.

२१३) लेपा स्नपन करणें । तेंचि मरण। (ज्ञाने. १३/७४५)

अर्थ : भिंतीवरच्या चित्राला आंघोळ घालणे म्हणजे त्या चित्राचे मरण होय.

२१४) पडोनि गेलिया भिंती । चित्रांची केवळ होय माती। (ज्ञाने. १८/२६३)

अर्थ : भिंत पडून गेल्यावर भिंतीवरील चित्रांची हानी होते.

२१५) पैं चित्रिंचें पाणी हुताशु । तो दिठीचि भागु आभासु।
पटीं आगी वोलांशु । दोन्ही नाहीं ।। (ज्ञाने. १८/४४६)

अर्थ : चित्रात दाखविलेले पाणी, अग्नी हा केवळ दृष्टीचा भास असतो. पाण्याचा ओलावा वा अग्नी याचा वस्त्राला पत्ताच नसतो.

२१६) जैसें हातें चित्र पाहातां । (ज्ञाने. १८/५३२)

अर्थ : पाटीवरील चित्र हाताने पाहू लागले असता ते नष्ट होते.

२१७) तोडिला परिसु बांधिला गळा । शुक्तिकांलाभें ।। (ज्ञाने. ९/६१)

अर्थ : गळ्यात बांधलेला परीस शिंपल्याच्या लोभाने तोडून टाकू नये.

२१८) दैवें चिंतामणि लेईजे । कीं हे ओझें म्हणोनि सांडिजे । (ज्ञाने. ११/६२६)

अर्थ : नशिबाने अंगावर घालायला चिंतामणी मिळाला तर त्याचे ओझे होते म्हणून कोणी त्याचा त्याग करीत नाही.

२१९) नाना अप्रौढबाळकीं । तारुण्य राहे थोकीं। (ज्ञाने. १३/७८)

अर्थ : लहान मुलात तारुण्य दडलेले असते.

२२०) कां न फुलतां कळिकीं । आमोदु जैसा।। (ज्ञाने. १३/७८)

अर्थ : न फुललेल्या कळीत सुगंध गुप्त असतो.

२२१) पिकला द्रुती आदरें । बोभात निघे।। (ज्ञाने. १३/३०४)

अर्थ : पक्व झालेला सुगंध उत्साहाने बाहेर पडतो.

२२२) घाणां गाळिले गुंडे । तेथ तेल ना पेंडी जोडे। (जाने. १७/४१९)

अर्थ : घाण्यात दगड गाळले असता तेल वा पेंड काहीच हाती येत नाही.

२२३) कांही न दिसे गाळिलिया । वाळु घाणा। (ज्ञाने. १८/६१३)

अर्थ : घाण्यात वाळू गाळून काही मिळत नाही.

२२४) पेरिजे नुसधी हिंसा । तेथ उगवैल काय अहिंसा। (ज्ञाने. १३/२२३)

अर्थ : हिंसा पेरून अहिंसा उगवत नाही.

२२५) नागौनि वेव्हारें । गवादी घातली।। (ज्ञाने. १३/२३०)

अर्थ : लोकांना लुबाडून अन्नछत्रे घालू नयेत.

२२६) पैं जीविताचेनि सुखें। जैसा कां मृत्यु न देखे। (ज्ञाने. १३/७५३)

अर्थ : जगण्याच्या आनंदाने मृत्युकडे दुर्लक्ष होते.

२२७) तैसाचि तारुण्यतोषें । जरा न गणी।। (ज्ञाने. १३/७५३)

अर्थ : तारुण्याच्या भरात म्हातारपणाविषयी बेफिकीरी असते.

२२८) संभविता निस्तेज। न जिरे जेवीं।। (ज्ञाने. १३/५४३)

अर्थ : सभ्य माणसाला अपमान सहन होत नाही.

२२९) निंदा मोटकी आइके । आणि कपाळ धरूनि ठाके। (जाने. १३/६६६)

अर्थ : थोडीही निंदा ऐकली की, डोके दुखू लागते.

२३०) जो विष अमृत ओळखे। तो अमृत काय सांडूं शके।। (ज्ञाने. ८/२४१)

अर्थ : जो माणूस विष व अमृत यातला फरक जाणतो तो अमृताचा त्याग करील काय ?

२३१) कां जियावया जेवण। काळकूटाचें।। (ज्ञाने. १६/४३६)

अर्थ : जगण्यासाठी काळकूट विषाचे भोजन करू नये.

२३२) नाना मांडिलिया पाश। वारयासी।। (ज्ञाने. १८/६१४)

अर्थ : वाऱ्याला फासा लावून पकडता येत नाही.

२३३) रात्री काय धर्मार्था। साच करावी।। (ज्ञाने. १८/७२९)

अर्थ : धर्मकार्याला रात्र योग्य नाही.

२३४) परी न म्हणिजे पुण्यजनु। राक्षसु काई।। (ज्ञाने. १८/७५०)

अर्थ : (तमाला गुण म्हणायचे तर) राक्षसाला साधुपुरुष कां म्हणू नये ?

२३५) कां रिणावरी विवाहो । विस्तारिला।। (ज्ञाने. १८/७९५)

अर्थ : कर्ज काढून विवाह करताना (प्रथम) गोड वाटते.

२३६) धरवणीं वेंचे सरे। (ज्ञाने. १८/९६५)

अर्थ : साठवलेले पाणी खर्चून संपते.

२३७) रत्नांचां रूपीं मिरवे । गुजांचें लेणें।। (ज्ञाने. १८/११४५)

अर्थ : गुजांचे अलंकार रत्नाच्या अलंकारांची बरोबरी करू शकत नाहीत.

२३८) पावो आपणपयां वळघे। (ज्ञाने. १८/११६७)

अर्थ : पाऊल पावलावर चढत नाही.

२३९) कां हातु बाबुळी धाडी। तोय न करी।। (ज्ञाने. १८/१२३१)

अर्थ : पाण्यावर आलेले शेवाळ हात दूर करीत असतो पण तो पाणी निर्माण करीत नाही.

२४०) आधणीं हरळु न शिजे। (ज्ञाने. १३/४८२)

अर्थ : आधणात खडा शिजत नाही.

२४१) तऱ्ही पाहालया रजनी। तारा लोपती गगनीं। (ज्ञाने. १३/९३)

अर्थ : रात्र संपून उजाडण्याची वेळ आली की तारे लोप पावतात.

२४२) कां जागृती जंव उद्दीपे । तंव तंव निद्रा हारपे। (ज्ञाने. १८/११०४)

अर्थ : जसजसी जाग येईल तसतशी झोप कमी होते.

२४३) आणि घांसाआंतिल हरळु । फेडितां लागे वेळु।

ते दूषण नव्हे खडळु। सांडावा कीं ।। (ज्ञाने. १३/३३५)

अर्थ : जेवीत असताना घासात खडा लागला तर तो काढण्यासाठी जो वेळ लागतो तो फुकट गेला असे होत नाही.

२४४) कां संवचोरां चुकवितां। दिवस लागलिया माता।
कोपावें कीं जीविता। जिताणें की जे।। (ज्ञाने. १३/३३६)

अर्थ : सोबतीच्या संभावित चोराला चुकविण्यासाठी घरी यायला अधिक काळ लागला तर आईने त्या मुलावर रागवावे की, त्याचे कौतुक करावे ?

२४५) निद्रिताचेनि आंगेंशी । सापु जैशी उर्वशी।। (ज्ञाने. १४/३५६)

अर्थ : झोपलेल्या माणसाजवळ साप किंवा उर्वशी आली तरी ते त्याला सारखेच असते.

२४६) परी शिंपीचि येवढें उमटे। रुपें जेवीं।। (ज्ञाने. १५/१०६)

अर्थ : शिंपीवर भासणारे रुपे शिंपीएवढेच असते.

२४७) एऱ्हवीं दोरीचिया उरगा। डांगा मेळवितां पैं गा।
तो वावोचि भारु गा। केला होय।। (ज्ञाने. १५/२५१)

अर्थ : दोरीवर भासणाऱ्या सापाला मारण्यासाठी काठ्या गोळा केल्यातर ते ओझे व्यर्थ होते.

२४८) कडाडीं लोटला गाडा। शिखरौनि सुटला धोंडा। (ज्ञाने. १३/७५४)

अर्थ : कड्यावरून गाडा कोसळला किंवा पर्वतावरून धोंडा खाली आला तर त्यानं आपला नाश होणार हा परिणात त्यांना कळत नाही.

२४९) आंगभारें सुटला धोंडा । आपण फुटोनि होय खंड खंडा ।
का आड जालियातें रगडा । करी जैसा ।। (ज्ञाने. १७/२६०)

अर्थ : पर्वतावूरन घसरणाऱ्या दगडाचे तुकडे तुकडे होतात पण घसरताना मध्ये येणाऱ्या वस्तूंचाही तो चुरा करतो.

२५०) तरी कडाडीं मोडे जै गाडा। तो आपणपें न मनी अवघडा।
तैसा ठाकलेनिही थोडा । नोहे जो कां ।। (ज्ञाने. १८/६४६)

अर्थ : कड्यावरून खाली येणारा गाडा मोडतो पण तो आपणावर काही कठीण प्रसंग आहे हे जाणत नाही.

२५१) पैं एक दीपु लावी सायासें । आणि तेथें लाऊं बैसे।
तरी तो काय प्रकाशें। वंचिजे गा ।। (ज्ञाने. १७/८८)

अर्थ : एकाने कष्ट करून दिवा लावला आणि दुसऱ्याने त्या आयत्या दिव्यावर आपला दिवा लावला तर त्याला प्रकाश मिळत नाही काय ?

२५२) काय समर्थाची कांता । कोरान्न मागे ?। (ज्ञाने. १२/८५)

अर्थ : श्रीमंताची पत्नी कधी कोरान्नाची भीक मागत नसते.

२५३) आढ्यु आतुडे आडवीं । मग आढ्यता हारवी।। (ज्ञाने. १३/२०५)

अर्थ : श्रीमंत माणूस अरण्यात सापडला असता तो आपली श्रीमंती लपवितो.

२५४) रानी दु:खिया दु:खी भेटलें। (ज्ञाने. ९/४३४)

अर्थ : रानात एका दु:खी माणसाला दुसरा दु:खी भेटला तर काही उपयोग नसतो.

२५५) कां वांझ फुली फुललें। झाड जैसें।। (ज्ञाने. ९/४३४)

अर्थ : वांझ फुलांनी झाड फुलून आले तर उपयोगी नसते.

२५६) **मृत्तिकेचा वीटु। घेऊनि काय करील घटु। (ज्ञाने. १८/२१९)**
अर्थ : मातीचा कंटाळा करणे मडक्याला चालत नाही.
२५७) **जैं रुपचि नाहीं उभें। तैं साउली काह्याची शोभे। (ज्ञाने. १८/२६४)**
अर्थ : शरीर उभे राहिले नाही तर सावली कशाची पडणार ?
२५८) **ना दूध वाढिता ठावो पावे। तंव उतोनि जाय स्वभावें।
तोही वेंचु परी नव्हे। वेंचिलें तें।। (ज्ञाने. १८/३७१)**
अर्थ : दूध वाढायच्या वेळेला दूध उतू गेले तर तो दुधाचा खर्च खरा पण तो सत्कारणी नव्हे.
२५९) **जे दिढी जरी चोख कीजे। तरी भलतेंही चोख सुजें। (ज्ञाने. १८/५२७)**
अर्थ : दृष्टी निर्मळ केली की, सर्व गोष्टी शुद्ध दिसतात.
२६०) **जो जेथिंचें गौरव नेणे। तयासि तें भिंगुळवाणें । (ज्ञाने. १८/१६२६)**
अर्थ : ज्याला जिथले महत्व माहित नाही त्याला ते सर्व विपरीत वाटते.
२६१) **एऱ्हवीं चांदिणें पिकविजत आहे चेपणीं। (ज्ञाने. ९/२०)**
अर्थ : चांदणे आढीत घालून पिकवीत नसतात.
२६२) **कां उबारेन वस्त्र फेडिलें। तरी सांग पां कांहीं मोडलें।
अवेवामाजीं। (ज्ञाने. ८/६६)**
अर्थ : एखाद्या माणसाने उकडते म्हणून वस्त्र फेकून दिले तर त्याचा एखादा अवयव मोडला असे होत नाही.
२६३) **घटीं थोडेसें उदक घालिजे। तेणें न गळे तरी वरिता भरिजे। (ज्ञाने. १०/५१)**
अर्थ : घागरीत प्रथम थोडं पाणी घालू पाहावे. घागर गळली नाही तर मग तिच्यात आणखी पाणी घालावे.
२६४) **अवचितयावरी सर्वस्व सांडिजे। चोख तरी तोचि भांडारी कीजे। (ज्ञाने. १०/५२)**
अर्थ : नवीन आलेल्या माणसावर सर्व भार सोपवावा आणि तो प्रामाणिक आहे हे दिसून आल्यावर त्याला भांडाराचा प्रमुख नेमावा.
२६५) **डोंगर गिळितां मुख। न फाटे काई।। (ज्ञाने. १२/६८)**
अर्थ : डोंगर गिळू गेले तर मुख फाटणार नाही काय ?
२६६) **अवयव आणि शरीर । हे वेगळाले काइ जर। (ज्ञाने. १३/२९४)**
अर्थ : शरीर आणि शरीराचे अवयव भिन्न नसतात.
२६७) **मृत्तिका आणि जळें। बाह्य येणें मेळें। (ज्ञाने. १३/४६४)**
अर्थ : माती व पाणी यांच्या योगाने बाह्यांग निर्मळ होते.
२६८) **कां श्रुति स्वभावता बोले। (ज्ञाने. १३/५२८)**
अर्थ : बोलणे हा वेदांचा स्वभाव असतो.
२६९) **डोळां हरळ न विरे। (ज्ञाने. १३/५३८)**
अर्थ : डोळ्यात गेलेला कण सदैव सलत असतो.
२७०) **घायीं कोत न जिरे। (ज्ञाने. १३/५३८)**
अर्थ : जखमेत शस्त्र जिरत नाही ते सतत खुपत राहते.
२७१) **कीं वैरा बापाचेया। पुत्र जचे।। (ज्ञाने. १३/५४१)**
अर्थ : वडिलांच्या शत्रूचा सूड घेण्यासाठी मुलगा टपलेला असतो.
२७२) **पाहेचा पेणा वाटबंधा। तंव आजीचि होइजे सावधा। (ज्ञाने. १३/५४७)**

अर्थ : उद्याच्या मुक्कामाची जागा वाटमाऱ्यांची आहे म्हणून आजच सावध व्हावे लागते.

२७३) **म्हणोनि समर्थेंसि वैर। जया पडिलें हाडखाइर।**
तो जैसा आठही पाहर। परजूनि असे।। (ज्ञाने. १३/५५०)

अर्थ : समर्थाबरोबर ज्याचे वैर उत्पन्न होते तो हातात शस्त्र घेऊन सदैव जागृत असतो.

२७४) **उखिता जैसा बिढारीं । बैसला आहे।। (ज्ञाने. १३/५९३)**

अर्थ : रात्रीपुरता वस्तीला येणारा वाटसरू त्या घरासंबंधी उदासीन असतो.

२७५) **जैसा रोंविल्याविणें। रांजणु थारों नेणे। (ज्ञाने. १३/६९०)**

अर्थ : रांजण जमिनीत रोवल्याशिवाय स्थिर होत नाही.

२७६) **सन्मुख शूला । धांवतया पायें चपळा।**
प्रतिपदीं ये जवळ। मृत्यु जेवीं।। (ज्ञाने. १३/७४७)

अर्थ : सूळावर देण्यासाठी सूळाकडे झपाट्याने जाणारा माणूस आपला मृत्यू पावलोपावली जवळ आणीत असतो.

२७७) **वैरिया नीद आली । आतां द्वंद्वें माझीं सरलीं ।**
हें मानी तो सपिलीं मुकला जेवीं ।। (ज्ञाने. १३/७६६)

अर्थ : शत्रू झोपला आहे एवढ्या विश्वासावर जो आमचे युद्ध संपले असे समजून स्वस्थ बसतो तो मुलाबाळांसह नाश पावतो.

२७८) **आयुष्येंवीण लक्षणें। (ज्ञाने. १३/८३७)**

अर्थ : अल्पायुषी माणूस उत्तम लक्षणांनी युक्त असला तरी उपयोग नसतो.

२७९) **बोहरेंवीण वाधावणें । (ज्ञाने. १३/८३७)**

अर्थ : वधूवरांवाचून वरात नसते.

२८०) **ऐलीचि थडी न पवतां । पळे जो माघौता।**
तया पैलद्वीपीची वार्ता। काय होय ।। (ज्ञाने. १३/८४३)

अर्थ : नदीच्या पलिकडच्या काठावर पोहोचण्यापूर्वीच जो मागे पळून येतो त्याला पैलतीराची गोष्ट काय माहित असणार ?

२८१) **पैं शून्य जैं दावावे जाहलें ।**
तैं बिंदुलें एक पाहिजे केलें। (ज्ञाने. १३/८८७)

अर्थ : शून्य दाखवायचे असते तेव्हा एक बिंदू काढून दाखवावा लागतो.

२८२) **कडां पायरी कीजे। निराळीं माचु बांधिजे।**
अथावीं सुइजे। तरी जैसी।। (ज्ञाने. १३/९४७)

अर्थ : डोंगराचा कडा चढून जायचा असेल तर कड्याला पायऱ्या कराव्या लागतात. आकाशात जायचं असेल तर शिडी बांधावी लागते आणि खोल पाण्यात जायला नाव लागते.

२८३) **कां रूप नोहे वायां। परी रूपा लागली छाया। (ज्ञाने १३/९६०)**

अर्थ : छायेला रूप नसल्यामुळे ती व्यर्थ असते पण ती रूपाला चिकटलेली असते.

२८४) **वारिया वाळुवे गांठी। केंही आहे।। (ज्ञाने. १३/१०९७)**

अर्थ : वाऱ्याची व वाळूची गाठ बांधता येत नाही.

२८५) **तेवीं लचकलिया दिठी । मग देखणें जें जें उठी।**

तया नांव सृष्टी। (ज्ञाने. १४/८४)

अर्थ : एकदा नजर चळली की, दृष्टीला जे जे दिसते त्यालाच जग म्हणतात.

२८६) **वयसात्रय देहीं। येकीं। जेवीं।। (ज्ञाने. १४/१४०)**

अर्थ : एकाच देहात वयाच्या तिन्ही अवस्था असतात.

२८७) **सुखाडेंसिं भिकारी। वसो पां राजमंदिरीं।**
तरी काय अवधारीं । रावो होईल।। (ज्ञाने. १४/२३९)

अर्थ : एखादा भिकारी सुखाने राजवाड्यात राहिला तरी तो राजा होत नाही.

२८८) **हारपले दावूनि जैसा। मागु सरे वीरविलासा। (ज्ञाने. १५/५८६)**

अर्थ : हरवलेली वस्तू दाखविल्यावर त्या खुणांची आवश्यकता नसते.

२८९) **काय रात्रीचा दिनें । धाकु धरिजे।। (ज्ञाने. १६/२६७)**

अर्थ : रात्रीचा दिवसाने धाक बाळगावा काय ?

२९०) **बळी अबळातें खाय। (ज्ञाने. १६/३०२)**

अर्थ : सामर्थ्यवान माणसे अशक्तांना खाऊन टाकतात.

२९१) **आणि आग्रहा तोचि ठावो। बरी मौढ्या ऐसा सावावो। (ज्ञाने. १६/३२६)**

अर्थ : आधीच हट्टी, त्यातून मूर्खपणाची भर असेल तर त्याचे वर्णन काय करावे ?

२९२) **कां पाषाणाचिया माथां। हांडी फुटली पार्था। (ज्ञाने. १६/३६८)**

अर्थ : दगडावर मातीची घागर पडली की, तिचे तुकडे तुकडे होतात.

२९३) **त्रिकुटीं फिटलिया नगर। (ज्ञाने. १६/४३९)**

अर्थ : चोरी, चहाडी व शिंदळकी यांचा नगरातून नाश झाला की, नगर सुखात नांदते.

२९४) **कां मानस जाणिजे बोलें। (ज्ञाने. १७/७४)**

अर्थ : बोलण्यावरून माणसाचे ओळखता येते.

२९५) **हे असो हातें क्षाळिजे। कश्मलातें ।। (ज्ञाने. १७/१०७)**

अर्थ : शौच प्रसंगी हातानेच मळ धुवावा लागतो.

२९६) **जैसें भांडियाचेनि तापें। आंतुलें उदकही तापे । (ज्ञाने. १७/११७)**

अर्थ : भांडे तापले म्हणजे आतले पाणीही तापते.

२९७) **नागविलें निपुत्रिकाचें। जैसें घर।। (ज्ञाने. १७/१९४)**

अर्थ : निपुत्रिकाचे घर कोणीही लुटून नेते.

२९८) **कां उभें शेत चारिलें । पिकावया नुरे । (ज्ञाने. १७/२४८)**

अर्थ : शेतातले उभे पीक जनावरां चारले तर हाती धान्य येत नाही.

२९९) **गांठीं बांधली खापरी । येथें अथवा पैलतीरीं।**
न सरोनि जैसी मारी। उपवासीं गा । (ज्ञाने. १७/४२०)

अर्थ : खापराचा पदरात बांधलेला तुकडा या तीरावर अथवा पैलतीरावर (या गावी अथवा दुसऱ्या गावी) न चालल्या मुळे उपाशी मरावे लागते.

३००) **नाना रत्नमणीं दोरीं। एकचि जैसी। (ज्ञाने. १८/५५)**

अर्थ : हारामध्ये रत्ने अनेक असली तरी सूत्र (दोरी) एकच असते.

३०१) **काळेगोरपण धुतलें। फिटों नेणें। (ज्ञाने. १८/१०२)**

अर्थ : काळेगारेपण धुऊन नाहीसे होत नाहीत.

३०२) म्हणोनि ताज्य जें नोहे। तेथ त्यागातें न सुवावें
त्याज्या लागीं नोहावें। लोभापर।। (ज्ञाने. १८/१३३)

अर्थ : ज्याचा त्याग करणे योग्य नाही त्याचा त्याग करू नये. ज्याचा त्याग करायचा असेल त्याचा लोभ धरू नये.

३०३) तरी वाद्येंवीण नादु। (ज्ञाने. १६/२७६)

अर्थ : वाद्यांशिवाय नाद ऐकू येत नाही.

३०४) असता प्रकाशु सांडावा । मग अंधकूप आश्रावा। (ज्ञाने. १/२३९)

अर्थ : असलेला प्रकाश सोडून काळोख्या खोलीचा आश्रय करण्यात कोणता फायदा असतो ?

शहाणपण

३०५) नुरेचि जेविं चेइलिया। नीद जैसी।। (अमृ. २/४१)

अर्थ : जाग आल्यावर झोप शिल्लक राहत नाही.

३०६) चेइलियाही पाठीं। चेवणयाच्या गोठी। (अमृ. ५/६४)

अर्थ : जागे झाल्यावर जागे करण्याच्या गोष्टी करायच्या नसतात.

३०७) चेइलें निदे रुसे। (अमृ. ६/२२)

अर्थ : जागा झालेला माणूस झोपेवर रूसत नसतो.

३०८) काई देखिजे बुबुळें। बुबुळा जेवीं।। (अमृ. ४/१८)

अर्थ : बुबुळ स्वत:ला पाहू शकत नाही.

३०९) दिठी आपणयातें देखे। (अमृ. ४/२०)

अर्थ : दृष्टी स्वत:ला पाहू शकत नाही.

३१०) आपला माथा वोळघे। आपण कोण्ही।। (अमृ. ४/१९)

अर्थ : माणूस आपल्याच डोक्यावर चढू शकत नाही.

३११) काय स्वादु आपणयातें चाखें। (अमृ. ४/२०)

अर्थ : चव स्वत:ची गोडी घेऊ शकत नाही.

३१२) नादु आपुलें आईकें । नादपण। (अमृ. ४/२०)

अर्थ : नाद स्वत:ला ऐकू शकत नाही.

३१३) हे न निवडे मिठांशु। अमृती जेवी।। (अमृ. ५/७)

अर्थ : अमृतातील गोडवा अमृताहून निराळा करता येत नाही.

३१४) भिंगाचिया चडळा। पदरांचा पुंज वेगळा
करिता जैसा निफाळा। आंगाचा होय।।(अमृ. ५/५९)

अर्थ : अभ्रकाचे पदर निरनिराळे करून गेले तर त्याच्या अंगाचा नाश होतो.

३१५) कां गजबजिला उबा। पांघुरणे केळीचा गाभा।
सांडी तेव्हळी उभा । कैंचा कीजे ।। (अमृ. ५/६०)

अर्थ : केळीचा गाभा उष्णतेने त्रासून अंगावरची सोपटे काढू लागला तर तो उभा राहू शकणार नाही.

३१६) कीं घाला बैसे पाठीं । रंधनाच्या।। (अमृ. ५/६४)

अर्थ : तृप्त झालेला माणूस स्वयंपाकाच्या भानगडीत पडत नाही.

३१७) उदैजलया दिवसाप्रती। तैं कीं दिवे सेजे येती।। (अमृ. ५/६५)

अर्थ : सूर्योदय झाला की दिवे निस्तेज होतात.

३१८) वांचूनि पिकला सेती। सुइजताती नांगर काई। (अमृ. ५/६५)

अर्थ : शेतातले पीक काढल्याशिवाय कोणी शेतात नांगर घालत नाहीत.

३१९) इंद्रधनुषा सितें । कवणें धनवई न घालिजेते। (अमृ. ६/२५)

अर्थ : इंद्रधनुष्य जसे दिसते तसे खरे असते तर कोणी धनुर्धर त्यावर बाण चढविणार नाही का ?

३२०) अगस्तीचिया कौतुक। पुरती जरी मृगत्रुस्णिका।। (अमृ. ६/२६)

अर्थ : अगस्ती ऋषीला प्राशनाला मृगजळ चालत नाही.

३२१) कां मृगजळाचा पानीं । (अमृ. ६/४५)

अर्थ : मृगजळाचे पानी पिता येत नाही.

३२२) मृगजळ जेथें न मंडे । तेथें असे पां कोरडें।
मा मांडे तेथ जोडे । वोल्हासु काई। (अमृ. ६/३४)

अर्थ : मृगजळ जिथे दिसत नाही तिथे कोरडे असते आणि जिथे ते दिसते तिथेही ओलावा नसतो.

३२३) तान्हेलया मृगतृष्णा। न भेटलेया शिणुजेसणा।। (अमृ. ७/२१०)

अर्थ : तान्हेल्या माणसाला मृगजळ मिळाले नाही म्हणून त्रास होत नाही किंवा त्याला ते मिळाले म्हणून उपयोगही नाही.

३२४) काई चांदिणां उठे लहरी। मृगजळाची।। (अमृ. ७/५)

अर्थ : चांदणे चांगले पडले म्हणून मृगजळाच्या पाण्यावर लाटा येत नाही.

३२५) तरी जाळुं कां आगीं । गंधर्वनगरे ।। (अमृ. ६/२७)

अर्थ : अग्नीने गंधर्वनगरे जळत नसतात.

३२६) वोडंबरीचिया लेणिया । घरभरी आतुडलिया।। (अमृ. ६/३२)

अर्थ : गारुड्याने निर्माण केलेले दागिने घरभर असले तरी त्याचा उपयोग नसतो.

३२७) न ये लेणा श्रृंगारूं। वोडंबरींचा।। (अमृ. ७/४)

अर्थ : जादूतल्या दागिन्याने शरीर शृंगारता येत नाही.

३२८) मनोरथाचे परियेळ। आरोगितां कां लक्ष वेळ।
परी उपवासावेगळ। आनु आथी। (अमृ. ६/३३)

अर्थ : मनातले मांडे लाख वेळा खाल्ले तरी उपवासाशिवाय काही मिळत नाही.

३२९) तरी चित्रींचेनि पाउसें । वोल्हावतु कां माणुसें ।
आगरा तळीं ।। (अमृ. ६/३५)

अर्थ : चित्रातल्या पावसाने माणसे, भाताची खाचरे, तळी भिजत नाहीत.

३३०) कालवूनि आंधारे। लिहों येती अक्षरें
तरी मसीचिया वोरबारें । कां सिणावें।। (अमृ. ६/३६)

अर्थ : अंधार (पाण्यात) कालवून अक्षे लिहिता येत असती तर शाई करण्याची खटपट कोणी करणार नाही.

३३१) नातरि माध्यान्हकाळीं । छाया न दिसे वेगळी ।
असे पायातळीं। रिगोनियां । (अमृ. ३/३०)

अर्थ : ऐन दुपारी माणसाची सावली निराळी दिसत नाही, पण ती त्याच्या पायाखाली असते.

३३२) साउलियातें साबळें। हालयां भोय आडळे। (अमृ. ६/४४)

अर्थ : सावलीला मारायला गेले तर जमिनीला खड्डा पडतो.

३३३) पडली साउली उलथु। (अमृ. ६/५०)

अर्थ : सावली उलथता येत नाही.

३३४) की साउलीचेनि व्याजे। मेळविलें जेणें दुजे।। (अमृ. ७/२११)

अर्थ : कोणी सावलीला सोबती म्हणून घेत नाहीत.

३३५) गगनाचा आलिंगनीं । (अमृ. ६/४५)

अर्थ : आकाशाला आलिंगन देता येत नाही.

३३६) तेणें साली काढावी। आकाशाची ।। (अमृ. ६/४७)

अर्थ : आकाशाची साल काढता येत नाही.

३३७) गगनाचि फुलें तोंडू। (अमृ. ६/५२)

अर्थ : आकाशाची फुले तोडता येत नाहीत.

३३८) गगन आपणया रिघे। (अमृ. ६/७७)

अर्थ : आकाश आपल्यातच शिरत नसते.

३३९) नातरी चुंबनीं । प्रतिबिंबाचा।। (अमृ. ६/४५)

अर्थ : प्रतिबिंबाचे चुंबन घेता येत नाही.

३४०) प्रतिबिंब खोळे भरूं । (अमृ. ६/५१)

अर्थ : प्रतिबिंब पदरात भरून घेता येत नाही.

३४१) तेणें सेळीगळां दुहावी।। (अमृ. ६/४८)

अर्थ : शेळीच्या गळ्यातील स्तनातून दूध काढता येत नाही.

३४२) गुडघां वास पाहावी। (अमृ. ६/४८)

अर्थ : गुडघ्याच्या डोळ्यांनी वाट पाहता येत नाही.

३४३) वाळवोनि काचरी करावी । सांजवेळेची।। (अमृ. ६/४८)

अर्थ : सांजवेळ चिरून तिच्या काचऱ्या करता येत नाहीत.

३४४) जांभे वांटूनि रसु। तेणे वाढावा बहुवसु।
कालवूनि आळास। मोदळा पाजावा।। (अमृ. ६/४९)

अर्थ : जांभई वाटून, तिचा रस काढून, त्यात आळस कालवून, तो चिखलाच्या गोळ्याला पाजता येत नाही.

३४५) वारयाचे तांथु। वळूं सुखे। (अमृ. ६/५०)

अर्थ : वाऱ्याचे तंतू वाळविता येत नाहीत.

३४६) तळहातींचे विंचरू। केंस सुखें। (अमृ. ६/५१)

अर्थ : तळहातावरील केस विंचरता येत नाहीत.

३४७) रत्नदीपीं काजळ धरू। (अमृ. ६/५३)

अर्थ : रत्नाच्या दिव्याची काजळी धरता येत नाही.

३४८) जेविं दुपारी कां वाती । आंगणीचिया ।। (अमृ. ६/५७)

अर्थ : भर दुपारी अंगणात दिवा ठेऊन उपयोग नसतो.

३४९) आपणया आपणपेंसी । लागंले लग्न कवण देसी ।। (अमृ. ६/७६)

अर्थ : कोणत्याही देशात आपलेच आपल्याशी लग्न लागत नाही.

३५०) कीं सूर्य अंग ग्रासी। ऐसें ग्रहण आहे।। (अमृ. ६/७६)

अर्थ : सूर्य आपले प्रतिबिंब आपणच ग्रासतो असे ग्रहण होत नसते.

३५१) सिंधु आपणपा रिघे। (अमृ. ६/७७)

अर्थ : समुद्र आपल्या पोटात शिरत नाही.

३५२) तळहात काय वळघे। आपणपयां।। (अमृ. ६/७७)

अर्थ : तळहात आपल्याच तळहातावर चढत नाही.

३५३) फळ आपणया फळे। (अमृ. ६/७८)

अर्थ : फळ आपलाच उपभोग घेत नाही.

३५४) परि पाणियासि पाणी। पाजवेल काई। (अमृ. ६/७९)

अर्थ : पाण्याला पाणी पाजता येत नाही.

३५५) वांचूनि आगी लावील। आगीसि काई।।

अर्थ : आग आगीला जाळत नाही.

३५६) चंदन चंदना लावी। (अमृ. ६/८४)

अर्थ : चंदन आपलीच उटी आपल्याला लावत नाही.

३५७) रंगु रंगपणा लावी । (अमृ. ६/८४)

अर्थ : रंग स्वत:ला रंगवत नसतो.

३५८) कोल्हेरीचे वारू। न येती धारकीं धरूं।। (अमृ. ७/४)

अर्थ : कुंभाराचे मातीचे घोडे रणांगणावर उपयोगी पडत नाहीत.

३५९) आठउ आणि विसरू। (अमृ. ७/२६)

अर्थ : स्मरण व विस्मरण एके ठिकाणी नसतात.

३६०) शिता आणि तापा येकवट (अमृ. ७/२७)

अर्थ : थंडी आणि उष्णता एकत्रित नसतात.

३६१) नाना राती आणि दिवो। (अमृ. ७/२८)

अर्थ : रात्र व दिवस एके ठिकाणी नसतात.

३६२) हें असो मृत्यु आणि जिणें। (अमृ. ७/२९)

अर्थ : मरण आणि जिवंतपणा एकत्रित नसतात.

३६३) आणून कासवीचें तूप । भरूं आकाशाचें माप।। (अमृ. ७/८३)

अर्थ : कासवीच्या तुपाने आकाशाचे माप भरता येत नाही.

३६४) लाखेचें मांदुसे। आगीचें ठेवणें कायिसें। (अमृ. ७/२७६)

अर्थ : लाखेच्या पेटीत कोणी अग्नी बंद करून ठेवीत नाहीत.

३६५) मोतींपण मोती लेववी। (अमृ. ६/८४)

अर्थ : मोती मोत्याची प्रभा घालत नाही.

३६६) काजळा मोतीं विये। (अमृ. ७/२८४)

अर्थ : मोती पाण्याला जन्म देत नाही. (किंवा काजळापासून मोती उत्पन्न होत नाहीत.)

३६७) चंद्रमा निगती ज्वाळा। (अमृ. ७/२८५)

अर्थ : चंद्रापासून ज्वाळा निघत नसतात.

३६८) परी काळकूटीं चोखट। सुधा कैंची। (अमृ. ७/२८६)

अर्थ : काळकूटातून अमृत निघत नसते.

३६९) दीठी अंधारे पाहे। तैं तेचि वृथा।। (अमृ. ८/१५)

अर्थ : प्रकाश जर अंधाराला पाहील तर तो अंधार नव्हे.

३७०) जिये पेरीं दिसती उसीं । तियें लाभती कीं रसीं ।। (अमृ. ९/१८)

अर्थ : उसामध्ये जेवढी कांडे दिसतात तेवढी रसात नसतात.

३७१) चंद्र वेचूं गेला चंदिणे। तंव वेंचिलें काय कोणें। (अमृ. ९/२६)

अर्थ : चंद्र चांदणे वेचू लागला तर त्याला काही मिळत नाही (कारण चंद्र व चांदणे भिन्न नसतात.)

३७२) बळेंवीण शक्ति बोलू नये। (ज्ञा. सा. चि. गा. ५३)

अर्थ : अंगात सामर्थ्य असल्याशिवाय शक्तीच्या गोष्टी बोलू नयेत.

३७३) राखोंडी फुंकिता दीप न लगे जयापरी। (ज्ञा. सा. चि. गा. २५५)

अर्थ : राखोंडी फुंकून दिवा लागत नाही.

३७४) मृगजळाची नदी दुरूनी देखोनि धावे।
परी गंगोदक न पवे तान्हेला जैसा।। (ज्ञा. सा. चि. गा. २५५)

अर्थ : दुरून मृगजळाची नदी पाहून धावत जाणाऱ्या तान्हेल्या माणसाला गंगोदक मिळत नाही.

३७५) मृगजळाच्या जळी चाळिसी जलचरें। (ज्ञा. सा. चि. गा. २५८)

अर्थ : मृगजळाच्या पाण्यातील जलचर धरता येत नाहीत.

३७६) गगनींची सुमनें तुरंबिसि मस्तकीं । (ज्ञा. सा. चि. गा. २५८)

अर्थ : आकाशपुष्पे डोक्यात माळता येत नाहीत.

३७७) वांझेचिया सुता रचसिल मारे। (ज्ञा. सा. चि. गा. २५८)

अर्थ : वांझेच्या मुलाला मारायचे ठरवले तरी मारता येत नाही.

३७८) काल्हैरीचे वारू आणिसिल सावया।
कैंचा राऊत कोणा जिंकिसील रया।। (ज्ञा. सा. चि. गा. २५८)

अर्थ : मातीचे घोडे बसायला आणता येतील पण त्यावर घोडेस्वार कसा बसणार आणि तो कुणाला जिंकणार.

३७९) धालियाचें सुख भुकेला जेवि जाणें, कैसे निवे त्याचे मनु रया।। (ज्ञा. सा. चि. गा. २८१)

अर्थ : भोजनाच्या तृप्तीचे सुख भूक लागलेला माणूस जाणत नाही.

३८०) नव्हे फेणं पितां तृषा कांही शांत। (ज्ञा. सा. चि. गा. ३०२)

अर्थ : फेस पिऊन तहान भागत नाही.

नामदेव

१) डोंगरा सांगाते कोण करी वाद। (ना. गा. ४४७)

अर्थ : डोंगराबरोबर वाद करू नये.

२) आवडीचें चिन्ह सांगवेना वाचें। (ना. गा. ४८८)

अर्थ : प्रेमाची खूण शब्दाने सांगता येत नाही.

३) **वांझेचियें स्तनीं अमृताची धणी। (ना. गा. ५७९)**

अर्थ : वांझेच्या स्तनातून दूध येत नाही.

४) **मृगजळ पाणी तान्हा बोले। (ना. गा. ५७९)**

अर्थ : मृगजळाच्या पाण्याने तहान भागत नाही.

५) **कामधेनु संगे गाढव बांधिले। तयाचे तें मोलेंतुके केवि। (ना. गा. ७५२)**

अर्थ : कामधेनू शेजारी गाढव बांधले तरी कामधेनू इतकी किंमत त्याला येत नाही.

६) **नसतां पतित कोण पुसे तूतें। (ना. गा. ७७०)**

अर्थ : पतित माणूस आहे म्हणून देवाला मोल आहे.

७) **कल्पनेची बाधा झडपें संसारी। म्हणुनि पंचाक्षरी श्रेष्ठ जगीं।। (ना. गा. ७७०)**

अर्थ : कल्पनारूपी भूतांनी जर ग्रासले नसते तर पंचाक्षरींना कोणी विचारले असते ?

८) **जोडोनियां हस्त केलें मढ्यापाशीं। (ना. गा. ८९४)**

अर्थ : हात जोडून मढ्याला केलेली विनंती वाया जाते.

९) **नेमावांचुनियां वृत्ति। (ना. गा. १०४४)**

अर्थ : नियमाशिवाय जीवन नाही.

१०) **षट्कर्मेविण ब्राह्मण। (ना. गा. ११२४)**

अर्थ : षट्कर्मे न करणारा ब्राह्मण असला तरी त्याला प्रतिष्ठा नसते.

११) **बोधेविण महंती। (ना. गा. १०४४)**

अर्थ : उपदेशाशिवाय साधुपण नाही.

१२) **अनाधिकारा व्युत्पत्ति। (ना. गा. १०४४)**

अर्थ : अधिकाराशिवाय पांडित्य योग्य नाही.

१३) **हेतुवांचुनि प्रीति। (ना. गा. १०४४ अ)**

अर्थ : कारणाशिवाय प्रेम खरे नाही.

१४) **गुणरहित स्तुती। (ना. गा. १०४४)**

अर्थ : गुणांशिवाय स्तुती नसते.

१५) **करणीवांचुनि कीर्ती । (ना. गा. १०४४ अ)**

अर्थ : कृतिशिवाय कीर्ती शोभत नाही.

१६) **ताकहि पांढरे दूधहि पांढरे। चवी जेवणारें जाणवीतें ।। (ना. गा. १०६२)**

अर्थ : ताक व दूध या दोघांचाही रंग पांढरा असला तरी चवीने जेवणारांना त्यातील फरक समजतो.

१७) **तोंवरी हे तोंवरी वैराग्याचें ठाण। जव कामिनी कटाक्ष बाण लागले नाहीं ।। (ना. गा. १०६५)**

अर्थ : स्त्रियांनी नेत्रकटाक्ष फेकले नाहीत तोपर्यंतच वैराग्य टिकते.

१८) **तोंवरी रे तोंवरी निराभिमान।**
जंव देहीं अपमान जाला नाही।। (ना. गा. १०६५)

अर्थ : जो पर्यंत स्वत:चा अपमान होत नाही तो पर्यंतच निराभिमान टिकतो.

१९) **चंद्र सूर्यादि बिंब लिहिताती सांग।**
परि प्रकाशाचे अंग लिहितां न ये।। (ना. गा. १०६६)

अर्थ : चंद्र, सूर्य यांची चित्रे काढून प्रतिबिंबे दाखविता येतात पण त्यातून प्रकाश मिळत नाही.

२०) **भुजंग विखार करी पवनाहार। परि तो योगेश्वर म्हणूं नये।। (ना. गा. १०६८)**
अर्थ : विषारी सर्प वायुभक्षण करीत असला तरी त्याला योगी म्हणता येणार नाही.
२१) **घर सांडोनिया वन सेवितातीं । (ना. गा. १०६८)**
अर्थ : घर सोडून वनात राहिले म्हणजे परमेश्वर प्राप्ती होते असे नाही.
२२) **उदकींची मासोळी सूर्यासी तें भेटें । (ना. गा. १०७२)**
अर्थ : पाण्यातल्या माशाला सूर्याला भेटता येत नाही.
२३) **तरी वारियाचें कोडे दृष्टी पडे। (ना. गा. १०७२)**
अर्थ : वारा कधी स्थिर असत नाही.
२४) **चंद्राचें चांदणे घेती जैं पालवी। (ना. गा. १०७२)**
अर्थ : चंद्राचे चांदणे पदरात बांधून घेता येत नाही.
२५) **शब्दामृत मांडे येती भोजन। (ना. गा. १०७२)**
अर्थ : शब्दरूपी अमृताच्या मांड्याने भोजन होत नाही.
२६) **बोलाचें पैं मांडे क्षीर घारी अन्न । तेणें समाधान केंवि होय। (ना. गा. १०७७)**
अर्थ : मांडे, खीर, घारे इ. पदार्थ शब्दांचेच असले तर त्यांनी समाधान होत नाही.
२७) **मुंगीचे थडके फुटे जों आकाश। (ना. गा. १०७२)**
अर्थ : मुंगीच्या धक्क्याने आकाश दुभंगत नाही.
२८) **अवघी संतती काउळें पोशिले। जावोनि बैसले विष्ठेवरी।। (ना. गा. १०७३)**
अर्थ : कावळ्यांची संतती सांभाळली तरी ती शेवटी विष्ठेवरच जाऊन बसणार.
२९) **कावळा प्रातः स्नान करी। जितें मेलें तें न विचारी।। (ना. गा. १०७८)**
अर्थ : कावळा प्रात:स्नान करून मांस खायला जातो तेव्हा तो ते मांस जिवंत प्राण्याचे की मृताचे याचा विचार करीत नाही.
३०) **कांडितांचि कोंडा न निघे तांदूळ। (ना. गा. १०७४)**
अर्थ : कोंडा कांडून तांदूळ मिळत नसतात.
३१) **कसाबाची गाई जिणें कैंचे। (ना. गा. १०७४)**
अर्थ : कसाबाघरची गाय जिवंत राहात नाही.
३२) **रुई दूध जरी येईल भोजना। (ना. गा. १०७४)**
अर्थ : रूईच्या झाडाचे दूध भोजनात उपयोगी नसते.
३३) **कण्हेरीच्या मुळा सुगंध तो नाहीं। (ना. गा. १०७४)**
अर्थ : कण्हेरीच्या मुळांना सुगंध नसतो.
३४) **शेरा कैसें फळ अमृताचें।। (ना. गा. १०७४)**
अर्थ : शेराच्या झाडाला गोड फळ लागत नाही.
३५) **बुजगावणें शेतीं माणसें म्हणती । काय त्याचें हातीं शस्त्र शोभे। (ना. गा. १०७५)**
अर्थ : शेताच्या रक्षणासाठी बुजगावणे करतात पण त्याच्या हातात शस्त्र शोभत नाही.
३६) **अनामिकासंगे पाठवितां पंडिता। तो तयातें तत्त्वता काय जाणें ।। (ना. गा. १०७५)**
अर्थ : पंडिताबरोबर अडाणीमाणूस पाठवला तर पंडिताची योग्यता कशी कळणार.
३७) **नाहीं जीव तया प्रेत। आलिंगन। (ना. गा. १०७७)**

अर्थ : प्रेताला आलिंगन देण्यात अर्थ नसतो.

३८) अंगी नाही बळ होड घाली राया। (ना. गा. १०२६)

अर्थ : अंगात बळ नसताना राजाशी पैज मारू नये.

३९) समर्थांसी करी क्रोध हें अहंता। अखंड ममता मानी सदा। (ना. गा. १०९१)

अर्थ : स्वत:वर प्रेम करणारा माणूस समर्थ माणसाबरोबर वैर पत्करतो.

४०) वेडिया उपचार। (ना. गा. १०९३)

अर्थ : वेड्यावर उपचार करून उपयोग होत नाही.

४१) गाढवाला गुढार । (ना. गा. १०९३)

अर्थ : गाढवाला झूल घालून उपयोग नाही.

४२) म्हैसिया बिढार पुष्पवनीं । (ना. गा. १०९३)

अर्थ : रेड्याला बागेत जागा देऊ नये.

४३) पदमासनीं केंवि कुंजर बैसें । (ना. गा. १०९३)

अर्थ : हत्ती पद्मासन घालून बसत नसतो.

४४) कोडिया न दिसे चंदन बरवा। (ना. गा. १०९३)

अर्थ : कुष्ट रोग्याला चंदनाचा लेप शोभत नाही.

४५) शेळीस ऊंस। (ना. गा. १०९३)

अर्थ : शेळीला ऊस खायला देऊ नये.

४६) शेळीस घातली उसाची वैरणी। घेऊ नेणें धणी त्या रसाची।। (ना. गा. ११३३)

अर्थ : शेळीला उसाची वैरण घातली तर तिला त्या रसाचा आनंद घेता येत नाही.

४७) कळकटिया सुदिवस। (ना. गा. १०९३)

अर्थ : अस्वच्छ माणसाला चांगला दिवस माहित नसतो.

४८) सूकराप्रति रस आंबियाचा। (ना. गा. १०९३)

अर्थ : डुकराला आंब्याचा रस देऊन उपयोग नाही.

४९) दर्दुरा क्षीरपान। (ना. गा. १०९३)

अर्थ : बेडकाला दूधपान करतात का ?

५०) मद्यपिया मन स्थिर नव्हे। (ना. गा. १०९३)

अर्थ : मद्यप्राशन करणाऱ्याचे मन स्थिर नसते.

५१) थिल्लर ते नेणें सागराचा अंत। (ना. गा. १०९४)

अर्थ : डबक्याला सागराची खोली समजत नाही.

५२) मुंगीस अग्नींत रिघ नाही। (ना. गा. १०९४)

अर्थ : मुंगी अग्नीत प्रवेश करू शकत नाही.

५३) श्वान काय जाणें मेरूचें प्रमाण। (ना. गा. १०९४)

अर्थ : कुत्र्याला मेरूचे मोठेपण समजत नाही.

५४) अंध काय जाणें कैसा उगवे दिन। (ना. गा. १०९४)

अर्थ : दिवस उजाडतो म्हणजे काय ? हे आंधळ्याला सांगता येत नाही.

५५) पाषाणा पर्जन्य न कळे जेवीं। (ना. गा. १०९४)

अर्थ : पाऊस कितीही पडला तरी दगडाला कळत नाही.

५६) देहवंत जीव काय जाणें देव। (ना. गा. १०९४)

अर्थ : अहंकारी माणसाला देव समजत नाही.

५७) अभक्ताचें स्थळीं भ्रांताची संगती। (ना. गा. १०९६)

अर्थ : अभक्त माणसाच्या मनात सदैव भ्रांती असते.

५८) दीपेंविण मनोहर। शोभा न पवे। (ना. गा. ११२४)

अर्थ : दिव्याशिवाय मंदिराला शोभा नाही.

५९) पुरुषाविण कामिनी । शोभा न पवे। (ना. गा. ११२४)

अर्थ : पुरुषाशिवाय स्त्रीला शोभा नाही.

६०) द्रव्याविण नर। शोभा न पवे। (ना. गा. ११२४)

अर्थ : द्रव्याशिवाय पुरुषाला शोभा नाही.

६१) सेवि तोचि चवी जाणे। (ना. गा. ११६६)

अर्थ : जो सेवन करतो त्यालाच चव समजते.

६२) कैंची सुखनिद्रा इंगळाचें शेजे। (ना. गा. १२१५)

अर्थ : इंगळाच्या अंथरूणावर सुखाची झोप येत नाही.

६३) योगिया म्हणवणे आणि इंदिया नाही दमनें। (ना. गा. १०५६)

अर्थ : योगी म्हणायचे आणि इंद्रियांना ताब्यात ठेवायचे नाही हे योग्य नाही.

६४) अस्वलाशीं तेल माखियलें कानी। ते म्हणजे रानीं थोर सुख। (ना. गा. १०७६)

अर्थ : अस्वलाला तेल माखून स्नान घातले तरी ते म्हणते मी रानात सुखी होतो.

६५) गाढवासी लाविली तूप पोळी डाळ।
भुंकें आळोआळ लाज नाहीं ।। (ना. गा. १०७६)

अर्थ : गाढवाला तूप लावलेली पोळी, वरण खायला दिले तरी ते गल्लोगल्ली भुंकत असते.

६६) सूकरा कस्तुरी चंदन लाविला। तो तेथोनि पळाला विष्ठा खाय।। (ना. गा. १०७६)

अर्थ : डुकराला कस्तुरी आणि चंदन लावले तरी ते तेथून विष्ठा खायला पळून जाते.

एकनाथ

१) शीतळ जळ कां हींव पडे। पृथ्वी निजक्षमा न कांकुडे। (एक. भा. ३/४०६)

अर्थ : गार पाणी पडो वा बर्फ पडो पृथ्वी कुडकुडत नाही.

२) रवीसी अंधारीं लपवे। (एक. भा. २३/८३७)=-

अर्थ : सूर्याला अंधारात लपविता येत नाही.

३) कां उन्हाळेनि सूर्य पोळे । (एक. भा. २३/८७६)

अर्थ : उन्हाळ्याने सूर्य भाजत नाही.

४) जेवीं दावाग्नी कां उन्हाळे। आकाश जैसें न पोळे। (एक. भा. ३/४०५)

अर्थ : दावाग्नीने किंवा उन्हाळ्याच्या तापाने आकाश पोळत नाही.

५) चित्रींचेनि हुताशनें। जैं जाळिजती पुरे पट्टणें । (एक. भा. ११/३३)

अर्थ : चित्रातल्या अग्नीने गावे जळत नसतात.

६) **जेवीं राखेमाजीं केला होम। (एक. भा. १०/३०४, २६/१५७)**

अर्थ : राखेत केलेला होम वाया जातो.

७) **वणवा तृणामाजीं बांधवे। (एक. भा. २३/८३७)**

अर्थ : गवतात वणवा बांधता येत नाही.

८) **आगीनें काय आगीं जळे। (एक. भा. २३/८७६)**

अर्थ : आगीने आग जळत नाही.

९) **जेवीं चकमकेची आगी । जाळू न शके नाटे लागीं । (एक. भा. २८/३७९)**

अर्थ : चकमकीची आग तुळई जाळू शकत नाही.

१०) **जेवी आकाश शस्त्रघातीं । न ये काकुळती तैसे ते ।। (एक. भा. २/६८४)**

अर्थ : आकाशावर शस्त्राचा घाव केला तर ते काकुळती येत नसते.

११) **शस्त्रे तोडितां आकाशासी । आकाश स्वयें सावकाशी । (एक. भा. ४/८५)**

अर्थ : आकाशावर शस्त्राने घाव केले तरी आकाश स्वस्थ असते.

१२) **आकाश खोचूं जातां पाहे । शस्त्रेंसीं घावो वाया जाये । (एक. भा. ३/३९४)**

अर्थ : आकाशावर शस्त्राचा धाव करू गेले तर तो धाव वाया जातो.

१३) **दहें माखला वायसु । तो काय होईल राजहंसु । (एक. भा. ३/३९४)**

अर्थ : कावळा दह्याने माखला म्हणून तो राजहंस होत नाही.

१४) **चंदनभार वाहे खर । परी तो नेणें सुवासाचें सार । (एक. भा. १४/३०३)**

अर्थ : गाढव चंदनाचे ओझे वाहतो पण त्याला सुवासाची गोडी कळत नसते.

१५) **घोडा विकोनि पलाण घेणें । (एक. भा. २१/२७१)**

अर्थ : घोडा विकून खोगीर घेणे हे शहाणपणाचे लक्षण नाही.

१६) **गाय गादल्या संपूर्ण । तैलाभ्यंजन करूं नये । (एक. भा. ३/३७५)**

अर्थ : गाय चिखलाने माखली म्हणून तिला तेल लावून स्नान घालू नये.

१७) **गाय काळी आणि तांबडी । परी दुधीं वाकुडी चवी नाहीं । (एक. भा. २९/१८)**

अर्थ : गाय काळी वा तांबडी असली तरी तिच्या दुधाची चव वाकडी नसते.

१८) **व्याघ्रासी पडिल्या लंघन । त्यासी अर्पू नये गोदान । (एक. भा. ३/३७९)**

अर्थ : वाघाला उपवास झाला म्हणून त्याला गाय देऊ नये.

१९) **व्याघ्रासी वाढिलें मिष्टान्न । तें त्यासी जैसें नावडे जाण । (एक. भा. ११/३७८)**

अर्थ : वाघाला पक्कान्न वाढले तर ते त्याला आवडत नाही.

२०) **चित्रामाजीं व्याघ्र दिसे । परी बाधकत्व त्यासी नसे । (एक. भा. १३/५८४)**

अर्थ : चित्रात वाघ दिसला तरी त्याच्यापासून भीती नसते.

२१) **सर्पत्वचा जेवी पांपरी । माथा हालविल्या फडा न करी । (एक. भा. १४/१०६)**

अर्थ : सापाच्या कातेला लाथ मारून तिचे मस्तक हलविले तरी ती फडा काढत नाही.

२२) **जरी सोन्याचें पेंडुकें केलें । परी तें दगडमोला नाहीं आलें । (एक. भा. ९/ ४९४)**

अर्थ : सोन्याचा दगड (गोटा) केला तरी तो दगडाच्या मोलाने विकला जात नाही.

२३) **पुरिले लोहा माती खाये । तें उपेगा न ये वायां जाये । (एक. भा. ११/५९१)**

अर्थ : पुरलेल्या लोखंडाला माती खाउन टाकते. ते उपयोगाला न येता वाया जाते.

२४) जेवीं रत्नें उत्तम घाणा गाळी । तेथे तेल न पेंडी । (एक. भा. ११/५५४-५५५)

अर्थ : उत्तम रत्ने घाण्यात गाळली तर त्यापासून तेल वा पेंड काहीच मिळत नाही.

२५) टांकी मुक्ताफळीं न शिरे । (एक. भा. १२/२५०)

अर्थ : मोत्यामध्ये टाकी शिरत नाही.

२६) उडवों जातां आपुली छाया । सर्वथा न उडवे ज्याची तया । (एक. भा. ३/५८)

अर्थ : आपली सावली उडवू म्हटले तर ज्याची त्याला ती उडविता येत नाही.

२७) म्हणे दोघांचा संगु एके स्थानीं । तेथें सर्वथा न राहे ध्वनी । (एक. भा. ९/१०१)

अर्थ : दोन वस्तू एका ठिकाणी असल्या की, त्यातून आवाज उत्पन्न होतो.

२८) जेथे होय बहुतांची वस्ती । तेथ अनिवार कलहप्राप्ती । (एक. भा. ९/११३)

अर्थ : जिथे अनेकांची वस्ती असते तिथे भांडणे होत असतात.

२९) जेवीं कां वमिलें वमक । परतोनि लोक न पाहती । (एक. भा. १०/५२)

अर्थ : ओकून टाकलेल्या ओकाकडे लोक मुळीच पाहत नाहीत.

३०) चुकवूनियां निजमुख । सर्वांगी खिरीसाकरेचा देख ।
लेपु देता न वचे भूक । अधिक दु:ख तेणें होय । (एक. भा. १०/४६४)

अर्थ : खीर मुखात घालायची सोडून तिचा सर्वांगाला लेप दिला तर भूक न भागता अधिकच दु:ख होतो.

३१) जैसा चाटू खिरीआंतु । चाटुवेंचि खिरी वाढिजेतु ।
चाटू खरकटल्या सांडितु । भोक्ते भोगितु परमान्न । (एक. भा. १०/४६७)

अर्थ : खिरीत पळी घालून तिने लोकांना खीर वाढतात. पण पळी खिरीने बरबटली तर पळी बाजूला ठेवतात आणि लोक खीर खातात.

३२) सरस ऊंस घालिजे घाणा । रस पिळूनि भरे भाणा।
रिता चोपटीं करकरी घाणा । (एक. भा. १०/४६८)

अर्थ : रसदार ऊस घाण्यात घातला असता तो घाणा रसाने भांडे भरतो आणि स्वत: चोपट्या चघळत असतो.

३३) आगी लागलिये घरीं । क्षण न राहिजे चतुरीं । (एक. भा. १०/४८७)

अर्थ : आग लागलेल्या घरात शहाण्या माणसाने एक क्षणभरही थांबू नये.

३४) जैसा सुळीं द्यावया जो नेईजे । त्यासी नाना समारंभु कीजे ।
मुखीं घालिता पंचखाजें । तेणें तो नव्हिजे सुखिया की ।। (एक. भा. १०/४९२)

अर्थ : सुळी द्यायच्या माणसाला घेऊन जाताना त्याचे अनेक समारंभ करतात, त्याच्या मुखात पंचक्वान्ने घालतात पण त्यामुळे त्याला सुख होत नाही.

३५) प्रचंड दुधाचे भांडे । माजी थेंबु एकु कांजी पडे ।
तेणें दहीं दूध ना तूप जोडे । करी खवडे दूधाचे । (एक. भा. १०/५०९)

अर्थ : मोठ्या दुधाने भरलेल्या भांड्यात कांजीचा एक थेंब जरी पडला तरी त्यापासून दही, दूध, तूप काहीच मिळत नाही. उलट सर्व दूध चोथापाणी होते.

३६) आंबा पिकलिया रसाळ । राखण सबळ त्यापासीं । (एक. भा. १०/६५९)

अर्थ : रसाळ आंबा पिकला की, त्याला राखण लागते.

३७) कनकबीजसेवनें जैसें । शहाणें माणूस होय पिसें । (एक. भा. १०.६८५)

अर्थ : धोत्र्याचे बी खाल्ले तर शहाणा माणूसही वेडा होतो.

३८) कां स्वप्नींचेनि महाधनें । वेव्हारा होणें जागृतीं । (एक. भा. ११/३३)

अर्थ : स्वप्नातल्या मोठ्या धनाने जागेपणी व्यवहार चालत नसतात.

३९) डोळां हरळू न विरे । (एक. भा. १२/२५०)

अर्थ : डोळ्यात गेलेला खडा विरघळत नाही.

४०) घायीं कोत न जिरे । (एक. भा. १२/२५०)

अर्थ : जखमेत गेलेले भाल्याचे टोक विरत नाही.

४१) खिरीमाजीं न सरे सरांटा । (एक. भा. १२/२५०)

अर्थ : खिरीत सराटा शिजत नाही.

४२) पीक आलिया घुमरी । ते शेतीं कोण नांगरी घरी । (एक. भा. १२/५९४)

अर्थ : शेत पिकाने भरले असता कोणी नांगर चालवत नाही.

४३) हातीं लागलिया निधान । नयनीं कोण घाली अंजन । (एक. भा. १२/५९५)

अर्थ : ठेवा हाती लागला तर डोळ्यात अंजन कोणी घालत नाही.

४४) तोंडींचा खिळू नव्हतां दूरी । नारेळजळ न चढे करीं । (एक. भा. १३/२९)

अर्थ : नारळाच्या तोंडावरील खीळ दूर होत नाही तोपर्यंत त्याचे पाणी हाती येत नाही.

४५) आपुली छाया देखिली शूळीं । तीलागीं पुरुष न तळमळी । (एक. भा. १३/५७८)

अर्थ : शूळावर आपली पडलेली छाया पाहून कोणी तळमळत नाही.

४६) खात्या सांडूनि अमृतफळा । शाहाणा न घे पेंडीचा गोळा । (एक. भा. १४/१२०)

अर्थ : मुखात असलेले अमृतफळ टाकून कोणी पेंडीचा तुकडा घेणार नाही.

४७) ताक दूध पाहतां दिठीं । सारिखेंपणें होतसे भेटी ।
सज्ञान दूध लाविती ओंठीं । त्यागिती वाटी ताकाची । (एक. भा. १४/१२३)

अर्थ : ताक व दूध डोळ्यांना सारखेच दिसते पण ज्ञानी माणसे दूध प्राशन करतात आणि ताकाचा त्याग करतात.

४८) नवनीत आलिया हाता । रितें ताक आतां कोण घुसळी । (एक. भा. १८/७८)

अर्थ : लोणी हाती आले म्हणजे ताक कोण घुसळणार ?

४९) तेणे नाव फोडूनि भाजिजे चणे । (एक. भा. २०/१८६)

अर्थ : नावेची लाकडे जाळून चणे भाजू नयेत.

५०) का पांघरूणे जाळूनि तापणें । (एक. भा. २०/१८६)

अर्थ : पांघरण्याची वस्त्रे जाळून थंडी दूर करू नये.

५१) शेती पेरावया आणिले चणे । त्यांचे आदरें करी जो फुटाणे ।
तो शहाणा कीं मूर्ख म्हणणे । (एक. भा. २१/२७०)

अर्थ : शेतात पेरायला आणलेल्या हरभऱ्याचे जर फुटाणे केले तर त्याला शहाणा म्हणावा की मूर्ख ?

५२) तो कण यावया हातासी । सांडिती भुसासी पाखडूनी । (एक. भा. २५/७१)

अर्थ : दाणा हाती येण्यासाठी भूस पाखडून दूर करतात.

५३) भर्जित बीजें जाण । हों शकें क्षुधा हरण ।
परी करिता बीजारोपण । अंकुर जाण त्या नाहीं ।। (एक. भा. १३/५८३)

अर्थ : भाजलेल्या बीजांनी भूक भागते पण त्यांना अंकुर फुटत नाही.

५४) **लोणी देऊनि ताक मागणें । (एक. भा. २१/२७१)**

अर्थ : लोणी देऊन ताक मागणे हा शहाणपणा नव्हे.

५५) **भात सांडूनि वेळण पिणें । (एक. भा. २१/२७१)**

अर्थ : भात टाकून पेज पिणे हे योग्य नव्हे.

५६) **जेवीं कां मैंद गोडपणें । संगती लागोनि जीव घेणें (एक. भा. २२/१५९)**

अर्थ : लबाड लोक प्रेमभावाने सोबतीला राहतात आणि संधी मिळाली की, प्राण घेतात.

५६अ) **आपुली जिव्हा आपुले दांतीं । रगडिली होय अवचितीं ।**
तया कोपाची अतिप्राप्ती । कोणाप्रती करावी । (एक. भा. २३/७७८)

अर्थ : आपलीच जीभ आपल्या दाताखाली आली तर राग कोणावर काढावा.

५७) **जेंवी छायेसी लागतां धावो । पुरुषासी नाही भय संदेहो । (एक. भा. २३/९४२)**

अर्थ : सावलीवर घाव बसला तर पुरुषाला भयाचा संशयही नसतो.

५८) **जेवीं कां कवळूनियां कण । निकण कोंडा वाढे आपण । (एक. भा. २४/७६)**

अर्थ : दाणा पोटाशी धरून फोलपट वाढतो.

५९) **पव्हणिया परिस पाय उतारा । (एक. भा. २८/७३७, एक. भा. ५/५६५)**

अर्थ : पोहत जाण्यापेक्षा जिथे पाणी कमी असते तिथून जाणे सोपे असते.

६०) **पव्हणिया परिस पायउतारा । स्त्रिया बाळा अति सोपारा । (एक. भा. २९/४४)**

अर्थ : नदीतून पोहत जाण्यापेक्षा स्त्रियांना व मुलांना पायउताराने जाणे सोपे असते.

६१) **सागरीं वरुषल्या घन । वृथा जाय तें जीवन । (एक. भा. ८/६१)**

अर्थ : समुद्रावर पाऊस पडला तर ते पाणी वाया जाते.

६२) **जो रिघणें निघणें जाणें जळीं । तो समुद्रीं करीं आंघोळी । (एक. भा. ८/४६)**

अर्थ : जो समुद्रात शिरणे व बाहेर निघणे जाणतो तोच समुद्रात स्नानाला जातो.

६३) **छाया उष्णामाजीं तापली । ते छाया छायेंचि निवाली । (एक. भा. ३/४६७)**

अर्थ : सावली उन्हात तापली तर ती सावली सावलीनेच थंड होते.

६४) **दहीं म्हणोनि मथितां कापुसू । (एक. भा. ३/३९४)**

अर्थ : दही म्हणून कापूस घुसळला तर लोणी निघत नाही.

६५) **तीर्थां धुतला रजकराजु । तो काय होईल शुद्ध द्विजु । (एक. भा. ३/३९१)**

अर्थ : गाढव तीर्थात धुतला म्हणून तो ब्राह्मण होत नाही.

६६) **नटे घेतला राजध्वजु । तो नव्हे पुज्यू बाह्यक्रियावशे । (एक. भा. ३/३९१)**

अर्थ : नटाने राजाचे सोंग घेतले म्हणून तो या बाह्यवेषाने पूज्य होत नाही.

६७) **जैसें मृगजळाचें ज्ञान । दिसे तरी तें मिथ्या पूर्ण । (एक. भा. ३/५३)**

अर्थ : मृगजळ दिसले तरी ते सर्वस्वी भासमान असते.

६८) **मृगजळाचिये प्राप्ती । केवीं निवती तृषार्त । (एक. भा. ७/६४२)**

अर्थ : मृगजळाच्या पाण्याने तान्हेल्या माणसाची तहान भागत नाही.

६९) **भरलीं मृगजळाची तळीं । तेणें न पिकती साळी केळी । (एक. भा. १०/७६, ६८२, ११/८०)**

अर्थ : मृगजळाच्या पाण्याने तळी भरली असली तरी त्या पाण्यावर भात केळी पिकविता येत नाहीत.

७०) **भरलें मृगजळाचें तळें । चंद्रमा बिंबेना तेणें जळें । (एक. भा. १०/७२२)**

अर्थ : मृगजळाचे तळे भरलेले असले तरी त्यात चंद्राचे प्रतिबिंब पडत नाही.

७१) **तारूं बुडे मृगजळां । हें कोणीं तरी डोळां देखें काय । (एक. भा. १३/३७५)**

अर्थ : मृगजळात नाव बुडते हो कोणी डोळ्यांनी पाहिले आहे काय ?

७२) **साखरेचें इंद्रावण । केलिया न वचे गोडपण । (एक. भा. ३/४२९)**

अर्थ : साखरेचें कडू वृंदावन केले म्हणून साखरेची गोडी नष्ट होत नाही.

७३) **जळते घरीं ठेवा ठेवणें । (एक. भा. ५/२५२)**

अर्थ : जळत्या घरात पैसा ठेवू नये.

७४) **मरत्या देहा सुरवाड करणें । (एक. भा. ५/२५२)**

अर्थ : मढ्याला शृंगार करू नये.

७५) **जो स्वयें बैसली खांदी तोडी । तो खांदी सहित पडे बुडी । (एक. भा. ५/२८७)**

अर्थ : आपण बसलेली फांदीच जो तोडतो तो फांदीसह खाली पडतो.

७६) **झोप लागल्या झोप न दिसे पाहीं । जागें जाहल्या दिसतचि नाहीं । (एक. भा. ६/७५)**

अर्थ : झोप लागल्यावर झोप दिसत नाही आणि जागे जाहल्यावर तर ती मुळीच दिसत नाही.

७७) **निघोनि गेलिया आत्मा । प्रेतरूप उरे प्रतिमा । (एक. भा. ६/३३७)**

अर्थ : शरीरातून आत्मा निघून गेल्यावर देह प्रेतरूप होतो.

७८) **नेदवे प्रेतासी आलिंगन । (एक. भा. ८/१९)**

अर्थ : प्रेताला मिठी मारवत नाही.

७९) **अंधा हातीचें रत्न पडे । ते ज्याचें त्यासी न संपडे । (भा. रा. बा. २/१२७)**

अर्थ : आंधळ्याच्या हातातून रत्न गळून पडले तर ते ज्याचे त्याला सापडत नाही.

८०) **बहुबडबड न साजे वीरा । (भा. रा. अरण्य ११/१२१)**

अर्थ : वीराला फार बडबड करणे शोभत नाही.

८१) **पुढीलांचें करिता छळण । जें छळीं तें पावे मरण । (भा. रा. युद्ध. ३६/३३)**

अर्थ : इतरांचा छळ करू जाता छळणाऱ्यास मरण येते.

८२) **वाचेचा बाणप्रहरीं । कोण्ही मारिलें नाहीं वैरी । (भा. रा. युद्ध ३८/७९)**

अर्थ : वाक्‌बाणांनी कोणी शत्रूला मारले नाही.

८३) **द्रव्यलाभ देखें ज्या पासी । सदा वोळगें तयासी ।। (भा. रा. युद्ध ४५/१०५)**

अर्थ : ज्याच्याकडून द्रव्यलाभ होणार असे समजते त्याची सर्वजण सेवा करतात.

८४) **एकाचें अपराधासाठीं । संहारण सकळ सृष्टी । (भा. रा. युद्ध ४८/१७९)**

अर्थ : एका व्यक्तीच्या अपराधासाठी सर्वांचा नाश करणे योग्य नाही.

८५) **जो दुजयाचि वास पाहे । त्याचे कार्य कांहींच नोहे । (भा. रा. युद्ध ५५/५)**

अर्थ : कामासाठी जो दुसऱ्याच्या मदतीची वाट पाहतो त्याचे कोणतेच काम होत नाही.

८६) **गेलियाचा शोक करिता । लागे पाहे अति मूर्खतां । (भा. रा. युद्ध ६४/१३२)**

अर्थ : गेलेल्याचा शोक करणे हा मूर्खपणा होय.

८७) **पुढिलाचेंनि भोजनें । तृप्तीं न पवें निजप्राणें । (भा. रा. युद्ध ६७/१२३)**

अर्थ : दुसऱ्याच्या भोजनाने आपल्या जीवाला तृप्ती मिळत नाही.

८८) रंभा नव्हें अवर नारी । (भा. रा. युद्ध ८/८६)

अर्थ : प्रत्येक स्त्री रंभा (सुंदर स्त्री) असू शकत नाही.

८९) हनुमान नव्हे तनुवानरी । (भा. रा. युद्ध ८/८६)

अर्थ : प्रत्येक वानर म्हणजे हनुमान नव्हे.

९०) गंगा नव्हे नदी पडि पाडे । (भा. रा. युद्ध ८/८५)

अर्थ : नद्या, ओहळ म्हणजे गंगा नव्हे.

९१) ऐरावता हस्तित्व न घडे । (भा. रा. युद्ध ८/८५)

अर्थ : प्रत्येक हत्ती म्हणजे ऐरावत नव्हे.

९२) उच्चैःश्वरा नव्हे घोडे । (भा. रा. युद्ध ८/८५)

अर्थ : सर्व घोडे उच्चश्रवा असत नाहीत.

९३) जोचि पेरी तोचि सोकरी । (भा. रा. सुंदर. २२/२०)

अर्थ : जो पेरतो तोच राखण करतो.

९४) मेल्या मागें मरों नये । (भा. रा. किष्किं. ४/११९)

अर्थ : माणूस मेल्यावर मागे असणाऱ्यांनीही मरू नये.

९५) समानशीळा निजमैत्री । (भा. रा. अरण्य २२/२८)

अर्थ : समानशील लोकांमध्येच मैत्री होते.

९६) दुसऱ्याची आस करीं जो कोण । हीन दीन नपुंसक ।। (भा. रा. अरण्य २२/२८)

अर्थ : जो दुसऱ्याच्या मदतीची अपेक्षा करतो तो नपुंसक समजावा.

९७) परांचे ओझें वाहणें । ते होये उबगवाणें ।। (भा. रा. बा. ३/५३)

अर्थ : दुसऱ्याचे ओझे वाहणे हे त्रासदायक असते.

९८) चाटू मधुर रस वाढी । ते चाटू खाता न लभे गोडी । (भा. रा. बा. १९/३८)

अर्थ : पळी मधुर रस वाढते म्हणून आपण पळी खाऊ लागलो तर आपल्याला गोडी मिळणार नाही.

९९) जेवित्याची चवीं जेविता जाणें । (भा. रा. बा. ३/३९)

अर्थ : जेवणाऱ्याला जेवणाऱ्याचा आनंद समजतो.

१००) जऱ्ही अमोलिक हिरे रत्ने होती ।
तऱ्ही शालिग्रामासम पूज्य नव्हती । (भा. रा. बा. २/८९)

अर्थ : हिरे मूल्यवान असले तरी त्यांना शालिग्रामाप्रमाणे पावित्र्य येत नाही.

१०१) वळहई माजीं दीपकळी । ठेवितां तत्काळ तें जाळी । (भा. रा. अरण्य. १६/८)

अर्थ : गवताच्या गंजीत दिवा ठेवला तर तो तत्काळ गंजीला जाळून टाकतो.

१०२) घरचा दिवा झाला म्हणून काय आडाणी बांधावा । (एक. गा. पृ. ५०४ अ. ६)

अर्थ : दिवा घरचा आहे म्हणून तो आढ्याला बांधू नये.

१०३) नित्य देव भेटें तरी काय जगाशी दावावा । (एक. गा. पृ.५०४ अ. ६)

अर्थ : देवाची नित्य भेट होते म्हणून तो जगाला दाखवायचा नसतो.

१०४) सदगुरू सोयरा झाला म्हणून काय आचार बुडवावा । (एक. गा. पृ. ५०४ अ. ६)

अर्थ : सद्‌गुरू सोयरा झाला म्हणून त्याने आचार सोडू नये.

१०५) मखमली पैजार झाली म्हणून काय शिरींच वंदावी । (एक. गा. पृ. ५०४ अ. ६)

अर्थ : पैजार मखमली आहे म्हणून ती डोक्यावर घ्यायची नसते.

१०६) सोन्याची सुरी झाली म्हणून काय उरींच मारावी । (एक. गा. पृ. ५०४/अ. ६)

अर्थ : सोन्याची सुरी असली तरी ती उरात मारून घ्यायची नसते.

१०७) परस्त्री सुंदर झाली म्हणून काय बळेच भोगावी । (एक. गा. पृ. ५०४ अ. ६)

अर्थ : परस्त्री सुंदर झाली म्हणून बळजबरीने भोगू नये.

१०८) नित्य व्याज खातीं म्हणून काय मुद्दल बुडवावे । (एक. गा. पृ. ५०४ अ. ६)

अर्थ : सदैव व्याज द्यावे लागते म्हणून मुद्दल बुडवायचे नसते.

१०९) फुकट हिरा झाला म्हणून काय कथिली जोडावा । (एक. गा. पृ. ५०४ अ. ६)

अर्थ : हिरा फुकट मिळाला तरी त्याला कथलाच्या कोंदणात बसवू नये.

११०) फुकटचा हत्ती झाला म्हणून काय भलत्यांनी न्यावा । (एक. गा. पृ. ५०४ अ. ६)

अर्थ : हत्ती फुकट मिळाला म्हणून तो कोणीही नेऊ नये.

१११) आग्या विंचू झाला म्हणून काय कंठीच कवळावा ।। (एक. गा. पृ. ५०४ अ.६)

अर्थ : आग्या विंचू असला तरी त्याला गळ्याला बांधू नये.

११२) भगवीवस्त्रें केंली म्हणून काय जगच नाडावें । (एक. गा. पृ. ५०४ अ. ६)

अर्थ : अंगावर भगवी वस्त्रे धारण केली म्हणून जगाला लुटायचे नसते.

११३) वडील रागें भरला म्हणून काय जिवेच मारावा.

अर्थ : वडील रागावले म्हणून त्यांना ठार मारायचे नसते.

११४) चंदन शीतल झाला म्हणून काय उगाळून प्यावा ।। (एक. गा. पृ. ५०४ अ. ६)

अर्थ : चंदन शीतल असले तरी ते उगाळून पिऊ नये.

११५) देव अंगी आला म्हणून काय भलतेच बोलणें ।। (एक. गा. पृ. ५०४ अ. ६)

अर्थ : देव अंगात आला म्हणून काहीही बरळायचे नसते.

११६) गांवचा पाटील झाला म्हणून काय गांवच बुडवावा ।। (एक. गा. पृ. ५०४ अ.६)

अर्थ : गावाचा प्रमुख झाला म्हणून गाव बुडवायचा नसतो.

११७) प्रीतीचा पाहुणा झाला म्हणून काय फार दिवस रहावा ।। (एक. गा. पृ. ५०४ अ.६)

अर्थ : आवडता पाहुणा असला तरी त्याने फार दिवस राहू नये.

११८) ऊस गोड झाला म्हणून काय मुळासहित खावा । (एक. गा. पृ. ५०४ अ. ६)

अर्थ : ऊस गोड लागला म्हणून मुळासहीत खाऊ नये.

११९) आमिंष देखोनी भक्षावया जाय ।
परि नेणें काळ आहे म्हणोनियां ।। (एक. गा. ३१०४/३)

अर्थ : आमिष पाहून मासे ते खायला जातात; पण तो मृत्यू आहे हे ते जाणत नाहीत.

१२०) विष खाउनियां प्रचीत पाहे कोणी । (एक. गा. ३००२/३)

अर्थ : विषाचा अनुभव कोणी घेत नाही.

१२१) खरासी चंदन। (एक. गा. ११३६/२)

अर्थ : गाढवाला चंदनाचा लेप देऊन काय उपयोग.

१२२) अंधापुढे दीप । (एक. गा. ११३६/२)

अर्थ : आंधळ्यापुढे दिवा धरून उपयोग नसतो.

१२३) वरुषला मेघ खडकावरूता ।
चिखल ना तत्त्वतां थेंब नाहीं ।। (एक. गा. २६९९/१)

अर्थ : खडकावर पाऊस पडला तर तिथे चिखल होत नाही आणि पाणीही राहत नाही.

१२४) सर्पा दूधपान करूं नये । (एक. गा. ११३६/२)

अर्थ : सर्पाला दूध पाजू नये.

१२५) नाकेंविण मोती । (एक. गा. ११३७/२)

अर्थ : नाकाशिवाय मोत्याला शोभा नसते.

१२६) घ्राणेंविण घाणी । (एक. गा. १२३३/३)

अर्थ : नाकाशिवाय दुर्गंध कळत नाही.

१२७) अर्थाविण पोथी वाचुनी काय । (एक. गा. ११३७/२)

अर्थ : अर्थ कळत नसेल तर पोथी वाचून उपयोग नसतो.

१२८) मृगजळी उत्पत्ति नाहीं । (एक. गा. २३४१/३)

अर्थ : मृगजळाच्या पाण्यावर काही पिकत नाही.

१२९) सकळ प्रपंचाचे भान । तें तंव मृगजळासमान । (एक. गा. २४८५/१)

अर्थ : प्रपंचाचे प्रेम हे मृगजळाप्रमाणे असते.

१३०) मृगजळाचेनि काय तृषा हरे । (एक. गा. २७३३/१)

अर्थ : मृगजळाच्या पाण्याने तहान भागत नाही.

१३१) शुद्ध पंचामृतें काग तो न्हाणिला ।
परी कृष्णवर्ण पालटला नोहे त्याचा ।। (एक. गा. २७३१/३)

अर्थ : पंचामृताने कावळ्याला स्नान घातले तरी त्याचा काळा रंग नाहीसा होत नाही.

१३२) सुकरा लेपन कस्तुरीचें केलें ।
परी तो लोळे चिखला सदा ।। (एक. गा. २७१६/३)

अर्थ : डुकराला कस्तुरी चोपडली तरी ते चिखलात लोळणार.

१३३) गर्दभाचे अंगी चंदनाची उटी ।
व्यर्थ शीण पोटी लावूनियां । (एक. गा. २७१६/१)

अर्थ : गाढवाला चंदनाची उटी लावल्याने व्यर्थ कष्ट मात्र होतात.

१३४) गाढवासांगाती सुकाळ लाथांचा । (एक. गा. २४९४/१)

अर्थ : गाढवाच्या संगतीस लाथांचा सुकाळ असतो.

१३५) जळतिया घरा । कोण वस्ती करी थारा ।। (एक. गा. २६६४/१)

अर्थ : जळत्या घरात कोणी आधारासाठी वस्ती करीत नसतो.

१३६) सद्बुद्धी आड कामक्रोधू । (रु. स्व. २/४३)

अर्थ : काम, क्रोध हे सद्बुद्धीच्या आड येतात.

१३७) स्वधर्माआड आळससिंधू । (रु. स्व. २/४३)

अर्थ : आळस स्वधर्माच्या आड येतो.

१३८) जो दुनियाची वाट पाहे । त्याचें कार्य कांहीच नोहें ।। (रु. स्व. ५/२)

अर्थ : जो दुसऱ्याच्या सहाय्याची अपेक्षा करतो त्याचे कोणतेच काम होत नाही.

१३९) जांभईमाजीं आकाश बुडे । (रु. स्व. ११/२८)

अर्थ : जांभईमध्ये आकाश बुडत नसते.

१४०) वागुरे माजी वारा अडे । (रु. स्व. ११/२८)

अर्थ : पारध्याच्या जाळ्यात वारा अडकत नसतो.

१४१) मुरकुट सगळा समुद्र सोखी । (रु. स्व. ११/३९)

अर्थ : कीटक समुद्राचे पाणी शोषून घेऊ शकत नाही.

१४२) आकाश पडळ काढिजे टाकी । (रु. स्व. ११/२९)

अर्थ : आकाशाचा पडदा टाकीने काढता येत नसतो.

१४३) सूर्यासी खद्योत रणांगणीं । (रू. स्व. ११/३१)

अर्थ : सूर्य आणि काजवा यांचे युद्ध होत नसते.

१४४) वांझेचा पुत्र महारोगी । (रु. स्व. ११/३४)

अर्थ : वांझेच्या मुलाला महारोग होत नसतो.

१४५) कासव धृतेंसी आरोगी । (रु. स्व. ११/३४)

अर्थ : कासवाचे तुपाबरोबर जेवता येत नाही.

१४६) श्रोता जालया दुश्चिता ।
ग्रंथींचीं सुरसता विरस होय ।। (एक. आठ. ग्रं. ह. ८५)

अर्थ : श्रोत्याचे चित्त विचलित झाले की, ग्रंथार्थाची गोडी संपते.

१४७) जेवीं नपुंसकाहातीं । दिधली पद्मिनी जाती । (एक. आठ. ग्रं. ह. ८६)

अर्थ : नपुंसकाहाती पद्मिनी देणे हे व्यर्थ होय.

१४८) कां मृगजळाचें जळ । भरले दिसे प्रबळ ।
परी साचारुचा तीळ । तिंबू न शके ।। (एक. आठ. ग्रं. १८०)

अर्थ : मृगजळाचे पाणी भरपूर दिसत असले तरी त्याने तीळ भिजत नाहीत.

१४९) एकाचेंनि भोजनें । केवि तृप्ती होय सकळजनें । (एक. आठ. ग्रं. स्वी. ३५८)

अर्थ : एकाचे भोजन झाले म्हणजे सर्वांची भोजनाची तृप्ती होत नसते.

१५०) जैसा चित्रींचा हुताशन । दिसें परी बाधीना ।। (एक. आठ. ग्रं. ३७२)

अर्थ : चित्रातला अग्नी आग लावू शकत नाही.

१५१) छाया शस्त्रें तोडिता न तुटे । (एक. आठ. ग्रं. शु. ६४)

अर्थ : शस्त्राने सावली तोडता येत नाही.

रामदास

१) हीनाचें रुण घेऊं नये । (दास. १.२.२०)

अर्थ : हलक्या माणसाचे कर्ज घेऊ नये.

२) सांडूनियां श्रीपती। जो करी नरस्तुती । (दास. २.१०.१८)

अर्थ : परमेश्वराची स्तुती करायची सोडून नरांची (माणसांची) स्तुती करू नये.

३) क्रियेविण ब्रह्मज्ञान । (दास. २.१०.२३)

अर्थ : आचरणाशिवाय ब्रह्मज्ञान व्यर्थ आहे.

४) **जैसें आपण करावें। तैसें चि तेणें व्हावें । (दास. १.२.२०)**

अर्थ : आपण जसे करावे तसे ते होते.

५) **कोण समयो येइल कैसा । याचा न कळे किं भर्वसा । (दास. ३.१०.३९)**

अर्थ : कोणती वेळ कशी येईल याची खात्री देता येत नाही.

६) **पाहिली घडी नव्हे आपुली । (दास. ३.१०.४१)**

अर्थ : गेलेली वेळ परतून येत नाही.

७) **तुझें तुज नव्हे शरीर। तेथें इतरांचा कोण विचार। (दास. ३.१०.५३)**

अर्थ : आपले शरीर सुद्धा आपले नसते तर मग इतरांचा विचार कशाला ?

८) **येक वेळ उदंड जेविलें। तऱ्हीं सामग्री पाहिजे । (दास. ५.३.११)**

अर्थ : एक वेळ भरपूर जेवले तरी (दुसऱ्या वेळेसाठी) जवळ शिधा पाहिजे.

९) **काखे घेऊनियां दारा। म्हणे मला संन्यासी करा । (दास. ५.३.६६)**

अर्थ : बगलेत बायकोला घेऊन हिंडणारा माणूस 'मला संन्यास द्या' म्हणू लागला तर तो मूर्ख ठरतो.

१०) **वैषेची करील सेवा। तो कैसा मंत्री म्हणावा । (दास. ५.३.६८)**

अर्थ : वेश्येची सेवा करणाऱ्याला मंत्री म्हणता येत नाही.

११) **निंदे ऐसे नाहीं दोष । (दास. ५.८.११)**

अर्थ : निंदेसारखे दोष नाहीत.

१२) **कुबुद्धित्यागेंविण कांहीं । सुबुद्धि लागणार नाहीं । (दास. ५.१०.३)**

अर्थ : वाईट बुद्धीच्या त्यागाशिवाय चांगली बुद्धी निर्माण होत नाही.

१३) **करंट्यास करंट्याचे दर्शन। होतां भाग्य कैंचे ।। (दास. ६.१.२५)**

अर्थ : एक भिकारी दुसऱ्या भिकाऱ्यास भेटला तर भाग्य उदयाला येत नाही.

१४) **अज्ञानास भेटतां अज्ञान। तेथें कैंचें सांपडेल ज्ञान । (दास. ६.१.२५)**

अर्थ : अज्ञानाला अज्ञानी भेटला तर ज्ञान कसे प्राप्त होणार.

१५) **रोग्यापासीं रोगी गेला। तेथें कैचें आरोग्य त्याला । (दास. ६.१.२६)**

अर्थ : एका रोग्यापाशी दुसरा रोगी गेला तर त्याला आरोग्य कसे भेटणार.

१६) **निर्बळापासीं निर्बळाला। पाठी कैंची।। (दास. ६.१.२६)**

अर्थ : एक बलहीनाजवळ दुसरा बलहीन गेला तर त्यांचा पाठीराखा कोण होणार.

१७) **उन्मत्तास उन्मत्त भेटलें। त्यास उमजवी कवणु ।। (दास. ६.१.२७)**

अर्थ : उन्मत्ताला उन्मत्त भेटला तर त्यांची समजूत कोण काढणार ?

१८) **भिकाऱ्यापासी मागतां भिक्षा । (दास. ६.१.२८)**

अर्थ : भिकाऱ्यापाशीं भिक्षा मागीतली तर काही मिळत नाही.

१९) **उजेड पाहतां कृष्णपक्षा। पाविजे कैंचा ।। (दास. ६.१.२८)**

अर्थ : कृष्णपक्षाकडून प्रकाश मिळत नाही.

२०) **म्हणौनि ज्ञात्यावांचून नाहीं । ज्ञानमार्ग ।। (दास. ६.१.३०)**

अर्थ : ज्ञानीमाणसाशिवाय ज्ञानमार्ग सापडत नाही.

२१) **धान्येंविण जैसे भूंस । खातां नये ।। (दास. ६.२.२)**

अर्थ : आत धान्यकण असल्याशिवाय कोंडा खाता येत नाही.

२२) नाना काबाड बडविलें । (दास. ६.२.३)
अर्थ : कडबा बडवून धान्य मिळत नाही.

२३) नातरी तक्रचि गुसळिलें । (दास. ६.२.३)
अर्थ : ताक घुसळून लोणी मिळत नाही.

२४) सार सांडून असार कोण । शाहाणा सेवी ।। (दास. ६.२.५)
अर्थ : शाहणा माणूस सार सोडून असार सेवन करीत नाही.

२५) उसांमध्यें घेईजे रस । येर तें सांडिजे बाकस । (दास. ६.३.९)
अर्थ : उसातला रस घ्यावा आणि चिपाड फेकून द्यावे.

२६) सारासार अवघें शोधिलें । तों असार तें निघोन गेलें । (दास. ६.३.२६)
अर्थ : सार कोणते व असार कोणते यांचा शोध घेतला की, असार निघून जाते.

२७) चित्रीं लिहिली सेना। त्यांत कोण थोर कोण साना। (दास. ६.४.१४)
अर्थ : चित्रात सैन्याचे चित्र काढले तर त्यात कोणी लहान कोणी मोठे असे असत नाही.

२८) गोंडाळ सांडून नीर घेइजे । नीर सांडून क्षीर सेविजे । (दास. ६.५.१२)
अर्थ : पाण्यातले शेवाळ दूर करून पाणी प्यावे आणि पाणी सोडून दूध प्राशन करावे.

२९) सार सेविजे श्रेष्ठीं । असार घेजिये वृथापृष्टीं । (दास. ६.९.१०)
अर्थ : श्रेष्ठ लोक सार ग्रहण करतात आणि आळशी असार घेतात.

३०) अव्यावेस्तास अव्यावेस्तु । (दास. ६.९.२१)
अर्थ : अव्यवस्थाला अव्यवस्थाच प्राप्त होते.

३१) मुक्यानें गूळ खादला । गोडी न ये सांगाव्याला । (दास. ६.१०.२)
अर्थ : मुक्या माणसाने गूळ खाल्ला तर त्याला त्याची गोडी सांगता येत नाही.

३२) धान्ये घेऊन भूंस टाकिजे । (दास. ६.१०.२१)
अर्थ : धान्य घेउन कोंडा टाकायचा असतो.

३३) भूंस सांडूण कण घ्यावा । (दास. ६.१०.२४)
अर्थ : कोंडा टाकून धान्य घ्यायचे असते.

३४) नेणतां प्राणी ते सिंतरे । (दास. ९.४.२१)
अर्थ : मूर्ख माणूस फसतो.

३५) नेणते प्राणी करंटे । (दास. ९.४.३६)
अर्थ : अज्ञानी माणसे दुर्दैवी ठरतात.

३६) प्रचितीवीण जें बोलणें । तें अवघेंचि कंटाळवाणें । (दास. ९.५.१५)
अर्थ : अनुभवाशिवाय जे बोलणें असते ते सारे कंटाळवाणे ठरते.

३७) जितुकें अनुमानाचें बोलणें । तितुकें वमनप्राये त्यागणें । (दास. ९.५.३९)
अर्थ : अनुमानाच्या बोलण्याचा ओकाप्रमाणे त्याग करावा.

३८) निश्चयात्मक तें चि बोलणें । प्रत्ययाचें ।। (दास. ९.५.३९)
अर्थ : ज्याचा अनुभव येतो तेच बोलणे निश्चयात्मक असते.

३९) जेविल्यावीण पोट भरलें । (दास. ९.७.३३)
अर्थ : जेवल्याशिवाय पोट भरत नाही.

४०) **पोहणें सिकला तो तरेल । पोहणें नेणें तो बुडेल । (दास. ९.७.३५)**

अर्थ : ज्याला पोहायला येते तो बुडत नाही, ज्याला येत नाही तो बुडतो.

४१) **मतिसारिखा मतिप्रकाश । अंतरीं वाढे । (दास. ९.९.२९)**

अर्थ : जेवढी बुद्धी असते तेवढाच प्रकाश पडतो.

४२) **मार्ग देखोन आडरान । घेऊंच नये ।। (दास. १०.४.३)**

अर्थ : चांगला रस्ता सोडून आडमार्गाला जाऊ नये.

४३) **प्रचीतिविण औषध घेणें । (दास. १०.६.३२)**

अर्थ : अनुभव नसताना औषध घेणे हा वेडेपणा होय.

४४) **प्रचीतिविण ज्ञान सांगणे । (दास. १०.६.३२)**

अर्थ : अनुभव नसताना ज्ञान सांगणे हा वेडेपणा होय.

४५) **प्रचितीविण औषध घेणें । तरी मग धड चि विघडणें । (दास. १०.८.६)**

अर्थ : अनुभवाशिवाय औषध घेणे म्हणजे चांगली गोष्ट बिघडवून टाकणे.

४६) **अनुमानें जें कार्य करणें । तें चि मूर्खपण । (दास. १०.८.६)**

अर्थ : केवळ अनुमानाने काम करणे हा मूर्खपणा होय.

४७) **पाण्यांतील म्हैसीची साटी । करणें हें बुद्धिच खोटी । (दास. १०.८.१०)**

अर्थ : पाण्यात असलेल्या म्हशीची (जिची कास दिसत नाही अशी) खरेदी करणे हे मूर्खपण होय.

४८) **शोधिल्याविण अन्नवस्त्र घेणें । तेणें प्राणास मुकणें । (दास. १०.८.१२)**

अर्थ : परीक्षा केल्याशिवाय जो अन्न वस्त्र घेतो तो प्राणास मुकतो.

४९) **लटिक्याचा विश्वास धरणें । हें चि मूर्खपण । (दास. १०.८.१२)**

अर्थ : लबाड माणसाचा विश्वास धरणे हा मूर्खपणा होय.

५०) **संगती चोराची धरितां । घात होईल तत्त्वता । (दास. १०.८.१३)**

अर्थ : चोराची संगत केली तर जीवनाचा नाश होतो.

५१) **दिवाळखोराचा मांड । पाहतां वैभव दिसे उदंड । (दास. १०.८.१५)**

अर्थ : दिवाळ खोराचा देखावा मोठा असतो पण तो फसवा असतो.

५२) **प्राणी संशई बुडाला । प्रचितीविण ।। (दास. १०.८.२४)**

अर्थ : अनुभव नसेल तर माणसाचा संशयाने विनाश होतो.

५३) **विचार न करिता जें जें केलें । तें तें वाउगें वेर्थ गेलें । (दास. १०.९.२७)**

अर्थ : विचाराशिवाय केलेल्या गोष्टी वाया जातात.

५४) **विचार पाहेल तो पुरुषु । विचार न पाहे तो पशु । (दास. १०.९.२८)**

अर्थ : जो विचार करतो तो पुरुष आणि न करतो तो पशु होय.

५५) **प्रत्ययाविण सिणावें । तें चि पाप ।। (दास. १०.१०.५३)**

अर्थ : अनुभवाशिवाय उगाच कष्ट करणें हे पापकारक होय.

५६) **दोष देखोन झांकावे । अवगुण अखंड न बोलावे । (दास. ११.५.१०)**

अर्थ : दुसऱ्याचे दोष दिसले तर ते झाकून टाकावे. तसेच अवगुण सदैव बोलू नयेत.

५७) **फड नासों चि नेदावा । (दास. ११.५.१२)**

अर्थ : सभेचा बिघाड होऊ देऊ नये.

५८) अतिवाद न करावा । कोणीयेकासी ।। (दास. ११.५.१२)

अर्थ : कोणाही बरोबर अतिवाद करू नये.

५९) करणें असेल अपाये । तरी बोलोन दाखऊं नये । (दास. ११.५.१७)

अर्थ : एखाद्याला अपाय करायचा असेल तर तो बोलून दाखवू नये.

६०) हिरवटासी दुरी धरावें । कचरटासी न बोलावें । (दास. ११.५.२१)

अर्थ : हिरवट (रागीट) माणसाला चार हात दूर ठेवावे आणि हलकट माणसाबरोबर बोलू नये.

६१) अधिकार पाहोन कार्य सांगणे । (दास. ११.१०.२३)

अर्थ : माणसाची कुवत पाहून त्याला काम सांगावे.

६२) गुणवंताचे गुण घ्यावे । (दास. १२.१.१७)

अर्थ : गुणी माणसाचे गुण घ्यावेत.

६३) लोकांकरिता लोक । शाहाणे होती । (दास. १२.१.१६)

अर्थ : एकमेकांचे पाहून लोक शहाणे होतात.

६४) जो आपला आपण नेणे । तो दुसऱ्याचें काये जाणे । (दास. १२.२.७)

अर्थ : जो स्वत:चे दुर्गुण समजू शकत नाही तो दुसऱ्याचे काय जाणणार ?

६५) राजी राखावें सकळांला । कठीण आहे ।। (दास. १२.२.२०)

अर्थ : सर्व लोकांना राजी राखणे हे फार कठीण काम आहे.

६६) वर्म काढितां भंगते। परांतर।। (दास. १२.२.२१)

अर्थ : दुसऱ्याचे वर्म काढले तर त्याचे मन दु:खी होते.

६७) बरें करितां बरें होतें । (दास. १२.२.२८)

अर्थ : दुसऱ्याचे बरे केले तर आपले ही बरे होते.

६८) जो बहुतांच्या बोलें लागला । तो नेमस्त जाणावा बुडाला । (दास. १२.६.३१)

अर्थ : जो अनेकांच्या तोंडी लागतो तो हमखास बुडतो.

६९) येक शीत चांचपावे । म्हणिजे वर्म पडे ठावें । (दास. १३.६.७)

अर्थ : एक शीत चाचपून पाहिले की, सर्व भात शिजला की नाही हे समजते.

७०) तैसें निंद्य सोडून द्यावें । वंद्य तें हृदईं धरावें । (दास. १३.१०.२०)

अर्थ : वाईट सोडून द्यावे आणि चांगले असेल ते मनात ठेवावे.

७१) वर्तायाचा विवेक । राजी राखणें सकळं लोक । (दास. १३.१०.२३)

अर्थ : जगात वागायचे कसे याचा विचार म्हणाल तर सर्व लोकांना राजी राखणे होय.

७२) वेड्यास वेडें म्हणों नये । (दास. १३.१०.२६)

अर्थ : वेड्याला वेडे म्हणू नये.

७३) वर्म कदापि बोलों नये । (दास. १३.१०.२६)

अर्थ : कोणाचेही वर्म काढू नये.

७४) मुलाचे चालीनें चालावें । मुलाच्या मनोगतें बोलावें । (दास. १३.१०.२४)

अर्थ : मुलाला शिकवायचे असेल तर त्याच्या चालीने चालले पाहिजे. त्याच्या इच्छेप्रमाणे बोलले पाहिजे.

७५) दुर्जनासीं तंडों नये । (दास. १४.१.१६)

अर्थ : दुर्जन माणसाबरोबर भांडत बसू नये.

७६) अतिवाद करूं नये । (दास. १४.१.२८)
अर्थ : कोणाहीबरोबर अती वाद करू नये.

७७) अनित्य पोटीं धरूं नये । (दास. १४.१.२८)
अर्थ : मनात अनीती ठेवू नये.

७८) केल्यावीण सांगों नये । (दास. १४.१.३६)
अर्थ : कोणतीही गोष्ट केल्याशिवाय सांगू नये.

७९) कदा सुख मानूं नये । निसुगपणाचें ।। (दास. १४.१.४१)
अर्थ : केव्हाही निर्ल्लज्यपणाचे सुख मानू नये.

८०) विचारेंवीण जाऊं नये । अविचारपंथे ।। (दास. १४.१.४३)
अर्थ : विचार सोडून अविचाराच्या मार्गाला जाऊ नये.

८१) प्रसंगेंवीण बोलों नये । (दास. १४.१.४३)
अर्थ : प्रसंग पडल्याशिवाय बोलू नये.

८२) अनाचार खोटा । (दास. १४.१.६७)
अर्थ : वाईट वागणूक ही खोटी असते.

८३) ज्ञातेपण धरूं नये । (दास. १४.१.७४)
अर्थ : आपण ज्ञाते-जाणकार आहोत अशी बुद्धी मनात ठेवू नये.

८४) न्यायें वर्तेल तो शाहाणा । अन्याइ तो दैन्यवाणा । (दास. १४.६.१३)
अर्थ : न्यायाने वागेल तो शहाणा आणि जो अन्यायी असेल तो भिकारी होय.

८५) समाधानें समाधान वाढे । (दास. १४.६.१६)
अर्थ : समाधानाने समाधान वाढते.

८६) मित्रिने मित्रि जोडे । (दास. १४.६.१६)
अर्थ : मैत्रीने मैत्री जोडली जाते.

८७) जितुका व्याप तितुकें वैभव । (दास. १४.६.२६)
अर्थ : जितका उद्योग जास्त तितके वैभव अधिक.

८८) प्रचीतिविण जें ज्ञान । तो आवघा चि अनुमान । (दास. १४.७.१८)
अर्थ : अनुभवाशिवाय असलेले ज्ञान केवळ अंदाज असतो.

८९) अनुमानें अनुमान वाढतो । (दास. १५.१.७)
अर्थ : संशयाने संशय वाढतो.

९०) भिडेनें कार्यभाग नासतो। (दास. १५.१.७)
अर्थ : भिडेने कार्याचा नाश होतो.

९१) लटिक्याचा साभिमान घेणें । सत्य अवघेंच सोडणें ।
मूर्खपणाचीं लक्षणें । ते हे ऐसीं ।। (दास. १५.१.२०)
अर्थ : खोट्याचा अभिमान धरून सत्याची कास सोडणे हे मूर्खपणाचे लक्षण होय.

९२) वेष धरावा बावळा । अंतरीं असाव्या नाना कळा । (दास. १५.१.३१)
अर्थ : वेष साधा असला ती अंतरात अनेक गुण असावे.

९३) जो बहुतांस मानला । तो जाणावा शाहाणा जाला । (दास. १५.३.२६)

अर्थ : अनेक लोक ज्याला मानता देतात तो शहाणा आहे असे समजावे.

९४) **दुसऱ्याचे चालणीं चालावें । दुसऱ्याचे बोलणीं बोलावें । (दास. १५.६.१७)**

अर्थ : दुसरा वागेल तसे वागावे. तो बोलेल तसे बोलावे.

९५) **पोहणार असतां बुडतयासी । बुडों नेदावें । (दास. १७.१.२४)**

अर्थ : पोहणारा जवळ असल्यावर त्याने बुडणाऱ्या माणसाला बुडू देऊ नये.

९६) **उत्कट भव्य तें चि घ्यावे । मळमळीत अवघेंचि टाकावे । (दास. १९.६.१५)**

अर्थ : उत्तम आणि भव्य असेल ते घ्यावे आणि हिणकस असेल त्याचा त्याग करावा.

९७) **संगीत चालिला तरी तो व्याप । नाहीं तरी अवघाचि संताप । (दास. १९.७.२५)**

अर्थ : धड चालला तर तो उद्योग ठरतो नाही तर तो संताप होतो.

९८) **कांटीनें कांटी झाडावी । (दास. १९.९.१२)**

अर्थ : काट्याने काटा काढावा.

९९) **जो दुसऱ्यावरी विश्वासला । त्याचा कार्यभाग बुडाला । (दास. १९.९.१६)**

अर्थ : जो दुसऱ्यावर विसंबतो त्याच्या कामाचा नाश होतो.

१००) **खोट्याची संगती धरूं नये । (दास. २०.९.१६)**

अर्थ : खोट्याची संगत करू नये.

१०१) **सूकर पुजिलें विलेपनें । (दास. ५.३.५८)**

अर्थ : डुकराला सुगंधाचा लेप लावला तरी उपयोग नसतो.

१०२) **म्हैसा मर्दिला चंदने । (दास. ५.३.५८)**

अर्थ : रेड्याला चंदनाने माखले तरी त्याला ते कळत नाही.

१०३) **रासभ उकरडां लोळे । तयासि परिमळ सोहळे । (दास. ५.३.५९)**

अर्थ : उकिरड्यावर लोळणाऱ्या गाढवाला सुगंधाचा सोहळा कळत नसतो.

१०४) **गाढवासी पूजितां कळतें । काये त्याला । (दास. १८.४.३७)**

अर्थ : गाढवाची पूजा केली तर त्याला ती कळत नसते.

१०५) **तया स्वानमुखी परमान्न । (दास. ५.३.६२)**

अर्थ : कुत्र्याला पक्वान्नाची किंमत नसते.

१०६) **कीं मर्कटास सिंहासन । (दास. ५.३.६२)**

अर्थ : माकडाला सिंहासनावर बसवून उपयोग नसतो.

१०७) **उलूक अंधारीं पळे । तया केवी हंस पंगती । (दास. ५.३.५९)**

अर्थ : अंधारात राहणारे घुबड प्रकाशात विहार करणाऱ्या हंसाच्या पंगतीत कसे बसणार ?

१०८) **मिळाला राजंसांचा मेळा । तेथे आला डोंबकावळा।**
लक्षून विष्ठेचा गोळा। हंस म्हणवी ।। (दास. ५.३.६४)

अर्थ : राजहंसाच्या मेळ्यात डोमकावळा आला तरी तो विष्ठेवर डोळा ठेवून स्वत:ला हंस म्हणवितो.

१०९) **जगामधें जगमित्र। जिव्हेपासीं आहे सूत्र । (दास. १९.२.१९)**

अर्थ : जगात अनेकांचे मित्र होण्याचा मार्ग जिभेपाशी असतो.

११०) **मृगजळपुरें वाहावसी । (रा. क. १ स्फु. ओ. ११/७)**

अर्थ : मृगजळाच्या पुराने कोणी वाहून जात नाही.

१११) घातला उदकीं न भीजे पाषाण। (रा. क. १ स्फु. ओ. १७/१४)

अर्थ : दगड पाण्यात घातला तरी तो भिजत नाही.

११२) लोक जैसा वोक धरीता धरेना । (रा. क. १ स्फु. ओ. १९/१५)

अर्थ : ओकारी जशी थांबविता येत नाही त्याप्रमाणे लोकांचे बोलणे ही थांबविता येत नाही.

११३) वाउगें सांडुनी सार तेंची घ्यावें । (रा. क. १ स्फु. ओ. ५०/५)

अर्थ : टाकावू असेल ते टाकून फक्त सार घ्यावे.

११४) कुग्रामीचा वास आयुष्याचा नाश । (रा. क. १ स्फु. ओ. २२९/१)

अर्थ : खेड्यात राहणे म्हणजे आयुष्याचा नाश करून घेणे होय.

११५) पाहिल्याविण बोलें जो । तो प्राणी आत्मघातकी । (रा. क. १ पंचीकरणयोग ३/२०)

अर्थ : प्रत्यक्ष पाहिल्याशिवाय (अनुभव घेतल्याशिवाय) जो बोलतो तो आत्मघातकी होय.

११६) सौख्य उंदड तें होतें । राजी लोकांसी राखतां ।। (रा. क. १ चतुर्थमान ४/५)

अर्थ : लोकांना राजी राखले तर उदंड सुख मिळते.

११७) तारकुं बुडत्या तारी । बुडतें तारकुं नव्हे । (रा. क. १ मानपंचक २/८)

अर्थ : पोहणारा माणूस बुडणाऱ्यास तारतो. बुडणारा दुसऱ्याला तारू शकत नाही.

११८) मनुष्य राखिलें राजी । तो प्राणी शाहाणा बरा । (रा. क. १ स्फु. प्र. १/५)

अर्थ : अनेक माणसे राजी राखणारा शहाणा ठरतो.

११९) गलबला बुधी नासतो । (रा. क. १ स्फु. प्र. २/३)

अर्थ : मतमतांच्या गलबल्यात बुद्धी नष्ट होते.

१२०) विकल्पेंवीण जें सख्य । तें सख्य सुख दाखवी । (रा. क. १ स्फु. प्र. ७/४)

अर्थ : संशयरहित मैत्री सुखाचा मार्ग दाखवते.

१२१) वेवादें युद्ध होतसे । (रा. क. १ स्फु. प्र. १४/१०)

अर्थ : विवादाने युद्ध होते.

१२२) लोक हें राखतां राजी । सर्व राजीच होतसे। (रा. क. १ स्फु. प्र. ४०/१७)

अर्थ : लोक प्रसन्न राखले तर सर्व गोष्टी सुखाच्या होतात.

१२३) गुणीं गुणास जाणती । (रा. क. १ स्फु. श्लो. ३५/३)

अर्थ : गुणी लोक गुण जाणतात.

१२४) गुणेंविणें माया । (रा. क. १ स्फु. ओ. २६/१)

अर्थ : सद्गुणांशिवाय प्रेम नसते.

१२५) पराधेन विटंबणा । (रा. क. १ मानपंचक २/४)

अर्थ : परस्वाधीनपणा ही विटंबना होय.

१२६) जो वंद्य सर्वहीं लोका । तयासी वंदिता बरें।। (रा. क. १ मानपंचक २/११)

अर्थ : सर्व लोक ज्याला नमस्कार करतात त्याला वंदन करणे चांगले.

१२७) बहुत धूर्त काउळा । परी न ये चि राउळा । (रा. क. १ स्फु. श्लो. २५/२)

अर्थ : कावळा कितीही शहाणा असला तरी त्याला मंदिरात आणू नये.

१२८) मढ्यास भेटलें मढें । करील काय बापुडे ।। (रा. क. १ स्फु. श्लो. ३१)

अर्थ : मढ्याला मढे भेटले तर काही उपयोग होत नाही.

१२९) देह चालता सर्व ही सूख आहे।
देहे खंगता कोण संनीध राहे। (करुणा धा.स. २२/२)

अर्थ : शरीर चालते बोलते असण्यात सुख असते. ते खंगले की, कोणी जवळ येत नाही.

१३०) रचे तें खचे ....। (करुणा धा. स. २३/२)

अर्थ : जे बांधले जाते ते कधीना कधी मोडते.

१३१) रचेल तें खचेल रे । (रा. क.१ स्फु. श्लो. १६/७)

अर्थ : जे निर्माण होते ते नष्ट होते.

१३२) उपजे तें मराया । (करुणा धा. स. २३/२)

अर्थ : जो जन्माला येतो तो मरतो.

१३३) बरे दुग्ध तें मद्यपात्रीं कुपात्रीं ।
पुढें देखतां तें तजावें चि श्रोती। (करुणा धा. स. १३४/८७)

अर्थ : दुधासारखा उत्तम पदार्थ मद्याच्या पात्रातून पुढे आला तर तो घ्यायचा नसतो.

१३४) जन वमनपरी तूं टाकि थुंकून चित्ता । (करुणा धा. स. १५४/१)

अर्थ : हे मना ओकाप्रमाणे तू लोकांचा सहवास सोडून दे.
(ओकाप्रमाणे लोकांचा सहवास सोडून विजनवास पत्करावा.)

१३५) शूद्रें सेत जरी टाकिलें । तरी बाकी सुटेना । (स.लु.का. अंतर्भाव २/३)

अर्थ : शूद्राने सावकाराला कर्जापोटी आपले शेत देउन टाकले तरी त्याची बाकी संपत नाही.

१३६) शब्दीं जेवितां तृप्ती जाली ।
हे तों वार्ता नाही ऐकीली । (स.ल.का. अंतर्भाव २/१०)

अर्थ : शब्दांच्या भोजनाने समाधान होते असे कधी ऐकू येत नाही.

१३७) उपजला प्राणी तितुका नासे । (स.ल.का. पंचसमासी ५/२९)

अर्थ : जन्मास आलेला प्रत्येक मनुष्य मरण पावतो.

१३८) आपण शब्दींच भोजन केलें ।
तेणें काये तृप्ति घडे । (स.ल.का. एकवीससमासी १०/४२)

अर्थ : शब्दांच्या भोजनाने भुकेची तृप्ती होत नाही.

१३९) साबण सांडुनी लाविली मैसी ।
तेणें शुद्धता कैचीं वस्त्रासी । (स.ल.का. सप्तसमासी ५/२५)

अर्थ : साबणाच्या ऐवजी वस्त्रांना काळी शाई लावली तर त्यांचा मळ कसा जाणार ?

१४०) कार्य तें सांडुनियां। आधीं धुंडावें कारणा । (स. पद उ. ३०/२)

अर्थ : कार्याचा विचार सोडून प्रथम कार्याच्या कारणांचा विचार करावा.

१४१) चालते तंवरी गोड। सेवटीं होईल जड । (स. पद गि. प. २८/२)

अर्थ : शरीर हालते बोलते आहे, तोपर्यंत गोड असते, पण ते धरणीवर पडले की, जड होते.

१४२) पराधीन होऊ नयें। तेणें घडतो अपाय । (स. पद गि. प. १३४/धृ)

अर्थ : कोणीही दुसऱ्याच्या आधीन होऊ नये. कारण त्यामुळे त्रास होतो.

१४३) कुग्रामींचा वास आयुष्याचा नाश । (स. गा. २७८/१)

अर्थ : खेड्यात राहिल्याने आयुष्याचा नाश होतो.

१४४) खोटे निवडितां खरे नाणें उरे । (स. गा. ३२०/१)
अर्थ : खोटी नाणी निवडून काढली की, खरी नाणी खाली उरतात.

१४५) मागतसे त्यासी कोणीच देईना । (स. गा. ६११/३)
अर्थ : मागणाऱ्या माणसाला कोणी काहीच देत नसते.

१४६) आम्ही खाऊं ज्याची रोटी। त्याची कीर्ति करू मोठी । (स. गा. ६३९/४)
अर्थ : आपण ज्याचे अन्न खात असतो त्याचीच कीर्ती गात असतो.

१४७) दु:खें दु:ख वाढत आहे । (स. गा. ६५९/धृ)
अर्थ : दु:खाने दु:ख वाढते.

१४८) सुखें सुख वाढत आहे । (स. गा. ६५९/धृ)
अर्थ : सुखाने सुख वाढते.

१४९) सुशब्दें माणुस जोडे । (स. गा. ६५९/३)
अर्थ : गोड शब्दांनी माणसे जोडली जातात.

१५०) जैसें द्यावें तैसें घ्यावें । (स. गा. ८१६/३)
अर्थ : ज्या प्रकारचे दिले जाते त्याच प्रकारचे मिळतही असते.

१५१) कुशब्दें अंतर मोडे । (स. गा. ६५९/३)
अर्थ : वाईटह शब्दांनी मने दुखावतात.

१५२) रामीरामदासी बुद्धि। जैसी होय तैसी सिद्धि । (स. गा. ८१३/५)
अर्थ : जसा विचार तसे फळ असते.

१५३) शब्दापरीस करणी बरी । (स. गा. ८९६/१८)
अर्थ : शब्दापेक्षा कृती चांगली.

१५४) पुरवीं जीवीचें कोड तंवरी सकळ गोड । (स. गा. १४५१/१)
अर्थ : आपले लाड पुरविले जातात तोपर्यंत सर्वजण गोड असतात.

१५५) प्रीतिचा पाहुणा जाला म्हणुनी बहुत दिवस राहावा । (स. गा. १५०८/१)
अर्थ : पाहुणा आवडता असला तरी त्याने खूप दिवस परघरी राहू नये.

१५६) ऊस गोंड जाला म्हणुनी मुळ्यांसकट खावा । (स. गा. १५०८/१)
अर्थ : उस गोड असतो म्हणून तो मुळासकट खायचा नसतो.

१५७) गांवचा प्रभु जाला म्हणुनि गांवचि बुडवावा । (स. गा. १५०८/१)
अर्थ : गावचा पुढारी झाला म्हणून त्याने गावाला बुडवू नये.

१५८) आंगा आली महंती म्हणुनी भलतेंचि बोलावें । (स. गा. १५०८/२)
अर्थ : संतपण आंगी आले म्हणून भलतेच बोलू नये.

१५९) फुका हिरा जाला म्हणुनी कवडिस जोडावें । (स. गा. १५०८/२)
अर्थ : हिरे स्वस्त झाले म्हणून त्याची किंमत कवडीमोलाने करू नये.

१६०) भगवें वस्त्र केलें म्हणुनी जनांसि भोंदावे । (स. गा. १५०८/२)
अर्थ : संन्यास घेतला म्हणून लोकांना फसविण्याचे काम करू नये.

१६१) सोन्याची सुरी जाली म्हणूनी पोटी खोंवावी । (स. गा. १५०८/३)
अर्थ : सोन्याची सुरी आहे म्हणून ती पोटात खुपसून घ्यायची नसते.

१६२) देवा अंगी विंचू म्हणुनी कंठी कवळावा । (स. गा. १५०८/३)
अर्थ : देवाच्या अंगावरचा विंचू म्हणून त्याला गळ्याला बांधू नये.
१६३) फुका हत्ती जाला म्हणुनी भलत्याने घ्यावा । (स. गा. १५०८/३)
अर्थ : हत्ती कमी किंमतीत मिळाला म्हणून कुणीही घ्यायचा नसतो.
१६४) मखमल पैजार जाली म्हणुनी डोईवर घ्यावी । (स. गा. १५०८/४)
अर्थ : मखमलीचे पादत्राण आहे म्हणून ते डोक्यावर घ्यायचे नसते.
१६५) प्रत्यक्ष दीप जाला म्हणुनी वळणिस खोंवावा । (स. गा. १५०८/५)
अर्थ : दिवा वळचणीस लावायचा नसतो.
१६६) दुसऱ्यावरि विश्वासला । ऐसा बहुत बुडाला । (स. गा. १५२०/७)
अर्थ : दुसऱ्यावर विश्वास टाकला की, त्याचा नाश होतो.
१६७) उपजतें तें मरतें । (स. गा. १५५८)
अर्थ : ज्याला जन्म आहे त्याला मरण आहे.
१६८) न होता मनासारिखें दुःख मोठें। (म. श्लो. ९)
अर्थ : आपल्या मनासारखी गोष्ट झाली नाही तर फार दुःख होते.
१६९) महांथोर ते म्यृत्यपंथेचि गेले । (म. श्लो. १४)
अर्थ : मोठ मोठ्या लोकांनाही मृत्यू सोडीत नाही.
१७०) मना मानवाची नको कीर्ति तूं रे । (म. श्लो. १८)
अर्थ : हे मना तू माणसांची कीर्ती वर्णन करू नको.
१७१) क्रियेवीण वाचाळता ते निवारी । (म. श्लो. १०८)
अर्थ : काम केल्याशिवाय बडबड करू नये.
१७२) क्रियेवीण वाचळता वेर्थ आहे । (म. श्लो. ११४)
अर्थ : क्रियेवाचून बडबडणे व्यर्थ आहे.
१७३) दसऱ्याचें सोनें वाटिलें। तेणें काय हातासीं आलें । (रा.क. २ अंतर्भाव २/९)
अर्थ : दसऱ्याच्या सोन्याने हाती काही लाभत नसते.

तुकाराम

आरोग्य

१) निंब दिला रोग तुटाया अंतरीं । पोभाळितां वरि आंत चरे । (तु. गा. १३१)
अर्थ : रोग नष्ट व्हावा म्हणून वैद्याने कडूनिंबाचा रस पोटात घ्यायला सांगितला असता तो वर चोळला तर जखम आणिक चरत जाते.
२) पोटीं शूळ अंगीं उटी चंदनाची । (तु. गा. २१६५)
अर्थ : दुखणे पोटाचे असताना अंगावर चंदनाची उटी लावून काय उपयोग.

वनस्पती

३) चिरोनि केळी केळ गाढव तो । (तु. गा. २४५)
अर्थ : केळीचे झाड चिरून केळ्यांचा घड मिळत नसतो.

४) **तुका म्हणे काय सलपटासी काज।**
फणसांतील बीज काढुनि घ्यावें । (तु. गा. ३८६९)

अर्थ : फणसाच्या बाहेरची सालपटे काढून गरे घ्यायचे असतात.

५) **ऊंस बाहेरी कठिण काळा ।**
माजी रसाचा जिव्हाळा । (तु. गा. ३९७३)

अर्थ : ऊस बाहेरून कठीण व काळा असतो पण आतील रस गोड असतो.

६) **वरि कांटे फणस फळा। माजि अंतरीं जिव्हाळा । (तु. गा. ३९७३)**

अर्थ : फणसाला बाहेरून काटे असतात पण आतील गऱ्यांमध्ये खूप गोडी असते.

७) **नाम आदित्याचें झाड। त्याचा न पडे उजेड । (तु. गा. ४१९५)**

अर्थ : आदित्य नावाचे झाड असले तरी त्याचा प्रकाश पडत नसतो.

८) **परिमळ म्हणू चोळूं नये फूल । (तु. गा. ६४)**

अर्थ : फुलाला सुगंध आहे म्हणून ते चुरगाळायचे नसते.

९) **पिळोनियां पाहे पुष्पाचा परिमळ । (तु. गा. २४५)**

अर्थ : फूल चुरगाळून त्याचा वास घ्यायचा नसतो.

१०) **यंत्र भेदुनि नाद पाहूं नये । (तु. गा. ६४)**

अर्थ : वाद्यातून उत्तम आवाज येतो म्हणून वाद्य फोडून त्याचा नाद पाहायचा नसतो.

११) **मोतियाचे पाणीं चाखूं नयें स्वाद । (तु. गा. ६४)**

अर्थ : मोती पाणीदार आहे म्हणजे तो चाखायचा नसतो.

कीटक, पशु–पक्षी इ.

१२) **मधु मेळवूनि माशी। आणिका सांसी पारधिया । (तु. गा. २३५३)**

अर्थ : मधमाशा मध गोळा करतात पण त्याचा उपयोग पारध्यांना होतो.

१३) **कागाचिये विष्टें जन्म पिंपळासि । (तु. गा. २५७)**

अर्थ : कावळ्याच्या विष्ठेत पिंपळाचा जन्म होतो म्हणून त्याला अपवित्र मानू नये.

१४) **कागा पिंजरा शोभेना । (तु. गा. १५६५)**

अर्थ : कावळ्याला पिंजऱ्यात ठेवले तर त्याला शोभा येत नाही.

१५) **न्हाउनि काउळा क्षतें धुंडी । (तु. गा. २२०७)**

अर्थ : कावळ्याला चांगले न्हाउ घातले तरी तो मेलेल्या जनावरांच्या जखमाच शोधीत असतो.

१६) **कागाचिया गळा पुष्पाचिया माळा।**
हंसाची ते कळा काय जाणे । (तु. गा. ३०५०)

अर्थ : कावळ्याच्या गळ्यात फुलांच्या माळा घातल्या तरी त्याला हंसाचे रूप येत नाही.

१७) **कावळ्याच्या गळा मुक्ताफळमाळा।**
तरी काय त्याला भूषण शोभे । (तु. गा. ३८३१)

अर्थ : कावळ्याच्या गाळात मोत्यांच्या माळा घातल्या तरी त्या त्याला शोभत नाहीत.

१८) **प्रीती पोसिलें काउळें । जाउनि विष्टेवरी लोळे । (तु. गा. ३९७०)**

अर्थ : कावळ्याला प्रेमाने सांभाळले तरी तो विष्ठेवर जाऊन लोळणार.

१९) **कागासी लेपन कर्पूराचें । (तु. गा. ४१२५)**

अर्थ : कावळ्याला कापराची उटी लावून उपयोग नसतो.

२०) **बकापुढें सांगे भावार्थवचन । (तु. गा. ३८३१)**

अर्थ : बगळ्यापुढे अहिंसेचे वर्णन उपयोगी नसते.

२१) **सर्प शांतिरूप न म्हणावा भला ।**
झोंबे खवळीला तात्काळ तो । (तु. गा. ३७३०)

अर्थ : सर्प शांत दिसला तरी त्याला भला मानू नये कारण त्याला डिवचले की, तो डसायला अंगावर येतो.

२२) **तुका म्हणे विंचू सर्प नारायण ।**
वंदावे दुरोन शिवों नये । (तु. गा. १०७८)

अर्थ : विंचू सर्प ही परमेश्वराचीच रूपे असली तरी त्यांना दुरून वंदन करावे. त्यांना स्पर्श करू नये.

२३) **तुका म्हणे सर्पा पाजिलिया क्षीर।**
वमितां निखार विष जालें । (तु. गा. ८१४)

अर्थ : सर्पाला दूध पाजले तरी तो विषच ओकणार.

२४) **सर्पासी पाजिलें शर्करापियूष। अंतरीचे विष जाऊं नेणे । (तु. गा. ८१५)**

अर्थ : साखर घातलेले दूध सापाला पाजले तरी त्याच्या अंतरातले विष नष्ट होत नाही.

२५) **काय सर्प खातो अन्न । (तु. गा. २०३०)**

अर्थ : सापाने अन्न खाल्ले नाही म्हणजे त्याने उपवास केला असे होत नाही.

२६) **काय ढोरापुढें घालूनि मिष्टान्न । (तु. गा. १७१५)**

अर्थ : जनावरांना मिष्टान्न घालून उपयोग नसतो.

२७) **सोनियाचें ताट क्षीरींनें भरिलें ।**
भक्षावया दिलें श्वाना लागीं । (तु. गा. २५८)

अर्थ : सोन्याच्या ताटात खीर वाढून ते कुत्र्यापुढे ठेवले तर त्याचा त्याला उपयोग नसतो.

२८) **श्वानासी भोजन दिलें पंचामृत।**
तरी त्याचे चित्त हाडावरि। (तु. गा. ८१४)

अर्थ : कुत्र्याला पंचामृताचे भोजन दिले तरी त्याचा डोळा हाडे चघळण्यावरच असतो.

२९) **तुका म्हणे श्वाना क्षिरीचें भोजन ।**
सवें चि वमन जेवी तया । (तु. गा. ८१५)

अर्थ : कुत्र्याला खिरीचे भोजन दिले तरी क्षणात ते ओकून टाकते.

३०) **श्वान शिबिके बैसविलें । भुंकतां न राहे उगलें । (तु. गा. ३९५७)**

अर्थ : कुत्र्याला पालखीत बसविले तरी ते भुंकल्याशिवाय रहात नाही.

३१) **श्वान जालेसे चांगलें । तरी का सांगाते जेवील । (तु. गा. ४४२६)**

अर्थ : कुत्रे कितीही चांगले असले तरी त्याला कुणी बरोबर घेऊन जेवत नाहीत.

३२) **मुक्ताफळहार खरासि घातला । (तु. गा. २५८)**

अर्थ : मोत्याचा हार गाढवाला घालून काय उपयोग ?

३३) **रासभ घुतला महातीर्थामाजी ।**
नव्हे जैसा तेजी शामकर्ण । (तु. गा. ८१५)

अर्थ : गाढवाला गंगेत स्नान घातले तरी तो शामकर्ण घोडा होत नाही.

३४) गाढवाचे अंगीं चंदनाची उटी । (तु. गा. १०५६)

अर्थ : गाढवाला चंदनाची उटी लावून उपयोग नाही.

३५) खरा विलेपन चंदनाचें । (तु. गा. १७१५)

अर्थ : गाढवाला चंदनाची उटी लावून काय उपयोग ?

३६) दुधाळ गाढवी जरी जाली पाहे ।
पावेल ते काय धेनुसरी । (तु. गा. ३०५०)

अर्थ : गाढवीण कितीही दुधाळ झाली तरी तिला गाईची बरोबरी येत नाही.

३७) गाढव शृंगारिले कोडें । कांहीं केल्या नव्हे घोडें ।। (तु. गा. ३९५७)

अर्थ : गाढवाला कौतुकाने शृंगारले तरी त्याचे घोडे होत नाही.

३८) गाढव गंगोसी न्हाणिलें । जाऊनि उकरड्यावरि लोळे ।। (तु. गा. ३९७०)

अर्थ : गाढवाला गंगेत आंघोळ घातली तरी ते उकिरड्यावर जाउन लोळते.

३९) गर्धभासी दिली चंदनाची उटी । (तु. गा. ४२७९)

अर्थ : गाढवाला चंदनाची उटी लावून उपयोग नसतो.

४०) जाली गाढवी दुधाळ । महिमा गाईची पावेल । (तु. गा. ४४२६)

अर्थ : गाढवी दुधाळ असली तरी तिला गाईची सर येणार नाही.

४१) गायत्री स्वमुखें भक्षीतसे मळ । (तु. गा. २५७)

अर्थ : गाय आपल्या मुखाने विष्ठा खाते म्हणून तिला अपवित्र मानू नये.

४२) वर्णांभिन्न दुधा नाहीं । सकळा गांई सारखें । (तु. गा. ३४६१)

अर्थ : गाई विविध रंगाच्या असल्या तरी त्यांच्या दुधाच्या रंगात फरक नसतो.

४३) गाईचा जो भक्ष अमंगळ खाय । तीचें दूध काय सेवूं नये ।। (तु. गा. ३८६९)

अर्थ : गाय अमंगळ (विष्ठा) पदार्थ खाते म्हणून तिचे दूध सेवन करायचे नसते काय ?

४४) उभी कामधेनु मांगाचे अंगणी।
तिसी काय ब्राह्मणीं वंदूं नये।। (तु. गा. ४११७)

अर्थ : मांगाच्या अंगणात कामधेनू उभी असली तरीही ब्राह्मणांनी तिला वंदन करावे.

४५) कस्तुरी सुकराला चोजविली । (तु. गा. २५८)

अर्थ : डुकराला कस्तुरी माखली तर त्याचा उपायोग नसतो.

४६) शूकरासी विष्ठा माने सावकास ।
मिष्टान्नाची त्यास काय गोडी ।। (तु. गा. ८१४)

अर्थ : डुकराला विष्ठा आवडते. त्याला मिष्टान्नाची गोडी नसते.

४७) कीरव्या नावडे कस्तुरि । (तु. गा. ३९७०)

अर्थ : डुकराला कस्तुरी आवडत नाही.

४८) केशर लल्हाटीं शुकराच्या । (तु. गा. ४२७९)

अर्थ : डुकराच्या कपाळाला केशर लावू नये.

४९) माकडाच्या गळां रत्न कुळांगना । (तु. गा. २४६)

अर्थ : माकडाच्या गळ्यात रत्न बांधू नये.

५०) **काय सेजबाज माकडा विलास। (तु. गा. १७१५)**

अर्थ : माकडाला झोपायला बाज दिली आणि विलासी भोग दिले तरी त्याचा फायदा होत नाही.

५१) **मर्कटे अंघोळी लावियेले टिळे । ब्राह्मणाचे लीळे वर्तू नेणे । (तु. गा. ३०५०)**

अर्थ : माकडाने स्नान करून कपाळी गंध लावले तरी त्याला ब्राह्मणाप्रमाणे वागता येणार नाही.

५२) **मर्कटा चंदन । (तु. गा. ४१२५)**

अर्थ : माकडाला चंदन लेपाचा उपयोग नसतो.

५३) **गजालागीं केला कस्तुरीचा लेप । (तु. गा. ३८३१)**

अर्थ : हत्तीला कस्तुरी चोपडली तरी त्याचे मोल हत्तीला कळत नाही.

५४) **सांडुनियां हिरा । कोणें वेचाव्या त्या गारा । (तु. गा. ७९९)**

अर्थ : हिरा टाकून गारा घेऊ नयेत.

५५) **सिलंगणीचें सोनें । त्यासी गाहाण ठेवी कोण । (तु. गा. ४१९५)**

अर्थ : दसऱ्याच्या दिवशी आपट्याची पाने सोने म्हणून लुटतात म्हणून ते सोने कोणी गहाण ठेवीत नाहीत.

५६) **तुका म्हणे सुरा। दुधा म्हणणे केवीं बरा । (तु. गा. २६५८)**

अर्थ : दुधाला दारू म्हणणं योग्य नाही.

५७) **मद्य आणि मधु एकरासी नांवें ।**
तरि कां तें खावें आधारें त्या । (तु. गा. ८३२)

अर्थ : मद्य आणि मध ही एकाच वर्गातील नावे आहेत म्हणून मधाच्या आधारे (ऐवजी) मद्य सेवन करू नये.

५८) **नपुंसकासाठीं । तुका म्हणे न लगे जेठी । (तु. गा. ७८१)**

अर्थ : शक्तिहीन माणसाच्या पराभवासाठी पहिलवानाची आवश्यकता नसते.

५९) **अंगुळिया मोडी । त्यासी काय सिले घोडी । (तु. गा. ७८१)**

अर्थ : जो केवळ बोटानेही मोडतो त्याला घोडेस्वाराची काय आवश्यकता ?

६०) **बोल बोलतां वाटे सोपें । करणी करतां टीर कापे ।। (तु. गा. ७११)**

अर्थ : वैराग्याच्या गोष्टी बोलणे सोपे असते पण त्याप्रमाणे प्रत्यक्ष करणी मात्र फार अवघड असते.

६१) **तुका म्हणे धीरा-विण कैसा होतो हिरा ।। (तु. गा. २७३)**

अर्थ : धीर धरल्याशिवाय वीरपणा प्राप्त होत नाही.

६२) **तुका म्हणे बहु आणी । कठिण निघालिया रणीं।। (तु. गा. ५८६)**

अर्थ : बोलणे शौर्याचे असले तरी प्रत्यक्ष रणांगण कठीण वाटते.

६३) **माप तैसी गोणी । तुका म्हणजे रितीं दोन्ही।। (तु. गा. ६७९)**

अर्थ : जे पोत्यात असेल तेच मापात येईल. पोते रिकामे असेल तर मापही रिकामेच असणार.

६४) **अशुभ न बोलावी वाचा । (तु. गा. ६६१)**

अर्थ : अशुभ वाणी उच्चारू नये.

६५) **तुका म्हणे तृणें झांके हुताशन ।**
हें तवं वचन वाउगें चि ।। (तु. गा. ५६३)

अर्थ : गवताने अग्नी झाला जातो हे म्हणणे खोटे होय.

६६) **छाया इच्छी उन्हें तापला तो ।। (तु. गा. ५४०)**

अर्थ : उन्हाने तापलेल्याला सावलीची इच्छा करतो.

६७) **शोकें शोक वाढे । (तु. गा. ३६४)**

अर्थ : शोकाने शोक वाढतो.

६८) **अन्नाच्या परिमळें जरि जाय भूक ।**
तरि कां हे पाक घरोघरीं ।। (तु. गा. ३४२)

अर्थ : अन्नाच्या वासाने भूक भागत असेल तर लोकांनी घरोघर स्वयंपाक करण्याची जरूर नसते.

६९) **नवसें कन्यापुत्र होती । तरि कां करणें लागे पती । (तु. गा. ३२९)**

अर्थ : जर नवसाने मुले होणार असतील तर नवरा करण्याची आवश्यकता उरणार नाही.

७०) **बहु अतिशय खोटा। तर्कें होती बहु वाटा ।। (तु. गा. ३१६)**

अर्थ : एखाद्या गोष्टीची खूप चिकित्सा करू नये. कारण त्याने खूप फाटे फुटतात आणि कार्यनाश होतो.

७१) **शव जीवेंविण शुंगारिलें । (तु. गा. ३०४)**

अर्थ : मढ्याला शृंगारून काय उपयोग ?

७२) **शृंगारिलें मढें। जीवेंविण जैसें कुडें ।। (तु. गा. १४०९)**

अर्थ : शृंगारलेले मढे प्राणावाचून शोभत नाही.

७३) **रडोनियां मान। कोण मागतां भूषण ।। (तु. गा. २७३)**

अर्थ : रडून मान मागण्यात भूषण नसते.

७४) **मान इच्छी तो अपमान पावे । (तु. गा. २७७८)**

अर्थ : जो मानाची इच्छा करतो त्याचा सर्वत्र अपमान होतो.

७५) **नीचाचे चाकर। चुकलिया खाती मार ।। (तु. गा. २६७)**

अर्थ : नीच माणसाचा चाकर चुकला की, त्याला मार खावा लागतो.

७६) **लोक जैसा ओक धरितां धरवे ना । (तु. गा. २५९)**

अर्थ : ओकारी ज्याप्रमाणे थांबविता येत नाही त्याप्रमाणे लोकांचे बोलणे थोपविता येत नाही.

७७) **वेदपरायण बधिरा सांगे ज्ञान । (तु. गा. २५८)**

अर्थ : वेदपरायण असलेला पंडित बहिऱ्याला ज्ञान सांगू लागला तर त्याचा उपयोग नसतो.

७८) **उपदेश तो भलत्या हातीं। जाला चित्तीं धरावा ।। (तु. गा. २४४)**

अर्थ : उपदेश कोणीही केला तरी तो ध्यानात घ्यावा.

७९) **आंधळ्यासि जन अवघेचि आंधळे । (तु. गा. ३०२)**

अर्थ : आंधळ्या माणसाला सर्व जग आंधळेच वाटते.

८०) **तुका म्हणे काय अंधळिया हातीं ।**
दिलें जैसें मोतीं वांयां जाय। (तु. गा. ४३०८)

अर्थ : आंधळ्याच्या हाती मोती दिले तर ते वाया जातात.

८१) **समय नेणें तें वेडें चाहटळ । (तु. गा. १२३९)**

अर्थ : ज्याला काळवेळ समजत नाही त्याला मूर्ख समजावे.

८२) **न विचारितां ठायाठाव। काय भुंके तो गाढव ।। (तु. गा. २९१८)**

अर्थ : चांगल्या वाईटाचा विचार न करता बडबडणारा माणूस गाढवच असतो.

८३) **पानी पथर येक ही ठोर। कोरनभिगे अंग ।। (तु. गा. ११९५)**

अर्थ : पाणी व दगड एकत्रित ठेवले तरी दगडाची कोरही आतून भिजत नसते.

८४) **अग्नीचें सौजन्य शीतनिवारण ।**
पालवी बांधोनि नेतां नये । (तु. गा. १०७८)

अर्थ : गारठा नाहीसा करणे हे अग्नीचे काम असले तरी तो पदरात बांधून घेता येत नाही.

८५) **ठका महाठक जोडा । (तु. गा. ९५९)**

अर्थ : ठकाला महाठक हाच जोडा होय.

८६) **गांठी पडली ठका ठका। त्याचा धर्म बोले तुका ।।(तु. गा. ३०५२)**

अर्थ : दोन लबाडांची गाठ पडली तरी ते एकमेकांचे कर्म जाणत असतात.

८७) **जैशासाटीं तैसें व्हावें । (तु. गा. ९५९)**

अर्थ : जशास तसे असावे.

८८) **भुस उपणुनि केलें काय । (तु. गा. ९१८)**

अर्थ : कोंडा पाखडून हाती काही लागत नाही.

८९) **काय हातीं लागे भुसाचे कांडणीं । (तु. गा. ३०३९)**

अर्थ : भूस कांडून काहीही हाती लागत नाही.

९०) **घरात आगि लावुनि जागा । न पळे तो गा वांचे ना । (तु. गा. ९१२)**

अर्थ : घराला आग लागली असता जागा होऊन जो पळत नाही, तो वाचत नाही.

९१) **अगी लावी घरा । मग वसती कोठें थारा ।। (तु. गा. १३४५)**

अर्थ : राहत्या घराला आग लावली तर रहायला जागा उरणार नाही.

९२) **व्याली कुमारीचा अनुभवें अनुभव । सांगतां तो भाव येत नाहीं ।। (तु. गा. ८९९)**

अर्थ : बाळंतीणीला आपला अनुभव कुमारिकेला सांगता येणार नाही.

९३) **गंगेचिया अंताविण काय चाड ।**
आपुलें तें कोड तृषेपाशीं ।। (तु. गा. ८४४)

अर्थ : तहानलेल्या माणसाने गंगेच्या पाण्याने तहान भागवावी. गंगेच्या पाण्याच्या खोलीची चौकशी करू नये.

९४) **आपणा लागे काम वाण्याघरीं गुळ ।**
त्याचे याति कुळ काय कीजे ।। (तु. गा. ३८६९)

अर्थ : वाण्याच्या दुकानातील गुळ आणताना त्याच्या जातीचा विचार करायचा नसतो.

९५) **लहानपण देगा देवा । मुंगी साखरेचा रवा ।। (तु. गा. १२८२)**

अर्थ : मुंगी लहान असल्याने तिला साखरेचे कण खायला मिळतातत, म्हणून देवा लहानपण दे.

९६) **तुका म्हणे धाकुटें व्हावें । निजवस्तूसी मागुनि घ्यावे ।। (तु. गा. २८९२)**

अर्थ : लहानपण पत्करून (लीनता – नम्रता पत्करून) हवी ती वस्तू मागावी.

९७) **ऐरावत रत्न थोर । तया अंकुशाचा मार ।। (तु. गा. १२८२)**

अर्थ : ऐरावत हत्ती मोठा असतो पण त्याला अंकुशाचा मार खावा लागतो.

९८) **ज्याचे अंगीं मोठेपण । तया यातना कठीण ।। (तु. गा. १२८२)**

अर्थ : ज्याच्या अंगी मोठेपण असते त्याला खूप यातना सहन कराव्या लागतात.

९९) **जेणें पाविजे उद्धार । तेथें राखावें अंतर ।। (तु. गा. १३१०)**

अर्थ : ज्यामुळे आपला उद्धार होईल असे वाटते तिथे आपले अंत:करण समर्पित केले पाहिजे.

१००) **शाहणियां पुरे एकचि वचन ।**
विशारती खुण ते चि त्यासी ।। (तु. गा. १३७२)

अर्थ : शहाण्याला एक शब्दाचाही उपदेश पुरतो किंवा केवळ इशाराही चालतो.

१०१) **तुका म्हणे जया गांवां जाणे जया ।**
पुसोनियां तया वाट चाले ।। (तु. गा. १४९९)

अर्थ : ज्याला ज्या गावी जायचे असते त्याने त्या गावाची वाट विचारून जावे.

१०२) **तुका म्हणे वेषधारी । हिजड्या नारी नव्हेती ।। (तु. गा. १५६५)**

अर्थ : हिजड्यांनी स्त्रियांचा वेष घेतला तरी तो स्त्रिया होऊ शकत नाहीत.

१०३) **राती करा झांकुनि डोळे। (तु. गा. १६८७)**

अर्थ : डोळे झाकून रात्र होत नसते.

१०४) **हालवूनि खुंट । आधीं करावा बळकट । (तु. गा. १८४९)**

अर्थ : खुंटा हालवून बळकट करतात.

१०५) **ज्याचे गावीं केला वास । त्यासी नसावें उदास । (तु. गा. १९०५)**

अर्थ : ज्याच्या गावात राहायचे त्याच्या संबंधी उदास असू नये.

१०६) **जेवित्याची खूण वाढित्या अंतरी । (तु. गा. १९०७)**

अर्थ : जेवणाराला काय हवे, काय आवडते हे वाढणाऱ्याला समजते.

१०७) **धीराचें राहिलें फळ पोटीं । (तु. गा. १९६३)**

अर्थ : धीर धरला की फळ हाती येते.

१०८) **जाळें घातलें सागरीं । बिंदू न राहे भीतरी ।। (तु. गा. ३९७०)**

अर्थ : समुद्रात जाळे टाकले तर त्यात पाण्याचा एक बिंदुही थांबत नाही.

१०९) **जकातीचा धंदा । तेथें पाप वसे सदा । (तु. गा. ४०२२)**

अर्थ : जिथे जकातीचा धंदा चालतो तिथे सदैव पापाची वस्ती असते असे समजावे.

११०) **ओले मातीचा भरवसा । कां रे धरिशी मानसा ।। (तु. गा. ४०३१)**

अर्थ : ओल्या मातीच्या देहाचा भरवसा धरू नये.

१११) **प्राक्तनाच्या योगें आळशावरी गंगा ।**
स्नान काय जगा करूं नये ।। (तु. गा. ४११७)

अर्थ : नशिबाने आळशी माणसाच्या दारी गंगा आली तर इतरांनी तिचा लाभ घेऊ नये काय ?

११२) **कोढियाचें हातें परिसें होय सोनें ।**
अपवित्र म्हणोन घेऊं नये ।। (तु. गा. ४११७)

अर्थ : कोड फुटलेल्या माणसाच्या हातातील परीसाने लोखंडाला स्पर्श केला तर ते सोने अपवित्र म्हणू नये.

११३) **पिळणी पाक करितां दगड । काय जडा होय ते ।। (तु. गा. २३५३)**

अर्थ : दगड पिळून झिजविला तरी तो शिजत नाही.

११४) **पाषाण पिळितां रस कैंचा । (तु. गा. ४३२४)**

अर्थ : दगड गाळून रस निघत नाही.

११५) **दुधाचे आधणीं वैरिले पाषाण । (तु. गा. ४१२४)**

अर्थ : दुधाच्या आधणात दगड टाकले तरी ते शिजत नाहीत.

११६) गारा त्या अधणीं न सिजती । (तु. गा. ४३२४)

अर्थ : अधणात दगड शिजत नसतात.

११७) तुका म्हणे नये पाकासी दगड । (तु. गा. ३२७०)

अर्थ : दगड कितीही शिजविला तरी तो शिजत नसतो.

११८) तुका म्हणे जैसा कुचराचा दाणा ।
परिपाकीं अन्ना न मिळे जैसा ।। (तु. गा. २३३६)

अर्थ : कुचर दाणा स्वयंपाकात शिजत नाही.

११९) बोलाचिच कढी बोलाचाच भात ।
जेवुनिया तृप्त कोण जाला ।। (तु. गा. ३८७१ / ४३९३)

अर्थ : कढी व भात यांचे केवळ वर्णन करून पोट भरत नसते.

१२०) लाटिक्याचें आंवतणें जेविलिया साच । (तु. गा. ४१९०)

अर्थ : लबाडाचे भोजनाचे निमंत्रण जेवल्याशिवाय खरे मानू नये.

१२१) कोल्हांटिणी लागे आकाशीं खेळत । (तु. गा. ४१९०)

अर्थ : कोल्हाटी लोक उड्या मारून आकाशात खेळतात म्हणून त्यांना अमरपणा प्राप्त होत नसतो.

१२२) नवखंड पृथ्वी पिके मृगजळें । (तु. गा. ४३२४)

अर्थ : नवखंड पृथ्वी मृगजळावर पिकत नाही.

१२३) जळमंडपयाचे घोडे राउत नाचती । (तु. गा. ४१९०)

अर्थ : आकाशात मेघांचे घोडे, शिपाई दिसतात म्हणून ते युद्धाला उपयोगी येत नाहीत.

१२४) मुसळाचें धनु नव्हे हो सर्वथा । (तु. गा. ४३२४)

अर्थ : मुसळाचे धनुष्य होत नसते.

१२५) डोंगर भेटे बळें असमानासी । (तु. गा. ४३२४)

अर्थ : डोंगर कितीही उंच झाला तरी तो आकाशाला भिडत नसतो.

१२६) तुका म्हणे जेवी चंदनांतिल आळी ।
न चढे निढळीं देवाचिया । (तु. गा. ४४७८)

अर्थ : आळी चंदनातली आहे म्हणून देवाच्या कपाळावर जाउन बसत नाही.

१२७) कापुरासि काय लावूनि उटावें। (तु. गा. ४४८१)

अर्थ : कापराला कशाचे उटणे लावावे ?

१२८) नाहीं पाइतन भूपतीशीं दावा । (तु. गा. २११६)

अर्थ : ज्याला पायात घालायला पायताण नाही त्याने राजाशी वैर करू नये.

१२९) दुर्बळाचे हातीं सांपडलें धन ।
करितां जतन नये त्यासी । (तु. गा. २१४४)

अर्थ : दुर्बलाच्या हातात पैसा आला तर त्याला त्याचे रक्षण करता येत नाही.

१३०) बेगडाचा रंग राहे कोण काळ । (तु. गा. २१६६)

अर्थ : बेगडाचा रंग फार काळ टिकत नसतो.

१३१) मस्तक सांडूनि सिसफुल गुडघां । (तु. गा. २२०२)

अर्थ : डोक्यात घालायचे फुल गुडघ्याला बांधणे हा शहाणपणा नव्हे.

१३२) अंगभूत म्हणू पूजितो वाहाणा ।
म्हणता शाहाणा येइल कैसा । (तु. गा. २२०२)

अर्थ : शरीराचा एक भाग म्हणून वहाणांची पूजा करणाराला शहाणा म्हणता येत नाही.

१३३) ठेंग्या केवी अंकुर । (तु. गा. २२०३)

अर्थ : खुंटाला अंकुर फुटत नाहीत.

१३४) भोजनसमयीं ओकाचा आठव । (तु. गा. २२८६)

अर्थ : भोजनाच्या वेळी ओकारीची आठवण झाली तरी किळस येते.

१३५) वेडिया उपचार करितां सोहळें । (तु. गा. २२८९)

अर्थ : वेड्या माणसाला सजवून काय उपयोग.

१३६) अंधापुढे दीप नाचती नाचणें । (तु. गा. २२८९)

अर्थ : आंधळ्यापुढे दिवे लावून नृत्य केले तरी त्याला त्याचा उपयोग नसतो.

१३७) मुकियापासाव सांगता पुराण । (तु. गा. २२८९)

अर्थ : मुक्या माणसापुढे पुराणवाचून उपयोग नाही.

१३८) नपुंसका काय करील पद्मिणी । (तु. गा. २२८९)

अर्थ : नपुंसकाला पद्मिणीचा उपयोग नसतो.

१३९) हातपाय नाहीं करिल तो काय ।
वृक्षा फळ आहे अमोलिक ।। (तु. गा. २२८९)

अर्थ : वृक्षावर खूप फळे आहेत पण ज्याला हात पाय नाहीत त्याला त्याचा उपयोग नाही.

१४०) सुईणीपुढें चेंटा । काय लपविसी चाटा । (तु. गा. २३७५)

अर्थ : सुईणीपुढे मुलगा लपविता येत नाही.

१४१) एक एका साह्य करूं । अवघे धरूं सुपंथ । (तु. गा. २७३२)

अर्थ : एकमेकांना मदत करून सर्वांनी सन्मार्गाने जावे.

१४२) आपुलें आपण जाणावें स्वहित । (तु. गा. २७३६)

अर्थ : आपले हित कशात आहे हे आपणच ओळखावे लागते.

१४३) कैंची चिका दुधचवी । जरी दावी पांढरे । (तु. गा. २७९१)

अर्थ : नुकतीच व्यालेल्या गाईच्या चिकाचा रंग पांढरा असला तरी तिच्या दुधाची चव चिकाला येत नाही.

१४४) मूढजना छंद लावण्यांचा । (तु. गा. २८७६)

अर्थ : मूर्ख माणसांना वरवरच्या सौंदर्याचा छंद असतो.

१४५) उभा ऐल थडी । तेणें घालूं नये उडी । (तु. गा. ३२२२)

अर्थ : भीतीने अलिकडच्या काढावर उभे असलेल्या माणसाने पाण्यात उडी घालू नये.

१४६) एका सितें कळे भात । (तु. गा. २३७१)

अर्थ : शितावरून भाताची परीक्षा होते.

१४७) शिजलिया अन्ना ग्वाही दांत हात । (तु. गा. २८७६)

अर्थ : अन्न शिजले आहे की नाही, याची ग्वाही दात व हात देतात.

१४८) शिजल्यावरी जाळ । वांयां जायाचें तें मूळ । (तु. गा. ३२२१)

अर्थ : अन्न शिजल्यावर जाळ लावला तर तो वाया जातो.

१४९) सिजल्यावरी जाळ कढ खोटा । (तु. गा. ३५९७)
अर्थ : अन्न शिजल्यावर जाळ लावणे व्यर्थ होय.
१५०) तुका म्हणे शूर । व्हावे धुरेसींच धूर ।। (तु. गा. ३२०१)
अर्थ : मोठ्यांशी मोठेपणाने वागून शूर व्हावे.
(राजाने शरण आलेल्या राजाला राजाप्रमाणे वागवावे. अशा प्रकारचा हा अर्थ आहे.)
१५१) तुका म्हणे येथे पाहिजे जातीचें ।
येरा गबाळाचें काय काम । (तु. गा. ३१२८)
अर्थ : सर्वत्र जातिवंत अभ्यासू लोक हवे असतात. तिथे अर्धवट लोकांचे काम नसते.
१५२) नेसणें आलें होतें गळ्या । लोक रळ्या करिती । (तु. गा. २९२२)
अर्थ : कमरेचे वस्त्र गळ्यात आले की, लोक कुचेष्टा करतात.
१५३) अंधारें दीपिका आणियेला शोभा । (तु. गा. ३३८९)
अर्थ : अंधार असल्यामुळे दिव्याला शोभा येते.
१५४) कागदीं लिहितां नामाची साकर ।
चाटिता मधुर गोडी नेदी । (तु. गा. ३८७१ /४३९३)
अर्थ : कागदावर साखर हा शब्द लिहून तो चाटला तर त्याची गोडी लागते काय ?
१५५) चोरा रुचे निशी । देखोनियां विटे शशी । (तु. गा. ३८००)
अर्थ : चोरांना रात्र आवडते पण चंद्राचा त्यांना वीट असतो.
१५६) नम्र पीडा देखेना । (तु. गा. ३७९२)
अर्थ : जो नम्रतेने राहातो त्याला पीडा होत नाही.
१५७) तुका म्हणे कौतुक कोडें । आगी काय जाणे मढें । (तु. गा. ३५९३)
अर्थ : प्रेताला आगीचे कौतुक नसते.
१५८) खोल पाया भिंती न खचेसी । (तु. गा. ३५१४)
अर्थ : पाया खोल घेतला तर भिंत खचत नाही.
१५९) संपादणीविण विटंबिले सोंग । (तु. गा. ३०४)
अर्थ : सोंग वठविता आले नाही तर सोंगाचे हासे होते.
१६०) निवडावें खडे । तरी दळण वोजें घडे । (तु. गा. २१३७)
अर्थ : खडे निवडून दळण दळले तरच दळण चांगले येते.
१६१) करितां भिन्न नाहीं माती ।
मडक्या गति भिन्न नांवें ।। (तु. गा. ३४६१)
अर्थ : मडक्याचा आकार व नावे भिन्नभिन्न असली तरी त्यांची माती एकच असते.
१६२) मळ खाये संवदणीं ।
करी आणिकांची उजळणीं ।। (तु. गा. २०३८)
अर्थ : परटाची कपडे धुण्याची डोणी स्वत: मळ खाते आणि दुसऱ्याचे कपडे स्वच्छ करते.

शांती

एकनाथ

१) **शांति तेचि समाधान । शांति तेचि ब्रह्मज्ञान । (एक. भा. १०/१२६)**

अर्थ : शांती म्हणजेच समाधान, ब्रह्मज्ञान होय.

शेती

ज्ञानदेव

१) **कां सुक्षेत्रीं बीज घातलें । तें आपुलियापरी विस्तारले । (ज्ञाने. १/४०)**

अर्थ : चांगल्या जमिनित बी पेरले असता त्याची आपल्या परीने उत्तम वाढ होते.

२) **जैसीं बीजें सर्वथा आहाळलीं । तीं सुक्षेत्रीं जर्‍ही पेरिलीं ।**
तरी न विरूढती सिंचलीं । आवडे तैसीं ।। (ज्ञाने. २/६६)

अर्थ : बी भाजले आणि ते चांगल्या जमिनीत पेरून भरपूर पाणी दिले तरी ते उगवत नाही.

३) **देखें अग्निमाजीं घापती । तियें बीजें जरी विरूढती । (ज्ञाने. २/३४६)**

अर्थ : **अग्नीत भाजलेले बीज उगवत नाही.**

४) **जैसें क्षेत्रीं जें पेरिजे । तेंवांचूनि आन न निपजे । (ज्ञाने. ४/७४)**

अर्थ : शेतात जे पेरावे त्याच्याशिवाय दुसरे काही उगवत नाही.

५) **बींजचि वरोसि वेंचे । तैं वाढती कुळवाडी खाचे । (ज्ञाने. १८/२५८)**

अर्थ : पेरण्यासाठी ठेवलेले बियाणेच जर अन्नधान्य म्हणून वापरले तर शेतीचा उद्योग नाश पावतो.

६) **ग्रीष्माचां अतिरसीं । सबीजें तृणें जैसीं ।**
मागुती भूमीसी । सुलीनें होती ।। (ज्ञाने. ९/१०१)

अर्थ : ग्रीष्मऋतूच्या शेवटी बीज गवतासह जमिनीत लोप पावते.

७) **जैसें कोंडेनि पां गुंतलें । बीज निपजे ।। (ज्ञाने. ३/२६२)**

अर्थ : ज्याप्रमाणे फोलपटाच्या आवरणात बी उत्पन्न होते.

८) **मुडाहूनि बीज काढिलें । मग निर्वाळिलिये भूमि पेरिलें ।**
तरी तें सांडीविखुरीं गेलें । म्हणों ये कायी ।। (ज्ञाने. ९/३९)

अर्थ : कणगीतून काढलेले बी पेरण्यायोग्य जमिनीत पेरले तर ते सांडण्या लंवडण्यात गेले असे म्हणता येईल काय ?

९) **जैसी बीजाचिया वेलपालवा । समर्थ भूमि ।। (ज्ञाने. ९/११८)**

अर्थ : बीजापासून वेल, पाने निर्माण करण्यास जमीन समर्थ असते.

१०) **प्रतिवर्षीं क्षेत्र पेरिजे । पिके तरी वाहो नुबगिजे । (ज्ञाने. १०/५५)**

अर्थ : प्रत्येक वर्षी शेतात पेरणी करावी आणि शेत पिकते आहे असे दिसल्यावर तिची मशागत करायला कंटाळू नये.

११) नाना कृषीवळु आपुलें । पांघुरवी पेरिलें । (ज्ञाने. १३/२०६)

अर्थ : शेतकरी पेरलेले धान्य मातीने झाकून टाकतो.

१२) कीं शेतीं बीं विखुरिजे । परी पिकीं लक्ष ।। (ज्ञाने. १६/१००)

अर्थ : पिकावर डोळा ठेवूनच शेतात बी पेरले जाते.

१३) पेरूनि शेता जाइजे । (ज्ञाने. ११/१४८)

अर्थ : पेरणी केल्यावर मग शेतात जावे.

१४) तरी आपैसीं दांगीं डोंगर । झाडालि विति असार ।
तैसें लांबे राजागर । नुठिती ते ।। (ज्ञाने. १८/९४)

अर्थ : अरण्यात, डोंगरावर निरूपयोगी झाडे आपोआप उगवतात पण बागेतली झाडे, मात्र सहज उगवत नाहीत.

१५) न पेरितां सैंघ तृणें । उठती तैसें साळीचें होंणें । (ज्ञाने. १८/९५)

अर्थ : गवत न पेरता उगवते पण भात न पेरता उगवत नाही.

१६) पेरितां पुरे न म्हणिजे । बीज जेवीं ।। (ज्ञाने. १८/५९९)

अर्थ : बीजाची पेरणी चालू असताना पुरे असे म्हणवत नाही.

१७) जैसा पर्जन्योदकाचा लोटु । विपायें धरी साळीचा पाटु ।
तऱ्ही जिरे परी अचाटु । उपयोगु आथी ।। (ज्ञाने. १८/३६८)

अर्थ : पावसाच्या पाण्याचा लोट कदाचित शेतात शिरला तर तो तिथे जिरून जातो पण त्याचा फायदा फार होतो.

१८) सुक्षेत्रीं आणि वोलटे । बीजही पेरिलें गोमटें ।
तरी आलोट फळ भेटे । परी वेळे कीं गा ।। (ज्ञाने. १८/९९९)

अर्थ : ओल असलेल्या उत्तम जमिनीत चांगले बीज पेरले तर अपार फळे मिळतील पण त्यासाठी काही काळ जावा लागतो.

१९) का साळीचा कणु म्हणे । मी नुगवें साळीपणें ।
तरी आहे आन करणें । स्वभावासी ।। (ज्ञाने. १८/१२८७)

अर्थ : साळीचे बी 'मी साळीपणाने उगवणार नाही' असे म्हणेल तर हे स्वभावधर्माच्या विरोधी नाही काय ?

२०) नाना धाराधरधारीं । झळंबलीया वसुंधरी ।
उठिजे जेवीं अंकुरीं । नानाविधीं ।। (ज्ञाने. १३/१०५३)

अर्थ : पावसाच्या धारांनी भिजेलल्या जमिनीत नाना प्रकारचे अंकुर उत्पन्न होतात.

२१) कुळवाडी रिणें दाटलीं । (ज्ञाने. १३/५६५)

अर्थ : शेतीचा धंदा कर्जाने वेढला म्हणजे उबदारीस येत नाही.

२२) जे बीज भुईं खोंविलें । तेंचि वरी रूख जाहले । (ज्ञाने. १३/२९६)

अर्थ : जे बीज पेरले असेल तेच वृक्षरूपाने वर येते.

२३) कां भूमीचें मार्दव । सांगे कोंभाची लवलव । (ज्ञाने. १३/१८०)

अर्थ : कोंभाच्या लुसलुशीतपणावरून जमिनीचा मगदूर समजातो.

नामदेव

१) नामा म्हणजे बीज नासिलें तें भोग । (ना. गा. २८५)

अर्थ : बीज नष्ट झाले म्हणजे फळ भोगायला मिळते.

२) शेती बीज नेतां थोडें । मोटे आणिताती गाडे ।। (ना. गा. ६२४)

अर्थ : शेतात थोडे धान्य पेरले तरी गाड्या भरून धान्य घरी आणता येते.

एकनाथ

१) जो शेताची पेरणी करी । तोचि राखे देखे सोकरी । (एक. भा. ४/६१)

अर्थ : जो शेताची पेरणी करतो तोच त्याची राखण करणे जाणतो.

२) बीज तेथें द्रुम फळ। (एक. भा. २/२४५)

अर्थ : जेथे बीज असते तेथे वृक्षासह फळ असते.

३) पृथ्वी दुःखी करिती नांगरी। ते पिकोनि त्यांतें सुखी करी। (एक. भा. ४/१४१)

अर्थ : पृथ्वीला नांगरून दुःखी केले तरी ती धान्य पिकवून त्यांना सुखी करते.

४) बीज अधिकाधिक पेरितां। उल्हास कृषीवळाचे चित्ता । (एक. भा. १४/२४७)

अर्थ : जितके बी अधिक पेरले जाईल तितका शेतकऱ्याचा आनंद वाढतो.

५) परी जैसें बीज तैसें फळ। (एक. भा. २१/४०) (एक. गा. ३२४७, ३२५०)

अर्थ : जसे बी असेल तसेच फळ येते.

६) बावडें बीज पेरिल्या शेतीं । पिकास नाडले निश्चितीं । (एक. भा. २१/३१३)

अर्थ : निरूपयोगी बी शेतात पेरले तर पिकाला मुकावे लागते.

७) जैसें बीज तैसा अंकुर । (एक. गा. १६१२/२)

अर्थ : जसे बीज असते तसाच अंकुर येतो.

८) बीज अग्नीमाझारी । विरूढें कैसें ।। (एक. गा. २६९५/२)

अर्थ : आग्नीत टाकलेले बी उगवत नाही.

रामदास

१) सेत पेरिलें आणि उगवलें । परंतु निगेविण गेलें । (दास. ५.३.९)

अर्थ : शेत पेरले, त्यात धान्य उगवले पण त्याची निगा राखली नाही तर ते धान्य वाया जाते.

२) पेरिलें तें उगवतें । (दास. १२.२.२१)

अर्थ : आपण जे पेरतो तेच उगवत असते.

३) बीज अग्नीनें भाजलें । त्याचें वाढणें खुंटलें । (दास. १५.१०.२८)

अर्थ : बी भाजून पेरले म्हणजे त्याची वाढ संपते.

४) पेरिल्याविण उगवेना । (दास. ७.१०.२०)

अर्थ : धान्य पेरल्याशिवाय उगवत नाही.

५) उगवें पेरिलें निश्चयेंसीं । (रा. क. १ ओव्या ७/१८)

अर्थ : जे पेरलेले असते तेच खात्रीने उगवते.

६) न पेरितों होतें धान्य कैसें । (रा. क. १ ओव्या १२/४०)

अर्थ : न पेरता धान्य कसे उगवणार ?

७) **कण सांडुनिया घेउं नये भूस । (रा. क. १ स्फु. ओ. ५०.१)**

अर्थ : धान्य कण टाकून भुस घेऊ नये.

८) **भूस पेरितां काये पिकते । (स. पद पू. ८५/३)**

अर्थ : धान्याचा कोंडा पेरून काही उगवत नसते.

९) **नाना पिकाची भोये । वाहिल्यावीण जाणें । (स. पद २६६/१)**

अर्थ : पिकावू शेतात पेरले नाही तर ती शेज जमीन वाया जाते.

१०) **पेरिलें ते उगवते । (स. पद गि. प. १२२)**

अर्थ : जे पेरावे तेच उगवते.

११) **शेतीं न जातां आउत । तेणें आच्छादिलें शेत ।। (स.गा.२२१)**

अर्थ : नांगर घेऊन शेतीची मशागत केली नाही तर शेत गवताने झाकून जाते.

तुकाराम

१) **शुद्धबीजा पोटीं ।**
फळें रसाळ गोमटीं ।।१।। (तु. गा. ६२)

अर्थ : बीज चांगले असेल तर फळेही रसाळ आणि उत्तम येतात.

२) **फळ देतें चित्त बीजा ऐसें । (तु. गा. ७१)**

अर्थ : ज्या जातीचे बीज मनात असेल त्याच गुणाची फळे येतात.

३) **बीजा ऐसें फळ दावी परिपाकीं। (तु. गा. २४६)**

अर्थ : जसे बीज तसे शेवटी फळ असते.

४) **बीज ज्यासी द्यावें । तुका म्हणे तैसें व्हावे ।।४।। (तु. गा. १८७८)**

अर्थ : पाणी ज्या बीजाला द्यावे त्या बीजाच्या चवीचे पाणी होते. (पाणी उसाला दिले तर ते गोड होते.)

५) **फळ तेंचि बीज बीज तेंची फळ । (तु. गा. २४२७)**

अर्थ : जे फळ तेच बीज असते आणि जे बीज असते त्याचेच फळ असते.

६) **तुका म्हणे बीज पोटीं ।**
फळ तैसें चि सेवटी (तु. गा. २३३५)

अर्थ : ज्या गुणाचे बीज असते त्याच गुणाचे फळ असते.

७) **बिजाऐसीं फळे । उत्तम कां अमंगळे ।।३।। (तु. गा. १४६५)**

अर्थ : जसे बीज असेल त्या प्रमाणे चांगली-वाईट फळे येतात.

८) **बीज तेंचि फळ येईल शेवटीं । (तु. गा. २०१०)**

अर्थ : जसे बीज असेल तसेच फळ हाती येते.

९) **बीज ज्याचा सीण तेंचि फळ ।।२।। (तु. गा. १५३८)**

अर्थ : बीज दुःखाचे असेल तर फळही दुःखाचेच असते.

१०) **फळ बीजा ऐसें ।। (तु. गा. २१७५)**

अर्थ : जे बीज पेरावे त्याचीच फळे येतात.

११) **पेरिल्या बीजाचें । फळ घेईं शेवटीं ।। (तु. गा. ३४६४)**

अर्थ : आपण जे पेरावे त्याचेच फळ हाती येते.

१२) **तुका म्हणजे मोड दावी । तैशीं फळें आलीं व्हावी ।। (तु. गा. २८२९)**

अर्थ : ज्या प्रकारचे वृक्षाचे अंकुर असतात तशीच त्याची फळे असणार.

१३) **गोमट्या बीजाचीं फळें ही गोमटीं । (तु. गा. ३४९५)**

अर्थ : चांगल्या बीजाची फळे चांगली असतात.

१४) **बीज वाढे बीजा पोटीं ।।२।। (तु. गा. ५७८)**

अर्थ : एका बीजातून दुसरी बीजे तयार होत असतात.

१५) **बीज तैसे फळ । वरी आलें अमंगळ । (तु. गा. ४०२६)**

अर्थ : बीज वाईट असेल तर फळही वाईट येते.

१६) **एका बीजा केला नाश ।**
मग भोगलें कणीस ।।१।। (तु. गा. ७६७)

अर्थ : एक बीजाचा नाश केला (पेरले) तर त्यातून मोठे कणीस हाती येते.

१७) **बीज पेरें सेतीं । मग गाडेवरी वाहाती ।। (तु. गा. २०८६)**

अर्थ : शेतात थोडे धान्य पेरले तरी गाड्याभरून धान्य घरी नेता येते.

१८) **मढें झांकुनियां करिती पेरणी ।**
कुणबियाचें वाणी लवलाहें ।।१।। (तु. गा. ८२३)

अर्थ : कुणब्याला प्रसंगी घरातले मढे झाकून शेतातली पेरणी करावी लागते. (त्याप्रमाणे आपण आपले स्वहित साधले पाहिजे.)

१९) **निवडावें तन । सेतीं करावें राखण ।। (सार्थ तु. गा. २१३७/३)**

अर्थ : उभ्या पिकातील तण निवडून शेतीचे रक्षण करावे लागते.

२०) **बीज पेरूनियां तें चि घ्यावें फळ ।**
डोरलीस केळ कैंचें लागे ।। (तु. गा. २०९४)

अर्थ : जे बी पेरले असेल त्याचेच फळ मिळते. कारल्याच्या वेलाला केळी लागत नाहीत.

२१) **उपतिष्ठे कारण । तेथें बीज पेरीजे ।। (तु. गा. ३०५५)**

अर्थ : जिथे बीज उगविण्याची शक्यता आहे, तिथेच बीज पेरावे.

२२) **बीज न पेरावें खडकीं ओल नाहीं ज्याचे बुडखीं ।। (तु. गा. २२९०)**

अर्थ : ज्याच्या बुंध्यात ओल रहात नाही अशा खडकावर बीज पेरू नये.

२३) **खोल ओले पडे तें पीक उत्तम ।**
उथळाचा श्रम वांयां जाय ।। (तु. गा. ३४९४)

अर्थ : खोल आणि ओल्या जमिनीत बी पेरले तर तेथे चांगले पीक येते. बी वरच्यावर पेरले तर ते सर्व श्रम वाया जातात.

२४) **खोलीं पडे ओली बीज । तरीं च हाता लागे निज ।। (तु. गा. ३१२५)**

अर्थ : ओलसर जमिनीत आणि खोल बी पडले तरच ते आपल्या हाती पीक येते.

२५) **बीजा ऐसा द्यावा उदकें अंकुर । (तु. गा. २७२९)**

अर्थ : ज्या प्रमाणे बीज असेल त्याप्रमाणे पाणी दिल्यावर अंकुर उगवतो.

२६) **नाही तेथें ओल बीज वेची मूर्ख तो । (तु. गा. २४७५)**

अर्थ : जेथे ओल नाही तेथे बी पेरणारा मूर्ख होय.

२७) **तुका म्हणे जीवनेंविण । पीक नव्हे नव्हे जाण ।। (तु. गा. ७६५)**
अर्थ : पाण्याशिवाय शेती पिकणार नाही.

श्रोता

ज्ञानेदव

१) **आणि श्रोता दुश्चिता तरि वितुळे । मांडाला रसु ।। (ज्ञाने. ९/२८)**
अर्थ : श्रोता दुश्चित असेल तर व्याख्यानात आलेल्या रंगाचा बेरंग होतो.
२) **म्हणऊनि वक्ता तो वक्ताचि नोहे । श्रोतेनविण ।। (ज्ञाने. ९/२९)**
अर्थ : श्रोत्यांशिवाय वक्ता हा वक्ताच होऊ शकत नाही.
३) **यालागीं सुमनु आणि शुद्धमती । जो अनिंदकु अनन्यगती ।**
पैं गा गौप्यही परी तया प्रती । चावळिजे सुखें ।। (ज्ञाने. ९/४०)
अर्थ : चांगल्या मनाचा, चांगल्या बुद्धीचा तसेच निंदा न करणारा व अनन्यगतिक (एकनिष्ठ) असा श्रोता मिळाला तर त्याला आपली गुप्त गोष्ट सांगायला काहीच हरकत नाही.

रामदास

१) **अर्थांतर पाहिल्यावीण । उगें चि करी जो श्रवण ।**
तो श्रोता नव्हे पाषाण । मनुष्यवेषें । (दास. ८.६.७)
अर्थ : अर्थाचे मर्म समजल्याशिवाय जो उगाच श्रवण करतो तो मनुष्याचे रूप घेतलेला दगड होय.

संकेत

ज्ञानदेव

चिंतामणी

१) **कां चिंतामणि जालया हातीं । सदा विजयवृत्ति मनोरथीं । (ज्ञाने. १/२४)**
अर्थ : चिंतामणी हाती आल्यावर सर्व मनोरथ पूर्ण होतात.
२) **जरी चिंतामणी हातां चढे । तरी वांछेचें कवण सांकडें ।। (ज्ञाने. ३/२३)**
अर्थ : चिंतामणी हाती आला तर हवी ती गोष्ट मागण्यात अडचण नसते.

सोमकांतमणी

३) **जैसा चंद्रकळीं सिंपिला । सोमकांतु ।। (ज्ञाने. १/१९१)**
अर्थ : ज्याप्रमाणे चंद्रकिरणांचा वर्षाव होताच, स्पर्श होताच चंद्रकांत मणी पाझरतो.
४) **सोमकांतु निजनिर्झरीं । चंद्रा अर्घ्यदिक न करी ।**
तें तोचि अवधारीं । करवी कीं जी । (ज्ञाने. १८/१४)
अर्थ : चंद्रकांतमणी स्वत: पाझरून चंद्राला अर्घ्य देतो असे नाही तर चंद्रच त्याला तसे करायला भाग पाडतो.

कामधेनू

५) **जयातें कामधेनु माये । तयासी अप्राप्य कांहीं आहे । (ज्ञाने. १/७९)**

अर्थ : कामधेनू ज्याची आई आहे त्याला न मिळणारी अशी एकही वस्तू नसते.

६) **हां गा कामधेनूचें दुभतें । दैवें जाहलें जरी आपैतें ।**
तरी कामनेची कां तेथें । वानी कीजे ।। (ज्ञाने. ३/२२)

अर्थ : अहो ! दैवाने कामधेनूचे दुभते जर मिळाले तर पाहिजे ते मागायला कमी कां करावे ?

७) **तिये कामधेनूचे पाडे । काय भुकेले ठाती ।। (ज्ञाने. ११/१०९)**

अर्थ : कामधेनूची वासरे उपाशी असतात काय ?

८) **तान्ही आणि पारठी । इया कामधेनूतें दिठी ।**
सूनि जैसिया गोठी । कीजतीना ।। (ज्ञाने. १८/१६७९)

अर्थ : कामधेनू लहान की, मोठी ही दृष्टी ठेवून कोणी तिची गोष्ट करीत नसते.

अंजन

९) **जैसें डोळ्यां अंजन भेटे । ते वेळीं दृष्टीसी फांटा फुटे ।**
मग वास पाहिजे तेथ प्रगटे । महानिधी ।। (ज्ञाने. १/२३)

अर्थ : ज्याप्रमाणे डोळ्यात अंजन घातल्यावर दृष्टीला विशेष सामर्थ्य प्राप्त होते आणि मग तो जिकडे पाहील तिकडे त्याला भूमिगत द्रव्याचा साठा दिसू लागतो.

पायाळू

१०) **तेथ सदैवा आणि पायाळा । वरि दिव्यांजन होय डोळां ।**
मग देखे जैसी अवलीळा । पाताळधनें ।। (ज्ञाने. ६/४५८)

अर्थ : सुदैवी आणि पायाळू माणसाला डोळ्यात अंजन मिळाल्यावर त्याला पाताळातील द्रव्य सहज दिसते.

११) **जे पाताळींचेंही निधान । दावील कीर अंजन ।**
परी होआवे लोचन । पायाळाचे ।। (ज्ञाने. १५/३४)

अर्थ : अंजन घातलेले पायाळूचे डोळे असतील तर जमिनीत पुरलेले द्रव्यही दिसते.

खपुष्प

१२) **होआवें मग तोडावें । खपुष्प कीं ।। (ज्ञाने. १५/२१५)**

अर्थ : आकाशपुष्प कोणी तोडते काय ?

१३) **हे खपुष्पाचि तुरंबणी । (ज्ञाने. १६/३९)**

अर्थ : आकाशपुष्पाचा वास घेणे शक्य नाही.

केतू

१४) **उदैजणें केतूचें जैसें । विश्वा अनिष्टाची दोषें । (ज्ञाने. १६/३१९)**

अर्थ : केतूचा उदय म्हणजे जगाच्या नाशाची खूण होय.

धुव्र

१५) **भ्रमणचक्रीं न भंवे । ध्रुव जैसा । (ज्ञाने. १३/४८८)**

अर्थ : नक्षत्रें फिरत असली तरी ध्रुवतारा फिरत नसतो.

स्वाती नक्षत्र

१६) **हें असो स्वातीचें उदक । शुक्तीं मोतीं व्याळीं विख । (ज्ञाने. १५/४२०)**

अर्थ : स्वाती नक्षत्रातले पाणी शिंपीत पडले तर मोती बनते आणि सर्पमुखात पडले तर विष होते.

१७) **परी तें त्यजिजे मूळ । नक्षत्रीं जैसें । (ज्ञाने. १८/१२३)**

अर्थ : मूळ नक्षत्रावर जन्मलेल्या मुलाचा त्याग करावा.

रामदास

१) **चिंता मात्र नाहीं मनीं । कोण पुसे चिंतामणी । (दास. १.४.२६)**

अर्थ : मनात चिंता नसेल तर चिंतामणीला कोणी विचारत नाही.

२) **कामधेनूचीं दुभणीं । निःकामासी न लगती ।। (दास. १.४.२६)**

अर्थ : ज्याला कोणतीच इच्छा नसते त्याला कामधेनूच्या दुभत्याची जरूर नसते.

३) **जैसें नेत्रीं घालितां अंजन । पडे दृष्टीस निधान । (दास. ५.१.३८)**

अर्थ : डोळ्यात अंजन घातले की, भूमीतला ठेवा दृष्टीला पडतो.

४) **दिसेना जें गुप्त धन । तयासि करणें लागे अंजन । (दास. ६.९.१९)**

अर्थ : जमिनीतील गुप्त ठेवा दिसण्यासाठी डोळ्यात अंजन घालावे लागते.

संगत

ज्ञानदेव

१) **अगा थानीं कीर दूध गूढ ।**
परी थानासीचि नव्हे कीं गोड । (ज्ञाने. ९/३८)

अर्थ : स्तनात खरोखरी गुप्तपणे दूध असते पण त्याची गोडी स्तनांना नसते.

२) **पाहें पां चंदनाचेनि अंगनिळें । शिवतिले निंब होते जे जवळे ।**
तिही निर्जिवींही देवांची निडळें । बैसणीं केलीं ।। (ज्ञाने. ९/४८४)

अर्थ : चंदनाच्या झाडावरून आलेल्या वाऱ्याच्या स्पर्शाने त्याच्या जवळ असलेले सुगंध रहित निंबाचे झाडही देवाच्या मस्तकार (गंधरूपाने) वसते.

संवचोर

३) **परी तो संवचोराचा सांगातु । जैसा नावेक स्वस्थु।**
जंव नगराचा प्रांतु । सांडिजेना ।। (ज्ञाने. ३/२११)

अर्थ : संभावित चोराची संगत नगराची वेस वोलांडण्यापर्यंतच चांगली असते. नगरांची शीव ओलांडून गेले की, तो सर्वनाश करतो.

४) **जें विश्वासु आंगवळा । संवचोराचा ।। (ज्ञाने. ८/१४७)**

अर्थ : संभाविताचे सोंग घेतलेल्या चोरांचा विश्वास खरा नसतो.

५) **संवचोराचें साजणें । तेंचि तें प्राण घेणें । (ज्ञाने. १३/७४५)**

अर्थ : संभावित चोराची मैत्री म्हणजे प्राण गमावणे.

६) **संवचोर मैत्री चांग । जंव न पविजे ते दांग । (ज्ञाने. १८/२५०)**

अर्थ : अरण्य लागले नाही तो पर्यंतच संभावित चोरांची मैत्री चांगली असते.

७) **पहिलें संवचोराचें मैत्र । (ज्ञाने. १८/७९७)**

अर्थ : संभावित चोराची मैत्री प्रथम बरी वाटते.

८) **जरी चोरां सभा दाटे । (ज्ञाने. ७/९४)**

अर्थ : चोरांच्या सभेला गर्दी होत नसते.

९) **जे संगदोषें हा लौकिक । भ्रंशु पावे । (ज्ञाने. १/२५७)**

अर्थ : पतितांच्या संगतीने आचार-विचार नष्ट होतात.

१०) **नाना सुदिनाचा आभाळीं । दुर्दिनु कीजे ।। (ज्ञाने. १३/१००९)**

अर्थ : ढगांच्या संगतीने चांगल्या दिवसाचा वाईट दिवस होतो.

११) **कां दशी दीपसंगे । दीपुचि होय ।। (ज्ञाने. १७/१९)**

अर्थ : दिव्याच्या संगतीने वातच दिवा होते.

१२) **गंगोदक जरी जालें । तरी मद्यभांडा आले ।**
तें घेवों ये कांहीं केलें । विचारीं पां ।। (ज्ञाने. १७/५२)

अर्थ : मद्याच्या भांड्यातून आलले गंगोदक जरी असले तरी ते घेता येत नाही.

१३) **चंदनु होय शीतळू । परी अग्नीसी पावे मेळू ।**
तैं हातीं धरिला जाळूं । न शके काई ।। (ज्ञाने. १७/५३)

अर्थ : चंदन जातीने थंड असते पण त्याचा जर अग्नीशी संबंध आला तर त्याने अंग भाजणार नाही कां ?

१४) **कां किडाचिये आटतिये पुटीं । पडिलें सोळें किरीटी ।**
घेतलें चोखासाठीं । नागवीना।। (ज्ञाने. १७/५४)

अर्थ : अशुद्ध सोन्याच्या आटणीत शुद्ध सोने पडले आणि ते सर्व सोने चोख म्हणून घेतले तर नुकसान होते.

१५) **जैसें जीवनचि उदक । परी विषीं होय मारक ।**
कां मिरयामाजीं तीख । ऊंसी गोड ।। (ज्ञाने. १७/६८)

अर्थ : पाणी हे जीवन आहे. पण विषाबरोबर ते मिसळले असता मारक होते. पाणी मिऱ्यांच्या वेलीला दिल्यास ते तिखट होते आणि उसाला दिले असता गोड होते.

१६) **स्वच्छें शीतळें सुगंधें । जलें होतीं सुखप्रदें ।**
परी पवित्रत्व संबंधे । तीर्थाचेनि ।। (ज्ञाने. १७/३२३)

अर्थ : स्वच्छ, थंड, सुगंधी पाणी सुखकारक असते खरे पण त्याला पावित्र्य येते ते तीर्थासान्निध्याने.

१७) **नई हो कां भलतैसी थोरी । परी गंगा जैं अंगीकारी ।**
तैंचि तिये सागरीं । प्रवेशु गा ।। (ज्ञाने. १७/३२४)

अर्थ : नदी कितीही मोठी असली तरी गंगा जेव्हा तिचा स्वीकार करील तेव्हाच तिला समुद्राला मिळता येईल.

१८) **वोहळा गंगेचि भेटी । (ज्ञाने. १७/३९८)**

अर्थ : वोहळाला गंगेची भेट झाली असता वोवळ गंगारूप होतो.

१९) **मूर्खेसि संगती करितां शाहाणें सिंतरले । (ज्ञा. सा. चि. गा. २६७)**

अर्थ : मूर्खांच्या संगतीने शहाणे लोकही फसतात.

२०) **चोराचिया संगे क्रमितां पै पंथ ।**
ठकूनियां घात करितील ।। (ज्ञा. सा. चि. गा. २६९)

अर्थ : चोरांच्या संगतीत प्रवास केला तर ते फसवून घात करतात.

नामदेव

१) **सरिता ओघ जाय सिंधूसी मिळून । (ना. गा. ७१०, ८८४)**

अर्थ : नदी सागराला मिळाली की, सागररूप होते.

२) **अग्निस मिळे ते न ये परतोन । (ना. गा. ७१०)**

अर्थ : अग्निला मिळालेला कोणीही परत येत नाही.

३) **वनस्पति परिमळु चंदन जाला जाण । (ना. गा. ७१०, ८८४)**

अर्थ : चंदनाच्या सहवासाने आसपासचे वृक्षही सुगंधित होतात.

४) **कीटकी घ्यातां भृंगी जाला तोचि वर्ण । (ना. गा. ७१०)**

अर्थ : आळी किड्याच्या भीतीने सतत त्याचेच ध्यान करते आणि अखेर किडा बनते.

५) **परिसाचेनि संगे लोह होय सुवर्ण । (ना. गा. ७१०)**

अर्थ : परिसाच्या स्पर्शाने लोखंडाचे सोने होते.

६) **संग तोचि बाधी संग तोचि बाधी । कुसंग तो बाधी नारायणा ।। (ना. गा. ७०६)**

अर्थ : कुसंगीचा परिणाम बाधक होतो.

७) **लोहाचा कवळु लागला परिसातें । पढिये सर्वांते होय जेवी ।। (ना. गा. ७७४)**

अर्थ : लोखंडाचा तुकडा परिसाचा स्पर्श होताच सोने होते आणि ते सर्वांचे आवडते होते.

८) **लवण जळाचें प्रसिद्धचि असे । ऐक्य भावें वसे न दिसे कांहीं ।। (ना. गा. ८८४)**

अर्थ : मीठ व पाणी यांचे नाते प्रसिद्ध आहे. ते एकरूप होतात. मीठ स्वतंत्र दिसत नाही.

९) **चंदनाचे संगे हे कळी टाकळी ।**
नांवे परि उरली पालट देहीं ।। (ना. गा. १०८२)

अर्थ : चंदनाच्या सान्निध्यात कळी, टाकळी सारख्या वनस्पती आल्या आणि त्यांची तीच नावे असली तरी त्यांच्या गुणात फरक पडतो.

एकनाथ

१) **चंदनाचिया चौफेरीं । काष्ठत्वा मुकती खैर बोरी । (एक. भा. ३/५३२)**

अर्थ : चंदनाच्या अवतीभोवती वाढलेली खैराची व बोरीची झाडे आपल्या लाकुडपणाला मुकतात.

२) **लागतां चंदनाचा पवन । खैर धामोडे होती चंदन । (एक. भा. ३०/३४)**

अर्थ : चंदनाबरोबर येणाऱ्या वाऱ्याच्या संगतीने खैर धावडे, या सारखे वृक्षही चंदन होतात.

३) **आगी कापुरा होतां भेटी । एकवेळे भडका उठी । (एक. भा. १०/५५१)**

अर्थ : अग्नीची व कापुराची गाठ पडली की, भडका उडतो.

४) **सत्संगेवीण रोकडी । सद्भक्ति चोखडी न पाविजे । (एक. भा. ११/१५२७)**

अर्थ : सत्संगाशिवाय उत्तम सद्भक्ती प्राप्त होत नाही.

५) **सत्संगे भक्तीची प्राप्ती । (एक. भा. ११/११५२)**

अर्थ : सत्संगाने भक्तीचा लाभ होतो.

६) **घरिलिया सत्संगती । निंद्य तेही वंद्य होती । (एक. भा. १२/६९)**

अर्थ : सत्संगती धरली असता निंद्य लोकही वंद्य होतात.

७) **जेवीं लोहसंगाचिये प्राप्ती । दुर्धर अग्नि घण वरी होती । (एक. भा. १३/६५८)**

अर्थ : लोखंडाच्या संगतीने अग्नीलाही घणाचे असह्य घाव सहन करावे लागतात.

८) **संगति स्त्रैणांची अतिखोटी । (एक. भा. १४/३६१)**

अर्थ : स्त्रीलंपटांची संगती अत्यंत खोटी असते.

९) **जेवीं का आंधळ्याचा सांगाती । आंधारे रातीं आडवीं चुके । (एक. भा. २१/२८०)**

अर्थ : आंधळ्याच्या संगतीने अंधाऱ्या रात्री अरण्यात वाट चुकते.

१०) **सत्संगेंविण त्याग जाण । तेंचि संपूर्ण पाषांड । (एक. भा. २६/३११)**

अर्थ : सत्संगाशिवाय केलेला त्याग पाखांडीपणाचा ठरतो.

११) **सकळ पापा धुणी सत्संगे । (एक. भा. २६/३५९)**

अर्थ : सत्संगाने सर्व पापे धुऊन जातात.

१२) **तो सत्संग जोडल्या हातीं । विघ्नें न बाधिती साधकां । (एक. भा. २८/६३५)**

अर्थ : सत्संग केला तर विघ्नांची बाधा होत नाही.

१३) **चंदना सभोंवते समस्त । आरी बोरी चंदन होत । (भा. रा. अयो. १५/११०)**

अर्थ : चंदन वृक्षांच्या अवती भोवती असलेली आरी बोरी इ. झाडेही चंदनासारखी होतात.

१४) **जेंवी चंदनाचें संगतीं । सकळ वनींच्या वनस्पति ।**
अवघेचि चंदन होती । (भा. रा. युद्ध ७९/१०)

अर्थ : चंदनाच्या संगतीत आलेल्या वनातल्या सर्व वनस्पती चंदनस्वरूप होतात.

१५) **तें मुख्य चंदन मलयाद्री । तेथ भिल्लांचिया अधमा नारी ।**
त्यासी जाळुनी आया माझारी । रांधिती त्यावरी कांजी भाजी । (भा. रा. अयो. १५/११२)

अर्थ : मलय पर्वतावर राहणाऱ्या भिल्लांच्या स्त्रिया चंदन जाळून त्यावर आपला स्वयंपाक करतात.

१६) **हिंगु पडतांची रांजणीं । गोडवणी होय हिंगवणी । (भा. रा. बाल. १०/३५)**

अर्थ : पाण्याच्या रांजणात हिंग पडला की, त्या पाण्याला हिंगाचा वास लागतो.

१७) **दुधीं कांजीचा थेंबु पडे । तंव दुधाची होती खवडे । (भा. रा. बाल. १०/३६)**

अर्थ : दुधात कांजीचा थेंब पडला तर सर्व दूध नासून जाते.

१८) **सावधु कनकबीज खायें । तों क्षणमात्रें भ्रांत होये। (भा. रा. बाल. १०/३७)**

अर्थ : जाणत्याने धोत्र्याचे बी खाल्ले तर तो क्षणार्धात वेडसर बनतो.

१९) **विष खातियाचें पातीं । जो बैसें तो मरणायी । (भा. रा. सुंदर ३५/१३१)**

अर्थ : विष भक्षण करणाऱ्याच्या पंगतीला जो बसतो तो मरणाच्या मार्गाला लागतो.

२०) **गंगोदक अति शुद्ध । त्या माजीं पडल्या मद्यबिंद ।**
अवघेची होय अशुद्ध । अतिविरुद्ध दुष्ट संग ।। (भा. रा. अयो. ८/८८)

अर्थ : दुष्टाची संगत फार वाईट असते. गंगोदक शुद्ध असते पण दारूचा थेंब पडला तर तेही अशुद्ध होते.

२१) **वोढाळाचें संगती । धर्मधेनु चरतां शेतीं।**
वोढाळ पळें अतर्क्य गति। धर्मधेनु प्रति लोढणें । (भा. रा. अयो. ४/६५)

अर्थ : वोढाळ जनावराबरोबर धर्मधेनू शेतात चरू लागली असता धर्मघेनूच्या गळ्यात लोढणे येते आणि वोढाळ जनावर पळून जाते.

२२) **सांडूनिया सज्जन संगती । बैसावें शूकराचें पातीं । (भा. रा. अख्य. १८/११८)**

अर्थ : सज्जनांची संगत सोडून डुकरांच्या पंगतीला बसू नये.

२३) **संत्संगति नाहीं ज्यासी । रामनाम नाठवे त्यांसी ।। (भा. रा. सुंदर २२/४५)**

अर्थ : सत्संगति नसणाऱ्या माणसाला रामनाम आठवत नाही.

२४) **भक्तसंगती जें जें लागत । तें तें तारी श्री भगवंत । (भा. रा. सुंदर २२/१७०)**

अर्थ : जे जे भक्तांच्या सान्निध्यात असतात त्यांना त्यांना भगवंत तारतो.

२५) **जें जें लागते सत्संगती । तें तें पावले नित्य मुक्ती । (भा. रा. सुंदर २२/१८७)**

अर्थ : जे जे सत्संगतीत असतात ते ते नित्य मुक्त होतात.

२६) **धरलियां सज्जनांचे पाय । अपजय कधीच न लाहे । (भा. रा. युद्ध. ४६/१३५)**

अर्थ : सज्जनांचे पाय धरले की, कधीच अपयश येत नाही.

२७) **तैसीं सत्संगाची स्थिती । नीच पावती महंती ।**
घुरें तें चंदन होतीं । जाण संगती चंदनाचें ।। (भा. रा. युद्ध ७६/१८४)

अर्थ : सत्संगामुळे नीच लोकांनाही मोठेपणा प्राप्त होतो. जसे चंदनाच्या संगतीने दुर्गंध देणारे लाकूडही चंदन होते.

२८) **धरितां पाण्याची संगती । तुम्ही अधोगती पावाल । (भा. रा. सुंदर ३५/१३१)**

अर्थ : पाण्याची संगत अधोगतीला नेते.

२९) **तेवीं दुर्जनाच्या संगे जाण । बुडोनि आपला सद्‌गुण ।**
त्याचा लागे असद्‌गुण । (भा. रा. युद्ध. ७६/१८३)

अर्थ : दुर्जनाच्या संगतीत राहिले तर आपला सद्‌गुण नष्ट होतो आणि दुर्गुण अंगी चिकटतात.

३०) **महापातकियाचें संगतीं । महापातकीं स्वयें होती । (भा. रा. युद्ध. ७६/१९०)**

अर्थ : महापातक्याचे संगतीत राहणारा स्वत: महापातकी होतो.

३१) **ज्याची संगता घडे पूर्ण । त्याचेनि घेऊनि उठी चिन्ह । (भा. रा. युद्ध ७६/१७९)**

अर्थ : ज्याची संगत असते त्याचे गुण-दोष अंगी उतरतात.

३२) **जेथें ब्रह्मनिष्ठ राहाती । तेथें सजीव निर्जिव पंक्ति ।**
त्यासीं अनायासें नित्य मुक्ति । सत्संगति पासाव । (भा. रा. युद्ध ७५/४६)

अर्थ : जिथे ब्रह्मनिष्ठ राहतात तिथल्या सजीव निर्जीव वस्तूंना त्यांच्या संगतीने मुक्ती मिळते.

३३) **संगती बावनाचें रातलों सर्व भावे । चंदन होऊनजी सवें ठेलों मी वो । (एक. गा. १७७६/१)**

अर्थ : चंदनाच्या संगतीत राहिलो आणि मी चंदन झालो.

३४) **हरिभक्तांचें संगती । अभक्तांही उपजे भक्ती । (एक. गा. ८४९/५)**

अर्थ : देव भक्तांच्या संगतीने अभक्तांच्या मनातही भक्ती निर्माण होते.

३५) **एका जनार्दनीं सत्संगावाचुनी । जन्माची आयणी न चुके बापा ।। (एक. गा. ३२३०/४)**

अर्थ : सत्संगावाचून जन्माची इच्छा चुकत नाही.

३६) संतांचे संगती अभाविक तरती । (एक. गा. ३२०४/४)

अर्थ : संतांच्या संगतीने भक्ती नसलले लोकही तरून जातात.

३७) चंदनाचे संग तरुवर चंदन । (एक. गा. ३२०४/३)

अर्थ : चंदनाच्या संगतीने अन्य वृक्षही चंदना सारखे होतात.

रामदास

१) या कारणें ज्ञानमार्ग । कळाया धरावा सत्संग । (दास. ४.४.२१)

अर्थ : ज्ञानमार्ग कळण्यासाठी सत्संग धरावा.

२) जयास वाटे देव पाहावा । तेणें सत्संग धरावा । (दास. ५.१.२३)

अर्थ : ज्याला देव पाहण्याची इच्छा होईल त्याने सत्संग करावा.

३) जो संतासी शरण गेला । संतजनीं आश्वासिला ।
मग तो साधक बोलिला । ग्रंथांतरी ।। (दास. ५.९.३)

अर्थ : जो संतांना शरण गेला आणि संतांनी ज्याला अभय दिले त्याला ग्रंथांमध्ये साधक म्हटले आहे.

४) नाना संदेहनिवृत्ती । व्हावया धरी सत्संगती । (दास. ५.९.७)

अर्थ : अनेक प्रकारचे संशय नाहीसे होण्यासाठी जो सत्संग करतो तो साधक होय.

५) तैसा हा सत्संग धरितां । सद्वस्तु लाभे ।। (दास. ६.९.२०)

अर्थ : सतसंगामुळे (सद्वस्तु) परमेश्वराची प्राप्ती होते.

६) पाहतां प्रशस्तास प्रशस्तु । विचार लाभे । (दास. ६.९.२१)

अर्थ : चांगल्याच्या सहवासात चांगल्या विचारांचा लाभ होतो.

७) जें वित्पत्तीनें न कळे । तें सत्समागमें कळे । (दास. ७.१.३९)

अर्थ : जे व्युत्पत्तीने कळत नाही ते सत्समागमाने कळते.

८) येके संगतीनें तरती । येके संगतीनें बुडती ।
या कारणें सत्संगती । बरी पाहावी ।। (दास. १४.७.२६)

अर्थ : एकाच्या संगतीने उद्धार होतो आणि एकाच्या संगतीने नाश होतो यासाठी चांगल्याची संगत धरावी.

९) उत्तम संगतीचें फळ सुख । (दास. १७.७.१७)

अर्थ : चांगल्या संगतीचे फळ सुख आहे.

१०) अद्धम संगतीचे फळ दुःख । (दास. १७.७.१७)

अर्थ : वाईट संगतीचे फळ दुःख असते.

११) सत्संगें देव सापडला ।
बहुत जनासी ।। (दास. १८.८.१३)

अर्थ : खूप लोकांना सत्संगतीने देवाची प्राप्ती होते.

१२) सनेधान ज्याचें ईश्वरीं सर्वदा । संसार आपदा तया नाहीं । (रा. क. १. ओव्या ६/८०)

अर्थ : जो सदैव ईश्वर सान्निध्यात असतो त्याला संसाराचे कष्ट होत नाहीत.

१३) दुर्जनसंगती कदां धरूं नये । घडती अपाय बहुविधा ।

अर्थ : दुष्ट लोकांची संगत केव्हाही करू नये, कारण त्यामुळे खूप त्रास होतो.

१४) चांडाळसंगती होइजे चांडाळ । (रा. क. १ स्फु. ओ. ५४/४)

अर्थ : चांडाळाच्या संगतीने माणूस चांडाळ होतो.

१५) **दूध हें लवणें नासतसे । (रा. क. १ स्फु. ओ. ५४/८)**

अर्थ : मीठाच्या संगतीने दूध नासते.

१६) **होत असे भले भल्यांचें संगती ।**
जाय अधोगती दुष्ट संगे ।। (रा. क. १ स्फु. ओ. ९०/२)

अर्थ : चांगल्याचे संगतीने माणसे चांगली होतात आणि दुष्टांचे संगतीने माणसे दुष्ट होतात.

१७) **संग जया जैसा लाभ तया तैसा । (रा. क. १ स्फु. ओ. ९०/४)**

अर्थ : ज्याला जशी संगत असेल तसा त्याला लाभ होतो.

१८) **द्रव्य साधावया नीद्रव्याचा संग ।**
तेथें कैचें मग द्रव्य मीळे । (रा. क. १ स्फु. ओ. १००/३)

अर्थ : पैसा मिळवायचा असेल तर गरीबाची संगत करून पैसा मिळत नाही.

१९) **दुर्जनाचा संग होये मना भंग । (रा. क. १ स्फु. ओ. १३७/१)**

अर्थ : वाईट माणसाची संगत अपमानाला कारण होते.

२०) **विवेकाची गती सज्जनसंगती । (रा. क. १ स्फु. ओ. २२९/५)**

अर्थ : सज्जन्नांची संगत हाच विचारांचा मार्ग होय.

२१) **ज्या जैसीं संगती त्या तैसीच गती । (रा. क. १ स्फु. ओ. २८३/१)**

अर्थ : ज्याला जशी संगत लाभते तशीच त्याला गती मिळते.

२२) **कुसंग पातकें लाभे । (रा. क. १ मानपंचक २/२४)**

अर्थ : वाईट संगतीने पाप लागते.

२३) **पापयोगें माहां दुःखें । (रा. क. १ पंचमान २/२९)**

अर्थ : पापामुळे मोठे दुःख होते.

२४) **धुंडिता धुंडिता देवो । सत्संगे सांपडे जनीं ।। (रा. क. १ पंची २/२)**

अर्थ : देव शोधू जाता तो संतसंगात सापडतो.

२५) **संग तो श्रेष्ठ शोधावा । (रा. क. १ स्फु. प्र. ७/१२)**

अर्थ : मोठ्याची मैत्री करावी.

२६) **नीच संगत कामा नये । (रा. क. १ स्फु. प्र. ७/१२)**

अर्थ : दुष्ट माणसाची संगत धरू नये.

२७) **सदा सर्वदा संग दे सज्जनासीं ।**
जेणें नित्य आनंद वाटें मनासी ।। (करुणा धा. स. ७६/१४)

अर्थ : सदैव संताच्या सहवासात राहिल्याने मनाला आनंद वाटतो.

२८) **सत्संगती ज्या नरांसि नाहीं ।**
तें पापरूपी पडती प्रवाहीं ।। (करुणा धा. स. १३१/२)

अर्थ : ज्यांना सत्संगती नसते ते पापाच्या प्रवाहात अडकतात.

२९) **सज्जन दुर्जनसंग धरीना । (करूणा धा. स. १८५/१)**

अर्थ : सज्जन माणूस वाईट माणसाची मैत्री करीत नाही.

३०) **जयासी संतसंग जोडला ।**
तें संतचि होती स्वयें । (स. ल. का. एकवीससमासी १९/१)

अर्थ : ज्याला संतसंग लाभतो तो स्वत:च संत होतो.

३१) पापसंग पापचि होतें । पुण्यसंगें पुण्य वाढतें । (स. पद. उ. १४/२)

अर्थ : पापाच्या संगतीत पाप आणि पुण्याच्या संगतीत पुण्य वाढत असते.

३२) असत्याचा संग खोटा । घात होतसे मोठा । (स. पद. उ. ३०/१)

अर्थ : असत्याची संगत वाईट असते त्यामुळे मोठा घात होतो.

३३) देव कळला न जाये । सत्संगेवीण काये । (स. पद. उ. १४९/धृ)

अर्थ : सत्संगाशिवाय देव कळत नाही.

३४) ज्या जैसी संगति त्या तैसीच गती । (स. गा. २७७/१)

अर्थ : ज्याला ज्या प्रकारची संगती असेल त्याला त्या प्रकारची गती मिळते.

३५) दुर्जनाचा संग होय मना भंग । (स. गा. २७९/१)

अर्थ : दुर्जनाची संगती मानहानीला कारणीभूत होते.

३६) सज्जनाचा योग सुखकारी । (स. गा. २७९/१)

अर्थ : संतांचा सहवास सुखकारक असतो.

३७) दुर्जनसंगति कदां धरूं नये । (स. गा. २८०/१)

अर्थ : केव्हाही दुर्जनाची संगती करू नये.

३८) कुसंग जीवन नासतसे । (स. गा. २८०/६)

अर्थ : वाईट संगतीत जीवनाचा नाश होतो.

३९) दुर्जन संगती सज्जन ढांसळे । (स. गा. २८०/९)

अर्थ : दुर्जनाच्या सहवासाने सज्जनाचा चांगुलपणा कमी होतो.

४०) दास म्हणे संग त्यागा दुर्जनाचा । (स. गा. २८०/१०)

अर्थ : वाईट लोकांची मैत्री करू नये.

४१) संग जया जैसा लाभ तया तैसा । (स. गा. २८५/४)

अर्थ : ज्याला ज्या प्रकारची संगती मिळते त्याला त्या प्रकारचा लाभ होतो.

४२) होय काळी माती कस्तुरीका । (स. गा. २८७/१)

अर्थ : कस्तुरीच्या संगतीत काळी माती आली तर तिलाही कस्तुरीचा सुगंध लाभतो.

४३) सज्जनसंगती चुके अधोगति । (स. गा. ४२/१३)

अर्थ : सज्जनांच्या सहवासाने अध:पात टळतो.

४४) जाणत्याचा संग धरा । हित आपुलें करा । (स. गा. १५१४/धृ)

अर्थ : शहाण्याची संगत करून हित साधायचे असते.

४५) मना बुद्धि हे साधुसंगी वसावी । (म. श्लो. १०७)

अर्थ : सज्जनांच्या सहवासात राहण्याचा विचार करावा.

४६) मना नष्ट चांडाळ तो संग त्यागी । (म. श्लो. १०७)

अर्थ : दुष्ट लोकांपासून दूर राहावे.

४७) गती कारणें संगती सज्जनाची । (म. श्लो. १२९)

अर्थ : सज्जनांच्या संगतीने सद्गती मिळते.

४८) **धरी रें मना संगती सज्जनाची ।**
जेणें वृत्ति हें पालटे दुर्जनाची । (म. श्लो. १३५)

अर्थ : सज्जनांच्या संगतीने दुर्जनाची बुद्धी पालटते.

४९) **सदा संगती सज्जनाची धरावी । (म. श्लो. १६३)**

अर्थ : सदैव सज्जनांची संगत करावी.

तुकाराम

१) **ज्याचिया बैसावें भोजनपंगती ।**
त्याचिया संगती तैसें खावें । (तु. गा. २३३८)

अर्थ : ज्यांच्या पंगतीला भोजनासाठी बसावे त्याच्याप्रमाणेच जेवावे लागते.

२) **संगतीनें होतो पंगतीचा लाभ । (तु. गा. २५७१)**

अर्थ : संगतीने पंगतीचा लाभ होतो.

३) **विषानें पक्वान्नें गोड कडू जालीं । (तु. गा. ३४०३)**

अर्थ : विषाच्या संगतीने गोड पक्वान्नेही कडू होतात.

४) **तुका म्हणे शूर राखे । गाढ्या वाखे सांगाते । (तु. गा. २७३१)**

अर्थ : शूराच्या संगतीने रक्षण होते. दुबळ्याच्या संगतीने नाश होतो.

५) **काय रूपें असे परीस चांगला ।**
धातु केली मोला वाढ तेणें । (तु. गा. २९८४)

अर्थ : परीस रूपाने चांगला नसला तरी त्याच्या स्पर्शाने लोखंडाचेही सोने होते आणि त्याचे मोल वाढते.

६) **फिरंगीच्या योगें करी । राजा काष्ठ हातीं धरी । (तु. गा. २९१६)**

अर्थ : पोलादाच्या तरवारीसाठी राजा लाकडाची मूठ हाती धरतो.

७) **साकरेच्या योगें वर्ख । राजा कागदाते देखे । (तु. गा. २९१६)**

अर्थ : साखरेला मुलाम्याचे कागद लावतात म्हणून राजा त्या साखरेसाठी तो कागद हातात घेतो.

८) **सोन्याशेजारीं तों लाखेची जतन ।**
सतंत ते गुण जैसेतैसे । (तु. गा. १३९५)

अर्थ : सोन्याचा दागिना लाखेत जडविलेला असतो हे खरे आहे आणि म्हणून सोन्यासाठी लाखेची जपणूक करायची असते. पण सोने व लाख यांचा सतत सहवास असला तरी त्यांचे गुणधर्म एकमेकांत मिसळत नाहीत.

९) **रत्नकनका योगें लाख । कंठी धरिती श्रीमंत लोक । (तु. गा. २९१६)**

अर्थ : रत्ने सोने यांच्या दागिन्यात लाख असते. त्या अलंकारांसाठी श्रीमंत लोक लाखेला गळ्यात धारण करतात.

१०) **तुका म्हणे शिरी वाहावें खापर ।**
माजी असे सार नवनीत । (तु. गा. १५३३)

अर्थ : ज्या खापरात लोणी असते ते खापरही डोक्यावर वाहावे.

११) **फिरंगी आटितां नये बारा रुके ।**
गुणें मोलें विकें सहस्रवरी । (तु. गा. २९८४)

अर्थ : पोलादी तलवार आटवून विकली तर तिला बारा दिडक्याही मिळत नाहीत. पण ती तशीच विकली तर तिला भरपूर किंमत येते.

१२) **कस्तुरी भिनली जये मृत्तिके ।**
तसेसी आणिके कैसी सरी । (तु. गा. १७८८)

अर्थ : कस्तुरी मातीत मिसळली की, त्या मातीची बरोबरी इतरांशी होत नाही.

१३) **तुका म्हणे माती । केली कस्तुरीनें सरती । (तु. गा. १४८१)**

अर्थ : कस्तुरीच्या सहवासाने मातीलाही सन्मान मिळतो.

१४) **कस्तुरीचे अंगीं मीनली मृत्तिका । (तु. गा. २१८७)**

अर्थ : माती कस्तुरीत मिसळली की, ती माती सुगंधी होते.

१५) **तुळसीवृंदावनीं उपजला कांदा ।**
नावडे गोविंदा कांहीं केल्या । (तु. गा. ४४७८)

अर्थ : तुळसीवृंदावनात कांदा उगवला तर देवाला तो आवडत नाही.

१६) **चंदनीं ते बोरी व्यापियेली । (तु. गा. ४५४७)**

अर्थ : चंदनाच्या शेजारी बोरीचे झाड असेल तर बोरीलाही चंदनाचा वास येतो.

१७) **वास लागे अंगें चंदनाच्या । (तु. गा. ३०४५)**

अर्थ : चंदनाच्या सान्निध्याने सभोवतीच्या वृक्षांनाही चंदनाचा वास लागतो.

१८) **चंदनांच्या वासें वसता चंदन ।**
होती काष्ठ आन वृक्षजाती । (तु. गा. १७९७)

अर्थ : चंदनाच्या वासामुळे त्याच्या आसपासचे वृक्षही सुवासिक होतात.

१९) **चंदनांच्या वासें । तरु चंदन जाले स्पर्शे । (तु. गा. २०५१)**

अर्थ : चंदनाच्या सुवासाने आणि स्पर्शाने भोवतालची झाडेही सुगंधी होतात.

२०) **सागरा दरूषणें वाहाळ तोंचि । (तु. गा. २१८७)**

अर्थ : ओहळ सागराला मिळाला की, तो सागररूप होतो.

२१) **इंधनें तें आगी संयोगाच्या गुणे । (तु. गा. २१८७)**

अर्थ : सरपण आगीत मिसळले की, ते अग्नीरूप होते.

२२) **संग हरिच्या नामाचा । शुचिर्भूत सदा वाचा । (तु. गा. १५१७)**

अर्थ : देवाच्या नामाची सदैव संगत असली तर वाणी शुचिर्भूत होते.

२३) **सिंपिला मोतीं जन्मलें स्वाती । वरुषलें सर्वत्र जळ । (तु. गा. १७५८)**

अर्थ : स्वाती नक्षत्राचा पाऊस सर्वच ठिकाणी पडतो पण तो शिंपल्यात पडला तर त्याचा मोती बनतो.

२४) **डांकाचे संगती सोने हीन जाले । (तु. गा. ३४०३)**

अर्थ : डाक लागला की सोने हिणकस होते.

२५) **तोळाभर सोनें रतिभार राई ।**
मेळविल्या पाहीं नास होतो । (तु. गा. ४१५४)

अर्थ : तोळाभर सोन्यात रतिभर जरी तांबे मिसळले तरी सोने हिणकस होते.

२६) **ढेकणाचे संगे हिरा जो भंगला । (तु. गा. ३४०३)**

अर्थ : ढेकणाच्या रक्ताच्या स्पर्शाने हिरा भंग पावतो.

२७) **तुका म्हणे मणि । शोभा दाखवी कोंदणीं । (तु. गा. ४३७२)**

अर्थ : कोंदणामुळे रत्नाची शोभा वाढते.

२८) माणिकासी प्रभा कोंदणाची । (तु. गा. ३३८९)

अर्थ : सुवर्णाचे कोंदण असते म्हणून माणकाला तेज प्राप्त होते.

२९) देव होईजेत देवाचे संगती । पतन पंगती जगाचिया । (तु. गा. ३२७)

अर्थ : देवाच्या संगतीने देव होतो आणि सामान्यांच्या संगतीने अध:पात होतो.

३०) संग न धरावा दुर्जनाचा । (तु. गा. ६६१)

अर्थ : वाईट लोकांची संगत धरू नये.

३१) संग खोंटा खोट्याचा । (तु. गा. ६६)

अर्थ : खोट्या माणसाचा संग खोटा असतो. दुर्जनाची संगत वाईटच असते.

३२) कुसंगे नाडला तैसा साधु । (तु. गा. ३४०३)

अर्थ : वाईट लोकांच्या संगतीत साधूची फसगत होते.

३३) वोंगळचि सखें वोंगळाचें । (तु. गा. २२१०)

अर्थ : वाईट लोकांचे सोबती वाईटच असत.

३४) बसतां चोरापाशीं तैसी होय बुद्धि । (तु. गा. ४२१३)

अर्थ : चोराच्या संगतीत असले की, तशीच बुद्धी होते.

३५) ओढाळाच्या संगे सात्विक नासली । (तु. गा. ३४०३)

अर्थ : ओढाळ जनावराच्या संगतीने चांगली जनावरेही बिघडतात.

३६) देवा देवपाट । देव्हाऱ्यावरी बैसे स्पष्ट । (तु. गा. २९१६)

अर्थ : देवाच्या पूजेतला पाट देवासाठी असतो म्हणूनच तो देव्हाऱ्यात असतो.

३७) संघष्टणें भेटी आपेआप । (तु. गा. ३३६५)

अर्थ : वारंवार भेटीगाठी होऊ लागल्या की, माणसाचे मोठेपण समजते.सहवासाने माणसाचे मोठेपण समजते.

३८) ज्याचा संग चित्तीं ।
तुका म्हणे तो त्या याती ।। (तु. गा. ५५)

अर्थ : ज्याचा संग मनात असतो तो त्या जातीचा असतो.

३९) जवळी होतां नकळे आम्हां । गेल्या सीमा नाहीं दु:ख ।। (तु. गा. २३८)

अर्थ : सान्निध्यात असल्यामुळे माणसाची किंमत समजत नाही. तो दूर गेला म्हणजे त्या दु:खाला सीमा नसते.

संत

ज्ञानदेव

१) जयाचि आर्तीचि भोगित । विषयीं त्यजिलें संत । (ज्ञाने. २/१७०)

अर्थ : परमात्म्याच्या भेटीची आवड उत्पन्न झाली की, संतांना विषय सोडून जातात.

२) देखें प्राप्तार्थ जाहले । जे निष्कामता पावले ।
तयाही कर्तव्य असे उरलें । लोंकालागीं ।। (ज्ञाने. ३/१५५)

अर्थ : जे प्राप्त करून घ्यायचे आहे ते ज्यांनी मिळविले त्यांनाही लोकांसाठी कर्म केले पाहिजे.

३) मार्गाधारें वर्तावें । विश्व हें मोहरें लावावें ।

अलौकिक नोहावें । लोकांप्रति ।। (ज्ञाने. ३/१७१)

अर्थ : स्वत: उत्तम मार्गाचे आचरण करून लोकांनाही सन्मार्गाला लावावे आणि आपण कोणी श्रेष्ठ आहोत असे भासू देऊ नये.

४) **तैसे वैराग्याची शिंव न देखती ।**
जे विवेकाची भाष नेणती ।। (ज्ञाने. ४/२५)

अर्थ : वैराग्याची शीव ज्यांनी पाहिली नाही, विवेक ज्यांना माहीत नाही त्यांना ईश्वर प्राप्ती होत नाही.

५) **कळे साधूसी दुर्जनाची बुद्धी । (ज्ञाने. ७/९३)**

अर्थ : साधूला दुर्जनाचे मन कळत नाही.

६) **अगा तयांचिया ज्ञाना । पाठीं पोट नाहीं अर्जुना ।। (ज्ञाने. ९/२६०)**

अर्थ : महात्म्यांच्या ज्ञानाला आतबाहेर नसते.

७) **पैं प्रियाचिया गोष्टी । दुणा थांव उठी ।**
आवडी गा ।। (ज्ञाने. १२/१६०)

अर्थ : आवडत्या माणसाच्या गोष्टी निघाल्या की, बोलण्यात दुप्पट उत्साह येतो.

८) **हें जाणोनि गताचें । न शोची जो ।। (ज्ञाने. १२/१९२)**

अर्थ : जो गत गोष्टीचा शोक करीत नाही, तो भक्त होय.

९) **हें विश्वचि माझें घर । ऐसी मती जयाची स्थिर । (ज्ञाने. १२/२१३)**

अर्थ : सर्व जग हेच माझे घर आहे असा ज्याचा निश्चय असतो त्याला संत म्हणावे.

१०) **उत्तमसि मस्तक । खालविजें हें काय कौतुक । (ज्ञाने. १२/२१५)**

अर्थ : उत्तम भक्तापुढे मस्तक नम्र करणे यात कौतुक नसते.

११) **कां दर्शनाचिये प्रशस्ती । पुण्य पुरुष ।। (ज्ञाने. १३/१८१)**

अर्थ : दर्शनाच्या समाधानावरून पुण्यपुरुष जाणता येतो.

१२) **नाना बुडतयातें सकरणु । न पुसे अंत्यजु कां ब्राह्मणु । (ज्ञाने. १६/१४३)**

अर्थ : दयावान पुरुष बुडत असलेल्याला तू अंत्यज आहेस की, ब्राह्मण आहे हे विचारत नाही.

१३) **त्रिदाह निमालिया अंतर । (ज्ञाने. १६/४३९)**

अर्थ : आध्यात्मिक, आधिभौतिक व आधिदैविक या त्रिविध तापापासून मुक्त झालेले अंत:करण आनंदित असते.

१४) **संत तेथें विवेका । (ज्ञाने. १८/१६३२)**

अर्थ : जिथे संत तिथे विचार असतो.

१५) **श्रीरामी रमतां मनु निवडितां नये तनु । (ज्ञा. सा. चि. गा. ३६)**

अर्थ : श्रीरामाच्या ठिकाणी रमल्यावर देहभाव उरत नाही.

१६) **साधुंचे संगती तरुणोपाय । (ज्ञा. सा. चि. गा. ५४)**

अर्थ : साधूंची संगत हाच उद्धरून जाण्याचा मार्ग आहे.

१७) **साधुबोध झाला तो निरोनिया ठेला । (ज्ञा. सा. चि. गा. ५५)**

अर्थ : ज्याला साधूंचा उपदेश प्राप्त होतो तो अहंकार रहित होतो.

१८) **ज्ञानदेवा गोडी–संगती सज्जनीं ।**
हरि दिसे जनींवनीं आत्मतत्वीं ।। (ज्ञा. सा. चि. गा. ५५)

अर्थ : ज्ञानदेव सांगतात सज्जनांच्या संगतीची गोडी लागली की, सर्वत्र आत्मरूप हरी दिसू लागतो.

१९) **तीर्थीं पावन धर्म जिहीं केला घडौती । (ज्ञा. सा. चि. गा. १२८)**

अर्थ : संत तीर्थांना पावन करतात आणि धर्मालाही पूर्णता आणतात.

२०) **या संतासी भेटतां । सरे संसाराची व्यथा । (ज्ञा. सा. चि. गा. १२९)**

अर्थ : संतांच्या भेटीमुळे संसाराची दु:खे नाहीशी होतात.

२१) **साधु निवडिले सत्संगतीं । (ज्ञा. सा. चि. गा. १३१)**

अर्थ : सज्जनांच्या सहवासाने साधू जाणता येतात.

२२) **देव तेथें भक्त भक्तापाशी देव । (ज्ञा. सा. चि. गा. १६९)**

अर्थ : जिथे देव असतो तिथे भक्त असतो आणि भक्ताजवळ देव असतो.

२३) **बरवा संत समागमु । प्रगटला आत्मारामु । (ज्ञा. सा. चि. गा. १८३)**

अर्थ : कल्याणकारी संतांची भेट झाली आणि त्यामुळे आत्माराम प्रकट झाला.

नामदेव

१) **भक्तासी रक्षीत । नामा म्हणे कृष्णनाथ ।। (ना. गा. ९१)**

अर्थ : देव भक्तांचे रक्षण करतो.

२) **भक्तांचा अंकित । नामा म्हणे कृष्णनाथ ।। (ना. गा. १०५)**

अर्थ : देव भक्तांच्या अधीन असतो.

३) **माझिया भक्तांसी जो दु:खदायक । करीन प्रळय त्याजवरी ।। (ना. गा. १०७)**

अर्थ : भक्तांना त्रास देणाऱ्यांचा देव नाश करतो.

४) **भक्त माझें दैवत जगा दावी मात । (ना. गा. १७८)**

अर्थ : भक्त हे देवाचे दैवत असते. तो भक्तांसाठी अनेक गोष्टी करतो.

५) **धरिलिया संतसंग । महादोष हरताती । (ना. गा. ३२५)**

अर्थ : संताच्या सहवासाने मोठे दोषही नाहीसे होतात.

६) **आशा तृष्णा माया नाहीं लाथाडल्या । म्हणावा तो भला कासयानें ।। (ना. गा. ४४४)**

अर्थ : आशा, तृष्णा, माया ज्याने सोडल्या नाहीत त्याला संत म्हणता येत नाही.

७) **देवाचे ते आत्मे जाणावें संत । (ना. गा. ६७९)**

अर्थ : संत हे देवाचेच रूप आहे.

८) **ब्रह्ममूर्ति संत जगीं अवतरलें । उद्धरावया आले दीन जन ।। (ना. गा. ६८४)**

अर्थ : दीन जनांचा उद्धार करण्यासाठी ब्रह्ममूर्ती संतांनी अवतार घेतला.

९) **हे कां दूराचारीं विषयी आसक्त । संतकृपें त्वरित उद्धरतो ।। (ना. गा. ६८४)**

अर्थ : दुराचारी असो वा कामुक असो संतकृपेने त्याचा उद्धार होतो.

१०) **देखिलिया धन मृत्तिकेसमान । नवविधा रत्नें जैसें दगड ।। (ना. गा. ६९१)**

अर्थ : संत धनाला मातीसमान मानतात आणि रत्नांना दगड समजतात.

११) **आशा नाहीं ज्याला । देव हा मारी तयाला ।। (ना. गा. ६९२)**

अर्थ : ज्याच्या मनात आशा नसते त्याला देवही त्रास देत नाही.

१२) **धन्य तोचि देश जथें संतवास । (ना. गा. ७०३)**

अर्थ : जिथे संतांचा निवास असतो तो देश धन्य होय.

१३) **संतांपायीं माथा धरितां सद्भावें । तेणे भेटे देव आपेंआप ।। (ना. गा. ७०५)**

अर्थ : संतचरणांना मनोभावे शरण गेले की, देव आपोआप भेटतो.

१४) **विष्णुदास आम्ही भक्तिविण नेघो । (ना. गा. १००५)**

अर्थ : विष्णुदासांना भक्तिशिवाय काही नको असते.

१५) **नामा म्हणे संत सज्जनसंगती । ऐशासहि गति काळांतरीं ।। (ना. गा. १०५७)**

अर्थ : संताच्या संगतीत दिवस गेले तर मनाचा दुष्टावा नाहीसा होतो.

१६) **सद्बुद्धिकारणें संतांचे गौरव । (ना. गा. १०८१)**

अर्थ : चांगले विचार सांगतात म्हणून संतांचा गौरव होतो.

१७) **माती आणि सोनें ज्या भासे समान । तो एक निधान योगिराज ।। (ना. गा. १११७)**

अर्थ : माती आणि सोने हे जो सारखेच समजतो तो श्रेष्ठ योगी होय.

१८) **शत्रुमित्र ज्याला होती समानतें । तो चि पैं देवाला आवडला ।। (ना. गा. १११७)**

अर्थ : शत्रू आणि मित्र हे ज्याला सारखेच असतात तोच देवाला आवडतो.

२०) **निंदा स्तुति ज्याला समान पैं जाली । त्याची स्थिति जाली समाधीसी ।। (ना. गा. १११७)**

अर्थ : निंदा आणि स्तुती जो सारखीच मानतो त्याला समाधीचा अधिकार प्राप्त होतो.

२०) **तोचि हरिचा दासु नामी ज्या विश्वासु । (ना. गा. १११८)**

अर्थ : ज्याचा हरिनामावर विश्वास असतो तोच खरा हरिदास होय.

२१) **संत हे विश्रांतिचा ठेवा । (ना. गा. १२७३)**

अर्थ : संत हे विश्रांतिचा ठेवा आहेत.

२२) **दमनेवांचुनि यति । (ना. गा. १०४४)**

अर्थ : इंद्रियांच्या दमनाशिवाय संन्यासी होत नाही.

२३) **योगी नसतां युक्ति । (ना.गा. १०४४)**

अर्थ : साधनेशिवाय योगी नाही.

एकनाथ

संत–भक्त

१) **ज्यां पासूनि संत दूरी गेले । तेथें अनर्थाचें केलें चाले. (एक. भा. १/३१५)**

अर्थ : जिथून संत दूर जातात तिथे अनर्थाचे चाळे सुरू होतात.

२) **भक्त संत साधु ज्यापासीं । तेथें रिघु नाहीं अनर्थासी । (एक. भा. १/३१६)**

अर्थ : जिथे भक्त, संत, साधू असतात तिथे अनर्थाला प्रवेश मिळत नाही.

३) **जेथूनि संत गेले दुरी । तेथें सद्यचि अनर्थु वाजे शिरीं । (एक. भा. १/३१८)**

अर्थ : जेथून संत दूर जातात तेथे तत्काळ अनर्थ डोक्यावर येऊन आदळतात.

४) **साधु निर्दोख सुखदाते । (एक. भा. २/५५)**

अर्थ : साधू दोषरहित सुखदाते असतात.

५) **साधूपरता पूज्य पहा हो । जगीं नाहीं आन देवो । (एक. भा. ३/३५६)**

अर्थ : साधूपेक्षा श्रेष्ट असा देव जगात दुसरा नाही.

६) **शरीर जरी हिंवे कांपे । तेणें देह कांपे साधु न कांपे ।**
शरीर अतिउष्णें तापे । परी साधु न तापे देहतापामाजीं । (एक. भा. ३/४०७)

अर्थ : शरीर थंडीने कापू लागले म्हणजे देह थरथरतो पण साधू कापत नाही. अत्यंत उष्णतेने शरीर तापते परंतु देहतापाने साधू तापत नाही.

७) **अपकाऱ्यां जेणें उपकार केला । तोचि दादुला परमार्थी । (एक. भा. ४/९५)**

अर्थ : अपकार करणाऱ्यावर जो उपकार करतो तोच मोठा परमार्थी होय.

८) **अपकाऱ्यां उपकार करिती । त्याचि नांव गा परम शांति । (एक. भा. ४/९६)**

अर्थ : अपकार करणाऱ्यावर उपभार करणे यालाच शांती असे म्हणतात.

९) **अपकाऱ्यां जो उपकारी । तो मोक्षाच्या शिरीं मुगुट । (एक. भा. ४/१४१)**

अर्थ : अपकार करणाऱ्यावर जो उपकार करतो तो मोक्षाच्या माथ्यावरील मुकुट होय.

१०) **कनक आणि कामिनी । ज्यासी नावडे मनींहुनी ।**
तोचि जनार्दनु जनीं । (एक. भा. ८/१२० / एक. गा. ३२६०)

अर्थ : सोने व स्त्री ज्याला मनापासून आवडत नाही तो सर्वांमध्ये श्रेष्ठपुरुष होय.

११) **द्रव्यदारानिरपेक्षता । शुचिष्मंतता साधूची । (एक. भा. ११/८९५)**

अर्थ : धन, स्त्री यांची इच्छा न बाळगणे ही साधूची पवित्रता होय.

१२) **जे संतचरणीं विमुख । त्यांसी स्वप्नींहि नाहीं सुख ।**

अर्थ : जे संतांपासून दूर असतात त्यांना स्वप्नातही सुख मिळत नाही.

१३) **कृपेसी स्वतंत्र जन्म नाहीं । जेथ उपजे तो साधु पाहीं । (एक. भा. ११/८३०)**

अर्थ : कृपेला स्वतंत्र जन्म नाही. पण जिथे ती असते तो साधू समजावा.

१४) **संत सचेतन माझ्या मूर्ती । (एक. भा. ११/१२०१)**

अर्थ : संत हे चालता बोलत्या परमेश्वराच्या मूर्ती आहेत.

१५) **साधू तो जाण सद्‌गुरू । (एक. भा. ११/१५२०)**

अर्थ : साधु हा सद्‌गुरू असतो.

१६) **जें भेदाचें निराकरण । तेंचि निर्वैरतेचें लक्षण । (एक. भा. १४/१७९)**

अर्थ : भेद नष्ट होणे हे निर्वैरतेचे लक्षण होय.

१७) **ज्याच्या ठायीं निरपेक्षता । धैर्य त्याचे चरण वंदी माथा । (एक. भा. २०/४०३)**

अर्थ : ज्याच्या ठिकाणी धैर्य आणि निरपेक्षता असते, त्याचे चरण मला शिरसावंद्य असतात.

१८) **साधूंच्या चरणतीर्थापाशीं । सकल तीर्थे येती शुद्धत्वासी । (एक. भा. २८/५२९)**

अर्थ : साधूंच्या चरणतीर्थाजवळ सर्व तीर्थे शुद्ध व्हायला येतात.

१९) **जेणें अपकार केला पूर्ण । त्यासी उपकार करावा आपण । (एक. भा. ३०/३१४)**

अर्थ : ज्याने आपल्यावर अपकार केला त्याच्यावरही आपण उपकार करावा.

२०) **श्रेष्ठापासूनी सन्मान । तोचि इतरांसी हृदयाभिमान ।। (ए.आ ग्रं.च. भ. ३५९)**

अर्थ : मोठ्या लोकांकडून सन्मान घेणे हा इतरांच्या आनंदाचा विषय असतो.

२१) **संत केवळ ब्रह्ममूर्ती । (एक. आठ. ग्रं. ह. ९०)**

अर्थ : संत म्हणजे देवाची मूर्ती होय.

२२) **देवा परीस उदार । भक्त जाणा निर्धार । (एक. गा. २४०)**

अर्थ : देवा पेक्षा भक्त उदार असतो हे खरे आहे.

२३) **भक्तासी सान न धरीच मान । (एक. गा. २५८/१)**

अर्थ : देव भक्तांपुढे लहान होताना आपल्या मानसन्मानाचा विचार करीत नसतो.

२४) **देव तो अंकीत भक्तजनाचा । (एक. गा. ३११/२)**

अर्थ : देव भक्तांच्या अधीन असतो.

२५) **हरीचिया दासां हरि दाहीं दिशा । (एक. गा. ११२०/१)**

अर्थ : हरिभक्ताला हरी सर्वत्र दिसतो.

२६) **साधूचे संगती हरि जोडे । (एक. गा. ११२४/४)**

अर्थ : साधूंच्या संगतीने परमेश्वराची प्राप्ती होते.

२७) **संन्याशाला सायास । (एक. गा. १२३३/१)**

अर्थ : संन्याशाने काही मिळवण्यासाठी कष्ट करावे ही त्याची विटंबना होय.

२८) **संतसेवा जाण सर्वश्रेष्ठ ।**

अर्थ : संतांची सेवा ही सर्वश्रेष्ठ असते असे समजावे.

२९) **संत ते देव देव ते संत । (एक. गा. १४८८/१)**

अर्थ : संत हे देवाचे रूप असते आणि देव हे संताचे रूप असते.

३०) **जें सुख संतसज्जनाचें पायीं । तें सुख नाहीं आणिके ठायीं । (एक. गा. १५०९/१)**

अर्थ : संत सज्जनांच्या सान्निध्यात जे सुख असते ते सुख अन्य लोकांच्या ठिकाणी नसते.

३१) **संतांचे संगती । पाप नुरे तें कल्पांती । (एक. गा. १५१९/१)**

अर्थ : संतांच्या संगतीने कल्पांतापर्यंत पाप नाहीसे होते.

३२) **सम असे सुख दुःख । संत त्यासीं म्हणती देख । (एक. गा. १५७३/१)**

अर्थ : ज्याच्या ठिकाणी सुख व दुःख हे सारखेच असते त्याला संत म्हणतात.

३३) **संतांचा दास तो देवाचा भक्त । (एक. गा. १५८९/१)**

अर्थ : जो संतांचा दास असतो तो देवाचा भक्त असतो.

३४) **धन जयासी मृत्तिका । जगीं तोचि साधु देख । (एक. गा. १५९१/१)**

अर्थ : धन ज्याला माती समान वाटते तोच जगात साधू असतो.

३५) **ज्यासी नाहीं लोभ आशा । तोचि प्रिय जगदीशा । (एक. गा. १५९१/२)**

अर्थ : ज्याला लोभ, आशा नसतात तो देवाला आवडतो.

३६) **साधु म्हणावे तयासी । दया क्षमा ज्याच्या दासी । (एक. गा. १५९२/१)**

अर्थ : दया, क्षमा, या ज्याच्या दासी असतात त्याला साधू म्हणतात.

३७) **सर्वांभूतीं दया । साधु म्हणावें ऐशिया । (एक. गा. १५९३/१)**

अर्थ : सर्व प्राणीमात्रांच्या ठिकाणी ज्याची दया असते त्याला साधू म्हणावे.

३८) **जग ब्रह्मरूप जाण । हेंचि साधूचें लक्षण । (एक. गा. १५९३/२)**

अर्थ : सर्व जगाला ब्रह्मरूप मानणे हेच साधूचे खरे लक्षण आहे.

३९) **सर्वांभूतीं समदृष्टी । तोचि साधु इये सृष्टीं । (एक. गा. १५९३/३)**

अर्थ : जो सर्व प्राणीमात्रांकडे सारख्याच दृष्टीने पाहतो तोच साधू होय.

४०) **ज्याचें गेलें कामक्रोध । तोचि साधु जगीं सिद्ध । (एक. गा. १५९४/१)**
अर्थ : ज्याचे काम, क्रोध नष्ट झालेले असतात तोच या जगता साधू असतो.
४१) **लोभ, मोह नाहीं ज्यासी । तोचि साधु निश्चयेंसी । (एक. गा. १५९४/२)**
अर्थ : ज्याचे लोभ व मोह नाहीसे झालेले आहेत तोच खरा साधू होय.
४२) **गेले मद आणि मत्सर । साधु तोचि निर्विकार । (एक. गा. १५९४/३)**
अर्थ : ज्याचा गर्व व मत्सर नाहीसा झालेला असतो तोच साधू होय.
४३) **परधनी अंधत्व जयाचें नयना । (एक. गा. १६१८/११)**
अर्थ : इतरांच्या द्रव्याची इच्छा करताना ज्याच्या डोळ्यांना अंधत्व येते तो साधू होय.
४४) **परस्त्री पाहतां क्लीबत्व जयाचें मना । (एक. गा. १६१८/११)**
अर्थ : परस्त्री दिसली की, ज्याच्या मनात षंढत्व येते तो साधू होय.
४५) **परापवादी मूकत्व जयाचें वदना । (एक. गा. १६१८/११)**
अर्थ : दुसऱ्याला नावे ठेवताना ज्याची वाचा मूक बनते तो साधू होय.
४६) **जैं कृपा करिती संतजन । जनविजन होय जनार्दन । (एक. गा. १६८७/६)**
अर्थ : जेव्हा संतजन कृपा करतात तेव्हा लोक, अरण्य, इ. सर्व देवरूप होते.
४७) **आज दिवाळी दसरा । संतपाय आलें घरा । (एक. गा. १७६६/३)**
अर्थ : संत घरी येणे हीच दिवाळी दसरा होय.
४८) **आजी दिवाळी दसरा । श्रीसाधुसंत आलें घरा ।। (एक. गा. २०५१/१)**
अर्थ : साधुसंत घरी आले की, तो दिवस म्हणजे दसरा दिवाळी होय.
४९) **भक्ताचें आधीन देवो । नाहीं नाहीं हो संदेहो ।। (एक. गा. २१७३/२)**
अर्थ : देव भक्तांच्या आधीन असतो, यात तिळमात्र शंका नसते.
५०) **भक्तांमाजीं देव असे । देवा अंगीं भक्त दिसे । (एक. गा. २१७३/४)**
अर्थ : भक्तांमध्ये देव असतो आणि देवाच्या अंगी भक्त असतो.
५१) **भक्ताचें अंगी देव असे । देवाचें हृदयीं भक्त वसे ।। (एक. भा. २१७५/२)**
अर्थ : भक्ताच्या ठिकाणी देव असतो आणि देवाच्या हृदयात भक्ताचा निवास असतो.
५२) **जेथें जेथें भक्त वसे । तेथें देव नांदे अपैसें । (एक. गा. २२५९/१)**
अर्थ : जिथे भक्ताची वस्ती असते तिथे देव आपोआप राहायला येतो.
५३) **जैसा जैसा भक्तांचा पैं भावो । तैसा तैसा भावे देवो ।। (एक. गा. २३६१/११)**
अर्थ : भक्तांची निष्ठा जशी असेल तसा देव त्यांना भेटतो.
५४) **सज्जनांचा धर्म सर्वांभूतीं दया । (एक. गा. ३०६३/४)**
अर्थ : सर्व लोकांसाठी दया दाखविणे हा सज्जनांचा धर्मच असतो.
५५) **संतांचा तो धर्म अंतरी ती शांती । (एक. गा. ३०६३/५)**
अर्थ : मनांत शांतता असणे हा संतांचा धर्म आहे.
५६) **थोर तोचि म्हणावा । नेणें भूताचा तो हेवा ।। (एक. गा. ३२७१/२)**
अर्थ : ज्याला प्राणिमात्रांचा द्वेष माहीत नाही त्यालाच थोर म्हणावे.

रामदास

१) **निंदकास उपकार करणें । (दास. २.७.६९)**

अर्थ : संत निंदकावरही उपकार करतात.

२) **संतकृपा होय जयास । तेणें उद्धरिला वंश । (दास. २.७.७८)**

अर्थ : संतांची कृपा ज्याच्यावर होते त्याच्या वंशाचा उद्धार होतो.

३) **परपीडेचें वाहे दु:ख । परसंतोषाचे सुख ।**
वैराग्य देखोन हरिख । मानी तो सत्त्वगुण । (दास. २.७.८३)

अर्थ : दुसऱ्याच्या दु:खाने दु:खी होणारा, त्यांच्या आनंदात आनंदी होणारा, वैराग्य पाहून आनंदी होणारा सत्त्वगुणी होय.

४) **परभूषणें भूषण । परदूषणें दूषण ।**
परदु:ख सिणे जाण । तो सत्त्वगुण ।। (दास. २.७.८४)

अर्थ : जो दुसऱ्याचे भूषण ते आपले भूषण आणि दुसऱ्याचे दूषण ते आपले दूषण मानतो, परदु:खाने तळमळतो तो सत्त्वगुणी होय.

५) **जो तापत्रै पोळला । तो संतसंगें निवाला । (दास. ३.६.२)**

अर्थ : तापत्रयाने त्रासलेले मनुष्य संतसंगतीने शांत होतो.

६) **जे अंकित ईश्वराचे । तयास सोहळे निजसुखाचे । (दास. ३.१०.१२)**

अर्थ : जे सर्वस्वी ईश्वराचे अधीन असतात त्यांनाच ईश्वराच्या सौख्याचा आनंद मिळतो.

७) **जो संसार दु:खे दु:खवला । जो त्रिविधतापें पोळला ।**
तो चि अधिकारी जाला । परमार्थविषीं ।। (दास. ५.३.३४)

अर्थ : संसाराच्या दु:खाने जो दुखावतो, त्रिविधतापाने जो पोळतो तोच परमार्थाचा अधिकारी होतो.

८) **सद्गुरुस्वरूप ते संत । (दास. ५.३.४१)**

अर्थ : संत सद्गुरुस्वरूप असतात.

९) **त्यागेंविण नव्हे कीं साधक । (दास. ५.१०.१)**

अर्थ : त्यागाशिवाय साधक होत नाही.

१०) **संशयरहित ज्ञान । तें चि साधूचें लक्षण । (दास. ५.१०.१३)**

अर्थ : संशयरहित ज्ञान हे साधूचे लक्षण होय.

११) **ज्याचे अंतरीं ज्ञान जागे । तो चि साधु ।। (दास. ६.१.१८)**

अर्थ : ज्याच्या अंत:करणात ज्ञान जागे असते तोच साधू होय.

१२) **निर्गुणासी नाहीं जन्ममरण । निर्गुणासी नाहीं पापपुण्य ।**
निर्गुणी अनन्य होतां आपण । मुक्त जाला ।। (दास. ६.३.३३)

अर्थ : निर्गुणाला जन्म मरण नाही. पाप पुण्य नाही. निर्गुणाशी एकरूप झाले की, आपण मुक्त होतो.

१३) **जयांसि जालें आत्मज्ञान । ते चि थोर माहाजन । (दास. ६.४.१९)**

अर्थ : ज्याला आत्मज्ञान झाले आहे, तोच श्रेष्ठ पुरुष होय.

१४) **संतांस गेलिया शरण । मोक्ष लाभे ।। (दास. ६.५.२५)**

अर्थ : संतांना शरण गेले तर मोक्ष मिळतो.

१५) साधुसंतांचिये खुणे । साधुसंत जाणती ।। (दास. ६.९.१८)

अर्थ : साधुसंतांच्या खुणा साधुसंतच जाणतात.

१६) सारासार विवंचना । साधु जाणती ।। (दास. ६.९.१७)

अर्थ : सारासारविचार संत जाणतात.

१७) गुप्त परमात्मा सज्जन- । संगतीं शोधावा ।। (दास. ६.९.१९)

अर्थ : गुप्त (न कळणारा) असलेला परमेश्वर संतांच्या संगतीत शोधायचा असतो.

१८) सद्वस्तूस लाभे सद्वस्तु । (दास ६.९.२१)

अर्थ : (चांगल्या माणसाला चांगली वस्तू मिळते) ईश्वराची तळमळ असणाऱ्यास ईश्वराची भेट होते.

१९) जीवन्मुक्तांची लक्षणें । जीवन्मुक्त जाणे ।। (दास. ६.९.३३)

अर्थ : जीवन्मुक्ताचीं लक्षणे जीवन्मुक्तच जाणतात.

२०) स्वानुभवाचिये खुणे । स्वानुभवी पाहिजे ।। (दास. ७.१.४६)

अर्थ : स्वानुभवाची खूण कळायला स्वानुभवीच हवा.

२१) साधु दिसती वेगळाले । परी ते स्वरूपीं मिळाले ।
अवघे मिळोन येक चि जाले । देहातीत वस्तु ।। (दास ७.२.३१)

अर्थ : साधू शरीराने भिन्न भिन्न दिसतात, परंतु ते स्वरूपालाच मिळालेले असतात. स्वरूपाला मिळाले की ते सर्व देहातील ब्रह्मवस्तू होतात.

२२) परी ते भगवंताचे अंश । भगवंत चि इछिती ।। (७.९.४०)

अर्थ : जे परमेश्वराचे अंश असतात ते परमेश्वराचीच इच्छा करतात.

२३) साधुदर्शनें पावन तीर्थ । (दास ७.१०.११)

अर्थ : साधूच्या दर्शनाने तीर्थही पवित्र होते.

२४) जो संतांस शरण गेला । तो संतचि होऊन ठेला । (दास. ७.१०.३५)

अर्थ : जो संतांना शरण जातो तो संतच होतो.

२५) संतसंगें होतें ज्ञान । (दास. ७.१०.३६)

अर्थ : संतांच्या संगतीने ज्ञानाचा लाभ होतो.

२६) सत्संगें सद्गती । विलंब चि नाहीं । (दास. ८.६.४८)

अर्थ : संतांच्या संगतीने सद्गती मिळायला वेळ लागत नाही.

२७) सदा स्वरूपानुसंधान । हें मुख्य साधूचें लक्षण । (दास. ८.९.९)

अर्थ : आत्मस्वरूपाचे सदैव चिंतन करणे हे साधूचे मुख्य लक्षण आहे.

२८) संदेहरहित साधन । तें चि सिद्धांचें लक्षण । (दास. ८.९.१३)

अर्थ : संयशरहित साधन करणे हे सिद्धाचे लक्षण आहे.

२९) अंतर लागलें भगवंतीं । तो चि साधु ।। (दास. ८.९.१७)

अर्थ : ज्याचे मन भगवंताकडे लागले आहे तोच साधू होय.

३०) साधु स्वरूप निर्विकार । तेथें कैंचा तिरस्कार । (दास. ८.९.२९)

अर्थ : साधूचे स्वरूप निर्विकार असते. त्याच्या ठायी तिरस्कार नसतो.

३१) मदमत्सराचें पिसें । साधुसी नाहीं ।। (दास. ८.९.३०)

अर्थ : मदाचे, मत्सराचे वेडेपण साधूच्या ठिकाणी नसते.

३२) **या कारणें नि:प्रपंच । साधु जाणावा ।। (दास. ८.९.३२)**

अर्थ : साधूला प्रपंच नसतो.

३३) **साधु सदा निर्लोभ असे । (दास. ८.९.३४)**

अर्थ : साधूला कधीही लोभ नसतो.

३४) **म्हणोनि साधु तो जाणावा । शोकरहित ।। (दास. ८.९.३५)**

अर्थ : साधू शोकरहित असतात.

३५) **म्हणोत नैराशता साधूची । वोळखण ।। (दास. ८.९.४६)**

अर्थ : स्वार्थरहित असणे ही साधूला ओळखण्याची खूण आहे.

३६) **म्हणोन साधु तो न पाहे । मानापमान ।। (दास. ८.९.५१)**

अर्थ : साधू मानापमान पाहत नाही.

३७) **धरितां साधूची संगती । आपषा च लागे स्वरूपस्थिती । (दास. ८.९.५५)**

अर्थ : साधूची संगत धरली म्हणजे आपोआप ब्रह्मस्वरूपाची प्राप्ती होते.

३८) **जो निर्मळास ध्याईल । तो निर्मळचि होईल । (दास. ११.२.३७)**

अर्थ : निर्मळाची उपासना करणारा निर्मळच होतो.

३९) **सारासार जाणती । ते माहानभाव ।। (दास. ११.२.३८)**

अर्थ : सारासार गोष्टी जे जाणतात तेच महानुभाव होत.

४०) **अरे जो चंचळास ध्याईस । तो सहजचि चळेल । (दास. ११.२.३९)**

अर्थ : जो चंचळास भजतो तो सहज चंचळ होतो.

४१) **जो निश्चळास भजेल । तो निश्चळ चि । (दास. ११.२.३९)**

अर्थ : जो निश्चळास भजेल तो निश्चल होईल.

४२) **वेषभूषण तें दूषण । कीर्ति भूषण तें भूषण । (दास. ११.१०.७)**

अर्थ : साधूंना वेषभूषण हे दूषण असते आणि कीर्तीभूषण हे भूषण असते.

४३) **पतितपावनाचे दास । ते हि पावन करिती जगास । (दास १२.३.३३)**

अर्थ : पतितपावन अशा परमेश्वराचे जे दास असतात तेही जगाला पावन करतात.

४४) **संतसंग सांडूं नये । (दास. १४.१.६७)**

अर्थ : संतांची संगती सोडू नये.

४५) **क्रियेवीण शब्दज्ञान । तया न मानिती सज्जन । (दास. १४.३.५)**

अर्थ : आचरणाशिवाय शब्दपांडित्याला सज्जनलोक मान देत नाहीत.

४६) **जो जगदांतरें मिळाला । तो जगदांतर चि जाला । (दास. १५.१.१४)**

अर्थ : जो जगाबरोबर एकरूप होतो तो जगताचे अंत:करण बनतो.

४७) **जे सद्कीर्तीचे पुरुष । ते परमेश्वराचे अंश । (दास. १७.१.२९)**

अर्थ : सत्कीर्तीचे लोक हे परमेश्वराचे अंश असतात.

४८) **पुण्यवंता सत्संगती । (दास. १७.७.११)**

अर्थ : पुण्यवान माणसाला सत्संगती लाभते.

४९) **शरण जातां साधुजना । साधुच होइजे । (दास. १७.८.३४)**

अर्थ : साधूंना शरण गेले असता साधूच होतात.

५०) **असार सांडून सार घेतलें । साधुजनीं ।। (दास. १७.१०.२२)**
अर्थ : साधू असार टाकून सार ग्रहण करतात.
५१) **अंतरवेधी अंतर जाणे । (दास. १८.८.१५)**
अर्थ : मनाचा ठाव घेणाराच मन जाणतो.
५२) **दुसऱ्याच्या दुःखें दुखवे । दुसऱ्याच्या सुखें सुखावे । (दास. १९.४.२३)**
अर्थ : संत दुसऱ्याच्या दुःखाने दुखावतो आणि दुसऱ्याच्या सुखाने सुखावतो.
५३) **नर तो चि नारायण । प्रत्ययें करी श्रवण । मननशील अंतःकरण । सर्वकाळ ।। (दास. २०.५.२८)**
अर्थ : जो सदैव विचारपूर्वक ऐकतो, ज्याचे अंत:करण नेहमी मननशील आहे तोच नर नारायण होईल.
५४) **संतसंगें आटे भवसिंधु । (रा. क. १ ओव्या शत. ३.५)**
अर्थ : संतांच्या संगतीने संसाराचे प्रेम कमी होते.
५५) **पापबुद्धि झडे संतांचें संगती । (रा. क. १ ओव्या शत ३/९)**
अर्थ : संतांच्या संगतीने पापबुद्धी नाहीशी होते.
५६) **पाविजेना देव संतसंगेंवीण । (रा. क. १ ओव्या शत ३/३३)**
अर्थ : संतांच्या सहवासाशिवाय देव भेटत नाही.
५७) **ठाव सज्जनाचा सज्जन जाणती । (रा. क. १ ओव्या शत ३/३७)**
अर्थ : सज्जनच सज्जनाला ओळखतात.
५८) **बोलेनियां तैसी क्रिया करी । धन्य तो संसारी ब्रह्मज्ञानी ।। (रा.क. १ ओ. श ४/५९)**
अर्थ : जो बोलल्याप्रमाणे वागतो तोच या जगात ब्रह्मज्ञानी होतो.
५९) **साधुसंगे साधा सद्वस्तु विवेकें । (रा. क. १ ओव्या शत ६/१६)**
अर्थ : साधूंच्या संगतीने ब्रह्माची प्राप्ती करावी.
६०) **संतजन जेथें धन्य जन तेथें । (रा. क. १ ओव्या शत ६/६३)**
अर्थ : जेथे संत असतात तेथील लोक भाग्यवान असतात.
६१) **समाधान घडे सज्जनसंगतीं । (रा. क. १ ओव्या शत ७/२२)**
अर्थ : सज्जनांच्या संगतीने समाधान लाभते.
६२) **सज्जनसंगती चुके अधोगती । (रा. क. १ ओव्या शत ८/१३)**
अर्थ : सज्जन संगतीने अधोगती टळते.
६३) **तरीजेल सर्व कांही न करीतां ।**
संतांसी भजतां सर्वकाळ ।। (रा. क. १ ओव्या शत १०/३१)
अर्थ : संतांना शरण गेल्यास काही न करता माणूस तरतो.
६४) **पतीतांसी गती संतसंगें । (रा. क. १ ओव्या शत ११/३२)**
अर्थ : संतांच्या संगतीने पाप्याचा उद्धार होतो.
६५) **तीर्थें साधूपासीं शुध होती । (रा. क. १ ओ. श ११/४८)**
अर्थ : तीर्थे साधूंजवळ येऊन शुद्ध होतात.
६६) **विवेकाचा मार्ग संगसंगे कळे । (रा. क. १ स्फुट ओव्या ५/४०)**
अर्थ : संतांच्या संगतीने विचाराचा (ज्ञानाचा) मार्ग समजतो.

६७) **परलोक साधे संतांचें संगती । (रा. क. १ स्फुट ओव्या ६/३५)**

अर्थ : संतांच्या सान्निध्याने परलोक प्राप्त होतो.

६८) **रोकडाची मोक्ष साधूचे संगती । (रा. क. १ स्फुट ओव्या ७/१०)**

अर्थ : साधूंच्या सहवासाने त्वरीत मोक्ष मिळतो.

६९) **साधुचेनि संगे साधुजन । (रा. क. १ स्फु. ओ. ५१/२)**

अर्थ : साधूंच्या सहवासाने लोकही साधू होतात.

७०) **साधुसंगे साधु होईजे आपण । (रा. क. १ स्फु. ओ. ७९/९)**

अर्थ : साधूंच्या सहवासाने आपण साधू होतो.

७१) **सज्जनाचा वास संदेह्याचा नास । (रा. क. १ स्फु. ओ. १०२/५)**

अर्थ : सज्जनाचा सहवास असेल तर संशयाचा नाश होतो.

७२) **सज्जनाचा योग सुखकारी । (रा. क. १ स्फु. ओ. १३७/१)**

अर्थ : सज्जनाची मैत्री सुखकारी होते.

७३) **सज्जनाचा संग पापाते संव्हारी । (रा. क. १ स्फु. ओ. १६४/५)**

अर्थ : सज्जनांच्या सहवासाने पापांचा नाश होतो.

७४) **अहंकार गळे संतांचे संगती । (रा. क. १ स्फु. ओ. १६८/३)**

अर्थ : संतांच्या संगतीने अहंकार गळून पडतो.

७५) **सज्जनाची मतें सज्जन जाणती । (रा. क. १ स्फु. ओ. १७७/४)**

अर्थ : सज्जनांचे विचार सज्जनच जाणतात.

७६) **सत्संगे पुण्यसंग्रहो । (रा. क. १ मानपंचक २/२४)**

अर्थ : संतांच्या संगतीने पुण्याचा संग्रह होतो.

७७) **निर्मळा मळ लागेना । (रा. क. १ चतुर्थमान ४/१३)**

अर्थ : निर्मळ मनाच्या माणसाला मळ लागत नाही.

७८) **भले सांगती संतसंगेचि जावें ।**

अर्थ : संतांच्या संगतीत रहावे असे भले लोक सांगतात.

७९) **दु:ख नेदावें कोणाला उंच नीच जरी जाला ।**
अंतरात्मा वोळखिला तोचि जाणा सज्जन । (करुणा धा. स. २१५/९)

अर्थ : गरीब व श्रीमंत कोणीही असले तरी त्याला दु:ख देऊ नये. सर्वांचा आत्मा एकच आहे, असे जो ओळखतो तोच सज्जन होय.

८०) **जन्म तुटे संतसंगे । देव भेटे अंतरंगे । (रा. क. २ पूर्वारंभ ५)**

अर्थ : संतसंगाने पुनर्जन्म टळतो आणि आत्मशुद्धीने देव भेटतो.

८१) **संत विश्वाचें मायेबाप । संतासी नाहीं पारिखे आप । (रा. क. २ एकवीससमासी १२/४)**

अर्थ : संत जे जगाचे आई-बाप आहेत. त्यांना आप-पर असे काही नसते.

८२) **संतासी गर्व नाहीं । संत निंदा न करिती कांही ।**
संत निष्ठुर कधीं हि । प्राकृतासारिखें नव्हेती । (रा. क. २ एकवीससमासी १२/१५)

अर्थ : संतांना गर्व नसतो. ते कधी निंदा करीत नसतात आणि सामान्य माणसासारखे निष्ठुरही नसतात.

८३) **संतसंगतीचें फळ । दुरी करी भवमळ । (रा.क. २ एकवीससमासी १८/६९)**

अर्थ : संतांच्या सहवासाने जीवनातले दु:ख नाहीसे होते.

८४) **तो चि येक पुण्यवंत । जया अंतरीं भगवंत । (स. पद. उ. २१/धृ)**

अर्थ : ज्याच्या मनात भगवंत असतो तोच पुण्यवंत होय.

८५) **संतसंग दुल्लभ दुल्लभ । होत असे अलभ्याचा लाभ । (स. पद. उ. १७६/१)**

अर्थ : संतांची संगती दुर्लभ असते. पण एकदा का तिचा लाभ झाला की, अलभ्य अशा परमेश्वराचा लाभ होतो.

८६) **अंतर राखें तो सुख चाखें । (स. पद. उ. २३०/४)**

अर्थ : जो अनेकांची मने राखतो त्याला सुख लाभते.

८७) **सज्जनसंग जन्ममृत्यू चुकवी । (स. पद. गि. प. १४/४)**

अर्थ : सज्जनांची संगत जन्म-मृत्यू चुकवते.

८८) **होतां संतांचिया भेटीं । जन्ममरणा पडे तुटी ।। (स. गा. ३९)**

अर्थ : संतांची भेट झाली तर जन्ममरणाच्या खेपा चुकतात.

८९) **संतजन तोचि जो स्वयें देवचि । (स. गा. २७२)**

अर्थ : जो संत असतो तो देव असतो.

९०) **सुखकारी संग संतसज्जनाचा । (स. गा. २७९/२)**

अर्थ : संत सज्जनांचा सहवास सुखदायक असतो.

९१) **होय पुण्यशील साधुसंगे । (स. गा. २८०/४)**

अर्थ : साधूंच्या संगतीने पुण्यवान होतात.

९२) **साधूचेनि संगें साधुजन । (स. गा. २८७/२)**

अर्थ : साधूंच्या संगतीत आले की, लोक साधू होतात.

९३) **भाव धरिता संतांपायीं । तेणें देव पडे ठायीं ।। (स. गा. २९१/१)**

अर्थ : संतांची भक्ती केली की, देव भेटतो.

९४) **बोलासारिखें चालणें । हेंचि संतांची लक्षणें । (स. गा. २९३/७)**

अर्थ : बोलल्याप्रमाणे वागणे हे संतांचे लक्षण होय.

९५) **समाधान घडे सज्जनाच्या संगे । (स. गा. ३००)**

अर्थ : सज्जनांच्या सहवासात समाधान मिळते.

९६) **साधु आदिअंती सारिखेचि । (स. गा. ३०५/२)**

अर्थ : साधू आत बाहेर सारखेच असतात.

९७) **साधूचेनि संगे बद्ध सिद्ध । (स. गा. ३१३/१)**

अर्थ : साधूच्या संगतीत संसारात अडकलेला माणूसही सिद्धावस्थेला पोहोचतो.

९८) **पतितांसी गति संतसंगे । (स. गा. ३९८/३२)**

अर्थ : संतांच्या सहवासाने पतितांचा उद्धार होतो.

९९) **जो कां भगवंताचा दास । त्यानें असावें उदास । (स. गा. ७०९/१)**

अर्थ : देवाच्या भक्ताने वैराग्यशील असावे.

१००) **संतजन जेथें धन्य जन तेथें । (स. गा. ७८७/६३)**

अर्थ : जिथे संत असतात तिथले लोक धन्य होतात.

१०१) सज्जनांचा वास संदेहाचा नास । (स. गा. ८५३/५)

अर्थ : जिथे सज्जनांचा निवास असतो तिथे संशय नसतो.

१०२) प्रगटला देव जयाचें अंतरी । तया नाहीं उरी मीपणाची । (स. गा. ८६८/१)

अर्थ : ज्यांच्या अंत:करणात देव प्रकट होतो त्याच्या ठिकाणी अहंकाराचे अस्तित्व उरत नाही.

१०३) तोचि एक पुण्यवंत । जया अंतरी भगवंत । (स. गा. १४८७/ध्रु.)

अर्थ : ज्याच्या हृदयात देवाचा निवास असतो तोच पुण्यवंत होय.

१०४) सार असार निवडती साधुजन । (स. गा. १५७८/३)

अर्थ : संत खरे खोटे जाणतात.

१०५) सदा बोलण्यासारिखें चालताहे । (म. श्लो. ४९)

अर्थ : जो बोलल्याप्रमाणे वागतो तो श्रेष्ठ होय.

१०६) अहो ज्या नरा रामविश्वास नाहीं ।
तरा पामरा बाधिजे सर्व कांही । (म. श्लो. ७८)

अर्थ : ज्याचा रामावर विश्वास नाही त्याला फार दु:ख होते.

तुकाराम

१) तुका म्हणे तोचि संत । सोसी जगाचे आघात ।। (तु. गा. ५०)

अर्थ : जो जगाचे आघात सहन करतो तोच खरा संत होय.

२) बोले तैसा चाले । तुका म्हणे तो अमोल । (तु. गा. १६१७)

अर्थ : जो बोलल्याप्रमाणे वागतो त्याला मोठा म्हणावे.

३) बोले तैसा चाले । त्याची वंदीन पाउले । (तु. गा. ४३१६)

अर्थ : जो बोलल्याप्रमाणे वागतो त्याचे (मी पाय धरीन) पाय धरावे.

४) हर्षामर्ष नाहीं अंगीं । पांडुरंगी सरलें तें । (तु. गा. ११०)

अर्थ : सुख दु:ख हे विकार ज्याच्या मनात नसतात, ते पांडुरंगाशी एकरूप झाले असे समजावे.

५) तिर्थी धोंडा पाणी । देव रोकडा सज्जनीं ।। (तु. गा. ११४)

अर्थ : देवाची वस्ती सज्जनांच्या ठिकाणी असते. पण तीर्थाच्या ठिकाणी दगड व पाणी यांची रेलचेल असते.

६) तुका म्हणे तैसा सज्जनापासून । पाहातां अवगुण मिळेचि ना ।। (तु. गा. २९०)

अर्थ : सज्जनांच्या ठिकाणी दोष शोधूनही सापडत नाहीत.

७) जें कां रंजलें गांजलें । त्यासि म्हणे जो आपुलें ।। १।।
तो चि साधु ओळखावा । देव तेथेंचि जाणावा ।।२।। (तु. गा. ३४७)

अर्थ : संसाराने गांजलेल्या लोकांना जो जवळ करतो तो साधू होय आणि त्याच्याच ठिकाणी देवाची वस्ती असते.

८) दया करणें जें पुत्रासी । ते चि दासा आणि दासी । (तु. गा. ३४७)

अर्थ : आपल्या मुलांवर ज्या प्रमाणे प्रेम करतात त्याप्रमाणे दासदासींवर जो प्रेम करतो तोच साधू होय.

९) परत्रींचे जे सांगाती । त्यांची याती न विचारी । (तु. गा. ४८०)

अर्थ : परलोकीचे जे सोबती आहेत, त्यांची मी जात विचारणार नाही.

१०) सोनें रूपें आम्हां मृत्तिके समान । (तु. गा. ५२२)

अर्थ : आम्हा हरिभक्तांना सोने-चांदी मातीप्रमाणे वाटते.

११) मृत्तिका पाषाण तैसे केलें धन । (तु. गा. १७३१)

अर्थ : जे धनाला माती धोंड्यांप्रमाणे मानतात ते संत होत.

१२) तुका म्हणे धन । आम्हां गोमासासमान ।।४।. (तु. गा. १८९३)

अर्थ : भक्तांना धन गोमांसाप्रमाणे वाटते.

१३) सोनें आणि माती । आम्हां समान हें चित्तीं ।।४।। (तु. गा. १८९५)

अर्थ : संतांच्या मनात सोने आणि माती यांची किंमत सारखीच असते.

१४) तुमचें येर वित्त धन । तें मज मृत्तिकेसमान ।। (तु. गा. १८९७)

अर्थ : संतांना धन व वित्त मातीसमान असतात.

१५) परपीडे चित्त दुःखी होते ।। (तु. गा. ५५७)

अर्थ : दुसऱ्याचे दुःखाने दुःखी होतो तो संत होय.

१६) देव सारावे परते । संत पूजावे आरते ।। (तु. गा. ५९४)

अर्थ : देवास दूर करून संताची पूजा आधी करावी.

१७) संत हो का भलते याती । (तु. गा. ५९४)

अर्थ : संत कोणत्याही जातीचा असला तरी त्याला विष्णुरूप मानावे.

१८) जेथें वैष्णवांचा वास । धन्य भूमी पुण्य देश ।।१।। (तु. गा. ८७२)

अर्थ : जिथे देवभक्तांचा निवास असतो ती भूमी पुण्यवान असते.

१९) सत्य संतांपाशीं राहे । येरां भय आड आहे ।।२।। (तु. गा. ८९६)

अर्थ : सत्य संतांपाशी असते आणि इतरांच्या भोवती मात्र भयाची परिस्थिती असते.

२०) बुडतां हे जन न देखवे डोळां ।
येतो कळवळा म्हणउनि ।।२।। (तु. गा. ९४८)

अर्थ : लोक बुडत आहेत. हे डोळ्यांनी पाहवत नाही म्हणून त्यांच्याविषयी कळवळा येतो.

२१) संतांचा संग तोचि स्वर्गवास । (तु. गा. १०२७)

अर्थ : संतांची संगत हाच खरा स्वर्ग होय.

२२) ब्रह्मरूपाचीं कर्मे ब्रह्मरूप । (तु. गा. १५१८)

अर्थ : देवरूप झालेल्याची कर्मेही देवासारखीच असतात.

२३) संता ब्रह्मरूप जालें अवघें जन ।। (तु. गा. १०५८)

अर्थ : संतांना सारे जग देवरूप दिसते.

२४) तुका संगत तीन्हसें कहिये । जिनथें सुख दुनाये ।।
दुर्जन तेरा मू काला । थीतो प्रेम घटाये ।।१।। (तु. गा. ११९६)

अर्थ : ज्याच्या संगतीने सुख दुप्पट होते त्याची संगत करावी आणि ज्याच्या संगतीने प्रेम नष्ट होते त्या दुर्जनाचे तोंड काळे आहे असे समजावे.

२५) तुका म्हणे संत सुखाचे सागर । (तु. गा. १२४०)

अर्थ : संत म्हणजे सुखाचे सागर असतात.

२६) **हरि तैसे हरीचे दास । (तु. गा. ६५३)**

अर्थ : देवाप्रमाणेच त्याचे दासही (भक्त) लोभ, मोह, चिंता यांनी विरहित असतात.

२७) **निर्वैर होणें साधनाचें मूळ । (तु. गा. १४२८)**

अर्थ : मनातून शत्रुत्वाची भावना काढून टाकणे हे सर्व साधनाचे मूळ होय.

२८) **स्तुति तैसी निंदा । माना समचि गोविंदा ।। (तु. गा. १८१८)**

अर्थ : संत स्तुती आणि निंदा सारखीच समजतात.

२९) **धन्य दिवस आजि दर्शन संतांचें ।**
नांदे तया घरीं दैवत पंढरीचें ।। (तु. गा. १५८३)

अर्थ : ज्यांच्या घरी विठ्ठल नांदत असतो अशा संतांचे दर्शनाने दिवस धन्य होतो.

३०) **तुका म्हणे आले घरा । तो चि दिवाळी दसरा ।।४।। (तु. गा. ९९४)**

अर्थ : साधुसंत घरी आले म्हणजे तो दिवस आम्हाला दिवाळी-दसरा प्रमाणे सणाचा वाटतो.

३१) **दसरा दिवाळी तोचि आम्हां सण । सखे संतजन भेटतील ।। (तु. गा. ३९२०)**

अर्थ : ज्या दिवशी संतांची भेट होते तो दिवस दसरा दिवाळी या सणासारखा वाटतो.

३२) **थोराचिये वाटे । जातां भवशोक आटे। (तु. गा. ४३८०)**

अर्थ : संत महात्मे ज्या मार्गाने गेले त्या मार्गाने आपण गेलो तर दु:ख कमी होईल.

३३) **तेथें दुष्ट गुण न मिळे निशेष ।**
चैतन्याचा वास जयामाजी ।। (तु. गा. ४१३५)

अर्थ : ज्याच्या हृदयात चैतन्याचा (विठ्ठलाचा) वास असतो तिथे दुष्टपणा आढळत नाही.

३४) **संत होऊनिया संतांसी पाहावे । (तु. गा. ४१०८)**

अर्थ : संत होऊन संतांचा शोध घ्यायचा असतो.

३५) **क्षमा शस्त्र जया नराचिया हातीं ।**
दुष्ट तयाप्रति काय करी ।। (तु. गा. ३९९५)

अर्थ : ज्या माणसाच्या हातात क्षमा हे शस्त्र असते त्याला दुष्ट माणूस काही करू शकत नाही.

३६) **तो चि देवभक्त । भेदाभेद नाहीं ज्यांत । (तु. गा. २९२८)**

अर्थ : ज्याच्या मनात भेदाभेद उरलेला नसतो तोच खरा देवभक्त होय.

३७) **भल्याचें दर्शन । तेथें शुभचि वचन । (तु. गा. ३०४०)**

अर्थ : सज्जनाचे दर्शन झाले म्हणजे शुभ बोलणेच ऐकू येते.

३८) **शुद्ध चर्या हें चि संतांचे पूजन ।**
लागतचि धन नाहीं वित्त । (तु. गा. ८३८)

अर्थ : नित्यक्रम शुद्ध असणे हीच संतांची पूजा होय. त्या साठी आणखी धनाची आवश्यकता नसते.

३९) **संतसमागम मेळ । प्रेमसुखाचा सुकाळ ।। (तु. गा. २९१५)**

अर्थ : संतांच्या सहवासात प्रेमाचा सुकाळ असतो.

४०) **सूर्य तेजें निवडी काय । रश्मी रसा सकळा खाय ।। (तु. गा. ३४६१)**

अर्थ : सूर्यकिरणे नाना रसांचे पोषण करतात म्हणून सूर्याच्या तेजात फरक पडत नाही.

४१) **सज्जन चंदनाचिये परी । (तु. गा. ३४६४)**

अर्थ : सज्जनांना चंदनाप्रमाणे जवळ करावे.

४२) **मळ नाहीं चित्ता । तेथे देवाचीच सत्ता ।। (तु. गा. ३६३१)**

अर्थ : ज्याचे मन निर्मळ असते त्याच्या ठिकाणी देवाची सत्ता असते.

४३) **सहज बोलणें हित उपदेश । (तु. गा. ३६५६)**

अर्थ : संतांचे सहज बोलणेही हितकर असते.

४४) **तुका म्हणे संतपण यांचि नांवें ।**
जरि होय जीव सकळांचा ।। (तु. गा. ३८५४)

अर्थ : जो सर्वांचा होतो तोच संत नावाला शोभतो.

४५) **तैसें पूजितां वैष्णव । सुखें संतोषतो देव ।। (तु. गा. ३९५०)**

अर्थ : विष्णुभक्तांच्या पूजेने देवाला संतोष होतो.

४६) **ऐसी कळवळ्याची जाती । करी लाभेंविण प्रीती ।। (तु. गा. १७४१)**

अर्थ : कोणत्याही लाभाशिवाय प्रेम करणे हीच खरी प्रेमाची जात होय.

४७) **सज्जन तो शब्द सत्य जो मानी । (तु. गा. १७८१)**

अर्थ : दिलेला शब्द जो खरा मानतो तो सज्जन होय.

४८) **तुका म्हणे जेथे वसे भक्तराव ।**
तेथे नांदे देव संदेह नाहीं ।। (तु. गा. २०३५)

अर्थ : तुकाराम महाराज म्हणतात जिथे भक्त असतो तिथे निश्चित देवाची वस्ती असते.

४९) **भक्त तोचि देव देव भक्त । (तु. गा. १०३८)**

अर्थ : भक्त हाच देव आणि देव हाच भक्त होय.

५०) **देव ते संत देव तें संत । (तु. गा. २४९९)**

अर्थ : देव हेच संत आणि संत हे देव होय.

५१) **भक्त देवाचें तें अंग । (तु. गा. २८०)**

अर्थ : भक्त हे देवाचेच रूप असते.

५२) **देव वसे चित्तीं । त्याची घडावी संगती ।। (तु. गा. २४७१)**

अर्थ : ज्याच्या चित्तात देवाची वस्ती असते त्याची संगती घडावी.

५३) **उपकारी नाहीं देखत आपदा । (तु. गा. २५७१)**

अर्थ : परोपकारी प्रवृत्तीचा माणूस दुसऱ्याचे दुःख सहन करू शकत नाही.

५४) **दया संता भांडवल । (तु. गा. २६१७)**

अर्थ : दया हे संतांचे भांडवल होय.

५५) **संतांपाशीं ज्याचा नुरे चि विश्वास ।**
त्याचे जाले दोष बळिवंत । (तु. गा. २६९०)

अर्थ : संतांवर ज्यांचा विश्वास नसतो त्याचे दोष बलवान होतात.

५६) **संतचरणीं ठेवितां भाव । आपेंआप भेटे देव ।। (तु. गा. २८११)**

अर्थ : संतांवर विश्वास टाकला की, देव आपोआप भेटतो.

५७) **तुका म्हणे मी हें माझें न यो वाचे ।**
येणें नांवे साचे साधुजन । (तु. गा. १२९३)

अर्थ : तुकाराम महाराज म्हणतात, मी, माझा देह, हे माझे आहे असे शब्द ज्याच्या मुखातून येत नाहीत तेच

खरे साधुलोक होत.

५८) **भक्त ऐसे जाणा जे देहीं उदास । (तु. गा. १३१४)**

अर्थ : जे देहासंबंधी उदास असतात ते भक्त होत.

५९) **विरक्तासी देह तुच्छ । (तु. गा. ३२८६)**

अर्थ : विरक्त देहाला तुच्छ मानतो.

६०) **अभिमानाची स्वामिनी शांति । (तु. गा. १३५२)**

अर्थ : अभिमानापेक्षा शांती श्रेष्ठ होय.

६१) **पोटापुरतें काम । परि अगत्य तो राम । (तु. गा. १३५४)**

अर्थ : पोटापुरतें काम करीत असले तरी मनात रामनामाला अगत्य असावे.

६२) **योग्याची संपदा त्याग आणि शांति । (तु. गा. १३६५)**

अर्थ : त्याग आणि शांती ही योग्याची खरी संपत्ती आहे.

६३) **ज्यानें ज्यानें जैसें घ्यावें । तैसें व्हावें कृपाळें । (तु. गा. १४५३)**

अर्थ : जो भक्त परमेश्वराचे जसे ध्यान करतो त्याच्यासाठी देव तसे रूप धारण करतो.

६४) **जगाच्या कल्याणा संतांच्या विभूति । देह कष्टविती उपकारें । (तु. गा. १५१०)**

अर्थ : जगाच्या कल्याणासाठी संत अवतार घेतात आणि दुसऱ्यावर उपकार करण्यासाठी ते आपले देह झिजवितात.

६५) **तुका म्हणे सुख पराविया सुखें । (तु.गा. १५१०)**

अर्थ : संतांना दुसऱ्याच्या सुखामुळे सुख होते.

६६) **वाऱ्या हातीं माप चालें सज्जनाचें ।**
कीर्ति मुख त्याचें नारायण । (तु. गा. १५१९)

अर्थ : सुगंधाचा प्रसार जसा वाऱ्यामुळे होतो तसा सज्जनाच्या कीर्तिचा प्रसार नारायणाच्या मुखातून होतो.

६७) **हरिच्या दासां भये । ऐसें बोलों तें ही नये । (तु. गा. १७२१)**

अर्थ : हरीच्या दासांना भय असते असे कोणी बोलूसुद्धा नये.

६८) **हरिच्या दासां चिंता । अघटित हे वार्ता । (तु. गा. १७१२)**

अर्थ : हरिभक्तांना चिंता असते, ही घटनाच अघटित होय.

६९) **जेथें वसती हरिदास । पुण्य पिके पापा नास । (तु. गा. १७१३)**

अर्थ : जिथे हरिदासांची वस्ती असते तिथे पुण्य पिकते आणि पापांचा नाश होतो.

७०) **प्रेमसूत्र दोरी । नेतो तिकडे जातों हरी । (तु. गा. ७८३)**

अर्थ : प्रेमामुळे जिकडे भक्त नेतील तिकडे परमेश्वर जातो.

७१) **प्रेमसरडी बांधी गले । खैंचे चले उधर । (तु. गा. ११५८)**

अर्थ : भक्त प्रेमाची दोरी गळ्यात बांधून परमेश्वराला ओढीत चालवतात.

७२) **संतसंगती सर्वकाळ । थोर प्रेमाचा सुकाळ । (तु. गा. ७६१)**

अर्थ : सर्वकाळ संतांच्या संगतीत प्रेमाचा सुकाळ असतो.

७३) **विश्वासाची धन्य जाती । तेथें वस्ती देवाची । (तु. गा. ४७८)**

अर्थ : परमेश्वरावर विश्वास ठेवणारे धन्य होत, कारण त्यांच्या ठिकाणी देवाची वस्ती असते.

संशय

रामदास

१) जये स्थळीं विकल्प जागे । कुळाभिमान पाठीं लागे ।
ते प्राणी प्रपंचसंगें । हिंपुटी होती ।। (दास. ५.३.९९)

अर्थ : ज्यांच्या मनात संशय असतो, कुळाचा अभिमान असतो, अशी माणसे प्रपंचाच्या संगतीने दु:खी होतात.

२) संशयाचें ज्ञान खोटें । संशयाचें वैराग्य पोरटें ।
संशयाचें भजन वोखटें । (दास. ५.१०.१५)

अर्थ : संशयी माणसाचे ज्ञान, वैराग्य व भजन हे खोटे असते.

३) वेर्थ संशयाची भक्ती । वेर्थ संशयाची प्रीती ।
वेर्थ संशयाचा संगती । (दास ५.१०.१८)

अर्थ : संशययुक्त भक्ती, प्रेम, संगती हे सर्व खोटे असते.

४) वेर्थ संशयाचा संत । वेर्थ संशयाचा पंडित ।
वेर्थ संशयाचा बहुश्रुत । (दास ५.१०.२२)

अर्थ : संशयी संत, पंडित हे खोटे असतात. संशयी बहुश्रुतपणाही व्यर्थ असतो.

५) वेर्थ संशयाची श्रेष्ठता । वेर्थ संशयाची वित्पन्नता ।
वेर्थ संशयाचा ज्ञाता ।। (दास. ५.१०.२३)

अर्थ : संशयाची थोरवी खोटी, संशयाचे पांडित्य खोटे आणि संशयाचे ज्ञातेपणही खोटे असते.

६) भ्रम आहे जया अंतरी माजला ।
तोचि तो गांजला सवंसारी ।। (रा. क. स्फु. ओ. २/२८)

अर्थ : ज्यांच्या मनात विकल्प (संशय) असतो ते संसाराने त्रासले जातात.

७) ज्याचें हृदईं संदेहे नसे ।
तेथें समाधान कदा नसे । (स. ल. का. एकवीससमासी २१/३१)

अर्थ : ज्याच्या मनात संशय असतो त्याला कधीही समाधान लाभत नाही.

८) गेला संदेहाचा मळ । तेणे नि:संग निर्मळ । (स. गा. १७९)

अर्थ : मनातील संशय गेला म्हणजे माणूस निर्मळ होतो.

तुकाराम

१) संदेह निरसे तरि रुचिकर । (तु. गा. ९६५)

अर्थ : संशय नाहीसा झाला की, सर्व गोष्टी चांगल्या लागतात.

२) संदेह बाधक आपआपणयांते । (तु. गा. २०४२)

अर्थ : संशय आपला आपल्याला बाधक होतो.

३) अविश्वासीयाचें शरीर सुतकी । (तु. गा. २३३६)

अर्थ : अविश्वासी माणसाचे शरीर सुतकी असते. (त्याच्या शरीरात विटाळ असतो.)

४) संकल्पीं विकल्प पापाचा सुकाळ । (तु. गा. ३७९७)

अर्थ : संकल्पाच्या ठिकाणी संशय निर्माण झाला की, पापाचा सुकाळ होतो.

५) रज्जुसर्प मूळ मरणाचें । (तु. गा. ३७९७)

अर्थ : दोरीच्या ठिकाणी सर्पाचा भास झाला म्हणजे ते मरणाचे निमंत्रण असते.

संस्कार

ज्ञानदेव

१) पुढतपुढती पुटें देतां । जोडे वानियेची अधिकता । (ज्ञाने. १०/५६)

अर्थ : सोन्यावर क्षाराची वारंवार पुढे दिल्याने ते अधिकाधिक शुद्ध होते.

२) कीड आगिठां पडे । तरी मळु तुटे वानी चढे ।। (ज्ञाने. १८/१२१)

अर्थ : अग्नीत हिणकस सोने टाकले असता त्यातला मळ जळून जातो आणि सोन्याचा कस वाढतो.

३) भांगार आथी शोधावें । तरी आगी जेवीं नुबगावे ।। (ज्ञाने. १८/१४०)

अर्थ : सोने शुद्ध करायचे असेल तर आगीला कंटाळता कामा नये.

४) का पाठोवाटीं पुटें । भांगारा खारु देणें घटे ।
तैं कीड झडकरी तुटे । निर्व्याजु होय ।। (ज्ञाने. १८/१५७)

अर्थ : हिणकस सोन्याला जसजशी क्षाराची पुटे द्यावीत तसतसा त्यातील हिणकस भाग लवकर नाहीसा होऊन ते शुद्ध होते.

एकनाथ

१) सोनें जेवीं पुटीं पडे । मळ तुटे पाणी चढे । (एक. भा. ३/३८४)

अर्थ : सोन्यावर अग्नीची पुटे दिली म्हणजे त्यातला हिणकसपणा जळून जातो आणि कस वाढतो.

२) त्याच सुवर्णाचें तगट । अग्निमुखें देता पुट ।
मळ त्यागें होय चोखट । (एक. भा. १४/३३८)

अर्थ : सोन्याचा पत्रा अग्नीत तापविला तर त्यातला हिणकसपणा नाहीसा होतो आणि त्याचा कस वाढतो.

३) पुटी घालितां सुवर्ण । अधिक तेज चढे जाण । (एक. भा. १९/२६३)

अर्थ : सोन्याला अग्नीची पुटे दिली की, त्याचे तेज वाढते.

४) जेवीं सोनें पुटीं पडे । तुक तुटें वानीं चढे । (एक. भा. २६/१८७)

अर्थ : सोन्यावर जसजशी (अग्नीची) पुटे द्यावी तसतसे त्याचे वजन कमी होते पण कस वाढतो.

५) करिता वस्त्राचें क्षाळण । स्वच्छपण धोवटी । (एक. भा. १९/२६३)

अर्थ : वस्त्र धुतले असता अधिकच स्वच्छ होते.

६) अग्निसंगेवीण लोह न घडे । (एक. आठ. ग्रं. १३६, ४२७)

अर्थ : अग्नीत तापविल्याशिवाय लोखंडाला आकार देता येत नाही.

तुकाराम

१) साहोनियां टांकी घाये ।
पाषाण देवची जाला पाहें ।। (तु. गा. २०३९)

अर्थ : टाकीचे घाव सोसले की, दगडाला देवपण येते.

२) साहावेचि जाळ सिजेवरी । (तु. गा. २४००)

अर्थ : अन्न शिजेपर्यंत अग्नीची आग सहन करावी लागते.

३) **तुका म्हणे जरी जग टाकी घाया ।**
त्याच्या पडे पाया जन मग ।। (तु. गा. २४०१)

अर्थ : जो टाकीचे घाव सहन करतो त्याच्या लोक पाया पडतात.

४) **तुका म्हणे टाकीघायें देवपण । (तु. गा. २८८६)**

अर्थ : टाकीचे घाव सहन केल्यावर देवपण येते.

५) **आगीनें भूषण अधिक पुट । (तु. गा. ४१०३)**

अर्थ : सोन्याला पुटे देऊन ते अधिक तापविले की, ज्यास्त शुद्ध होते.

६) **नवनीत तोंवरी कडकडी लोणी ।**
निश्चळ होऊनी राहे मग ।। (तु. गा. २४०१)

अर्थ : लोणी कढायला ठेवले की, त्याचा कडकड असा आवाज येतो. पण त्यातले पाणी संपले की, मग ते निश्चळ होऊन खाली राहते.

७) **चोट साहे घनकिरे**
हिरा नीबरे तोये ।। (तु. गा. ११८६)

अर्थ : घणाचे घाव सोसूनही जो फुटत नाती, त्याची खऱ्या हिऱ्याप्रमाणे निवड होते.

सत्य

ज्ञानदेव

१) **उपजे तें नाशे । नाशलें पुनरपि दिसे । (ज्ञाने. २/१५९)**

अर्थ : उत्पन्न झालेले नाश पावते आणि नाश पावलेले पुन्हा उत्पन्न होते.

२) **कीं तपोबळें ऋद्धी । पातलिया भ्रंशे बुद्धी ।। (ज्ञाने. १/१८८)**

अर्थ : तपाच्या बळाने ऋद्धी (ऐश्वर्श) प्राप्त झाली की, (विरक्ताचीही) बुद्धी भ्रमते.

एकनाथ

१) **सत्यापरतें नाहीं तप । (एक. भा. ३/५३६)**

अर्थ : सत्याहून श्रेष्ठ असे दुसरे तप नाही.

२) **सत्यासी बाधक । कदा बाधूं न शके लटिक । (एक. भा. १३/३७६)**

अर्थ : सत्याला असत्य कधीही बाधू शकत नाही.

३) **साधु सुस्नात सत्यतीर्थी । (एक. गा. १६१८/१४)**

अर्थ : सत्याचरणाने साधू पवित्र होतात.

रामदास

१) **सत्याऐवढें सुकृत नाहीं । (दास १०.१०.५४)**

अर्थ : सत्याएवढे पुण्य नाही.

२) **असत्याचा अभिमान । तेणें पाविजे पतन । (दास ११.२.२६)**

अर्थ : असत्याचा अभिमान धरला की, माणसाचे अध:पतन होते.

तुकाराम

सत्य–असत्य

१) **सत्य तोचि धर्म असत्य तें कर्म । (तु. गा. १०२७)**

अर्थ : सत्याने वागणे हा खरा धर्म असून असत्याने वागणे हे पापकर्म होय.

२) **सत्य सत्यें देतें फळ । (तु. गा. १२१३)**

अर्थ : सत्याला सत्याची फळे येतात.

३) **असत्य जे वाणी । तेथें पापाचीच खाणी ।। (तु. गा. १२३७)**

अर्थ : जो सदैव खोटे बोलतो त्याच्या ठिकाणी पापाची खाण आहे, असे समजावे.

४) **लटिकें तें रुचे । साच कोणांही न पचे ।। (तु. गा. १३६१)**

अर्थ : लोकांना खोटे आवडते आणि खरे पचत नाही.

५) **लटिक्याचे वाणी चवी ना संवाद ।। (तु. गा. २६००)**

अर्थ : खोटे बोलणाऱ्या माणसाच्या वाणीला ना चव असते ना स्वाद असतो.

६) **तुका म्हणे सत्या नाहीं पाठी पोट । (तु. गा.३५१८)**

अर्थ : सत्याला आत बाहेर काही असत नाही.

७) **सत्य त्यागाचि समान ।**
न लगे वेचावें वचन ।। (तु. गा. ३६३१)

अर्थ : खरेपणाचे आचरण हे त्यागाप्रमाणे असते. त्यासाठी अधिक बोलण्याची आवश्यकता नसते.

८) **सत्या माप वाढे ।**
गबाळाची चाली खोडे ।। (तु. गा. ३६७५)

अर्थ : सत्याला मोल असते. असत्याला मान नसतो.

९) **तुके तरि तुकीं खऱ्याचे उत्तम ।**
मुलाम्याचा भ्रम कोठवरी ।। (तु. गा. ३७८७)

अर्थ : खऱ्याची तुलना खऱ्याबरोबर होते. खोट्याचा भ्रम फार दिवस राहत नाही.

समाधी

एकनाथ

१) **ऐसी सर्वत्र समताबुद्धी । त्या नांव परमसमाधी । (एक. आठ. ग्रं. च. भा. ६६६)**

अर्थ : बुद्धीने सर्वत्र समानता मानणे ही समाधी होय.

सामर्थ्य

रामदास

१) **मरोनी कीर्ती उरवावी । (दास. २.७.६५, १२.१०.१३, रा. क. युद्ध ३.१९)**

अर्थ : आपण मरून गेल्यावर आपल्या मागे कीर्ती उरवावी.

२) **जनीं मरोन उरवावें । कीर्ति रूपें ।। (दास. ३.९.४४, रा. क. युद्ध. १३.९०)**

अर्थ : मृत्यूने नेले तरी कीर्तीरूपाने जगात उरावे.

३) **मरावें परी कीर्तिरूपें उरावे । (करूणा. धा. स. ५४.९)**

अर्थ : माणसाने मेले तरी आपल्या कीर्तीने मागे जगावे.

४) **तरतेने बुडो नेदावें । बुडतयासी । (दास. १२.१०.२)**

अर्थ : पोहोणाऱ्याने बुडणाऱ्या माणसाला बुडू देऊ नये.

५) **शक्ती युक्ती जये ठांई । तेथें श्रीमंत धांवती । (रा. क. १ स्फु. प्र. ६७/३०)**

अर्थ : सामर्थ्य आणि युक्ती जिथे एकत्रित असतात तिथे श्रीमंत जातात.

६) **शक्तीनें पावती सुखें । शक्ती नस्ता विटंबणा । (रा. क. १ स्फु. प्र. ६७/२६)**

अर्थ : शक्तीमुळे माणसे सुखी होतात आणि ती नसली म्हणजे त्यांची विटंबना होते.

७) **बळें हीण जुझांसि त्याच्या न जावे । (रा. क. १ युद्ध १/९३)**

अर्थ : बलहीन योद्ध्याने बलवंतासी युद्ध करू नये.

सावली

ज्ञानदेव

१) **शस्त्रें हाणितलिया छाया । जैसी आंगीं न रूपे ।। (ज्ञाने. २/१४०)**

अर्थ : सावलीला शस्त्राने मारले असता तो धाव माणसाच्या अंगाला लागत नाही.

२) **कां खेंव दिधलें । साउलिये ।। (ज्ञाने. १७/४१७)**

अर्थ : सावलीला दिलेले आलिंगन वाया जाते.

३) **कां कवळिलिया न धरे । आत्मच्छाया ।। (ज्ञाने. १८/५३०)**

अर्थ : आपल्या सावलीला मिठी मारायची ठरविली असता तिला मिठी मारता येत नाही.

४) **रूपेंवीण का छाया । (ज्ञाने. १८/१२६४)**

अर्थ : रूपाशिवाय छाया स्वतंत्र नसते.

सुख-दुःख

ज्ञानदेव

१) **तैसें हृदय प्रसन्न होये । तरी दुःख कैचें कें आहे । (ज्ञाने. २/३४०)**

अर्थ : अंत:करण प्रसन्न झाले तर दुःख नसते.

२) **मग जाकळिला ढेंकरें । तृप्तु जैसा ।। (ज्ञाने. १८/१७)**

अर्थ : तृप्त झालेल्या माणसाला ढेकर आवरून धरता येत नाही.

३) **भुकेलियापासीं । वोगरिलें षड्रसीं ।**
तो तृप्ति प्रतिग्रासीं । लाहे जेवीं ।। (ज्ञाने. १८/१००७)

अर्थ : भुकेल्या माणसाला षड्रस अन्न वाढले असता प्रत्येक घासाबरोबर त्याला तृप्ती मिळते.

४) **जैसी भोजनाचां व्यापारीं । क्षुधा जिरती अवधारीं ।**
तृप्तीचां अवसरीं । नाहींच होय । (ज्ञाने. १८/११०२)

अर्थ : भोजनाच्या वेळी प्रत्येक घासाबरोबर भूक कमी होत जाते आणि तृप्तीच्या वेळी ती नाहीशी होते.

५) **सुखीं पुरुषोत्तमु । (ज्ञाने. १८/१६३४)**

अर्थ : सुखाच्या ठायी पुरुषोत्तमाचा निवास असतो.

६) **आणि जेथ शांतीचा जिव्हाळा नाहीं ।**
तेथ सुख विसरोनि न रिगे कहीं । (ज्ञाने. २/३४५)

अर्थ : जिथे शांती नसते तिथे सुख चुकूनही शिरत नाही.

७) **कां मानिया निस्तेजा । निकृष्टास्तव ।। (ज्ञाने. १६/१७५)**

अर्थ : मानी माणसाला वाईट स्थिती आली म्हणजे तो निस्तेज होतो.

८) **रूपसा उदयलें कुष्ट । (ज्ञाने. १६/१७८)**

अर्थ : सुंदर माणसाला कोड फुटले तर त्याला दुःख होते.

९) **संभाविता कुटीचें बोट । (ज्ञाने. १६/१७८)**

अर्थ : संभावित माणसावर काही आळ आला तर त्याला प्राणसंकट वाटते.

एकनाथ

१) **सुख तें जाण रे उद्धवा । जेथें मी तूं पण नुरे । (एक. गा. ३२९३/६)**

अर्थ : हे तुझे हे माझे असा भाव जिथे असत नाही ते सुख होय.

रामदास

१) **भाग्य नेणें करंटपण । (स. ल का जनस्वभाव किंवा बहुधा गोसावी १४)**

अर्थ : भाग्याला दैन्य माहीत नसते.

२) **परसुखावरि रीझत जा रे । (करुणा धा. स. ४३/२)**

अर्थ : दुसऱ्याच्या सुखात आनंद मानावा.

३) **सुखें सुख वाढताहे । (स. पद. उ. २३९/धृ)**

अर्थ : सुखाने सुख वाढत असते.

तुकाराम

१) **सुख पाहतां जवापाडें ।**
दुःख पर्वता एवढें ।। (तु. गा. ८८)

अर्थ : या संसारात सुख फार थोडे आणि दुःख अधिक असते.

२) **शांतीची वसती ।**
तेथे खुंटे काळागती ।। (तु.गा. १०९)

अर्थ : जिथे शांतता असते तिथे काळाचे काही चालत नाही.

३) **भयाचियें पोटीं दुःखाचिया रासी । (तु. गा. २३९६)**

अर्थ : भयाच्या पोटी दुःखाच्या रासी निर्माण होतात.

४) **दुःखाची संगती । तिच्याठायीं कोण प्रीति ।। (तु. गा. २७००)**

अर्थ : ज्याच्या संगतीत दुःख होते तिथे कोणी प्रेम करीत नाही.

स्तुती

तुकाराम

१) **नका करूं नरस्तुति ।**
माझी परिसा हे विनंती ।। (तु. गा. १६२४)

अर्थ : माणसाची स्तुती करू नका, ही माझी विनंती आपण ऐका.

२) **कीर्ती मानवाची सांगो नये । (तु. गा. २८६२)**

अर्थ : माणसाची कीर्ती वर्णन करू नये.

३) **स्तुती अथवा निंदा करावी देवाची । (तु. गा. ३१५१)**

अर्थ : स्तुती अथवा निंदा देवाची करावी.

४) **स्तवूनिया नरा ।**
केला आयुष्याचा मातेरा ।। (तु. गा. ३२७१)

अर्थ : माणसाची स्तुती केली तर आयुष्याचा नाश होतो.

स्त्री

ज्ञानदेव

१) **कीं प्रथमवयसाकाळीं । लावण्याची नव्हाळी ।**
प्रगटे जैसी आगळी । अंगनाअंगी ।। (ज्ञाने. १/४२)

अर्थ : तरुण पणाच्या अवस्थेत स्त्रीच्या ठिकाणी सौंदर्याचा बहर येतो आणि तो अधिक उठावदार दिसतो.

२) **जिया उत्तमे कुळींचिया होती । आणि गुणलावण्य ।**
तिया आणिकेतें न साहती । सुतेजपणें ।। (ज्ञाने. १/१८६)

अर्थ : ज्या स्त्रिया घरंदाज असून गुण व रूप यांनी संपन्न असतात त्या आपल्या मानी स्वभावामुळे इतर स्त्रियांचे (सवतीचे) वर्चस्व सहन करीत नसतात.

३) **कामुक कां जैसा अंगना । आपैता कीजे ।। (ज्ञाने. ११/१६९)**

अर्थ : कामुक पुरुषाला स्त्री आपल्या स्वाधीन ठेवते.

४) **नातरी कुळवधू लपवी । अवेवांतें ।। (ज्ञाने. १३/२०५)**

अर्थ : कुलीन स्त्री आपले अवयव झाकून ठेवते.

५) **कां पतिपुत्रांते आलिंगी । एकचि ते तरुणांगी ।**
तेथ पुत्रभावाचां आंगीं । न लगेचि कामु ।। (ज्ञाने. १३/४८०)

अर्थ : एकच तरुण स्त्री पतीला व पुत्राला आलिंगन देते. पण मुलाला आलिंगन देताना तिच्या मनात कामाचा अंशही नसतो.

६) **जेव्हा सगर्भे वाढिलें । तेव्हांचि पोटींचें धालें । (ज्ञाने. १३/८४७)**

अर्थ : जेव्हा गरोदर स्त्रीला जेवायला घालावे तेव्हाच तिच्या गर्भातले मूल तृप्त होते.

७) **नाना रंभेचेनिही रूपें । शुकीं नुठिजेचि कंदर्पें । (ज्ञाने. १६/१२७)**

अर्थ : रंभेच्या रूपानेही शुकाच्या मनात कामवासना उत्पन्न होत नाही.

८) **जैसें थोर विषय सुभगे अंगीं । अंग सानें ।। (ज्ञाने. १६/२५३)**

अर्थ : एखादी स्त्री शरीराने लहानसर असली तरी तिच्या मनात कामेच्छा मोठी असते.

९) **स्त्रिया गाइलें आइकावें । स्त्री रूप डोळा देखावे ।**
सर्वेंद्रियीं आलिंगावें । स्त्रियेतेंचि ।। (ज्ञाने. १६/२२३)

अर्थ : स्त्रीचे गायन ऐकावे, तिचे रूप डोळ्यांनी पहावे आणि सर्वांगाने तिला आलिंगन द्यावे. (असा असुरांचा विचार असतो)

१०) **कुरवंडी कीजे अमृतें । ऐसें सुख स्त्रियेपरौतें ।**
नाहींचि म्हणौनि चित्तें । निश्चयो केला ।। (ज्ञाने. १६/३३६)

अर्थ : ज्यावरून अमृत ओवाळून टाकावे असे सुख स्त्री शिवाय अन्यत्र नाही. (असे असुरांचे मत आहे)

११) **माहेवणी प्रयत्नेंसीं । चुकविजे सेजे जैसी । (ज्ञाने. १८/८६६)**

अर्थ : गरोदर स्त्री प्रयत्नपूर्वक नवऱ्याची शय्या टाळते.

आई

१२) **आधींच चित्त मायेचें । वरी मिष जाहलें पढियंताचें ।**
आतां तें अद्भुतपण स्नेहाचें । कवण जाणे ।। (ज्ञाने. १/१७०)

अर्थ : आधीच आईचे अंत:करण. त्यात आवडतेपणाचे निमित्त झाले तर मग त्यातील प्रेमाच्या अद्भुतपणाची कल्पना कोणाला येईल?

१३) **जैसे मातेच्या कोपीं थोकलें । स्नेह आथी ।। (ज्ञाने. २/८८)**

अर्थ : आईच्या रागात प्रेम दडलेले असते.

१४) **हे असो वयसेचिये शेवटीं । जैसे एकचि विये वांझोटी ।**
मग ते मोहाची त्रिपुटी । नाचों लागे ।। (ज्ञाने. ६/१२१)

अर्थ : म्हातारपणी मूल झाले की, आई प्रेमाची पुतळी बनते.

१५) **जें अपत्य थानीहूनि निगे । तयाची भूक ते मायेसीचि लागे ।**
एऱ्हवीं तें शब्दें काय सांगे । मग स्तन्य दे येरी ।। (ज्ञाने. ८/१३)

अर्थ : स्तनपान करून बाळ दूर झाले आणि मधे बराच वेळ गेला तर, त्याची भूक आईच जाणते. अन्यथा ते मूल 'मला भूक लागली' असे म्हटल्यावर आई स्तनपान देते काय?

१६) **देखा बालकाचिया घणी धाइजे । (ज्ञाने. ८/५५)**

अर्थ : बाळ तृप्त झाले की, आईही तृप्त होते.

१७) **नातरी बालक बोबडां बोलीं । कां वांकुडां विचुकां पाउलीं ।**
तें चोज करूनि माउली । रिझे जेवीं ।। (ज्ञाने. ९/६)

अर्थ : मूल बोबडे बोलू लागले, अथवा वेडी वाकडी पावले टाकू लागले तर आई त्याचे कौतुक करते आणि तिच्या मनाला आनंद वाटतो.

१८) **आपुली तहानभूक नेणे । तान्हया निकें ते माउलीसीचि करणें । (ज्ञाने. ९/३४०)**

अर्थ : आपली तहानभूक ज्याला समजत नाही अशा बाळाच्या हितासाठी जे करायचे ते आईलाच करावे लागते.

१९) **अगा बाळका लेवविजे लेणें । त्या प्रमाणें तें काय जाणें ।**
तो सोहळा भोगणें । जननीयेसी दृष्टी ।। (ज्ञाने. १०/५८)

अर्थ : मुलाच्या अंगावर अलंकार घातले तर त्याचे मोल बाळाला असत नाही तर तो सोहळा आईने भोगायचा असतो.

२०) **यालागीं योग्यता जेवीं माउली । बाळकाची जाणे ।। (ज्ञाने. ११/९२)**

अर्थ : आई आपल्या मुलींला योग्यता ओळखते.

२१) **जो मातेचिया ये उदरा । तो मातेचा सोयरा । (ज्ञाने. १२/८३)**

अर्थ : जो आईच्या पोटी जन्म घेतो तो आईचा खूप आवडता असतो.

२२) **कां स्नेहाळु माये । तान्ह्यायाची वास पाहे ।**
तिथे दिठी आहे । हळुवार जें ।। (ज्ञाने. १३/२५२)

अर्थ : मायाळू माता आपल्या बाळाची वाट पाहते तेव्हा तिच्या दृष्टीत हळुवारपणा भरलेला असतो.

२३) **एकलौतिया बाळका– ।**
वरि पडौनि ठाके अंबिका । (ज्ञाने. १३/५०२)

अर्थ : एकुलत्या एका मुलावर आई प्राणापलीकडे प्रेम करते.

२४) **आंधळें व्यालें जैसें । तैसा बाळें परिवसे । (ज्ञज्ञने. १३/७११)**

अर्थ : आंधळ्या मुलाला जन्म दिला तर आई त्याला क्षणभरही दूर ठेवीत नाही.

२५) **परी अहितीं कोपेनि सोप । लालनीं मऊ जैसें पुष्प ।**
तिथे मातेचें स्वरूप । जैसे कां होय ।। (ज्ञाने. १६/१२३)

अर्थ : मुलाच्या हितासाठी रागावणारी आणि त्याच्या पालनासाठी फुलाप्रमाणे कोमल असणारी असे आईचे रूप असते.

२६) **नातरी बाळकोद्देशें । मातेचें स्नेह जैसें ।। (ज्ञाने. १६/१६९)**

अर्थ : बाळासाठी आईचे मन सदैव स्नेहाने भरलेले असते.

२७) **जैसी आपुली जननी । नग्न दाविलिया जनीं ।**
तें तीर्थांचे परी पतनीं । कारण होय ।। (ज्ञाने. १६/२१८)

अर्थ : आपली आई ही तीर्थरूप आहे, हे खरे पण आपण तिला नग्नावस्थेत लोकांमध्ये आणली तर ते आपल्या पतनाला कारण होते.

२८) **पैं अवज्ञा आणि कामना । मातेचा ठायीं अर्जुना ।**
केलिया दोनी पतना । हेतु होती ।। (ज्ञाने. १८/२०२)

अर्थ : आईची अवज्ञा करणे आणि तिच्या संबंधी कामेच्छा बाळगणे या दोन्ही बाबी अधोगतीला कारण होतात.

२९) **आणि आंगा जीवाची संपत्ती । वेंचुनि बाळाची करी पाळती ।**
परी जीवें उबगणें हे स्थिती । न पाहे माय ।। (ज्ञाने. १८/५८९)

अर्थ : शरीर व प्राण झिजवून आई मुलाचे संगोपन करते पण तिला याचा कधी कंटाळा येत नाही.

३०) **पैं मायेपुढौनि बाळक । काळें नेता जें एक ।। (ज्ञाने. १८/७८६)**

अर्थ : आईचे एकुलते मूल काळ नेऊ लागला असता तिला मोठे दु:ख होते.

३१) **आणि आपुली माये । कुब्ज जरी आहे ।**
तरी जीजें तें नोहे । स्नेह कुन्हें कीं ।। (ज्ञाने. १८/९२७)

अर्थ : आपली आई कुब्जा जरी असली तरी तिच्या ज्या प्रेमावर आपण जगतो ते प्रेम काही वाकडे नसते.

३२) अनन्यजीवना माता । बाळका जैसी ।। (ज्ञाने. १८/१५१२)

अर्थ : आईशिवाय बाळाला दुसरी गती नाही.

३३) बाळकातें वोरसें । माय जैं जेवऊं बैसे ।
तैं तया ठाकती तैसे । घास करी ।। (ज्ञाने. १८/१६९७)

अर्थ : आई बाळाला जेऊ घालायला बसली म्हणजे ती त्याला खाता येतील येवढेच घास करते.

आई–बाप

३४) जैसा स्वभावो मायबापांचा । अपत्य बोले जरी बोबडी वाचा ।
तरी अधिकचि तयाचा । संतोष आथी ।। (ज्ञाने. १/६४)

अर्थ : लहान मूल बोबडे बोलले तरी त्याचा आनंद मानायचा हा आई–बापांचा स्वभावच असतो.

३५) परी नेणतें जऱ्ही होये । तरी देखोनि बाप कीं माये ।
हर्ष केंहि न समाये । चोज करिती ।। (ज्ञाने. १५/५९६)

अर्थ : मूल लहान असले तरी आई–बापांनी पाहिले की, त्यांना खूप आनंद होतो आणि ते त्याचे कौतुक करतात.

३६) बाळक बापाचिये ताटीं रिगे । रिगौनि बापातेंच जेवऊं लागे ।
कीं तो संतोषलेनि वेगें । मुखचि वोडवी ।। (ज्ञाने. ९/१५)

अर्थ : मूल बापाच्या ताटात जेवायला बसून त्यालाच एक एक घास भरवू लागते तेव्हा बाप समाधानाने आपले मुख त्याच्यापुढे करतो.

३७) पुत्राचे अपराध । जरी जाहले अगाध ।
तरी पिता साहे निर्द्वंद । तैसें साहिजो जी ।। (ज्ञाने. ११/५७३)

अर्थ : आपल्या मुलाचे कितीही अपराध झाले तरी बाप दुजाभाव सोडून ते अपराध सहन करतो, त्या प्रमाणे आपण माझे अपराध सहन करा.

३८) अगा आत्मजेचां विषीं । जिवु जैसा निराभिलाषी । (ज्ञाने. १२/१३२)

अर्थ : आपल्या मुलीसंबंधी पिता अभिलाषी नसतो.

३९) जैसा बापु नातळे लेंकी । तैसा हों न शके दुःखी । (ज्ञाने. १८/२०६)

अर्थ : बाप मुलीसंबंधी विषयवासना न धरता तिला सांभाळतो पण यात त्याला दुःख होत नाही.

पती–पत्नी

४०) हें असो वनिता आपुली । कुरूप जरी जाहली ।
तरी भोगितां तेचि भली । जियापरी ।। (ज्ञाने. ३/२२४)

अर्थ : आपली बायको जरी कुरूप असली तरी तिचाच भोग घेणे बरे असते.

४१) रिगतां वल्लभापुढें । नाहीं आंगीं जीवीं सांकडें । (ज्ञाने. १३/६०६)

अर्थ : पतीकडे जाताना पत्नीला मनाने, शरीराने संकोच वाटत नाही.

४२) जैसें न संघणेवरी । बाळा पतीसी रूप करी ।। (ज्ञाने. १५/४६८)

अर्थ : लग्न झालेल्या लहान मुली पुढे जे नाव उच्चारले असता ती गप्प राहते तो तिचा नवरा होय.

४३) डोळ्यां प्रियाची भेटी । (ज्ञाने. १६/१७०)

अर्थ : पत्नीला पतीची भेट आनंददायक असते.

४४) **प्राणनाथाचिया आधी । विरहणीतें जिणेंही बाधी । (ज्ञाने. १८/९२०)**

अर्थ : पतीच्या विरहामुळे पत्नीला जगणे त्रासदायक वाटते.

४५) **कां कामिनी कांतापासी । स्थिर होय ।। (ज्ञाने. १८/१०८१)**

अर्थ : बायकोला नवऱ्याची भेट झाली, की ती शांत होते.

बाळ

४६) **जैसें मातेचां ठायीं । अपत्या अनवसरू नाहीं ।**
स्तन्या लागूनि पाहीं । जियापरी ।। (ज्ञाने. ३/२९)

अर्थ : बाळाला आईचे स्तनपान करायला वेळ अवेळ काहीच नसते.

४७) **जें सायासें स्तन्य सेवी । ते पक्कानें केवीं जेवी । (ज्ञाने. ३/१७२)**

अर्थ : जे मूल कष्टाने स्तनपान करते, ते पक्कान्ने कसे खाईल ?

४८) **उदरींचा गर्भु जैसा । नेणे मायेची वयसा । (ज्ञाने. १०/६५)**

अर्थ : आईच्या पोटातला गर्भ आईचे वय जाणत नाही.

४९) **बाळक स्तनपानीं उपरोधु करी । (ज्ञाने. ११/७९)**

अर्थ : बाळ स्तनपानासाठी आईची भीड धरते काय?

५०) **मायेपुढें बाळका । रिगतां न पडे आवांका । (ज्ञाने. १३/३६०)**

अर्थ : आईकडे जायला बाळाच्या मनात शंका नसते.

५१) **काय बाळा बागुल देशें । दवडावा आहे ।। (ज्ञाने. १५/२१४)**

अर्थ : मुलाची भीती घालविण्यासाठी बागुलबोवा गावातून बाहेर घालवावा लागत नाही.

५३) **जें नेणणें हेंचि सहजें । रूप कीं बाळा ।। (ज्ञाने. १५/५९५)**

अर्थ : काही न समजणे हेच बाळाचे रूप होय.

५४) **बाळा उचित जाणणें होये । तरी बाळपणचि कें आहे । (ज्ञाने. १६/२४)**

अर्थ : बाळाला योग्यायोग्य कळले तर त्याचे बाळपण कसले ?

५५) **आतां बाळाचा हितीं स्तन्य । (ज्ञाने. १६/११३)**

अर्थ : बाळाच्या कल्याणासाठी आईचे दूध असते.

५६) **हें चोख हें मैळ । ऐसें नेणोनिया बाळ ।**
देखे तें केवळ । मुखींचि घाली ।। (ज्ञाने. १६/२५०)

अर्थ : हे चांगले, हे वाईट असा विचार न करता जे दिसेल ते मूल मुखात घालते.

५७) **घड्याचियां आखरां । तळी बाळ लिहे दातारा । (ज्ञाने. १७/४२)**

अर्थ : घड्यातली अक्षरे पाहून मूल त्याची नक्कल करते.

५८) **उपजलिया बाळकासि । नांव नाहीं तयापासीं ।**
ठेविलेनि नांवेंसीं । ओ देत उठी ।। (ज्ञाने. १७/३३०)

अर्थ : जन्मास आलेले बाळ नाव घेऊन जन्मत नाही. पण ठेवलेल्या नावाने हाक मारली असता ते ओ देत उठते.

५९) **अगा अन्न आणि भूक । पासीं असे परी देख ।**
जेऊं नेणता बाळक । लंघनचि कीं ।। (ज्ञाने. १७/३५०)

अर्थ : अन्न तयार आहे, भूक लागलेली आहे पण जेवायचे कसे हे बाळाला माहीत नसल्याने उपवास घडतो.

६०) **कां बाळत्व निघोनि जाय । तैं बागुला नाहीं त्राय । (ज्ञाने. १८/४०७)**

अर्थ : बाळपण संपले की, बागुलबोवाची भीतीही नष्ट होते.

६१) **अलंकारपणें झांकलें । बाळा सोनें कां वायां गेलें । (ज्ञाने. १८/५४२)**

अर्थ : दागिन्यांच्या रूपात असणारे सोने बाळाला सोने वाटत नाही.

६२) **नातरी बाळकाचें मन । (ज्ञाने. १८/५७७)**

अर्थ : बाळाचे मन उपयोगी नसते.

६३) **हांसया रुदना वेळु । नेणता आदरी बाळु । (ज्ञाने. १८/६६९)**

अर्थ : हसण्यासाठी वा रडण्यासाठी कोणता काळ चांगला हे मुलाला कळत नाही.

६४) **कां बाळका एकी माये –। वांचोनि जिणें काय आहे । (ज्ञाने. १८/९०८)**

अर्थ : बाळाला आई वाचून जगण्याचे दुसरे साधन असत नाही.

६५) **येरी जिया पराविया । रंभेहूनि बरविया ।**
तिया काय कराविया । बाळकें तेणें ।। (ज्ञाने. १८/९२८)

अर्थ : दुसऱ्या स्त्रिया रंभेहून सुंदर असल्या तरी बाळाला त्याचा काय उपयोग?

६६) **परावें बाळ धाया । पाहिजे जैसें ।। (ज्ञाने. १८/१७२)**

अर्थ : दुसऱ्याच्या मुलाविषयी दायी निरीच्छ असते.

पतिव्रता

६७) **पतिव्रतेचें हृदय जैसें । पतीवांचूनि न स्पर्शे । (ज्ञाने. १/१११)**

अर्थ : पतिव्रतेचे मन पतिशिवाय अन्यत्र जात नाही.

६८) **पाहा पां अनुरागें भजे । जे प्रियोत्तमें मानिजे ।**
ते पतीहीहूनि काय न वर्णिजे । पतिव्रता ।। (ज्ञाने. ६/१२९)

अर्थ : जी पतीला प्रेमाने भजते आणि पतीही जिला मानतो त्या पतिव्रतेचे वर्णन नवऱ्यापेक्षा अधिक करायला हवे.

६९) **कां उखितें आंगें जीवें । आपणपें दिधलें जिया भावें ।**
तिथे कांतु मिनालिया न राहवे । हृदय जेवीं ।। (ज्ञाने. ११/५७७)

अर्थ : ज्या पतिव्रतेने आपल्या पतीला आपले सर्वस्व अर्पण केले तिला नवरा भेटताच कोणतीही गोष्ट त्याला सांगितल्याशिवाय राहवत नाही.

७०) **नव्हती भोग सतियेचे । प्रेमभोग ।। (ज्ञाने. १३/४८६)**

अर्थ : सती जाणाऱ्या स्त्रीचे भोग हे प्रेमभोग नसतात.

७१) **गांवा गेलिया वल्लभु । पतिव्रतेचा विरहक्षोभु ।**
भलतेसणी हानिलाभु । न मनी जेवीं ।। (ज्ञाने. १६/७९)

अर्थ : पती गावाला गेला असता पतिव्रता त्या विरहाच्या काळात झालेला लाभ वा हानी मनावर घेत नाही.

७२) **कां वैधव्यें पाचारणें । महासतियेतें ।। (ज्ञाने. १६/१७७)**

अर्थ : पतिव्रतेला विधवेच्या नावाने संबोधणे आवडत नाही.

७३) **वोखटें मरणाऐसें । तेंही आलें अग्निप्रवेशें ।**
परी प्राणेश्वरोद्देशें । न गणीचि सती । (ज्ञाने. १६/१८६)

अर्थ : मरणासारखी वाईट गोष्ट अग्निप्रवेशाने प्राप्त झाली आणि पतीसाठी ती सहन करावी लागली तर सतीला वाईट वाटत नाही.

७४) **पतीचिया मता । अनुसरोनि पतिव्रता ।**
अनायासें आत्महिता । भेटेचि ते ।। (ज्ञाने. १६/४५६)

अर्थ : पतीच्या विचाराप्रमाणे वागून पतिव्रता स्त्री आपले आत्महित सहज साधते.

७५) **तरी एकु प्रियोत्तमु । वांचोनि वाढो नेदी कामु ।**
जैसा का मनोधर्मु । पतिव्रतेचा ।। (ज्ञाने. १७/१७१)

अर्थ : पतिव्रतेचा मनोधर्म असा असतो की, तो एका पतिवाचून काम वाढू देत नाही.

७६) **का महासतीचे भोग । देखे कीर सकळ जग ।**
परी ते आगी ना आंग । ना लोकु देखे ।। (ज्ञाने. १८/४४०)

अर्थ : सतीचा शृंगार लोक पाहतात हे खरे परंतु सतीला मात्र अग्नी, शरीर वा लोक यांचे कशाचेही भान नसते.

७७) **पतिव्रतेचेनि परिष्वंगे । प्रियातें जैसें ।। (ज्ञाने. १८/ ५८६)**

अर्थ : पतिव्रतेच्या आलिंगनाने नवऱ्याला आनंद होतो.

७८) **आगी घालितां रोमांच । देखिजती सतिये ।। (ज्ञाने. १८/६४२)**

अर्थ : सतीने आगीत उडी घातली तर तिच्या अंगावर काटाही येत नाही.

७९) **पैं आधवाचि भोगेंसीं । पतिव्रता क्रीडें प्रियेंसी ।। (ज्ञाने. १८/९०७)**

अर्थ : पतिव्रतेच्या सर्व क्रीडा पतीसाठी असतात.

८०) **सांडूनि कुळें दोन्ही । प्रियासी अनुसरे कामिनी । (ज्ञाने. १८/१०१३)**

अर्थ : सासर माहेर ही दोन्ही कुळे सोडून पतिव्रता नवऱ्याला अनुसरते.

८१) **आणि पुरपुरुषें कामिली । कुळवधू आंग न घाली । (ज्ञाने. १८/१०२७)**

अर्थ : परपुरुषाने इच्छा व्यक्त केली असता पतिव्रता स्त्री आपले शरीर त्याच्या ताब्यात देत नाही.

वंध्या

८२) **कां वांझेची संतती । वानणें जैशी ।। (ज्ञाने. १५/८०)**

अर्थ : वांझेच्या संततीचे वर्णन करणे व्यर्थ असते.

८३) **ते वांझेची घरभरीं । लेकुरें जैशी ।। (ज्ञाने. १५/२१७)**

अर्थ : वांझ स्त्रीला मुले नसतात.

८४) **वांझेचिया लेंका । कैंची जन्मपत्रिका ।। (ज्ञाने. १५/२३४)**

अर्थ : वांझेच्या मुलाची जन्मपत्रिका असत नाही.

विधवा

८५) **जैंसी भातारेंहीन वनिता । उपहति पावे सर्वथा । (ज्ञाने. २/१९९)**

अर्थ : ज्याप्रमाणे पती नसलेली स्त्री उपहासाला कारण होते.

८६) **कुंकुंसेंदुर केलें । कांतहीने ।। (ज्ञाने. १३/४६९)**

अर्थ : विधवेने कुंकू व शेंदूर लावू नये.

वेश्या

८७) **जैसा वेश्याभोगीं कवडा वेंचे । मग दारही चेपूं न ये तियेचें । (ज्ञाने. ९/३२९)**

अर्थ : वेश्येच्या नादी लागलेला पुरुष तिच्या नादाने सर्व पैसा खर्च करतो आणि मग तिचे दारही ठोठावण्याची पंचाइत होते.

८८) **कां राहे पण्यांगना । वडिलपणें ।। (ज्ञाने. १३/२०४)**

अर्थ : वेश्या आपले वय चोरून ठेवते.

८९) **जें वेश्येचें सर्वस्व देणें । तेंचि नागवणें । (ज्ञाने. १३/७४४)**

अर्थ : वेश्येने एखाद्याला सर्वस्व देणे हेच तिचे त्या माणसाला लुटणे होय.

९०) **कां कांताचा मानसीं । रिगोनि स्वैरिणी जैसी ।**
राहाटे जारेसी । जावयालागीं ।। (ज्ञाने. १३/८०८)

अर्थ : जाराकडे जाण्यासाठी जारिणी स्त्री ज्याप्रमाणे नवऱ्याच्या अंत:करणात शिरून वागते.

९१) **आघवेनि गांवद्वारीं । अहेव जैसी ।। (ज्ञाने. १३/८२१)**

अर्थ : वेश्या ज्याप्रमाणे गावभर हिंडूनही सौभाग्यावती असते.

९२) **वल्लभाचिया उजरिया । आपणया पति कुस्त्रिया ।**
जोडोनि तोषिता जैसिया । अहेवपणें । (ज्ञाने. १६/३७७)

अर्थ : बदचालीच्या बायका प्रियकराच्या आश्रयाने आपल्याला सौभाग्यवती मानून आनंदित असतात.

९३) **सामान्या भलीं आंग । न शिवे तव ।। (ज्ञाने. १८/२५०)**

अर्थ : वेश्येचा अंगसंग घडला नाही तोपर्यंतच ती वेश्या चांगली असते.

९४) **दीठी कीर ते वोली । पण्यांगनेची ।। (ज्ञाने. १८/६७२)**

अर्थ : वेश्येची प्रेमदृष्टी कपटी असते.

९५) **हाटभेटीचें कलत्र । (ज्ञाने. १८/७९७)**

अर्थ : बाजारात भेटलेली वेश्या प्रथम चांगली वाटते.

९६) **स्वैरस्त्रीसंनिधाने । होय जें सुख ।। (ज्ञाने. १८/८०६)**

अर्थ : वेश्येच्या संगतीने होणारे सुख खरे नसते.

९७) **अकुळस्त्री दांड्याचे घाये । परघर रिघाली हि जरी साहे ।**
तरी स्वपतीतें वाये । सांडिलें कीं ।। (ज्ञाने. १८/९४४)

अर्थ : वाईट कुळातली स्त्री नवऱ्याचा मार चुकविण्यासाठी दुसऱ्याच्या घरात शिरली असता, जर तिथला मार सहन करीत असेल तर नवऱ्याचे घर सोडणे चुकीचे नाही काय?

९८) **उठणें कीं पडणें । कुचभाराचें कोण जाणे ।। (अमृ. ४/८)**

अर्थ : स्तन उभारून येणे म्हणजेच त्यांचे पडणे होय.

९९) **वांझेचे कीर जाउपें । (अमृ. ६/२४)**

अर्थ : वांझेला पोर नसते.

नामदेव

आई–बाप–बाळ

१) **चुकलिया माय बाळकें रडती । (ना. गा. ६)**

अर्थ : आईची चुकामुक झाली की, मुले रडतात.

२) **जयाचा जारु तयासिच भारु । (ना. गा. ४३९)**

अर्थ : आईचा गर्भ आईला जड नसतो.

३) **बाळा पाळणा हाचि स्त्रियांचा धर्म । (ना. गा. ४८२)**

अर्थ : मुलांचा सांभाळ हाच स्त्रियांचा धर्म होय.

४) **मायेचा कळवळा मायची जाणे । (ना. गा. ६५३)**

अर्थ : आईचे प्रेम आईच जाणते.

५) **जैसा कांतेविण करणे संसार । (ना. गा. ६७७)**

अर्थ : पतिशिवाय संसार होत नाही.

६) **अपत्याचे हित कीजे त्या जनकें । जरी वेडे मुके जाले देख ।। (ना. गा. ८६६)**

अर्थ : मूल वेडे, मुके असले तरी त्याचा सांभाळ त्याचे आई–वडील करतात.

७) **बाळकाचे बोल माउली प्रीति करी । (ना. गा. १२२३)**

अर्थ : बाळाच्या बोलण्यावर आई प्रेम करते.

८) **शिनल्या बाळा सुख ओसंगी । (ना. गा. १२९१)**

अर्थ : दमलेल्या मुलाला आईने कडेवर घेतले की त्याला आनंद होतो.

९) **व्यभिचारि नारी परपुरुष जिव्हारीं । वर्ते घरोचारीं परि लक्ष तेथें ।। (ना. गा. ११५४)**

अर्थ : व्यभिचारी स्त्री घरात काम करते पण तिचे लक्ष परपुरुषाकडे असते.

१०) **पतिव्रता म्हणविणे आणि परपुरुषी विचरणें ।। (ना. गा. १०५६)**

अर्थ : पतिव्रता म्हणायचे आणि परपुरुषांबरोबर संबंध ठेवायचा हे पातिव्रत्य नाही.

एकनाथ

१) **चुकलिया निजजननी । बाळक दीन दिसे जनीं । (एक. भा. २/४४)**

अर्थ : आई हरवली की मूल लोकात दीनवाणे दिसते.

२) **माता देखोनि प्रेमभावें । बालक डोळे झांकूनि धांवे । (एक. भा. २/३३४)**

अर्थ : आईला पाहिले की, मूल डोळे झाकून तिच्याकडे धावते.

३) **चुकल्या पुत्राची शुद्धिवार्ता । जेणें सादरें ऐके माता । (एक. भा. २/५२६)**

अर्थ : चुकलेले मूल सापडल्याची वार्ता आई उत्कंठतेने ऐकते.

४) **जेवीं माउली देखोनि डोळां । बालक नाचे नानाकळा । (एक. भा. ३/५९९)**

अर्थ : आईला पाहताच मूल आनंदाने नाचू लागते.

५) **जेवीं बाळाचे लळे पाळणें । हे व्यालीचि वेदना जाणे । (एक. भा. ३/६०७)**

अर्थ : बाळाचे लाड कसे पुरवावे हे त्याला जन्म देणारी आईच जाणते.

६) **बाळका लेवविल्या लेणें । जेवीं माउलीं निवों जाणे । (एक. भा. ३/६०८)**

अर्थ : बाळाला दागिने घालून सजविल्याचे समाधान आईच भोगू जाणे.

७) **बाळका कीजेति सोहळे । तेणें तिवती जननीचे डोळें । (एक. भा. ९/२२९)**
अर्थ : बाळाचे केलेले कौतुक पाहून आईचे डोळे समाधानाने तृप्त होतात.
८) **नांवें ऐकोनि बागुलातें । बाळ सांडू पाहे प्राणातें । (एक. भा. १०/१४७)**
अर्थ : बागुलाचे नाव ऐकताच मूल घाबरून जाते.
९) **बाळकाहातीं दीधलें शस्त्र । खोचिता न म्हणे आप पर । (एक. भा. १०/५६९)**
अर्थ : बाळाच्या हातात शस्त्र दिले असता ते वार करीत असताना आपपर जाणत नाही.
१०) **तोंडींचें पोटींचें गांठीचें । माता बाळकालागीं वेंचे । (एक. भा. ११/११६०)**
अर्थ : आई बाळासाठी तोंडचे, पोटातले, पदरचे सर्व काही खर्च करते.
११) **बाळक न मागतां धांवोनी । कळवळोनि माता लावी स्तनीं । (एक. भा. ११/११६१)**
अर्थ : मुलाने मागितले नाही तरी आई कळवळून त्याला स्तनपान करते.
१२) **जेवीं चुकलिया बाळकातें । माता शिकवण दे त्यातें । (एक. भा. १२/३५४)**
अर्थ : चुकलेल्या मुलाला आई शिकवते.
१३) **जेवीं का पुत्र एकुलता । त्यासी कांहीं वंचीना माता । (एक. भा. १७/५९)**
अर्थ : एकुलता एक मुलगा असला तर आई त्याचा कोणताही शब्द टाळत नाही.
१४) **बाळक देखोनि संकटीं । जेवीं न सांवरत माय उठी । (एक. भा. १७/१२४)**
अर्थ : मूल संकटात आहे असे दिसताच आई लगोलग त्याच्या मदतीला धावते.
१५) **बाळकाची बोबडी वाणी । ऐकोनि संतोषे निज जननी । (एक. भा. २३/९९४)**
अर्थ : बाळाचे बोबडे बोल ऐकून त्याची आईही सुखावते.
१६) **बाळक काय भूक सांगे । मग माता स्तन देऊं लागे ।**
ते कळवळयाचे पांगे । धांवोनि निजांगे स्तनपाना लावी । (एक. भा. २५/२९)
अर्थ : आपल्याला भूक लागली असे सांगितल्यावर आई बाळाला स्तनपान देते काय? तर आपल्या प्रेमाच्या कळवळ्याने ती धावत जाऊन त्याला स्तनपान करते.
१७) **तानयाचे लळे पुरविणें । हे व्यालीची वेदना व्याली जाणे । (एक. भा. २९/४९२)**
अर्थ : बाळाचे लाड कसे पुरवावेत हे त्याला जन्म देणारी आईच जाणते.
१८) **देखोनि बाळकाची व्यथा । जेवीं सर्वस्वें कळवळी माता । (एक. भा. २९/६३४)**
अर्थ : बाळाचे दु:ख पाहून आई फार कळवळते.
१९) **जगीं माया लाठी स्त्रीकामें । (एक. भा. ३/२३३)**
अर्थ : स्त्रीच्या अभिलाषेपोटीच जगात माया वाढते.
२०) **स्त्रीकामें प्रपंचु सबळ । स्त्रीकामें दु:ख प्रबळ ।**
स्त्रीकामें मायेसी बळ । स्त्रीकामें सकळ मोहिलें जग । (एक. भा. ३/२३४)
अर्थ : स्त्रीच्या अभिलाषेने प्रपंच वाढतो. स्त्री कामनेने दु:ख वाढते. स्त्रीच्या इच्छेने माया वाढते. एकंदरीत सर्व जग स्त्रीमुळे मोहित होऊन गेले आहे.
२१) **तेवी द्रव्यदाराअभिलाषा । नरदेहदशा अध: पाती । (एक. भा. ३/२५२)**
अर्थ : पैसा व स्त्री यांची इच्छा ही माणसाला अध:पाताकडे नेते.
२२) **संसार दु:खाचें मूळ । स्त्रीआसक्तीच जाण केवळ ।**
स्त्रीलोभाचें जेथ प्रबळ बळ । दु:ख सकळ त्यापासीं । (एक. भा. ७/५४७)

अर्थ : संसार दु:खाचे मूळ कारण स्त्रीची अनावर ओढ. स्त्रीचा लोभ जिथे जास्त तिथे दु:खच असते.

२३) **नाशासी मूळ स्त्रीसंगु । (एक. भा. ८/६९, १३३,१३६, १३८)**

अर्थ : स्त्रीसंग हा नाशाचे मूळ आहे.

२४) **स्त्रीसंगतीं अध:पात । (एक. भा. ८/१३१)**

अर्थ : स्त्रीयांच्या संगतीने नाश होतो.

२५) **अंतकाळीं स्त्री धन । जालीं दु:खासीच कारण । (एक. भा. १०/४९१)**

अर्थ : मरणाच्या वेळी स्त्री व धन हे दु:खाला कारणीभूत होतात.

२६) **तैसें स्त्रीकामिया सर्वथा । नव्हे परमार्थता निजबोधु । (एक. भा. ११/३८०)**

अर्थ : स्त्रीची इच्छा असणाऱ्याला आत्मज्ञान लाभत नाही.

२७) **असतीचिये संगतीं । कैंची होइल सुखप्राप्ती । (एक. भा. ११/५६५)**

अर्थ : वाईट स्त्रीच्या संगतीत सुखप्राप्ती होत नसते.

२८) **साधकांसी अतिबंधन । स्त्री आणि स्त्रैण संगती । (एक. भा. १४/३६५)**

अर्थ : साधकांना स्त्री आणि स्त्रीलंपट यांची संगत फार बाधक असते.

२९) **जो वांछू पाहे माझी प्राप्ती । तेणें सांडावी स्त्रियेची आसक्ती । (एक. भा. १४/३७४)**

अर्थ : ज्याला माझ्या (परमेश्वराच्या) भेटीची इच्छा असेल ज्याने स्त्री संगत सोडली पाहिजे.

३०) **अत्यंता स्त्रीकामीं वशता । ती नाव मुख्य स्त्रैणता । (एक. भा. १४/३९३)**

अर्थ : स्त्री कामाच्या अत्यंत अधीन असणे यालाच स्त्रीलंपटपणा म्हणतात.

३१) **त्यागावी कामिनीसंगती । हा मुख्य त्याग परमार्थी । (एक. भा. १७/३४९)**

अर्थ : स्त्रीसंगत टाळणे हा परमार्थतला मुख्य त्याग होय.

३२) **स्त्री देवतांचि अवचितीं । तत्काल पाडी अध:पाती । (एक. भा. २९/५६५)**

अर्थ : स्त्रीचे अचानक जरी दर्शन झाले तरी ते अध:पाताला कारणीभूत होते.

३३) **तेवीं प्रमदासंग परिपाठीं । वार्धकींही उठी अति कामु । (एक. भा. २५/२४४)**

अर्थ : स्त्रियांच्या सदैव सहवासाने म्हातारपणीही कामेच्छा निर्माण होते.

३४) **स्त्रीकामाची धाडी जाण । सकळ पिकासी नागवण । (एक. भा. ३१/४२५)**

अर्थ : स्त्री भोगाची उर्मी मनात आली की, सर्व पिकाचा नाश होतो.

३५) **प्रमदासंगती ब्रह्मज्ञान । सर्वथा जाण वाढेना । (एक. भा. २९/५७२)**

अर्थ : स्त्रियांच्या संगतीने ब्रह्मज्ञान कधीच वाढत नाही.

३६) **वाचाळ स्त्रीते अनुचित । (एक. भा. २९/५८०)**

अर्थ : वाचाळ स्वभावाची स्त्री योग्य नसते.

३७) **जेवीं कां वनिता पतिवीण । सर्वार्थी दिसे दीन । (एक. भा. ३१/१८२)**

अर्थ : पतीशिवाय स्त्री दीन असते.

३८) **पतिव्रतेचें वस्त्रहरण । तेणें तत्काळ पावे मरण । (एक. भा. १/२१५)**

अर्थ : पतिव्रतेचे वस्त्रहरण केले तर तत्काळ मरण येते.

३९) **जेवीं कां सती पतिव्रता । नुल्लंघी सर्वथा पतिवचन । (एक. भा. १४/४३९)**

अर्थ : पतिव्रता स्त्री पतीच्या आज्ञेचे कधीही उल्लंघन करीत नाही.

४०) **स्वपतीसीं काम भोगितां । परलोक पावे पतिव्रता ।**

तोचि काम परपुरुषी करितां । अध:पाता नेतसे । (एक. भा. १८/३६३)

अर्थ : आपल्या पतीबरोबर भोग घेतला तर पतिव्रता मोक्षास जाते पण परपुरुषाबरोबर भोग घेतला तर तिचा अध:पात होतो.

४१) **कुरूप जरी जाहली माता । तरी स्नेहासी नाहीं कुरूपता । (एक. भा. १७/११०)**

अर्थ : आई कुरूप असली तरी तिचा स्नेह कुरूप नसतो.

४२) **सदैव जांवयी आल्या घरा । जेवीं सर्वस्व वेंची सुंदरा । (एक. भा. १४/२४६)**

अर्थ : भाग्यवान जावई घरी आल्यावर सासू त्याच्यासाठी सर्वस्व खर्ची घालते.

४३) **रांडवा केलें काजळकुंकू । देखोनि जग लागे थुंकूं । (एक. भा. ११/९६७)**

अर्थ : विधवांनी काजळ कुंकू केले तर जग त्यांच्या तोंडावर थुंकते.

४४) **जैसें वेश्येचें सुख साजणें । वित्त घेउनि वोसंडणे । (एक. भा. ३/२६९)**

अर्थ : वेश्येचे सुख म्हणजे पैसा घेतल्यावर तो देणाऱ्या यजमानाला हाकलून देणे होय.

४५) **ग्राम्य स्त्रियांचे संगतीं जाणें । तो बैसला मरणा धरणें । (एक. भा. ८/१३९)**

अर्थ : वेश्यांच्या संगतीला जाणे म्हणे मरणाच्या दारात जाऊन बसणे.

४६) **ग्राम्य योषितांचें गीत । ऐकता कोणाचे भुलेना चित्त । (एक. भा. ८/१६०)**

अर्थ : वेश्यांचे गाणे ऐकून सर्वांना मोह पडतो.

४७) **जंववरी गांठीं असे धन । तंववरी वेश्येचें सौजन्य ।**
नि:शेष वेंचल्या धन । मुख परतोन पाहेना । (एक. भा. १०/५५५)

अर्थ : जोपर्यंत पदरी पैसा असतो तो पर्यंतच वेश्येचा चांगुलपणा असतो. गाठीचे धन संपले की, ती त्याच्याकडे तोंड फिरवूनही पाहात नाही.

४८) **जंव असे गांठी गांठोडी । तंव ते त्यापाशी लुडबुडी ।**
नि:शेष वेंचलिया कवडी । बाहेर दवडी तत्काळ । (एक. भा. १५/१९)

अर्थ : जोपर्यंत त्याच्या गाठीला पैसा असतो तोपर्यंतच वेश्या त्याच्या भोवती लुडबुडत असते. त्याचा पैसा संपला की, ती त्याला लगोलग घालवून देते.

४९) **वृथा वंध्येचें मैथुन । (एक. भा. ११/११८२)**

अर्थ : वांझ स्त्रीचे मैथुन व्यर्थ असते.

५०) **जेवीं गरोदर मारिता जीवें । गर्भही तीसवें निमाला । (एक. भा. ११/१०९९)**

अर्थ : गर्भिणीला ठार केले तर गर्भही आपोआप मरतो.

५१) **जैसा मातेचा निज कोपा । वरी कठिण आत सुखरूप । (भा. रा. सुंदर २१/७५)**

अर्थ : ज्या प्रमाणे आईचा राग वरून मोठा दिसला तरी ती मनातून प्रेमळ असते.

५२) **बालक अंकावरी मूतले । म्हणोनि पितयाने नाही मारिले । (भा. रा. किष्किं ८/५५)**

अर्थ : मूल मांडीवर मूतले म्हणून बाप त्याला मारत नाही.

५३) **स्तनपानीच्या अपत्या । उत्तम पक्कान्न खावों देतां ।**
तें त्यासी न जिरती तत्त्वता । (भा. रा. अरण्य १८/८०)

अर्थ : स्तनपान करणाऱ्या मुलाला पक्कान्न खायला घातले तर ते त्याला पचत नाही.

५४) **बाळाचिया बोबड्या स्तुती । संतोषती सखे साधु ।। (भा. रा. बा. १९/४८)**

अर्थ : बाळाच्या बोबड्या स्तुतीने मित्रांना, साधूंना संतोष होतो.

५५) **एका जनार्दन कृपाळु जननीं । गोड न खाय बाळा वाचुनी । (भा. रा. युद्ध ४६/१४९)**

अर्थ : आई मुलाला सोडून गोड अन्न खात नाही.

५६) **स्त्रियेची अनुकूलता । (भा. रा. बा. ३/१८)**

अर्थ : स्त्री अनुकूल असणे हेच पुरुषाचे भाग्य होय.

५७) **पतीवचनीं जें रत । तेचि पतीव्रता निश्चित । (भा. रा. उत्तर ३/११)**

अर्थ : जी पतीच्या वचनात असते तीच पतिव्रता होय.

५८) **व्यालीं जाणें वेदना । (भा. रा. युद्ध ४६/१५१)**

अर्थ : प्रसूतीच्या वेदना जी प्रसूत झालेली आहे तिलाच कळतात.

५९) **ऐसिया स्त्री संगापाशी । तारुण्य पुरुषातें करी दासी । (भा. रा. बा. ९/६०)**

अर्थ : स्त्रियांच्या संगतीत तारुण्य पुरुषाला दासी बनवते.

६०) **दोघी स्त्रियांचा जो पती । त्यासी सत्यत्व नाहीं शास्त्रार्थी ।**
त्याची साक्षी साधु न मानिती । तुज मजप्रति सत्य कैंचे । (भा. रा. अयो. ४/१८)

अर्थ : ज्याला दोन बायका असतात त्याला शास्त्रात मान्यता नसते. साधु त्याची साक्ष मानत नाहीत.

६१) **दोन स्त्रियांचा जो पति तो शठ । (भा. रा. अयो. ४/१९)**

अर्थ : दोन बायकांचा नवरा लबाड असतो.

६२) **जेथ भ्रतारा स्त्रीवश्यपण । तेथ मर्यादा राखे कोण । (भा. रा. बा. ४/३७)**

अर्थ : पती-पत्नीच्या आहारी गेला असेल तर पत्नी-पतीची मर्यादा राखीत नाही.

६३) **क्षणार्धे स्त्रियांचें संगती । वनवासीं होय वश्यवर्ती । (भा. रा. बा. २/४०)**

अर्थ : क्षणभर देखील स्त्रियांच्या सहवासात आले तरी वनात राहणारे लोकही त्यांना वश होतात.

६४) **स्त्रियांचें दर्शन स्पर्शन । स्त्रियांचे जें जें संभाषण ।**
स्त्रियांची जें जें आठवण । अपभ्रंशु पूर्ण पुरुषासी ।

अर्थ : स्त्रियांचे दर्शन, त्यांचा स्पर्श, त्यांचे बोलणे, त्यांच्या आठवणी पुरुषांना भ्रष्ट करतात.

६५) **नको स्त्रियांचा सांघातु । नको स्त्रियांसी मातु ।**
नको स्त्रियांचा एकांतू । अपघातु पूर्ण पुरुषासी । (भा. रा. बा. २/४३)

अर्थ : स्त्रियांबरोबर संगत करू नये. त्यांच्याशी संभाषण करू नये. त्यांच्याशी एकांत करू नये. असे केल्यास पुरुषाचा नाश होतो.

६६) **तऱ्ही आत्मघातु स्त्री लोभें । (भा. रा. बा. १२/८८)**

अर्थ : स्त्री लोभाने आत्मघात होतो.

६७) **स्त्री संगापासीं अति अनर्थु । (भा. रा. बा. १२/९३)**

अर्थ : स्त्री संगामुळे फार अनर्थ होतात.

६८) **मुख्यत्वें स्त्रीकामापाशी । क्रोध सदा मुसमुसी ।। (भा. रा. बा. १४/९६)**

अर्थ : स्त्रियांच्या लोभामुळे काम वाढत असते.

६९) **संवचोराचा सांगातु । तैसा स्त्रियांचा वृत्तांतु । (भा. रा. अयो. ४/५१)**

अर्थ : संभावित चोरांची जशी संगत असते तशीच संगत स्त्रियांची असते.

७०) **नरकपातु स्त्रीसंग । (भा. रा. अयो. ४/५१)**

अर्थ : स्त्रीसंग नरकाकडे नेणारा असतो.

७१) **स्त्रीवालंभा आप्तपण । जो मानी तो मूर्ख पूर्ण । (भा. रा. अयो. ४/७४)**

अर्थ : स्त्री बद्दल प्रेम, आपलेपणा जो मानतो तो मूर्ख असतो.

७२) **भाक देवों नयो स्त्रियांसी । (भा. रा. अयो. ८/७८)**

अर्थ : स्त्रियांना शपथ देऊ नयेत.

७३) **स्त्रीलोभ हृदयीं असतां । जयो सर्वथा न पविजे ।। (भा. रा. अरण्य. १/५६)**

अर्थ : मनात स्त्रीची अभिलाषा ठेवली तर कधीही जय प्राप्त होत नाही.

७४) **तंवचि वैराग्याच्या गोष्टी । जंव सुंदर वनिता न दिसे दिठी । (भा. रा. अरण्य ४/६४)**

अर्थ : जो पर्यंत सुंदर स्त्री पाहिली नाही तोपर्यंतच वैराग्याच्या गोष्टी असतात.

७५) **संन्यास धर्माचें रक्षण । निंद्य स्त्रियेचें दर्शन ।**
निंद्य स्त्रियेशी भाषण । संनिधान अति निंद्य । (भा. रा. अरण्य १६/८०)

अर्थ : स्त्रियांचे दर्शन निंद्य होय. त्यांच्याशी बोलणे किंवा त्यांच्या संगतीत राहणे हे अतिनिंद्य होय.

७६) **स्त्री संगे दु:ख दुर्धर । दु:खी नर स्त्री संगे ।। (भा. रा. अरण्य २२/१२३)**

अर्थ : स्त्रीसंगाने फार दु:ख होते. यामुळें पुरुष दु:खी होतात.

७७) **विधवा नारी प्रेतासमान । (भा. रा. किष्किं. ७/२३)**

अर्थ : विधवा प्रेतासमान असते.

७८) **परमदु:ख परदारा । (भा. रा. सुंदर ९/११)**

अर्थ : दुसऱ्याची स्त्री ही दु:खकारण होय.

७९) **परदारेची आसक्ती । पूर्वजा होय अधोगती ।**
आपण पावे नरकाप्रती । वंशसमाप्ती दरदारे । (भा. रा. सुंदर. ९/१२)

अर्थ : परस्त्रीची आसक्ती पूर्वजांना अधोगतीला नेते आणि आपण नरकाला जाऊन वंशसमाप्ती होते.

८०) **स्त्रीकामचिया आसेक्तीं । ज्ञातें होती अति भ्रांत । (भा. रा. सुंदर २२/४२)**

अर्थ : स्त्रीच्या आसक्तीने जाणते ही भ्रांतचित्त होतात.

८१) **स्त्री आसक्ती नरकप्राप्ती । (भा. रा. सुंदर २२/४३)**

अर्थ : स्त्रीच्या आसक्तीने नरकप्राप्ती होते.

८२) **प्राण हरण परदारा । (भा. रा. सुंदर ३५/१२८)**

अर्थ : परस्त्रीची संगत प्राणघातक असते.

८३) **सुख नाहीं स्त्री भोगापासी । (भा. रा. युद्ध २०/९)**

अर्थ : स्त्रीभोगात सुख असते असे नाही.

८४) **विश्वासों नये गा स्त्रियांसी । जऱ्हीं मार्दवेंसी बोलत । (भा. रा. युद्ध. ६८/८२)**

अर्थ : स्त्रिया अत्यंत लीनतेने बोलत असल्या तरी त्यांच्यावर विश्वास ठेवू नये.

८५) **जो स्त्रियेचा विश्वास धरी । सद्य: अनर्थ त्याच्या शिरीं । (भा. रा. युद्ध ६८/८३)**

अर्थ : जो स्त्रियांवर विश्वास ठेवतो त्याच्या पदरी अनर्थ येतो.

८६) **पतीवचनीं जे उदासभूत । ते जाण सत्य निजवेश्या ।। (भा. रा. उत्तर ३/११)**

अर्थ : पतीवचनाकडे दुर्लक्ष करणारी स्त्री वेश्या समजावी.

८७) **ज्या स्त्रिया पतीतें वंचिती । ज्या पतीतें निखंदिती ।**
ज्या पतीतें द्वेषिती । त्या निश्चितीं समवेश्या । (भा. रा. उत्तर ३/१२)

अर्थ : ज्या स्त्रिया पतीची फसवणूक करतात, त्याची निंदा, द्वेष करतात त्यांना वेश्या समजावे.

८८) **वेश्या गमनी जें रत । ते सर्वदा उन्मत्त । (भा. रा. युद्ध ४६/१०८)**

अर्थ : वेश्यागमनात सदैव रत असणारी माणसे उन्मत्त असतात.

८९) **बालका देखोनी संकटी । माता कार्य टाकुनी उठी । (एक. गा. १७३७/१)**

अर्थ : बाळ संकटात आहे हे दिसल्यावर आई हातचे काम टाकून त्याच्या मदतीला धावते.

९०) **देह गेह चिंता । बाळासी नाठवे सर्वथा । (एक. गा. १७३८/१)**

अर्थ : मुलाला शरीराची घरादाराची चिंता नसते.

९१) **बाळाचें जे जे अपराध । माता न करी तयासी क्रोध । (एक. गा. १७५२/३)**

अर्थ : बाळाचें कितीही अपराध झाले तरी आई त्याच्यावर रागवत नाही.

९२) **पोटींचे बाळ अवगुणीं वोखटें । परी मायबापा स्नेहो मोठे । (एक. गा. १९२०/१)**

अर्थ : पोटचे पोर अवगुणी असले तरी आई-बापांना त्याच्या संबंधी खूप प्रेम असते.

९३) **पक्वान्न सेवूं नेणती बाळें । माता मुखीं घालीं बळे । (एक. गा. २२३६/३)**

अर्थ : लहान मुलांना पक्वान्न माहीत नसते पण आई त्यांना बळेच खाउ घालते.

९४) **कुलांगना लज्जातीर्थीं । पवित्र होती जाण पां । (एक. गा. १६१८/१४)**

अर्थ : कुलवान स्त्री लज्जेने पवित्र होते.

९५) **स्त्रियांचे संगती । नोहे परमार्थ निश्चिती ।। (एक. गा. ३०३१/१)**

अर्थ : स्त्रियांच्या संगतीत निश्चित परमार्थ होत नाही.

९६) **मूळ नाशासी कारण । कनक आणि स्त्री जाण ।। (एका. भा. ३२१६/१)**

अर्थ : सोने व स्त्री ही सर्वनाशाची मूळ कारणे आहेत.

९७) **परि एक बायकोचा संग खोटा । (एक. गा. ३७२९)**

अर्थ : पत्नीचा (स्त्रीचा) संग खोटा असतो.

९८) **विधवेसी विलास विटंबना । (एक. गा. १२३३/१)**

अर्थ : विधवेने विलास करणे ही तिची विटंबना होय.

९९) **रांडवेनें जेवीं शृंगार केला । (एक. गा. २११३/३)**

अर्थ : विधवा स्त्रीने केलेला शृंगार उपयोगी नसतो.

१००) **वांझेसी डोहळे कैंचे होती । (एक. गा. ११३६/१)**

अर्थ : वांझ स्त्रीला डोळाळें लागत नाहीत.

१०१) **काय नपुंसका पद्मिणीचें सोहळे । (एक. गा. ११३६/१)**

अर्थ : नपूंसकाला पद्मिणी देऊन उपयोग नसतो.

१०२) **नीच रतली रायासी । तिसी कोण म्हणेल दासी । (एक. गा. ८४९/४)**

अर्थ : नीच स्त्री राजाकडे राहू लागली की तिला कोणी दासी म्हणत नाही.

१०३) **वेश्येसी हरिकथा विटंबना । (एक. गा. १२३३/२)**

अर्थ : वेश्येला हरिकथा सांगणे ही हरिकथेची विटंबना होय.

१०४) **वेश्यांचा धर्म द्रव्य तें हरावें । (एक. गा. ३०६३/२)**

अर्थ : लोकांचे द्रव्य लुबाडणे हा वेश्यांचा धर्मच असतो.

१०५) **मूळ प्रळयासी स्त्री बुद्धि । (रु. स्व. ६/४१)**

अर्थ : स्त्री बुद्धी नाशाला कारणीभूत असते.

१०६) लावण्य स्त्रिया केवीं दिसें । तेथें स्वये स्वरूप लक्ष्मी वसे ।। (एक. आठ ग्रं. च. भ. १९५)

अर्थ : स्त्रीच्या ठिकाणी देवतेचा निवास असतो तेव्हा ती स्त्री सुंदर दिसते.

१०७) जेवीं कां निजबाळ तान्हें । नाचों लागे मातेच्यानीं वचनें ।
तें देखोनियां या नाचणें । सुखावें मनें माउली जैशी । (एक. आठ ग्रं. च. भ. १९५)

अर्थ : लहान मुल आईच्या सांगण्यानुसार नृत्य करू लागले की, तिला मनापासून आनंद होतो.

१०९) बालका कीजती सोहळे । तेणें माउलीचें निवती डोळें ।। (एक. आठ. ग्र. च. भा. ७०२)

अर्थ : मुलाचे कोडकौतुक पाहून आईला आनंद वाटतो.

११०) पुरुषेवीण व्यर्थ वनिता । (एक. आठ. ग्र. ह. ८५)

अर्थ : पुरुषाशिवाय स्त्रीला शोभा नाही.

१११) कां कामिनीवीण कामसुख । (एक. आठ. ग्र. स्वा. ३०)

अर्थ : स्त्रीशिवाय स्त्रीसंगाचे सुख मिळत नाही.

११२) बाळक आणि बोबडे । तें परिसतां प्रीती वाटे । (एक. आठ. ग्र. शु. १२०)

अर्थ : बालकाचे बोबडे बोल ऐकून आईचा आनंद वाढतो.

११३) पुत्र नाशांचे इंगळ । तेणें सर्वांगीं जळजळ । (एक. आठ. ग्र. शु. ३४७)

अर्थ : पुत्रवियोगाचे दुःख विंचवाने केलेल्या डंखाप्रमाणे सर्वांग जाळते.

११४) नको नको स्त्रियांचा सांगात । नको नको स्त्रियांचा एकांत ।
नको नको स्त्रियांचा परमार्थ । करिती आघात पुरुषासी । (एक. आठ. ग्र. चि. ३१)

अर्थ : स्त्रियांचा सहवास, त्यांचा एकांत, त्यांचा परमार्थ योग्य नसतो त्यामुळे पुरुषाचा परमार्थ लयास जातो.

रामदास

१) कुरूप अथवा कुलक्षण । सकळांहूनि करंटेपण ।
तरी नाहीं ती समान । भूमंडळी कोणी ।। (दास. ३.२.१३)

अर्थ : आई कुरूप असो वा वाईट लक्षणाची असो किंवा दुर्दैवी असो मुलाला तिच्यासारखे जगात कोणी नसते.

२) इतुकी माया कोठेंचि नाहीं । मातेवेगळी ।। (दास. १७.२.२७)

अर्थ : आईशिवाय इतकी माया अन्यत्र कोठेच नसते.

३) मुलांची लाज मातेला । (रा. क. १ स्फु. प्र. ६७/५४)

अर्थ : आईला मुलांची लाज असते.

४) सतीला पती दुसरा शोधवेना । (करुणा धा. स. २८/१)

अर्थ : पतिव्रतेला दुसरा पती नसतो.

५) माते समान अवघ्या नारी । (स. गा. २३/१)

अर्थ : सर्व स्त्रीया मातेसमान मानाव्या.

६) जंवरी वेळ असे लाभाची । तंवरी स्त्री सेजाची । (स. गा. १४८१/४)

अर्थ : जो पर्यंत काही मिळण्याची शक्यता असते तो पर्यंतच स्त्री शेजेची असते.

७) पुससील काये वांजेची लेंकुरें । (रा. क. १ स्फुट ओव्या ११/७)

अर्थ : वांझ स्त्रीच्या मुलांची कोणती चौकशी करावी ?

तुकाराम

आई–बाप–बाळ

बाप

१) **औषध द्यावया चाळविलें बाळा ।**
दावूनियां गुळा दृष्टींपुढें ।। (तु. गा. ९८)

अर्थ : मुलाला कडू औषध द्यावयाचे असेल तर त्याला आधी गुळाची लालुच दाखवावी लागते.

२) **धाकुट्याचे मुखीं घांस घाली माता । (तु. गा. २४२)**

अर्थ : लहान मुलाच्या मुखात आई घास घालते.

३) **तुका म्हणे बरें धाकट्याचें जिणें ।**
माता स्तनपानें वाढवितें ।। (तु. गा. ३२२७)

अर्थ : लहान मुलाचे जीवन चांगले असते. कारण आई त्याला स्तनपान देऊन वाढवीत असते.

४) **जीव वेची माता बाळा जडभारी होतां । (तु. गा. ११३८)**

अर्थ : बाळ संकटात आले तर आई आपला जीव टाकून त्याला संकटातून वाचवते.

५) **भोजनाची चिंता माय वाहे बाळा । (तु. गा. २४११)**

अर्थ : मुलाच्या भोजनाची काळजी आईलाच असते.

६) **मातेचिये चित्तीं । अवघी बाळकाची व्याप्ति ।। (तु. गा. २७७६)**

अर्थ : आईच्या मनात सदैव बाळाचा विचार असतो.

७) **तुका म्हणे भूक न साहावे बाळा । (तु. गा. २६०५)**

अर्थ : मुलाला भूक सहन होत नाही.

८) **आरूषा उत्तरीं संतोषे माउली । (तु. गा. २५५३)**

अर्थ : मुलाच्या बोबड्या बोलाने आईला आनंद वाटतो.

९) **हें तों वर्म असे माऊलीचे हातीं ।**
हाणी मारी प्रीती हितासाठी ।। (तु. गा. २१४८)

अर्थ : आई आपल्या मुलाला मारते पण ते त्याच्या कल्याणासाठीच असते.

१०) **खेळतां विसरे भूक तहान घर ।**
धरूनियां कर आणी बळें ।। (तु. गा. २१४८)

अर्थ : मूल खेळत असताना तहान, भूक, घर विसरून जाते. पण आई त्याला घरात आणते आणि खायला घालते.

११) **बाळकासी चिंता काय पोटवेथा ।**
जया शिरीं मायबाप ।। (तु. गा. १७६९)

अर्थ : ज्याला आईबाप आहेत त्या मुलाला पोटाची चिंता नसते.

१२) **ऐसा मातेचा स्वभाव । सूत्र दोरी एक जीव ।। (तु. गा. १७३९)**

अर्थ : सूत व वळलेली दोरी हे जसे एकजीव असतात त्याप्रमाणे आईचा स्वभाव असतो.

१३) **बाळा न मागतां भोजन ।**
माता घाली पाचारून ।। (तु. गा. २१०४)

अर्थ : बाळाने खायला न मागताच आई त्याला बोलवून खायला देते.

१४) बाळाचें जीवन ।
माता जाणें भूक तान ।। (तु. गा. ३१५३)

अर्थ : बाळाची तहानभूक इ. गोष्टी आईच जाणत असते.

१५) तुका म्हणे आळी करितां गोमटी ।
मायबापा पोटीं येते दया ।। (तु. गा. २९८६)

अर्थ : मुलाने चांगल्या गोष्टीसाठी हट्ट केला तर आईबापांना दया येते.

१६) मायेवरी सत्ता आवडीची बाळा । (तु. गा. ३३४४)

अर्थ : प्रेमामुळे बाळाची आईवर सत्ता असते.

१७) नित्य नवा कळवळा ।
मायबाळामध्यें तो ।। (तु. गा. ३७२५)

अर्थ : मायलेकरांचा कळवळा नित्य नवा असतो.

१८) व्यालीचा कळवळा ।
जीव बहुत कोंवळा ।। (तु. गा. ३५४३)

अर्थ : नुकत्याच जन्मलेल्या मुलाबद्दल आईला अधिक कळवळा असतो.

१९) व्यालीचिये अंगीं असती वेदना । (तु. गा. १९५२)

अर्थ : जन्म देणाऱ्या आईलाच वेदना फार असतात.

२०) माऊलीची चाली लेंकराचे ओढी । (तु. गा. ३६८३)

अर्थ : आईची सर्व हालचाल लेकराच्या ओढीने होत असते.

२१) जैसी तैसी माय बरी । (तु. गा. ३५४३)

अर्थ : आपल्याला जन्म देणारी आई जशी आहे तशीच आवडती असते.

२२) मातेची अवस्था काय जाणे बाळ ।
तिसी तों सकळ चिंता त्याची ।। (तु. गा. ३४२०)

अर्थ : आईची अवस्था मूल जाणत नाही. पण तिला मात्र सदैव त्याची चिंता असते.

२३) न घडे मायबापें बाळकाचा घात ।
आपणा देखत होऊं नेदी ।। (तु. गा. ४१२९)

अर्थ : आईबापांकडून बाळाचा घात होत नाही आणि आपल्या समोर ते कुणाला करूही देत नाहीत.

२४) नोळखे तानुलें माय ऐसी कोण । (तु. गा. ४१३३)

अर्थ : आपल्या बाळाला ओळखत नाही अशी कोणी आई आहे काय?

२५) मातेविण बाळ न मनी आणिका । (तु. गा. ४२३०)

अर्थ : बाळ आईशिवाय कुणालाच मानत नाही.

२६) बाळ सेंबडें मातेसी ।
काय नावडे तियेसि ।। (तु. गा. ४४४५)

अर्थ : मूल शेंबडे असले तरी ते आईला आवडते.

२७) मूल मांडीवरी हागलें ।
तें बा कोणें रे त्यागिलें ।। (तु. गा. ३९९१)

अर्थ : मूल मांडीवर हागले म्हणून कोणी त्याचा त्याग करीत नाही.

२८) **गर्भाचे आवडी मातेचा डोहळा । (तु. गा. ३२५१)**

अर्थ : गर्भाला ज्याची इच्छा होते त्याचेच डोहाळे मातेला लागतात.

२९) **डोहोळियाची भूक गर्भा । (तु. गा. ३२७६)**

अर्थ : आईला जे डोहाळे असतात ती गर्भाची भूक असते.

३०) **ज्याचा जार भार त्याचे माथां । (तु. गा. १२३३)**

अर्थ : जी गर्भ धारण करते तिलाच त्याचा भार वहावा लागतो.

आई

३१) **मायबापें केवळ काशी ।**
तेणें न वजावें तीर्थासी ।। (तु. गा. २९०६)

अर्थ : आईबाप हे काशीक्षेत्राइतकेच पवित्र आहेत. त्यांना टाकून तीर्थयात्रेला जाण्याची आवश्यकता नाही.

३२) **तुका म्हणे मायबापें । अवघीं देवाचीं स्वरूपें । (तु. गा. २९०६)**

अर्थ : आईवडील म्हणजे देवाची दुसरी रूपे होत.

३३) **मायबापें जरी सर्पीण बोका ।**
त्यांचे संगें सुखा न पवे बाळ ।। (तु. गा. २९२)

अर्थ : आई सर्पीण व बाप बोका असला तर मुलाला सुख लागत नाही.

३४) **माता कापी गळा ।**
तेथें कोण राखी बाळा ।। (तु. गा. २८५२)

अर्थ : आईच आपल्या बाळाचा गळा कापू लागली तर त्याला कोणी वाचवू शकत नाही.

कन्या

३५) **कन्या सासुऱ्यासि जाये । मागें परतोनी पाहे ।। (तु. गा. २६६)**

अर्थ : मुलगी सासरला निघाली की, ती माहेरच्या आठवणीने पुन्हा पुन्हा मागे वळून पाहते.

पिता

३६) **पुत्राच्या विजयें ।**
पिता सुखातें जाये ।। (तु. गा. ३९५०)

अर्थ : मुलाच्या पराक्रमाने पित्याला सुख होते.

३७) **पुत्राचिया पिता दुखवे दुःखें । (तु. गा. ३७००)**

अर्थ : मुलाच्या दुःखाने बाप दुःखी होतो.

३८) **बाप करी जोडी लेंकराचे ओढी । (तु. गा. ३२६७)**

अर्थ : बाप मुलाच्या प्रेमाने संपत्ती गोळा करतो.

३९) **नपुंसका पुरुषासी ।**
काय करील बाइल त्यासी ।। (तु. गा. ७६५)

अर्थ : पुरुष नपुंसक असेल तर पत्नी काही करू शकत नाही.

४०) **एका पुरुषा दोघी नारी ।**

पाप वसे त्याचे घरीं ।। (तु. गा. १२३७)

अर्थ : पुरुषाला दोन बायका असणे म्हणे त्याच्या घरी पाप असणे होय.

४१) **कर्कशसंगती । दु:ख उदंड फजिती ।। (तु. गा. २०८५)**

अर्थ : भांडखोर बायको मिळाली तर नवऱ्याच्या वाट्याला दु:ख व उदंड फजिती येते.

४२) **पत्नी राखावी जैसी दासी । (तु. गा. २२९०)**

अर्थ : (दासीला ज्याप्रमाणे काही गोष्टी सांगू नयेत त्याप्रमाणे) पत्नीलाही काही गोष्टी सांगू नयेत.

४३) **धिग जिणें तो बाईले आधीन । (तु. गा. ३०६)**

अर्थ : जो बायकोच्या अधीन असतो, त्याचे जीवन व्यर्थ असते.

वांझ

४४) **वांजे न होती लेकरें**
काय करावें भ्रतारें ।। (तु. गा. ७६५)

अर्थ : वांझ पत्नीला जर मुले होत नसतील तर नवरा काही करू शकत नाही.

४५) **वांझे बाळा जैसें दुध नाहीं स्तनीं ।। (तु. गा. ४३२४)**

अर्थ : वांझ पत्नीच्या स्तनातून बाळासाठी दूध येत नाही.

विधवा

४६) **विधवे शृंगार व्यर्थ केला । (तु. गा. ४२७९)**

अर्थ : विधवेचा शृंगार व्यर्थ असतो.

४७) **कुंकवाची ठेवाठेवी । बोडकादेवी काशाला ।। (तु. गा. ४०३६)**

अर्थ : विधवेने कुंकाची चौकशी करू नये.

वेश्या

४८) **जाली सिंदळा चांगली ।**
तरि कां पतिव्रता जाली ।। (तु. गा. ४४२६)

अर्थ : व्यभिचारिणी कितीही चांगली असली तरी तिला पतिव्रतेची सर येत नाही.

४९) **पतिव्रेते आनंद मनीं ।**
सिंदळ खोंचे व्यभिचार वचनी ।। (तु. गा. १७५४)

अर्थ : व्यभिचाराची निंदा पतिव्रतेला आवडते पण वाईट चालीच्या स्त्रीला त्या निंदेने दु:ख होते.

५०) **चाहाडाची माता ।**
व्यभिचारीण तत्त्वता ।। (तु. गा. १९७९)

अर्थ : जो चहाड्या करतो त्याची आई व्यभिचारीण मानावी.

५१) **माहेरीं सलज्ज ते जाणा सिंदळी । (तु. गा. २१८१)**

अर्थ : जी स्त्री माहेरी आल्यावरही लाजते, ती वाईट चालीची आहे, असे समजावे.

५२) **दासीसुता नाहीं पितियाचा ठाव । (तु. गा. २१६६)**

अर्थ : दासीपुत्राला वडील माहीत नसतात.

५३) **सिंदळी त्या सती । तुका म्हणे थुंका घेती ।। (तु. गा. २२१८)**

अर्थ : चांगल्या चालीची स्त्री वाईटप्रकारे वागू लागली तर लोक तिच्या तोंडावर थुंकू लागतात.

५४) **जातीची शिंदळी ।**
तिला कोण वंशावळी ।। (तु. गा. २८५८)

अर्थ : शिंदळ स्त्रीला वंशावळ नसते.

५५) **आपघर ना बापघर ।**
चित्तीं मनीं व्यभिचार ।। (तु. गा. २८५८)

अर्थ : व्यभिचारिणीच्या मनात, ती पतीच्या घरी असो वा बापाच्या घरी असो, सदैव वाईट गोष्टीच असतात.

५६) **वेश्या दासी मुरळी जगाची वोंवळीं ।**
ते तुज सोंवळी वाटे कैशी ।। (तु. गा. ३०६६)

अर्थ : वेश्या ही मुरळी असून ती सर्व जगाची दासी आहे. ती सदैव ओवळी असून तुला मात्र सोवळी कशी वाटते?

५७) **सिंदळीसी नाहीं पोराची पैं आस । (तु. गा. ३९२७)**

अर्थ : बदचालीच्या स्त्रीला आपल्याला मूल व्हावे अशी इच्छा नसते.

५८) **वेश्येसी सेजार । (तु. गा. ४१२४)**

अर्थ : वेश्येला सज्जनाचा शेजार आवडत नाही.

५९) **अति जालें उत्तम वेश्येचें लावण्य ।**
परि ते सवासीण न म्हणावी ।। (तु. गा. १७१९)

अर्थ : वेश्येचे रूप कितीही चांगले असले तरी तिला सवाष्ण म्हणू नये.

सती

६०) **तुका म्हणे सती ।**
अग्न न देखे ज्या रीती ।। (तु. गा. २०३९)

अर्थ : तुकाराम महाराज म्हणतात, सती जाणारी स्त्री अग्नीची पर्वा करीत नाही.

६१) **सेजेचा एकांत अशीपाशीं कळे । (तु. गा. २७४७)**

अर्थ : नवऱ्याच्या सान्निध्याचे सुख सती जाण्याचा प्रसंग आला, की कळते.

सासू–सून

६२) **सासूसाटीं रडें सून ।**
भाव अंतरींचा भिन्न ।। (तु. गा. ९९१)

अर्थ : सासू गेल्यावर सून रडते, पण तिच्या मनातला भाव मात्र भिन्न असतो.

६३) **स्त्रियांचा तो संग नको नारायणा ।**
काष्ठा या पाषाणामृत्तिकेच्या ।। (तु. गा. ५२३)

अर्थ : नारायणा! स्त्रिया कितीही रूपवान असल्या तरी (मला) त्यांची संगत नको. त्या लाकडाच्या, दगडाच्या वा मातीच्या असल्या तरीही नकोत.

६४) **तोंवरि तोंवरि वैराग्याच्या गोष्टी ।**
जंव सुंदर वनिता दृष्टी पडली नाहीं । (तु. गा. २७८३)

अर्थ : सुंदर स्त्री दृष्टीला पडली नाही, तोपर्यंतच वैराग्याच्या गोष्टी चालतात.

६५) स्त्रिया धन बा हें खोटें ।
नागवले मोठे मोठे ।। (तु. गा. ४०२९)

अर्थ : स्त्रिया व धन या दोन्ही खोट्या असतात. त्यांच्यामुळे अनेकांची फसवणूक झाली आहे.

स्वप्न

ज्ञानदेव

१) जैसें स्वप्नामाजिं देखिजे । तें स्वप्नींचि साच आपजे ।
मग चेउनियां पाहिजे । तंव कांहीं नाहीं ।। (ज्ञाने. २/१३९)

अर्थ : स्वप्नातली वस्तू स्वप्नातच खरी वाटते, पण जागे होऊन पहावे तो काहीच नसते.

२) देखा स्वप्नींचेनि घायें । कीं मरे साचें ।। (ज्ञाने. ६/७५)

अर्थ : स्वप्नातल्या घावाने कोणी खरोखरी मरत नाही.

३) जैसी स्वप्नींचां डोहीं । जागृति न बुडे ।। (ज्ञाने. ७/५४)

अर्थ : स्वप्नाच्या वेळी जागृती नसते.

४) आणि जागता जंव असिजे । तंव जेणें ध्यानें भावना भाविजे ।
डोळा लागतखेंवो देखिजे । तेंचि स्वप्नीं ।। (ज्ञाने. ८/७३)

अर्थ : जागेपणी माणसाने ज्याचा ध्यास घेतलेला असतो, तोच ध्यास डोळा लागताच स्वप्नात दिसू लागतो.

५) जें स्वप्नीं देखिलें स्वप्न । (ज्ञाने. ८/१५०)

अर्थ : स्वप्नात पाहिलेले स्वप्न असत्य असते.

६) नातरी चेइलियानंतरे । न बुडिजे स्वप्नींचेनि महापूरें । (ज्ञाने. ८/१५३)

अर्थ : जागे झाल्यावर स्वप्नांच्या महापुरात कोणी बुडत नाही.

७) जैसें स्वप्नींचेनि अमृतें । अमरा नोहिजे ।। (ज्ञाने. ९/१४४)

अर्थ : स्वप्नात अमृत पिल्याने अमरणपण प्राप्त होत नाही.

८) अगा स्वप्नीं निधान फावे । परि चेइलिया हारपे आघवें । (ज्ञाने. ९/३३२)

अर्थ : स्वप्नात द्रव्याचा हांडा सापडला तर तो जागे झाल्यावर नाहीसा होतो.

९) चेइलिया स्वप्न तैसे गेले । (ज्ञाने. ११/१८९)

अर्थ : जागे झाले की, स्वप्न संपून जाते.

१०) आणि जागतिये दशे । स्वप्न लपालें असे ।। (ज्ञाने. १३/७७)

अर्थ : जागृतावस्थेत स्वप्न लपलेले असते.

११) स्वप्न कां गा जियापरी । जागतयातें न सिंतरी ।। (ज्ञाने. १४/३४२)

अर्थ : जाग्या मनुष्याला स्वप्न भ्रमात पाडीत नाही.

१२) स्वप्नीं प्रियापुढें तरुणांगी । निदेली चेवऊनि वेगीं ।
आलिंगिलेनिवीण आलिंगी । सकामु करी ।। (ज्ञाने. १५/८६)

अर्थ : स्वप्नात स्त्री आपल्या पतिजवळ झोपून स्वप्नातच त्याला जागे करते आणि आलिंगन न देताच आलिंगून त्याला सकाम करते.

१३) **काय कीजती चेइलेपणीं । स्वप्नींची तियें बोलणीं । (ज्ञाने. १५/२१८)**

अर्थ : जागे झाल्यावर स्वप्नातल्या बोलण्याचा उपयोग नसतो.

१४) **स्वप्नींही मानिलें लटिकें । तरी निर्वाहो कां एकसारिखें ।। (ज्ञाने. १५/२४३)**

अर्थ : स्वप्नातले खोटे पदार्थ खरे मानले तरी जागेपणी त्यावर निर्वाह होत नाही.

१५) **म्हणोनि स्वप्नींचेया भया । ओखद चेवोचि धनंजया ।। (ज्ञाने. १५/२५४)**

अर्थ : स्वप्नातल्या भयाला जागे होणे हेच औषध होय.

१६) **स्वप्नींचें राज्य कां मरण । नोहे हर्षशोकासि कारण । (ज्ञाने. १५/२९४)**

अर्थ : स्वप्नात राज्य मिळणे वा मरण येणे हे जागेपणी सुख दु:खाला कारण होत नाही.

१७) **जैसा जागताचि हेतु स्वप्ना । निद्रेतें होय ।। (ज्ञाने. १५/४२८)**

अर्थ : जागा असलेला पुरुषच स्वप्नाला व झोपेला कारण होतो.

१८) **सनिद्र स्वप्न बुडे । जागणीं जैसें ।। (ज्ञाने. १६/१११)**

अर्थ : जागे झाल्यावर झोपेसह स्वप्न नाहीसे होते.

१९) **जैसा स्वप्नांचा का ठायीं । जागिन्नलिया ।। (ज्ञाने. १८/२१५)**

अर्थ : जागे झाल्यावर स्वप्नातल्या गोष्टी संपून जातात.

२०) **फिटलिया निद्रेचा ठावो । कैंचा स्वप्नासि प्रस्तावो । (ज्ञाने. १८/२६५)**

अर्थ : झोप संपल्यावर स्वप्न कोठून राहणार ?

२१) **अगा निद्रिता चेवो नये । तंव स्वप्न साच हों लाहे ।। (ज्ञाने. १८/३८८)**

अर्थ : झोपलेला माणूस जागा झाला नाही तोपर्यंतच तो स्वप्न खरे मानतो.

२२) **नाना चेवो आलिया पाठीं । तैं स्वप्न न दिसे दिठी ।। (ज्ञाने. १८/४०८)**

अर्थ : जागे झाल्यावर स्वप्न संपून जाते.

२३) **न देखे स्वप्न किरीटी । चेइला जैसा ।। (ज्ञाने. १८/४३६)**

अर्थ : जागा झालेला माणूस स्वप्न पाहात नाही.

२४) **कां चेवोनि स्वप्ना येतां । (ज्ञाने. १८/५३२)**

अर्थ : जागे होऊन स्वप्न पाहिले असता ते नाहिसे होते.

२५) **चेइलियावरी पाहीं । स्वप्नींचिया तिये डोहीं ।**
आपणयातें काई । काढूं जाइजे ।। (ज्ञाने. १८/९७४)

अर्थ : आपण बुडत आहोत असे स्वप्न पाहिलेला माणूस जागा झाल्यावर आपल्याला वर काढण्याचा प्रयत्न करतो काय ?

२६) **कां निद्रिता चेवविलिया । स्वप्नेंसि निद वायां ।**
जाउनि आपणपयां । मिळे जैसा ।। (ज्ञाने. १८/९८७)

अर्थ : झोपलेल्या माणसाला जागे केले असता स्वप्नासह त्याची झोप नाहिशी होते आणि तो जागा होतो.

२७) **तेथ स्वप्नींचिया प्रिया । चेवोनि झोंबों गेलिया ।**
ठायिचे दोन्ही न होनियां । आपणचि जैसें ।। (ज्ञाने. १८/११५८)

अर्थ : स्वप्नात पाहिलेल्या स्त्रीला जागे होऊन आलिंगन देऊ लागले असता तिथे दोन व्यक्तींच्या ऐवजी केवळ आपणच आहोत हे जाणवते.

२८) **नातरी स्वप्नविकारां समस्तां । चेऊनिंया उमाणें घेतां ।**
तो आपणयापरौता न दिसे जैसा ।। (ज्ञाने. १८/११९१)

अर्थ : स्वप्नातून जागे झाल्यावर स्वप्नातल्या सर्व व्यवहारांची मोजदाद करू गेल्यास तो पाहाणाराला स्वत: शिवाय काहीच आढळत नाही.

२९) **कां निद्रात्यागें घराचारु । स्वप्नींचा जैसा ।। (ज्ञाने. १८/१३९२)**

अर्थ : झोप संपली की, स्वप्नातले व्यवहार संपतात.

३०) **कीं प्रबोधीं होय गोचरु । स्वप्नभ्रमु ।। (ज्ञाने. १८/१४१०)**

अर्थ : जागेपणी स्वप्नभ्रम दिसत नाही.

३१) **चेइलिया कांते । स्वप्नींचि जेवीं ।। (अमृ. २/५३)**

अर्थ : जाग आल्याबरोबर स्वप्नातील कांत व कांता नाहीशा होतात.

३२) **नातरी निद्रेचिया अवधी । स्वप्नें मरती आधीं ।। (अमृ. ३/४)**

अर्थ : निद्रा संपली की, आधी स्वप्ने नाहीशी होतात.

३३) **दिसतचि स्वप्न लटिकें । हें जागरीं होय ठाउकें । (अमृ. ६/३१)**

अर्थ : स्वप्न खोटे आहे हे जागृतावस्थेत समजते.

३४) **स्वप्न आणि जागरु । (अमृ. ७/२६)**

अर्थ : स्वप्न आणि जागृती एके ठिकाणी असत नाहीत.

३५) **स्वप्नींचेनि सुखें मानितात सुख ।**
घेतलिया विख जाईल देह ।। (ज्ञा. सा. चि. गा. २६१)

अर्थ : स्वप्नातल्या सुखांना सुख मानणे म्हणजे विष खाऊन देहत्याग करणे होय.

३६) **स्वप्नींचा घाई विवळे साचे ।**
चेईलिया वरी म्हणे मी न वाचे ।। (ज्ञा. सा. चि. गा. २७२)

अर्थ : स्वप्नातल्या घावाने विव्हळणारा माणूस जागा झाल्यावर मी विव्हळत नव्हतो असे म्हणतो.

नामदेव

१) **स्वप्नींची ती मात जागृतीची सांगे । (ना.गा. २२)**

अर्थ : स्वप्नातली गोष्ट जागेपणी खरी ठरत नाही.

२) **स्वप्नींचिया धना लुब्धलासि काय । (ना. गा. २२)**

अर्थ : स्वप्नातल्या धनावर लुब्ध होऊ नये.

एकनाथ

१) **स्वप्नींचें केळें राय भोगें । जागा होउनि खावों मागे ।**
तेणें हातु मारवे ना तोंडी लागे ।। (एक. भा. २/६६०)

अर्थ : स्वप्नातली केळी फार गोड लागली म्हणून जागे झाल्यावर ती खायला मागितली तर ती हाताला लागत नाहीत आणि मुखातही जात नाहीत.

२) **स्वप्नीं स्वप्न कुडें कदा न मने । (एक. भा. ३/६१)**

अर्थ : स्वप्नात स्वप्न खोटे वाटत नाही.

३) **स्वप्नींचें दरिद्र समर्थता । जेवीं दोनी मिथ्या जागृता । (एक. भा. ३/४७१)**

अर्थ : स्वप्नातले दारिद्र्य आणि श्रीमंती या दोन्ही गोष्टी जागेपणी खोट्या ठरतात.

४) **जैशी स्वप्नींची राणीव । केवळ भ्रमाचि जाणीव । (एक. भा. ८/५६)**

अर्थ : स्वप्नातले राज्य हे केवळ भ्रमाचे राज्य असते.

५) **स्वप्नीं जोडिल्या सहस्त्र गायी ।**
जागृतीं त्यांचें दुभतें नाहीं । (एक. भा. १०/६३७)

अर्थ : स्वप्नात हजारो गायी पैदा केल्या तरी जागेपणी त्यांचे दूध मिळत नाही.

६) **स्वप्नींचें देहादि प्रपंचभान । स्वप्नाचमाजीं सत्य जाण ।**
जागें होतां तें अकारण । संस्कारें स्वप्न दिसतांही । (एक. भा. १३/४७७)

अर्थ : स्वप्नातील देहादि संसाराचा भास स्वप्नातच खरा असतो पण आपण जागे झाले असता ते सर्व खोटे आहे असे जाणवते.

७) **जेवीं कां स्वप्नींचे आंवतणें । जागत्यासी नाहीं जेंवू जाणे । (एक. भा. १४/१३८)**

अर्थ : स्वप्नात मिळालेल्या जेवणाच्या निमंत्रणाने जागेपणी तो जेवायला जात नसतो.

८) **जो जागा झाला इत्यंभूत । तैं स्वप्नभोग न वांछी चित्त । (एक. भा. १८/१७४)**

अर्थ : जो स्वप्नातून पूर्ण जागा होतो तो स्वप्नातल्या सुखाची इच्छा करीत नाही.

९) **जागा झालिया स्वप्न वृथा । (एक. भा. २२/६३१)**

अर्थ : जागे झाले म्हणजे स्वप्न खोटे ठरते.

१०) **स्वप्नींची घरवात जागृता जैशी । (एक. भा. २६/३४६)**

अर्थ : स्वप्नातला व्यवहार जागेपणी नसतो.

११) **शस्त्रघात लागल्या स्वप्नीं । तेणें जागृतीं न मरे कोण्हीं ।। (भा. रा. युद्ध. १२.५८)**

अर्थ : स्वप्नात झालेल्या शस्त्राच्या वाराने जागृतावस्थेत कोणी मरत नाही.

१२) **स्वप्नीचेंनि सुखें सुखासनीं बैसे । जागा जालिया कांहीच नसे ।। (एक. गा. ३२१४/३)**

अर्थ : स्वप्नात आपण सुखाच्या आसनावर बसलेले आहोत असे दिसते पण जागे झाल्यावर त्यातील काहीच अस्तित्वात नसते.

१३) **स्वप्नींचे निजधनें जाग्रतीं नोहे धर्म । (एक. गा. २७६२/६)**

अर्थ : स्वप्नातल्या धनाने जागेपणी धर्म करता येत नाही.

रामदास

१) **निद्रा सांडूनि चेइरा जाला । तो स्वप्न भयापासून सुटला । (दास. ५.९.३३)**

अर्थ : झोप संपून जागा झालेला मनुष्य स्वप्नातील भीतीपासून मुक्त होतो.

२) **जागे होतां स्वप्न सरे । (दास ६.२.३८)**

अर्थ : जागे झाले की, स्वप्न संपून जाते.

३) **मिथ्या सुख दुःख स्वप्नाचा व्यवहार । (रा. क. १. स्फु. ओ. ७६/७)**

अर्थ : स्वप्नातला सुख दुःखाचा व्यवहार खोटा असतो.

४) **जागृतीसीं नाहिं सपनींचें सुख । (रा. क. १ स्फु. ओ. ७६/२)**

अर्थ : जागा आली की, स्वप्नातले सुख संपून जाते.

तुकाराम

१) **निजलिया लाभ हानीं ।**
तो च खरी ते स्वप्नीं ।। (तु. गा. १९९२)

अर्थ : झोपेत असलेल्या माणसाला स्वप्नात असेपर्यंत लाभहानीचा विचार खरा वाटतो.

२) **स्वप्नींचिया सृष्टि चेविल्या जेवीं । (तु.गा. २९६७)**

अर्थ : स्वप्नातल्या गोष्टी जागेपणी खोट्या ठरतात.

३) **स्वप्नींच्या सुखें नाहीं होत राजा । (तु. गा. ३७१९)**

अर्थ : स्वप्नातल्या ऐश्वर्याने कोणी राजा होत नाही.

४) **स्वप्नींचे हें धन हातीं ना पदरीं ।। (तु. गा. ३७८५)**

अर्थ : स्वप्नातले धन ना हातात येते ना पदरात येते.

स्वभाव

ज्ञानदेव

१) **वैर जन्मांतरींचें । सर्पा मनौनि न वचे ।। (ज्ञाने. १३/५३७)**

अर्थ : जन्मांतरीचे वैर सर्प विसरत नाही.

२) **कां विषचि होऊनि परतें । सर्पा दूध ।। (ज्ञाने. १३/७२२)**

अर्थ : सर्पाला दूध पाजले असता त्याचे विषय होते.

३) **लसणातें न सांडी गंधी । (ज्ञाने. १८/७५७)**

अर्थ : लसणाला दुर्गंधी सोडून जात नाही.

४) **कटुदुधिया माखिला । गुळें जैसा ।। (ज्ञाने. १३/४६८)**

अर्थ : कडू भोपळा गुळाने माखला तरी त्याचा कडूपणा जात नाही.

नामदेव

१) **भुजंगाची पिलीं उपजतं चि वेगळी ।**
त्यासीं डंखू शिकविले हो कोणी ।। (ना. गा. ९२५)

अर्थ : सर्पिणीची पिले जन्मत:च वेगळी होतात, पण त्यांना डंख करायला कोण शिकवतो.

२) **उपजतांचि फूल मोगऱ्याच्या माथा ।**
त्यासीं परिमळतां कोणे लावियेली ।। (ना. गा. ९२५)

अर्थ : मोगऱ्याच्या शेंड्याला फूल येते पण त्यात सुगंध कोण भरतो.

३) **कडू दूध्याच्या आळ्याशीं साखर दूध घातलें ।**
तें अधिकची कडुवाळे कवणें केलें ।। (ना. गा. ९२५)

अर्थ : कडू भोपळ्याच्या आळयात दूध व साखर घातले तरी भोपळ्यात कडूपणा कोण आणतो.

४) **गाळिला तोडिला खंड विखंड । उंस न संडी सोय गोडीसी ।। (ना. गा. ९२५)**

अर्थ : उसाचे तुकडे करून चरकातून ते गाळले तरी ऊस गोडी सोडत नाही.

५) **कडू वृंदावन साखरे घोळिलें । तरी काय गेलें कडूपण । (ना. गा. १०५७)**

अर्थ : कडू वृंदावन साखरेत घोळले तरी त्याचा कडूपणा जात नाही.

६) **तैसा तो अधम करो तीर्थाटन । नोहे त्याचें मन निर्मळ तें ।। (ना. गा. १०५७)**

अर्थ : दुष्ट माणसाने तीर्थयात्रा केल्या तरी त्याचे मन निर्मळ होत नाही.

७) **बचनागा रवा दुग्धीं शिजविला । तरी काय गेला त्याचा गुण ।। (ना. गा. १०५७)**

अर्थ : बवचनागासारख्या विषाचा खडा दुधात शिजवला तरी त्याच्या अंगचा गुण जात नाही.

८) **पवित्र गंगाजळ मीन सेवीं निर्मळ । परि दुष्ट तें केवळ कर्म त्याचे ।। (ना. गा. १०६८)**

अर्थ : गंगेचे पाणी पवित्र असते. मासा ते सेवन करतो परंतु त्याचे कर्म मात्र दुष्ट असते.

९) **भुजंगाचें मुखीं अमृत घातलें । फिरोनी पाहिलें विषमय ।। (ना. गा. १०७३)**

अर्थ : सापाला दूध पाजले तरी तो विषच देणार.

१०) **दीपकाची ज्योती पतंग नासला । अंधार पडिला जनांमधे ।। (ना. गा. १०८९)**

अर्थ : पतंग दिव्याच्या ज्योतीवर झडप घालतो, स्वत: मरतो आणि इतरांनाही अंधारात ढकलतो.

११) **सहज मळलें धुतां शुद्ध होय । बिबव्याचा काय डाग जातो ।। (ना. गा. १०८९)**

अर्थ : कपडा सहज मळला तर धुऊन स्वच्छ होतो पण बिबव्याचा डाग लागला तर तो कशानेही जात नाही.

१२) **कोळशासी दूध मज्जोनिया धूंता । न पावे शुद्धता कोणें काळीं ।। (ना. गा. १०९२)**

अर्थ : कोळसा दुधात घासून स्वच्छ केला तरी त्याचा काळेपणा जात नाही.

एकनाथ

१) **हिंग सांडूनि आपुली घाणी । केवीं राहेल सुगंधपणीं । (एक. भा. १३/५८०)**

अर्थ : हिंग आपला दुर्गंध सोडून सुवासिक पणाने कसा राहणार ?

२) **जैशी प्रकृति तैशी भावना । (एक. भा. १४/५३)**

अर्थ : ज्या गुणाची (सत्य, रज, तम) प्रकृती त्याच गुणाचा स्वभाव असतो.

३) **चंदनाचें संगें हिंगण वसती । परी चंदनाची याती वेगळीच ।। (एक. गा. २७३२/३)**

अर्थ : चंदनाच्या शेजारी हिंगणाची झाडे लावली तरी चंदन आपला गुणधर्म सोडीत नाही.

४) **साकेरेचे आळा निंब जो पेरिला । शेवटीं कडू त्याला फळे पत्रें ।। (एक. गा. २७३२/२)**

अर्थ : साखरेचे आळे करून त्यात कडुनिंब लावला तरी त्याची पाने, फळे कडूच असतात.

५) **कस्तुरी परिमळ नाशितसे हिंग । (एक. गा. २७३२/१)**

अर्थ : हिंग कस्तुरीचा सुवास नष्ट करतो.

६) **कस्तुरीचें आळां पेरिला पलांडू । सुवास लेपोनि कैसा वाढे दुर्गंधु ।। (एक. गा. २७०५/३)**

अर्थ : कस्तुरीच्या आळ्यात कांदा पेरला तरी त्याचा दुर्गंध कमी होत नाही.

तुकाराम

साप

१) **तुका म्हणे विष सांडूं नेणें साप ।**
आदरें तें पाप त्याचे ठायीं ।। (तु. गा. २४०२)

अर्थ : साप कधी विषाचा त्याग करीत नाही. त्याच्या जवळ नेहमी पाप आदराने राहते.

२) **विष पोटीं सर्पा । जन भीतें तया दर्पा ।। (तु. गा. २९५७)**

अर्थ : सापाच्या पोटात विष असते, म्हणून लोक त्याला घाबरतात.

३) **सर्प पोसोनियां दुधाचाही आस ।**
केलें थीता विष अमृताचे ।। (तु. गा. ३३६६)

अर्थ : सापाला दूध पाजले तर दुधाचा नाश होतो, कारण त्या अमृतस्वरूप दुधाचे विषच होते.

४) **भुजंग पोटाळी चंदनाचें अंग ।**
निवे परि संग नव्हे तैसा ।। (तु. गा. ३४२०)

अर्थ : चंदनाच्या झाडाला साप वेटोळे घालतो, त्यामुळे त्याला गारवा मिळतो. पण तो चंदनाच्या संगतीत असला तरी त्याच्या स्वभावात फरक पडत नाही.

५) **तुका म्हणे सापा ।**
न कुरवाळिलें बापा ।। (तु. गा. ३५४२)

अर्थ : सापाला प्रेमाने कुरवाळले तरी त्याला ते समजत नाही.

कुत्रा

६) **चोरटें सुनें मारिलें टाळें ।**
केऊं करी परि न संडी चाळे ।। (तु. गा. १०५०)

अर्थ : चोरट्या कुत्र्याला चपलांनी मारले तर ते केकाटत जाते पण सवय सोडत नाही.

विंचू

७) **विंचु लाभाविण ।**
तुका म्हणे वाहे शीण ।। (तु. गा. २७५)

अर्थ : कोणताही फायदा नसताना विंचू आपल्या नांगीत विषाचे ओझे वहात असतो.

८) **न कळे विंचासी कुरवाळिलें अंग ।**
आपले ते रंग दावीतसें ।। (तु. गा. ३२७०)

अर्थ : विंचवाला कितीही कुरवाळले तरी तो आपले गुण दाखवितोच.

विस्तव

९) **इंगळासी सन्निधान अतित्याई ।**
क्षेम देतां काई सुख वाटे ।। (तु. गा. ३४५३)

अर्थ : विस्तवाला कवटाळून सुख लागत नाही.

डुक्कर

१०) **शूकरासी गोड जैसी विष्ठा । (तु.गा. ३२७०)**

अर्थ : डुकराला विष्ठाच गोड लागते.

११) **तुका म्हणे स्वभावकर्म ।**
काहीं केल्या न सुटे धर्म ।। (तु. गा. ३९५७)

अर्थ : स्वभावधर्म काही केल्या सुटत नाहीत.

१२) **सहजगुण जयाचे देहीं ।**
पालट कांही नव्हे तया ।। (तु. गा. १०५६)

अर्थ : जन्मजात गुणात बदल होत नसतात.

१३) **पडिलें वळण इंद्रियां सकळां ।**
भाव तो निराळा नाहीं दुजा ।। (तु. गा. ७०२)

अर्थ : इंद्रियांना ज्याप्रकारची सवय लागलेली नसते तोच भाव त्यातून व्यक्त होतो.

१४) **वंदूं निंदूं काय दुराचार ।**
खळाचा विचार तुका म्हणे ।। (तु. गा. १०५७)

अर्थ : एखाद्या दुष्टाची कितीही स्तुती वा निंदा करा त्याच्या स्वभावात फरक पडत नाही.

१५) **नेदावा हा पुत्र उत्तमयाती पोसणा । (तु. गा. २२९०)**

अर्थ : चांगल्या जातीच्या माणसाने दुसऱ्याचा मुलगा दत्तक घेऊ नये.

१६) **चोरासी चांदणें । (तु. गा. ४१२४)**

अर्थ : चोराला चांदणे आवडत नाही.

१७) **ओढाळाची ओंगळ ओढी ।**
उगी खोडी नवजाय ।। (तु. गा. ८५१)

अर्थ : ओढाळ जनावराची खोड काही केल्या जात नाही.

१८) **तुका म्हणे काय पाजूनि नवनीत ।**
सर्पा विष थीत अमृताचें ।। (तु. गा. १७१५)

अर्थ : सापाला दूध पाजून काय फायदा ? कारण तिथे दुधाचेही विषच होते.

स्वर्ग

एकनाथ

१) **स्वर्ग तो जाण रे उद्धवा । नित्य संग संती । (एक. गा. ३२९३/२२)**

अर्थ : जिथे नित्य संत संग असतो तो स्वर्ग होय.

क्षमा

तुकाराम

१) **योगाचें तें भाग्य क्षमा ।। (तु. गा. ८१)**

अर्थ : क्षमा हे योगाचे भूषण आहे.

२) **तुका म्हणे क्षमा सुखाची हे रासी । (तु. गा. २६१६)**

अर्थ : क्षमा ही सर्व सुखांची रास आहे.

३) **तुका म्हणे क्षमा सर्वांचें स्वहित । (तु. गा. ३९९५)**

अर्थ : क्षमा धारण करण्यात सर्वांचे हित आहे.

४) **क्षमाशस्त्र जया नराचिया हातीं ।**
दुष्ट तयाप्रति काय करी ।। (तु. गा. ३९९५)

अर्थ : ज्या पुरुषाचे हाती क्षमारूपी शस्त्र आहे, त्याला दुष्ट काही करत नाही.

क्षात्रधर्म

ज्ञानदेव

१) **हें संग्रामीं पतन जाण । क्षत्रियांसी ।। (ज्ञाने. २/२८)**

अर्थ : युद्धाच्या वेळी क्षत्रियाने नेभळेपणा दाखविणे म्हणजे त्याचा अध:पात होय.

२) **तुम्हां क्षत्रियां आणिक कांहीं । संग्रामावांचूनि नाहीं ।**
उचित जाणें ।। (ज्ञाने. २/१८९)

अर्थ : क्षत्रियांना युद्धावाचून दुसरे काही योग्य नाही.

३) **जे वेळीं लोह मांसातें घांटी । ते वेळीं विजयश्रियेचा पाटीं ।**
एकुचि बैसे ।। (ज्ञाने. ७/१२)

अर्थ : ज्यावेळी लोखंडी शस्त्राचे घाव अंगावर बसतात, त्या वेळी विजयाच्या सिंहासनावर एखादाच बसतो.

४) **वळघलिया रणाची थाटी । आंगी न लगतां कांठी ।**
सूर्याची पाउटी । कां होय गा ।। (ज्ञाने. १२/७२)

अर्थ : युद्धाच्या खाईत गेल्यानंतर शरीरावर काठीचा घाव न बसता सूर्यलोकाची प्राप्ती होत नसते.

५) **कां दंदिया हतियेरा । (ज्ञाने. १३/५०१)**

अर्थ : योद्धा आपले हत्यार विसरत नाही.

६) **कां न पवतां रणाचा ठावो । सांभाळिजे जैसा आवो । (ज्ञाने. १३/५४६)**

अर्थ : रणांगणात जाण्यापूर्वीच योद्धा आपली शक्ती जाणत असतो.

७) **क्षत्रिया रणीं पळोनि जाणें । तें कोण साहे लाजिरवाणें । (ज्ञाने. १६/१७७)**

अर्थ : क्षत्रियाने रणातून पळून जाणे हे लाजिरवाणे कृत्य खरा क्षत्रिय सहन करीत नाही.

८) **तरी वायकांडे न झुंजतां । लागे जैसें ।। (ज्ञाने. १८/१०४)**

अर्थ : रणांगणावर इच्छा नसताना गेले तरी बाण लागतात.

९) **ठाणोरियाचे मवावे । अणिकीं घाय ।। (ज्ञाने. १८/४३९)**

अर्थ : रणांगणात पडलेल्याच्या जखमा इतरांनी मोजायच्या असतात.

१०) **रिपू पाठी नेदिजे तैसी । समरांगणीं ।। (ज्ञाने. १८/८६६)**

अर्थ : (क्षत्रियाने) रणांगणात शत्रूला आपली पाठ दाखवू नये.

११) **सिसे वेंची तया मविली । वही जेवीं ।। (ज्ञाने. १८/९१२)**

अर्थ : आपले शिर देण्याची तयारी असणाऱ्याला राजा आपल्या दरबारी घेतो.

१२) **हां गा पाठी लागला घायीं । मरण न चुकेचि पाहीं ।**
तरी समोरला काई । आगळें न कीजे ।। (ज्ञाने. १८/९४३)

अर्थ : शत्रूला पाठ दाखविल्यावर पाठीवर बसणाऱ्या घावाने जर मरण चुकत नसेल तर समोरासमोर उभे राहून दोन हात करणे योग्य नाही काय?

नामदेव

१) क्षत्रिय म्हणविणे आणि पाठींशी घाय साहणें ।। (ना. गा. १०५६)

अर्थ : क्षत्रिय म्हणवून घ्यायचे आणि पाठीवर घाव सोसायचे हा क्षात्रधर्म आहे.

एकनाथ

१) शस्त्राचेनि एके धायें । छेदिले लोहार्गळसमुदाये ।
तें शस्त्राचे सामर्थ्य नोहे । बळ पाहें शूराचें । (एक. भा. १०/२६४)

अर्थ : शस्त्राच्या एका घावात लोखंडाचे चिलखत तोडले तर ते सामर्थ्य शस्त्राचे नसून शूराचे असते.

२) अमित मीनलिया दळ । सेनापतीवीण विकळ । (एक. भा. १०/६५९)

अर्थ : खूप सैन्य असले तरी सेनापतीशिवाय ते व्यर्थ असते.

३) धूर पडीलिया रणीं । सहज कटक जाय पळोनी । (एक. भा. १२/२२५)

अर्थ : रणांगणात सेनापती पडला की, सैन्य पळून जाते.

४) समरांगणीं पित्यापुत्रांसी । वधितां क्षत्रियासी दोष नाहीं । (एक. भा. १६/१२५)

अर्थ : रणांगणावर बाप लेकांनी एकमेकांचा वध केला तर क्षत्रियांना दोष लागत नाही.

५) क्षत्रियासी युद्धाचें बळ । (भा. रा. बा. १६/१७४५)

अर्थ : क्षत्रियाचे बळ युद्धात असते.

६) रणीं पाचारितां महाशूर । निघावें सत्वर युद्धासी ।। (भा. रा. किष्किं ६/६)

अर्थ : शूराला युद्धाचे आव्हान दिले तर त्याने सत्वर युद्धाला निघावे.

७) रणीं मरण भयभीत । त्यासीं यश ना पुरुषार्थ ।। (भा. रा. किष्किं ६/४५)

अर्थ : रणातल्या मरणाला तो घाबरतो त्याला यश व पुरुषार्थ मिळत नाही.

८) रणभय ज्याचां पोटीं । तो तंव शूर नव्हें सृष्टीं । (भा. रा. युद्ध १७/१०४)

अर्थ : रणांगणाचे ज्याला भय असते तो या जगात शूर होत नाही.

९) मरणभय ज्याचें चित्तां । जय न पावे तो सर्वथा । (भा. रा. सुंदर ३९/१४)

अर्थ : ज्याच्या मनात मरणाचे भय असते त्याला कधीही जय मिळत नाही.

१०) निजसेवका येऊं काकुळती । हे शूरवृत्ती नव्हे माझी ।। (भा. रा. युद्ध १३/१०५)

अर्थ : आपल्या सेवकांना काकुळती येणे ही शूरवृत्ती नव्हे.

११) आपुली स्तुती करी आपण । हे शूरासी निंद्य दूषण । (भा. रा. युद्ध ३१/८४)

अर्थ : आपली स्तुती आपण करणे हे शूराला निंदास्पद वाटते.

१२) शूरांचे मुख्य लक्षण । करूनियां दाविती रण । (भा. रा. युद्ध ३८/८०)

अर्थ : रणांगणात पराक्रम गाजविणे हे शूराचे प्रमुख लक्षण होय.

१३) क्षत्रियांचा धर्म नव्हे । जे याच्वा करावी स्वयें ।। (भा. रा. युद्ध ७७/१३७)

अर्थ : याचना करणे हा क्षत्रियाचा धर्म नव्हे.

१४) अपेशें नव्हे स्वर्ग गमन । अपेशें होय अध:पतन ।
अपेश तेंचि पाप दारुण । अपेशें कल्याण न पविजे । (भा. रा. उत्तर ८/११)

अर्थ : अपयशामुळे स्वर्गप्राप्ती होत नाही. अध:पात मात्र होतो. अपयश हेच मोठं पाप होय. अपयशी माणसाचे कल्याण होत नाही.

१५) **लडेगा तो पडेगा । पडेगा तो चढेगा । (एक. गा. ३९७१/४)**

अर्थ : जो लढायला तयार असतो तो मरणही पत्करतो आणि जो मरण पत्करायला तयार असतो त्याला यश मिळते.

१६) **जैसें वीर्य तैसें बळ । (रु. स्व. ६/३१)**

अर्थ : जसे बळ तसा पराक्रम असतो.

रामदास

१) **जयास जीवाचें वाटे भय ।**
त्यानें क्षात्रधर्म करूं नये ।। (स. ग्रं. भां. क्षात्रधर्म –२)

अर्थ : ज्याला जीवाची भीती वाटते त्याने क्षत्रियवृत्ती स्वीकारू नये.

२) **मारितां मारितां मरावें ।**
तेणें गतीस पावावें ।। (स. ग्रं. भां. क्षात्रधर्म ४)

अर्थ : शत्रूसैन्याला मारताना आपल्याला मरण आले तर उत्तम गती मिळते.

३) **मर्दें तकवा सोडूं नये ।**
म्हणजे प्राप्त होतो जय ।। (स. ग्रं. भां. क्षात्रधर्म ९)

अर्थ : शूरांनी धैर्य सोडू नये कारण त्यामुळे जय प्राप्त होतो.

४) **मरणहाक तो चुकेना ।**
देह वाचवितां वांचेना ।। (स. ग्रं. भां. क्षत्रधर्म १४)

अर्थ : मरणाची वेळ आली की, देह वाचविण्याचा कितीही प्रयत्न केला तरी देह वाचत नाही.

तुकाराम

१) **तुका म्हणे शूर रणीं ।**
गांढे मनीं बुरबुरी ।। (तु. गा. ३१९)

अर्थ : रणांगणात शूराची ओळख होते आणि भित्रा माणूस केवळ मनात पुटपुटत असतो.

२) **तुका म्हणे रणीं ।**
जीव देतां लाभ दुणी ।। (तु. गा.७६७)

अर्थ : रणांगणावर जीव अर्पण केल्यास मोठा लाभ होतो. (इहलोकाची व परलोकाची प्राप्ती होते.)

३) **तुका म्हणे शूर तोचि पावे मान ।। (तु. गा. ९९२)**

अर्थ : शत्रूचा नाश करणाऱ्याला मानसन्मान मिळतात.

४) **तुका म्हणे जिणें । शर्तीविण लाजिरवाणें ।। (तु. गा. १३११)**

अर्थ : सामर्थ्यावाचून जगणे ओशाळवाणे असते.

५) **शूर तो ओळखे घायडायहात । (तु. गा. १३२७)**

अर्थ : जो खरा शूर असतो तोच शत्रूचे घातपात, डावपेच ओळखतो.

६) **समर्थांचें बाळ जेवीं समर्थ । (तु. गा. १३९८)**

अर्थ : समर्थांचे मूल समर्थ असते.

७) **तुका म्हणे नाहीं नरमता अंगीं ।**
नव्हे तें फिरंगी कठिण लोह ।। (तु. गा. १४५६)

अर्थ : जिच्या अंगी लवचिकता नाही, ती तलवार नसून केवळ लोखंड आहे असे मानावे.

८) **शूरत्वावांचूनि शूरांमाजी ठाव ।**
नाहीं आविर्भाव आणिलिया ।। (तु. गा. १७१९)

अर्थ : शौर्यावाचून शूरपणाच्या आविर्भावाने शूरांमध्ये स्थान मिळत नाही.

९) **शूरा उल्हास अंगीं ।**
गांढ्या मरण ते प्रसंगी ।। (तु. गा. १७५४)

अर्थ : युद्ध म्हटले की, शूराचे बाहू स्फुरण पावतात पण भित्र्याला मरणप्राय भीती वाटते.

१०) **तुका म्हणे रणीं ।**
नये पाहों परतोनि ।। (तु. गा. १८४६)

अर्थ : शूराने रणांगणात मागे वळून पाहू नये.

११) **बाण शस्त्र साहे गोळी ।**
शूरा ठाव उंच स्थळीं ।। (तु. गा. २०३९)

अर्थ : बाण, शस्त्रांचे घाव, गोळ्यांचा मारा सहन केल्यावरच शूराला मानाचा वाटा मिळतो.

१२) **रणीं कुचराला काय चाले । (तु. गा. २०४३)**

अर्थ : चुकार माणसे युद्धात उपयोगी पडत नाहीत.

१३) **पुरुषाहातीं कंकणचुडा ।**
नवल दोडा वृत्तिया ।। (तु. गा. २१९३)

अर्थ : पुरुषांच्या हातात बांगड्या हे भित्रेपणाचे लक्षण होय.

१४) **जातीं उखळें चाटू ।**
तुका म्हणे राज्य घाटूं ।। (तु. गा. २२२७)

अर्थ : जाती, उखळे, लाकडी पळया यांनी राज्य करता येत नाही.

१५) **रणीं निघतां शूर न पाहे माघारें । (तु. गा. २६५७)**

अर्थ : शूर माणूस रणाकडे निघाला की, तो मागे वळून पाहत नाही.

१६) **तोंवरि तोंवरि शूरत्वाच्या गोष्टी ।**
जंव परमाईचा पुत्र दृष्टी देखिला नाहीं ।। (तु. गा. २७८३)

अर्थ : जोपर्यंत परमायेचा शूर पुत्र भेटला नाही तोपर्यंतच शौर्याच्या गोष्टी चालतात.

१७) **न पाहे आणिकांची आस ।**
शूर बोलिजे तयास ।। (तु. गा. ३४१०)

अर्थ : जो कोणत्याही कामासाठी दुसऱ्यावर विसंवत नाही, तो शूर होय.

१८) **जुंझायाच्या गोष्टी ऐकतांचि सुख ।**
करितां हे दुःख थोर आहे ।। (तु. गा. ३८७४)

अर्थ : युद्धाच्या कथा ऐकायला गोड असतात. पण प्रत्यक्ष युद्ध करणे दुःखदायक असते.

ज्ञान-ज्ञानी

ज्ञानदेव

१) **तैसी सद्‌बुद्धि हें थेकुटी । म्हणो नये ।। (ज्ञा. २/२३८)**

अर्थ : सद्‌बुद्धीला लहान म्हणू नये.

२) **कां विवेकु हा नोळखे । भ्रांतीचे जेवीं ।। (ज्ञाने. ५/९०)**

अर्थ : विचार वेडेपणाला ओळखत नाही.

३) **जें दिठीही न पविजे । तें दिठीविण देखिजे ।**
जरी अतींद्रिय लाहिजे । ज्ञानबळ ।। (ज्ञाने. ६/३३)

अर्थ : अतींद्रिय ज्ञानाची शक्ती प्राप्त झाली तर जे दृष्टीला दिसत नाही, ते डोळ्यांशिवाय पाहता येते.

४) **जें साम्यापरौती जगीं । प्राप्ति नाही ।। (ज्ञाने. ६/४१०)**

अर्थ : साम्यासारखा जगात दुसरा लाभ नाही. (सर्व जीवमात्र एक समजणे)

५) **मग ज्ञानाचिये वेळे । झांकती जाणिवेचे डोळे । (ज्ञाने. ७/४)**

अर्थ : (स्वरूप) ज्ञानाच्या वेळी बुद्धीचे डोळे झाकले जातात.

६) **म्हणौनि कीजे तें केलें नोहे । ज्ञानेंवीण ।। (ज्ञाने. ९/३०५)**

अर्थ : ज्ञानाशिवाय जे करावे ते केल्यासारखे होत नाही.

७) **तैसें सत्कर्माचे उपखे ठाती । ज्ञानेंवीण ।। (ज्ञाने. ९/३०६)**

अर्थ : चांगल्या कार्याचे श्रम ज्ञानाशिवाय व्यर्थ जातात.

८) **येर मातें नेणोनि भजन । तें वायांचि गा आनेंआन ।।**
म्हणोनि कर्माचे डोळे ज्ञान । तें निर्दोष होआवें ।। (ज्ञाने. ९/३५०)

अर्थ : मला न जाणताच केलेले भजन वाया जाते. म्हणून माझे भजनकर्म ज्या ज्ञानाने करायचे ते ज्ञान निर्मल असावे.

९) **तैसें ज्ञानामनाचिये भेटी । सरिसेंचि अहिंसेचे बिंब उठी । (ज्ञाने. १३/२४४)**

अर्थ : ज्ञानाची व मनाची भेट होताच अहिंसेचे चित्र दिसू लागते.

१०) **आणि ज्ञानें फेडिला वंगु । अंतरींचा ।। (ज्ञाने. १३/४७३)**

अर्थ : ज्ञानाने अंतरीचा मळ नाहीसा होतो.

११) **आपला आपणपेयां । विसरू जो धनंजया ।**
तेंचि रूप यया । अज्ञानासी ।। (ज्ञाने. १४/७१)

अर्थ : आपला आपल्याला विसर पडणे हेच अज्ञानाचे रूप होय.

१२) **तरी विरक्तीवांचूनि केहीं । ज्ञानासि तगणें नाहीं ।। (ज्ञाने. १५/३६)**

अर्थ : वैराग्याशिवाय ज्ञान टिकत नाही.

१३) **नेहटे कां नभीं नभ । घटाभावीं ।। (ज्ञाने. १५/२७०, १८/१३९९)**

अर्थ : घट फुटल्यावर घटाकाश महाकाशात मिळते.

१४) **पैं आयुष्यहीना जीवातें । शरीर सांडी जेवीं अवचितें ।। (ज्ञाने. १५/२९१)**

अर्थ : आयुष्य संपलेल्या जीवाला शरीर अचानक सोडून जाते.

१५) **जैसें एकचि आकाशध्वनीं । वाद्यविशेषीं आनानीं । (ज्ञाने. १५/४१६)**

अर्थ : एकच आकाशध्वनी निरनिराळ्या वाद्यातून निरनिराळ्या आवाजाने बाहेर पडतो.

१६) **आणि जगाचिया सुखोद्येशें । शरीरें वाचा मानसे ।**
राहाटणें तें अहिंसें । रूप जाण ।। (ज्ञाने. १६/११४)

अर्थ : जगाच्या सुखासाठी काया, वाचा व मनाने वागणे हे अहिंसेचे रूप होय.

१७) **शास्त्र म्हणेल सांडावे । तें राज्य ही तृण मानावें ।**
जें घेववी तें न म्हणावे । विषही विरुद्ध ।। (ज्ञाने. १६/४६०)

अर्थ : शास्त्राने टाकायला सांगितले असता राज्यही तृणवत समजूत टाकावे आणि जे घ्यायला सांगितले असता विषही घ्यायला तयार असावे.

१८) **पैं अहितापासूनि काढिती । हित देउनी वाढविती ।**
नाहीं श्रुती परौती । माउली जगा ।। (ज्ञाने. १६/४६२)

अर्थ : अहितापासून दूर करणारी आणि हित सांगून वाढविणारी श्रुती सारखी दुसरी माउली नाही.

१९) **तो चि शास्त्राचा बोळावा । घेवोनि वैरी जिणावा । (ज्ञाने. १८/१४५३)**

अर्थ : शास्त्राच्या साहाय्याने शत्रू जिंकावा.

२०) **भोगें जाणिजे केलें । पूर्वजन्मींचें ।। (ज्ञाने. १७/७४)**

अर्थ : या जन्मातील सुख दु:खादी भोगावरून पूर्वजन्मातले कर्म ओळखता येतो.

२१) **तीर्थ बाह्यमळु क्षाळे । कर्मे अभ्यंतर उजळे । (ज्ञाने. १८/१६०)**

अर्थ : तीर्थाने बाह्यमळ नष्ट होतो आणि कर्माने अंतरंग उजळून निघते.

२२) **व्याली निंदा दुरितें । (ज्ञाने. १८/१३९०)**

अर्थ : निंदा पापाला जन्म देते.

२३) **म्हणौनि घटाचेनि नाशें । गगनीं गगन प्रवेशे ।। (ज्ञाने. १८/१३९९, १५/२७०)**

अर्थ : घट फुटला की घटाकाश महाकाशात शिरते.

२४) **देखें विवेकी जे होती । ते दोहीतेंही न शोचिती ।**
जे होय जाय हे भ्रांती । म्हणौनियां ।। (ज्ञाने. २/१०२)

अर्थ : विवेकी माणसे जन्म व मृत्यू याला भ्रम समजून त्या दोहोबद्दल शोक करीत नाहीत.

२५) **कीं अग्निमुखें किडाळ । तोडानियां चोखाळ ।**
निवडिती केवळ । बुद्धिमंत ।। (ज्ञाने. २/१२८)

अर्थ : बुद्धिमंत लोक अग्नीच्या मदतीने हिणकस धातू जाळून शुद्ध सोने बाजूला करतात.

२६) **लोक सायासें करूनि बहुतें । कां वेंचिती आपुली जीवितें ।**
परी वाढविती कीर्तीतें । धनुर्धरा ।। (ज्ञाने. २/२०९)

अर्थ : लोक कष्ट करून प्रसंगी प्राणही देऊन आपली कीर्ती वाढवितात.

२७) **तैसीं इंद्रियें आपैतीं होती । जयाचें म्हणितलें करिती ।**
तयाची प्रज्ञा जाण स्थिती । पातली असे ।। (ज्ञाने. २/३५३)

अर्थ : ज्याची इंद्रिये स्वाधीन असतात आणि तो म्हणेल तशी ती वागतात त्याची बुद्धी स्थिर झालेली आहे असे समजावे.

२८) **भूतीं भेदु नेणती तैसा । ज्ञानिये ते ।। (ज्ञाने. ५/९२)**

अर्थ : ज्ञानी लोकांना प्राणिमात्रांच्या मधला भेद माहीत नसतो.

२९) **तैसें शब्दाचें व्यापकपण । देखिजे असाधारण ।**
पाहातयां भावज्ञां फावती गुण । चिंतामणीचे ।। (ज्ञाने.६/२१)

अर्थ : शब्दांचा व्यापकपणा असामान्य आहे असे समज. जाणत्यांना त्याच्या ठिकाणी चिंतामणीसारखे गुण आढळतील.

३०) **हें बहु असो पंडितु । धरूनि बाळकाचा हातु ।**
वोळी लिही व्यक्तु । आपणाची ।। (ज्ञाने. १३/३०७)

अर्थ : पंतोजी मुलाचा हात धरून आपणच त्याच्या हाताने ओळी लिहितो.

३१) **कां उपसर्गु योगिया । (ज्ञाने. १३/५३६)**

अर्थ : योगाभ्यासात येणाऱ्या अडचणींसाठी योगी आधीच जागा असतो.

३२) **महापुरुषाचे चित्त । जालिया वस्तुगत ।**
ठाके व्यवहारजात । जयापरी ।। (ज्ञाने. १३/७८९)

अर्थ : ज्ञानी माणसाचे मन ब्रह्मरूपात निमग्न झाल्यावर त्याचे सर्व व्यवहार थांबतात.

३३) **अगा डोळांविण मोतियें । घेतां पाडु मिळे विपायें ।**
न मिळणें तें आहे । ठेविलें तेथें ।। (ज्ञाने. १८/७२१)

अर्थ : परीक्षा नसताना झालेला मोत्याचा सौदा कदाचित फायद्याचा होतो पण इथे फसणे हे ठरलेलेच असते.

३४) **खरा कुडीं पारखीं । जिया परी ।। (ज्ञाने. १८/७१६)**

अर्थ : रत्नपारखी खऱ्याखोट्या रत्नाची परीक्षा करतो.

३५) **आणि कर्तृत्व कुलालाचें । तेथ काय तें पृथ्वीयेचे । (ज्ञाने. १८/३११)**

अर्थ : मातीचे मडके बनविण्याचे कर्तृत्व कुंभाराचे असते. पृथ्वीचा तेथे केवळ आधार असतो.

३६) **जीव शिव भेद तोंवरिच जाण ।**
जव आत्मखूण न पाविजे ।। (ज्ञा. सा. चि. गा. २०८)

अर्थ : जोपर्यंत आत्मज्ञान होत नाही तोपर्यंत जीव व शिव हे भेद असतात.

नामदेव

१) **धन्य त्याचें ज्ञान न करीच शोक । वधितां बालक नामा म्हणे ।। (ना. गा. २/२)**

अर्थ : मुलांचा वध झालेला पाहूनही वसुदेव शोक करीत नव्हता कारण तो ज्ञानी होता. (ज्ञानी लोक शोक करीत नाहीत.)

२) **नाहीं भेदाभेद ब्रह्मपणीं । (ना. गा. २८१)**

अर्थ : ब्रह्माचे ज्ञान झाले की, सर्व भेद नष्ट होतात.

३) **गोक्षीर लाविले अंधळिया मुखी ।**
तेथील पारखी जिव्हां जाणें ।। (ना. गा. ५२२)

अर्थ : आंधळ्याच्या मुखाला दूध लावले तरी त्याची पारख जीभच करते.

४) **मूर्खाहातीं दिलें रत्न पारखिसी । तयाच्या मोलासी घेउ नका ।। (ना. गा. १०२६)**

अर्थ : मूर्ख माणसाला रत्नाची पारख करण्यासाठी ते दिल्यावर त्याने सांगितलेल्या किंमतीने ते घेऊ नये.

५) **जाणीव शाहणीव वाहियेलें वोझें । तेणें चरण तुझे अंतरले ।। (ना. गा. ८५३)**

अर्थ : शहाणपणाचे ओझे वाहिले आणि देवाचे चरण अंतरले.

६) **शांति नसतां ज्ञप्ति । (ना. गा. १०४४ अ)**

अर्थ : शांतिशिवाय ज्ञान शोभत नाही.

७) **बहीर्मुख कवि मति । (ना. गा. १०४४ अ)**

अर्थ : अंतर्ज्ञानी असल्याशिवाय कवी होता येत नाही.

८) **मननेंविण मुनिपति । (ना. गा. १०४४ अ)**

अर्थ : विचारांशिवाय ऋषिपण मिळत नाही.

एकनाथ

१) **विवेकदीप करूनि धुरे । निरसी अज्ञानाचें अंधारे । (एक. भा. ९/११७)**

अर्थ : विवेकाचा दिवा हाती घेऊन अज्ञानाचा अंधार दूर करायचा असतो.

२) **धनवंतु रत्नपारखी पुरा । तेणें धुळीमाजीं देखिल्या हिरा ।**
गांठी बांधोनि आणी घरा । पारखी खरा निजज्ञानें । (एक. भा. ९/४९७)

अर्थ : श्रीमंत, उत्तम रत्नपारखी गृहस्थाला धुळीत पडलेला हिरा दिसला तर तो त्याला उचलून आणतो कारण तो खरा पारखी असतो.

३) **सज्ञानामाजीं वैर । ज्ञातृत्वाचाचि मत्सर । (एक. भा. १०/१६१)**

अर्थ : ज्ञानाच्या मत्सरामुळेच ज्ञानी लोकांमध्ये वैर असते.

४) **जेंवी कां रत्नें आणि गारा । दोहींचा सारिखा उभारा ।**
मोल वेंचूनि नेती हिरा । फुकट गारा न घेती । (एक. भा. १३/६१९)

अर्थ : रत्ने आणि गारगोट्या हे दिसायला सारखेच असले तरी लोक पैसे देऊन हिरा घेतात पण गार फुकटही कोणी घेत नाही.

५) **जेवीं कां खरें कुडें नाणें । पाहता दिसे सारिखेपणें ।**
खरें पारखोनि घेती देखणे । मूर्खी नाडणे ते ठायीं ।। (एक. भा. १३/६२१)

अर्थ : खरे व खोटे नाणे दिसायला सारखेच असते पण परीक्षक त्यातले नाणे पारखून घेतो आणि मूर्ख फसतो.

६) **वैराग्येंवीण ज्ञान पांगळे । (एक. भा. १९/१००)**

अर्थ : वैराग्याशिवाय ज्ञान पांगळे असते.

७) **चुकला विवेकाचा सांगाती । आंधळी वृत्ती अतिमुग्ध । (एक. भा. २१/२८१)**

अर्थ : विचारांची संगत सुटली की, आंधळी वृत्ती अधिकच मूर्ख होते.

८) **मावळत्या विवेकवृत्ती । अंध होय ज्ञानस्फूर्ती । (एक. भा. २६/४६)**

अर्थ : विचार संपला की, ज्ञान आंधळे होते.

९) **विवेकियांच्या ठायी । विषयबुद्धि नुपजे पाहीं । (एक. भा. १३/२४८)**

अर्थ : विचारी माणसाच्या मनात काम वासना उत्पन्न होत नाही.

१०) **ज्ञानाचें मुख्य लक्षण । सर्वभूतीं श्री भगवान । (भा. रा. युद्ध ७६/१५)**

अर्थ : सर्वांच्या ठायी परमेश्वर आहे, असे मानणे हे ज्ञानाचे लक्षण आहे.

११) **शुद्धशील विद्यातीर्थी । (एक. गा. १६१८/१४)**

अर्थ : विद्येने माणसे शुद्ध होतात.

१२) **विद्या जालिया संपूर्ण । पंडित पंडिता हेळसण ।। (एक. गा. २६१४/१)**

अर्थ : विद्या अवगत झाली की, एक पंडित दुसऱ्या पंडिताची अवहेलना करतो.

१३) **मत्सर ज्ञानीयातें न सोडी । (एक. गा. २७०७/१)**

अर्थ : ज्ञानी माणसाला मत्सर सोडत नाही.

१४) **पंडित तोची रे उद्धवा । जो देह अहंता छेदी ।। (एक. गा. ३२९३/२०)**

अर्थ : जो देहाचा अभिमान छेदून टाकतो तोच पंडित होय.

१५) **अज्ञानाचें जें ज्ञान । तया नाव शुद्ध ज्ञान ।। (एक. गा. ३२१२/२)**

अर्थ : आपल्याला एखाद्या गोष्टीचे ज्ञान नाही हे माहीत असणे हेच खरे ज्ञान होय.

१६) **विवेकविण वैराग्य आंधळे । (एक. आठ. ग्रं. च. भा. ७४)**

अर्थ : विचाराशिवाय वैराग्य आंधळे असते.

१७) **तपें उपजे ज्ञानस्थिती । (एक. आठ. ग्रं. च. भा. ३१३)**

अर्थ : तपाने ज्ञानप्राप्ती होते.

१८) **विषयवासनेविण । वृत्तीसी जे विवेक स्फुरण ।**
त्या नांव बोलिजे ज्ञान ।। (एक. आठ. ग्रं. च. भा. ३९३)

अर्थ : विषयवासनेशिवाय मनात जे विवेकी विचार येतात त्याला ज्ञान म्हणतात.

रामदास

१) **या कारणें ज्ञाना समान । पवित्र उत्तम न दिसे अन्न । (दास. ५.४.३२)**

अर्थ : ज्ञानासारखे पवित्र व उत्तम दुसरे काही दिसत नाही.

२) **जव नाहीं ज्ञानप्राप्ती । तव चुकेना यातायाती । (दास. ५.१.३५)**

अर्थ : जो पर्यंत ज्ञानप्राप्ती होत नाही तो पर्यंत यातायात चुकत नाही.

३) **परी ज्ञानेंविण पैलपारू । पाविजेत नाहीं ।। (दास. ५.२.८)**

अर्थ : ज्ञानाशिवाय संसारसागराच्या पैलतीराला पोहोचता येत नाही.

४) **समूळ द्वैत निवारे । या नाव ज्ञान ।। (दास. ५.६.३)**

अर्थ : ज्यामुळे द्वैतभाव पूर्णपणे नाहीसा होतो ते ज्ञान होय.

५) **जेणें संशयाचे मूळ । निशेष तुटे ।। (दास. ५.६.३०)**

अर्थ : ज्यामुळे संशयाचे सर्व मूळ संपते ते ज्ञान होय.

६) **पूर्ण जालिया ब्रह्मज्ञान । वैराग्य भरे आंगी ।। (दास. ५.६.५९)**

अर्थ : पूर्ण ब्रह्मज्ञान झाले म्हणजे वैराग्य अंगी बाणते.

७) **विषई वैराग्य उपजलें । तयासीच पूर्ण ज्ञान जालें । (दास. ५.६.६१)**

अर्थ : विषयासंबंधी मनात वैराग्य उत्पन्न झाले की, त्याला पूर्ण ज्ञान प्राप्त होते.

८) **जो विषईं विरक्त पूर्ण । अंतरापासुनी । (दास. ५.६.७१)**

अर्थ : मनाने जो विषयापासून विरक्त असतो तो साधक अभ्यासू होय.

९) **जे ज्ञानविशिं उणें । तेथें कैचीं ज्ञानाचीं लक्षणें । (दास. ५.७.२०)**

अर्थ : जिथे ज्ञानाचा अभाव आढळतो तिथे ज्ञानाची लक्षणे नसतात.

१०) **जाणिजे परमात्मा निर्गुण । त्यासीच म्हणावें ज्ञान । (दास. ६.१.१९)**

अर्थ : परमात्मा निर्गुण आहे असे जाणणे हेच ज्ञान होय.

११) देव वोळखावा येक । तेंचि ज्ञान तें सार्थक । (दास. ६.१.२१)

अर्थ : देव एकच आहे हे ओळखणे हेच ज्ञान होय.

१२) सगुणाचेनि आधारें । निर्गुण पाविजे निर्धारें ।
सारासार विचारें । संतसंगे ।। (दास. ६.६.५५)

अर्थ : सगुण उपासनेच्या मार्गाने निर्गुणाकडे जाता येते. तसेच सारासार विचाराच्या बळावर सत्संगतीत ब्रह्म जाणता येते.

१३) ऐसीं हें अनुभवाची खूण । अनुभवी जाणती ।। (दास. ६.६.६०)

अर्थ : अनुभवाची खूण अनुभविकच जाणतात.

१४) देखिलें तें सत्य चि मानावें । हें ज्ञात्याचें देखणें नव्हे । (दास ६.८.२)

अर्थ : जे दिसते ते सत्य मानणे हे ज्ञात्याचे पाहाणे नव्हे.

१५) ब्रह्म कल्पनेरहित । जाणती ज्ञानी ।। (दास. ७.५.१५)

अर्थ : ज्ञानी लोक ब्रह्म हे कल्पनारहित आहे हे जाणतात.

१६) तैसें ज्ञानाचेनि प्रकाशें । मिथ्या कल्पना हे नासे । (दास. ७.५.३०)

अर्थ : ज्ञानाच्या प्रकाशाने मिथ्या कल्पनांचा नाश होतो.

१७) तैसे ज्ञान होतां मळिण । अज्ञान प्रबळे जाण । (दास. ७.५.४२)

अर्थ : ज्ञान मलीन झाले की, अज्ञान वाढते हे समजायला हवे.

१८) नित्यानित्यविचारें घडे । समाधान ।। (दास. ७.७.१५)

अर्थ : नित्य कोणते अनित्य कोणते याचा विचार झाला की, समाधान होते.

१९) जेथें नाहीं आत्मज्ञान । तया नाव कर्मणा ।। (दास. ७.९.५७)

अर्थ : ज्यात आत्मज्ञान नसते त्याला करमणूक म्हणतात.

२०) ज्ञानविवेकें प्राणीयाला । मोक्ष प्राप्ती ।। (दास. ८.७.६१)

अर्थ : ज्ञानाच्या विवेकाने माणसाला मोक्ष मिळतो.

२१) विवेक पाहिल्याविण । जो जो उपाव तो तो सीण । (दास. ८.७.६५)

अर्थ : विचार केल्याशिवाय केले जाणारे उपाय त्रासदायक होतात.

२२) जाणता तो कार्य करी । (दास. ९.४.६)

अर्थ : जाणता माणूस उद्योग करतो.

२३) विद्येवीण करंटा वसे । (दास. ९.४.७)

अर्थ : विद्या नसलेला माणूस दुर्दैवी होतो.

२४) विद्या तो भाग्यवंत । (दास. ९.४.७)

अर्थ : ज्ञानी माणूस भाग्यवंत होतो.

२५) जैसी विद्या तैसी हांव । (दास. ९.४.१३)

अर्थ : जशी विद्या असते तशी इच्छा होते.

२६) विद्या नसे वैभव नसे । तेथें निर्मळ कैंचा असे । (दास. ९.४.१४)

अर्थ : जिथे विद्या, वैभव नसते तिथे निर्मळपणा असत नाही.

२७) जनामधे जो जाणता । त्यास आहे मान्यता । (दास. ९.४.१८)

अर्थ : जो शहाणा असतो त्यालाच लोकांमध्ये मान्यता मिळते.

२८) **जाणतां होईजे सर्वमान्य । (दास. ९.४.३१)**

अर्थ : शहाण्याला मान्यता मिळते.

२९) **ज्ञानेंवीण मुक्त जालें । (दास. ९.७.३३)**

अर्थ : ज्ञानाशिवाय मुक्ती शक्य नसते.

३०) **विवेकें तुटे अनुमान । विवेकें होय समाधान । (दास. ९.९.३९)**

अर्थ : विचाराने अनुमान नाहीसे होते; विचाराने समाधान लाभते.

३१) **असार त्यागून घेईजे सार । म्हणोन सारासार विचार । (दास. १०.१०.५१)**

अर्थ : असार टाकून सार घेता यावे म्हणून सारासार विचार केला जातो.

३२) **त्या दोषाच्या दहनाला । आत्मज्ञान पाहिजे । (दास. १०.१०.६३)**

अर्थ : दोष दहनाला आत्मज्ञानाची आवश्यकता असते.

३३) **परीक्षा नेणती रंक । पापी करंटे ।। (दास. ११.४.१४)**

अर्थ : जे भिकारी, पापी, मूर्ख असतात त्यांना परीक्षा नसते.

३४) **सार तें चि शोधून घ्यावें । असार ते जाणोन त्यागावें ।**
वमन जैसें ।। (दास. ११.४.२६)

अर्थ : शहाण्या माणसाने सार ते शोधून घ्यावे आणि ओकप्रमाणे असाराचा त्याग करावा.

३५) **असो विविकेविण । बोलणें तितुका सीण । (दास. ११.४.३०)**

अर्थ : विचाराशिवाय जे बोलणे ते सारे कष्टदायक होय.

३६) **खोटे सांडून खरें घ्यावें । परीक्षवंती परीक्षावें । (दास. १२.३.१०)**

अर्थ : परीक्षा करणाऱ्या लोकांनी खऱ्या खोट्याची परीक्षा करून खोटे टाकून द्यावे आणि खरे घ्यावे.

३७) **विवेकेंविण वैराग्य केलें । तरी अविवेकें अनर्थी घातलें । (दास. १२.४.६)**

अर्थ : विचाराशिवाय वैराग्य धारण केले तर तो अविचार माणसाच्या अनर्थाला कारणीभूत होतो.

३८) **विवेकहीन जे जन । ते जाणावे पशु समान । (दास. १२.८.२४)**

अर्थ : विचारशून्य माणसे पशुसमान मानावी.

३९) **विवेकाचें फळ तें सुख । अविवेकायें फळ तें दुःख । (दास. १३.७.२८)**

अर्थ : विचाराचे फळ सुख आणि अविचाराचे फळ दुःख होय.

४०) **बुधीविण प्राणी सकळ । ते ते अवघे चि बाष्कळ । (दास. १४.८.४६)**

अर्थ : बुद्धीशिवाय असणारे सर्व लोक व्यर्थ होत.

४१) **बुद्धिवीण माणुस काचें । (दास. १५.१.१५)**

अर्थ : बुद्धिशिवाय माणूस कच्चा ठरतो.

४२) **जें जें जेथें निर्माण होतें । तें तें तेथें लया जातें । (दास. १५.४.२२)**

अर्थ : जे ज्यापासून उत्पन्न होते ते त्यातच लय पावते.

४३) **जेथे परीक्षेचा अभाव । तो टोणपा समुदाव । (दास. १७.१०.२१)**

अर्थ : ज्यांच्या मध्ये ज्ञानाचा अभाव असतो तो अडाण्यांचाच समुदाय म्हणावा.

४४) **जाणत्याची संगत धरावी । (दास. १८.२.२)**

अर्थ : जाणत्या माणसाची संगत धरावी.

४५) **वैराग्येंविण ज्ञान । तो वेर्थ चि साभिमान । (दास. १२.४.९)**

अर्थ : वैराग्याशिवाय प्राप्त झालेले ज्ञान खोट्या अभिमानाला जन्म देते.

४६) **विचारें होतसे सार्थक । (दास. १८.७.२०)**

अर्थ : विचाराने आयुष्याचे सार्थक होते.

४७) **विवेकी पुरुषाची करणी । विवेकें होते ।। (दास. १८.१०.३८)**

अर्थ : विचारी पुरुषाची कृत्ये विचाराने होत असतात.

४८) **ज्ञान म्हणिजे जाणणें । (दास. २०.१.२३)**

अर्थ : ज्ञान म्हणजे जाणणे.

४९) **ज्ञात्यास अनुमान न माने । (दास. २०.९.१२)**

अर्थ : ज्ञानी माणसाला अनुमान आवडत नाही.

५०) **ज्ञानदृष्टीविण नव्हे । समाधान । (दास. २०.१०.२१)**

अर्थ : ज्ञानाशिवाय समाधान लाभत नाही.

५१) **ज्ञान नेणतां अज्ञाना । अधोगती ।**

अर्थ : अज्ञानी माणसाला ज्ञान प्राप्त झाले नाही तर तो अधोगतीला जातो.

५२) **ज्ञानमार्ग हा कठीण विवेकाचा । (रा. क. १. ओव्या शत. ३/३३)**

अर्थ : विचाराचा मार्ग अवघड असतो.

५३) **विवेकाने गळे अहंभाव । (रा. क. १ ओव्या शत ६/३२)**

अर्थ : विचाराने अहंकार गळून पडतो.

५४) **विवेकें राहतां समाधान । (रा. क. १. ओव्या शत ७/८८)**

अर्थ : विचाराने राहिले तर समाधान लाभते.

५५) **प्रत्ययाचें ज्ञान तेंची तें प्रमाण ।**
येर आप्रमाण सर्व कांहि । (रा. क. १ स्फु. ओ. १९२/१)

अर्थ : ज्या ज्ञानाचा अनुभव येतो तेच खरे, इतर सर्व अप्रमाण होय.

५६) **प्रचीतीविणें बोलणें वेर्थ वांयां । (करुणा धा. स. ५४/६)**

अर्थ : अनुभवाशिवाय बोललेले वाया जाते.

५७) **कठिण विषम काळी सर्व सांडूनि जावें । (करुणा धा. स. १५४/१४)**

अर्थ : मरणाच्या प्रसंगी सर्व सोडून जावे लागते.

५८) **अती बोध त्या क्रोध येणार नाहीं । (करुणा धा. स. १२९)**

अर्थ : विचारी माणसाला राग येत नाही.

५९) **नसे अर्थ तें बोलणें वेर्थ जातें । (करुणा धा. स. १३४/९)**

अर्थ : अर्थहीन बोलणे वाया जाते.

६०) **ज्ञानरहित सदा लथ खाती । (करुणा धा. स. १८६/३)**

अर्थ : ज्ञानहीन माणसे सदैव लाथा खातात.

६१) **अंधार अज्ञान उजेड ज्ञान । (रा. क. २ सप्तसमासी २/१. १४)**

अर्थ : अंधार म्हणजे अज्ञान आणि प्रकाश म्हणजे ज्ञान होय.

६२) **तैसी विवेकांवीण शांती । होणार नाही ।। (रा. क. २ एकवीससमासी १२/३६)**

अर्थ : विवेकाशिवाय शांती येत नाही.

६३) **प्रचीतीवीण कदापी न घडे गती । (स. पद. उ. ४/३)**
अर्थ : अनुभवाशिवाय केव्हाही प्रगती होत नाही.
६४) **वैराग्येंवीण ज्ञान दंभासी कारण । (स. पद. उ. २६७/१)**
अर्थ : वैराग्याशिवाय मिळालेले ज्ञान दंभाला कारण होते.
६५) **आपणासी आपण सोडवावें रे रे रे रे । (स. पद. उ. ३१६/१३)**
अर्थ : आपला उद्धार आपणच करायचा असतो.
६६) **ज्ञानें मोक्ष पाविजे । (स. पद. गि. प. ८३/१४)**
अर्थ : ज्ञानानें मोक्षप्राप्ती होते.
६७) **विवेकाचें बळ पाहिजे प्रबळ । तरीच निवळ वृत्ति होय । (स. भा. ४२४/४)**
अर्थ : प्रबळ विचाराने वृत्ती शांत होते.
६८) **ज्ञान देहीं वसे तया देव दिसे । (स. गा. ७७२/६)**
अर्थ : ज्ञानी माणसाला देव भेटतो.
६९) **ज्ञानेंवीण जिणें व्यर्थ दैन्यवाणें । (स. गा. ७८७/७२)**
अर्थ : ज्ञानाशिवाय जगणे हे दैन्यवाणे असते.
७०) **जेणें ज्ञान हें नेणवें । पशु तयासी म्हणावे । (स. गा. ७९१/१)**
अर्थ : ज्याला ज्ञान कळत नाही त्याला पशू म्हणावे.
७१) **ज्ञानेंविण तो पशु । (स. गा. १३७६/९)**
अर्थ : ज्ञान नसलेला माणूस पशू होय.
७२) **विवेकें देहेबुधि सोडूनि द्यावी । (म. श्लो. १२)**
अर्थ : विचाराने अहंकार सोडून द्यावा.
७३) **बरें शोधिल्यावीण बोलों नको हो । (म. श्लो. १३२)**
अर्थ : चांगला विचार केल्याशिवाय बोलू नये.
७४) **जनीं जाणता पाय त्याचें धरावें । (म. श्लो. १४१)**
अर्थ : जाणत्या माणसाचे पाय धरावे.
७५) **खरें खोटे परीक्षावे । खोटें जाणोनीं त्यागावें । (स. पद. उ. ३०/धृ.)**
अर्थ : खऱ्या खोट्याची परीक्षा करून खोट्याचा त्याग करावा.
७६) **रत्नांचे परिक्षणें डोळसांच लाहणें । (स. गा. २८६/५)**
अर्थ : रत्नांची परीक्षा परीक्षावंतच करतात.
७७) **ज्ञान होतां तुटे संसारबंधन । (रा. क. १. ओ. रा. ५/५४)**
अर्थ : आत्मज्ञान झाले की, संसाराचे पाश गळून पडतात.
७८) **बुधीने सर्वही होतें । बुधीदाता नारायेणु । (रा. क. १. स्फु. प्र. २१/४)**
अर्थ : नारायण बुद्धीदाता आहे आणि बुद्धीने सर्व कामे होतात.
७९) **नित्यानित्यविवेकानें । धन्य संसार होतसे ।। (रा. क. १ स्फु. प्र. ५२/१)**
अर्थ : शाश्वत व अशाश्वत काय आहे, याचा विचार केला तर संसार फलद्रूप होतो.
८०) **प्रत्ययेंवीण जो ज्ञानी । तो ज्ञानी आत्मघातकी । (रा. क. १ चतुर्थमान ३/१०)**
अर्थ : अनुभव आल्याशिवाय जो स्वत:ला ज्ञानी समजतो तो आत्मघात करून घेणारा ज्ञानी होय.

८१) **वैराग्याची वृत्ति ते उदास रे । (स. गा. १३२७/२)**

अर्थ : निरीच्छपणा हे वैराग्याचे लक्षण होय.

८२) **तैसें गोसावीपण । वैराग्येंवीण । (स. पद. उ. २६५/२)**

अर्थ : वैराग्याशिवाय संतपण शोभत नाही.

८३) **तैसें गोसावीपण । विवेकेंवीण । (स. पद. उ. २६५/१)**

अर्थ : विवेकाशिवाय साधुत्व येत नाही.

८४) **गोसावीपण विवेकेंवीण । (स. गा. १३२४/१)**

अर्थ : विचाराशिवाय महंतपण शोभत नाही.

८५) **जें जें जयाला ध्याती । तें तें तया लोका जाती । (स. पद. उ. परिशिष्ट १/४)**

अर्थ : जे ज्याचे ध्यान करतात, ते त्या लोकाला जातात.

८६) **अंति मति ते चि गती । (रा. क. २ अंतर्भाव ४/१२)**

अर्थ : मरणाच्या वेळी जो विचार मनात असतो तीच गती आपणाला मिळते.

८७) **साधनेंवीण ब्रह्मज्ञान । तेणें बुडे समाधान । (रा. क. २ पंचसमासी ३/१३)**

अर्थ : साधनेशिवाय ब्रह्मज्ञान प्राप्त झाले तर सर्व समाधान नाहीसे होते.

ज्ञान : तुकाराम

१) **ज्ञान ब्रह्मीं भोग ब्रह्मतनु । (तु. गा. २१८८)**

अर्थ : देह ब्रह्मरूप करून ब्रह्म्याचा भोग घेणे हे ज्ञान होय.

२) **वर्म जाणे तो पारखी । (तु. गा. ३०९)**

अर्थ : जो मर्म जाणतो तो परीक्षक होय.

३) **तुका म्हणे हिरा ।**
पारखियां मूढांगारा ।। (तु. गा. १३२३)

अर्थ : हिरा रत्नपारखीच्या हाती गेला तर त्याचे मोल होते. तो मूर्खाच्या हाती गेला तर त्याच्या गारा होतात.

४) **जाणीवंत तो पायरी जाणे । (तु. गा. १७८१)**

अर्थ : ज्ञानी माणूस आपली पायरी जाणतो.

५) **तुका म्हणे कळे पारखिया हिरा । (तु. गा. २७२९)**

अर्थ : परीक्षकांनाच हिऱ्याची पारख होते.

६) **शुद्ध कसूनि पाहावे वरि रंगा न मुलावें ।। (तु. गा. २२९०)**

अर्थ : कोणत्याही गोष्टीची परीक्षा करावी. त्याच्या बहिरंगाला भूलू नये.

७) **पारखी तो जाणे अंतरींचा भेद । (तु. गा. २८७६)**

अर्थ : जो परीक्षक असतो तोच अंतरीचा भेद (फरक) जाणतो.

८) **खऱ्याचें पारखीं येत नाही तोटा । (तु. गा. ३४९५)**

अर्थ : खऱ्या जाणकाराला नुकसान होत नाही.

९) **रत्नाचा जोहारी रत्नचि पारखी ।**
येर देखोदेखीं हातीं घेती ।। (तु. गा. ३८३९)

अर्थ : रत्नाची पारख करणाऱ्यालाच रत्ने ओळखता येतात. इतरेजन ते हातात घेऊन फसतात.

१०) हिरियासारखा दिसे शिरगोळा । पारखी ते डोळां न पाहाती ।। (तु. गा. ४१०१)

अर्थ : गारगोटी हिऱ्यासारखी दिसत असली तरी रत्नपारखी तिकडे नजरही टाकीत नाहीत.

११) देऊनियां भिंग कामाविलें मोतीं ।
पारखिया हातीं घेतां नये ।। (तु. गा.४१०१)

अर्थ : काच देऊन त्याचा मोती बनविला तर रत्नपारखी ते हातातही घेत नाहीत.

१२) परीक्षवंता दृष्टी रत्न जैसें । (तु. गा. ४३०८)

अर्थ : रत्नपारख्याच्या दृष्टीला रत्नाचे मोल समजते.

१३) मोतियांचे वोळी कांच काय । (तु. गा. ४४८१)

अर्थ : मोत्यांच्या माळेपुढे काचेच्या मण्यांना किंमत नसते.

१४) बाहेरील रंग निवडी कसोटी । (तु. गा. ३३६५)

अर्थ : मुलाम्याचा रंग पिवळा असला तरी त्यातील खरेपणा कसोटीच्या दगडावर समजतो.

१५) असाध्य ते साध्य करितां सायास ।
कारण अभ्यास तुका म्हणे ।। (तु. गा. २९८)

अर्थ : असाध्य गोष्टी अभ्यासाने साध्य होतात.

१६) आभ्यासासी सांग कार्यसिद्धि । (तु. गा. १४००)

अर्थ : अभ्यासाने कोणत्याही गोष्टीखी कार्यसिद्धी होते.

१७) आधारेंविण जें बोलतां चावळे ।
आपलें तें कळे नव्हे ऐसें ।। (तु. गा. १०६५)

अर्थ : आधाराशिवाय बोलणारे लोक विचलित होतात. ते आपल्या जातींचे नाहीत हे समजते.

***

सुभाषित संख्या (परिशिष्ट)

विषय	ज्ञान.	नाम.	एक.	राम.	तुका.	एकूण
१) अतिथी	२	–	६	–	–	८
२) अधम	१२	२	२८	१६	५६	११४
३) अन्न	–	–	२	–	–	२
४) अभ्यास	–	–	–	५	१	६
५) अमृत	१८	–	–	–	–	१८
६) अविश्वास	–	–	४	–	–	४
७) अहंकार	८	४	२५	१६	६	५९
८) अज्ञान	–	–	३	८	६	१७
९) आकाश	३०	–	–	–	–	३०
१०) आचार	३०	१७	२१	४३	२०	१३१
११) आरसा	२२	–	४	२	९	३७
१२) आरोग्य	३७	४	८	१	११	६१
१३) आशा – पाहा लोभ						
१४) आळस	–	–	–	१७	२	१९
१५) इंद्रिये	३३	–	–	२	–	३५
१६) ऋतू	२०	–	–	–	–	२०
१७) औषध	२२	–	–	५	–	२७
१८) कर्म	५	–	४	८	४	२१
१९) कर्मठ	–	–	१	–	–	१
२०) काम	१८	४	३१	२०	८	८१
२१) कीटक	३५	६	२७	–	१६	८४
२२) क्रोध	–	–	८	७	–	१५
२३) खाद्यपदार्थ	३९	–	३१	–	११	८१
२४) खेळ	७	–	–	–	–	७
२५) गंध	४	–	–	–	–	४
२६) गरीब	१	–	–	–	–	१
२७) गुण	२७	१	४	६	४	४२
२८) गुरू	६	–	९	२१	–	३६
२९) ग्रंथ	–	–	–	४	–	४
३०) जनरूढी	२	२	२	७	३	१६
३१) जल	११९	१	१६	१०	१५	१६१
३२) जलचर	२३	९	११	–	२	४५
३३) जादुटोणा	१४	–	–	–	–	१४

विषय	ज्ञान.	नाम.	एक.	राम.	तुका.	एकूण
३४) जीभ	–	–	२	–	–	२
३५) तप	१	–	–	–	–	१
३६) दया	–	१	–	–	१	२
३७) दरिद्री	९	–	–	–	–	९
३८) दान	३	–	६	–	१	१०
३९) दीप	३८	१	१७	–	५	६३
४०) दुःख	–	–	४	२	–	६
४१) दुबळा	–	–	१	–	–	१
४२) देव	१७३	२१	३५	२५	४०	२९४
४३) धन	४	१	५४	७	६	७२
४४) धर्म	५	६	३	–	–	१४
४५) धातू	७०	३	२५	१४	२६	१३८
४६) नगर	२	–	–	–	–	२
४७) नम्रता	१	–	५	१	३	१०
४८) नरक	–	–	१	–	–	१
४९) नशीब	२९	९	४	१	८	५१
५०) नाणी	१	–	–	–	–	१
५१) नातेसंबंध	–	–	१	–	–	१
५२) निद्रा	३	–	–	–	–	३
५३) नियमितपणा	–	–	–	२	–	२
५४) निश्चय	–	–	–	३	–	३
५५) नीती	३	८	२७	५	१५	५८
५६) पशुपक्षी	११८	२०	२९	७	२७	२०९
५७) पश्चात्ताप	–	–	५	–	–	५
५८) पाप	३	–	५	१०	१८	३६
५९) पुण्य	–	–	१	४	२	७
६०) पृथ्वी	९	–	–	–	–	९
६१) प्रचीती	–	२	–	२	–	४
६२) प्रपंच	–	–	–	३	–	३
६३) प्रयत्न (पाहा यत्न)						
६४) ब्राह्मण	–	–	६	–	–	६
६५) भक्त (पाहा संत)						

विषय	ज्ञान.	नाम.	एक.	राम.	तुका.	एकूण
६६) भक्ती	४१	६१	४८	८४	४५	२७९
६७) भीती	–	–	१	–	३	४
६८) मत्सर	–	–	१	२	–	३
६९) मद्य	४	–	१	–	–	५
७०) मन	७	–	९	२	३९	५७
७१) मरण	१४	–	१	५	–	२०
७२) मित्र	९	–	५	–	–	१४
७३) मुक्ती	–	–	१	–	–	१
७४) मुमुक्षू	–	–	–	६	–	६
७५) मूर्ख	८	२	८	३८	१०	६६
७६) मोक्ष	–	–	–	–	२	२
७७) म्हण	–	–	१४	–	१४	२८
७८) यत्न	–	–	–	१९	–	१९
७९) योग्यता	–	–	७	–	९	१६
८०) राजसत्ता	१०	–	६	१	११	२८
८१) राजा	६	–	७	६	–	१९
८२) लाज	–	–	२	१	१	४
८३) लोभ–आशा	२३	८	४५	१९	३१	१२६
८४) वस्त्र	६	–	–	१	–	७
८५) वाणी	१	–	–	–	–	१
८६) वायू	२६	–	–	–	–	२६
८७) वाहनें	१६	–	२	–	१	१९
८८) विरक्त	१	२	–	–	१२	१५
८९) विष	२५	–	१३	–	३	४१
९०) विज्ञान	१४	–	–	–	–	१४
९१) वृक्ष–वनस्पती फुले	१०१	६	२४	१४	१८	१६३
९२) वैराग्य (पाहा विरक्त)	५	–	८	–	–	१३
९३) व्याख्या	३७	–	३०	८	७	८२
९४) शस्त्र	३	–	–	–	–	३
९५) शहाणपण	३८१	६६	१५१	१७२	१६१	९३१
९६) शेती	२१	२	८	११	२८	७०
९७) श्रोता	३	–	–	१	–	४

विषय	ज्ञान.	नाम.	एक.	राम.	तुका.	एकूण
९८) संकेत	१८	–	–	४	–	२२
९९) संगत	२०	९	३८	४९	३९	१५५
१००) संत	२३	२४	५६	१०६	७३	२८२
१०१) संशय	–	–	–	५	५	१०
१०२) संस्कार	४	–	६	–	७	१७
१०३) सत्य	२	–	३	२	९	१६
१०४) समाधी	–	–	१	–	–	१
१०५) सामर्थ्य	–	–	–	७	–	७
१०६) सावली	४	–	–	–	–	४
१०७) सुखदुःख	९	–	१	३	४	१७
१०८) स्तुती	–	–	–	–	४	४
१०९) स्त्री	९९	१२	११५	७	६५	२९८
११०) स्वप्न	३६	२	१३	४	४	५९
१११) स्वभाव	४	१२	६	–	१८	४०
११२) स्वर्ग	–	–	१	–	–	१
११३) क्षमा	–	–	–	–	४	४
११४) क्षात्रधर्म	१२	१	१६	४	१८	५१
११५) ज्ञान-ज्ञानी	३७	८	१८	८७	१७	१६७
एकूण	**२०३६**	**३२६**	**८७५**	**९५४**	**९५६**	**५१४७**

***

अल्पपरिचय

श्री. रा. शं. नगरकर

जन्म इ.स. १९३३ पंढरपूर, जि. सोलापूर. प्राथमिक व माध्यमिक शिक्षण पंढरपूर येथे. महाविद्यालयीन व माध्यमिक शिक्षण पुण्यात, स. प. महाविद्यालयातून इ. स. १९५९ साली बी.ए.
राष्ट्रभाषा कोविद पंढरपूर येथे.
भारतीय संस्कृतिकोशात उपसंपादक म्हणून २९ वर्षे काम केले. इ. स. १९९३ मध्ये निवृत्त.
इ.स. १९७५-१९९१ ज्ञानेश्वर त्रैमासिक संपादक, पुणे विद्यापीठाच्या एम.फिल. परीक्षेचे परीक्षक.

ग्रंथसंपदा एकूण २८ ग्रंथ
१) भागवत महापुराण आणि ज्ञानेश्वरी
२) संत तुकारामांचा अभ्यास
३) गृहदेवता (संस्कृतीची प्रतीके)

चिकित्सक गाथा (डॉ. मु. श्री. कानडे यांच्या सहकार्याने)
१) श्री ज्ञानदेवांचा सार्थ चिकित्सक गाथा
२) संत नामदेवांचा सार्थ चिकित्सक गाथा

शब्दकोश (डॉ. मु. श्री. कानडे यांच्या सहकार्याने)
१) श्री नामदेवगाथा शब्दार्थ संदर्भकोश
२) श्री एकनाथ भागवत शब्दार्थ संदर्भकोश
३) श्री तुकाराम गाथा शब्दार्थ संदर्भकोश
४) श्री समर्थ रामदास वाङ्मय शब्दार्थ संदर्भकोश

व्याख्याने पुणे विद्यापीठ, मुंबई विद्यापीठ, गोवा विद्यापीठ, नागपूर विद्यापीठ

पुरस्कार व मान्यता
१) भागवत महापुराण व ज्ञानेश्वरी ग्रंथाला महाराष्ट्र शासनाचे पारितोषिक
२) श्री ज्ञानदेवांचा सार्थ चिकित्सक गाथा ज्ञानप्रबोधिनीचे पारितोषिक
३) संत तुकाराम गाथा शब्दार्थ संदर्भकोश डॉ. प्र. न. जोशी ग्रंथश्रेष्ठता पारितोषिक
४) संत तुकारामांचा अभ्यास, नगरवाचन मंदिर, पुणे
५) महाराष्ट्र साहित्य परिषद कोशकार्यासाठी श्री. हणमंते पारितोषिक
६) श्री एकनाथी भागवत कोश - महाराष्ट्र ग्रंथोत्तेजक पारितोषिक
७) कांची कामकोटी शंकराचार्यांकडून अवतार महोत्सव पुरस्कार आणि 'लेखारत्न' पदवी

चालू कार्य संत तुकारामांच्या प्रकाशित गाथ्यांचा अभ्यास.

www.ingramcontent.com/pod-product-compliance
Lightning Source LLC
Chambersburg PA
CBHW081127300726
48982CB00005B/872

* 9 7 8 8 1 8 4 8 3 3 9 9 7 *